I0726504

SỰ TƯƠNG ĐỒNG KỲ DIỆU GIỮA HAI DÒNG TRIẾT HỌC
QUY LUẬT PHÁT TRIỂN TƯƠNG THÀNH
VÀ TƯƠNG LAI XÃ HỘI LOÀI NGƯỜI

Quyển 1

SỰ TƯƠNG ĐỒNG KỲ DIỆU GIỮA HAI DÒNG TRIẾT HỌC
QUY LUẬT PHÁT TRIỂN TƯƠNG THÀNH
VÀ TƯƠNG LAI XÃ HỘI LOÀI NGƯỜI
Tài liệu nghiên cứu Nguyễn Tùng Uyên
Bìa: Nguyễn Thành
Trình bày: Nguyễn Thành
Nhân Ảnh Xuất Bản 2019
ISBN: **9781989705124**

SỰ TƯƠNG ĐỒNG KỲ DIỆU
GIỮA HAI DÒNG TRIẾT HỌC
QUY LUẬT PHÁT TRIỂN TƯƠNG THÀNH
VÀ TƯƠNG LAI XÃ HỘI LOÀI NGƯỜI

Tài liệu nghiên cứu

Tác giả NGUYỄN TÙNG UYÊN

Quyển 1

Nhân Ảnh

2019

TƯƠNG LAI LOÀI NGƯỜI ĐI VỀ ĐÂU?

Một câu hỏi lớn làm bâng khuâng tư duy nhân loại.

Học thuyết Duy vật lịch sử của C.Mác từng chứng minh rằng, xã hội loài người sẽ đi đến tương lai đầy hoa thơm trái ngọt; bóc lột và áp bức sẽ nhường chỗ cho tình bè bạn chân thành giữa những con người.

Sau Liên Xô sụp đổ, các trào lưu phủ định chủ nghĩa Mác đã hân hoan chứng minh rằng, học thuyết Mác nhầm rồi, tiếng chuông báo hiệu tới đích của hành trình lịch sử nhân loại đã ngân vang. Chủ nghĩa tư bản là một xã hội vĩnh hằng và xinh đẹp!

Song, cuộc tranh luận chưa dừng lại. Nhiều quốc gia vẫn tuyên bố xóa bỏ chủ nghĩa tư bản để đi lên chủ nghĩa xã hội. Ai sẽ là trọng tài công minh để nói lời phán quyết... cuối cùng?

Có một học thuyết khác, nhưng tương đồng với học thuyết Duy vật biện chứng, có thể làm lắng dịu những ưu tư của con người.

Lịch sử tư tưởng triết học đã từng chứng kiến cuộc chiến tranh tư duy sôi động, kéo dài nhiều thế kỷ, giữa hai dòng triết học Duy tâm và Duy vật. Nhiều lý lẽ phong phú đã đưa ra để chứng minh cho sự đúng đắn trong tư tưởng của mình.

Tuy nhiên, những trí tuệ tỉnh táo đều nhận thức rằng, triết học Duy vật biện chứng mô tả đúng đắn những quy luật vận động phổ quát của thế giới khách quan. Hiện thực và thực tiễn sáng tạo của con người không chứng minh được gì cho tư tưởng triết học Duy tâm. Hai dòng triết học này chỉ gặp nhau ở một vài đối tượng hiện thực cụ thể, và đối kháng nhau gay gắt ở những quy luật phổ quát nhất của hiện thực. Vì vậy, hai dòng triết học này coi như không có nội dung tương đồng.

Song, một học thuyết dù thiên tài đến đâu cũng mang theo thuộc tính của chân lý tương đối. Học thuyết đó không bao giờ mô tả trọn vẹn, đầy đủ, đối tượng hiện thực mà nó nghiên cứu. Trong quá trình vận dụng học thuyết đó để lý giải hiện thực và chỉ đạo thực tiễn, chắc chắn sẽ có lúc gặp những điều rắc rối nằm ngoài khả năng mô tả của học thuyết. Đó là chưa đề cập đến sự nhầm lẫn của nhận thức chúng ta khi nghiên cứu học thuyết.

Do đó, cần có những khám phá mới để bổ sung vào chỗ còn trống đang cản trở thực tiễn sáng tạo của con người và tìm trong những thành quả trí tuệ quá khứ mô tả cùng đối tượng có khả năng bù đắp những khoảng trống đó.

Một trong những cản trở sáng tạo, mang bản chất khoa học, mà các nhà hoạt động lý luận phải luôn luôn cảnh giác (ở đây không đề cập đến những cản trở do động cơ lợi ích, hoặc những quan niệm danh dự tầm thường, hoặc thiếu hoạt động thực tiễn). Đó là tính bảo thủ của thói quen trong cấu trúc đại não. Đại não lưu giữ các thành quả tri thức, tâm lý,..., bằng hệ thống cấu trúc nơron trong các bộ nhớ. Hệ thống này thường xuyên phải sống và liên hệ thông tin với các khu vực liên quan. Khi một nội dung tri thức được thường xuyên củng cố, bằng công tác giảng dạy, hoặc công tác nghiên cứu ứng dụng,..., hệ thống nơron lưu giữ tri thức đó càng được củng cố bền chặt, làm cho thói quen tư duy về tri thức đó trở thành vô thức trong đại não. Đó là nguyên nhân chủ yếu của hiện tượng giáo điều, bảo thủ, trì trệ, trong tư duy lý luận. Nếu thiếu cảnh giác với hiện tượng này, các nhà hoạt động lý luận đã cao tuổi, rất khó sáng tạo, hoặc khó chấp nhận những quan điểm mới... hình như xúc phạm tới thành trì trí thức bất khả xâm phạm của các học thuyết "thiên tài" mà họ đã từng học thuộc và ngưỡng mộ. Mặc dù có bậc Thiên tài đã nhắc nhở rằng, đối với các chân lý khoa học đã được khám phá cần giữ thái độ "hoài nghi tất cả"(ý của Mác), rằng học thuyết của họ không phải là giáo điều mà là kim chỉ nam cho hành động(Mác), rằng học thuyết không có tham vọng lý giải, giải quyết tất cả, mà chỉ trình bày một phương pháp duy nhất khoa học để nghiên cứu thế giới (Mác). Tai hại hơn nữa, tư duy giáo điều đã làm chúng ta khó phát hiện nhận thức sai lầm của chính mình đối với những tư tưởng thiên tài của các học thuyết thiên tài. Nhận thức sai lầm đó đã đưa thực tiễn đi lạc đường, gây tổn thất rất nặng nề, làm chậm trễ bước tiến của nền văn minh nhân loại. Không hiểu tư tưởng về "quy luật sở hữu xã hội chủ nghĩa" của Mác và Ăngghen, đã làm sụp đổ nhiều mô hình sở hữu, như mô hình công xã nhân dân, mô hình hợp tác xã tiểu nông bậc cao, mô hình xã hội chủ nghĩa thực tiễn Liên xô..., gây ra "cuộc khủng hoảng về lý luận xây dựng xã hội chủ nghĩa" trong phong trào xã hội chủ nghĩa thế giới (vấn đề này sẽ được trình bày trong chương VII).

Những tinh hoa của trí tuệ người xưa vẫn còn ứng dụng trong thực tiễn hiện đại là dấu hiệu cho thấy, những sáng tạo quá khứ đang mang cái "Gen" của khoa học hiện đại. Cần phải lột bỏ những tưởng tượng bay bổng, huyền bí và nhầm lẫn trong các lý giải của Tiền nhân, làm bộc lộ vừng hào quang khoa học của những sáng tạo đó; tiếp tục mở rộng và làm sâu sắc hơn để nâng cao hiệu quả ứng dụng thực tiễn.

Ở đây muốn đề cập đến một dòng triết học, tuy khác mà không lạ: Dòng triết học Âm Dương.

Học thuyết Âm Dương (AD) ra đời cách nay hơn 3000 năm, vẫn đang mượt mà sức thanh xuân trong thế giới hiện đại. Thực tiễn ứng dụng và sự phát triển trí tuệ không ngừng nuôi dưỡng và rèn luyện tư tưởng này ngày càng *"Khôn lớn"* hơn. Nhiều học giả nói về sự tương ứng giữa học thuyết Âm dương và học thuyết Duy vật biện chứng (DVBC), và có ý kiến cho rằng, học thuyết âm dương là chủ nghĩa duy vật thô sơ của những người cổ đại hoang sơ; nhưng cũng có nhiều học giả dùng những mỹ từ đắt giá để ca ngợi.

Tác phẩm này chứng minh rằng, học thuyết âm dương không hề nông cạn, mà vô cùng sâu sắc, là người bạn đường tri kỷ của học thuyết duy vật biện chứng; nó mang giá trị của một chân lý vĩnh hằng và luôn luôn hiện đại như học thuyết duy vật biện chứng vậy. Đây thực sự là một điều, không những hấp dẫn, thú vị mà còn trọng đại nữa:

** Điều hấp dẫn và thú vị thứ nhất:

Học thuyết Âm Dương và học thuyết Duy vật biện chứng tương đồng ở những quy luật cơ bản nhất, tuy văn phong diễn đạt có khác nhau.

Một câu hỏi lớn đặt ra là: Có thể dùng học thuyết âm dương để kiến giải tiến trình lịch sử nhân loại không?

Tư tưởng triết học bao giờ cũng xuất hiện từ sự đòi hỏi giải quyết những vấn đề nóng hổi của thời đại.

C.Mác và Ph.Ăngghen đã vận dụng học thuyết Duy vật biện chứng, sáng tạo ra học thuyết Duy vật lịch sử và khoa học cách mạng, để giải phóng con người khỏi những bất công xã hội, là đòi hỏi bức xúc của thời đại các Ông, khi chủ nghĩa Tư bản không ngừng bóc lột, áp bức tàn tệ người lao động.

Chủ nghĩa Mác nổi lên như một Khoa học xã hội, mà trọng điểm là chỉ dẫn cuộc đấu tranh giữa người bị áp bức và kẻ áp bức, nhằm giành thắng lợi cho người bị áp bức; và chứng minh rằng, xã hội loài người ắt tiến tới một tương lai huy hoàng, trong đó, không còn tình trạng người bóc lột người. Học thuyết AD tiếp cận vấn đề từ một hướng khác cũng chứng minh được như vậy. Hai dòng tri thức nhân loại chảy theo hai hướng khác nhau, điểm xuất phát khác nhau, thời gian xuất phát cách nhau hơn 3000 năm, nhưng đã hội tụ tại một điểm. Một sự kiện trong tiến trình lịch sử phát triển trí tuệ nhân loại thật là kỳ lạ!

Học thuyết Âm Dương ra đời, tiếp đến học thuyết Ngũ Hành (NH), nhằm giải quyết vấn đề cam go của con người trong cuộc đấu tranh với thiên nhiên. Các khoa học về dự báo thời tiết khí hậu, y học Âm dương ngũ hành, khí công, phong thủy, dự trắc học,..., lần lượt ra đời trên cơ sở lý luận và phương pháp luận của triết học Âm Dương và Ngũ hành.

Tuy nhiên, trong thực tiễn sáng tạo, con người đã vận dụng chủ nghĩa Duy vật biện chứng để giải quyết những bế tắc của khoa học tự nhiên và vận dụng học thuyết Âm Dương Ngũ hành để xây dựng tư tưởng chính trị.

Việc ứng dụng học thuyết Âm Dương vào công việc trị quốc an dân bắt đầu từ Văn Vương, một ông vua chư hầu nhà Ân (Trung Quốc), sống cách nay hơn 3.000 năm. Tư tưởng chính trị được Văn Vương thể hiện bằng nguyên lý *"Trung Chính"* trong tác phẩm Kinh Dịch, do ông sáng tạo, và chính sách kinh tế *"Tỉnh điền"*, biểu hiện sâu sắc nguyên lý cân bằng Âm Dương trong đời sống con người và xã hội. Khổng Tử, sống sau Văn Vương 700 năm, tôn vinh Văn Vương là Thánh Vương, đưa ra thuyết *"Đức trị"*, kế thừa và mở rộng tư tưởng *"Trung Chính"* của Văn Vương.

Sau khi học thuyết Ngũ hành ra đời (khoảng thế kỷ III trước Công nguyên), nhà Hán và các triều đại phong kiến Trung Hoa sau đó đã vận dụng học thuyết Âm dương ngũ hành vào chính trị luận. Điển hình là chính trị gia chủ chốt nhà Hán: Đổng Trọng Thư, và đến thời Tống có Chu Hy. Tuy nhiên, Đổng và Chu đã không hiểu đúng bản chất khoa học của học thuyết Âm dương ngũ hành, lại bị chi phối bởi động cơ lợi ích chủ quan, nên chính trị luận của hai ông là sự pha tạp giữa tư tưởng duy tâm chủ quan, tư tưởng duy tâm khách quan và có một phần tư tưởng duy vật. Tư tưởng âm dương ngũ hành đã bị bóp méo trong chính trị luận của hai ông, vì vậy mà bị người đời sau ruồng bỏ.

Như vậy, cả hai dòng triết học đều dọi ánh sáng của mình vào mọi khoa học: Khoa học tự nhiên, khoa học xã hội và khoa học tư duy. Khoa học hiện đại chưa mặn mà lắm với học thuyết Âm dương ngũ hành. Nếu yêu mến nó, học thuyết này sẽ mang lại những thành quả kỳ diệu cho khoa học.

Tiền lệ lịch sử để lại những kinh nghiệm thành công và thất bại trong việc ứng dụng học thuyết Âm dương vào xã hội Trung Hoa; thành công hơn ở thời kỳ đầu và giữa nhà Chu và thất bại nhiều hơn ở thời kỳ Chiến Quốc về sau.

Từ sự tương đồng giữa học thuyết Âm dương và học thuyết Duy vật biện chứng, từ kinh nghiệm lịch sử và các tri thức khoa học hiện đại, một suy nghĩ hợp logic là: Có thể dùng ngọn đèn pha của học thuyết Âm Dương để soi sáng con đường đang đi của nhân loại và nhìn rõ cái đích sẽ đi đến?!

** Điều thú vị và hấp dẫn thứ hai:

Quy luật vận động Âm Dương đang dẫn dắt nhân loại đến tương lai xán lạn; con người sẽ được hưởng hạnh phúc trọn vẹn về vật chất và tinh thần; quan hệ giữa con người và con người hoàn toàn bình đẳng, tương thành, khát vọng hạnh phúc và hòa bình trở thành hiện thực trong một tương lai không xa.

Tác giả không dám táo bạo để khẳng định hoặc dự báo. Song hiện thực cuối thế kỷ XXI và thế kỷ XXII sẽ củng cố niềm tin này. Đại não con người là một vật thể vũ trụ, vận động sinh học và vận động tâm lý, trí tuệ, đều chịu ảnh hưởng của các mối liên hệ phổ biến với nhiều quy luật tự nhiên và xã hội, trong đó có những quy luật chủ yếu, giữ vai trò chi phối, điều khiển. Tư duy nhân loại, trong đó có tư duy chính trị, không chỉ là sự phản ánh chủ quan quy luật vận động của thế giới, mà còn chịu sự điều hành của quy luật khách quan, *"Quy luật phát triển tương thành âm dương"* sẽ chỉ đường cho nhân loại đi tới cái đích vinh quang đó.

Trình độ khoa học và hiện thực ngày nay đã tiến xa so với thời đại của Mác và Ăngghen. Do đó, việc lý giải tiến trình lịch sử nhân loại cũng có những điểm bổ sung so với học thuyết Duy vật lịch sử của C.Mác; tuy rằng vẫn bám chắc vào tri thức Duy vật biện chứng và tri thức Âm Dương. Dĩ bất biến, ứng vạn biến trong tư duy là như vậy.

Học thuyết AD có khả năng phủ định một số trào lưu tư tưởng của các chính trị gia tư sản sau thời kỳ Liên Xô. Các học thuyết về *"Điểm dừng của lịch sử"* về *"Ba làn sóng văn minh công nghiệp"*, về *"Sự đụng độ văn minh"*, về mặt khoa học xã hội, các học thuyết đó không có vị trí xứng đáng của mình trong hiện thực và thực tiễn hiện đại.

Một học thuyết, mà khi ra đời không liên quan gì đến lợi ích của người đời nay, đã chứng minh được rằng, tiến trình lịch sử nhân loại không dừng lại ở chủ nghĩa Tư bản mà tiến lên một tương lai rạng rỡ hơn, trong đó sự đối kháng giữa con người được thay thế bằng mối quan hệ tương thành và hòa hợp. Đó thật là một điều kỳ diệu. Theo dự báo của các nhà vũ trụ học, hệ mặt trời - trái đất - mặt trăng còn vận hành cân bằng khoảng 5 tỷ năm nữa, và đang đi vào thời kỳ bình ổn hơn; nếu con người yêu mến môi trường sống, không vì lợi ích cục bộ mà tạo ra hiệu ứng nhà kính hoặc đối kháng với tự nhiên, loài người còn được hưởng hạnh phúc toàn vẹn nhiều tỷ năm cho đến khi Hệ Mặt trời mang bệnh. Quy luật tương thành âm dương và tinh thần nhân loại, không cho phép ai hủy hoại một xã hội tươi đẹp như vậy.

Những dòng này được viết ra không phải vì khát vọng mà mơ ước viển vông, hoang tưởng. Quy luật vận động của thế giới khách quan ắt phải diễn ra như vậy. Con người là một vật thể vũ trụ đặc biệt, có trí tuệ, có khả năng khám phá và vận dụng quy luật, để sáng tạo ra những lợi ích nhanh hơn. Hạnh phúc sẽ đến với nhân loại sớm hơn, nếu tư duy nhân loại, đặc biệt là tư duy chính trị, nhận thức thống nhất, sớm hơn, quy luật vận động khách quan của thế giới.

Hiện thực là, tư duy chính trị của thế giới hiện đại, đầu thế kỷ XXI, đang vận động một cách tự phát theo sự dẫn dắt âm thầm của *"Quy luật phát triển tương thành âm dương"*. Loài người hy vọng, sự vận động đó sẽ nhanh chóng tiến tới tự giác, để loại trừ nhanh hơn những đối kháng, gây tổn thất không đáng có đối với nhân loại.

Để tiến tới một xã hội cân bằng âm dương *"Quy luật phát triển tương thành âm dương"* không ngừng tác động vào các quy luật âm dương đặc thù, được sinh ra do hiệu ứng nhân quả tầng tầng lớp lớp của vận động âm dương không ngừng. Một trong những quy luật đặc thù chủ yếu, đang vận hành trong hoạt động kinh tế, một thực tiễn chủ yếu của con người.

* Điều thú vị và hấp dẫn thứ ba:

Từ học thuyết âm dương, tìm thấy "Quy luật sở hữu cá nhân chân chính", có sức mạnh xóa bỏ bóc lột, khai thác tiềm năng sáng tạo và nhiệt tình lao động của con người.

Khái niệm *"Sở hữu cá nhân chân chính"* của người lao động, đã được Mác đề cập trong *"Bản thảo kinh tế - triết học 1844"*, được trích in trong "Các Mác - Phri đrich Ăng ghen, tuyển tập, tập I, tr.

127 - Nxb Sự thật Hà Nội, 1980".

Tâm lý *"Sở hữu cá nhân chân chính"* không mang yếu tố chiếm đoạt, được hình thành khi con người sáng tạo ra công cụ sản xuất. Tâm lý này biểu hiện ở chỗ: Người lao động muốn sở hữu toàn bộ thành quả lao động của mình và đóng góp cho xã hội một cách hợp lý. Cơ cấu thành quả lao động có 4 phần: Phần A, là giá trị tiêu dùng để tái sản xuất con người và sức lao động, thường thể hiện bằng lương tháng; phần B, để nộp thuế và đóng góp vào nhiệm vụ chung; phần C, mua sắm tư liệu sản xuất để tái sản xuất; phần D, để cải thiện đời sống. Trong chế độ Tư bản, hai giá trị sau đã bị tước đoạt. Đó là "hình thái chiếm hữu sở hữu cá nhân chân chính"của người lao động.

Trong chế độ XHCN, vận hành theo mô hình ở thế kỷ 20, hai giá trị sau trở thành sở hữu công cộng, một hình thức sở hữu mơ hồ, *"Cha chung"*, đã gây ra những nghịch lý trong nền sản xuất XHCN, là nguyên nhân sâu xa và chủ yếu dẫn đến sự sụp đổ của mô hình XHCN Xô Viết.

Tâm lý *"Sở hữu cá nhân chân chính"* xuất phát từ sự đòi hỏi cân bằng âm dương giữa cấu trúc sinh lý và cấu trúc tinh thần của con người. Đó là tâm lý bền vững khi con người còn phải lo toan đến đời sống vật chất chưa thỏa mãn.Vì tâm lý này có trong mọi người, mang tính phổ biến, nên trở thành quy luật, gọi là "quy luật sở hữu cá nhân chân chính". Đối với kẻ chiếm đoạt, tâm lý SHCNCC bị biến dạng do sự trỗi dậy từ tâm lý bản năng sinh tồn, tâm lý vô thức cấp thấp, được tiếp sức và nuôi dưỡng bởi yếu tố quyền lực. Tiến lên chế độ XHCN, tâm lý này dần dần tự tiêu vong. Hình thái sở hữu chuyển sang hình thái "sở hữu công cộng văn minh"; là hình thái sở hữu cao nhất của xã hội loài người; là thành quả tiến hóa tự nhiên của hình thái "sở hữu tập thể văn minh" ở thời kỳ Chủ nghĩa xã hội, khi tâm lý sở hữu cá nhân đã tự tiêu vong, bởi tâm lý sở hữu tập thể đã được phát triển bền vững.

Như vậy, tiến trình lịch sử nhân loại tiến hoá tự nhiên qua bốn hình thái sở hữu:

1- Hình thái sở hữu công cộng nguyên thủy, tâm lý sở hữu cá nhân chân chính từng bước hình thành.

2- Hình thái chiếm hữu SHCNCC của người lao động, vận động ở ba chế độ tiền sử (*Nô lệ, Phong kiến, Tư bản*).

3- Hình thái sở hữu tập thể văn minh, xóa bỏ bóc lột, thực hiện quy luật SHCNCC, bằng phương thức "Đồng sở hữu ", cho tới lúc tâm lý sở hữu cá nhân tự tiêu vong. Hình thái này thuộc thời kỳ CNXH. Phương thức Đồng sở hữu xóa bỏ hoàn toàn yếu tố bóc lột. Đó là điểm khác nhau căn bản với phương thức công ty cổ phần TBCN, sẽ được trình bày cụ thể ở chương IVvà chương VII.

4- Hình thái sở hữu công cộng văn minh (SHCCVM), được tiến hóa tự nhiên từ hình thái sở hữu tập thể văn minh.

Phân kỳ sở hữu như vậy, phù hợp với quy luật vận động khách quan của hình thái sở hữu, hình thái có vai trò động lực trong vận trình tiến hóa nhân loại, và để chúng ta có cách ứng xử đúng đắn, phù hợp với quy luật vận động của nó. Vấn đề sẽ được chứng minh tỉ mỉ hơn ở các phần sau.

Từ đây cho thấy, việc công hữu hóa tư liệu sản xuất sau chủ nghĩa Tư bản hình thành một cách tự nhiên qua hai giai đoạn: giai đoạn Đồng sở hữu, thực hiện quy luật sở hữu cá nhân chân chính(SHCNCC) ở thời kỳ CNXH, nhằm xóa bỏ bóc lột, là đỉnh cao của chủ nghĩa nhân đạo ở thời kỳ CNXH; và giai đoạn Sở hữu công cộng văn minh, khi tâm lý sở hữu cá nhân tự tiêu vong ở cuối thời kỳ CNXH, nhằm phát triển con người toàn diện và tự do, **đỉnh cao nhất về chủ nghĩa nhân đạo** của xã hội loài người. Nhà nước lúc này không còn tính giai cấp, chỉ là cơ quan điều hành chăm lo cho hạnh phúc con người. Phạm trù đối lập AD giữa lãnh đạo và nhân dân vận hành cân bằng. Trạng thái cân bằng kéo dài hàng tỷ năm, cho tới lúc mặt trời mang bệnh.

Với mô hình sở hữu công cộng kiểu cũ ở thế kỷ XX, phần công cộng trong sở hữu công cộng chứa đựng phần C và phần D trong giá trị sở hữu cá nhân chân chính của người lao động, cần được bóc tách ra trả lại cho người lao động, dù họ chưa góp vốn cổ phần, họ vẫn được chia lợi nhuận theo phần C và D trong từng kỳ kế hoạch, những người đã đóng góp cổ phần được chia thêm lợi nhuận cổ phần. Như vậy, những người này được phân phối ba nội dung trong lợi nhuận: Phần C,D và lợi tức cổ phần. Khi cần mở rộng sản xuất, doanh nghiệp lập kế hoạch huy động vốn, thông qua hội nghị người lao động để quyết định đóng thêm cổ phần. Mô hình doanh nghiệp cổ phần thực hiện phân phối thành quả lao động như vậy được gọi là doanh nghiệp "Đồng sở hữu"(ĐSH), hoặc mô hình ĐSH. Trong mô hình ĐSH, chủ doanh nghiệp không phải là nhà tư sản mà cùng giai cấp với người lao động. Nếu doanh nghiệp cổ phần chưa phân phối lợi nhuận cho người lao động theo phần C,D trong thành quả lao động chân chính của họ, thì chưa phải là doanh nghiệp ĐSH, yếu tố bóc lột vẫn tồn tại, chủ doanh nghiệp vẫn là nhà tư sản. Vấn đề này sẽ được trình bày rõ hơn ở phần tiếp sau, phần sơ đồ vận hành tài chính của doanh nghiệp ĐSH và công thức phân phối giá trị thặng dư. Chương VII sẽ chứng minh rằng, mô hình Đồng sở hữu hoàn toàn phù hợp với tư tưởng về *Quy luật sở hữu xã hội chủ nghĩa* của C.mác, Ph. Ăngghen mà hai Ông trình bày trong các tác phẩm chủ yếu của học thuyết Mác: *Hệ tư tưởng Đức, Tuyên ngôn của Đảng Cộng sản, Tư bản, Phê phán cương lĩnh Gôtha.*

Thực hiện phân phối thành quả lao động như mô hình ĐSH, chủ doanh nghiệp không còn là nhà tư sản, vì họ không bóc lột, họ được phân phối thành quả lao động chân chính của họ như những người lao động khác; họ sẽ giàu có, và đó là sự làm giàu chân chính; đương nhiên họ xứng đáng là người cộng sản, nếu các điều kiện khác đảm bảo theo Điều lệ Đảng. Những đảng viên làm kinh tế tư nhân cần theo mô hình này để rút kinh nghiệm cho Đảng

Có ý kiến cho rằng, chủ doanh nghiệp đã tăng lợi ích cho người lao động ở phần tiền lương (phần A), hoặc phúc lợi chung, trong đó đã hàm chứa giá trị thặng dư của người lao động. Chưa đúng! Khi doanh nghiệp (DN) có lợi nhuận, một mình chủ DN không làm ra lợi nhuận đó mà phải có sự đóng góp giá trị thặng dư của người lao động, và họ có quyền hưởng thụ giá trị thặng dư đó, theo nguyên tắc phân phối công bằng, do họ tham gia quyết định.

Sức lao động có khả năng sinh ra giá trị thặng dư. Nguồn gốc giá trị thặng dư từ đâu đến? Theo định luật bảo toàn năng lượng, người lao động chỉ làm ra số năng lượng bằng số năng lượng mà họ đã tiêu hao trong sản xuất, nếu coi hiệu suất lao động bằng 100%, vì lao động là quá trình chuyển hóa năng lượng. Người nông dân ăn một năm hết 400 kg thóc, họ chỉ làm ra nhiều nhất 400 kg thóc, thực tế họ đã làm được 1000 kg. Số thóc thặng dư 600 kg là từ đâu? Thiên nhiên ban tặng! Làm thành hạt thóc không chỉ là sức lao động, mà còn sự tài trợ hào phóng của tự nhiên: Nắng vàng rực rỡ, mưa thuận gió hòa, đất đai màu mỡ; những thứ đó không phải mua, nhưng làm ra lợi nhuận cho người lao động. Nguồn gốc giá trị thặng dư trong công nghiệp cũng được suy lý tương tự. Song, nếu người lao động không một nắng hai sương, thì cũng không được hưởng thứ phúc lành đó.

Gía trị nhân văn cao cả của CNXH là trả lại cho người lao động thứ phúc lành mà trời đã ban cho họ, đã bị các chế độ bóc lột cướp đoạt. Và đó là cái cốt lõi để phân biệt CNXH và các chế độ tiền sử. Các học giả tư sản thường lẩn tránh khái niệm bóc lột, song khái niệm đó vẫn vận động ồn ào và có xu hướng tăng cường độ trong thế giới hiện đại, thế giới toàn cầu hóa kinh tế trí thức. Trong bản báo cáo"Về sự phát triển của loài người" của chủ tịch Hội đồng Liêh hợp quốc, năm 1999 có đoạn: "Sự mất cân bằng trong toàn cầu hóa đã khoét sâu thêm khoảng cách giữa nước giàu với nước nghèo, giữa người giàu với người nghèo". Theo báo báo cáo, 200 người giàu nhất thế giới, sau 4 năm đã tăng tài sản của mình lên gấp đôi; 3 người giàu nhất thế giới có số tài sản gấp 600 triệu người ở nước kém phát triển (theo *Chiến tranh tiền tệ,* Sđd, tr 323).

Sức lao động và vốn tư liệu sản xuất làm ra lợi nhuận. Bởi vậy có thể phân phối lợi nhuận theo tỷ lệ đóng góp sức lao động và vốn cổ phần, tức là căn cứ vào tổng giá trị tiền lương và vốn cổ phần trong kỳ kế hoạch của người lao động và ban lãnh đạo, để phân chia lợi nhuận. Vốn cổ phần là lao động quá khứ, tiền lương là lao động hiện tại, đều bình đẳng như nhau, cùng làm ra lợi nhuận. Nguyên lý phân chia lợi nhuận có thể thực hiện bằng công thức:

$$\text{Lợi nhuận cá nhân} = \frac{\text{Tổng lợi nhuận phân phối lại}}{\text{Tổng tiền lương và vốn cổ phần toàn doanh nghiệp trong kỳ kế hoạch}} \times \text{Tổng tiền lương và vốn cổ phần cá nhân}$$

(Được phân phối lại trong kỳ kế hoạch)

(Sơ đồ cụ thể xin xem mục IV.6.2, chương IV)

Lợi nhuận ở đây là giá trị thặng dư còn lại, sau khi đã nộp thuế và đóng góp cho nhiệm vụ chung một cách hợp lý, theo sự thỏa thuận của người lao động. Đương nhiên nhà nước cần kiểm toán chặt chẽ sự minh bạch tài chính, và người lao động có thực lực của quyền làm chủ, trong việc kiểm tra giám sát hoạt động tài chính DN, được nhà nước luật hóa. Chế độ trả lương (phần A) cần theo năng suất lao động và kết quả hoàn thành nhiệm vụ, để khi phân phối lợi nhuận đạt được độ chính xác và công bằng

Theo cách làm đó, đã thực hiện được *"Quy luật sở hữu*

cá nhân chân chính".

Khoán hộ trong nông nghiệp, về cơ bản, đã thực hiện quy luật này và đã mang lại những kết quả bất ngờ. Thực tế kiểm nghiệm chân lý là như vậy. Khi nông nghiệp được khoa học hóa và công nghệ hóa, cũng như trong công nghiệp, mô hình doanh nghiệp nông nghiệp, cần áp dụng mô hình *"Đồng sở hữu"*, vận hành theo quy luật sở hữu cá nhân chân chính (QLSHCNCC), để yếu tố bóc lột không quay trở lại.

Trong nền kinh tế xã hội chủ nghĩa, QLSHCNCC có thể vận hành ở bất cứ thành phần kinh tế nào. Các doanh nghiệp cổ phần vận hành được quy luật này sẽ mang lại hiệu quả cao hơn, chủ doanh nghiệp giàu nhanh hơn vì có cổ phần lớn và lương quản lý cao, nhưng đó là giàu chân chính, không mang yếu tố bóc lột, khi tài chính được công khai minh bạch, làm cho cổ đông và người lao động hiểu rằng họ không hề bị bóc lột; nhiệt tình lao động và sáng tạo được khơi dậy mạnh mẽ, lực lượng sản xuất có thêm chất xúc tác, phát triển không ngừng và không hề bị kìm hãm. Mô hình ĐSH hoàn toàn phù hợp với chỉ dẫn của C.Mác và Ăngghen trong *Hệ tư tưởng Đức, Tuyên ngôn của Đảng Cộng sản, Tư bản luận và Phê phán cương lĩnh Gôtha,* sẽ được chứng minh sáng tỏ ở các phần tiếp sau.

Phạm trù quan hệ sản xuất, dù diễn đạt dưới bất kỳ hình thức nào, dù ở thời kỳ tiền sử hay CNXH, chỉ tồn tại hai hình thái cơ bản: Sở hữu cá nhân chân chính và chiếm hữu sở hữu cá nhân chân chính ở những mức độ khác nhau. Mục tiêu của cách mạng XHCN là xóa bỏ chiếm hữu sở hữu cá nhân chân chính của một thiểu số bóc lột và thực hiện sở hữu cá nhân chân chính của toàn bộ người lao động.

Tình trạng chênh lệch thu nhập là tình trạng tất yếu tạm thời, mang yếu tố động viên sự làm giàu chân chính và tồn tại hết thời kỳ lịch sử XHCN; nhà nước điều tiết bằng thuế thu nhập để có tỷ lệ thu nhập hợp lý, hạn chế yếu tố bóc lột tiềm ẩn, do cách phân phối thiếu khoa học và thiếu công bằng.

Vận hành QLSHCNCC, như con đại bàng sổ lồng, tung cánh trên bầu trời tự do, mang lại những giá trị nhân văn cao cả cho con người. Những mặt trái của đời sống xã hội sẽ được loại trừ nhanh hơn, vì sự công bằng lợi ích là cốt lõi của chủ nghĩa nhân đạo trong thời kỳ CNXH. Đây là một trong những quy luật chủ chốt nhất để đưa loài người tới đích vinh quang, nó khơi nguồn sáng tạo và nhân cách hướng thiện cho con người, xây dựng và phát triển tinh thần làm chủ tập thể đích thực, sáng tạo tiền đề để tiến hóa tự nhiên lên sở hữu công cộng văn minh, hình thái sở hữu cao nhất của xã hội loài người, vận động ở giai đoạn cao của Chủ nghĩa Cộng sản, giai đoạn lịch sử tiếp sau Chủ nghĩa xã hội.

** Điều thú vị và hấp dẫn thứ tư:

Từ học thuyết Âm dương, phát hiện ra giá trị hiện đại của học thuyết Ngũ hành. Đó là quy luật âm dương đặc thù vận hành trong Hệ Mặt trời - Trái đất - Mặt trăng và các hệ có quy luật vận hành tương tự. Cống hiến vĩ đại của quy luật Ngũ hành là góp phần sáng tạo ra con người, nâng cấp quy luật vận động vũ trụ lên nấc thang cao nhất: Cấp vận động xã hội. Là quy luật đặc thù của quy luật âm dương, quy luật ngũ hành không mâu thuẫn với học thuyết Duy vật biện chứng. Như vậy, quy luật ngũ hành là một trong những quy luật mang tính phổ quát chi phối trực tiếp đời sống con người và xã hội loài người. Nếu vận dụng học thuyết ngũ hành vào vận động xã hội và cấu trúc tổ chức xã hội, sẽ mang lại những hiệu quả ngạc nhiên về lý luận và thực tiễn.

Quy luật âm dương vận động trong toàn bộ vũ trụ, quy luật ngũ hành vận động trong hệ mặt trời - trái đất - mặt trăng, mà chủ yếu có quyền uy trong thế giới hữu sinh và chi phối thời tiết khí hậu. Với trái đất, quy luật âm dương và quy luật ngũ hành tác động tổng hợp, không thể tách rời, vì vậy trở thành quy luật chung, gọi là "Quy luật Âm Dương Ngũ Hành", trong đó đã hàm chứa quy luật *"Thiên nhân tương ứng"*.

Từ quy luật âm dương ngũ hành, có thể khẳng định sự đúng đắn trong đường lối cách mạng Việt Nam hiện đại.

- Độc lập dân tộc ắt gắn liền với CNXH theo quy luật phát triển tương thành âm dương.

- Nền kinh tế thị trường định hướng XHCN, vận hành theo QLSHCNCC (đồng sở hữu), phù hợp với *"quy luật phát triển tương thành âm dương"*.

- Chế độ XHCN đòi hỏi một Đảng duy nhất lãnh đạo, không đa đảng, phù hợp với mục tiêu xoá bỏ bóc lột và cấu trúc ngũ hành của một xã hội văn minh: Nhân dân - Quốc hội - Mặt trận - Đảng - Chính phủ

Năm thành phần này vận hành cân bằng: Tương thành và tương phản cân bằng, không đối kháng, đảm bảo cho xã hội phát triển nhanh và ổn định, vì vậy không cho phép có đa đảng, đa lợi ích. Mặt trận có vai trò *"nhân hòa"*, tương phản cân bằng (tự động điều chỉnh) trong hệ, cần có cấu trúc tương xứng.

- Phát triển dân chủ XHCN, nhà nước pháp quyền XHCN, của dân, do dân, vì dân. Đoàn kết toàn Đảng, toàn dân tộc là sức mạnh tất yếu của phát triển.

Cần nhấn mạnh rằng, nội dung dân chủ, nhân quyền, mục tiêu nhân đạo cao nhất trong thời kỳ CNXH là xóa bỏ bóc lột, là quyền lực của nhân dân lao động đối với thành quả lao động chân chính của mình; trong đó, quyền lực đối với giá trị thặng dư là nội dung căn bản.

Để thực hiện mục tiêu dân chủ căn bản đó, đòi hỏi có một đảng chân chính và duy nhất lãnh đạo. Dân chủ ảo đa đảng sẽ phá hoại thành quả của dân chủ thực!

- Tương thành quốc tế rộng rãi, phát triển hòa bình, hữu nghị giữa các dân tộc, quan hệ quốc tế vô tư, trong sáng, phù hợp với quy luật phát triển chủ nghĩa nhân đạo, là yếu tố thuận lợi của phát triển.

- Uy tín của Đảng cầm quyền duy nhất là sự đảm bảo chủ yếu của phát triển. Vì Đảng là cặp âm dương chủ yếu, chi phối sự vận động của cấu trúc ngũ hành.

Từ đây cho thấy, tư tưởng Hồ Chí Minh hoàn toàn phù hợp với *"quy luật phát triển tương thành âm dương"*. Một trí tuệ thiên tài đã phản ánh chính xác quy luật vận động của thế giới hiện thực.

* Từ học thuyết âm dương, hiểu sâu sắc hơn cụm từ *"Đối lập"* trong chủ nghĩa Duy vật biện chứng. Không thể hiểu theo nghĩa đen, "đối lập" là đối chọi, đối kháng, một mất một còn. Cũng như khái niệm vật chất, không thể hiểu vật chất là sự vật cụ thể như hạt thóc, lạng vàng, mà khái niệm vật chất trong triết học, như Lênin đã định nghĩa, là một phạm trù triết học. Khái niệm *"Đối lập"* trong triết học là một phạm trù triết học, có những nội hàm triết học. Theo học thuyết âm dương, hai mặt âm dương có các thuộc tính cơ bản sau đây, cũng là những quy luật vận động của âm dương.

1. Âm Dương tương thành: là sự thống nhất giữa các mặt đối lập, là sự hợp tác, dẫn dắt, hỗ trợ vì mục đích chung, là điều kiện tồn tại của nhau.

2. Âm Dương đồng nhất: Âm Dương có chung một số thuộc tính và nhu cầu vận động. Ví dụ, giữa CNTB và CNXH, tuy có mặt đối kháng, song đều cấu trúc bằng con người với nhiều yếu tố đồng nhất về cấu trúc sinh lý, hoạt động tâm lý, tư duy sáng tạo, có nhiều tương đồng về sinh hoạt văn hóa, có cùng lợi ích về khí hậu toàn cầu, chống khủng bố, chống khủng hoảng kinh tế, cùng phát triển, vv..

3. Âm dương tương phản cân bằng: là hệ thống tự động điều chỉnh đảm bảo cho cấu trúc vận hành cân bằng. Hệ thống tương phản cân bằng có mặt hầu khắp các vật thể vũ trụ, như hệ mặt trời, thiên hà, thế giới hữu sinh, từ vi khuẩn đến con người và được phản ánh vào các sáng tạo của con người, như các thiết bị tự động, rô bốt, tàu vũ trụ, máy vi tính, VTTH, v.v..

4. Âm dương tương phản đối kháng: đây là mặt xung đột âm dương. Trong quá trình hình thành các vật thể vũ trụ đến xã hội loài người, để tiến tới vận hành cân bằng *"Quy luật phát triển tương thành âm dương"* loại trừ dần tương phản đối kháng. Ngoài ra, còn một số thuộc tính quan trọng khác, sẽ được trình bày trong chương I.

Trong triết học Duy vật biện chứng, nội dung 1 và 2 thường nằm trong khái niệm *"thống nhất"*, nội dung 3 và 4 nằm trong khái niệm "đấu tranh". Với nội dung 3, Lênin thường dùng *"đấu tranh"* trong ngoặc nháy kép ; ở đây sử dụng tri thức khoa học hiện đại để làm rõ nội hàm này.

Phạm trù đối lập hoặc phạm trù âm dương, vệ mặt xã hội, vận dụng trong phạm vi toàn cầu, giữa các quốc gia, trong từng quốc gia và các hệ thống âm dương khác, đều hàm chứa 4 nội dung cơ bản này. Khi âm dương vận động đạt trạng thái cân bằng, nội dung tương phản đối kháng hầu như không còn, vì bị sự vận động của 3 thuộc tính trên kiềm chế và loại bỏ.

Như vậy, việc vận dụng phạm trù đối lập âm dương vào thực tiễn cần chú ý cả 4 nội dung và sự tương tác ảnh hưởng lẫn nhau giữa 4 nội dung. Có một quy luật vận động giữa các nội dung rất hiện thực và thực tiễn là: Để loại trừ tương phản đối kháng cần sử dụng sức mạnh của *"Quy luật phát triển tương thành Âm   Dương"*, để tăng cường tính thống nhất, tính đồng nhất, nâng cao hiệu quả tương phản cân bằng, nhằm đưa sự vật đến trạng thái cân bằng, mâu thuẫnm đối kháng được giải trừ

Sau khi loại trừ đối kháng, sự vật chuyển hoá sang giai đoạn mới với những quy luật vận động mới.

Quy luật phát triển tương thành quyết định khuynh hướng phát triển của sự vật, là động lực của phát triển, là bà đỡ để sự vật mới ra đời và là sức mạnh để loại trừ mâu thuẫn đối kháng.

Chương I sẽ chứng minh rằng, Quy luật phát triển tương thành âm dương được phát hiện từ học thuyết *"Vụ nổ lớn–Big-bang"*. Học thuyết Vụ nổ lớn là học thuyết của khoa học Vũ trụ hiện đại. Song, đó là một học thuyết mang tính cách mạng sâu sắc của khoa học tự nhiên, nó mang giá trị vạch thời đại. Học thuyết mô tả quả trình hình thành Vũ trụ từ những hạt cơ bản vi mô đến những nguyên tố hóa học, rồi các vì sao khổng lồ đến Thiên hà mênh mông, trong đó có Hệ Mặt trời và cái nôi của loài người. Học thuyết đó cũng chứng minh sâu sắc cho tính hiện thực của học thuyết Âm Dương. Vũ trụ là một chỉnh thể vận động theo các quy luật phổ quát. Quy luật phổ quát nào dẫn dắt quá trình hình thành các thiên thể Vũ trụ, học thuyết Bigbang chưa đề cập đến. Tác phẩm này sẽ trình bày việc phát hiện quy luật đó. Đó là một trong những quy luật phổ quát nhất của thế giới hiện thực, tự nhiên, xã hội và tư duy. Quy luật đó không chỉ dẫn dắt việc hình thành các thiên thể vũ trụ, mà còn là bà đỡ cho thế giới hữu sinh ra đời, dẫn đến sự khai sinh con người và xã hội loài người, rồi dẫn đường cho loài người đi đến một tương lai rạng rỡ. Ăngghen đã chỉ rõ, mỗi khi khoa học tự nhiên có những phát minh mang tính chất vạch thời đại thì chủ nghĩa duy vật không thể không thay đổi hình thức của nó (*Theo "Giáo trình Triết học Mác-Lênin",Nxb CTQG, Hà nội-2007, tr.98*). Học thuyết Vụ nổ lớn là phát minh khoa học mang tính chất vạch thời đại. Nó tạo ra tiền đề để phát hiện quy luật mới mang tầm khái quát triết học có thể bổ sung vào hàng ngũ những quy luật phổ quát của chủ nghĩa duy vật biện chứng.

Thế giới hiện đại muốn giải quyết nhanh chóng các mâu thuẫn trong các phạm trù đối lập, giảm thiểu các xung đột đối kháng gây tổn thất không đáng có cho con người và nền văn minh nhân loại, tư duy chính trị nhân loại cần nhận thức sâu sắc Quy luật phát triển tương thành Âm Dương.

Thử vận dụng khái niệm "phạm trù đối lập AD" và Quy luật phát triển tương thành để nhận thức thế giới hiện đại.

Hiện thực là: dưới tác động của   Quy luật phát triển tương thành, mà trực tiếp là hai quy luật do Quy luật phát triển tương thành sản sinh ra trên tiền đề hiện thực là sự vận động của con người: Quy luật phát triển khoa học công nghệ và Quy luật phát triển chủ nghĩa nhân đạo, nhân loại đang cố kết thành một hệ thống lớn ngày càng chặt chẽ trong phạm vi toàn cầu bằng các tổ chức như LHQ, WTO, mạng thông tin Internet và hàng loạt các tổ chức quốc tế và khu vực, hầu như phủ kín toàn bộ hành tinh. Trong hệ thống đó tồn tại những "phạm trù đối lập" với những quy mô lớn nhỏ khác nhau, và có đầy đủ bốn thuộc tính cơ bản. Thuộc tính đối kháng thường biểu hiện ở hai hình thái chủ yếu:

1- Đối kháng về hệ tư tưởng, chủ yếu trong vấn đề sở hữu, dẫn đến âm mưu lật đổ chế độ, xóa bỏ hệ tư tưởng.

2- Tham vọng về tài nguyên và lãnh thổ của nước khác.

Đối kháng về Sắc tộc, Tôn giáo, khủng bố,... thứ yếu hơn, bị chi phối bởi hai đối kháng cơ bản đó.

Từ sự phát triển mạnh mẽ của chủ nghĩa nhân đạo và khoa học công nghệ, xu hướng phát triển hòa bình, hữu nghị và hợp tác giữa các dân tộc, mang tính quy luật, không thể đảo ngược. Tình hình đó không cho phép dùng bạo lực vũ trang, dùng bom đạn xé nát trời xanh, gây đau thương tang tóc cho nhân loại, mà dùng sức mạnh của 3 thuộc tính còn lại, sức mạnh của quy luật phát triển tương thành, để loại trừ mâu thuẫn.

Chủ nghĩa tư bản tìm sức mạnh tương thành trong chiến lược *"Diễn biến hoà bình"*, *"Thúc đẩy dân chủ"*, *"Cách mạng màu"*. Còn chủ nghĩa xã hội phát triển sức mạnh tương thành ngay trong đất nước mình và trong hội nhập và hợp tác quốc tế rộng rãi. Điều quan trọng hơn là tư duy nhân loại, đặc biệt là tư duy chính trị những người nắm vận mệnh thế giới và quốc gia, thống nhất cách nhận thức quy luật vận hành của hiện thực, loại trừ đối kháng ý thức hệ. Quy luật phát triển tương thành chắc chắn sẽ dẫn tới điều đó, dù sớm hoặc muộn. Sớm hơn nếu có sự năng động của tư duy và muộn hơn nếu để quy luật cưỡng bức và phải trả giá, nhiều khi rất nặng nề.

Đối với mỗi quốc gia, nội dung đối kháng chủ yếu xảy ra ở hình thức *"Chiếm hữu sở hữu cá nhân chân chính"*. Việc loại bỏ hình thức bất công này, với tình hình phát triển tương thành của thế giới ngày nay, cũng không thể dùng bạo lực vũ trang hoặc *"xuất khẩu cách mạng"*. Phương thức hợp quy luật vẫn là phát triển sức mạnh tương thành trong nội bộ mỗi dân tộc. Trước tiên là sự tương thành với hệ tư tưởng hợp quy luật của giới trí thức, đặc biệt là trí thức trong bộ máy lãnh đạo đất nước. Sức mạnh tương thành này có thể làm chuyển biến màu sắc lãnh đạo, hướng tới những chính sách tiến bộ, có lợi cho đa số nhân dân lao động, hạn chế dần dần tính đối kháng dẫn tới loại bỏ đối kháng. Trong các quốc gia này nếu làm cho các chủ doanh nghiệp hiểu rằng, nếu họ thực hiện được quy luật SHCNCC thì họ có thể giàu nhanh hơn, vì người lao động được kích thích nhiệt tình lao động và tiềm năng sáng tạo, hiệu quả sản xuất có thể tăng vượt bậc. Chủ doanh nghiệp có thể tự hào rằng họ làm giàu chân chính và góp phần làm giàu cho người lao động. Tại những nước còn nặng kinh tế nông nghiệp, việc dùng chính sách khoán hộ sẽ cho hiệu quả rõ ràng và nhanh chóng. Với quy luật SHCNCC sẽ xuất hiện nhiều tỷ phú chân chính. Các nước XHCN không thể xuất khẩu cách mạng mà chỉ có thể *"Xuất khẩu tấm gương cách mạng"*.

Sự thành công trong việc thực hiện quy luật SHCNCC, quan hệ quốc tế trong sáng, là tấm gương cổ vũ rất lớn đối với các nước còn lại. Tuy gặp sai lầm, nhưng với nhiều chính sách tiến bộ, Liên Xô đã từng là tấm gương và niềm hy vọng trong một thời gian khá dài. Việt Nam, CuBa là những nước nhỏ, nhưng đã là tấm gương cổ vũ lớn trong những giai đoạn lịch sử nhất định. Ngày nay Trung Quốc có nhiều thế mạnh, có thể trở thành tấm gương. Nhân loại tiến bộ hy vọng vào điều đó và mong muốn Trung Quốc làm được điều đó.

Các chương sau sẽ chứng minh rằng, tương phản đối kháng chủ yếu trong thế giới hiện đại vẫn là mâu thuẫn về sở hữu. Song, hóa giải mâu thuẫn này là việc riêng của mỗi dân tộc, là sự nghiệp nhân đạo của mỗi dân tộc, mà không thể can thiệp từ bên ngoài, dù là"xuất khẩu cách mạng", hay" xuất khẩu phản cách mạng". Thế giới không thể hình thành hai hệ thống đối kháng vì việc riêng của các dân tộc. Kinh nghiệm lịch sử của thế kỷ XX còn để lại những bài học cay đắng và nóng hổi cho CNTB và CNXH.

Như thế, cộng đồng thế giới chỉ còn lại những việc chung. Đó là hợp tác cùng phát triển, gìn giữ hòa bình, chống đói nghèo, chống biến đổi khí hậu, chống khủng bố, chống ma túy, chống dịch bệnh, thực hiện chương trình thiên niên kỷ của Liên hợp quốc,vv. và vv..Những công việc to lớn đó đòi hỏi phải có sự hợp tác chân thành, đầy trách nhiệm của mọi quốc gia.

Từ lôgic việc riêng của mỗi dân tộc đến lôgic việc chung quốc tế, những tư duy chính trị sáng suốt không thể không suy nghĩ rằng, thế giới hiện đại, về cơ bản không còn tương phản đối kháng giữa các dân tộc.

Mọi mâu thuẫn trong thế giới hiện đại đều có thể giải quyết bằng sức mạnh tương thành, bằng việc tăng cường tính thống nhất, tính đồng nhất và chỉ sử dụng tương phản cân bằng, không đối kháng.

Mọi mưu toan sử dụng đối kháng để giải quyết mâu thuẫn đều dẫn tới kết cục thất bại. Chiến tranh Apganittăng và Irắc đã và đang chứng minh rõ ràng cho điều đó. Thế giới hiện đại vẫn tồn tại những đối kháng nhỏ, như chủ nghĩa khủng bố, xung đột sắc tộc và tôn giáo. Nếu các nước lớn nêu cao tấm gương của chủ nghĩa nhân đạo, phát triển sức mạnh tương thành trong mọi quan hệ quốc tế, ứng xử công bằng với mọi dân tộc, tôn trọng Hiến chương và vai trò trung tâm của Liên hợp quốc, thì đó là tấm gương cao cả, có sức mạnh làm tàn lụi những đối kháng nhỏ đó. Điều đó không chỉ là ước muốn. Quy luật phát triển tương thành mà hiệu ứng nhân quả là sự phát triển của chủ nghĩa nhân đạo, sẽ dẫn dắt những tư duy chính trị siêu việt hành động như vậy.

Thế kỷ XXI là thế kỷ của những tư duy chính trị siêu việt đó. Vấn đề hạt nhân cuả Iran, Triều tiên, vấn đề Paletstin-Israen cũng sẽ được giải quyết nhẹ nhàng hơn, nếu sử dụng sức mạnh tương thành của cộng đồng quốc tế, không có sự chen lấn của những lợi ích phi nhân đạo.

Từ lôgic việc riêng của mỗi dân tộc, đến lôgic việc chung của cộng đồng quốc tế, cũng cho thấy rằng, việc duy trì các khối quân sự và chạy đua vũ trang là trái với quy luật phát triển tương thành trong thế giới hiện đại. Việc giải trừ vũ trang ắt sẽ xẩy ra theo quy luật phát triển chủ nghĩa nhân đạo, dưới sự dẫn dắt của quy luật phát triển tương thành. Những tư duy chính trị mẫn tiệp nên thực hiện sớm điều đó, đem lại hòa bình bền vững cho nhân loại. Bản chất triết học của những vấn đề đã nêu sẽ được phân tích cụ thể ở các chương sau.

Ngày nay, tương phản đối kháng giữa các quốc gia thường là việc tranh giành lãnh thổ và tài nguyên thiên nhiên. Điều đó trái với quy luật phát triển tương thành và chủ nghĩa nhân đạo trong thế giới hiện đại. Phương thức ứng xử, vẫn là dùng sức mạnh tương thành. Một công thức của thế giới hiện đại là: *"Nhiều thông minh mang lại lợi ích lớn hơn đất đai và tài nguyên"*. Một nước Bỉ, 10 triệu dân, có thu nhập quốc dân bằng 500 triệu dân Châu Phi với đất đai cũng gấp nhiều lần như thế. Một nước Nhật khan hiếm tài nguyên mà có nền kinh tế mạnh thứ 2 thế giới. Họ đã phấn đấu theo sự thông minh về công nghệ, về tài kinh doanh (đó là không kể sự thông minh trong việc chiếm hữu SHCNCC của nhân dân lao động thế giới).

Cùng một phạm trù hiện thực, là quy luật vận động chung nhất của thế giới khách quan, dù được khám phá ở bất cứ giai đoạn lịch sử nào, nếu những khám phá đó mang tính chân lý, đều có sự trùng hợp hoặc tương đồng là chuyện bình thường của khoa học. Vì thế, sự tương đồng giữa học thuyết AD và học thuyết DVBC là điều dễ hiểu. Việc sử dụng phối hợp hệ thống khái niệm của hai dòng triết học, làm dễ dàng và dễ hiểu hơn nhiều, việc lý giải hiện thực và giải quyết những vấn đề thực tiễn. Đó nên là một hướng quan tâm của khoa học hiện đại.

* Chương *"Lại bàn về Kinh Dịch"* trình bày những nhận thức mới về tác phẩm nổi tiếng này. Hiểu Kinh Dịch một cách đúng đắn sẽ hiểu sâu sắc hơn học thuyết AD. Trong chương, dựa vào tri thức khoa học hiện đại và căn cứ hiện thực lý giải một số vấn đề đã từng gây tranh luận không ngớt, như huyền thoại Hà Đồ - Lạc Thư, bố cục Thượng Hạ kinh, đồ hình Tiên Hậu Thiên, Kinh Dịch và toán học nhị phân, Kinh Dịch và mã di truyền, giá trị hiện đại của Kinh Dịch. Sự thống nhất giữa tư tưởng chính trị, tư tưởng đạo đức trong Kinh Dịch với tư tưởng kinh tế Tỉnh điền của nhà Chu, là di sản văn hóa đáng trân trọng và đáng kế thừa trong giai đoạn lịch sử hiện tại.

* Chương: *"Hoạt động âm dương của đại não"*, đưa ra quan niệm đại não hoạt động bằng hai mặt đối lập âm dương, phù hợp với biện chứng duy vật âm dương, đồng thời xây dựng mô hình xử lý thông tin của đại não và thử nghiệm lý giải hiện

tượng ngoại cảm, làm rõ các khái niệm liên quan tới các chương trước. Cấp vận động xã hội phát triển trực tiếp từ cấp vận động tâm lý, cùng với cấp vận động tâm lý làm thành cặp AD cấu trúc. Quy luật vận động xã hội liên quan chặt chẽ với quy luật vận động tâm lý. Vì vậy, nhận thức đúng đắn quy luật vận động tâm lý của đại não, ở cấp độ triết học, là điều cần thiết để khám phá quy luật vận động xã hội.

* Chương: *Học thuyết Âm Dương và Mỹ học*:Trình bày việc vận dụng học thuyết AD để lý giải một số vấn đề của Mỹ học như, nguồn gốc tâm lý cảm   xúc "cái đẹp", mối quan hệ nhân quả giữa quy luật phát triển cái đẹp và quy luật phát triển tương thành, mô hình Đồng sở hữu là Cái Đẹp thanh xuân nhất của CNXH, và những vấn đề về giáo dục Thẩm mỹ.

* Chương: *Sự bù đắp có ý nghĩa giữa học thuyết Âm Dương và học thuyết Duy vật biện chứng*: Trình bày các nội dung bù đắp lẫn nhau giữa hai dòng triết học, có ý nghĩa hoàn thiện lẫn nhau, mở ra khả năng rộng lớn hơn và dễ dàng hơn, trong việc lý giải hiện thực và giải quyết những vấn đề của khoa học và thực tiễn trong thế giới hiện dại.

* Chương: *Khuynh hướng phát triển của thế giới hiện đại và tương lai của CNXH.*

Chương này trình bày tư tưởng về "Quy luật vận động sở hữu xã hội chủ nghĩa" đã được Mác và Ăngghen chỉ dẫn trong các tác phẩm chủ yếu của học thuyết Mác: Hệ tư tưởng Đức, Những nguyên lý của chủ nghĩa cộng sản, Tuyên ngôn của Đảng Cộng sản, Tư bản, Phê phán cương lĩnh Gôtha, và được Lênin thử nghiệm thành công một phần trong chính sách Kinh tế mới (phần kinh tế tiểu nông). Cuối thế kỷ XX và đầu thế kỷ XXI, các nước như Trung quốc, Việt nam, cũng đã vận dụng chính sách Kinh tế mới và thắng lợi ngoạn mục trong chính sách khoán hộ đối với kinh tế tiểu nông.

Khẳng định rằng, chủ nghĩa xã hội là một giai đoạn lịch sử trong tiến trình lịch sử tự nhiên của nhân loại, tiếp sau chủ nghĩa tư bản, bình đẳng như các giai đoạn lịch sử khác. Sự vận động của chủ nghĩa xã hội sản sinh ra tiền đề để tiến lên giai đoạn lịch sử kế tiếp. Đó là giai đoạn lịch sử Cộng sản chủ nghĩa với quy luật sở hữu là "sở hữu công cộng văn minh". Mỗi giai đoạn lịch sử đều có quy luật sở hữu đặc trưng cho giai đoạn lịch sử đó. Quy luật sở hữu đặc trưng vận động cùng các quy luật khác sáng tạo ra tiền đề hiện thực để hình thành quy luật sở hữu cho giai đoạn lịch sử tiếp theo. Vì vậy, chủ nghĩa xã hội phải có quy luật sở hữu riêng của nó, không thể là sở hữu công cộng, là quy luật sở hữu của giai đoạn sau. Thực hiện trái quy luật ắt dẫn đến thất bại. Mác và Ăngghen phân kỳ chủ nghĩa cộng sản thành hai giai đoạn. Giai đoạn kế tiếp chủ nghĩa tư bản được gọi là chủ nghĩa xã hội. Sự phân kỳ này được Mác nói rõ trong tác phẩm *Phê phán cương lĩnh Gôtha*. Song thực tế sự phân kỳ đó đã được trình bày trong bốn tác phẩm chủ yếu của học thuyết Mác, khi Mác và Ăngghen chỉ dẫn hình thái sở hữu xã hội chủ nghĩa trong các tác phẩm đó khác với sở hữu công cộng ở giai đoạn cộng sản chủ nghĩa. Tiếc rằng, thực tiễn sở hữu xã hội chủ nghĩa ở thế kỷ XX đã đi lạc hướng sự chỉ dẫn đó.

Về khuynh hướng phát triển của thế giới hiện đại, nội hàm và tương lai của CNXH, đã được trình bày ở các chương. Chương VII trình bày sâu sắc hơn một số vấn đề liên quan, thảo luận làm rõ một số khái niệm như: *"Bỏ qua giai đoạn phát triển TBCN"*, "phát triển TBCN "là phát triển cái gì? Bỏ qua" là bỏ qua cái gì? *"Đổi mới chính trị cho phù hợp với đổi mới kinh tế"* nên hiểu thế nào cho đúng, không để chệch hướng theo diễn biến hòa bình? Căn cứ khoa học và thực tiễn để xác định nội hàm cơ bản của Chủ nghĩa xã hội,v..v. Những vấn đề đó là hệ trọng, không thể đơn giản hóa thiếu cơ sở khoa học và thực tiễn chắc chắn.

Chương mở đầu nhằm giới thiệu tư tưởng chủ yếu của tác phẩm, sẽ được trình bày đầy đủ, chi tiết hơn trong các chương nội dung.

* *Về phương pháp viết:* Tác giả luôn luôn lấy cơ sở hiện thực, thực tiễn, tri thức khoa học hiện có, để chứng minh cho các quan điểm về triết học, chính trị, xã hội nêu ra trong tác phẩm. Để ngắn gọn, thường dùng một số cụm từ ẩn dụ để chỉ một đối tượng hiện thực nào đó. Ví dụ, dùng cụm từ "phạm trù đối lập", "cặp AD", để chỉ các sự vật, hiện tượng, các quốc gia, các mối quan hệ quốc tế. Để mô tả một số hình thái vận động của hiện thực, thực tiễn, cũng thường dùng tri thức triết học chứng minh, làm rõ. Thấm nhuần tư tưởng Lênin về vấn đề khái niệm: Khái niệm luôn luôn vận động cho phù hợp với đời sống sinh động và không ngừng biến đổi cho phù hợp với sự phát triển của nhận thức hiện thực, các bài viết đã mở rộng nội hàm một số khái niệm và mở rộng điều kiện vận hành của một số quy luật. Ví dụ, các khái niệm: *"quy luật phát triển chủ nghĩa nhân đạo",* hoặc *"quy luật phát triển khoa học công nghệ", "quy luật sở hữu cá nhân chân chính"*,v.v.. Điều kiện để quy luật vận hành là, ở đâu có con người hoạt động, ở đó có quy luật vận hành; tương tự như trường hợp ở đâu có vật chất ở đó có phạm trù đối lập. Các bài viết sử dụng phối hợp hệ thống khái niệm tương ứng, tương đồng của hai dòng triết học, cũng là phương pháp ẩn dụ, để dễ dàng trong việc diễn đạt và làm câu văn dễ hiểu hơn đối với người đọc. Bởi vì, đối với người Phương Đông, diễn đạt theo hệ thống khái niệm của học thuyết AD, làm họ dễ hiểu hơn. Học thuyết AD đã ăn sâu trong tiềm thức của người Phương Đông hàng ngàn năm, Lá Cờ Hàn quốc, mang biểu tượng Âm Dương, tung bay phấp phới khắp thế giới, minh chứng rằng, học thuyết đó đã trở thành "câu chuyện thường ngày ở huyện" đối với các dân tộc Phương Đông. Vì vậy, nói ra là hiểu. Tuy rằng, còn phải chỉnh sửa những nhận thức siêu nhiên của họ.

Để kết thúc phần này, xin được nhắc lại ý của một nhà văn, rằng sách không chỉ nói với ta điều gì, mà quan trọng hơn, là gợi mở cho ta những suy nghĩ gì. Mong muốn của người viết, với sự cần mẫn, tỉ mỉ chuẩn bị hơn 20 năm, một người đã cao tuổi, là gửi gắm vào bạn đọc, đặc biệt trong giới trẻ, sự đồng thuận trong suy nghĩ, về những vấn đề hiện tại và tương lai, về khát vọng xây dựng một xã hội tươi đẹp, trên cơ sở quy luật vận động khách quan của thế giới hiện thực.

Là nhát cuốc khai hoang đầu tiên ở một miền đất lạ, chắc chắn còn nhiều thiếu sót. Mong được sự chỉ giáo chân thành và sự rộng lượng bao dung, vốn là cá tính của các nhà khoa học và của bạn đọc .

Hà Nội, ngày 15 tháng 10 năm 2009

PHỤ LỤC
Tóm lược những phát hiện khoa học trong tác phẩm này

Để bạn đọc dễ theo dõi, xin tóm tắt một số phát hiện khoa học có giá trị, bổ sung vào các tri thức hiện có:

I- *Về Triết học:*

1- Phát hiện *"Quy luật phát triển tương thành Âm Dương"* từ Học thuyết "Vụ nổ lớn" và triết học Âm Dương.

Ăngghen từng chỉ rõ, mỗi khi khoa học tự nhiên có những phát minh mang tính chất vạch thời đại thì chủ nghĩa duy vật không thể không thay đổi hình thức của nó.

Những phát minh mang tính chất vạch thời đại còn là những tiền đề hiện thực để phát hiện các quy luật phổ quát, bổ sung vào hàng ngũ những quy luật phổ quát của triết học duy vật biện chứng đã được phát hiện. Học thuyết về Vụ nổ lớn (Bigbang), ra đời từ thế kỷ XX là một trong những phát minh như vậy.

Học thuyết Bigbang mô tả quá trình hình thành vũ trụ sau vụ nổ lớn từ một điểm "Kỳ dị". Học thuyết mô tả sự ra đời của "vũ trụ vô cùng bé" là các hạt cơ bản, đến "vũ trụ vô cùng lớn" là các vì sao khổng lồ sáng chói, đến các Thiên hà mênh mômg vô tận, và mô tả quy luật vận động của chúng, v.v..

Tuy nhiên, học thuyết Bigbang chưa khái quát ở cấp độ triết học rằng, quy luật nào đã làm bà đỡ cho sự chào đời của các thiên thể đó. Tác phẩm này trình bày việc phát hiện quy luật dẫn đường quá trình hình thành các thiên thể, gọi là "Quy luật phát triển tương thành âm dương", gần đúng, có thể diễn đạt bằng cụm từ: "Quy luật phát triển tính thống nhất giữa các mặt đối lập".

Quy luật không chỉ tác động vào sự hình thành các thiên thể vũ trụ, khai sinh ra Hệ mặt trời, mà còn là người gieo mầm thế giới hữu sinh, rồi chăm lo nuôi dưỡng thế giới hữu sinh khôn lớn thành xã hội loài người trên trái đất, và tiếp tục dẫn dắt xã hội loài người đến tương lai rạng rỡ.

Quy luật phát triển tương thành tương tác với toàn bộ thế giới hiện thực, tự nhiên, xã hội và tư duy. Vì vậy, đó là một trong những quy luật phổ quát nhất của triết học. Việc nghiên cứu khuynh hướng phát triển của thế giới hiện đại không thể không nhận thức sâu sắc quy luật đó và vận dụng vào quá trình nghiên cứu và ứng dụng thực tiễn. Thế giới hiện đại đang âm thầm vận động, vì chưa tự giác, theo sự dẫn đường của quy luật. Nếu tư duy chính trị nhân loại chuyển từ vương quốc tất yếu sang vương quốc tự do của quy luật, thì những mâu thuẫn trong các "phạm trù đối lập" của thế giới như, vấn đề Paletstin-Israen, vần đề hạt nhân Irăng, Triều tiên, việc tranh chấp biển đảo, những mâu thuẫn trong nội bộ LHQ, WTO, v.v., và v.v., sẽ tìm được phương thức hóa giải nhẹ nhàng hơn và nhanh chóng hơn, giảm thiểu được những đau thương cho con người và nền văn minh nhân loại.

2- Phát hiện *"Quy luật tương phản cân bằng âm dương"*, nếu diễn đạt theo ngôn ngữ của Học thuyết âm dương; còn diễn đạt theo ngôn ngữ của khoa học hiện đại, thì đó là ""Quy luật tự động điều chỉnh", một trong những thuộc tính của phạm trù đối lập.

Quy luật tương phản cân bằng có nhiệm vụ thông tin hai chiều giữa hai mặt đối lập của sự vật, làm cho sự vật tăng cường được tính thống nhất, tính đồng nhất, góp phần làm cho sự vật tiến tới trạng thái cân bằng âm dương và giữ vững trạng thái cân bằng âm dương trong quá trình vận động và phát triển của sự vật.

Quy luật tương phản cân bằng vận động trong mọi sự vật, hiện tượng của thế giới hiện thực, từ thế giới vô sinh đến thế giới hữu sinh và xã hội loài người. Quy luật đó còn được con người âm thầm sử dụng trong các sáng tạo khoa học. Các thiết bị tự động, từ các máy tự động trong sản xuất đến con tàu vũ trụ, mạng Internet,...đều được thiết kế nhiều hệ thống tự động điều chỉnh. Trong cơ thể người có hàng tỷ tỷ hệ thống tương phản cân bằng. Mỗi tế bào bé xíu cũng có nhiều hệ thống tương phản cân bằng, bảo đảm thông tin thông suốt và sự vận hành cân bằng của cơ thể.

Quy luật tương phản cân bằng có nhiệm vụ phát hiện nhanh tương phản đối kháng và góp phần loại bỏ nó, làm cho sự vật tiến nhanh tới "điểm nút" để chuyển hóa thành sự vật mới, hoặc đưa sự vật trở về trạng thái cân bằng ban đầu.

Tuy còn những xung đột do tàn dư của quá khứ lịch sử, song, các phạm trù đối lập trong thế giới hiện đại có khuynh hướng giảm dần tương phản đối kháng bằng xung đột vũ trang, chuyển dần việc giải quyết mâu thuẫn theo quy luật tương phản cân bằng, giải quyết sự bất đồng bằng phương pháp hòa bình trên bàn hội nghị. Quy luật phát triển tương thành có sức mạnh tăng cường tính thống nhất, tính đồng nhất giữa các mặt đối lập, "chỉ đạo" quá trình đó.

Quy luật phát triển tương thành và quy luật tương phản cân bằng có vai trò đặc biệt trong việc dẫn dắt các phạm trù đối lập loại dần tương phản đối kháng, đưa sự vật tới trạng thái hòa hợp. Thực tiễn chính trị hiện đại đang vận động tất yếu theo hai quy luật đó. Nếu sự vận động đó chuyển sang trạng thái tự do, hòa bình và hạnh phúc sẽ đến với nhân loại sớm hơn rất nhiều (Trong phần Phụ lục này chủ yếu nói về phạm trù đối lập xã hội).

Sau khi phát hiện quy luật tương phản cân bằng, cho phép phân giải "thuộc tính đấu tranh"của phạm trù đối lập thành hai cấp độ: 1): tương phản đối kháng hoặc mâu thuẫn đối kháng và 2): tương phản cân bằng. Tương phản đối kháng làm cho sự vật mất trạng thái cân bằng, có thể dẫn đến biến đổi. Tương phản cân bằng. như đã phân tích, làm cho sự vật giữ được trạng thái vận hành cân bằng. Lênin đã từng phân tích, có trường hợp đấu tranh không phải để hủy diệt, và Lênin để trường hợp này trong ngoặc nháy kép: *"đấu tranh"*. Quy luật tương phản cân bằng diễn đạt rõ ràng và sâu sắc khái niệm "đấu tranh".

3- Đánh giá sâu sắc hơn vị trí của *"Quy luật cân bằng âm dương"* trong hệ thống các quy luật phổ quát của thế giới hiện thực.

Khái niệm Quy luật cân bằng âm dương nằm trong phạm trù của Triết học âm dương, tương ứng với khái niệm *"điểm dừng"* trong Triết học duy vật biện chứng, song được Triết học âm dương mô tả rộng hơn và sâu sắc hơn. Dừng, cân bằng âm dương chỉ là tạm thời. Song, lại có vai trò rất lớn đối với con người và xã hội loài người. Vì, không có trạng thái cân bằng âm dương thì con người không được sinh ra để mà bàn cãi không ngớt, từ chuyện bếp núc đến chuyện của vũ trụ bao la....Mặt khác, điểm dừng là tạm thời, nhưng giới hạn tạm thời lại vô cùng. Các hạt cơ bản có thể dừng tạm thời cỡ phần tỷ giây, nhưng mặt trời, trái đất đã dừng tạm thời trong không gian mênh mông đã...5 tỷ năm nay, mà theo tính toán khoa học, mặt trời và ngôi nhà xanh của chúng ta còn đứng như vậy 5 tỷ năm nữa. Còn con người thì được dừng tạm thời khoảng 100 năm!

Trạng thái cân băng âm dương của sự vật là trạng thái hai mặt đối lập âm dương của sự vật không còn tương phản đối kháng, hoặc tương phản đối kháng suy yếu đến mức không còn khả năng ảnh hưởng tới các quy luật vận động của sự vật.

Trong trạng thái cân bằng, sự vật vận động theo các quy luật phổ quát và quy luật đặc trưng. Quy luật đặc trưng là quy luật riêng có của sự vật, là căn cứ để phân biệt sự vật này với sự vật khác, với những tên gọi khác nhau. Tuy vận động bằng nhiều quy luật, song trạng thái cân bằng luôn luôn đảm bảo thuộc tính thống nhất, thuộc tính đồng nhất và hoạt động có hiệu quả của hệ thống tương phản cân bằng. Trạng thái cân bằng không phải là tuyệt đối, mà dao động quanh vị trí cân bằng ở một giới hạn nào đó, tùy thuộc vào hệ thống quy luật vận động trong sự vật. Vượt quá giới hạn đó, sự vật mất trạng thái cân bằng.

Trang Tử, nhà hiền triết Trung hoa, đã vẽ phù hiệu vận động âm dương bằng hai con cá xoắn xuýt nhau, nằm trong một hình vành khăn. Ông lý giải rằng, muốn giữ cho âm dương vận động cân bằng, phải có lực lượng ràng buộc. Lực lượng ràng buộc đó, ông gọi là *"Đạo"*, và ông phù hiệu Đạo bằng hình vành khăn ôm ấp hai con cá âm dương. Trang tử chỉ gợi mở như vậy và không lý giải gì thêm. Quan sát vận động của hiện thực, gợi mở của nhà hiền triết hoàn toàn chính xác. Đạo của Hệ mặt trời là cấu trúc năng lượng hấp dẫn tuân theo định luật Képler, bảo đảm cho hệ vận hành ổn định đã gần 5 tỷ năm nay. Đạo của một quốc gia là Y thức hệ, Hiến pháp, pháp luật, đường lối, chính sách, đạo đức,.... Sự vật vận động bằng nhiều quy luật tương tác với nhau. Đạo đảm bảo tính thống nhất, tính đồng nhất và hiệu quả tương phản cân bằng trong quá trình vận động và phát triển của sự vật. Đạo cũng có vai trò lớn trong tương phản cân bằng. Do chưa hiểu ý nghĩa của Đạo, nhiều sách đã bỏ hình vành khăn khi vẽ phù hiệu âm dương của Trang Tử.

Sự vật luôn luôn vận động bằng hệ thống các quy luật. Do đó, Đạo phải phù hợp với hệ thống quy luật đó mới có thể ràng buộc. Vận hành của hệ thống quy luật luôn luôn sáng tạo ra những tiền đề hiện thực, cải biến dần quy luật đặc thù của sự vật, tạo điều kiện để nẩy mầm quy luật đặc thù mới cho giai đoạn phát triển cao hơn. Do đó, Đạo cũng cần những điều chỉnh kịp thời cho phù hợp với từng giai đoạn phát triển của sự vật. Có như vậy mới giữ được cân bằng ổn định, không để phát sinh tương phản đối kháng trong quá trình vận động của sự vật. Nếu Đạo không kịp thời điều chỉnh, lực lượng đối kháng có khả năng phá vỡ Đạo, phân giải cặp đối lập âm dương ban đầu thành nhiều cặp đối lập khác nhau. Đạo là phạm trù triết học sâu sắc về lý luận và thực tiễn, cần được nghiên cứu nhiều hơn.

Chủ nghĩa tư bản lâm vào khủng hoảng triền miên do quy luật đặc trưng ngăn cản ngày càng mạnh mẽ khuynh hướng phát triển tiến bộ của xã hội. Những điều kiện hiện thực, thực tiễn do chính quy luật đó góp công sản sinh ra ngày càng phản lại quy luật đó. Một quy luật đặc thù mới, đặc trưng cho xã hội kế tiếp, tiến bộ hơn, đang hình thành rõ nét, đang đòi hỏi thay thế quy luật cũ đã lỗi thời. Một số nước tư bản, có một bộ phận tri thức nằm trong bộ máy nhà nước, nhìn xa trông rộng, đang điều chỉnh Đạo theo khuynh hướng tiến bộ, dần dần chuyển hóa hòa bình sang Chủ nghĩa xã hội. Đó là xu thế ngày càng bộc lộ rõ nét tính tất yếu của thế giới hiện đại. Qúa trình điều chỉnh Đạo như vậy chính là quá trình bảo đảm cho xã hội giữ được cân bằng âm dương trong tiến trình phát triển theo quy luật, tránh được đối kháng gây đau thương cho con người và tàn phá nền văn minh nhân loại.

Xét về tổng thể hệ thống lớn, xã hội loài người là một chỉnh thể, được cấu trúc bằng từng cá nhân con người và xuất hiện khi con người thoát khỏi thế giới loài vật. Các quy luật phổ quát dẫn dắt hệ thống đó vận động và phát triển, theo tiến trình lịch sử tự nhiên và qua nhiều giai đoạn. Mỗi giai đoạn lịch sử tự nhiên có một quy luật đặc thù chủ yếu vận động cùng các quy luật phổ quát. Hiện tại, xã hội loài người chưa đạt trạng thái cân bằng âm dương, vì còn tồn tại đối kháng ở các cặp âm dương thành phần, trong đó đối kháng về sở hữu là đối kháng chung, có mặt trong mọi cặp âm dương thành phần cơ bản. Trước thế kỷ XX, đối kháng về sở hữu là nguyên nhân của mọi cuộc chiến tranh và cách mạng. Từ sau thế kỷ XX, do thành quả tương tác của hệ thống quy luật phổ quát trên những tiền đề hiện thực, mở ra khả năng loại bỏ đối kháng sở hữu bằng phương thức hòa bình. Việc giải quyết mâu thuẫn sở hữu trở thành việc riêng của mỗi dân tộc, là sự nghiệp nhân đạo của mỗi dân tộc, không thể can thiệp bằng các thế lực bên ngoài. Các cặp âm dương loại bỏ được đối kháng sở hữu sẽ đạt trạng thái cân bằng âm dương tốt hơn mọi thời kỳ lịch sử trước đó. Lực lượng kiến tạo xã hội mới có thêm sức mạnh thanh xuân của thời kỳ lịch sử mới không còn bóng ma bóc lột. Đối kháng sở hữu được xóa bỏ triệt để không còn có khả năng hồi phục, bằng phương thức sở hữu công cộng văn minh vận hành trên toàn hành tinh, sau thời kỳ Chủ nghĩa xã hội. Đây là thời kỳ xã hội loài người đạt trạng thái cân bằng âm dương bền vững nhất. Quan hệ giữa con người hoàn toàn bình đẳng, con người phát triển toàn diện và tự do, là hình thái nhân đạo cao nhất của xã hội loài người. Lúc này con người mới xứng đáng hoàn toàn với danh xưng cao quý: CON NGƯỜI.

Thế giới loài người ngày càng cấu trúc chặt chẽ hơn. Các quốc gia đang hội tụ trong các tổ chức khu vực và các tổ chức toàn cầu để cùng nhau phát triển và cùng nhau giải quyết những vấn đề bức xúc của nhân loại. Như vậy, ngoài các cặp âm dương là các Quốc gia, thế giới đã tập hợp lại thành nhiều cặp âm dương lớn hơn. Đó là những mầm hội tụ để tiếp tục cấu trúc thành một nhà nước nhân đạo toàn cầu trong tương lai không thật gần nhưng cũng không thật xa. Các tổ chức như vậy là những cặp âm dương; muốn hoạt động có hiệu quả, cặp âm dương đó phải đạt trạng thái vận hành cân bằng, không có tương phản đối kháng.

Mâu thuẫn nẩy sinh trong quá trình hợp tác là không tránh khỏi. Để giải quyết mâu thuẫn nhanh chóng và hiệu quả, không có phương thức nào tốt hơn là vận dụng các quy luật. Quy luật phát triển tương thành, Quy luật tương phản cân bằng sẽ tăng cường được tính thống nhất, tính đồng nhất trong các vấn đề đang tồn tại mâu thuẫn và loại bỏ nó, không để phát sinh đối kháng. Hai quy luật này không vận động ngoài đấu trường mà vận động trên bàn hội nghị. Sử dụng quy luật phát triển tương thành bằng cách dựa vào tính thống nhất, tính đồng nhất đã có và phát triển thêm. Khi thành lập tổ chức, tính thống nhất, tính đồng nhất cũng đã phát triển hơn so với khi chưa hình thành tổ chức. Dựa vào thành quả ban đầu đó để nâng cấp cao hơn. Tổ chức hội nghị để thảo luận mọi vấn đề; có "đấu tranh" khi cần thiết, nhưng không dẫn đến đối kháng. Đó là tương phản cân bằng. Các tổ chức khu vực như ASEAN, Liên minh Châu Âu, v.v., muốn trở thành cộng đồng đều phải tuân theo hai quy luật đó, đảm bảo cho tổ chức cân bằng âm dương bền vững và vận hành hiệu quả.

Nhân loại đang trong quá trình hội tụ thành một khối thống nhất, thành một quốc gia toàn cầu. Điều đó không tuân theo ý muốn của bất cứ ai. Quy luật phát triển tương thành và các quy luật phổ quát đang dẫn dắt quá trình đó. Chúng ta không thể nhìn thấy quy luật trực tiếp bằng các giác quan, mà phải thông qua quan sát các biểu hiện vận động của nó, rồi dùng các thao tác tư duy trừu tượng, phân tích, tổng hợp, khái quát hóa,..., để phát hiện. Có những quy luật chưa nhận thức được nhưng hàng ngày, hàng giờ, vẫn tác động vào tư duy, điều khiển chúng ta hành động theo quy luật đó. Những trí tuệ siêu việt, tuy chưa nhận thức được quy luật, vẫn có thể hành động hợp quy luật, do linh cảm khoa học nhạy bén, trình độ quan sát hiện thực, thực tiễn tinh tế, rút ra được bài học kinh nghiệm gần sát với quy luật. Những trí tuệ bình thường không có được tài năng đó, thường là hành động trái quy luật, mang lại những hậu quả phải trả giá.

Quy luật phát triển tương thành, quy luật tương phản cân bằng, dẫn dắt các phạm trù đối lập âm dương, loại bỏ đối kháng, vận động tới điểm nút là trạng thái cân bằng, rồi chuyển hóa (*nhảy vọt*) thành sự vật mới.

Cách mạng Việt Nam là một trong những hiện thực thực tiễn điển hình cho quá trình này. Hai quy luật đã cố kết được sức mạnh của toàn dân tộc và sức mạnh đoàn kết quốc tế, tạo nên sức mạnh tổng hợp, loại trừ đối kháng bằng thành quả huy hoàng là chiến thắng hai đế quốc to, đưa nước Việt nam "vận động tới điểm nút rồi nhảy vọt", từ một nước nô lệ (*sự vật cũ*) thành nước Việt nam độc lập, thống nhất, tiến lên Chủ nghĩa xã hội (*sự vật mới*). Lời kêu gọi của Chủ tịch Hồ Chí Minh: "Đoàn kết, đoàn kết, đại đoàn kết. Thành công, thành công, đại thành công" phản ánh sinh động tiến trình đó. Ở đây, hai khái niệm "tương thành" và "đoàn kết" gần như đồng nghĩa, cùng nội hàm. "Đoàn kết, đoàn kết, đại đoàn kết" là tiến trình *phát triển* tương thành. Lời kêu gọi thật là giản dị, dễ hiểu, nhưng lại hàm chứa tư tưởng triết học thật là sâu sắc.

4- Khái quát hóa quá trình phát triển Khoa học-công nghệ và phát triển chủ nghĩa nhân đạo thành hai quy luật phổ quát của xã hội loài người.

Xã hội loài người là một chỉnh thể, là một vật thể vũ trụ, được cấu trúc bằng những con người. Là một chỉnh thể, xã hội loài người, một mặt, vận động theo các quy luật phổ quát của thế giới hiện thực, đồng thời cũng vận động theo các quy luật đặc thù, riêng có, như bao vật thể vũ trụ khác. Quy luật riêng có là thành quả tương tác của các quy luật phổ quát trên tiền đề hiện thực là con người. Con người vận động trong hai mối quan hệ, nói ngắn gọn là hai phạm trù: "con người-thiên nhiên" và "con người-xã hội". Quy luật phát triển tương thành tác động theo khuynh hướng làm giảm và loại bỏ đối kháng trong hai cặp phạm trù đối lập này. Đó là nhiệm vụ vinh quang và cố hữu của quy luật đó đối với bất cứ cặp đối lập nào đang vận động và phát triển.

Kể từ khi sản xuất ra tư liệu sinh hoạt đầu tiên, cũng là hoạt động khoa học công nghệ đầu tiên, con người bắt đầu thoát khỏi thế giới loài vật. Từ đó, con người có khát vọng chinh phục thiên nhiên để không ngừng nâng cao đời sống của mình. Tâm lý đam mê sáng tạo công cụ sản xuất trở thành thuộc tính bản chất của con người ngay từ buổi bình minh của lịch sử. Từ đó hình thành

"Quy luật phát triển khoa học công nghệ". Quy luật phát triển khoa học công nghệ vận động suốt chiều dài lịch sử xã hội loài người, không là của riêng của bất cứ giai đoạn lịch sử nào. Đó là sự phát triển văn minh trí tuệ loài người. Lịch sử vận động và phát triển theo quy luật. Quy luật phát triển khoa học công nghệ xứng đáng là một trong những quy luật đứng ở vị trí đầu tàu của lịch sử.

Qúa trình phát triển khoa học công nghệ là quá trình con người ngày càng hiểu sâu sắc bản tính của thiên nhiên, phát hiện ngày càng nhiều quy luật vận động của nó. Và ngay cấu trúc và vận động sinh lý của con người là nơi hội tụ rất nhiều quy luật của thiên nhiên ở đó. Hiểu nhau nhiều thành bạn tri kỷ. Con người đã không còn đối xử với thiên nhiên như những tên nô lệ thời trung cổ, coi việc bảo vệ thiên nhiên là một trong những yếu tố cơ bản của phát triển bền vững. Còn thiên nhiên đã hào phóng ban cho con người những tiềm năng quý giá của mình để không ngừng phát triển khoa học công nghệ. Như vậy, quá trình phát triển khoa học công nghệ là quá trình giảm đối kháng trong cặp phạm trù "con người-thiên nhiên". Xét đến cùng, con người cũng là thiên nhiên, nhưng là thiên nhiên đạt tới ý thức về mình (Ăngghen).

Có thể cho rằng, phát triển khoa học công nghệ là do ý muốn của con người, không có quy luật nào điều khiển cả! Con người là một vật thể vũ trụ, được vũ trụ sáng tạo suốt 13,7 tỷ năm, theo các quy luật của vũ trụ. Các nhà khoa học vũ trụ đã nói rằng, dường như việc sinh ra con người đã được chương trình hóa trong "Điểm kỳ dị". Đó là giả thuyết không thể kiểm chứng, nhưng được sự chia sẻ của các nhà khoa học. Mọi vật thể vũ trụ đều vận động theo quy luật. Mọi hành động của con người đều tuân theo các quy luật. Tâm lý, ý muốn của con người có sự tương tác của sóng vũ trụ vận động theo quy luật. Vận động tâm lý-ý thức của đại não là vận động bằng sóng điện từ. Vì vậy, chịu sự tương tác của sóng vũ trụ qua các huyệt, các cửa hút (*luân xa*) mà thực tiễn khí công học đã minh chứng. Chúng ta không nhìn thấy, bằng các giác quan, quy luật phát triển tương thành và phương thức tác động của nó vào thế giới hiện thực. Song, thông qua những thành quả hiện thực mang tính phổ biến, chúng ta thấy bằng quá trình tư duy, có tồn tại một quy luật như vậy. Niu-tơn quan sát quả táo rơi phát hiện quy luật vạn vật hấp dẫn. Đây cũng là trường hợp tương tự.

Tâm lý, ý thức, ý muốn, các quyết định của con người không phải là sản phẩm riêng của đại não, mà còn là thành quả tương tác của các quy luật của thế giới hiện thực vào đại não. Do đó, vận động xã hội mang tính quy luật, độc lập với ý thức của cá nhân con người và là một dạng tồn tại của vật chất. Quy luật phát triển tương thành tác động vào đại não con người, là một yếu tố cấu thành tâm lý đam mê sáng tạo và ham hiểu biết thiên nhiên của con người, nguồn gốc hình thành quy luật phát triển khoa học công nghệ. Quy luật phát triển khoa học công nghê vận động bằng con người, vì vậy đó là quy luật xã hội. Cấp vận động cao thường kế thừa ít nhiều ở cấp vận động thấp. Động vật tiền loài người chưa có biểu hiện chế tạo công cụ, tức chưa hoạt động khoa học công nghệ. Vì vậy, loài người không kế thừa được gì.

Con người cùng lúc vận động trong hai mối quan hệ tức trong hai cặp phạm trù âm dương: con người-tự nhiên và con người-xã hội. Trong quá trình hợp tác lao động sản xuất và lao động khoa học, ngôn ngữ phát triển, giao lưu tâm lý-ý thức ngày càng phát triển. Sức khỏe đại não là hạnh phúc bực nhất của con người. Song, sức khỏe đại não lại chịu ảnh hưởng rất lớn của tương tác tâm lý trong quan hệ xã hội. Một tác động tâm lý không thuận trong các mối quan hệ sẽ làm mất cân bằng âm dương của đại não và gây ra bệnh tật, làm cho con người khó chịu hoặc đau buồn. Vì vậy, tâm lý của con người muốn có mối quan hệ tốt đẹp giữa những con người. Đó là tiền đề hiện thực để hình thành quy luật phát triển chủ nghĩa nhân đạo.

Chủ nghĩa nhân đạo có nhiều nội hàm. Song, nội hàm cơ bản nhất là sự bình đẳng, công bằng về lợi ích, khi con người còn phải lo toan cho đời sống cá nhân và gia đình. Tuy nhiên, sự hình thành tâm lý nhân đạo chịu ảnh hưởng của nhiều yếu tố phức tạp. Trong đó, yếu tố kế thừa vô thức tâm lý cấp thấp của động vật tiền loài người là rất đáng kể, nhất là thời kỳ bình minh của xã hội loài người.

Sự kế thừa này nằm trong thuộc tính kế thừa của quy luật phủ định phát triển. Cấp vận động cao bao giờ cũng kế thừa it, nhiều quy luật vận động của các cấp vân động thấp, rồi cải biến dần cho phù hợp với quy luật vận động của cấp vận động cao. Vì các cấp vận động thường vận động chung các quy luật phổ quát. Thành quả vận động và phát triển của các quy luật phổ quát thường được kế thừa sang cấp vận động cấp cao, rồi tiếp tục cải biến và phát triển.

Tâm lý cấp thấp của động vật tiền loài người thường biểu hiện ở các hình thái chủ yếu: 1) tâm lý đam mê và bảo vệ quyền lực của động vật đứng đầu bầy đàn; 2) tâm lý bảo vệ lãnh thổ sinh tồn và tranh giành mở rộng lãnh thổ với các bầy đàn khác; 3) tâm lý cướp dật cái ăn của đồng loại; 4) tâm lý về tình cảm mẹ con. Các hình thái tâm lý này được biểu hiện phong phú trong hành động của động vật. Ba dạng tâm lý 1-2-3 nằm trong nội hàm khái niệm "đấu tranh sinh tồn" của khoa học Sinh vật học.

Khi lý giải hiện tượng phức tạp của chủ nghĩa dận tộc ích kỷ, chủ nghĩa sô vanh nước lớn đang vận động trong thế giới hiện đại, có học giả cho rằng, thế giới ngày nay vẫn tồn tại băng quy luật "đấu tranh sinh tồn". Đó là nhận thức sai lầm và siêu hình. Mọi sự vật đều biến đổi và phát triển. Không thể phủ nhận hiện trạng tâm lý con người có kế thừa tâm lý động vật cấp thấp. Song, xã hội loài người đang cải biến tâm lý cấp thấp đó cho phù hợp với quy luật vận động của xã hội loài người.

Tâm lý quyền lực cấp thấp, đầu tiên được kế thừa bằng hình thái quyền lực cá nhân, độc đoán, coi thường nhân dân, đang được lịch sử cải biến sang quyền lực của tập thể số ít, rồi tiến đến "Mọi quyền lực đều thuộc về nhân dân"(Hồ Chí Minh). Tâm lý về lãnh thổ được cải biến thành tâm lý độc lập dân tộc "Không có gì quý hơn độc lập tự do", "chủ nghĩa dân tộc chân chính là tiền đề để phát triển Chủ nghĩa xã hội (ý Hồ Chí Minh)". Tâm lý cướp đoạt của đồng loại được kế thừa dưới hình thái "sở hữu bóc lột" ở ba chế độ tiền sử, đang được sự phát triển lịch sử tự nhiên cải biến sang hình thái "sở hữu không bóc lột" bằng phương thức "Đồng sở hữu", tức sở hữu tập thể văn minh, rồi tiến hóa tự nhiên lên sở hữu công cộng văn minh, bóc lột được triệt để xóa bỏ.

Sự kế thừa tâm lý "đấu tranh sinh tồn" từ động vật tiền loài người gây trở ngại cho quá trình hình thành quy luật phát triển chủ nghĩa nhân đạo. Song, nhờ sự cải biến của lịch sử, tâm lý nhân đạo vẫn tiếp tục phát triển. Tâm lý "đấu tranh sinh tồn" dần dần bị chôn sâu trong bộ nhớ vô thức của đại não. Tuy nhiên, khi gặp điều kiện thuận lợi, tâm lý đó được kích thích, vùng dậy, hoành hành trong xã hội. Hiện tượng chủ nghĩa dân tộc ích kỷ, tranh giành đất đai, biển đảo, tài nguyên của dân tộc khác; hiện tượng bóc lột tàng hình (tham nhũng),..., là những trường hợp như vậy. Những hiện tượng như vậy sẽ mất đi khi tư duy chính trị của ai đó nhận thức được quy luật vận động của hiện thực và sở hữu bóc lột được xóa bỏ.

Sự phát triển của chủ nghĩa nhân đạo trong thế giới hiện đại biểu hiện vô cùng phong phú. Đó là việc ngăn chặn chiến tranh hạt nhân và kiềm chế các cuộc chiến tranh quy mô nhỏ hơn. Đó là việc hình thành LHQ và các tổ chức khu vực và thế giới để giải quyết các nhiệm vụ nhân đạo toàn cầu. Đó là xu thế hòa bình và hợp tác để cùng phát triển, nhằm không ngừng nâng cao đời sống các dân tộc. Đó là việc bảo vệ thiên nhiên và môi trường sống. Đó là cuộc đấu tranh phát triển dân chủ và nhân quyền. Đó là cuộc đấu tranh để hiện tượng người bóc lột người được xóa bỏ. Xóa bỏ bóc lột mang lại giá trị dân chủ và nhân quyền cao nhất trong thế giới ngày nay, v. v., và v. v..

Cách mạng Tháng Mười Nga cắm một mốc son chói lọi trên con đường phát triển chủ nghĩa nhân đạo. Do sai lầm trong vận hành quy luật sở hữu xã hội chủ nghĩa và việc thực hiện các quy luật phổ quát, đặc biệt là chưa chú ý đúng mức đến quy luật phát triển khoa học công nghệ và quy luật phát triển chủ nghĩa nhân đạo, Nhà nước Xô viết đã sụp đổ. Mô hình xã hội chủ nghĩa thực tiễn Liên xô sụp đổ. Đó là sản phẩm dị hóa của hệ quy luật phát triển xã hội chủ nghĩa. Còn sản phẩm đồng hóa, có nghĩa là những thành quả thực tiễn và lý luận, vật chất và tinh thần của cách mạng Tháng Mười và gần 80 năm xây dựng chủ nghĩa xã hội, là một tài sản đồ sộ và vô giá đối với nhân loại hiện đại. Tài sản đó đang ảnh hưởng lớn đến hiện tại và xu thế phát triển của thế giới. Nó cắm một mốc lớn vào lịch sử, đánh dấu việc chuyển giai đoạn từ chủ nghĩa tư bản lên chủ nghĩa xã hội. Đó là cách đánh giá khách quan, không thiên kiến và tỉnh táo đối với một hiện tượng phức tạp bực nhất của lịch sử. Ngoài ra, bài học phản biện đắt giá sẽ có giá trị định hướng điều chỉnh lý luận xây dựng xã hội chủ nghĩa chính xác hơn.

Nhìn lại sau 20 năm Liên xô sụp đổ, thế giới tư bản càng lâm vào khủng hoảng trầm trọng hơn. Khủng hoảng kinh tế mang tầm thế kỷ và kéo dài chưa dứt, chiến tranh và khủng bố xẩy ra liên miên, xu hướng ly tâm chủ nghĩa tư bản ngày càng rõ nét,..., như vậy là, Liên xô sụp đổ không giúp ích gì cho chủ nghĩa tư bản tiếp tục phát triển, thật đáng buồn.

Tuy còn nhiều lúng túng về phương thức, song, nhiều nước

tư bản muốn tự cải tạo để thoát khỏi khủng hoảng theo khuynh hướng phát triển chủ nghĩa nhân đạo, hoặc tuyên bố đi theo con đường của chủ nghĩa xã hội theo cách riêng của mình. Tuy chưa thoát khỏi khủng hoảng về lý luận xây dựng chủ nghĩa xã hội, song, lý tưởng nhân đạo xã hội chủ nghĩa, những thành quả của Liên xô và các nước xã hội chủ nghĩa còn lại, đang củng cố niềm tin của nhân loại.

Quy luật phát triển chủ nghĩa nhân đạo đang đi tiếp con đường vinh quang của mình ngày càng nhanh hơn và mạnh mẽ hơn!

Quy luật phát triển chủ nghĩa nhân đạo và quy luật phát triển khoa học công nghệ đều vận động bằng con người. Bất cứ hai sự vật nào có liên hệ với nhau đều có thể lập thành một cặp đối lập âm dương. Vì vậy, hai quy luật làm thành cặp phạm trù âm dương có đủ bốn thuộc tính cơ bản. Thuộc tính thống nhất biểu hiện hai quy luật đều nhằm nâng cao hạnh phúc con người. Khi khoa học công nghệ phát triển, sản xuất phát triển, tạo điều kiện để thực hiện các nhiệm vụ nhân đạo và nâng cao đời sống con người, từ đó sáng tạo khoa học công nghệ có thêm sức mạnh mới. Hai quy luật đều vận động bằng con người, đó là thuộc tính đồng nhất.

Thuộc tính cơ bản thứ ba là thuộc tính tương phản cân bằng. Xã hội loài người là cấp vận động cao nhất của thế giới hiện thực. Vì vậy có hệ thống tương phản cân bằng tinh vi và phức tạp nhất, được hình thành trong quá trình phát triển và hoàn chỉnh khi xã hội đạt trạng thái cân bằng. Trạng thái cân bằng của xã hội là trạng thái không còn đối kháng giữa con người và con người. Một nhà nước nhân đạo toàn cầu, không mang tính giai cấp, điều hành mọi hoạt động của xã hội. Con người phát triển toàn diện và tự do. LHQ là mầm ươm cho một nhà nước toàn cầu như vậy. Hiện nay, xã hội chưa đạt trạng thái cân bằng âm dương, còn nhiều đối kháng. Hệ thống tương phản cân bằng đang hình thành ở các quốc gia và các tổ chức hợp tác khu vực. Phạm vi toàn cầu rộng lớn, hệ thống tương phản cân bằng được hình thành bắt đầu từ LHQ với Hiến chương thấm đượm chủ nghĩa nhân đạo. Từ khi thành lập đến nay, tuy bị các thế lực đen tối cản trở và thao túng., LHQ vẫn hoạt động và đấu tranh cho mục đích giảm thiểu đối kháng và củng cố hòa bình thế giới, thực hiện các nhiệm vụ nhân đạo toàn cầu. Đối kháng giữa khoa học công nghệ và chủ nghĩa nhân đạo biểu hiện bằng đối kháng giữa con người. Các thế lực dã man sử dụng khoa học công nghệ để chế tạo vũ khí đàn áp con người. Do đó, việc loại trừ đối kháng trong cặp âm dương khoa học công nghệ và chủ nghĩa nhân đạo cũng thực hiện bằng con người.

Xã hội loài người vận động và phát triển bằng hệ thống các quy luật phổ quát và dưới sự tác động trực tiếp của quy luật đặc trưng và cơ bản nhất: *"Quy luật quan hệ sản xuất phù hợp với trình độ phát triển của lực lượng sản xuất"*.

Song, mỗi quy luật lại được sản sinh từ sự tương tác của các quy luật trên những tiền đề hiện thực. Quy luật mới là hiệu ứng nhân quả của các quy luật nguyên nhân. Khoa học tự nhiên hiện đại ngày càng đi sâu vào tầm vi mô của các đối tượng vật chất và khám phá ra nhiều quy luật mới, là "nguyên nhân", là nguồn gốc của các quy luật đã được khám phá. Việc khám phá ra các "quy luật nguyên nhân" đã đưa khoa học công nghệ tới những bước phát triển nhảy vọt, đưa nền kinh tế tiến vào nền "kinh tế trí thức". Công nghệ cao có mặt trong mọi lĩnh vực, mạng Internet,..., là một trong những thành quả như thế.

Đã đến lúc khoa học xã hội, dựa vào những thành tựu mới nhất của khoa học tự nhiên và sự phát triển của trí tuệ, cũng cần đi sâu phát hiện những "quy luật nguyên nhân" của các quy luật triết học và các quy luật xã hội đã được khám phá. Có như vậy mới đưa khoa học xã hội tiếp tục phát triển, và điều có ý nghĩa hơn là có cơ sở lý luận để kịp thời lý giải và giải quyết đúng đắn những vướng mắc thực tiễn đang nẩy sinh không ngừng trong công cuộc cải tạo thế giới, nhất là sau Liên xô sụp đổ.

Một trong những cản trở sáng tạo, mang bản chất khoa học, mà các nhà hoạt động lý luận phải luôn luôn cảnh giác (*ở đây không đề cập đến những cản trở do động cơ lợi ích, hoặc những quan niệm danh dự tầm thường, hoặc thiếu hoạt động thực tiễn*). Đó là tính bảo thủ của thói quen trong cấu trúc đại não. Đại não lưu giữ các thành quả tri thức, tâm lý,..., bằng hệ thống cấu trúc nơron trong các bộ nhớ. Hệ thống này thường xuyên phải sống và liên hệ thông tin với các khu vực liên quan. Khi một nội dung tri thức được thường xuyên củng cố, bằng công tác giảng dạy, hoặc công tác nghiên cứu ứng dụng,..., hệ thống nơron lưu giữ tri thức đó càng được củng cố bền chặt, làm cho thói quen tư duy về tri thức đó trở thành vô thức trong đại não. Đó là nguyên nhân chủ yếu của hiện tượng giáo điều, bảo thủ, trì trệ, trong tư duy lý luận. Nếu thiếu cảnh giác với hiện tượng này, các nhà hoạt động lý luận đã cao tuổi, rất khó sáng tạo, hoặc khó chấp nhận những quan điểm mới...hình như xúc phạm tới thành trì trí thức bất khả xâm phạm của các học thuyết "thiên tài" mà họ đã từng học thuộc và ngưỡng mộ. Mặc dù có bậc Thiên tài đã nhắc nhở rằng, đối với các chân lý khoa học đã được khám phá cần giữ thái độ "hoài nghi tất cả"(ý của Mác), rằng học thuyết của họ không phải là giáo điều mà là kim chỉ nam cho hành động(Mác), rằng học thuyết không có tham vọng lý giải, giải quyết tất cả, mà chỉ trình bày một phương pháp duy nhất khoa học để nghiên cứu thế giới (Mác). Tai hại hơn nữa, tư duy giáo điều đã làm chúng ta khó phát hiện nhận thức sai lầm của chính mình đối với những tư tưởng thiên tài của các học thuyết thiên tài. Nhận thức sai lầm đó đã đưa thực tiễn đi lạc đường, gây tổn thất rất nặng nề, làm chậm trễ bước tiến của nền văn minh nhân loại. Không hiểu tư tưởng về "quy luật sở hữu xã hội chủ nghĩa" của Mác và Ăngghen, đã làm sụp đổ nhiều mô hình sở hữu, như mô hình công xã nhân dân, mô hình hợp tác xã tiểu nông bậc cao, mô hình xã hội chủ nghĩa thực tiễn Liên xô..., gây ra "cuộc khủng hoảng về lý luận xây dựng xã hội chủ nghĩa" trong phong trào xã hội chủ nghĩa thế giới (*vấn đề này sẽ được trình bày trong chương VII*).

Hơn thế nữa, có kẻ tự xưng là chủ nghĩa xã hội "đặc sắc"(!?) nhưng thiếu niềm tin vào lý tưởng nhân đạo xã hội chủ nghĩa, công khai kế thừa tâm lý đấu tranh sinh tồn của động vật cấp thấp, trắng trợn tìm mọi cách cướp giật tài nguyên, đất đai, biển đảo của các nước láng giềng. Thật là xa lạ với chủ nghĩa nhân đạo và chủ nghĩa xã hội đặc sắc đang phát triển mạnh mẽ trong thế giới hiện đại.

"Quy luật quan hệ sản xuất phù hợp với trình độ phát triển của lực lượng sản xuất" là thành quả tương tác của hai quy luật: Quy luật phát triển khoa học công nghệ và quy luật phát triển chủ nghĩa nhân đạo, vận động trên tiền đề hiện thực là xã hội loài người, kể từ khi xã hội loài người mở trang sử bình minh của mình.

Khoa học công nghệ phát triển dẫn tới mâu thuẫn giữa phương pháp tổ chức sản xuất có trình độ khoa học công nghệ đã lạc hậu, với quy trình công nghệ tiên tiến. Điều đó đòi hỏi phải loại bỏ cách tổ chức sản xuất lỗi thời. Khi khoa học công nghệ tiên tiến hơn, phát triển trên phạm vi rộng lớn, tất yếu dẫn tới việc xóa bỏ chế độ cũ. Chế độ Nô lệ, rồi chế độ Phong kiến lần lượt bị đào thải, nhường chỗ cho chế độ tư bản. Các chính trị gia tư sản mượn ngọn cờ của chủ nghĩa nhân đạo, tập hợp lực lượng quần chúng để làm cuộc đảo lộn như vậy.

Đây là những cuộc cách mạng nửa vời, những bước nhảy vọt nhỏ. Bởi vì, ở cả ba chế độ, sở hữu bóc lột không thay đổi, chỉ thay đổi hình thức bóc lột (*vì vậy, Mác gọi là ba chế độ "tiền sử"*). Do đó, cả ba chế độ, quan hệ sản xuất không hề thay đổi. Sự phù hợp giữa quan hệ sản xuất và trình độ phát triển lực lượng sản xuất trong ba chế độ, chủ yếu là sự phù hợp giữa trình độ tổ chức sản xuất và khoa học công nghệ tiên tiến. Với căn cứ khoa học và thực tiễn như vậy, tư duy biện chứng ắt dẫn tới kết luận rằng, quy luật phát triển khoa học công nghệ là một trong những lực lượng chủ yếu đào thải các chế độ bóc lột.

Tuy nhiên, quá trình loại bỏ không diễn ra tự nhiên như người ta vứt bỏ một đồ vật đã hỏng. Chủ nghĩa nhân đạo đã hình thành và phát triển từ chế độ Nô lệ, đòi hỏi phải xóa bỏ áp bức bóc lột đối với nhân dân lao động. Những ông chủ bóc lột tương lai đã giương lên ngọn cờ nhân đạo này để lật đổ chế độ Phong kiến. Khi đã yên vị, họ liền vứt bỏ ngọn cờ đó và trả ơn những người đã khiêng họ đặt lên ngai vàng bằng dùi cui và cơm hẩm.

Sự phát triển bóc lột của chủ nghĩa tư bản đã có công sáng tạo những tiền đề hiện thực, cùng với những tinh hoa khoa học quá khứ, làm căn cứ khoa học và thực tiễn, đưa chủ nghĩa nhân đạo lý luận phát triển nhảy vọt. Đó là sự ra đời của học thuyết Mác, chứng minh rằng, chế độ sở hữu bóc lột sẽ được thay thế bằng chế độ sở hữu không bóc lột. Và đó là một bước tiến tự nhiên trong tiến trình lịch sử tự nhiên của nhân loại. Lênin đã thực tiễn hóa chủ nghĩa nhân đạo lý luận bằng cuộc cách mạng Tháng Mười Nga vĩ đại, cắm mốc son lịch sử sáng ngời trên con đường phát triển chủ nghĩa nhân đạo hiện thực.

Như vậy, Lịch sử nhân loại đã chứng minh rõ ràng rằng, chủ nghĩa nhân đạo luôn luôn là ngòi nổ và là động lực cho mọi cuộc cách mạng đảo lộn thế giới cũ.

Quy luật phát triển chủ nghĩa nhân đạo và Quy luật phát triển khoa học công nghệ là hai lực lượng cơ bản và trực tiếp dẫn đường tiến trình tự nhiên của lịch sử. Đó là hai quy luật "nguyên nhân" tác thành "quy luật về sự phù hợp giữa quan hệ sản xuất và trình độ phát triển của lực lượng sản xuất". Để phát hiện chính xác khuynh hướng phát triển của thế giới hiện đại, để xã hội vận động đúng quy luật phát triển tự nhiên của nó, ắt phải nghiên cứu cả ba quy luật và những quy luật phổ quát khác nữa. Vấn đề sẽ được chứng minh chi tiết hơn trong các chương.

5- Trình bày có hệ thống Học thuyết Âm Dương và chứng minh sự tương đồng kỳ diệu giữa triết học âm dương và triết học duy vật biện chứng.

Học thuyết Âm Dương được tiền nhân sáng tạo từ hơn 3000 năm trước và bổ sung không ngừng, qua nhiều thế kỷ, cho tới ngày nay. Các cuộc khảo cổ giáp cốt văn không tìm thấy văn bản về Học thuyết âm dương. Phù hiệu quẻ Dịch, vận dụng tư tưởng âm dương vào Dự đoán học, chỉ tìm thấy trong giáp cốt văn từ thời Nhà Ân, cách nay khoảng gần 3500 năm; trước đó không tìm thấy bằng chứng nào.

Triết học sử Trung hoa chấp nhận tác giả huyền thoại của học thuyết âm dương là Vua Phục Hy, được người Trung hoa tôn vinh là Ông Tổ đầu tiên của dân tộc mình, và sống cách nay hơn 5000 năm. Sáng tạo ứng dụng được trình bày trong tác phẩm nổi tiếng Kinh Dịch. Tác giả Kinh Dịch là Cơ Xương, một ông vua chư hầu nhà Ân và con ông là Cơ Đán. Tác phẩm thể hiện sự am hiểu sâu sắc quy luật Âm dương, đặc biệt là quy luật cân bằng âm dương. Quy luật cân bằng âm dương được thực tiễn hóa trong chính sách kinh tế "Tỉnh điền", một chính sách bảo đảm sự hài hòa lợi ích giữa nhà nước và nhân dân lao động, không có yếu tố bóc lột, được các bậc hiền triết như Mạnh Tử,..., rất ca ngợi, được huyền thoại hóa bằng truyền thuyết Lạc thư, cho rằng đó là chính sách Trời ban.

Để chính sách Tỉnh điền được thực hiện liên tục, Cơ Xương (*sau này được nhà Chu tôn vinh là Văn Vương*) đã sáng tạo Kinh Dịch, thấm đượm tư tưởng triết học, tư tưởng chính trị, tư tưởng đạo đức, phù hợp với nguyên lý cân bằng âm dương. Khổng Tử, nhà văn hóa lớn của Trung quốc, sống sau Văn Vương 700 năm, tôn Văn Vương là Thánh Vương, và vận dụng tư tưởng Kinh Dịch đề ra thuyết Đức trị trong nền chính trị Trung hoa thời Xuân thu. Chính sách kinh tế Tỉnh điền phù hợp với tư tưởng về kinh tế tiểu nông của Mác và Ăngghen trình bày trong Hệ tư tưởng Đức và của Lênin trong chính sách Kinh tế mới, cần được nghiên cứu về lý luận và ứng dụng thực tiễn.

Các học giả đời sau đã dựa vào Kinh Dịch để suy lý và lý giải Học thuyết Âm Dương. Một số học giả đưa ra những thuyết mới, song đều xoay quanh phạm trù âm dương. Một số Tiên Nho mở rộng học thuyết âm dương bằng cách đưa thêm nhiều khái niệm mới như Vô cực, Thái cực,.... Đây là các khái niệm thuộc Vũ trụ luận cổ đại, không phải là khái niệm triết học của học thuyết âm dương. Các khái niệm này không có trong Kinh Dịch nguyên bản của Văn Vương. Tiền nhân còn dựa vào huyền thoại Hà đồ, Lạc thư để lý giải Kinh Dịch. Đó là sự nhầm lẫn đáng tiếc.

Một trong những bổ sung đặc sắc của tiền nhân là lý giải sáng tỏ vai trò của quy luật cân bằng âm dương. Các nhà Âm Dương học nói: âm dương tương giao, không "hòa" không sinh vạn vật. "Hòa" là cân bằng, là "điểm dừng". Khổng Tử đã dựa vào nguyên lý cân bằng âm dương đưa ra tư tưởng Trung Dung rất sâu sắc, thể hiện sự vận động biện chứng từ sự cân bằng "tâm lý-ý thức" sang trạng thái cân bằng trong hành động thực tiễn. Tư tưởng Trung Dung cũng biểu hiện rằng, vận động tâm lý-ý thức và vận động xã hội là hiệu ứng nhân quả của nhau. Người Phương Đông đã có quan niệm về "điểm dừg" sâu sắc hơn và sớm hơn Triết học Phương Tây hàng ngàn năm.

Bằng cách chọn lọc các khái niệm triết học trong rất nhiều khái niệm mà người xưa sử dụng để lý giải và mở rộng phạm trù âm dương, tác phẩm đã trình bày có hệ thống các khái niệm và quy luật thuộc Học thuyết Âm Dương, đồng thời chứng minh rằng, Vũ trụ luận hiện đại, học thuyết "Vụ nổ lớn"(Bigbang) là hiện thực sinh động của triết học Âm Dương. Từ triết học âm dương và học thuyết vụ nổ lớn, phát hiện "Quy luật phát triển tương thành âm dương", là một trong những quy luật phổ quát nhất của thế giới hiện thực, là quy luật có vai trò dẫn dắt thế giới hiện đại tiến tới trạng thái cân bằng. Tác phẩm còn chứng minh mối quan hệ biện chứng giữa học thuyết âm dương và Học thuyết Ngũ hành.

Sau khi hệ thống hóa học thuyết âm dương, tác phẩm chứng minh sự tương đồng giữa học thuyết âm dương và học thuyết duy vật biện chứng ở những quy luật cơ bản nhất. Trong đó, sự tương đồng giữa quy luật mâu thuẫn (*quy luật được Lênin đánh giá là quy luật cơ bản nhất của triết học*) và quy luật âm dương là sự tương đồng sâu sắc nhất.

Tác phẩm xác định bốn thuộc tính (*nội hàm*) cơ bản, trong số tám thuộc tính của phạm trù đối lập, làm dễ dàng trong việc nghiên cứu khuynh hướng vận động của xã hội hiện đại. Quy luật phát triển tương thành dẫn dắt các phạm trù đối lập loại bỏ tương phản đối kháng, đưa phạm trù đối lập tới trạng thái cân bằng âm dương (điểm nút) và chuyển hóa sang sự vật mới.

Học thuyết Duy vật lịch sử chứng minh rằng, xã hội loài người sẽ tiến tới một xã hội không còn tình trạng người bóc lột người, quan hệ giữa con người hoàn toàn bình đẳng và hòa ái. Tiếp cận từ học thuyết âm dương cũng chứng minh được rằng, Quy luật phát triển tương thành âm dương sẽ đưa xã hội loài người đến trạng thái cân bằng âm dương, không còn đối kháng giữa con người.

Một cuộc gặp gỡ thật là ngoạn mục giữa hai dòng triết học sáng tạo cách nhau hơn 3000 năm, trên con đường tìm kiếm hạnh phúc cho con người. Một cuộc gặp gỡ hiếm có và kỳ lạ!

6- Chứng minh bản chất khoa học của quy luật Ngũ Hành và vai trò đặc biệt của nó đối với việc hình thành và phát triển thế giới hữu sinh đến xã hội loài người.

Học thuyết Ngũ Hành ra đời khoảng thế kỷ thứ IV trước công nguyên, có trước tác phẩm Y học nổi tiếng Nội kinh hàng trăm năm. Bởi vì Nội kinh đã ứng dụng nhuần nhuyễn nguyên lý Ngũ hành vào công tác điều trị bệnh tật cho con người.

Tuy nhiên, bản chất khoa học của Ngũ hành là gì, cho đến nay câu trả lời vẫn còn bỏ ngỏ. Trí tuệ của người thời nay không thể chấp nhận sự lý giải chất phác, sơ giản của người xưa. Rằng, Ngũ hành là Kim, Thủy, Mộc, Hỏa, Thổ. Trong đó, Kim là kim loại, khi nóng chảy thì sinh ra thủy (nước), v.v.. Cách lý giải như vậy làm cho Tây y coi thường Đông y trong thời gian dài. Song, các khoa học ứng dụng học thuyết Ngũ Hành như, Y học Phương đông, Khí công, Dự đoán học, Phong Thủy học, Võ thuật,..., lại cho những thành quả sáng giá và được thử thách trong thực tiễn hàng ngàn năm nay. Hiện nay, học thuyết Ngũ hành vẫn tiếp tục nâng cao những thành quả ứng dụng của mình. Điều đó chứng minh rằng, Học thuyết ngũ hành tiềm ẩn giá trị của khoa học hiện đại. Để rộng đường ứng dụng, cần thiết phải làm bộc lộ bản chất khoa học ẩn tàng của nó.

Ngũ Hành, theo nghĩa Hán tự là năm dạng vận động. Người xưa còn lý giải là 5 chất cấu trúc thành thế giới, vận động theo năm dạng, tương tác với nhau để sinh ra vạn vật muôn hình muôn vẻ. Tuy ngôn ngữ khái quát còn thô sơ, song đã chứa đựng tư duy biện chứng về sự vận động và phát triển của thế giới vật chất.

Người xưa khái quát quy luật ngũ hành từ sự quan sát hiện thực trên trái đất. Đó là nguồn năng lượng của mặt trời vận động trên trái đất. Đó là sự vận hành của khí hậu, thời tiết bốn mùa. Đó là sự vận động, biến hóa vô cùng phong phú của thế giới hữu sinh, trong đó có con người và xã hội loài người.

Năng lượng là động lực của mọi dạng vận động và biến hóa. Để tìm nguồn gốc quy luật Ngũ hành, phải bắt đầu từ việc khảo sát sự biến thiên năng lượng của mặt trời vận hành trên trái đất. Qua khảo sát thấy rằng, không chỉ năng lượng điện từ, do phản ứng nhiệt hạch của mặt trời, tham gia vào quá trình năng lượng trên trái đất, mà còn một thành phần năng lượng, vận hành rất khiêm nhường, không ồn ào phô trương, nhưng giữ vai trò không thua kém năng lượng điện từ, đó là năng lượng hấp dẫn của hệ "mặt trời-trái đất-mặt trăng". Một thành phần năng lượng khác, giữ vai trò quan trọng với sự sống, sự vận động và phát triển của thế giới hữu sinh, đó là năng lượng điện từ của bản thân trái đất và năng lượng thứ cấp của trái đất, sau khi thu nhận năng lượng mặt trời, bức xạ vào không gian suốt ngày đêm. Năng lượng bức xạ của trái đất tham gia vào vai trò hành Thổ trong hệ thống năng lượng ngũ hành. Năng lượng Thổ giữ cho nhiệt độ trái đất không chênh lệch đột biến giữa ngày và đêm và giữa các mùa.

Quy luật năng lượng ngũ hành được sinh ra do trục quay của trái đất nghiêng với mặt phẳng quỹ đạo của nó. Năng lượng ngũ hành có quyền uy lớn nhất trên trái đất, vận hành từ khi hệ "mặt trời-trái đất-mặt trăng" định hình được vị trí không gian và vận hành trước khi xuất hiện sự sống. Năng lượng ngũ hành tham gia vào việc gieo mầm sự sống và nuôi dưỡng sự sống tiến hóa, phát triển từ những con vi khuẩn đầu tiên đến xã hội loài người ngày nay.

Quy luật vận động của "chất", bao giờ cũng phản ánh quy luật vận động của "trường" năng lượng đóng vai trò là động lực vận động của chất. Điều đó lý giải tại sao, từ con vi khuẩn bé xíu, thế giới thực vật và động vật vô cùng đa dạng và phong phú, lại có chung một mật mã di truyền ADN với thế giới loài người. Mật mã ADN chính là dấu ấn di truyền của quy luật năng lượng ngũ hành.

Quy luật âm dương là quy luật phổ quát của toàn bộ thế giới hiện thực. Quy luật ngũ hành là quy luật âm dương đặc thù vận hành trên trái đất, chủ yếu tác động vào thế giới hữu sinh, thời tiết khí hậu, sự vận động của các mảng lục địa.

Khoa học hiện đại chưa sờ mó đến quy luật năng lượng ngũ hành, một dạng năng lượng có sức mạnh to lớn vận hành trên trái đất. Do đó khoa học địa chất chưa tìm thấy nguồn năng lượng chủ yếu thúc đẩy việc di chuyển các mảng lục địa và khuynh hướng di chuyển của nó. Năng lượng ngũ hành có tác động không đồng đều, về hướng và cường độ, tới các miền khác nhau của vỏ trái đất. Hiện tượng đó gây ra các xung lực tác động vào các mảng lục địa theo những hướng khác nhau; kết hợp với sự vận động nội lực của bản thân ruột và vỏ trái đất, làm di chuyển các mảng lúc địa. Năng lượng di chuyển chủ yếu là năng lượng hấp dẫn tương hỗ của mặt trời và mặt trăng đối với trái đất, theo quy luật ngũ hành. Trong đó, năng lượng hấp dẫn từ mặt trăng lớn gấp 2,2 lần từ mặt trời. Vì vậy, quy luật thủy triều gần với quy luật tuần trăng. Mỗi khi mặt trăng đi gần trái đất, thường năm đó, thiên tai, động đất, sóng thần, núi lửa,..., hoạt động dữ dội hơn.

Dưới sự tương tác của quy luật phát triển tương thành, sự vận động của các mảng lục địa có khuynh hướng làm cho trái đất đi vào trạng thái kiến tạo ổn định hơn, cân bằng hơn; thiên tai sẽ giảm dần tần số xuất hiện và cường độ phá hoại, nếu con người thân thiện và biết bảo vệ môi trường sống của mình. Hiện thực lịch sử kiến tạo vỏ trái đất đã và đang chứng minh điều đó.

Sau khi bộc lộ bản chất khoa học, học thuyết Ngũ hành xứng đáng đứng trong hàng ngũ những học thuyết khoa học mang giá trị hiện đại, cần được   nghiên cứu về lý luận và ứng dụng thực tiễn.

7- Vận động *Tâm lý-ý thức* của con người là một "cấp vận động", kế tiếp cấp vận động sinh học. Cấp vận động xã hội kế tiếp cấp vận động tâm lý-ý thức.

Tâm lý-ý thức là sự phản ánh hiện thực khách quan vào bộ não con người, là thành quả tương tác giữa các quy luật hiện thực và quy luật sinh lý đại não. Như đã chứng minh ở chương Hoạt động âm dương của đại não, vật chất truyền dẫn tương tác là năng lượng điện từ. Là thành quả tương tác của các quy luật, vì vậy, vận động tâm lý-ý thức mang tính quy luật. Thành quả tâm lý-ý thức cá nhân được cấu trúc nơron đại não tổ chức lưu giữ trong các bộ nhớ. Các tổ chức nơron này phải sống và liên hệ thông tin liên tục bằng các sóng điện từ. Vận động sinh lý đại não và toàn cơ thể được vận động tâm lý-ý thức cải biến cho phù hợp với quy luật vận động tâm lý-ý thức. Từ đó, vận động tâm lý-ý thức là một cấp vận động cao hơn cấp vận động sinh học, là thành quả "phủ định phát triển" trực tiếp từ cấp vận động sinh học. Nếu phân loại cấp vận động xã hội ngay sau cấp vận động sinh học thì "hơi xa", khó nghiên cứu về nội dung kế thừa giữa các cấp vận động kế tiếp.

Trình độ tâm lý-ý thức cá nhân còn chịu ảnh hưởng rõ rệt của cấu trúc sinh lý mang quy luật âm dương ngũ hành đại não. Mỗi bộ não có cấu trúc sinh lý âm dương ngũ hành khác nhau. Bộ não cá thể là thành quả tương tác rất phức tạp, tầng tầng lớp lớp, của nhiều hình thái vận động ngũ hành, tác động không như nhau vào các cá thể. Đó là sự kế thừa từ cha mẹ, tổ tiên. Đó là ảnh hưởng của điều kiện tự nhiên, xã hội khác nhau, gây đột biến và biến dị khác nhau ở từng cá thể. Đó là nguyên nhân sinh ra hiện tượng năng khiếu và chỉ số thông minh IQ không như nhau với từng bộ não. Năng khiếu và chỉ số IQ, gọi chung là chỉ số IQ, phản ánh cấu trúc sinh lý ngũ hành của đại não. Trình độ tâm lý-ý thức cá nhân phụ thuộc vào chỉ số IQ của đại não. IQ càng cao, tâm lý-ý thức càng gần với quy luật vận động của hiện thực.

Tuy nhiên, tiêu chí đánh giá IQ hiện nay còn nhiều tranh cãi, còn bỏ ngỏ nhiều nội dung như, ý thức hệ, nhân cách,..., vì vậy, ở đây sử dụng IQ với ý nghĩa tương đối, để ẩn dụ khả năng phản ánh chính xác hiện thực đến mức độ nào.

Tâm lý-ý thức cá nhân điều khiển hoạt động thực tiễn của cá nhân trong quá trình tương tác với các cá nhân khác, sản sinh ra vận động xã hội. Do đó, phải có những phần trùng hợp tâm lý-ý thức của nhiều cá nhân để thống nhất hành động trong thực tiễn. Tâm lý-ý thức thống nhất gọi là tâm lý-ý thức xã hội. Sau đây chỉ đề cập tâm lý-ý thức xã hội, nói ngắn gọn là tâm lý-ý thức.

Tâm lý-ý thức thống nhất điều khiển hoạt động thực tiễn thống nhất, là nguồn gốc khai sinh ra quy luật vận động xã hội mang tính khách quan. Do đó, xã hội vận động theo quy luật khách quan là một dạng tồn tại của vật chất, không phụ thuộc tâm lý-ý thức chủ quan của cá nhân con người.

Việc xác định có cấp vận động tâm lý-ý thức đã sản sinh ra hai mối quan hệ cơ bản: 1)- Là cấp vận động cao hơn, vận động xã hội kế thừa các yếu tố thuận lợi ở cấp tâm lý-ý thức và cải biến vận động tâm lý-ý thức ngày càng phù hợp hơn với quy luật vận động xã hội. Điều này tuân theo nguyên lý "đời sống xã hội quyết định ý thức xã hội" (Mác) mà không phải là ngược lại. 2)-Là cấp vận động kế tiếp, vận động xã hội lập thành với vận động tâm lý-ý thức một cặp âm dương, mang các thuộc tính của phạm trù đối lập âm dương. Thuộc tính thống nhất biểu hiện sự phù hợp nhất định giữa quy luật tâm lý-ý thức và quy luật xã hội. Trong giai đoạn lịch sử Xã hội chủ nghĩa, *"quy luật sở hữu tập thể văn minh"* phù hợp với "quy luật tâm lý sở hữu cá nhân không bóc lột" của nhân dân lao động. Trong giai đoạn Cộng sản chủ nghĩa, *"quy luật sở hữu công cộng văn minh"* phù hợp hoàn toàn với tâm lý-ý thức "sở hữu công cộng". Giai đoạn lịch sử này, tâm lý sở hữu cá nhân đã tự tiêu vong. Thuộc tính đồng nhất biểu hiện ở chỗ, hai mặt đối lập âm dương đều vận động bằng con người, đều vận động bằng các quy luật phổ quát. Thuộc tính tương phản cân bằng có vai trò tăng cường sự thống nhất giữa hai mặt đối lập. Tương phản đối kháng biểu hiện ở sự không phù hợp giữa tâm lý-ý thức và quy luật vận động xã hội. Với các chế độ bóc lột, quy luật sở hữu cá nhân bóc lột đối kháng với tâm lý sở hữu cá nhân không bóc lột của người lao động.

Sự phát triển của lực lượng sản xuất phải kể đến vai trò và trình độ tâm lý-ý thức của người lao động. Sự không phù hợp giữa lực lượng sản xuất và quan hệ sản xuất được biểu hiện bằng mâu thuẫn giữa chủ và thợ. Đó chính là mâu thuẫn giữa hai dòng tâm lý-ý thức của kẻ bóc lột và người bị bóc lột. Ở đây, mâu thuẫn của đời sống vật chất sản sinh ra mâu thuẫn về đời sống tâm lý-ý thức. Song tâm lý-ý thức lại là ngòi nổ rồi biến thàng lực lượng vật chất trong những đảo lộn cách mạng. Trong cuộc cách mạng tư sản lật đổ chế độ phong kiến, giai cấp tư sản đã giương lên ngọn cờ của chủ nghĩa nhân đạo, đòi xóa bỏ áp bức bóc lột đối với quần chúng lao động. Điều đó phù hợp với nguyện vọng, tức tâm lý-ý thức của nhân dân lao động, nên họ đã đứng trong hàng ngũ của giai cấp tư sản, trở thành lực lượng cơ bản lật đổ chế độ phong kiến. Từ căn cứ triết học và kinh nghiệm lịch sử có thể rút ra kết luận thưc tiễn:

Muốn thay đổi một chế độ, phải hình thành tâm lý-ý thức về chủ nghĩa nhân đạo trong quần chúng. Khi có thời cơ, phải giương cao ngọn cờ chủ nghĩa nhân đạo, để tập hợp lực lượng quần chúng thay đổi chế độ cũ, dù phương thức cách mạng là phương thức hòa bình. Cần nhấn mạnh rằng, ngọn cờ nhân đạo trong thế giới hiện đại là ngọn cờ nhân đạo Xã hội chủ nghĩa, mà nội dung chủ yếu là xóa bỏ bóc lột. Xóa bỏ bóc lột là giá trị nhân đạo, giá trị nhân quyền và dân chủ cao nhất trong thời đại ngày nay. Xóa bỏ bóc lột là điểm tựa vững chắc để thực hiện các nhiệm vụ nhân đạo khác như, khoa học công nghệ được kích thích phát triển mạnh mẽ, lực lượng sản xuất sẽ phát triển mạnh mẽ, tạo thuận lợi cho nhiệm vụ không ngừng nâng cao đời sống con người,...

Việc kế thừa thành quả tâm lý-ý thức sang vận động xã hội có ý nghĩa lớn trong việc tìm tòi phương thức thực tiễn, sao cho phù hợp quy luật. Tâm lý dân tộc trong quy luật "đấu tranh sinh tồn" phải được cải biến thành tâm lý dân tộc chân chính. Tâm lý sở hữu cá nhân phải được khẳng định là sở hữu cá nhân không bóc lột. Các hình thái tâm lý-ý thức trong các hình thái ý thức xã hội phải định hình theo tư tưởng của chủ nghĩa nhân đạo, theo quy luật phát triển cái đẹp.,...Nếu không chú ý kế thừa và cải biến, phương thức thực tiễn sẽ khập khểnh và có thể đi trái quy luật, như đã từng xẩy ra đối với cơ chế sở hữu xã hội chủ nghĩa ở thế kỷ XX.

Xã hội vận động bằng nhiều quy luật. Trong đó có những quy luật ở tầm phổ quát rộng, bao trùm toàn bộ thế giới hiện thực như, quy luật phát triển tương thành, quy luật cân bằng âm dương, quy luật tương phản cân bằng, các quy luật duy vật biện chứng,... và những quy luật chưa được khám phá. Do đó, vận động xã hội có trường hợp vượt trước trình độ tâm lý-ý thức của cùng giai đoạn lịch sử. Con người cần có thời gian để tư duy về những biến đổi vượt lên tầm hiểu biết của mình. Khi tư duy trừu tượng đạt trình độ cao, con người khám phá được quy luật vận động xã hội, trình độ tâm lý-ý thức có thể vượt lên trước, dẫn đường thực tiễn, đưa nhân loại tiến nhanh hơn trên con đường văn minh. Ở đây không phải ý thức sinh ra vật chất. Mọi sự vượt trước của ý thức đều được thừa hưởng những thành quả ý thức và thực tiễn xã hội ở giai đoạn trước đó. Như vậy, có trường hợp, giai đoạn lịch sử này thì vận động xã hội vượt trước; giai đoạn lịch sử kế tiếp thì vận động ý thức vượt trước; hai cấp vận động dường như là hiệu ứng nhân quả của nhau, thay đổi vị trí cho nhau. Song, quy luật tổng quát là cấp vận động xã hội là cấp vận động cao hơn cấp vận động tâm lý-ý thức; và tâm lý-ý thức là một cấp vận động mang tính tất yếu khách quan.

8- Chứng minh đại não hoạt động như một cặp phạm trù đối lập âm dương.

Đây là hướng tiếp cận khác để nghiên cứu vận động về thông tin của đại não, về mối liên hệ phổ biến bằng trường năng lượng của đại não và thế giới vật chất. Trong đó có mối liên hệ bằng trường giữa các đại não, giữa đại não và môi trường sống. Thuộc tính liên hệ bằng trường của đại não mở ra khả năng lý giải hiện tượng ngoại cảm, hiện tượng phân tâm học, các hiện tượng về tiềm năng con người như cảm xạ, thôi miên, mộng du,..., và nhiều hiện tượng được gọi là huyền bí. Tuy nhiên, cần nhận thức rằng, mọi đối tượng hiện thực đều là đối tượng nhận thức vô cùng. Không thể trả lời hết các câu hỏi "tại sao ?" về chúng. Con người chỉ có khả năng khám phá các quy luật vận động ở cấp độ trung gian của đối tượng. Việc khám phá quy luật vận động của đối tượng ở tầm sâu vi mô, siêu vi mô, quả là công việc đầy gian nan của nhiều thế hệ khoa học. Các vận động ở tầm sâu vi mô, siêu vi mô lại thường xuyên trêu tức con người bằng các hiện tượng được gọi là huyền ảo, huyền bí, ma quái, v.v.. Những hiện tượng huyền hoặc đó làm cho người bình thường, thiếu bản lĩnh tư duy khoa học, nghi ngờ về những lý giải khoa học về đối tượng ở cấp độ trung gian, và là cơ sở của hoạt động mê tín dị đoan. Mọi khám phá khoa học hiện nay đều ở cấp độ các quy luật vận động trung gian của đối tượng. Chúng vẫn còn để lại nhiều câu hỏi "tại sao?", nếu đem xếp hàng dọc các câu hỏi đó của nhiều thế hệ khoa học, có lẽ dài gần... vô tận và huyền bí cũng gần... vô tận. Chỉ có tri thức triết học mới có thể mang lại niềm tin về những lý giải khoa học đó.

II- Các khoa học khác:

9- Về Mỹ học.

Vận dụng triết học âm dương, chứng minh nguồn gốc cảm xúc cái đẹp xuất phát từ trạng thái cân bằng âm dương của khách thể, gây ra hiệu ứng làm tăng trạng thái cân bằng âm dương ở chủ thể; từ đó tạo ra cảm xúc về cái đẹp của khách thể đối với chủ thể.

Phân biệt "cái đẹp vô thức" và cái đẹp "tâm lý-ý thức"(tạm gọi là cái đẹp hữu thức). Cái đẹp vô thức của khách thể là cái đẹp được chủ thể cảm xúc gần như tức thời khi chủ thể giao tiếp với khách thể. Đó là cái đẹp về sự cân bằng cấu trúc không gian của khách thể, sự hài hòa về màu sắc,... Cái đẹp vô thức và khả năng cảm thụ cái đẹp vô thức, được vũ trụ sáng tạo suốt 13,7 tỷ năm, đã trở thành vô thức trong đại não người cảm xúc. Cái đẹp hữu thức là cái đẹp về tâm lý-ý thức, thuộc phẩm chất xã hội của con người, và là thuộc tính riêng của xã hội loài người. Cái đẹp hữu thức không thể cảm xúc tức thời, mà phải thông qua hoạt động thực tiễn của con người mới có thể đánh giá. Con người có cả hai cái đẹp, cái đẹp vô thức và cái đẹp hữu thức. Song, cái đẹp hữu thức là chủ yếu, vì con người là một thực thể xã hội. Cấp vận động xã hội là cấp vận động cao nhất của thế giới hiện thực. Do đó, cái đẹp về trí tuệ, về lòng nhân ái, là cái đẹp cao nhất của thế giới hiện thực.

10- Một vài vấn đề quan hệ giữa triết học âm dương và khoa học tự nhiên.

** Việc sử dụng công thức tương đối của Anh-xtanh để chứng minh rằng, hạt ánh sáng phôtôn không có khối lượng và năng lượng tĩnh, khi nó còn sống nhờ trong hạt điện tử, còn tiềm ẩn nhiều hoài nghi khoa học. Vì điều đó trái với biện chứng duy vật và trái với học thuyết âm dương về phạm trù vật chất. *Vật chất không tự sinh ra và không tự mất đi, nó chỉ chuyển hóa dạng vận động.* Cấu trúc cơ bản của thế giới vật chất là cặp âm dương "chất-trường".Theo quy luật của triết học âm dương thì không tồn tại dạng vật chất "thuần âm-thuần dương". Có nghĩa rằng, luôn luôn tồn tại hai mặt đối lập âm dương trong mọi đối tượng cụ thể của vật chất, âm dương không tự sinh ra và cũng không tự mất đi, mà chỉ chuyển hóa (chú ý rằng, âm dương ở đây là phạm trù triết học, không phải là điện âm, điện dương, thuộc khái niệm của khoa học vật lý điện từ). Do đó, chất và trường của phôtôn không thể mất đi rồi lại sinh ra.

Hầu hết chân lý đều mang thuộc tính tương đối. Vì khoa học chưa tìm ra chân lý tuyệt đối; bởi vì, mọi đối tượng vật chất đều là những đối tượng nhận thức vô cùng. Chân lý tương đối không thể mô tả đầy đủ mọi quy luật vận động của đối tượng, mà chỉ mô tả một phần trong chúng. Vì vậy, *công thức toán lý của Anh-xtanh, cũng là chân lý tương đối,* không thể mô tả hết mọi đối tượng. Nó đúng với đối tượng này mà có thể không đúng với đối tượng khác. Khi giải các bài toán thực tế bằng Đại số chẳng hạn, các nghiệm âm đúng với lôgic toán mà ngỡ ngàng với lôgic biện chứng, tức không đúng với thực tế, phải bỏ nó đi. Cũng như nhiều bộ môn khoa học khác, thuyết Tương đối của Anh-xtanh được xây dựng dựa trên hai tiên đề quan sát, không được chứng minh. Vì vậy, bản thân thuyết đó đã có khoảng trống, không thể mô tả đầy đủ hoặc mô tả không chính xác mọi quy luật vận động của đối tượng, đặc biệt ở tầm siêu vi mô, như hạt phôtôn. Trường hợp tương tự như Cơ học Niutơn, chỉ đúng với đối tượng vĩ mô; để mô tả đối tượng vi mô phải sử dụng thuyết Cơ học lượng tử.

Công thức đo độ dài một thanh nằm yên dọc theo trục tọa độ trong hệ quy chiếu quán tính K^0; nó có độ dài l_0, gọi là độ dài riêng. Phép tính chứng tỏ, độ dài l của thanh này đo được trong hệ quy chiếu quán tính K, khi thanh chuyển động với tốc độ v dọc theo trục tọa độ của hệ K, có giá trị bằng:

$$l = l_0 \ 1- \ < \ l_0$$

Như vậy, độ dài của thanh đã bị co lại theo phương chuyển

động, theo tỷ lệ:

$$R = 1-$$

Điều đó chứng tỏ rằng, khái niệm không gian là tương đối, phụ thuộc vào hệ quy chiếu quán tính. (Chú ý rằng, ở đây nói về không gian Vật lý học, không phải là không gian triết học). Khi $v = c,$ độ dài thanh ban đầu l_0, giả dụ bằng 1000 km, co lại bằng "0". Đương nhiên, sự co độ dài chỉ là một hiện tượng thuần túy động học, xẩy ra với người quan sát, không có năng lượng nào làm thanh co lại trong thực tế.

Tỷ lệ R cũng được sử dụng để tính khối lượng và năng lượng tĩnh của phôtôn:

$$m_{0ph} = m_{ph} \, R$$

Trong đó, m_{0ph} là khối lượng nghỉ, m_{ph} là khối lượng tương đối tính của phôtôn.

$$\text{Vì} \quad v = c \quad \text{nên } m_{0ph} = 0$$

Vậy, khối lượng nghỉ của phôtôn bằng "0".

Dùng công thức quan sát R để tính khối lượng nghỉ của phôtôn cần được kiểm chứng của triết học và khoa học có liên quan.

Năm 1901, Kaufman đã chứng minh được rằng, khối lượng điện tử không phải là khối lượng tĩnh, mà thay đổi theo tốc độ. Điều đó hoàn toàn phù hợp với triết học âm dương. Khối lượng và năng lượng của vật thể là một cặp âm dương. Hai đại lượng đó phải cấu trúc cân bằng, vật thể mới vận động bình ổn. Khi năng lượng tăng lên, khối lượng cũng phải tăng tương ứng và ngược lại. Khi một nguyên tử bị kích thích, điện tử nhảy xuống mức năng lượng thấp, ắt phải giải phóng bớt khối lượng để giữ cân bằng. Khối lượng được giải phóng và năng lượng đã mất đi, phải chăng đã chuyển sang phôtôn?! Như vậy, phôtôn là thành phần cấu trúc của điện tử, chúng có khối lượng và năng lượng tĩnh?!

** Mỗi cấp vận động của thế giới hiện thực đều là thành quả phủ định phát triển (phủ định biện chứng) của cấp vận động trước đó. Suy lý lùi về quá khứ, cấp vận động các hạt cơ bản là thành quả phủ định phát triển của cấp vận động các hạt siêu cơ bản. Thế giới siêu cơ bản có thể có nhiều cấp vận động. Vũ trụ được cấu trúc bằng các chất có khối lượng từ vô cùng nhỏ đến vô cùng lớn và các trường năng lượng. Vô cùng nhỏ nhưng không bằng "0". Điểm "Kỳ dị" có kích thước 10^{-35} m, nhỏ hơn hạt cơ bản êlectron đến tỷ tỷ lần (kích thước của e bằng 10^{-18}m), mà chứa cả khối lượng vũ trụ! Còn êlectron khi phản ứng hủy cặp với pôzitron thì sinh ra hạt phôtôn và ngược lại: $e^+ + e^-$

Như vậy, theo phương trình phản ứng, phôtôn là hạt siêu cơ bản cấu trúc nên hạt cơ bản e. Với kích thước kỳ dị của điểm "Kỳ dị", cấu trúc nên điểm Kỳ dị phải là các hạt siêu cơ bản có kích thước nhỏ hơn điểm Kỳ dị nhiều lần, có thể là 10^{-1000}m và nhỏ hơn nữa. Có như vậy, điểm Kỳ dị mới có thể "ghi chép" quy trình công nghệ sáng tạo vũ trụ và cả thế giới loài người. Khoa học có thể tác động một năng lượng cực lớn vào "chân không" và chân không đã sinh hạt. Điều đó chứng minh rằng, không tồn tại không gian không có vật chất. Trong "chân không" của phòng thí nghiệm đã tồn tại các hạt siêu cơ bản và năng lượng đã liên kết chúng thành các hạt cơ bản. Điểm Kỳ dị có thể hút hết ánh sáng vào lòng nó. Chung quanh điểm Kỳ dị không còn vật chất chăng? Điều đó thật phi lý. Không gian là vô tận, điểm Kỳ dị không thể hút hết vật chất vào lòng nó. Nó hút đến đâu thì vật chất chung quanh lại tràn đến. Như vậy, sức hút của nó có giới hạn, và chung quanh nó phải là quốc gia mênh mông của các công dân siêu cơ bản. Điểm Kỳ dị có thể chỉ đóng vai trò một kíp nổ, giải phóng năng lượng để liên kết các hạt siêu cơ bản thành các hạt cơ bản,....,rồi thành vũ trụ, đến xã hội loài người, theo "quy trình" định sẵn. Điểm Kỳ dị sáng tạo ra "vật chất sáng", phần vật chất con người đã biết. Phần vật chất chưa biết, thường gọi là vật chất đen hoặc vật chất tối. Vật chất tối có thể là các hạt siêu cơ bản và năng lượng của nó. Các hạt siêu cơ bản có thể đi xuyên qua lòng các hạt cơ bản như "đi vào chỗ không người". Không gian lớn vô cùng và không có giới hạn. Do đó, tổng khối lượng và năng lượng của các hạt siêu cơ bản lớn vô cùng. Vật chất sáng chỉ là một phần rất nhỏ trong đó.

Không gian vô tận, nên có thể có nhiều Bigbang. Mỗi Bigbang sinh ra vũ trụ của riêng mình. Tập đoàn Thiên hà của các Bigbang lân cận nhau có thể lôi kéo thiên hà của nhau về phía mình nếu có năng lượng hấp dẫn lớn hơn. Vì vậy, "sự dãn nở của vũ trụ", mà ta quan sát được, với tốc độ ngày càng lớn, có thể có nguyên nhân từ đó. Đến một lúc nào đó, các thiên hà quần tụ đủ lớn, mật độ vật chất đủ lớn, Vụ co lớn (*Bigcrunch*) sẽ xẩy ra, khai sinh một điểm Kỳ dị mới, rồi đến một Bigbang mới. Như thế, vật chất của Bigbang mới không phải là vật chất cua một Bigbang cũ mà của nhiều Bigbang khác nhau tập hợp lại. Gần 14 tỷ năm, sau Vụ nổ lớn, chúng ta mới khám phá bức xạ tàn dư của nó. Bức xạ tàn dư có tốc độ vận động gần tốc độ ánh sáng, không thể đồng hành với Thiên hà của chúng ta. Nó đã bỏ xa chúng ta hơn 13 tỷ năm ánh sáng. Đây có thể là bức xạ tàn dư của một Bigbang bè bạn đến thăm chúng ta chăng?!

** Về cân bằng các phương trình hóa học.

Các chất hóa học vận động cả về "chất" và cả về "trường" năng lượng. Vì vậy, chỉ cân bằng về chất là chưa đầy đủ việc mô tả một quá trình biến hóa. Cần nghiên cứu cân bằng cả năng lượng của phản ứng. Việc đó có thể gợi mở những khám phá mới mẻ trong cấp vận động hóa học.

III- *Khuynh hướng phát triển của thế giới hiện đại và tương lai của Chủ nghĩa xã hội.*

11- Về quy luật sở hữu xã hội chủ nghĩa.

Học thuyết Mác phân kỳ Chủ nghĩa Cộng sản thành hai giai đoạn. Giai đoạn đầu là giai đoạn thoát thai từ chủ nghĩa tư bản, giai đoạn thấp của chủ nghĩa cộng sản, được gọi là giai đoạn chủ nghĩa xã hội. Giai đoạn sau là giai đoạn cao của chủ nghĩa cộng sản, vẫn gọi là chủ nghĩa cộng sản.

Phải khẳng định rằng, chủ nghĩa xã hội là một giai đoạn lịch sử trong tiến trình lịch sử tự nhiên của xã hội loài người, bình đẳng như các giai đoạn lịch sử khác. Là một giai đoạn lịch sử, nên nó phải có phương thức sản xuất riêng của mình, tức là phải có quy luật sở hữu riêng, đặc trưng, không thể lẫn lộn với các giai đoạn lịch sử khác; không thể là sở hữu công cộng của chủ nghĩa cộng sản, và đương nhiên, không thể là sở hữu cá nhân bóc lột của chủ nghĩa tư bản.

Trong tác phẩm "Phê phán cương lĩnh Gôtha", một trong những tác phẩm chủ yếu của học thuyết Mác, Mác đã nói rõ sự phân kỳ này. Tuy nhiên, sự phân kỳ như vậy đã được xác định từ trước đó. Bắt đầu từ tác phẩm "Hệ tư tưởng Đức", tác phẩm được các nhà triết học đánh giá là đạt sự chín muồi về tư tưởng học thuyết Mác. Tiếp đến là "Tuyên ngôn của Đảng cộng sản", rồi đến bộ "Tư bản". Đó là bốn tác phẩm chủ yếu của chủ nghĩa Mác. Tư tưởng về "Quy luật sở hữu xã hội chủ nghĩa", đã được Mác và Ăngghen trình bày nhất quán trong cả bốn tác phẩm, đã xác định sự phân kỳ như vậy.

Chúng ta thử nghiên cứu một đoạn văn trong bộ Tư bản, quyển I, chương XIV, nói về xu hướng lịch sử tích lũy tư bản chủ nghĩa, mà các học giả nước ngoài cho rằng, "đây là câu thách đố của Mác, chỉ có thể treo cao mà không thể triển khai trong thực tiễn..." (Đoạn văn được in trong: Các Mác, Phri-đrich Ăngghen. Tuyển tập, tập III, Nxb Sự thật, Hà nội-1982, tr. 594).

"Phương thức chiếm hữu tư bản chủ nghĩa do phương thức

sản xuất tư bản chủ nghĩa đẻ ra, và do đó cả chế độ tư hữu tư bản chủ nghĩa nữa, là sự phủ định đầu tiên đối với *chế độ sở hữu cá nhân* (*trong sách in là: "tư hữu cá nhân", tối nghĩa, có lẽ do lỗi in ấn-TG chú thích và nhấn mạnh*) dựa trên lao động của bản thân. Nhưng nền sản xuất tư bản chủ nghĩa lại đẻ ra sự phủ định bản thân nó, với tính tất yếu của một quá trình tự nhiên. Đó là sự phủ định cái phủ định. ***Sự phủ định này không khôi phục chế độ tư hữu, mà khôi phục lại chế độ sở hữu cá nhân*** (*TG nhấn mạnh*) trên cơ sở những thành tựu của thời đại tư bản chủ nghĩa ; (*chỗ này trong sách in dấu ": "là không phù hợp*) trên cơ sở của sự hợp tác và sự chiếm hữu công cộng đối với ruộng đất và những tư liệu sản xuất do chính lao động làm ra."

Đoạn văn này là tâm điểm của chủ nghĩa Mác, vừa có ý nghĩa lý luận, vừa hướng dẫn phương thức thực tiễn thực hiện quy luật sở hữu xã hội chủ nghĩa.

Nếu "treo cao" đoạn văn này, có nghĩa rằng, chúng ta đã không lĩnh hội được thực chất của Chủ nghĩa Mác. Từ đó triển khai thực tiễn lạc hướng và kết quả tất yếu dẫn đến thất bại, như từng xẩy ra ở thế kỷ XX. Ở phạm trù kinh tế tiểu nông, chính sách Kinh tế mới của Lênin (NEP) phù hợp với nguyên lý sở hữu xã hội chủ nghĩa trong đoạn văn trên của Mác, nên kinh tế tiểu nông của nước Nga, thực hiện NEP, đã đạt thắng lợi ngoạn mục. Một số nước xã hội chủ nghĩa sau này đã vận dụng chính sách đó bằng mô hình khoán hộ trong nông nghiệp và thành công rực rỡ. Tiếc rằng, Lênin mất đột ngột, đã không có điều kiện tổng kết sự kiểm chứng của thực tiễn đối với NEP để bổ sung, hiệu chỉnh, nhất là khu vực công nghiệp NEP chưa phù hợp với nguyên lý sở hữu xã hội chủ nghĩa của Mác.

Hệ tư tưởng Đức, do Mác và Ăngghen cùng viết năm 1846, trình bày nguyên lý sở hữu xã hội chủ nghĩa và hướng dẫn cụ thể phương thức triển khai trong thực tiễn, đã bị nhà nước tư sản kiểm duyệt, không cho xuất bản. Mãi tới năm 1932 mới tìm thấy bản thảo và xuất bản lần đầu ở Liên xô. Thực tiễn kinh tế Liên xô sau cách mạng Tháng Mười đã không tiếp cận tác phẩm này. Lênin trăn trở đề ra chính sách Kinh tế mới.

Hệ tư tưởng Đức động chạm đến những vấn đề cụ thể về sự tồn vong của nhà nước tư sản, nên đã bị các nhà nước tư sản Châu Âu cấm xuất bản. Vì vậy, các tác phẩm sau này của Mác và Ăngghen phải tìm cách diễn đạt vượt lên hàng rào trí tuệ của giai cấp tư sản. Không như vậy, học thuyết Mác sẽ không đến với nhân loại. Hậu quả có thể là, sẽ không có cách mạng Tháng Mười; cho đến ngày nay, nhân loại vẫn phải chìm đắm trong các cuộc chiến tranh cướp đoạt lãnh thổ và thị trường với quy mô và mức độ khốc liệt như cuộc chiến tranh của Hitle.

Mác và Ăngghen đã phải dùng bút pháp ẩn dụ để trình bày các vấn đề cụ thể có khả năng bị kiểm duyệt; tương tự như việc ngụy trang một khẩu trọng pháo, kẻ thù tưởng là bụi cây, còn đồng đội thì phải biết đó là khẩu pháo, khi cần thì sử dụng. Việc nghiên cứu các tác phẩm của Mác và Ăngghen cần chú ý điều đó khi va chạm tới ý nghĩa mơ hồ của câu văn hoặc khái niệm, để không phải "treo cao" những vấn đề cơ bản của học thuyết Mác. Bộ Tư bản có đoạn văn trên đã bị nhà nước tư sản Pháp cấm xuất bản nhiều lần (theo Ăngghen). Đoạn văn trên có thể nằm trong trường hợp phải ẩn dụ. Vì nó chứa đựng những vấn đề cụ thể nằm trong nguyên lý cơ bản của học thuyết Mác. Đoạn văn đó là cách diễn đạt ngắn gọn, đầy đủ, tư tưởng sở hữu xã hội chủ nghĩa và phương thức triển khai thực tiễn đã được trình bày cụ thể trong tác phẩm Hệ tư tưởng Đức.

Để xác định quy luật sở hữu xã hội chủ nghĩa, Mác đã vận dụng quy luật "phủ định của phủ định", có nghĩa là *phủ định phát triển"xoáy trôn ốc"*. Việc *khôi phục lại chế độ sở hữu cá nhân* không phải là khôi phục y nguyên hình thái sở hữu cá nhân dựa trên lao động của bản thân trong điều kiện khoa học công nghệ lạc hậu của thời kỳ tiền tư bản; mà khôi phục lại chế độ sở hữu cá nhân trên cơ sở những thành tựu của chủ nghĩa tư bản hiện đại; trên cơ sở sự hiệp tác và sự chiếm hữu công cộng đối với ruộng đất và những tư liệu sản xuất do chính lao động làm ra.

Thành tựu có ý nghĩa của chủ nghĩa tư bản hiện đại là tổ chức được nền sản xuất có trình độ khoa học công nghệ ngày càng cao và khoa học hóa nền kinh tế thị trường tư bản chủ nghĩa. Sản xuất bằng máy móc bắt buộc phải sử dụng chung. Do đó, khi khôi phục lại chế độ sở hữu cá nhân, không thể chia nhỏ cái máy mà người lao động phải hiệp tác để sản xuất sản phẩm. Về sở hữu cá nhân tư liệu sản xuất cũng phải sở hữu trên cơ sở hiệp tác, mà Mác gọi là: "chiếm hữu công cộng". Ăngghen, trong tác phẩm "Những nguyên lý của chủ nghĩa cộng sản", viết năm 1847, ngay sau Hệ tư tưởng Đức viết năm 1846, đã lý giải mô hình sở hữu này và có thể gọi là mô hình Đồng sở hữu. Đồng sở hữu là *liên hợp sử dụng* về phương diện khoa học công nghệ sản xuất, và *liên hợp sở hữu* về phương diện tài sản. Ăngghen khẳng định, trong xí nghiệp đồng sở hữu, người lao động (đương nhiên có cả ban lãnh đạo xí nghiệp) phải đồng thuận trong việc phân phối thành quả lao động (*tiền lương và lợi nhuận*).

Chế độ sở hữu cá nhân tiền tư bản không có yếu tố bóc lột, thì chế độ sở hữu cá nhân trong Đồng sở hữu cũng không tồn tại yếu tố bóc lột. Bóc lột tư bản chủ nghĩa cơ bản đã bị xóa bỏ. Tuy nhiên, để xóa bỏ bóc lột triệt để chỉ khi thực hiện nền sản xuất không còn sản xuất hàng hóa ở giai đoạn sở hữu công cộng cộng sản chủ nghĩa. Song, chủ nghĩa xã hội phải tạo ra tiền đề hiện thực về thực tiễn và tâm lý-ý thức cho giai đoạn kế tiếp cộng sản chủ nghĩa. Tiền đề hiện thực đó chỉ có thể sáng tạo từ quy luật sở hữu xã hội chủ nghĩa mà Mác và Ăngghen đã xác định.

Khi nghiên cứu các tác phẩm chủ yếu của học thuyết Mác,

cần lĩnh hội cả lời văn và tinh thần của học thuyết, cần chú ý tính hệ thống, tính mục đích và lôgic tư duy của tác giả về đối tượng nghiên cứu, được trình bày trong nhiều tác phẩm. Có như vậy mới phát hiện được lỗi dịch thuật, việc lựa chọn các khái niệm không tương đương trong quá trình dịch thuật do đặc điểm ngôn ngữ giữa các dân tộc có những nét khác biệt, lỗi in ấn, các khái niệm đa nghĩa có nghĩa rộng và nghĩa hẹp, và đặc biệt là những đoạn văn ẩn dụ ngụy trang của tác giả,...Nếu không chú ý những điều đó có thể hiểu sai ý tác giả và "treo cao"những vấn đề cơ bản của học thuyết; việc triển khai thực tiễn sẽ lạc hướng và tất yếu dẫn đến thất bại như đã từng xẩy ra ở thế kỷ XX.

Đoạn văn nêu trên có sử dụng bút pháp ẩn dụ. Bộ máy kiểm duyệt của nhà nước tư sản, rất chịu khó săm soi các tác phẩm của Mác và Ăngghen, có lẽ cũng chỉ hiểu lơ mơ đoạn văn đó, đành phải cho qua, nhưng vẫn băn khoăn nên đã đình chỉ xuất bản tác phẩm nhiều lần. Còn các học giả đời sau, do không nghiên cứu kỹ, đã cho rằng đó là câu thách đố của Mác, chỉ có thể treo cao mà không thể triển khai trong thực tiễn.

Khái niệm "sở hữu công cộng" trong các tác phẩm của học thuyết Mác là một khái niệm đa nghĩa, có nghĩa rộng và có nghĩa hẹp, trong nhiều trường hợp được sử dụng với những nội hàm khác biệt nhau, hoặc dùng những cụm từ tương đương khác nhau. Điều đó còn do lỗi dịch thuật hoặc lỗi người viết sách giáo khoa, do không hiểu mức độ sâu sắc của khái niệm mà tùy ý trong việc chọn khái niệm tương đương để dịch.

Bốn tác phẩm chủ yếu của học thuyết Mác được in trong các tuyển tập Các Mác, Phri-đric Ăng-ghen, Nxb Sự thật Hà Nội,1980, 1982, 1983. Các tác phẩm: Hệ tư tưởng Đức, Mác và Ăngghen viết chung năm 1846; Những nguyên lý của chủ nghĩa cộng sản (*viết tắt: Những nguyên lý*), Ăngghen viết 1847; Tuyên ngôn của đảng cộng sản (*viết tắt: Tuyên ngôn*), Mác và Ăngghen cùng viết, công bố năm 1848. ba tác phẩm này in trong tập I. Bộ Tư bản, tập thứ nhất, quyển I, Mác viết năm 1867, in trong tập III. Phê phán cương lĩnh Gôtha (vt: Gôtha), Mác viết năm 1875, in trong tập IV.

Khái niệm sở hữu công cộng giai đoạn cộng sản chủ nghĩa và khái niệm sở hữu công cộng thời kỳ xã hội chủ nghĩa có nội hàm khác biệt.

* Nền kinh tế vận động theo quy luật *Sở hữu công cộng-cộng sản chủ nghĩa* được Mác và Ăngghen quy định nội hàm:

- Không còn sản xuất hàng hóa. "...những người sản xuất không trao đổi sản phẩm của mình; ở đây, lao động chi phí vào sản phẩm cũng không biểu hiện ra *thành giá trị* của những sản phẩm ấy,..." (Gôtha, tr.477).

- Không còn thị trường và tiền tệ. "...chủ nghĩa cộng sản phải xóa bỏ buôn bán..." (*Tuyên ngôn, tr.561*). "...tiền tệ sẽ trở thành thừa..." (*Những nguyên lý, tr.457*). Và như vậy, bóc lột được triệt để xóa bỏ, không còn khả năng quay trở lại.

- Con người đã phát triển toàn diện (Chủ nghĩa xã hội phải đào tạo con người phát triển toàn diện trước khi bước vào chủ nghĩa cộng sản-TG). "...những con người như hiện nay thì không thể sản xuất công cộng được..." (*Những nguyên lý, tr.460*)

- Không còn sự đối lập giữa lao động trí óc và lao động chân tay. Lao động trở thành nhu cầu bậc nhất của sự sống. Cùng với sự phát triển toàn diện của các cá nhân, năng suất lao động của họ không ngừng tăng lên và tất cả các nguồn của cải xã hội đều tuôn ra dồi dào; và đương nhiên không còn chế độ phân phối theo lao động như ở thời kỳ chủ nghĩa xã hội; làm theo năng lực hưởng theo nhu cầu (*Xin xem Gôtha, tr. 480*).

- Chủ nghĩa cộng sản và hình thái sở hữu công cộng của nó chỉ có thể vận động trong toàn thế giới, không thể vận động đơn lẻ trong mỗi quốc gia. Chủ nghĩa cộng sản chỉ có thể tồn tại được với tư cách là một tồn tại "có tính lịch sử thế giới"(*xin xem Hệ tư tưởng Đức, tr. 298*). Sự giải phóng mỗi cá nhân riêng rẽ cũng sẽ được thực hiện theo chừng mực lịch sử sẽ biến thành lịch sử thế giới (*xin xem Hệ tư tưởng Đức, tr.301*).

- Nhà nước công sản chủ nghĩa không còn tính giai cấp. Đó là nhà nước toàn thế giới, điều hành hoạt động toàn bộ thế giới, điều hành nền kinh tế có kế hoạch toàn cầu.

- "Đối với chúng ta, chủ nghĩa cộng sản không phải là một *trạng thái* cần phải sáng tạo ra, không phải là một *lý tưởng* mà hiện thực phải khuôn theo. Chúng ta gọi chủ nghĩa cộng sản là một phong trào *hiện thực,* nó xóa bỏ trạng thái hiện nay. Những điều kiện của phong trào ấy là kết quả của những tiền đề hiện đang tồn tại" (*Hệ tư tưởng Đức, tr. 297*).

Như vậy, chủ nghĩa xã hội là giai đoạn lịch sử tự nhiên sáng tạo những tiền đề cho chủ nghĩa cộng sản.

Vận động thực tiễn quy luật sở hữu công công-cộng sản chủ nghĩa phải đồng bộ với những điều kiện và hình thái kinh tế của nó. Trên đây tóm tắt một số quan điểm chủ yếu của Mác và Ăngghen về vấn đề đó được trình bày trong bốn tác phẩm.

* Quy luật *Sở hữu công cộng-xã hội chủ nghĩa.*

Trong bốn tác phẩm vẫn sử dụng các khái niệm tương đương với khái niệm *Sở hữu công cộng-xã hội chủ nghĩa* và ngày nay vẫn thường sử dụng khái niệm sở hữu công cộng, nên cần phân biệt rõ ràng nội hàm "Sở hữu công cộng-cộng sản chủ nghĩa" và "Sở hữu công cộng-xã hội chủ nghĩa".

Sở hữu công cộng xã hội chủ nghĩa là quy luật sở hữu xã hội chủ nghĩa đã được Mác xác định trong đoạn văn nêu trên. Đó là chế độ sở hữu cá nhân được khôi phục sau khi xóa bỏ tư hữu bóc lột của chế độ tư bản, và vận động trên cơ sở những thành tựu của chủ nghĩa tư bản hiện đại...

Trong Những nguyên lý, trang 452, Ăngghen đã viết: "... chế độ tư hữu phải được thủ tiêu và phải thay bằng việc sử dụng chung tất cả mọi công cụ sản xuất và việc phân phối sản phẩm theo sự thỏa thuận chung, tức là bằng cái mà người ta gọi là sự cộng đồng về tài sản."

Có thể gọi nguyên lý sở hữu xã hội chủ nghĩa mà Ăngghen nêu ra ở đây là *nguyên lý Đồng sở hữu*. Đó là thực tiễn sở hữu xã hội chủ nghĩa triển khai quy luật sở hữu xã hội chủ nghĩa mà Mác và Ăngghen đã nêu trong Hệ tư tưởng Đức và được Mác trình bày ngắn gọn trong đoạn văn đã nêu ở bộ Tư bản quyển I, tập I (đã nêu ở trên). Về thực tiễn nguyên lý Đồng sở hữu sẽ được trình bày cụ thể trong chương VII tác phẩm này của TG.

Định nghĩa về sở hữu công cộng, trong sách "Giáo trình triết học Mác-Lênin", Nxb CTQG, Hà Nội-2007, trang292, viết như sau: *"Sở hữu công cộng là loại hình sở hữu mà trong đó tư liệu sản xuất thuộc về mọi thành viên của mỗi cộng đồng. Nhờ đó, quan hệ giữa người với người trong mỗi cộng đồng là quan hệ bình đẳng, hợp tác, giúp đỡ lẫn nhau."* Nếu định nghĩa này được sửa chữa như sau thì hoàn toàn phù hợp với nguyên lý Đồng sở hữu:

"Sở hữu công cộng xã hội chủ nghĩa là loại hình sở hữu tập thể xã hội chủ nghĩa mà trong đó tư liệu sản xuất được sử dụng chung, còn vốn tư liệu sản xuất do mỗi thành viên trong tập thể đóng góp. Do đó, mỗi thành viên đều có quyền bình đẳng trong việc phân phối thành quả lao động và tổ chức hợp tác sản xuất." Nhà nước có thể tham gia góp vốn với tư cách là một thành viên bình đẳng.

Như vậy, nội hàm sở hữu công cộng-xã hội chủ nghĩa khác căn bản với nội hàm sở hữu công cộng-cộng sản chủ nghĩa. Lý luận và thực tiễn về sở hữu công cộng ở thế kỷ XX đã phản ánh sai lạc nguyên lý sở hữu xã hội chủ nghĩa của học thuyết Mác. Nó không giống loại nào trong hai loại sở hữu công cộng nói trên; đó là sự tưởng tượng chủ quan trái quy luật.

Dù diễn đạt bằng hình thức gì và sử dụng các cụm từ đồng nghĩa phong phú đến mức nào thì *xã hội loài người chỉ có hai quy luật sở hữu cơ bản, sở hữu bóc lột và sở hữu không bóc lột.* Sở hữu bóc lột đi qua ba hình thái: nô lệ, phong kiến, tư bản. Sở hữu không bóc lột đi qua hai hình thái: xã hội chủ nghĩa và cộng sản chủ nghĩa. Trong BộTư bản, Mác cũng phân loại ba dạng sở hữu: tư hữu, sở hữu tập thể và sở hữu công cộng (*xem Tư bản, tr.591*). Chúng ta hiểu rằng, sở hữu tập thể thuộc giai đoạn xã hội chủ nghĩa. Trong khi trình bày nguyên tắc phân phối xã hội chủ nghĩa, Mác cũng sử dụng khái niệm "sở hữu tập thể" (*xin xem Gôtha, tr. 481*).

* Căn cứ nội dung khoa học trong các tác phẩm chủ yếu của học thuyết Mác về quy luật sở hữu xã hội chủ nghĩa, có thể diễn đạt quy luật sở hữu xã hội chủ nghĩa bằng các khái niệm đồng nghĩa, cùng nội hàm, sau đây:

- Quy luật sở hữu cá nhân không bóc lột, hoặc Quy luật sở hữu cá nhân chân chính.

Sở hữu cá nhân không bóc lột vận hành trên nền tảng của khoa học công nghệ hiện đại nên có "ngoại hình" của sở hữu tập thể, là điều kiện thuận lợi để phát triển tâm lý-ý thức làm chủ tập thể.

- Quy luật sở hữu tập thể xã hội chủ nghĩa, hoặc Quy luật sở hữu tập thể văn minh, hoặc Quy luật Đồng sở hữu, hoặc Quy luật sở hữu cổ phần xã hội chủ nghĩa (khác công ty cổ phần tư bản chủ nghĩa hiện đang vận hành).

- Quy luật sở hữu công cộng -xã hội chủ nghĩa.

Các hợp tác xã tự nguyện là hiện thực của mô hình Đồng sở

hữu. Xã viên gia nhập hợp tác hoàn toàn tự nguyện, không bị ép buộc dưới bất cứ hình thức nào. Khi vận động nông dân vào hợp tác xã nông nghiệp, Lênin và Hồ Chí Minh luôn luôn nhấn mạnh yếu tố tự nguyện. Có lợi thì họ vào, không lợi họ không vào; đó là quyền của họ. Trong hợp tác xã, xã viên tự nguyện góp vốn cổ phần theo khả năng; họ tham gia quyết định tập thể việc tổ chức sản xuất, mua sắm tư liệu sản xuất, cơ cấu mặt hàng,...Họ thống nhất chế độ trả lương. Sau kỳ kế hoạch, họ quyết định tập thể việc trích lợi nhuận cho các quỹ phúc lợi và các quỹ xã hội khác. Phần lợi nhuận còn lại, sau khi đã nộp thuế, họ phân phối cho xã viên theo nguyên tắc phân phối theo lao động, căn cứ vào tiền lương và giá trị cổ phần trong kỳ kế hoạch. Sang kỳ kế hoạch mới, xã viên lại tiếp tục đóng thêm cổ phần theo kế hoạch mở rộng sản xuất của hợp tác xã. Với phương thức hoạt động của hợp tác xã Đồng sở hữu như vậy, xã viên hoàn toàn làm chủ tư liệu sản xuất, quyết định việc tổ chức sản xuất và phân phối thành quả lao động, bóc lột bị xóa bỏ. Thực tế ở nước ta và nhiều nước tư bản, có nhiều hợp tác xã đồng thuận thực chất là hình thức sản xuất tập thể theo nguyên tắc Đồng sở hữu, nhưng chưa được nghiên cứu về mặt lý luận. Phương thức phân phối thu nhập trên đây hoàn toàn tương đồng với phương thức phân phối thu nhập của tổ chức sản xất tập thể xã hội chủ nghĩa mà Mác đã trình bày trong "Phê phán cương lĩnh Gôtha" khi Ông tiếp cận từ khái niệm "tổng thu nhập của người lao động".

Tư tưởng sở hữu xã hội chủ nghĩa của Mác và Ăngghen hoàn toàn phù hợp với quy luật vận động tâm lý-ý thức của người lao động ở giai đoạn lịch sử xã hội chủ nghĩa. Chế độ sở hữu cá nhân thời kỳ tiền tư bản đã bị chế độ tư hữu bóc lột phủ định. Song, tâm lý sở hữu cá nhân của người lao động vẫn được lưu giữ bền vững trong vô thức đại não của họ và càng được củng cố bền chặt hơn khi xung đột sâu sắc với thực tiễn sở hữu cá nhân cướp đoạt của giai cấp bóc lột. Khi được cách mạng giải phóng, đó là điều kiện vàng để họ đòi lại y nguyên cái họ đã bị chế độ cũ tước đoạt. Đó là quyền sở hữu cá nhân của họ đối với công cụ sản xuất. Kế thừa trạng thái tâm lý phổ biến của cấp vận động cũ rồi tiếp tục cải biến, đó là quy luật của phủ định phát triển. Hơn nữa, quy luật vận động tâm lý-ý thức luôn luôn đứng trong hàng ngũ những quy luật dẫn dắt tiến trình lịch sử và làm chuyển hóa các giai đoạn lịch sử. Do đó, quy luật sở hữu xã hội chủ nghĩa phù hợp với quy luật tâm lý của người lao động, và phù hợp ngay cả tâm lý của nhà tư bản sau khi đã được cách mạng cải tạo, là một sự phù hợp tự nhiên.

Sau khi khẳng định quy luật sở hữu xã hội chủ nghĩa, về cơ bản, coi như chấm dứt hiện tượng khủng hoảng về lý luận và phương thức thực tiễn xây dựng chủ nghĩa xã hội.

Đồng thời cũng khẳng định khuynh hướng phát triển của thế giới hiện đại và tương lai tươi sáng của chủ nghĩa xã hội.

Đối với Việt nam, Đảng cộng sản chân chính đã nắm quyền lãnh đạo nhà nước và tổ chức nhà nước dân chủ theo tư tưởng Hồ Chí Minh, của dân, do dân, vì dân. Do đó, việc thực hiện quy luật sở hữu xã hội chủ nghĩa là một tất yếu tự nhiên để chủ nghĩa xã hội tiếp tục vận động và phát triển.

Một nhà nước xã hội chủ nghĩa, nếu không vận hành đúng quy luật sở hữu xã hội chủ nghĩa mà vận hành theo một dạng sở hữu mơ hồ, trái quy luật, thì theo quy luật về sự phù hợp giữa thượng tầng kiến trúc và hạ tầng cơ sở, nhà nước đó ắt sẽ dần dần biến dạng và đi lạc đường, như đã từng xảy ra trong phong trào xã hội chủ nghĩa thế giới ở thế kỷ XX.

Ngày nay, khi LHQ và nhiều nước trên thế giới đang giương cao ngọn cờ của chủ nghĩa nhân đạo, dân chủ, nhân quyền, thì đó là thời cơ quốc tế thuận lợi để các nước xã hội chủ nghĩa thực hiện quy luật sở hữu đặc trưng của mình. Con người không bị bóc lột, và tất yếu không bị áp bức, đó là giá trị dân chủ và nhân quyền cao nhất của con người trong giai đoạn lịch sử hiện nay. Chủ nghĩa xã hội thực hiện điều đó ắt sẽ được thế giới ủng hộ. Xóa bỏ bóc lột là sự nghiệp nhân đạo của mỗi dân tộc, là việc riêng của mỗi dân tộc, không thể can thiệp từ bên ngoài, dù dưới hình thức "xuất khẩu cách mạng"; lại càng không thể âm mưu xóa bỏ một giá trị nhân quyền và dân chủ cao nhất của một dân tộc. Sức mạnh chủ nghĩa nhân đạo trong thế giới hiện đại không cho phép ai làm điều đó. Nếu trong nội bộ dân tộc có đứa con hư chống lại điều đó thì ắt được nhân dân dạy dỗ.

Những vấn đề thực tiễn về quy luật sở hữu xã hội chủ nghĩa sẽ được trình bày chi tiết ở chương VII.

12- *Hệ thống hóa các quy luật phổ quát đang vận động và quyết định khuynh hướng phát triển của xã hội hiện đại.*

** Đặc điểm vận động của các quy luật.

Sự vật vận động bằng hệ thống các quy luật, trong đó có các quy luật phổ quát triết học và các quy luật của khoa học cụ thể. Trong số rất nhiều quy luật vận động trong cùng một sự vật, có các quy luật "điều khiển" chung, nằm trong số các quy luật phổ quát. Trong đội ngũ các quy luật điều khiển chung, có quy luật điều khiển chung nhất, ảnh hưởng tới tiến trình phát triển của sự vật từ khi hình thành đến trạng thái cân bằng, phối hợp sự vận động của các quy luật và giữ cho sự vật vận hành cân bằng lâu dài; có quy luật ảnh hưởng trong từng giai đoạn phát triển nhất định, mang tính đặc trưng cho giai đoạn đó, cùng các quy luật phổ quát sáng tạo ra tiền đề hiện thực để hình thành quy luật đặc trưng cho giai đoạn phát triển tiếp sau.

Các quy luật còn tương tác với nhau để sản sinh ra những quy luật mới. Các quy luật phổ quát tương tác với quy luật đặc thù trong từng giai đoạn phát triển làm nảy mầm quy luật đặc thù cho giai đoạn phát triển tiếp theo; ví dụ như, các quy luật phổ quát vận động trong xã hội tư bản tương tác với quy luật sở hữu bóc lột; thành quả tương tác làm đâm chồi nẩy lộc quy luật sở hữu cá nhân không bóc lột. Các quy luật vận động xã hội tương tác với quy luật sinh lý đại não, phản ánh quy luật âm dương ngũ hành, đã sản sinh ra quy luật vận động tâm lý-ý thức, mang đặc trưng riêng cho từng đại não.

Các quy luật mới được khai sinh tiếp tục tương tác với các quy luật đã khai sinh ra nó, để sản sinh những quy luật mới thứ cấp hơn.

Các quy luật vận động song song, mỗi quy luật có vai trò riêng, đặc trưng, nhưng có mối liên hệ chặt chẽ với nhau như những cặp âm dương thành phần trong một cấu trúc âm dương tổng thể, và có một quy luật điều khiển chung.

Thành quả hiện thực thực tiễn trong một thời điểm nào đó, là tổng hòa kết quả vận động của các quy luật trên những tiền đề hiện thực đã được sáng tạo liên tục trước đó.

Sự vật mới ra đời là thành quả tương tác tầng tầng lớp lớp của các quy luật. Quy luật phát triển tương thành đã dẫn dắt sự vật từ khi "mang thai", cùng các quy luật khác kiến tạo hệ thống tương phản cân bằng và loại trừ tương phản đối kháng, đưa sự vật tới trạng thái cân bằng. Đó là thời điểm (điểm nút) ra đời của sự vật mới, xứng đáng với tên gọi của nó. Sự vật mới vận động theo các quy luật:

- Các quy luật phổ quát đã tham gia sáng tạo sự vật.

- Các quy luật đặc trưng đã nẩy mầm trong lòng sự vật cũ, tiếp tục vận động và hình thành những quy luật đặc trưng mới.

Từ cấu trúc và sự vận động của hệ thống quy luật đưa lại hiệu ứng nhân quả là, sự vật mới bao giờ cũng kế thừa những thành quả của sự vật cũ do các quy luật phổ quát sáng tạo nên. Đây là thuộc tính liên tục của vận động sự vật, đặc biệt đối với vận động xã hội, sự nhảy vọt chỉ là nhảy vọt quy luật đặc trưng.

Chủ nghĩa xã hội ắt phải kế thừa những thành quả của quy luật phát triển khoa học, công nghệ, quy luật phát triển chủ nghĩa nhân đạo, được sáng tạo trong lòng chủ nghĩa tư bản và tiếp tục cải biến, phát triển. Đồng thời, sự vật mới phải tiếp tục loại bỏ tàn dư của quy luật đặc trưng của sự vật cũ, đảm bảo cho sự vật mới vận động cân bằng từ các quy luật phổ quát và quy luật đặc trưng của chính nó.

Xã hội loài người là một chỉnh thể, vận động theo các quy luật phổ quát nhất của hiện thực, đồng thời vận động theo các quy luật đặc trưng của xã hội loài người, và trong từng giai đoạn lịch sử còn vận động theo quy luật đặc thù của giai đoạn lịch sử đó.

* Hệ thống các quy luật phổ quát vận động trong xã hội hiện đại:

Ở đây, khái niệm "quy luật" được mở rộng. Lênin từng nói, khái niệm, phạm trù, không phải chết cứng. Nó cũng vận động, phát triển và có thể tràn sang nhau; không như vậy, khái niệm, phạm trù không phản ánh cuộc sống sinh động. Do đó, có thể quan niệm rằng, quy luật là thuộc tính phổ biến của sự vật. Điều kiện tồn tại và vận động của quy luật cũng được mở rộng. Ở đâu có con người, ở đó có quy luật phát triển khoa học công nghệ,...; tương tự như trường hợp, ở đâu có vật chất, ở đó có quy luật mâu thuẫn.

1- Các quy luật phổ quát có trước sự sống (quy luật phổ quát cấp cao).

+ Hệ thống nguyên lý, quy luật cơ bản của chủ nghĩa duy vật biện chứng.

+ Quy luật phát triển tương thành âm dương.

+ Quy luật tương phản cân bằng âm dương.

+ Quy luật cân bằng âm dương.

+ Các quy luật âm dương ngũ hành.

2- Các quy luật riêng có của xã hội loài người.

+ Quy luật vật chất quyết định ý thức.

+ Quy luật phát triển khoa học công nghệ.

+ Quy luật phát triển chủ nghĩa nhân đạo.

+ Quy luật vận động sở hữu, từ sở hữu bóc lột tiến hóa lên sở hữu không bóc lột.

+ Quy luật thượng tầng kiến trúc phải phù hợp với quy luật vận động sở hữu.

+ Quy luật phát triển cái đẹp.

+ Các quy luật tâm lý-ý thức cơ bản.

Quy luật riêng có của xã hội loài người là thành quả tương tác của các quy luật phổ quát cấp cao trên đối tượng vật chất là loài người, kể từ khi xã hội loài người xuất hiện.

Khi quan sát hình thái phức tạp của hiện tượng tranh dành lãnh thổ, biển đảo, tài nguyên của dận tộc khác, của chủ nghĩa dân tộc ích kỷ, một số học giả cho rằng, dường như quy luật đấu tranh sinh tồn của thế giới tiền loài người vẫn là quy luật của thế giới hiện đại? Hiện thực là, tàn dư của hiện tượng đấu tranh sinh tồn của thế giới loài vật vẫn còn biểu hiện ở mức độ khác nhau ở nơi này, nơi khác. Học thuyết Đacuyn xã hội, vận dụng quy luật đấu tranh sinh tồn của thế giới loài vật cho xã hội loài người, đã bị các nhà khoa học bác bỏ từ những thế kỷ trước, coi như một học thuyết phản tiến bộ. Xã hội loài người khác hẳn thế giới loài vật ở thuộc tính vận động trí tuệ, tâm lý, ý thức, theo khuynh hướng của chủ nghĩa nhân đạo, phát triển quan hệ nhân tình, bình đẳng giữa con người. Theo quy luật phủ định phát triển, hiện tượng đấu tranh sinh tồn được kế thừa sang xã hội loài người ở thời kỳ bình minh của lịch sử. Trong quá trình phát triển của mình, hiện tượng đó được các quy luật vận động trong xã hội loài người cải biến. Sự tương tác giữa các quy luật loại bỏ dần quy luật đấu tranh sinh tồn. Tâm lý quyền lực tuyệt đối của động vật đứng đầu bầy đàn, được kế thừa dưới dạng độc đoán, chuyên quyền của chủ nô, vua quan. Hiện tượng này được dần dần cải biến sang quyền lực tập thể, Quốc hội, quyền lực của nhân dân. Hiện tượng tranh giành không gian sinh tồn, được kế thừa dưới dạng những cuộc chiến tranh xâm lược, được cải biến thành ý thức tôn trọng nền độc lập của các dân tộc, biểu hiện ở Hiến chương LHQ và pháp luật quốc tế; cao hơn là ý thức về chủ nghĩa dân tộc chân chính. Hiện tượng tranh giành thức ăn được kế thừa dưới dạng sở hữu bóc lột, đang được cải biến thành dạng sở hữu không bóc lột. Như vậy, quy luật đấu tranh sinh tồn không đứng trong hàng ngũ những quy luật của xã hội loài người.

Thế giới vô sinh vận động mù quáng theo các quy luật phổ quát và quy luật riêng của chúng, chủ yếu là các quy luật của khoa học tự nhiên, theo từng cấp vận động.

Thế giới hữu sinh trên trái đất, ngoài việc vận động theo quy luật như thế giới vô sinh còn vận động theo quy luật âm dương ngũ hành, quy luật đặc thù của trái đất. Quy luật âm dương ngũ hành có công không nhỏ trong việc dẫn dắt thế giới hữu sinh phát triển thành xã hội loài người.

Khác với thế giới vô sinh và thế giới tiền loài người, xã hội loài người là cấp vận động cao nhất của hiện thực, được cấu trúc bằng các đối tượng vật chất, vừa vận động theo quy luật, vừa có khả năng vận động tự thân, tức là vận động theo tâm lý-ý thức chủ quan. Khi tâm lý-ý thức chủ quan nhận thức không phù hợp quy luật khách quan, thường đưa thực tiễn đến thất bại. Đặc biệt, đối với tư duy chính trị có tầm ảnh hưởng quốc gia hoặc quốc tế, nếu nhận thức không phù hợp quy luật, có thể đẩy nhân loại vào những cuộc chiến tranh phi nghĩa.

Xã hội cùng lúc chịu tác động của nhiều quy luật, mỗi quy luật là một lực, tất cả các quy luật đều tác động cùng chiều, tạo thành hợp lực, thúc đẩy xã hội tiến về phía trước. Nếu thiếu nhận thức một quy luật, có nghĩa là hành động thực tiễn trái quy luật đó, sẽ làm giảm sức mạnh của hợp lực. Nếu hành động trái với nhiều quy luật, có thể quay ngược sự tiến bộ xã hội.

Xã hội loài người tổ chức thành nhà nước. Nhà nước, bắt đầu từ nhà nước tư sản, đã điều khiển xã hội bằng "hệ thống thượng tầng ý thức", có thể sử dụng khái niệm "Đạo" để diễn đạt ngắn gọn hệ thống này. Đạo là hệ thống bao gồm Ý thức hệ, Hiến pháp, Pháp luật, Đường lối của Đảng cầm quyền, chính sách,... Đạo là công cụ điều hành xã hội thực hiện các quy luật. Do đó, Đạo phải thể hiện đúng các quy luật. Đạo bỏ qua hoặc biểu hiện trái quy luật nào, Đạo sẽ giảm uy lực và hiệu quả điều hành, tương phản đối kháng có thời cơ phát triển, làm mất ổn định xã hội. Các quy luật phải thể hiện đầy đủ trong bốn nội dung chủ yếu của Đạo. Đó là Ý thức hệ, Đường lối của Đảng cầm quyền, Hiến pháp, Pháp luật.

Các quy luật riêng của xã hội là thành quả tương tác của các quy luật phổ quát cấp cao (*có trước loài người*) trên tiền đề hiện thực là thế giới tiền loài người và loài người kể từ khi xuất hiện. Các quy luật riêng tác động trực tiếp, dễ nhận biết. Song, các quy luật chung có vai trò rất lớn, điều hành, phối hợp hoạt động các quy luật riêng, bảo đảm cho quy luật riêng phản ánh tính chất cơ bản của quy luật chung. Có thể so sánh với hoạt động của dàn nhạc giao hưởng, tuy còn nhiều khập khễnh; các quy luật như những nhạc cụ, trong đó quy luật cấp cao là những nhạc cụ chính; mỗi nhạc cụ có bản sắc của mình và giữ những nhiệm vụ khác nhau trong dàn nhạc, song đều tuân theo sự chỉ huy của nhạc trưởng. Bản nhạc giao hưởng được nhạc sĩ sáng tác phải phù hợp với bản sắc của các nhạc cụ. Bản nhạc có vai trò như Đạo của một nhà nước.

Xã hội loài người là thành quả tương tác của quy luật phổ

quát cấp cao. Vì vậy, khuynh hướng phát triển của xã hội hiện đại phải phù hợp với thuộc tính vận động của quy luật phổ quát cấp cao. Mặt khác, tác động của quy luật cấp cao còn được biểu hiện qua quy luật riêng như những công cụ sản xuất. Vận động chính xác quy luật riêng là vận động đúng hướng quy luật cấp cao.

Từ sau Vụ nổ lớn, các sự vật hình thành có khuynh hướng phát triển đến trạng thái cân bằng âm dương. Xã hội loài người được sinh ra cũng nhờ khuynh hướng này. Đây là khuynh hướng vận động cơ bản của nhóm quy luật cấp cao. Cũng từ khuynh hướng này, các quy luật riêng của xã hội đã ra đời.

Xã hội loài người là một đối tượng vật chất, được các quy luật phổ quát cấp cao tương tác trên những tiền đề hiện thực vận động và biến đổi liên tục, mà khai sinh ra. Khi mới chào đời, đó là một cặp đối lập âm dương chưa cân bằng. Các quy luật cấp cao tiếp tục sản sinh ra những quy luật riêng, làm "công cụ" đặc hiệu, tiếp tục đưa cặp âm dương tiến tới trạng thái cân bằng.

Để đưa cặp âm dương tới trạng thái cân bằng, phải loại trừ tương phản đối kháng. Nguồn gốc đối kháng trong xã hội loài người là sự kế thừa tàn dư của quy luật đấu tranh sinh tồn của thế giới loài vật. Các tàn dư đấu tranh sinh tồn đã gây ra những thực tiễn đối kháng khác nhau trong xã hội, mà hậu quả của nó là gây đau thương cho con người và tổn thất cho sự phát triển nền văn minh nhân loại.

Quy luật phát triển tương thành giữ vai trò chủ yếu trong việc tập hợp lực lượng, phối hợp, điều hòa các quy luật để loại trừ đối kháng của quy luật đấu tranh sinh tồn.

Ở đây có vai trò đặc hiệu của quy luật phát triển trí tuệ, tâm lý, ý thức trong từng giai đoạn lịch sử. Tuy là sản phẩm của vật chất (*xã hội, tự nhiên và cấu trúc sinh lý đại não*), song, quy luật ý thức, sau khi được phát triển qua một giai đoạn lịch sử, lại đứng trong hàng ngũ các quy luật tác động vào xã hội và có vai trò dẫn dắt. Con người hành động theo sự điều khiển của ý thức. Trước khi làm việc gì, người ta đều suy nghĩ, và trí tuệ, ý thức, tâm lý chỉ dẫn cho người ta làm việc đó như thế nào. Công dân của một quốc gia hành động theo sự điều hành của cấp lãnh đạo. Lãnh đạo điều hành theo phương thức nào phải căn cứ vào Đạo, tức là hệ thống ý thức đã được xác lập từ trước, sự năng động, sáng tạo đều phải căn cứ vào đó. Hiện thực thực tiễn luôn luôn chứng minh như vậy. Do đó, sự phù hợp giữa quy luật phát triển tâm lý, ý thức và các quy luật khác có vai trò thúc đẩy sự tiến bộ lịch sử. Song, đó là thành quả lao động trí tuệ vô cùng gian khổ và lâu dài của nhiều thế hệ.

Khi muốn chuyển hóa một thực tại xã hội cho phù hợp với quy luật, không thể không giáo dục, tuyên truyền về quy luật, phương thức chuyển hóa cho lực lượng sẽ làm cuộc thay đổi. Lênin từng nói, không có lý luận cách mạng thì không có phong trào cách mạng. Ngày nay, những tiền đề hiện thực để chuyển hóa sở hữu bóc lột sang sở hữu không bóc lột đã bộc lộ ngày càng rõ ràng ở nhiều quốc gia. Điều còn thiếu là hệ thống tâm lý-ý thức về điều đó chưa được xác lập mạnh mẽ, chưa định hướng được rõ ràng phương thức thực tiễn.

Cần chú ý rằng, lý luận và phương thức thực tiễn thực hiện lý luận đó, đều phải phù hợp quy luật và cùng chung một hệ quy luật. Nếu phương thức thực tiễn đi lạc nguồn gốc lý luận thì kết quả thực tiễn sẽ phản lại lý luận. Tiền lệ lịch sử đã để lại những bài học đắt giá về điều đó.

Quy luật phát triển khoa học công nghệ đã cải biến các hình thức sở hữu bóc lột qua các giai đoạn nô lệ, phong kiến, tư bản, góp phần sáng tạo những tiền đề hiện thực để xóa bỏ nó, mà học thuyết Mác đã chứng minh. Đó là tàn dư quy luật đấu tranh sinh tồn sống dai dẳng nhất trong xã hội loài người.

Quy luật phát triển chủ nghĩa nhân đạo, tạo ra ngòi nổ,

động lực cho mọi đảo lộn lịch sử có bản chất cách mạng, góp phần tiêu diệt mọi cuộc chiến tranh phi nghĩa, làm nẩy mầm các tư tưởng nhân đạo về dân chủ, nhân quyền, tôn trọng độc lập dân tộc, giữ gìn hòa bình, ngăn chặn mọi cuộc chiến tranh, phát triển tình hữu nghị và hợp tác giữa các dân tộc. Quy luật đó làm nẩy mầm các điểm hội tụ quốc tế và khu vực như LHQ, WTO, WHO, các tổ chức hợp tác khu vực, là tiền đề để thống nhất hóa loài người vào một quốc gia toàn hành tinh. Đó là những điều kiện làm tàn lụi quy luật đấu tranh sinh tồn về tranh giành không gian sinh tồn.

Quy luật phát triển chủ nghĩa nhân đạo còn cải biến hiện tượng độc tôn, chuyên quyền. Thay vào đó là quyền lực dân chủ, là việc tổ chức quyền lực tập thể, Quốc hội, quyền lực thuộc về nhân dân, nhà nước của dân, do dân, vì dân.

Các quy luật không hoạt động đơn độc mà có quan hệ chặt chẽ với nhau, hòa vào nhau, thúc đẩy lẫn nhau, sử dụng hiệu ứng nhân quả của nhau. Hành động thực tiễn của con người mang lại kết quả tối ưu khi biết vận dụng, phối hợp tất cả mọi quy luật trong cùng thực tiễn ấy. Đạo cụ thể, như đường lối, chính sách, một bộ luật,..., phản ánh đầy đủ mọi quy luật, sẽ mang lại hiệu quả tốt nhất trong thực tiễn. Kết quả thực tiễn là hiệu quả tổng hòa của mọi quy luật vận động trên cùng một tiền đề hiện thực.

Khó có thể sắp đặt thứ tự về tầm ảnh hưởng của các quy luật. Tuy nhiên. có hai quy luật tác động vào tư duy hàng ngày của nhân loại và gắn liền với khát vọng cháy bỏng của con người. Đó là quy luật phát triển khoa học công nghệ, điểm tựa cơ bản để con người không ngừng nâng cao đời sống của mình. Đó là quy luật phát triển chủ nghĩa nhân đạo, điểm tựa cơ bản để con người được sống trong hòa bình, bình đẳng, không còn bị bóc lột, áp bức, được sống trong môi trường tràn đầy tình nhân ái. Kết quả hiện thực thực tiễn của cả hai quy luật bổ sung cho nhau, làm phong phú sức mạnh hiện thực của nhau và có thể mang lại giai điệu hòa âm chung của bản đại giao hưởng Hạnh phúc Con Người.

Sự điều chỉnh mang tính tất yếu của tiến trình lịch sử tự nhiên của chủ nghĩa tư bản, chỉ có thể điều chỉnh theo hai quy luật này. Ngày nay, khi thế giới bước vào nền kinh tế trí thức, nhờ sự phát triển nhảy vọt của khoa học công nghệ, nhân loại được tri thức hóa, tâm lý-ý thức về chủ nghĩa nhân đạo sẽ bừng lên mạnh mẽ. Đó là tiền đề hiện thực để chủ nghĩa tư bản chuyển hoá hòa bình lên chủ nghĩa xã hội, sở hữu bóc lột chuyển sang sở hữu không bóc lột theo nguyên lý sở hữu xã hội chủ nghĩa của học thuyết Mác. Tuy còn sự quấy nhiễu của chủ nghĩa dân tộc ích kỷ và tâm lý bóc lột thâm căn cố đế của một bộ phận giai cấp tư sản, song, đó là khuynh hướng phát triển của thế giới hiện đại, không thể đảo ngược.

Để quá trình phân tích và tổng hợp có tính hệ thống, cần đánh giá vai trò của các quy luật cấp cao. Cũng như hệ quy luật riêng, hệ quy luật cấp cao có mối quan hệ khăng khít với nhau, hòa hợp với nhau trong tiến trình vận động. Giữa hai hệ quy luật, hệ quy luật cấp cao là bản chất, quy định sự tồn tại và phát triển của hệ quy luật riêng, vì nó là nguyên nhân của hệ quy luật riêng. Trong quá trình vận động của hệ riêng, hệ cấp cao luôn luôn có mặt để giữ quyền uy bản chất của mình, định hướng cho hệ riêng luôn luôn phù hợp với hệ cấp cao, tuy rằng, hệ riêng hoạt động phong phú và cụ thể hơn hệ cấp cao.

Xã hội loài người là một cặp âm dương tổng thể, trong đó có nhiều cặp âm dương thành phần. Giai đoạn non trẻ của xã hội loài người, lực lượng tương phản đối kháng còn mạnh do kế thừa các yếu tố đối kháng từ thế giới tiền loài người.

Khuynh hướng vận động của quy luật cấp cao là đưa các cặp đối lập đã hình thành đến trạng thái cân bằng. Để đạt mục đích đó, hệ quy luật cấp cao điều hành hệ quy luật riêng loại bỏ các tương phản đối kháng. Các lực lượng đối kháng, thực hiện quy luật đấu tranh sinh tồn kế thừa từ thế giới loài vật. Đó là những lực lượng phi nghĩa. Để trừ bỏ nó, cần tạo sức mạnh cho lực lượng chính nghĩa. Lực lượng chính nghĩa là một cặp âm dương. Để lực lượng này có sức mạnh áp đảo kẻ thù, cần phát triển sức mạnh tương thành, tăng cường tính thống nhất, cấu trúc hệ thống tương phản cân bằng có hiệu quả để loại trừ mâu thuẫn nội bộ, làm cho cặp âm dương luôn luôn vận động ở trạng thái cân bằng. Trong tiến trình lịch sử nhân loại, lực lượng chính nghĩa luôn luôn vận động theo quy luật *phát triển* chủ nghĩa nhân đạo. Đó là thuộc tính của hệ quy luật cấp cao được di truyền sang hệ quy luật riêng.

Vận động trong đối tượng vật chất xã hội, quy luật *phát triển* tương thành luôn luôn tác động vào hai cặp âm dương: "con người-con người", "con người-tự nhiên", nhằm đưa hai cặp âm dương tới trạng thái cân bằng. Con người và tự nhiên ngày càng hiểu biết nhau. Con người hiểu biết nhiều quy luật tự nhiên, đã trở thành người bạn của tự nhiên; tự nhiên hào phóng cho con người nhiều của cải vật chất để không ngừng nâng cao đời sống cho con người. Sự vận động của cặp âm dương con người-tự nhiên đã sáng tạo ra quy luật phát triển khoa học công nghệ, góp phần không nhỏ cải biến sở hữu bóc lột phủ định phát triển thành sở hữu không bóc lột. Cặp âm dương con người-con người vận động theo xu hướng phát triển mối quan hệ tốt đẹp giữa con người và con người; đảm bảo sự cân bằng âm dương trong cấu trúc đại não, làm cho con người có cảm giác thư thái, hạnh phúc, yêu mến người khác và mọi vật chung quanh. Vận động của cặp âm dương con người-con người sáng tạo ra quy luật *phát triển* chủ nghĩa nhân đạo.

Nhìn khái quát tiến trình lịch sử nhân loại, các cuộc chiến tranh phi nghĩa đều lần lượt thất bại, dù có những thời điểm thắng lợi tạm thời rất "hoành tráng"! Các cuộc chiến tranh khổng lồ của Thành cát tư hãn, của Napôlêông, của Hitle,...chung cuộc là ca khúc khải hoàn theo giai điệu u hồn. Cuối thế kỷ XX, thắng lợi của dân tộc Việt Nam trong hai cuộc kháng chiến thần thánh, ghi nhận công lao to lớn của quy luật phát triển tương thành, phát triển được sức mạnh của toàn dân tộc và sức mạnh quốc tế theo tinh thần của chủ nghĩa nhân đạo, tạo thành sức mạnh tổng hợp chiến thắng kẻ thù.

Từ căn cứ khoa học và hiện thực lịch sử, có thể đi tới tư duy biện chứng rằng, chủ nghĩa nhân đạo chân chính luôn luôn chiến thắng, khuynh hướng phát triển của xã hội hiện đại là khuynh hướng phát triển của chủ nghĩa nhân đạo. Hiện thực thực tiễn đang chứng minh điều đó!

Sự phát triển nhảy vọt của chủ nghĩa nhân đạo thành văn gắn liền với sự ra đời của học thuyết Mác. Học thuyết đó đã kiến tạo sự phát triển nhảy vọt của tâm lý-ý thức nhân loại về tính tất yếu, điều kiện và lực lượng giải phóng họ khỏi xiềng xích bóc lột. Tâm lý-ý thức đó đã được thực tiễn hóa thành phong trào cách mạng vô sản sau khi học thuyết ra đời, tiêu biểu là Cách mạng Xã hội chủ nghĩa Tháng Mười Nga vĩ đại. Mô hình thực tiễn xã hội chủ nghĩa Xô viết thất bại do vi phạm hàng loạt quy luật định hình sự phát triển của chủ nghĩa xã hội.

Trước tiên phải kể đến việc vi phạm quy luật phát triển chủ nghĩa nhân đạo. Học thuyết Mác đã chỉ ra rằng, khi giai cấp vô sản nắm được chính quyền nhà nước phải *"khôi phục lại chế độ sở hữu cá nhân* trên cơ sở những thành tựu của chủ nghĩa tư bản hiện đại...(đã dẫn ở trên). Điều đó có nghĩa là, sau khi xóa bỏ tư hữu, tức xóa bỏ sở hữu cá nhân bóc lột thì khôi phục lại chế độ sở hữu cá nhân *không bóc lột,* trên cơ sở của nền sản xuất công nghiệp hóa. Đó là bước nhảy vọt của hình thái sở hữu, đồng thời là bước nhảy vọt của chủ nghĩa nhân đạo thực tiễn, vận hành trong giai đoạn lịch sử xã hội chủ nghĩa. Suốt thời gian xây dựng chủ nghĩa xã hội, người ta chỉ nói xóa bỏ bóc lột trên lý luận mà không định hình được phương thức xóa bỏ bóc lột trong thực tiễn. Người ta đã thực hành một dạng quan hệ sản xuất mơ hồ dựa trên một hình thái sở hữu trái quy luật. Theo quy luật về sự phù hợp giữa thượng tầng kiến trúc và hạ tầng cơ sở, nhà nước xã hội chủ nghĩa vận hành hạ tầng cơ sở trái quy luật, ắt sẽ dần dần biến dạng rồi thoái hóa, như đã xẩy ra.

Tiếp theo phải kể đến việc vi phạm quy luật phát triển khoa học công nghệ. Nhà nước Xô viết đã không chú ý đầy đủ việc đẩy mạnh phát triển khoa học công nghệ trong các ngành kinh tế, làm cho năng suất lao động bị tụt hậu khá xa so với chủ nghĩa tư bản. Đời sống nhân dân ngày càng khó khăn; không có điều kiện hiện đại hóa nông nghiệp và phát triển các nhiệm vụ nhân đạo,...

Vi phạm nhiều quy luật ắt phải dẫn đến nghịch biến!

Là quy luật đặc trưng, mang tính bản chất của một giai đoạn lịch sử trong tiến trình lịch sử tự nhiên của nhân loại, việc nhận thức và thực hiện chính xác quy luật sở hữu xã hội chủ nghĩa, đã được học thuyết Mác khám phá, là một vấn đề trọng đại đối với hiện tại và tương lai của chủ nghĩa xã hội.

*** Từ căn cứ khoa học và hiện thực lịch sử, đề nghị sơ đồ tiến hóa của xã hội loài người như sau:*

- Chữ viết tắt:

+ Chất-Trường năng lượng, là cấu trúc cơ bản, là cặp âm dương cơ bản của thế giới vật chất, cấu trúc nên các đối tượng vật chất cụ thể như, các hạt siêu cơ bản, hạt cơ bản, các nguyên tố hóa học, các vì sao, thiên hà, đại vũ trụ, hệ thống vật chất của vũ trụ.

+ Quy luật ADNH: Quy luật âm dương ngũ hành, được sáng tạo từ hệ mặt trời-trái đất-mặt trăng và vận hành trên trái đất.

SƠ ĐỒ TIẾN HÓA CỦA XÃ HỘI LOÀI NGƯỜI

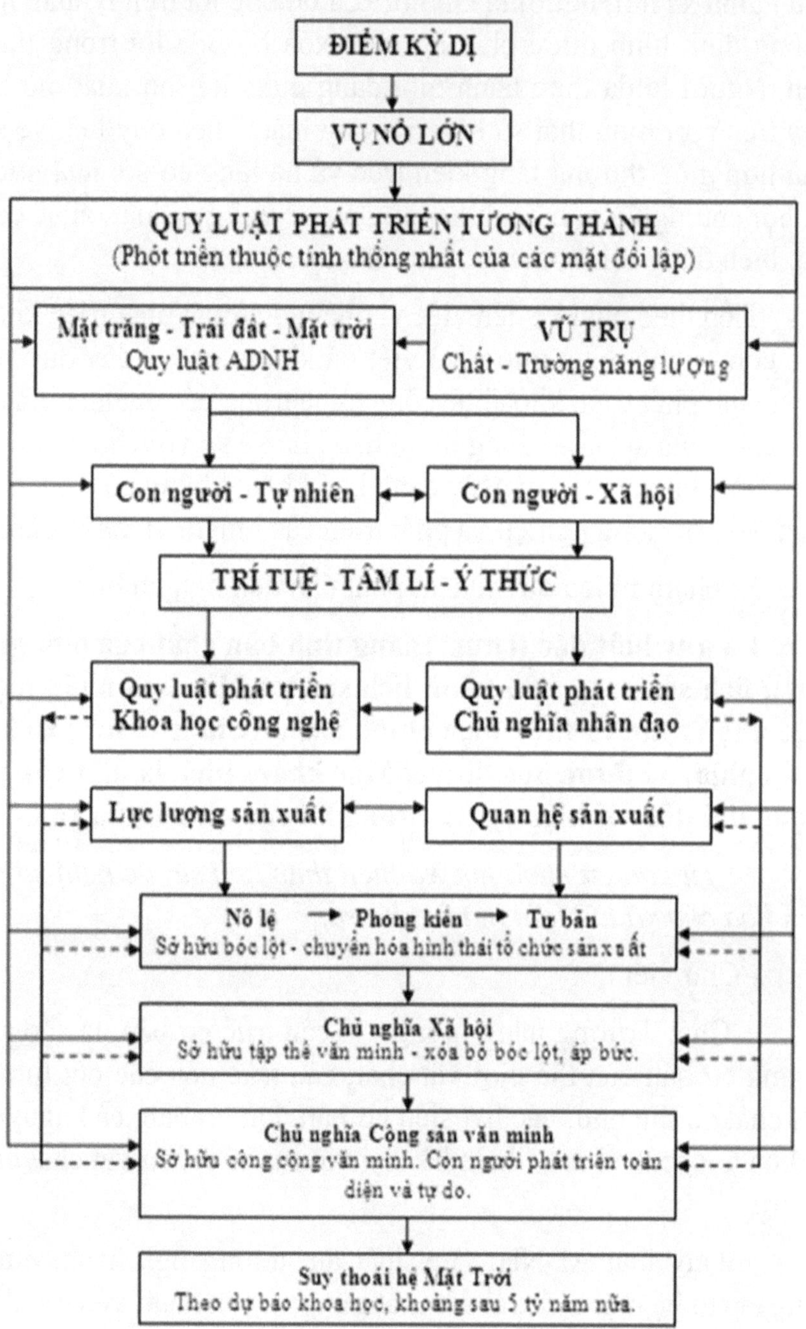

CHƯƠNG I

HỌC THUYẾT ÂM DƯƠNG NGŨ HÀNH DƯỚI ÁNH SÁNG CỦA KHOA HỌC HIỆN ĐẠI

Từ hơn ba ngàn năm nay, học thuyết *"Âm Dương Ngũ Hành Thiên Nhân hợp nhất"* đã thống trị tri thức của người Phương Đông, chiếm một phần ba nhân loại Địa cầu; là triết học, cơ sở lý luận và phương pháp luận của nhiều khoa học ứng dụng, nổi bật như Kinh Dịch, Y học cổ truyền Phương Đông, Dự đoán học mệnh vận, Dự đoán học sự việc, Phong thủy, Khí công, võ thuật, và cả Chính trị luận của các nhà tư tưởng và chính trị gia Phong kiến, v.v...

Khi viết về tác phẩm chuyên ngành, các tác giả chỉ giới thiệu một cách mờ nhạt học thuyết Âm Dương Ngũ Hành thiên nhân hợp nhất (viết tắt: ANT) như một tri thức hỗ trợ, mà không đặt đúng vị trí soi sáng, dẫn đường của học thuyết này.

Người xưa giải thích học thuyết có phần khiên cưỡng. Nếu không căn cứ vào hiệu quả ứng dụng tuyệt vời của học thuyết, người ta mất niềm tin khoa học vào nó, đặc biệt là sự lý giải mơ màng của học thuyết Ngũ Hành. Khoa học hiện đại dường như không thể dung dưỡng học thuyết này với cách giải thích như vậy. Vì thế, lý luận y học cổ truyền, trong một thời gian dài, đã bị các nhà Tây y coi thường.

Học thuyết ANT là học thuyết cổ đại, mô tả phổ quát quy luật vận động của vũ trụ, ở cấp độ triết học. Nói rằng cổ đại là do sự phân kỳ thời gian của khoa học lịch sử. So với chu kỳ vũ trụ chúng ta đang sống, bắt đầu bằng một "Vụ nổ lớn"(Bigbang), cách nay 13,7 tỷ năm, hoặc so với hệ mặt trời và trái đất ra đời cách nay 5 tỷ năm, hoặc so với lịch sử văn minh loài người, ra đời cách nay 4 triệu năm, thì học thuyết ANT ra đời cách nay khoảng 3000 năm, vẫn còn là một mầm xanh đầy sức sống.

Vũ trụ là duy nhất. Đáng ra chỉ có một học thuyết duy nhất mô tả các quy luật vận động của nó. Nhưng con người chưa tìm ra học thuyết và thuật toán duy nhất đó. Quy luật tiến hóa của trí tuệ con người chỉ cho phép chúng ta nhận thức dần dần, khám phá dần dần.

Trên hành trình khám phá đó, những chân lý tương đối sẽ lần lượt ra đời, cái nọ kế tiếp cái kia, làm nên con đường lấp lánh ánh hào quang, nhưng cao vời vợi, dẫn tới chân lý tuyệt đối, như một học thuyết duy nhất, một thuật toán duy nhất, mô tả đúng đắn và đầy đủ một vũ trụ duy nhất. Chân lý tuyệt đối ôm trong mình mọi chân lý tương đối. Các chân lý tương đối đều là "anh em" gần gũi nhau, có sự phù hợp với nhau, vì đều mô tả cùng một hiện thực, dù việc mô tả đó từ *phía trước, phía sau, trên, dưới, phải, trái của hiện thực"*, dù là mô tả chi tiết vi mô, hay khái quát vĩ mô, dù mô tả gián tiếp hay trực tiếp, dù ngôn ngữ diễn đạt có khác nhau.

Học thuyết ANT, một mô hình vũ trụ, là một trong những hòn ngọc chân lý tương đối, nằm chung một con đường chân lý với mô hình vũ trụ Bigbang, lý thuyết Dây, lý thuyết Màng hiện đại, nhưng ở cấp độ chân lý mang tính phổ quát triết học. Sự ứng dụng rộng rãi và có hiệu quả của học thuyết ANT, gần 3000 năm nay là bằng chứng thực tiễn rõ ràng, kiểm chứng tính chân lý của học thuyết, chứng minh không thể bác bỏ rằng, học thuyết ANT được cấu trúc bằng các *"Gen"* hiện thực và khoa học.

Bằng tri thức của khoa học hiện đại, chúng ta thử lần tìm cái *"Gen"* đó.

Học thuyết ANT được bổ sung hoàn thiện dần dần suốt chiều dài lịch sử hàng ngàn năm, qua tư tưởng của các bậc hiền triết. Ở đây trình bày các tư tưởng chủ yếu đó, cuối cùng sẽ phân tích, tổng hợp, đối chiếu với tri thức triết học và khoa học hiện đại. Học thuyết Thiên nhân tương ứng đã bao hàm trong học thuyết Âm Dương Ngũ Hành (ADNH) nên không bàn riêng.

I- HỆ MẶT TRỜI - TRÁI ĐẤT- MẶT TRĂNG VÀ SỰ SÁNG TẠO HỌC THUYẾT ÂM DƯƠNG NGŨ HÀNH

Mọi học thuyết khoa học đều là thành quả sáng tạo của con người. Là sản phẩm của vật chất được tổ chức cao là đại não con người, không thể từ trên trời rơi xuống, hoặc từ các truyền thuyết mơ hồ, thần bí. Mọi con đường sáng tạo khoa học đều tuân theo quy luật sáng tạo. Đó là từ trực quan sinh động đến tư duy trừu tượng để khám phá chân lý, rồi quay về thực tiễn phục vụ cuộc sống, kiểm chứng và hiệu chỉnh chính xác hơn.

Sự ra đời của học thuyết Âm dương ngũ hành (ADNH) và Kinh Dịch cũng vậy, không nằm ngoài quy luật sáng tạo đó.

Sản phẩm sáng tạo có được từ tư duy tâm linh hay tư duy thực nghiệm.

Tư duy tâm linh là tư duy trừu tượng từ trực quan sinh động có sẵn, kết hợp với tri thức đã có, kinh nghiệm thực tiễn, để phát hiện chân lý. Các sáng tạo của người xưa, khi khoa học thực nghiệm chưa phát triển, thường từ tư duy tâm linh. Học thuyết ADNH ra đời từ hiện thực đó.

Tư duy thực nghiệm là tư duy trừu tượng từ trực quan sinh động có sẵn, phối hợp với trực quan sinh động được dàn dựng trong phòng thí nghiệm, với các thiết bị quan sát, đo lường ngày càng hiện đại, kết hợp với các tri thức và kinh nghiệm đã được tích lũy, để khám phá chân lý.

Tư duy tâm linh thường chỉ phát hiện chân lý ở tầm khái quát vĩ mô. Tư duy thực nghiệm vừa khám phá hiện thực ở tầm khái quát vừa khám phá ở tầm chuyên sâu, vi mô. Không có phòng thí nghiệm không thể tìm ra ADN, các hạt sơ cấp, chân không vật lý,v.v…

Tuy nhiên, trong tư duy thực nghiệm, có giai đoạn tư duy tâm linh, sau khi quan sát hiện thực có sẵn và hiện thực dàn dựng.

Thế giới vận động phong phú và phức tạp vô cùng. Không thể khám phá mọi quy luật bằng tư duy thực nghiệm. L.Hunt từng nói: "Có hai thế giới, một thế giới có thể đo bằng thước và một thế giới cảm nhận bằng con tim và trí tưởng tượng". Thế giới trong học thuyết ADNH thuộc thế giới thứ hai, thế giới của tư duy tâm linh. Sự vận động của Hệ Mặt trời - Trái đất - Mặt trăng là một trong những trực quan sinh động có sẵn để khám phá ra thế giới này.

Khoa học hiện đại đã chứng minh, thế giới được cấu trúc bằng "chất" và "trường". Mọi quy luật vận động của thế giới là quy luật vận động của chất và trường. Hãy mạnh dạn tìm xem, trong học thuyết ADNH, chất và trường ẩn dấu trong tấm áo giáp Âm Dương Ngũ Hành như thế nào.

*** Sự vận động của hệ Mặt trời - Trái đất - Mặt trăng:**

1. Mặt trời:

- Đường kính quang cầu: 1.392.000 km gấp 109,12 Đk Trái đất.

- Thể tích: $1,41,10^{27}$ m^3 gấp 1.330.000 thể tích Trái đất.

- Khối lượng: $1,99.10^{27}$ tấn, gấp 331.667 KL trái đất.

- Chu kỳ tự quay của vật chất gần xích đạo: 25 ngày

(Trái đất 24 h). Càng xa xích đạo, chu kỳ quang càng lớn, tới gần cực chu kỳ tới 30 ngày. Thiên văn học lấy chu kỳ tự quay trung bình 27,3 ngày.

- Cách tâm thiên hà khoảng 25.000 năm ánh sáng.

- Tốc độ quang quanh thiên hà 230 km/s, tức là mỗi giờ Can chi đi được 1.856.000 km. Quay hết một vòng thiên hà mất 200 triệu năm.

Năng lượng bức xạ toàn phần (đủ các bước sóng) truyền thẳng góc đến một diện tích 1cm^2 ở khoảng cách trung bình từ mặt trời đến trái đất là:

$Q = 0,136$ W/cm$^2 = 13.600$ kw/m^2

- Những chu kỳ hoạt động của mặt trời:

+ Chu kỳ phập phồng của bề mặt mặt trời 2h40 phút, mỗi lần phập phồng, bề mặt MT được nâng cao tới 20 km.

+ Chu kỳ quay trung bình 27,3 ngày

+ Chu kỳ hoạt động của vết đen: Trung bình 11 năm

+ Chu kỳ hoạt động 176,77 năm, là cơ sở chu kỳ "tam nguyên" 180 năm trong tri thức học thuyết ADNH (Âm Dương Ngũ Hành).

Các chu kỳ phập phồng, vết đen, chu kỳ tam nguyên, biểu

hiện sự hoạt động của thuộc tính tương phản cân bằng AD của hai mặt đối lập âm dương trong mặt trời, nhằm duy trì sự cân bằng âm dương để mặt trời tồn tại lâu dài. Các chu kỳ này làm biến đổi năng lượng bức xạ mặt trời về trái đất, là một trong những yếu tố quan trọng hàng đầu sinh ra các hiện tượng thời tiết, khí hậu, bão lụt, chu kỳ sinh trưởng của thế giới hữu sinh, hiện tượng 4 mùa và sự đa dạng sinh học trên trái đất, cùng nhiều sự hoạt động có tính chu kỳ và bất thường khác.

Chu kỳ phập phồng 2h40 góp phần tạo nên đặc điểm Ngũ Hành của giờ Can Chi, chu kỳ tự quay 27,3 ngày cùng với chu kỳ chuyển động của mặt trăng quay quanh trái đất 27,32 ngày, sinh ra chu kỳ kinh nguyệt ở con người 28 ngày (cùng một số yếu tố khác). Chu kỳ 11 năm sinh ra đặc điểm Ngũ Hành từng năm mà người ta gọi là niên mệnh. Chu kỳ 176,77 năm sinh ra chu kỳ Tam Nguyên 180 năm mà người xưa đã phát hiện.

Nói chung, các hoạt động mang tính chu kỳ trên trái đất chịu sự tác động tổng hợp của các hoạt động chu kỳ của Mặt trời - Mặt trăng và Trái đất.

- Trường hấp dẫn của mặt trời: Trường hấp dẫn của mặt trời đối với trái đất không phải là hằng số. Nó cũng biến đổi có tính chu kỳ. Chu kỳ hấp dẫn sinh ra từ quỹ đạo elip của trái đất làm cho trái đất lúc gần lúc xa mặt trời. Khối lượng mặt trời giảm dần do mất năng lượng bức xạ vào không gian, tham gia vào quá trình biến đổi đó.

Tuy sự biến đổi của lực hấp dẫn tương hỗ không lớn so với giá trị trung bình, nhưng vẫn có những ảnh hưởng nhất định tới sự sống trên trái đất. Cùng với lực hấp dẫn tương hỗ của mặt trăng, lực hấp dẫn tương hỗ của mặt trời và nội lực trái đất, tạo ra năng lượng vận động các mảng lục địa.

Các hành tinh trong hệ Mặt Trời và quỹ đạo chuyển động của chúng
Thiên hà chứa Mặt Trời và các hành tinh của nó (trong đó có Trái Đất) được gọi là dải ngân hà.

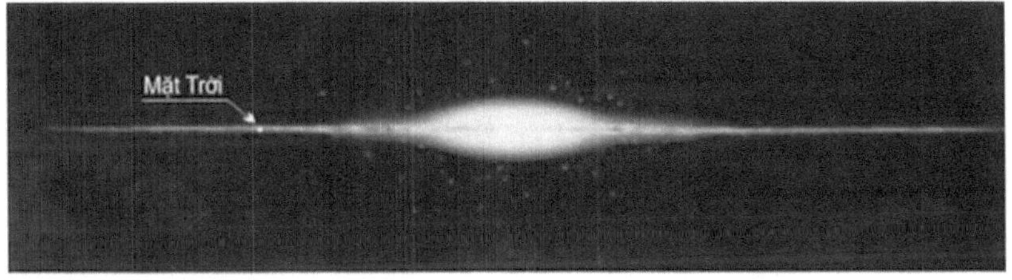

(Vị trí Mặt Trời trong dải ngân hà)

2. Mặt trăng

- Đường kính: 3474 km, bằng 0,27 Đk trái đất
- Khối lượng: 7,34. 10^{19} tấn bằng 1/8131 Kl trái đất.
- Chu kỳ tự quay 27 ngày 7h 43 ph $\approx$ 27,32 ngày
- Chuyển động quanh trái đất với khoảng cách trung bình: 384.000 km.

(Kém 390 lần khoảng cách từ trái đất đến mặt trời).

- Độ nghiêng mặt phẳng quỹ đạo (gọi là bạch đạo) so với mặt phẳng hoàng đạo (mặt phẳng quỹ đạo trái đất) 5^0 09' (sin 5^0 09' = 0,0875).

- Chu kỳ chuyển động quanh trái đất bằng chu kỳ tự quay: 27,32 ngày (được gọi là tháng sao). Vì mặt trăng quay quanh trái đất và cùng trái đất quay quanh mặt trời, nên quỹ đạo của mặt trăng quay quanh mặt trời có dạng hình lò xo. Thời gian giữa 2 lần ở TĐ không thấy trăng, Mặt trăng giao hội với mặt trời là 29,53 ngày, gọi là tháng giao hội, dùng để tính lịch, còn gọi là chu kỳ tuần trăng.

- Trục quay của mặt trăng nghiêng với bạch đạo $83^0\ 20'$

Do các yếu tố trên mà ta mới có trăng rằm; có thể quan sát 60% bề mặt của nó; Mỗi năm có tới 7 lần nhật nguyệt thực.

Năng lượng bức xạ của mặt trăng tới trái đất là không đáng kể, vì ánh sáng của nó là ánh sáng phản xạ; mặt trăng cũng có bức xạ sóng điện từ riêng, nhưng mức độ ảnh hưởng tới trái đất không rõ rệt.

Ảnh hưởng lớn nhất của mặt trăng tới trái đất là trường hấp dẫn. Lực hấp dẫn của mặt trăng gây nên hiện tượng thủy triều, đó là hiện tượng mực nước ven biển, cửa sông, lên xuống theo quy luật xác định 24h 52ph (nhật triều), hoặc bám nhật triều 12h 26 ph. Chu kỳ này đúng bằng khoảng thời gian giữa hai lần liên tiếp mặt trăng đi qua kinh tuyến tại một điểm nhất định. Điều đó cho phép ta nghĩ rằng, mặt trăng là nguyên nhân chủ yếu gây ra hiện trạng thủy triều.

Thực vậy, lực hấp dẫn của mặt trăng đối với trái đất lớn gấp 2,2 lần lực hấp dẫn của mặt trời với trái đất. Còn các hành tinh khác, lực hấp dẫn tới trái đất là rất bé; So với mặt trời, Kim tinh kém hơn 9000 lần, Hỏa tinh kém 43600 lần, Mộc tinh có khối lượng gấp 31 lần trái đất, nhưng lực hấp dẫn kém mặt trời 77600 lần.

Lực thủy triều cực đại khi mặt trời - mặt trăng - trái đất ở trên một đường thẳng tức là rằm và mồng một.

Như vậy, vị trí tương quan hình học giữa mặt trời - mặt trăng - trái đất đã tạo ra sự biến động lực hấp dẫn có tính chu kỳ trên trái đất. Mặt khác, do trái đất khá lớn, so với khoảng cách tới mặt trăng nên lực hấp dẫn không như nhau đối với mọi vị trí trên trái đất.

Lực hấp dẫn cũng làm nên hiện tượng lên xuống đối với đại dương khí quyển. Đã từng có một vệ tinh nhân tạo bị bốc cháy oan uổng, do cọ xát với lớp khí quyển dâng lên.

Sự lên xuống của khí quyển cũng làm biến động năng lượng bức xạ mặt trời theo chu kỳ và góp phần làm nên hiện tượng thời tiết khí hậu.

Vỏ trái đất không tuyệt đối rắn và cấu tạo mảng, nên hàng ngày cũng lên xuống với biên độ vài đề xi mét. Điều đó có ý nghĩa tới sự vận động trong lòng trái đất, tham gia vào quá trình núi lửa, động đất, sự vận động sóng điện từ riêng của trái đất và vận động của các mảng lục địa. Đặc biệt, mặt trăng càng gần trái đất, mức độ ảnh hưởng càng rõ ràng hơn, có thể gây ra các chấn động dữ dội ở các vị trí tích lũy năng lượng.

Đối với thế giới hữu sinh, trong đó có con người, lực hấp dẫn vẫn tác động như một yếu tố cần thiết cho sự sống.

Năng lượng hấp dẫn cân bằng với năng lượng điện từ trong cơ thể sống, đảm bảo sự duy trì đặc điểm không gian (hình dáng) của sinh vật đã được quá trình tiến hóa lựa chọn, do đó đảm bảo cho quá trình sống và tư duy (ở con người).

Khi lực hấp dẫn biến đổi thì trọng tâm có thể sẽ dịch chuyển, sự lưu thông của các dịch lỏng như máu, huyết tương, có những biến đổi nhất định.

Y học phương đông phát hiện ra hiện tượng thời sinh học. Ngoài bức xạ điện từ của mặt trời, sự biến đổi của trường hấp dẫn là nguyên nhân hàng đầu gây ra hiện tượng đó. Ví dụ, những ngày cuối tháng và đầu tháng âm lịch, mặt trời và mặt trăng ở cùng một phía của trái đất. Lúc này lực hút đối với trái đất khá mạnh, chất lỏng và năng lượng dồn lên phía đầu. Giai đoạn này thuận lợi cho lao động trí tuệ và hai tay. Từ 7 - 11 h, con người hướng dần về phía mặt trời và mặt trăng, lực hút tăng lên, kinh vị (dạ dày), kinh tỳ (lá lách) có năng lượng mạnh nhất trong ngày, nên tiêu hóa tốt. Về ban đêm từ 19 - 21 h, sự tiêu hóa sẽ kém đi, buổi tối nên ăn ít hơn. Các ngày khác trong tuần trăng, cũng có thể suy luận tương tự.

Mặt trăng còn có vai trò giữ cân bằng vận động trong toàn hệ làm cho trái đất chuyển động ổn định theo quỹ đạo ê líp; khi gần khi xa mặt trời mà không bị mặt trời hút vào tâm của mình; góp phần giữ ổn định độ nghiêng trục quay trái đất so với mặt phẳng hoàng đạo 66^0 33', tạo ra hiện tượng 4 mùa cần thiết cho sự sống.

Việc dùng ngày tuần trăng (ngày âm lịch) để gieo quẻ dự đoán sự việc có hiệu nghiệm, chứng minh vai trò đặc biệt của mặt trăng đối với đời sống con người. Mặt trăng không chỉ là chị Hằng tươi xinh hiền dịu mà còn là một Tiên nữ đầy quyền uy.

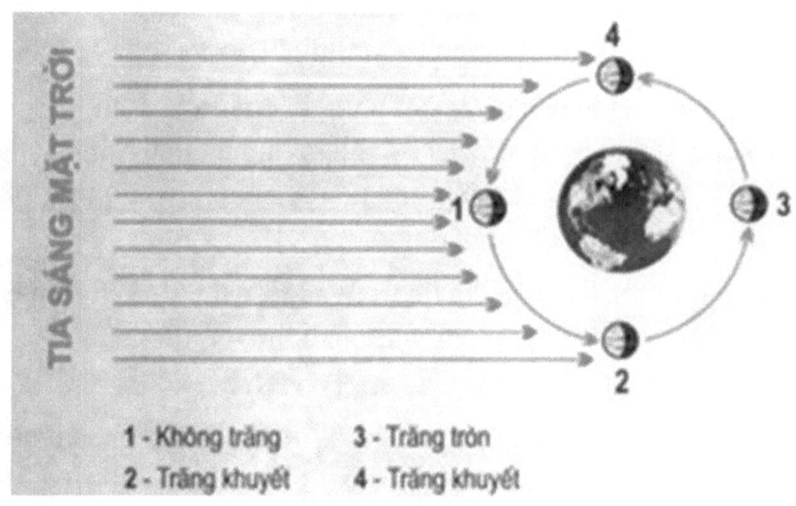

(Chu kỳ tuần Trăng)

Trong một hội nghị quốc tế bàn về vấn đề thiên tai, một báo cáo khoa học đã cho rằng, mặt trăng là thủ phạm gây ra các thiên tai trên trái đất, cần phải dùng năng lượng hạt nhân để phá hủy nó. Ý tưởng kỳ lạ đó đã bị các nhà khoa học bác bỏ. Nhân loại có thể sống chung với thiên tai, nhưng không thể sống thiếu mặt trăng.

3. Trái đất

- Bán kính xích đạo: 6378,24 km

- Khối lượng: $5,99 \cdot 10^{24}$ kg ≈ 6.10^{21} tấn

- Khoảng cách tới mặt trời:

+ Xa nhất: 152.000.000 km vào ngày 4 tháng 7

+ Gần nhất: 147.000.000 km vào ngày 3 tháng 1

+ Trung bình: 149.600.000 km (8 phút ánh sáng)

- Tốc độ trung bình chuyển động quanh mặt trời: 29,78 km/s

- Chu vi xích đạo: 40.075 km

- Diện tích: 510.074.600 km^2 Trong đó:

+ Đất nổi: 148.940.540 km^2

+ Nước: 391.134.060 km^2

- Thủy triều cao nhất ở vịnh Fundy, Nôva Scotia: 16m

- Trục quay của trái đất không đổi phương và nghiêng với mặt phẳng quỹ đạo (mặt phẳng hoàng đạo): $66^0 33'$. Do đó mặt phẳng hoàng đạo nghiêng với mặt phẳng xích đạo $23^0 27$.

- Chu kỳ chuyển động của trái đất quanh mặt trời: 365, 2422 ngày = 365 ngày 5h 48ph 46 giây

- Nhận năng lượng trực xạ mặt trời 0,136 w/cm^2

Trái đất quay quanh mặt trời theo quỹ đạo ê líp gần tròn, với tâm sai: e = 0,0167. Mặt trời nằm ở một trong hai tiêu điểm của ê líp.

Hình I.1 Độ nghiêng giữa mặt phẳng hoàng đạo và mặt phẳng xích đạo

(Trong hình vẽ, 2 mặt phẳng vuông góc với tờ giấy)

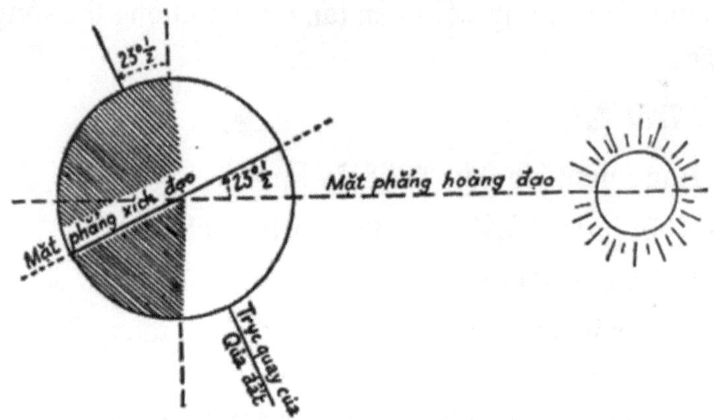

Độ nghiêng của mặt phẳng Hoàng đạo đối với Xích đạo.

Để tiện giải thích các hiện tượng, Thiên văn học tưởng tượng, Vũ trụ là một khối cầu to vô hạn trên đó gắn các vì sao, có tâm trùng với tâm trái đất, gọi là Thiên cầu. Thiên cầu có mặt phẳng xích đạo trùng với mặt phẳng xích đạo của Địa cầu. Đường xích đạo của thiên cầu nằm cùng mặt phẳng và đồng tâm với xích đạo địa cầu gọi là xích đạo trời hoặc thiên xích đạo. Trục quay của thiên cầu trùng với trục quay của địa cầu, trong đó sao Bắc cực được coi là đứng yên trên bầu trời Bắc, nằm trên trục quay này (vì quỹ đạo trái đất quá bé so với thiên cầu nên cho phép ta tưởng tượng như vậy). Nếu coi trái đất là đứng yên, thì chiều quay thiên cầu trùng với chiều quay của mặt trời quanh trái đất, tức là quay ngược với chiều tự quay của trái đất.

Nếu từ trái đất ta nhìn mặt trời, ta sẽ thấy mặt trời in hình trên thiên cầu. Trái đất ở vị trí A (H' I3) nhìn thấy mặt trời in hình lên mặt thiên cầu ở vị trí M, T.Đ ở vị trí B thấy mặt trời ở vị trí N. TĐ ở vị trí C, thấy mặt trời ở vị trí Q. Ta tưởng tượng rằng, mặt trời đã di chuyển trên một đường tròn trên mặt Thiên cầu gọi là

Hoàng đạo. Mặt phẳng hoàng đạo trùng với mặt phẳng quỹ đạo trái đất và nghiêng với thiên xích đạo một góc $23^0\ 27'$. Hoàng đạo có nghĩa là *"con đường sáng"*.

Hoàng đạo gặp thiên xích đạo ở hai điểm đối xứng nhau gọi là Xuân phân và Thu phân.

Đường kính của Hoàng đạo vuông góc với đường Xuân phân Thu phân, cắt thiên cầu ở hai điểm đối xứng nhau là hạ chí ở bắc thiên cầu và đông chí ở nam thiên cầu (H. I4)

Hình I.2. Các mùa thiên văn

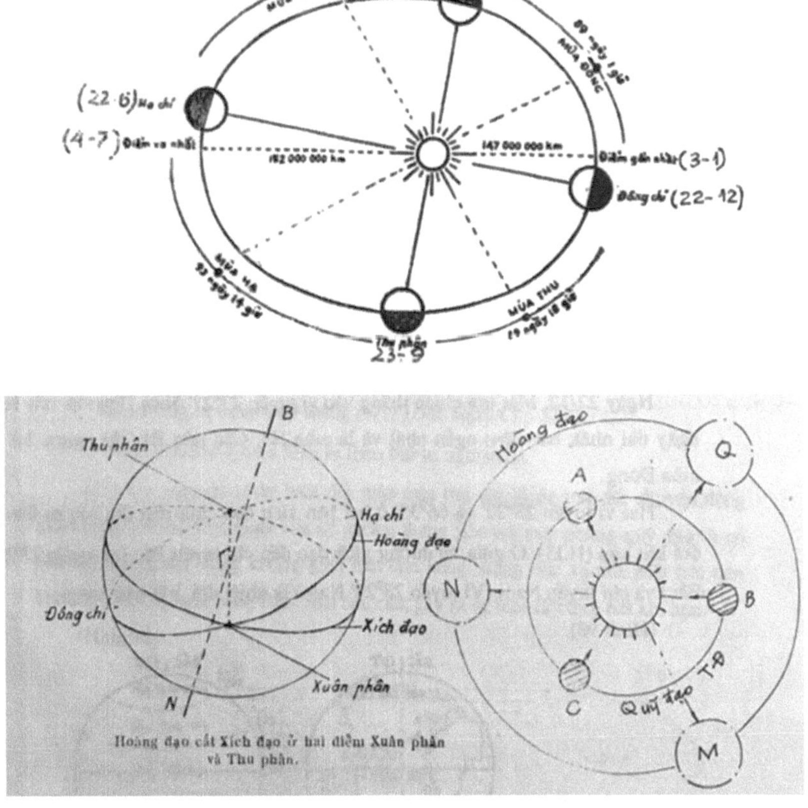

Hình I.3. Hoàng đạo, đường di chuyển tưởng tượng của mặt trời

Mặt trời đi qua điểm Xuân phân ngày 21 - 3 dương lịch, qua điểm thu phân ngày 23.9; qua hạ chí ngày 22.6; Đông chí 22.12.

Hình I.4. Hoàng đạo cắt xích đạo ở hai điểm Xuân phân và thu phân.

Và cứ luân chuyển như vậy hàng năm.

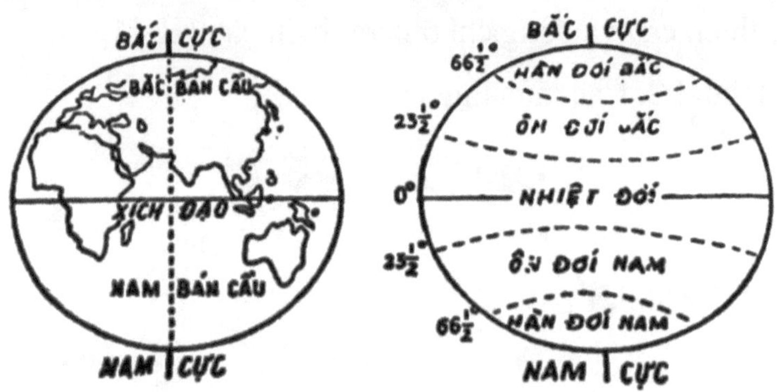

Các đới khí hậu.

Hình I.5: Các đới khí hậu.

Thực ra, không phải mặt trời quay quanh trái đất mà trái đất quay quanh mặt trời, nên trái đất đi qua 4 điểm như trên vào các ngày như trên.

Châu Âu coi 4 điểm đó là 4 điểm đầu mùa, còn phương Đông coi nó là 4 điểm giữa mùa Xuân - Hạ - Thu - Đông. Các ngày Hạ chí và Đông chí không phải là ngày trái đất xa nhất và gần nhất đối với mặt trời. Hai ngày xa, gần nhất đó là 4 - 7 và 3 - 1 hàng năm.

Ngày Xuân phân 21.3, mặt trời chiếu thẳng vào vòng xích đạo trái đất, cho nên trên cả địa cầu, ngày và đêm bằng nhau. ở phần bắc là mùa xuân, ở nửa nam địa cầu là mùa thu.

Ngày Thu phân 23.9 thì ngược lại, nửa bắc là mùa Thu, còn

nửa Nam là mùa xuân; Mặt trời cũng chiếu thẳng vào vòng xích đạo.

Ngày 22/6, Mặt trời chiếu thẳng vào vĩ tuyến Bắc $23^0 27'$, Tại nửa này ban ngày dài nhất, ban đêm ngắn nhất. Tại nửa Nam thì ngược lại. Tức là nửa Bắc mùa Hạ, nửa Nam mùa Đông.

Ngày 22/12, Mặt trời chiếu thẳng vào vĩ tuyến $23^0 27'$ Nam. Tại nửa này ban ngày dài nhất, ban đêm ngắn nhất và là mùa Hạ. Còn nửa Bắc thì ngược lại là mùa Đông.

Hai vĩ tuyến $23^0 27'$ và $66^0 33'$ ở hai bên xích đạo chia mặt địa cầu ra làm 5 đới khí hậu (H.I.5). Ở giữa, từ đường xích đạo đến chí tuyến Bắc (vĩ tuyến $23^0 27'$ Bắc) và chí tuyến Nam (Vĩ tuyến $23^0 27'$ Nam) là nhiệt đới, khí hậu nóng.

Chú ý rằng, vào ngày Xuân phân và Thu phân, ngày bằng đêm, thông lượng bức xạ Mặt trời truyền đến hai nửa địa cầu ngang nhau.

Trong nửa năm, từ ngày Xuân phân qua Hạ chí đến Thu phân, Mặt trời chếch về nửa Thiên Cầu Bắc, ngày dài hơn đêm, thông lượng bức xạ đạt cực đại vào ngày Hạ chí (22/6).

Hình I.6: Ngày đêm dài ngắn khác nhau theo mùa và vĩ độ.

Ví dụ trong các ngày 22-6 và 22-12.

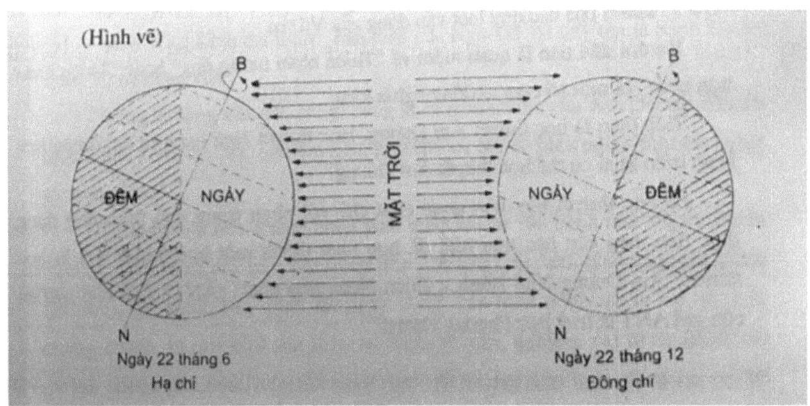

Nửa năm còn lại, Mặt Trời chếch về nửa Thiên Cầu Nam, ngày ngắn hơn đêm, thông lượng bức xạ Mặt trời giảm dần ở nửa Bắc Địa Cầu và cực tiểu vào ngày Đông Chí (22/12). Sự biến đổi thông lượng bức xạ Mặt trời như vậy là nguyên nhân làm nên thời tiết 4 mùa. Người ta quy ước một năm có 4 mùa: Xuân, Hạ, Thu, Đông. Phương Tây lấy khởi điểm 4 mùa là 4 ngày Xuân Phân, Hạ Chí, Thu phân, Đông Chí. Do đặc điểm khí hậu Á Đông chọn 4 ngày trên là 4 ngày giữa mùa. Cụ thể:

- Mùa Xuân từ ngày Lập Xuân (4/2) đến ngày Lập Hạ (6/5)

- Mùa Hạ từ ngày Lập Hạ (6/5) đến ngày Lập thu (8/8)

- Mùa Thu từ ngày Lập Thu (8/8) đến ngày Lập Đông (7/11)

- Mùa Đông từ ngày Lập Đông (7/11) đến ngày Lập Xuân (4/2)

Ở Nam Địa cầu 4 mùa diễn ra theo thứ tự ngược lại.

Như vậy, nguyên nhân biến đổi mùa trên trái đất là do trái đất chuyển động quanh Mặt trời và trục quay của nó không thẳng góc với mặt phẳng quỹ đạo và có phương không đổi trong không gian làm cho năng lượng bức xạ của Mặt trời trên Trái đất biến đổi tuần hoàn ở hai nửa bán cầu, gây ra sự biến đổi thời tiết khí hậu.

Các mùa trên gọi là mùa thiên văn. Do tốc độ trái đất thay đổi trên quỹ đạo, khi gần mặt trời thì quay nhanh, xa mặt trời quay chậm hơn để có sự cân bằng giữa lực hấp dẫn và lực ly tâm, nên các ngày trong 4 mùa không bằng nhau.

Mùa Xuân dài 92 ngày 21 giờ

Mùa Hạ dài 93 ngày 14 giờ

Mùa Thu dài 89 ngày 18 giờ

Mùa Đông dài 89 ngày 1 giờ

Nếu mặt trái đất bằng phẳng và đồng nhất, không khí hoàn

toàn trong suốt thì bức xạ mặt trời quyết định hoàn toàn khí hậu.

Thực tế, mặt đất và không khí đã tham gia vào việc hình thành khí hậu, gây ra khác biệt không chỉ phụ thuộc vào Mặt trời, mà còn có yếu tố địa phương(yếu tố phong thuỷ địa hình). Vì thế khí hậu từng vùng không hoàn toàn trùng hợp với mùa thiên văn.

Độ nghiêng $23^027'$ của trục quay Trái đất cũng là nguyên nhân của hiện tượng vùng cực Bắc và cực Nam có 6 tháng ban ngày và 6 tháng ban đêm ngược nhau.

Đặc điểm vận động của Trái đất và hệ quả của nó là một trong những yếu tố cấu thành trực quan sinh động của học thuyết ADNH mà chúng ta sẽ phân tích ở phần sau.

II- SỰ TƯƠNG ĐỒNG GIỮA HỌC THUYẾT ÂM DƯƠNG VÀ TRIẾT HỌC DUY VẬT BIỆN CHỨNG:

Học thuyết ADNH gồm ba bộ phận cấu thành, ra đời ở những giai đoạn lịch sử khác nhau, biểu hiện sự phát triển của trí tuệ loài người trong quá trình nhận thức và khám phá các quy luật vận động của Vũ trụ.

Ra đời đầu tiên là quan niệm về *"Thiên nhân tương ứng"* hoặc *"Thiên nhân hợp nhất"* và một số cụm từ đồng nghĩa khác. Tiếp theo là học thuyết Âm Dương. Học thuyết Ngũ hành ra đời muộn hơn, là sự triển khai cụ thể học thuyết Âm Dương trên cái nôi của loài người.

Ba học thuyết này liên quan chặt chẽ với nhau trong quá trình ứng dụng thực tiễn, nên các bậc tiên triết đã hợp nhất thành một học thuyết gọi là học thuyết *"Â m Dương Ngũ Hành - Thiên Nhân hợp nhất"* (ANT). Các nhà nghiên cứu gọi ANT là triết học Phương Đông. Tư tưởng *"Thiên Nhân hợp nhất"* và tư tưởng *"Âm Dương"* là cơ sở sáng tạo kỳ thư nổi tiếng: Kinh Dịch.

Sau khi học thuyết Ngũ Hành ra đời, kết hợp với học thuyết Âm Dương, Thiên Nhân hợp nhất, đã mở ra một chân trời rộng lớn cho việc ứng dụng phục vụ đời sống con người. Hiệu quả ứng dụng là to lớn và sâu sắc. Cho đến nay, những điều ẩn dấu, những ứng dụng mới mẻ, đang đặt trước các nhà nghiên cứu những thách thức và những khám phá không ngừng.

Theo các tài liệu nghiên cứu, học thuyết Âm Dương ra đời cách nay khoảng 5.000 năm, ở giai đoạn lịch sử của vua Phục Hy Trung Quốc, tương ứng với giai đoạn Hồng Bàng ở nước ta (trước 2879 TCN). Chúng ta sẽ lần lượt thảo luận về nội dung của học thuyết.

II.1- Hiện thực về Âm Dương:

Mọi học thuyết khoa học ra đời, trước tiên đều xuất phát từ nhu cầu cuộc sống. Học thuyết thiên nhân hợp nhất không đủ đáp ứng những đòi hỏi của con người, trong việc dự báo thiên nhiên (khí hậu, thời tiết) và hoạ phúc của con người. Cần phải có những nhận thức mới để bổ sung vào. Đó là suy nghĩ của những bộ não thông minh thời tiền sử.

Trong quá trình sáng tạo, con người không thể bỏ qua bước đi đầu tiên là quan sát hiện thực. Những hiện thực nào dẫn tới quan niệm AD ? Các sách của người xưa cho ta những dữ liệu về điều đó.

1- Hiện thực về AD theo quan sát của người xưa:

- Sách "Chu Dịch đại toàn", bản dịch của Ngô Tất Tố (lấy tên là Kinh Dịch), trang 32 có đoạn viết:

"Trong khoảng trời đất, cái gì cũng là sự mầu nhiệm của Âm Dương. Thánh nhân ngửa xem, cúi xét, nghiệm gần, nghiệm xa, chỉ có hiểu ngầm một cách cao tột trong lòng".

Như thế là đã rõ: Thánh nhân phải quan sát sự vận hành của Vũ trụ (ngửa xem), sự vận hành của mọi vận động trên Trái đất (cúi xét), phải quan sát nhiều lần, tổng kết nhiều lần, quan sát ngay chính bản thân mình và sự vật, sự việc chung quanh, từ quá khứ đến hiện tại (nghiệm gần, nghiệm xa) từ rất nhiều cái cụ thể phong phú của *"cây đời tươi xanh"* để tư duy tâm linh, rút ra cái cụ thể khái quát và sâu sắc trong nhận thức, đã trở thành *"chân lý giản dị"*, *"Chỉ có hiểu ngầm một cách cao tột trong lòng"*. Đó là chân lý Âm Dương.

Khi dịch chữ AD trong học thuyết sang ngôn ngữ Châu Âu, các Dịch giả không thể dùng chữ Âm (Negative), Dương (Positeve) trong vật lý điện từ, mà phải dùng cụm từ khác, do tính khái quát, sâu rộng và ý nghĩa sâu sắc của nó. Người ra phải phiên âm từ tiếng Trung Quốc. Yin (âm), Yang (dương), vì ngôn ngữ các nước không có từ tương ứng và khái niệm cùng nội hàm với học thuyết AD. Thánh nhân ở đây không phải là *"Người trời"* phi tự nhiên.

Chữ *"Thánh"* (trong sách Đại học), một trong *"Tứ Thư"* nổi tiếng của Đạo Nho (Đại học - Trung dung - Mạnh tử - Luận ngữ) đã được Lý Minh Tuấn, trong "Đại học thuyết minh", diễn dịch là *"sáng suốt, thông tỏ"* (Sđd trang 199).

Cùng trong sách trên có đoạn viết *"Trung Dung là sách nói về triết lý cao siêu, hướng dẫn con người tiến lên bậc "Thánh nhân", đi trong thiên đạo"*. (Am hiểu và vận dụng được quy luật tạo hoá - TG). (Sđd trang 11).

"Các hiền triết Đông phương từ Trung Hoa tới Ấn Độ, hầu như đều tin và quả quyết rằng, trong con người có một thực thể tiên thiên tốt lành, sáng láng, trường tồn, người nào tìm thấy và thực hiện được mới trở nên con người đích thực, tức là trở lên Thánh Hiền, Tiên, Phật". (Sđd trang 21).

Như vậy, theo quan niệm của một trong những tư tưởng có

sức mạnh lớn nhất ở Phương Đông từ hơn 2500 năm nay, đã cho rằng "Thánh Nhân" trước tiên là con người. Con người được học tập, rèn luyện, tu dưỡng để am hiểu được quy luật vận hành của tạo hoá, biết đưa trí thức vào thực tiễn để đem lại cái có ích cho con người, và có một đạo đức sáng láng.

Nhân dân đã tôn vinh Khổng Tử, Trần Hưng Đạo, Hồ Chí Minh, là bậc Thánh, không phải là thần thánh hoá theo ý nghĩa siêu tự nhiên mà mang ý nghĩa "Thánh Nhân" một *"Con người trọn vẹn"*.

Cho nên, quy luật AD là do con người khám phá và sáng tạo, Kinh Dịch một mô hình ứng dụng của học thuyết AD, cũng do con người sáng tạo, không phải từ Hà Đồ, Lạc Thư, trên trời rơi xuống.

Nếu là bậcThiên Thánh từ thiên đường, trong cõi xa xăm nào đó, ban cho loài người những sáng tạo khoa học, thì chắc rằng không phải *"ngửa xem, cúi xét"* như Thánh nhân của loài người.

Từ thực tiễn nào các thánh nhân khái quát thành nguyên lý AD ? Sách *"Chu dịch đại toàn"*, tổng hợp từ *"Dịch truyện"* của Trình Di, *"Chu dịch bản nghĩa"* của Chu Hy, là hai nhà Nho học hàng đầu của Triều Tống, đồng thời gom góp hầu khắp các lời chú giải của Tiên Nho, được Ngô Tất Tố cho là tương đối đầy đủ và ông chọn để dịch sang Tiếng Việt. Ta hãy tìm trong đó những hiện tượng mà tiền nhân đã quan sát, để khám phá ra nguyên lý AD.

Sách viết: *"Trong khoảng trời đất còn có cái gì ? Chỉ là hai chữ Âm Dương mà thôi"*. (Chú ý: Cách diễn đạt này biểu hiện khái niệm Âm Dương mang tính phổ quát triết học, tương đương khái niệm vật chất trong triết học duy vật, sẽ được lý giải ở các phần sau). Bất kỳ việc gì đều không thể nào lìa nó. Hãy coi trong thân thể mình, hễ mở mắt ra, chẳng Âm thì Dương, khít khịt trong đó, không thể bám được vật khác (Sđd trang 53). Sách còn nói: *"Gần thì nghiệm bản thân mình, xa thì nghiệm các vật"*.

- Về con người, sách đã ghi các hiện tượng Âm Dương cụ thể như sau:

+ Nam - Nữ, đực - cái, là một trong những hiện tượng AD cơ bản của thế giới hữu sinh.

+ Về sinh lý: No - đói, thức - ngủ, khoẻ - yếu.

+ Về mệnh vận và làm chủ mệnh vận của con người: Giầu - nghèo, sang - hèn, may - rủi, hoạ -phúc, lợi - hại, tiến - lui, cương - nhu (cứng mềm), động tĩnh.

+ Dục vọng của con người: Vật dục - lý dục hoặc vật tính - lý tính

+Về nhân cách: *"Đạo trong gầm trời chỉ là thiện ác mà thôi"* (Sđd trang 53). Cũng cần bàn một chút về quy luật tâm lý "thiện-ác". Có ý kiến cho rằng, "thiện-ác" luôn luôn tồn tại. Do đó, Chủ nghĩa cộng sản chỉ là hy vọng của lương tâm mà không có tiền đề hiện thực. Theo triết học DVBC, mỗi quy luật chỉ có khả năng vận động trong những điều kiện nhất định. Khi điều kiện thay đổi thì quy luật chấm dứt sự tồn tại của nó. Cái ác chỉ vận động và tồn tại trong điều kiện chế độ người bóc lột người cùng với con đẻ của nó là sự áp bức bất công. Khi bóc lột được xóa bỏ, cái ác sẽ tiêu vong, khái niệm thiện-ác cũng không còn nữa.

- Nhân nghĩa - Chính tà - Yêu ghét - Quân tử tiểu nhân - được lỗi (ưu khuyết)

- Rộng rãi keo kiệt - ưu tư cởi mở - sạch bẩn - lầm lì hài hước - vui buồn.

+ Về vận động: Nhanh chậm, ra vào, lên xuống, đóng mở, co duỗi, tiêu lớn.

- Về vận động xã hội: Thịnh suy - thái bình chiến tranh - thắng thua.

- Về tổ chức xã hội: Quan, Dân.

- Về số lượng: Nhiều ít - Chẵn lẻ.

- Về chất lượng: Tốt xấu.

- Về thiên nhiên: Mưa nắng - nóng lạnh - khô ẩm.

- Về không gian: Trước sau - trái phải - trên dưới - lỗi lõm, tròn vuông - đối xứng, không đối xứng.

- Về thời gian: Ngày đêm, quá khứ - tương lai

- Về vũ trụ: Mặt trời là Dương, Mặt trăng là Âm - sáng tối

- Về năng lượng: Có khí âm, khí dương, "Âm Dương là khí" (Sđd trang 54).

Trong *"Nội kinh"*, tác phẩm lý luận hàng đầu của y học cổ truyền Phương Đông ; Hoàng Đế, khi thảo luận Âm Dương với kỳ Bá nói *"Khí của dương trong hướng lên trên"*, bốc lên mà thành Trời. Khí của Âm đục giáng xuống, kết tụ mà thành đất".

"Con người bẩm thụ khí Âm Dương của Trời đất mà sinh ra".

Khái niệm "Khí ở dây rất trừu tượng, rất khó định nghĩa, là một khái niệm được ra đời sau khi học thuyết AD được áp dụng vào y học. So sánh với khoa học hiện đại, ta có thể hiểu "Khí" ở đây là sự vận hành của "chất" và "trường" năng lượng trong sự vật hiện tượng. Tổng kết kinh nghiệm điều trị của Đông y có câu: *"Khí hành thì huyết hành, huyết hành thì phong diệt"*. Trị bệnh phong (ở đây là bệnh phong hàn ngoại cảm gây đau xương khớp) phải làm cho khí hành . Khí hành là khí lưu thông. Đông y dùng phương dược tăng thuốc bổ khí, hành khí mà thực chất là thuốc tăng cường năng lượng và việc giải phóng năng lượng làm cho tim mạnh lên, các huyết mạch co dãn mạnh lên. Vì vậy mà huyết lưu thông tốt hơn, đưa dinh dưỡng, dưỡng khí, nhiệt, đến các khớp để đuổi phong hàn. Như vậy *"khí"* có nghĩa rộng là Âm Dương, nghĩa hẹp là năng lượng.

Trên đây là các cụm từ cặp đôi, mang nghĩa AD cụ thể khác

nhau được phân loại, chỉ là tương đối. Trong thực tế có nhiều cụm từ đồng nghĩa và nhiều cụm từ đa nghĩa. Các khoa học ứng dụng còn phát hiện thêm nhiều hiện tượng AD hơn nữa.

Chúng ta chưa biết rõ tác giả của học thuyết AD, vì học thuyết ra đời từ khi công việc in ấn xuất bản còn nhiều khó khăn. Người ta phải khắc chữ trên xương thú, gọi là *"giáp cốt văn"*, nay đã thất truyền. Việc giải thích học thuyết là của người đời sau, là một công trình tập thể. So với tri thức khoa học hiện đại, việc lý giải có những điều phù hợp, song còn nhiều lý giải khiên cưỡng.

Về mặt chữ viết, theo một số nhà ngữ nguyên học Trung Quốc thì chữ Dương ngày xưa có hình tượng là phía có ánh sáng Mặt trời bao gồm bên trái là hình tượng sườn núi hoặc bức tường, bên phải trên là mặt trời lên khỏi chân trời, phía dưới là các tia sáng mặt trời chiếu xuống.

Chữ Âm, bên trái cũng là sườn núi, bên phải trên là nóc nhà, dưới có đám mây, biểu tượng mặt trời bị che khuất không có ánh sáng. Vì vậy Âm là tối. Sáng tối là ấn tượng đặc biệt và thường xuyên, đồng thời có vai trò sống còn đối với con người, nên người xưa lấy biểu tượng sáng tối và vai trò Mặt trời để đại diện, khi sáng tạo khái niệm AD.

* Vạn vật vốn vận động trong các mối quan hệ "nhân quả". Âm Dương sinh ra mọi hệ quả, còn nguyên nhân nào sinh ra Âm Dương? (Người xưa chưa phân biệt khái niệm AD, là khái nhiệm phổ quát triết học, với những hình thức tồn tại cụ thể của vật chất, sẽ được lý giải ở phần sau).

Theo nghiên cứu của học giả EVAWONG, tác giả sách Phong Thuỷ, Nxb VHTT 2004 Nguyễn Hoàng Hải biên dịch, thì nguồn gốc AD được trình bày trong sách Thanh Nang Kinh của Quách Phác, đại sư phong thuỷ đời Tấn (265 - 420) thể hiện tư tưởng của Lão Tử.

Lão Tử cho rằng mọi vật khởi nguồn từ cõi hư vô mà ông

gọi là *"Đạo"*. Đạo là hư vô, là không. Từ *không* sinh ra *có*, từ *có* sinh ra AD, từ AD sinh ra vạn vật (Sđd trang 110).

Theo *"Hệ từ truyện"*, tác phẩm giải thích Kinh Dịch, tương truyền là của Khổng Tử, (Nguyễn Hiến Lê cho rằng đây là tác phẩm của tập thể các nhà Nho mượn danh Khổng Tử làm tác giả) thì nguồn gốc Vũ trụ bắt đầu từ thái cực, thái cực sinh lưỡng nghi Âm Dương.

Ở đây ta lại thấy có sự gặp nhau giữa tư tưởng Lão Tử và tư tưởng "Sắc sắc không không" của Phật giáo. Theo Phật giáo Vũ Trụ từ không đến có rồi lại trở về không. Còn Lão Tử thì Vũ trụ từ Đạo (không) sinh ra vạn vật rồi lại trở về Đạo.

Đến đời Tống (960 - 1279), sống sau Quách Phác khoảng 800 năm, Chu Đôn Di sửa lại quan niệm của Dịch học phái, cho rằng trước Thái Cực còn có Vô Cực, có nghĩa là Vũ trụ từ không đến có, như Lão Tử đã chủ trương. Đến đây Phật giáo, Lão giáo, Nho giáo đã thống nhất về Vũ trụ luận. Vũ trụ từ không đến có rồi trở về không. Quy luật tuần hoàn của Vũ trụ đã được người xưa phát hiện và được khoa học hiện đại chứng minh, làm sáng tỏ ở cấp độ vĩ mô và vi mô.

Học thuyết Vi mô về Vũ trụ, học thuyết vật lý lượng tử cũng chứng minh rằng những thông tin ban đầu sinh ra sự vật hiện tượng, khi sự vật hiện tượng hết một tiến trình vận động phát triển thì lại trở về thông tin ban đầu, tuy có biến đổi ít nhiều. Nguyên lý này phù hợp với nguyên lý khái quát của Vũ trụ luận cổ đại.

Đến đây ta lại bắt gặp một sự lý giải về "Vong hồn" của cổ nhân. "Vong hồn" không là thông tin đầu tiên *"làm nên"* con người. Vì vậy khi con người kết thúc tiến trình sống thì không thể quay về "Vong hồn" mà quay về những cấu trúc vi mô ban đầu đã sáng tạo ra con người. Đó là các nguyên tố hoá học và các trường năng lượng sinh ra vạn vật rồi trở về hư vô. Sắc sắc không

không. Khi khoa học phát triển, Phật học đã giải thích "Không Không" của Vũ trụ là hỗn mang lượng tử, chân không Vật lý, chứ không phải là không có gì.

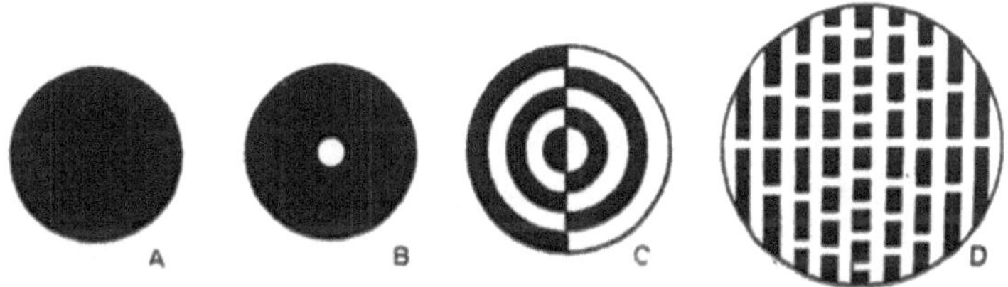

Hình I.7: Minh họa vũ trụ luận của người xưa.

Một câu hỏi đặt ra là, từ hiện thực nào để cổ nhân quan sát rồi tư duy tâm linh, phát hiện ra nguồn gốc vũ trụ từ "không". Đây là một tư tưởng táo bạo, cổ nhân đã tư duy suốt 3000 năm từ Phật giáo đến Chu Đôn Di mới thống nhất được. Trong quá trình thống nhất Vũ trụ luận, các trường phái tư tưởng đã không ngừng tranh luận và bác bỏ lẫn nhau. Dịch học phái đã bác bỏ quan điểm "Hư vô" của Lão giáo để rồi sau hàng ngàn năm mới chấp nhận. Sự ra đời của một chân lý thật gian nan vất vả. Ngày nay khoa học đã chứng minh không có hư vô tuyệt đối không có vật chất. Trong cái "Không" tồn tại những thăng giáng lượng tử. Chỉ có những thiết bị hiện đại, được chế tạo với tri thức của hàng vạn những khám phá khoa học, sau Thích ca hơn 4000 năm, sau Lão Tử 2.500 năm, mới cho phép phát hiện ra điều đó. Chỉ với đôi mắt, đôi tai và bộ não, cổ nhân đã đưa ra những tư tưởng về nguồn gốc Vũ trụ, tương ứng với học thuyết Bigbang, ra đời từ các thuật toán thông minh và thiết bị thực nghiệm hiện đại.

Vũ trụ luận cổ đại, ra đời trong mang nặng đẻ đau, không thể là câu nói mò, mà phải từ căn cứ hiện thực. Thanh Nang kinh của Quách Phác đã mô tả hiện thực đó. Một điểm sáng loé lên ở trong màn đêm hư vô sâu thẳm của bầu trời, có thể đó là vụ nổ của một siêu sao ở rất xa chúng ta. Bình thường, chúng ta không nhìn thấy ánh sáng của nó, khi bùng nổ năng lượng được giải phóng tăng lên nhiều lần và cổ nhân đã quan sát thấy. Sau vụ nổ vật chất đã bung ra, như vụ nổ của một siêu sao sinh ra tinh vận con cua mà thiên văn học hiện đại đã mô tả. Suốt mấy ngàn năm, cổ nhân có thể đã quan sát được một số lần như thế. Có thể thời đại Chu Đôn Di sống cũng đã quan sát được một vài vụ nổ nên mới chấp nhận cái "Hư không" của Lão Tử. Còn ngày nay với kính thiên văn hiện đại, người ta đã quan sát được nhiều vụ nổ như vậy. Chỉ có vụ nổ lớn (BigBang), xẩy ra khi chưa có con người để quan sát, mà phải quan sát qua mô hình thực nghiệm khoa học, trên những máy gia tốc hiện đại. Tuy nhiên, những vận động lý hoá của các vụ nổ siêu sao và BigBang cũng có sự gần gũi nhau.

Ngoài vụ nổ siêu sao, cổ nhân còn quan sát được hiện tượng sao chổi, đến rồi lại đi biền biệt. Các sao băng bỗng nhiên lóe sáng trong màn đêm rồi biến mất. Những trận mưa sao do đuôi sao chổi quét vào khí quyển, đẹp đẽ, hùng vĩ nhưng rồi chẳng để lại điều gì. Đó là những hiện thực "sắc sắc không không" trong Vũ trụ mênh mông.

Nghiệm xa rồi lại nghiệm gần. Chung quanh con người, có vô vàn những hiện tượng "Có có không không", như hiện tượng Âm Dương vậy.

Mặt Trời, Mặt Trăng, ngày đêm, sáng tối tuần hoàn lúc có lúc không. Cây lúa sinh ra, lớn lên rồi chết đi, nhường chỗ cho chu kỳ tuần hoàn "Có - Không" mới. Con người và các sinh vật khác cũng vậy.

Thế giới vô sinh, như vàng bạc ngọc ngà quý hiếm đến hòn đá cũng vậy, Dụng cụ mua sắm trong gia đình, một thời gian sử dụng, hư hỏng lại vứt đi, có lại thành không, mua mới, không lại thành có.

Mặt Trời, Mặt Trăng, Trái Đất những người mẹ Vũ Trụ hiền từ của chúng ta rồi cũng mang chúng ra về với Tổ tiên là điểm "Kỳ dị" một hỗn mang lượng tử, thông tin ban đầu đã sinh ra chúng ta, để chuẩn bị cho một chu trình "có có không không" mới. So sánh với triết học hiện đại, tư tưởng "Có có không không" còn tương đồng với tư tưởng "điểm dừng tạm thời" vừa là nó vừa là không.

Hiện thực Âm Dương, hiện thực "Có có không không" là căn cứ thực tiễn của mô hình Vũ trụ cổ điển. Nó được ra đời bằng tư duy tâm linh, mà ngày nay, một số chân lý khoa học hiện đại, cũng phải sử dụng phương pháp tư duy đó.

Những người không chấp nhận tư tưởng "Hư không" của Lão Tử đã cho ra đời luận thuyết "Nguyên khí" (NK). Về cơ bản, luận thuyết NK phù hợp với luận thuyết AD, nhưng quan niệm "Hư không" được thay bằng quan niệm "NK", gần hơn với Vũ trụ học hiện đại.

Thời Chiến quốc (thế kỷ IV TCN), Tống Hình và Tư Văn cho rằng, Tinh khí là nguồn gốc của vạn vật. Vương Sung đời Hán đã phát triển tư tưởng Tinh khí và cho ra đời luận thuyết "Nguyên khí tự nhiên luận", chủ trương rằng, vạn vật là sự kết hợp của nguyên khí tự nhiên. Đến đời Đường, Liễu Tông Nguyên, Lưu Vô Tích tiếp tục nâng cao tư tưởng NK, thấy rằng NK vận động rất phong phú, có trạng thái dừng, ổn định, biến hoá, đấu tranh, suy tàn, tan vỡ, không liên quan gì đến quỷ thần. Nguyên khí tụ thì thành hình, tán thì thành khí (rất gần với quan niệm "Chất và trường" trong Vũ trụ học hiện đại).

Tư tưởng NK rất hấp dẫn các bậc Tiên Nho từ đời Tống (Tk. XI) đến đời Thanh (Tk. XVII). Vương Phu (đời Thanh) cho rằng, NK có 2 loại khí Âm, khí Dương, lấp đầy không gian Vũ trụ. Ngoài ra, Vũ trụ không có gì khác. Trong NK không thể có chỗ hở.

Về thuộc tính vận động, các bậc Tiên Nho cho rằng, do tính Âm, tính Dương của NK thúc đẩy nhau mà đưa đến sự chìm nổi động tĩnh, lên xuống. Đó là sự vận động tự thân, nội tại, không phải do tác động của quỷ thần.

Vương Phu đưa ví dụ: Khi củi cháy, củi không mất đi mà biến thành lửa, khói, tro, bụi . Đó là những những vật vô cùng nhỏ, mắt thường không thấy được. Các vật hữu hình khác cũng như vậy. Vì vậy cái gốc làm nên vạn vật là NK không sinh ra, không mất đi.

Như vậy, về mặt Vũ trụ luận cổ điển, luận thuyết NK đã có cách tiếp cận gần gũi với luận thuyết AD. Cho nên, cũng không ngạc nhiên, khi Y học cổ truyền vận dụng phối hợp cả hai luận thuyết trong biện chứng luận trị mà không phát sinh mâu thuẫn.

Mặt khác, hệ thống các quan niệm về NK có sự tương đồng với Vũ trụ học và phù hợp với học thuyết Duy vật hiện đại.

Đến đây ta lại nhìn rõ hơn một quy luật của nhận thức: Chân lý của một phạm trù hiện thực là như nhau, không phụ thuộc vào không gian và thời gian phát hiện ra nó. Vì vậy, có thể dùng chân lý hiện đại để làm sáng tỏ chân lý đã phát hiện trong quá khứ, đi sâu hơn vào việc mô tả ở tầm vi mô, phát hiện thêm những "chân trời" mà chân lý đó chưa đặt chân tới (trong giới hạn hiện thực của chân lý đó), mở rộng khả năng ứng dụng của chân lý đó trong thực tiễn.

Tuy nhiên, trong thực tiễn, chân lý hiện đại có những phát hiện mới nhưng khả năng ứng dụng có nhiều trường hợp "bất lực" so với chân lý cũ (trong cùng lĩnh vực). Học thuyết "Âm Dương Ngũ Hành" ứng dụng trong Dự đoán học rất có hiệu quả. Học thuyết nguyên khí chỉ ứng dụng trong Y học cổ truyền mà không ứng dụng được trong Dự đoán học, Tướng học. Về mặt xã hội chỉ thấy một phương ngôn ẩn dụ so sánh "Hiền tài là nguyên khí quốc gia". Còn Vũ trụ hiện đại gặp nhiều lúng túng trong Dự đoán học xã hội. Dự đoán theo "Chiêm tinh học" không có căn cứ khoa học và hiện thực rõ ràng, nó chỉ là phương pháp quan sát, so sánh tương tự và tổng kết thực tiễn trong phạm vi hẹp đối với "Cây đời mãi mãi tươi xanh "mà thôi.

Người xưa thường sử dụng lẫn lộn ý nghĩa phổ quát triết học và ý nghĩa cụ thể của khái niệm Âm Dương. Chúng ta sẽ có dịp chắt lọc nội dung triết học của học thuyết Âm Dương, những khái niệm tương đồng với học thuyết Duy vật biện chứng, để sử dụng như một học thuyết triết học. Phần cụ thể của Âm Dương mà người xưa dùng xem như những hiện thực để chứng minh cho tính phổ quát Âm Dương. Khái niệm AD tương đồng với khái niệm "Hai mặt đối lập" của học thuyết DVBC, khái niệm "Hai mặt đối lập" lại gắn chặt với khái niệm vật chất, do đó khi nói Âm Dương, cặp AD, có thể hiểu là vật chất, là sự vật, hiện tượng.

2- Hiện thực về AD theo khoa học hiện đại:

Trong tự nhiên, xã hội, tư duy và hoạt động sáng tạo, chúng ta đều nhìn thấy thuộc tính AD ẩn hiện trong các sự vật, hiện tượng và quá trình vận động của chúng. Quy luật vận động này được triết học duy vật hiện đại khái quát thành nguyên lý quan trọng nhất của triết học. Nguyên lý "Đấu tranh và thống nhất giữa các mặt đối lập" của thế giới khách quan.

Về căn bản, có thể đồng nhất khái niệm "đối lập" của triết học hiện đại với khái niệm "AD" của triết học cổ đại. Để tiện diễn đạt, có thể dùng cụm từ "đối lập", hoặc "Âm Dương", hoặc "Đối lập Âm Dương", như những cụm từ đồng nghĩa.

Phải chăng có thể dùng mô hình vũ trụ Bigbang (BB) hiện đại để đối chứng và lý giải mô hình Vũ trụ "Âm Dương Ngũ

Hành" (gọi tắt là ADNH) (Mô hình ở cấp độ triết học). Mô hình BB là mô hình khoa học cụ thể, thuộc phạm trù Vũ trụ học. Ở đây sử dụng khoa học cụ thể để làm sáng tỏ tư tưởng triết học AD.

Trước tiên, hãy lắng nghe các nhà Thiên văn học mô tả "Vũ trụ nguyên thuỷ" hình thành như thế nào trong những giây phút trọng đại ban đầu, khai sinh ra Vũ trụ. Cách nay 13,7 tỷ năm, quá trình sinh nở Vũ trụ của "Vụ nổ lớn" (BB).

Các hạt hình thành sau 10^{-43}s sau vụ nổ, gọi là thời điểm Planck. Trước đó vũ trụ ở trạng thái hỗn độn, vì không thời gian không liên tục mà thăng giáng, chỉ có thể mô tả bằng lý thuyết "hấp dẫn lượng tử". Trạng thái này có thể so sánh với trạng thái vô cực, thái cực, trong Vũ trụ luận cổ điển.

Ở thời điểm Planck, kích thước Vũ trụ là 10^{-33}cm (gọi là độ dài Planck), nhiệt độ 10^{33}K và mật độ 10^{94} g/cm^3 . Các trị số này gọi là trị số Planck. Lúc đó vũ trụ tràn ngập những hạt cơ bản năng lượng cao như e, nơtrinô, quark. Hạt quark với kích thước lớn hơn 10^{-17}cm, hiện nay được coi là thành phần cơ bản nhất của vật chất.

Thành phần cơ bản của vật chất thuộc 12 hạt loại Phermion, gồm 6 lepton và 6 quark (u, d, c, d, t, b).

Ví dụ: Prôton cấu tạo bằng 2 quark *u* và 1 quark *d* (uud). Các hạt va chạm nhau tự huỷ để tạo ra các hạt có năng lượng cao hơn.

Máy gia tốc Thuỵ Sỹ, chu vi 27km, năng lượng 100 tỷ (10^{11}ev) cũng chỉ thăm dò được tới kích thước 10^{-16}cm vào thời điểm 10^{-10}s (1/10 tỷ giây) sau BB. Trước thời điểm đó phải dùng lý thuyết để dự đoán.

Năng lượng Vũ trụ vào thời điểm Planck ít nhất phải bằng 10^{15}Gev (10 ngàn tỷ lần năng lượng máy gia tốc hiện đại nhất).

Sau BB 10^{-28}s, là những thời điểm đầu tiên của Vũ trụ, một hạt Prôton nặng gần 10^{-24}g, có năng lượng bằng 1 quả bóng bàn tốc độ 100km/h, ra đời và liên tục như vậy. Vũ trụ giãn nở, nhiệt độ giảm dần. Trong 3 phút đầu giãn nở, Vũ trụ tiến hoá rất nhanh với các sự kiện lý hoá dồn dập. Hydro và Hêly được sinh ra nhiều nhất.

Khoảng 10^{-6}s sau BB, khi nhiệt độ giảm còn 10^{13}K, các hạt cơ bản như prôton, notrôn tự huỷ với các phản hạt của chúng, để tạo thành bức xạ năng lượng.

Trong 100 năm, sau BB, Vũ trụ (VT) tràn ngập bức xạ gamma năng lượng cao, sau đó vật chất phong phú được tạo ra. VT ở giai đoạn này như một đám sương mù dầy đặc, vì phôton va chạm với e nên không di chuyển tự do. Mật độ e rất lớn, vì photon có năng lượng cao bứt e ra khỏi Hydrro.

500 ngàn năm sau BB, khi nhiệt độ VT xuống còn 4000K, e mới tái hợp với Prôton tạo thành H trung hoà và bức xạ mới dứt liên kết với các hạt để có thể truyền một cách tự do trong VT. Sự tác hợp làm giảm mạnh e gọi là thời kỳ "Dứt liên kết".

Bức xạ tự do này là bức xạ tàn dư 3K mà các nhà thiên văn đã phát hiện được (đã nêu ở phần trên).

Vì Vũ trụ giãn nở, nên bức xạ 4000k đã giảm dần, đến nay chỉ còn 2,735K cường độ mạnh nhất ở bước sóng vô tuyến milimet.

Những thí nghiệm trên máy gia tốc cho biết, sau khi tự huỷ giữa hạt và phản hạt, số lượng hạt chỉ cần nhiều hơn phản hạt một phần tỷ, cũng đủ tạo ra VT ngày nay.

Vào thời điểm 10^{-36}s sau BB, VT giãn nở cực nhanh theo hàm số mũ. Sau thời gian cực nhỏ gọi là "Thời kỳ lạm phát", kích thước VT tăng lên ít nhất 1030 lần. Sau đó giãn nở chậm lại và tỷ lệ với thời gian.

Mô hình lạm phát của BB đã được kiểm tra một cách ngoạn mục vào tháng 3/2006. Với vệ tinh WMAP của NASA, được phóng từ năm 2001 với mục đích nghiên cứu chi tiết nền viba VT (CMB), WMAP đã có những phép đo đủ chính xác để chứng minh những tiên đoán về thời kỳ sôi động "lạm phát", với những cách hành xử của vật chất ở thời điểm 10s đến 35s sau BB.

Đặc biệt nhóm nghiên cứu đã xác định được ngôi sao đầu tiên bắt đầu cháy sáng khoảng 400 triệu năm sau BB (có tài liệu ghi 200 triệu năm, có tài liệu 3 triệu năm (Sách giáo khoa Vật lý lớp 12, nâng cao, năm 2011, NXBGD, tr.316);   con số này còn tiếp tục được hiệu chỉnh).

Các nguyên tố hoá học trong Vũ trụ nguyên thuỷ được hình thành vài phút sau BB. Lúc này nhiệt độ BB giảm còn khoảng một tỷ độ, các prôton, nơton tổng hợp thành hạt nhân Dơteri (H nặng) gồm 1p và 1n sau đó đến Hêli (2P + 2n). VT nguyên thuỷ chỉ có các nguyên tố nhẹ được tạo ra như H, He, D, liti (3p + 4n). Có khoảng 25% p và n tổng hợp thành He. Các Thiên hà đều có tỷ lệ này.

Độ giầu các nguyên tử nặng hơn như C, Si, Fe thay đổi nhiều trong các thiên thể khác nhau vì chúng được tổng hợp qua phản ứng nhiệt hạch. Trong những vụ sao nổ, vật chất trong sao bắn ra, rồi ngưng tụ, tạo ra sao mới, chứa các nguyên tử nặng.

Những mô tả trên đây có thể chứng minh cho quan niệm "Thái cực sinh Âm Dương", Âm Dương sinh vạn vật của học thuyết AD và quan niệm "Nguyên khí tụ thì thành hình, nguyên khí tán thì thành khí" của học thuyết "Nguyên khí". "Hình" ở đây là "Chất" là "Hạt" có khối lượng, "Khí" ở đây là các bức xạ năng lượng do các photon (không khối lượng) truyền theo sóng điện từ và các trường năng lượng hấp dẫn, tương tác mạnh, tương tác yếu, được các hạt mang tương ứng truyền đi. Tư tưởng "Khí âm khí dương tràn nhập Vũ trụ và tương tác để tạo ra vạn vật" của các học thuyết AD và NK, cũng đã được mô tả ở tầm vĩ mô.

Chúng ta hãy làm quen tiếp với VT học hiện đại, đó là sự

hình thành các Thiên hà.

Sau BB 500 nghìn năm, VT trở nên trong sáng vì phôton tách khỏi các hạt, được tự do phóng khoáng du hành trong không gian.

Kết quả quan sát của vệ tinh CoBE cho biết, bức xạ phông của VT thăng giáng theo hướng, chứng tỏ VT nguyên thuỷ không đồng đều. Những vị trí cường độ bức xạ cao thì mật độ vật chất và trường hấp dẫn cũng lớn. Vật chất xung quanh bị hút vào và ngưng tụ thành những đám mây. Cường độ hấp dẫn tăng dần tạo thành đám mây đủ các cỡ. Những đám mây có khối lượng khoảng 100 tỷ Mặt trời là mầm mống của Thiên Hà. Từ đám mây hình thành nhiều sao cũng với vật chất giữa các sao hình thành Thiên hà.

Thực tế Thiên hà hình thành khá phức tạp bởi quá trình cạnh tranh năng lượng của lực hấp dẫn, lực khí trong mây chống lại sự co của lực hấp dẫn, sự giãn nở VT do năng lượng sau nổ. Vấn đề đang được nghiên cứu sôi nổi.

Thiên hà tự quay quanh trục ở vùng trung tâm, với tốc độ 200km/s tốc độ tăng dần tới 250km/s ở vị trí Mặt trời, cách trung tâm khoảng 30.000 năm ánh sáng.

- Sau BB, sự vận động AD đã diễn ra suốt chiều dài lịch sử phát triển của VT, khởi đầu là sự vận động của các hạt cơ bản tiếp theo là sự vận động mà thế giới vô cơ đến hữu cơ đến thế giới hữu sinh, sự vận động của tâm lý con người và cao nhất là sự vận động của xã hội loại ngoài.

Thái cực sinh AD trước tiên là sinh ra các hạt cơ bản, gồm hạt và phản hạt có điện tích AD trái dấu. Sự tương tác của chúng (huỷ cặp) sinh ra phôton tức sinh ra năng lượng điện từ cũng mang đặc tính âm dương. Hiện nay khoa học đã thống nhất được hai trường năng lượng là trường tương tác yếu và trường điện từ thành một trường thống nhất. Nhà vật lý Weinberg đã được giải thưởng Nobel về công trình sáng tạo này.

Quá trình tiếp theo là sự sinh ra các nguyên tố hoá học từ các hạt cơ bản mà đặc tính âm dương giữa điện tử và hạt nhân nguyên tử chúng ta đã quá quen thuộc.

Tiếp đến là sự hình thành các hợp chất hữu cơ. Sự hình thành đã được VT tổng hợp ngay trong dải Ngân hà. Không khí ta thở có tới 10^{19} nguyên tử, phân người còn quá ngắn nên không múc được. Ngoài ra còn tìm thấy thành phần chất đạm như Gly-ine CH_2COOH, mêtylamin CH_3NH_2, a xít foócmíc $HCOOH$.

Thế giới các hạt cơ bản: Thế giới vô cơ và thế giới hữu cơ được gọi là thế giới vô sinh. Không nghi ngờ về thuộc tính AD của các thế giới đó. Những chặng đường vận động và biến đổi lịch sử của chúng tuân theo quy luật "Lượng - Chất", "Quy luật phủ định", tương đồng với quy luật AD "tiêu trưởng," AD chuyển hoá.

Một sự nhẩy vọt đặc biệt trong quá trình vận động AD của vật chất, là sự ra đời thế giới hữu sinh, bắt đầu bằng mầm sống đầu tiên côaxecva, cách nay gần 3,8 tỷ năm. Ngày nay, khoa học định vị khởi điểm của thế giới hữu sinh bắt đầu từ loài vi khuẩn, Vì chúng đã là những tế bào hoàn chỉnh, còn vi rút nằm ở vị trí trung gian giữa thế giới vô sinh và thế giới hữu sinh. Điều đó chứng minh tính liên tục của sự tiến hóa. Đến nay đã có một thế giới hữu sinh vô cùng phong phú, được khoa học phân loại làm 2 dòng: Thực vật và động vật, để nghiên cứu. Thế giới hữu sinh kỳ diệu nhất là con người. Với hai giới tính AD. Đó là thành quả vĩ đại nhất, biểu hiện thiên tài sáng tạo của Vũ trụ. Sinh lý học cổ truyền và Sinh lý học hiện đại đã chứng minh thuộc tính AD trong cấu trúc và hoạt động sinh lý của con người.

Bước nhảy vọt tiếp theo trong hoạt động AD của thế giới hữu sinh là hoạt động tâm lý tinh thần, sản phẩm tương tác của vật chất có tổ chức cao nhất là đại não con người và thế giới hiện thực. Hiện thực hoạt động AD của cấu trúc tinh thần sẽ được chứng minh ở chương "Hoạt động AD của đại não"

Sự phát triển của hoạt động tinh thần tâm lý, cùng với lao động đã hình thành và hoàn thiện ngôn ngữ giao tiếp, dẫn đến tổ chức xã hội của loài người. Đây là sự vận động tinh vi và phức tạp của thế giới vật chất. Hoạt động hai mặt đối lập AD của xã hội cũng biểu hiện tinh vi, phức tạp và phong phú hơn bất kỳ hoạt động nào của thế giới khách quan, vì đó là cấp vận động cao nhất của thế giới hiện thực

Hoạt động đối lập AD chủ yếu nhất trong xã hội là hoạt động của bộ phận thống trị và bộ phận bị trị, hoạt động của bộ phận lãnh đạo và bộ phận bị lãnh đạo. Hoạt động AD diễn ra trong mọi mặt của đời sống xã hội: Kinh tế, Chính trị, Văn hoá, Tôn giáo, Khoa học, Mỹ học, Đạo đức. Khi các mặt đối lập còn ở trạng thái thống nhất cân bằng AD thì xã hội còn ổn định. Khi mất cân bằng thì xã hội biến động, xung đột có thể xảy ra và một trạng thái cân bằng mới hình thành. Hai mặt đối lập cũ biến mất và chuyển hoá thành hai mặt đối lập mới với những đặc tính AD mới.

* Một trong những phương thức mô tả cấu trúc vật chất là mô tả bằng "chất" và "trường". Vật chất tồn tại dưới hai dạng "chất" và "trường". Chất là dạng có khối lượng, "trường" mang năng lượng bằng các "hạt trường" không có khối lượng tĩnh. "Chất" và "trường" mang năng lượng là hai mặt "đối lập AD" cơ bản của thế giới vật chất. Mọi hoạt động của hiện thực khách quan đều có thể quy về sự hoạt động của chất và trường, kể cả hoạt động tâm lý tinh thần.

Theo lý thuyết mới nhất gọi là "Mô hình chuẩn" (Standard model) thì vật chất có 12 thành phần cơ bản và 4 lực cơ bản.

Sang thập kỷ 70 của thế kỷ XX, máy gia tốc cực lớn đã phá vỡ được protôn và Notron, chấm dứt vai trò là hạt cơ bản của hai hạt này. Chúng được cấu tạo bằng 3 hạt quark. Kích thước p và n cỡ 10^{-13} cm, hạt quark cỡ 10^{-17} cm nhỏ hơn p và n là 10000 lần. Các hạt cơ bản gồm:

- 6 lepton: electron, nơtron, nơtrinômuy, tau, nơtrinotau, nơtrinô electron, muon.

- 6 quark chia làm 3 họ: quark up và down (u và d), quark charmed và strange (c và s), quark top và bôttm (t và b).

Người ta dự đoán có thể có họ quark thứ tư là t', b'. Các "chất" là vô cùng lớn và vô cùng bé nhưng không bao giờ bằng không. Mỗi chất đều có cấu trúc, vì thế các hạt hiện nay là "cơ bản", tương lai sẽ nhường vinh danh cơ bản cho các hạt bé hơn. Khoa học dự báo rằng, hạt quark còn có cấu tạo bé hơn là fre quark. Xu hướng hiện nay người ta muốn co cụm lại chỉ còn 6 hạt cơ bản.

Dưới tác dụng của "lực mạnh", truyền bằng hạt gluon, hạt quark kết hợp thành p, n, nguyên tử rồi nguyên tố. Proton cấu tạo bằng 3 quark ; 2u và 1d (uud). Phải chăng tương lai chỉ còn 2 loại hạt cơ bản, mang hai đặc tính đối lập âm dương. (Vấn đề các hạt trường không có khối lượng sẽ còn bàn tiếp).

Bốn loại lực cơ bản còn gọi là 4 loại tương tác hoặc 4 trường năng lượng. Đó là là lực hấp dẫn với hạt mang graviton, lực điện từ với hạt mang phôton, lực tương tác yếu với hạt mang boson, lực tương tác mạnh với hạt mang gluon. Các trường năng lượng chi phối hoạt động tương tác của các hạt cơ bản. Hiện nay đã thống nhất được trường điện từ và trường tương tác yếu.

Nếu mô tả trên một hệ quy chiếu, trường điện từ cũng mang đặc điểm AD. Ví dụ trường điện từ có thể phân tích thành các dao động hình Sin.

Gắn liền với mọi dạng vận động của "chất"(là vật chất có khối lượng), nên các trường năng lượng có thể mô tả trong một phương trình toán học chung gọi là phương trình "Thống nhất các trường năng lượng". Hiện nay đã thống nhất được trường điện từ và trường tương tác yếu.

Khoa học còn dự kiến có trường năng lượng thứ 5 là Higgs, với hạt mang là Higgs. Lý thuyết "Dây" còn đề xuất một trường nữa gọi là trường "vong" (Ghost). Như vậy "Chất" có AD, "trường" có AD tương tác giữa chất và trường mang thuộc tính tương tác AD; chất sinh trường và trường có thể sinh ra chất (ví như các hạt trường phôton trong điều kiện thuận lợi có thể kết hợp thành e^+ và e).

Các chất tương tác với nhau mang đặc điểm AD, các trường cùng tương tác với nhau mang thuộc tính AD. Ví dụ, trong lòng Mặt trời, các tương tác mạnh, tương tác điện từ và tương tác hấp dẫn luôn luôn "co kéo" nhau, tương phản cân bằng, để giữ cho Mặt trời hoạt động ổn định trong một thời gian dài hàng chục tỷ năm.

Còn trong con người, các tương tác điện từ, tương tác hấp dẫn, luôn luôn giữ thế cân bằng để cho hoạt động sinh lý và tâm lý diễn ra bình thường. Cấu trúc tạng phủ và hoạt động của chúng đều mang đặc tính AD. Sinh lý học hiện đại đã chứng minh điều đó.

Phương trình toán lý "cực kỳ đơn giản" của Anhxtanh: $E = mc^2$ đã định lượng hoá quan hệ nhân quả giữa năng lượng và khối lượng, giữa chất và trường. Sách "Chân Thiền" của TaiSen Deshimarra (Sđd) cho rằng, công thức Anhxtanh đã xác minh quan điểm "sắc sắc - không không" của nhà Phật, cái hữu hình biến thành cái vô hình và ngược lại.

Cũng cần phải "ghi chú" rằng, cái "vô hình năng lượng" không thể có hình hài cụ thể trong không gian, nếu không thông qua một cấu trúc chuyển hoá như hệ máy thu phát hình chẳng hạn. "Linh hồn" mà các nhà ngoại cảm nhìn thấy không có trong không gian mà nhìn thấy trong màn hình đại não của nhà ngoại cảm, sau khi đã xử lý chuyển hoá các sóng tư duy tồn tại trong không gian từ người thân liệt sỹ phát ra. Đây cũng là hệ quả suy ra từ công thức $E = mc^2$, phương trình toán lý mô tả mối quan hệ AD của vật chất.

Trong trường hợp này, cái "vô hình năng lượng" là nói riêng cho năng lượng trường điện từ, được chuyển phát bằng hạt trường foton, có liên quan tới việc thu nhận âm thanh và hình ảnh trong đại não.

Về phương diện triết học, người xưa chưa nghiên cứu quan hệ giữa tinh thần và vật chất một cách hệ thống.Chỉ có ở HyLạp, mối quan hệ này được nghiên cứu rõ ràng bắt đầu từ Platon (427 - 347 TrCN), chưa trở thành hiện tượng "ai thắng ai" trong triết học. Tiền nhân chưa đưa ra khái niệm "duy tâm" - "duy vật". Vì vậy chúng ta không thể đem phạm trù "Duy tâm - Duy vật" để đánh giá học thuyết của tiền nhân. Chúng ta chỉ có thể so sánh với triết học hiện đại và khoa học hiện đại về mức độ tương đồng, phạm vi tương đồng, để dễ dàng trong quá trình nhận thức và nghiên cứu.

Chúng ta cũng không đánh giá học thuyết "Âm Dương Ngũ Hành - Thiên nhân tương ứng ANT" là "Chủ nghĩa duy vật thô sơ". Phạm vi và giá trị ứng dụng thực tiễn mấy ngàn năm nay, cho ta thấy ANT không thô sơ chút nào, mà còn rất hiện đại, tinh vi và sâu sắc. ANT còn đồng hành và trường tồn với thế giới loài người.

Nhiều ngành khoa học khác cũng bắt gặp sự "thô sơ" như vậy. Hình học Ơ-Clít chỉ có 5 tiên đề "đơn giản". Hệ Nhật tâm của Copecnic chỉ trình bày 7 tiên đề trong 10 trang giấy, "đơn giản hơn", thuyết tương đối hẹp của Anhxtanh chỉ có 2 tiên đề và được trình bày trong vài trang giấy (theo "Vũ trụ nhìn thấy và không nhìn thấy"V.N. Kômarôp - Nxb KHKT - HN 1985 trang). Công thức $E = mc^2$ cũng thật là "thô sơ". Những thứ "thô sơ" đó đã làm đảo lộn nhận thức loài người, đã tạo ra những sức mạnh dữ dội, làm cho loài người bay cao hơn, bay xa hơn, trong công cuộc chinh phục thế giới.

"Thô sơ" hơn là tiên đề 8 chữ của triết học hiện đại, "Vật chất có trước, tinh thần có sau", đã có sức mạnh đưa nhân loại chuyển sang một giai đoạn mới trong công cuộc chinh phục thiên thiên và cải tạo xã hội, theo chiều hướng tiến bộ. Tám chữ "thô sơ" đó cũng đã làm tốn hàng tỷ trang giấy để lý giải và tranh biện "hơn thua".

Các tiên đề của học thuyết ANT cũng ngắn gọn và "thô sơ" như vậy, nhưng là thành quả trí tuệ của hàng ngàn năm khó nhọc. Cũng như bao nhiều học thuyết khác, ANT là chân lý tương đối, còn nhiều giới hạn về ứng dụng thực tiễn và ẩn chứa những hoài nghi khoa học. Tuy nhiên, ANT tiềm ẩn trong mình nó cái Gen của khoa học hiện đại. Chúng ta hãy tiếp tục thảo luận về điều đó.

II.2- Âm Dương tồn tại khách quan, luôn luôn vận động và biến hoá:

1- Âm Dương không phải là lực lượng phi tự nhiên.

Người xưa xem xét các sự vật hiện tượng theo phạm trù "Vô thần - Hữu thần". Những người bình thường, khi thấy những hiện tượng thiên nhiên kỳ lạ và bất thường, đều cho đó là do "Quỷ thần", một hiện tượng siêu tự nhiên sinh ra. Khái niệm "Quỷ - Thần" đa nghĩa, còn có một nghĩa khác là sống chết. Khi con người còn sống là "Thần". Từ đây sinh ra khái niệm "Thần khí" trong y học và tướng học. Khi con người chết thì thành "Quỷ". Quỷ ở đây không có nghĩa là "ác", mà là một dạng biến hoá từ sống sang chết.

Như phần II.1 trình bày về hiện thực Âm Dương đã nêu đầu chương. Thời Chiến quốc có các nhà hiền triết Tống Hình, Tư Văn, đến đời Đường là Liễu Tông Nguyên, Lưu Vô Tích, đến đời Thanh là Vương Phu đều cho rằng, hai loại khí Âm, khí Dương lấp đầy không gian Vũ trụ, ngoài ra không có gì khác. Nguyên khí AD không hề có chỗ hở. Khí Âm, khí Dương thúc đẩy nhau sinh ra vạn vật, sinh ra hiện tượng chìm nổi, động tĩnh. Đó là sự vận động tự thân, nội tại, không phải do tác động của "quỷ thần, thượng đế".

Vương Phu cũng cho rằng, cái gốc làm nên vạn vật là nguyên khí AD không sinh, không diệt, mà chỉ biến hoá từ dạng này sang dạng khác. Ông nêu ví dụ: Củi cháy không mất đi mà biến thành lửa, khói, tro, bụi. Đó là biến thành vật vô cùng nhỏ, mắt thường không thấy được, các vật hữu hình khác cũng như vậy.

Các tư tưởng trên đây là sự kế thừa một cách diễn đạt khác của Vũ trụ luận trong học thuyết Lão - Trang. Trang Tử trong sách "Nam Hoa Kinh", thiên "Đại Tông Sư" viết: "Đạo tạo ra trời đất, tạo ra vạn vật, là "nguồn sống". Đạo không có sinh, không có chết (đồng nghĩa với vô thuỷ vô chung - TG). Người do Đạo sinh ra cũng không chết mà chỉ biến hoá.

Như phần I.1 đã trình bày, đến đời Tống, Nho, Phật, Lão đã thống nhất về Vũ trụ luận. Một điểm đáng chú ý trong đồ hình thái cực của Trang Tử, là vị trí của Đạo. Trang Tử cho rằng, Âm Dương biến hoá phải có cái ràng buộc để chúng không rời nhau. Có như vậy mới hoá sinh vạn vật. Lực lượng ràng buộc đó Trang gọi là Đạo. Đạo mà vắng mặt thì mọi sự vật đều tan rã, Lão - Trang đưa ra thuyết "Tam Nguyên". Nhất sinh nhị, nhị sinh tam, tam sinh vạn vật. Một ở đây là Đạo ; hai là Âm và Dương vận động; ba là trạng thái vận động của âm dương đạt trung hoà, cân bằng. Âm Dương cân bằng mới sinh ra vạn vật, với cái tên gọi khác nhau của chúng. Đạo lại đảm bảo cho âm dương cân bằng.

Cách nay 2.500 năm mà tiền nhân đã suy nghĩ được như vậy, thật là đáng kính nể.

Hình I.8: "Đạo" của Trang Tử.

Các nhà hiền triết sau Lão - Trang kế thừa tư tưởng này và thống nhất cho rằng, âm dương trung hoà mới có vạn vật.

Tư tưởng "Trung Hoà" đã được sách "Trung Dung" phát triển để dẫn dắt đời sống con người, đến nay vẫn còn nguyên giá trị thực tiễn. Đến đây ta lại bắt gặp sự tương phùng với khoa học hiện đại. Lý thuyết "Dây" (là lý thuyết bổ sung cho lý thuyết Bigbang) chủ trương rằng, mọi vật thể đều có một trường "Vong" (ghost) điều khiển, đảm bảo cho vật thể cân bằng ổn định. Phải chăng, vai trò của "ghost" tương đương với vai trò của "Đạo". Sự trùng hợp ngẫu nhiên giữa cổ đại và hiện đại có thể mở ra một hướng nghiên cứu về cấu trúc vật chất chăng ?.

Hiện thực vận hành của Vũ trụ, kể cả con người và xã hội loài người, tồn tại một hệ thống tự động điều chỉnh, như là một thuộc tính tồn tại cố hữu. Về cấu trúc sinh lý của con người, sinh lý học hiện đại đã mô tả nhiều hệ thống tự động điều chỉnh như vậy. Có hệ thống con, hệ thống lớn, bao trùm hệ thống con, đảm bảo sự vận hành ổn định, cân bằng, của toàn hệ. Sau này sẽ chứng minh rằng, hệ thống tự động điều chỉnh như vậy, được gọi là hệ thống tương phản cân bằng, là tồn tại phổ biến trong mọi sự vật, hiện tượng,quá trình của thế giới hiện thực, mang tính quy luật, nằm trong phạm trù Đạo của Trang Tử.

Về cấu trúc vĩ mô, lấy thí dụ Hệ Mặt trời chẳng hạn. Mặt trời cùng các hành tinh vận hành ổn định 5 tỷ năm nay, là nhờ trường hấp dẫn (và có thể các trường khác nữa, trong 4 trường đã khám phá) đóng vai trò trung gian tự động điều chỉnh. Khi Trái đất đi gần Mặt trời, để trái đất không bị hút gần thêm nữa, năng lượng hấp dẫn toàn hệ đã làm Trái đất quay nhanh lên. Phải chăng ghost ở đây là trường hấp dẫn ? Có thể ghost không phải là một trường mới mà là một trường "Đại thống nhất" là một trường được mô tả bằng một thuật toán có thể bao hàm 4 trường đã được khám phá (Hiện nay đã ghép được hai trường, là trường tương tác điện từ và tương tác yếu). Coi như chỉ còn 3 trường, còn Higgs (trường ghost) dự kiến thì chưa được lãm rõ.

Cứ như mô tả trong hình vẽ, thì "Đạo" bao hàm các trường năng lượng vì trong các vật thể đều tồn tại các trường đã khám phá, nếu xem xét ở cấp độ vi mô hoặc siêu vi mô.

Các hệ thống tự động điều chỉnh trong các thiết bị tự động, như các máy tính hiện đại, các con tàu vũ trụ, do con người sáng tạo ra, là sự "phỏng sinh học", phản ánh thông tin về con người và về Vũ trụ, Ở đây ta không thấy có mặt một trường năng lượng lạ nào. Phải chăng, Higgs là hệ thống tự động điều chỉnh, hiện vẫn có mặt trong mọi sự vật, hiện tượng của thế giới hiện thực, trong đó có xã hội loài người.

* Theo tư tưởng của các bậc tiên triết, các khái niệm Đạo, vô cực, không không, Thái hư là đồng nghĩa. Tuy nhiên quan niệm Thái hư đã có bước phát triển mới. Hoành Cừ (Trương Tái) (1020 - 1077), nhà triết học đời Tống, trong sách "Chính mông" đã viết: "Khí tụ thì trông rõ, khiến cho vật có hình, khí không tụ thì trông không rõ mà không có hình". Trong khi tụ làm sao bảo là khách ? Trong khi tán làm sao bảo là "vô". Ông gạt bỏ ý "Vô"

là "không có gì" của Đạo gia và Phật gia. "Biết Thái hư là khí thì không có "Vô", Thái hư không phải là hư không, nó chỉ là khí ở trạng thái tan mà không thấy được. Trương lập thuyết rằng: "Mọi vật trong vũ trụ đều tạo bởi cùng một khí. Cho nên con người cũng như mọi vật cũng chỉ là một bộ phận của một thực thể lớn". Ông rút ra kết luận: "Ta yêu mọi người vì mọi người cùng một cha mẹ".

Trương Tái còn đề xuất một quan niệm độc đáo: "Thái hư không thể không có khí, khí không thể không tụ để làm thành muôn vật. Muốn vậy không thể không tán để làm thành Thái hư một lần nữa".

Đến nay, người ta sử dụng tri thức khoa học hiện đại để giải thích rằng "chân không" không phải là không có gì mà là thăng giáng lượng tử. Vụ nổ lớn (BB) sinh ra muôn vật, rồi muôn vật sẽ co lại trong một "Cuộc co lớn" (BC) để làm thành BB một lần nữa. Chu kỳ BB - BC tiếp diễn không ngừng. Thế mà cách nay 1000 năm, Trương Tái đã có một quan niệm như vậy. Sức tưởng tượng của tiền nhân đáng cúi đầu khâm phục.

* Hệ thống Vô cực - Thái cực - Âm Dương của Dịch học tương đồng với hệ thống Tam nguyên của Lão Trang. Trong đó Thái Cực được quan niệm là "Một bầu hỗn độn, bao hàm các thể Âm Dương" (Kinh Dịch, bản dịch của Ngô Tất Tố - tr. 28 - Nxb TP HCM- 1995).

* Khái niệm "Trời" được Chu Hy (1130 - 1200), nhà Triết Nho nổi tiếng đời Tống lý giải như sau: Trong khoảng trời đất chỉ có một vật là Khí. Chia ra làm hai thì là Âm Dương, gọi là Trời, tức là khí Dương nhẹ trong, gọi là Đất tức là khí âm nặng đục. (Kinh Dịch - Sđd - trang 21). Như vậy, Trời và Đất là do khí Dương khí Âm sinh ra. Quan niệm như vậy hoàn toàn vô thần. Về sau Chu Hy còn phát triển học thuyết "Lý - Khí" của thầy học mình là Trình Di (1033 - 1107) (Ông Tôn Trình Di là sư phụ, tuy

thời gian sống cách nhau hơn 100 năm).

Theo Trình - Chu, Vũ trụ không những là kết quả của "Khí", mà còn là kết của của "Lý" nữa. Bởi vì, khí tụ có nhiều cách, nên sinh ra nhiều vật khác nhau với những "lý" khác nhau. Đoá hoa là đoá hoa, vì khí tụ hợp với "Lý" của đóa hoa, chính cái lý làm cho vật ấy là vật ấy mà không thể là vật khác và làm thành bản tính của chúng. Đối với vũ trụ, phải có một nguyên mẫu cao nhất, bao trùm tất cả mọi lý của vật gọi là Thái cực. Thái cực ở trong Trời - Đất lại ở cả trong muôn vật, vốn chỉ là một thái cực mà mỗi vật đều có bẩm thụ, lại từ mỗi cái đều gồm đủ Thái cực ở trong. Ông còn nói: "Lý là Đạo, là gốc, khí là chất của vạn vật, lý và khí luôn đi đôi với nhau, Âm Dương tương hỗ sinh ra ngũ hành, từ ngũ hành sinh ra vũ trụ hữu hình".

Ở đây khái niệm trời vẫn thuộc phạm trù vô thần, trời là khí dương vận động biến hoá, giao hoà với khí âm để sinh vạn vật. Trời ở đây không thuộc phạm trù tín ngưỡng tôn giáo, không tương đồng với khái niệm "Thượng đế" hoặc "ý niệm tuyệt đối" của triết học duy tâm khách quan. Khái niệm "Lý khí" lại gặp gỡ khoa học hiện đại. Đoá hoa do vật chất tạo thành (khí), nhưng lại có quy luật vận động riêng, trạng thái cân bằng AD đặc trưng riêng (lý riêng), làm thành bản chất riêng của đoá hoa. Cách lý giải như vậy trùng phùng với phạm trù "riêng-chung" của triết học Duy vật hiện đại. Cách lý giải "Thái cực" làm cho khái niêm Thái cực tương ứng với cặp AD chất-trường của điểm kỳ dị theo học thuyết Bigbang.

Một số học giả cho rằng, học thuyết "lý khí" (lý học) của Trình-Chu thuộc phạm trù duy tâm khách quan. Tôi không cho như vậy.

Có thể, khi vận dụng vào chính trị, khái niệm "lý" được biện giải cường điệu, làm cho thiên hạ hiểu nhầm. Trường hợp giống như khái niệm "Trời" của Đổng Trọng Thư (179 - 104

TrCN), khi vận dụng và chính trị được nhấn mạnh thái quá để đề cao vai trò của Vua. Vị thế của Vua được nâng lên "Vua là con Trời, thế thiên hành đạo". Trời ở đây được quần chúng hiểu như một lực lượng siêu tự nhiên, đứng trên tất cả và chi phối tất cả thế giới, thiên nhiên và xã hội. Cho nên có một số nhà nghiên cứu đánh giá Đổng Trọng Thư thuộc trường phái duy tâm khách quan. Tôi không tương hợp với ý kiến đó.

Trong sách "Xuân Thu phiền lộ" vận dụng thuyết "Thiên nhân tương ứng", Đổng Trọng Thư viết "Người là một phần của Trời". Ông cho rằng "Người là phó bản của Trời". Là hình thu gọn của Trời, về khía cạnh sinh lý cũng như tâm thần (Thiên 41). Trời có Âm Dương, người là phó bản của Trời, nên cũng có 2 yếu tố "tính" (bản chất sống) và "tình" (cảm xúc tình cảm) tính là Dương, tình là Âm. Thế giới quan của Đổng hoàn toàn phù hợp với quan điểm con người là một tiểu vũ trụ. Khái niệm Trời ở đây hoàn toàn là khái niệm vô thần. Trong thời đại khoa học công nghệ ở thế kỷ XX và XXI, hiện tượng khí hậu toàn cầu biến động dữ dội, hiện tượng phá hoại môi trường sống, đã chứng minh cho tư tưởng của Đổng: Hành động của người được biện minh từ hành động của Trời. (Các trích dẫn trong mục này mượn từ sách: "Đại cương triết học sử Trung Quốc" của Phùng Hữu Lan - người dịch: Nguyễn Văn Cương - Nxb TT - 1999).

* Đến đây có thể tóm tắt những quan niệm tương đồng của học thuyết AD với khái niệm vật chất trong triết học hiện đại.

Trước hết cần phải nhắc lại định nghĩa của Lênin về phạm trù "vật chất' ghi trong tác phẩm "Chủ nghĩa duy vật và chủ nghĩa kinh nghiệm - phê phán".

"Vật chất là một phạm trù triết học, dùng để chỉ thực tại khách quan, đem lại cho con người cảm giác, được cảm giác của chúng ta chép lại, chụp lại, phản ánh, và không phụ thuộc vào cảm giác".

Tiền nhân không dùng khái niệm vật chất, vì đây là một khái niệm ra đời song đôi với khái niệm "tinh thần" trong triết học hiện đại.

Nói đến Âm Dương, người ta có thể nghĩ rằng, đó là một khái niệm gần gũi với khái niệm của vật lý thiên văn hơn là một khái niệm có tầm vóc khái quát cao của triết học. Tuy nhiên khi nghiên cứu tư tưởng âm dương của nhiều thế hệ các bậc hiền triết, thì thấy khái niệm này có ý nghĩa bao trùm những tồn tại khách quan. Các nhà khoa học ngoài Trung Quốc, khi dịch hai từ Âm Dương đã không thể dùng từ Negatife (âm) và Positife (Dương) trong vật lý, mà phải phiên âm tiếng TQ là "Yin" và "Yang".

"Âm Dương" là cách diễn đạt tương ứng với hiện tượng đối lập trong các sự vật, hiện tượng và quá trình vận động của thế giới hiện thực.

Sách "Kinh Dịch" (bản dịch của Ngô Tất Tố) viết: "Trong khoảng trời đất còn có cái gì, chỉ là hai chữ Âm Dương mà thôi. Bất kỳ việc gì đều không thể nào rời nó. Hễ mở mắt ra, chẳng Âm thì Dương khít khịt trong đó, không thể bám được vật khác". (Sđd tr.53). Như vậy AD không chỉ sự vật cụ thể, mà là một khái niệm phổ quát, để chỉ tồn tại khách quan, và gây ra cảm giác cho con người như đã trích dẫn. Quan niệm AD của tiền nhân là một khái niệm vô thần. Tính chất khái quát và rộng lớn của khái niệm AD đã được chứng minh từ mục II1.1 trở lại đây, và có thể tóm tắt những tư tưởng tương ứng với phạm trù vật chất trong định nghĩa của Lênin.

- Âm Dương là khái niệm vô thần, tồn tại, khách quan

- Âm Dương không lệ thuộc cảm giác

- Âm Dương gây ra cảm giác và được cảm giác phản ánh

- Âm Dương là một khái niệm có tầm khái quát rộng lớn, là

một phạm trù triết học, để chỉ tồn tại khách quan.

- AD tồn tại khách quan là tồn tại một cách hiện thực, không phải vô hình thần bí. AD tồn tại dưới dạng các sự vật hiện tượng cảm tính, tức là dưới các dạng cụ thể mà giác quan chúng ta có thể nhận biết trực tiếp hoặc gián tiếp (thông qua thiết bị khoa học, đối với vật chất cụ thể, chẳng hạn).

2. Thuộc tính vận động của Âm Dương:

Người xưa khám phá tồn tại Âm Dương đồng thời cũng nghiên cứu các thuộc tính và những quy luật vận động của nó.

Với cách diễn đạt nhiều hình, nhiều vẻ, các triết gia đều cho rằng, AD vận động không ngừng nghỉ. "Dịch thuyết cương lĩnh" trong sách Kinh Dịch nói: "Cuộc biến đổi của Trời - Đất Âm Dương cũng như hai thớt cối xay lên xuống, đầy vơi, cứng mềm, chưa từng ngừng nghỉ" (Sđd. tr 51).

Hệ từ hạ, chương I, tiết 10 viết "Đức lớn của Trời Đất là sinh sinh hoá hoá" (Bản dịch của Nguyễn Hiến Lê trong sách: "Kinh Dịch, đạo của người quân tử" . tr. 475).

Sách Trung Dung trích một câu trong Kinh Thi: "Ôi, chỉ có sứ mạng của Trời là sâu kín và chẳng hề ngơi nghỉ".

(Bản dịch Trung Dung của Đoàn Trung Còn, tr. 85)

Đức Khổng Tử đứng bên sông và nói rằng: "Cũng như nước này chảy đi, mọi vật đều đi qua, ngày và đêm không hề ngừng nghỉ" (Luận ngữ, chương Tử Hãn, tiết 16 - Đoàn Trung Còn dịch). Thật là ngạc nhiên, cảm xúc của Khổng Tử lại trùng với cảm xúc của Hêraclit, một triết gia Hy lạp sống cùng thời:"Không ai tắm trên cùng một dòng sông"

AD sinh ra muôn vật, nên hiểu là AD có trong muôn vật. Sự vận động của muôn vật là không ngừng nghỉ. Tuy nhiên, tiền nhân cũng đã có quan niệm về trạng thái dừng, ổn định, rồi biến hoá . Vương Phu đời Thanh cũng nêu lên tư tưởng tương tự. Ông nói: "Do tính Âm, tính Dương của nguyên khí thúc đẩy nhau mà đưa đến sự chìm nổi, lên xuống, động tĩnh" (Trích dẫn từ"Bách khoa tri thức - Nxb PN - HN 2005"). Trạng thái dừng, tĩnh, ổn định, được tiên nhân khái quát bằng khái niệm: AD cân bằng, trung hoà. Như vậy, các bậc hiền triết Phương Đông đã có quan niệm "dừng", đi trước triết học Phương Tây hàng ngàn năm. Các bậc hiền triết cũng phát hiện được rằng, trong trạng thái cân bằng, AD vẫn vận động theo quy luật, có nghĩa là cân bằng động. Lão Tử gọi trạng thái cân bằng động là "Thường" và ông cho rằng biết "Thường" là sáng suốt. Hàng ngày con người hành động theo quy luật "thường" thì không gặp tác hại gì mà còn có lợi. Sách Trung Dung, giải nghĩa: Trung là không thiên lệch, dung là "sự thường" không đổi. Chữ "Thường" ở đây cùng nội hàm với chữ "Thường" của Lão Tử.

Quan niệm "sắc sắc không không" của Phật học cũng có thể hiểu "Vừa là nó (có có) vừa là cái khác (không không), "vì muôn vật vận động không ngừng nghỉ".

Nhà triết học cổ đại nổi tiếng Hêraclít (540 - 480 Tr CN) cũng nêu một quan điểm trùng phùng: "Tất cả là tồn tại và cũng không tồn tại. Vì tất cả đều biến chuyển" (*mượn trích dẫn của sách: "Vấn đề con người và chủ nghĩa "Lý luận không có con người" của GS Trần Đức Thảo - Nxb TP HCM - 2000 tr, 53*).

Như vậy, các nhà "AD học" đã có nhận thức về thuộc tính vận động của sự vật, hiện tượng, gần gũi với tư tưởng của triết học DV hiện đại, tuy chưa phân tích thành các hình thức vận động: cơ, lý, hoá, sinh học, tư duy, xã hội, như trong khoa học hiện đại.

Trong sách: "Biện chứng của tự nhiên", Ăng ghen viết: "Vận động, hiểu theo nghĩa chung nhất - tức được hiểu là một phương thức tồn tại của vật chất, là một thuộc tính cố hữu của vật chất, thì bao gồm mọi sự thay đổi và mọi quá trình diễn ra trong vũ trụ, kể từ sự thay đổi đơn giản cho đến tư duy" (*Sđd - NxbST - HN 1971 - tr.92*).

"Vận động là tuyệt đối vĩnh viễn, đứng im là tương đối và tạm thời "(Ăng ghen - Sđd - tr. 384).

Tư tưởng "vận động" của học thuyết AD và triết học DV hiện đại, đã được các ngành khoa học cụ thể về tự nhiên, xã hội và tư duy chứng minh rõ ràng bằng hiện thực và thực tiễn hoạt động khoa học.

3. Không gian và thời gian trong học thuyết Âm Dương:

Học thuyết AD chưa đưa ra khái niệm không gian, thời gian AD. Nhưng bước sang học thuyết Ngũ Hành, một học thuyết dẫn xuất từ học thuyết AD, không gian, thời gian AD Ngũ Hành đã được nêu cụ thể.

Mọi sự vật hiện tượng do ADNH sinh ra, mang thuộc tính ADNH và vận động trong không gian, thời gian ADNH. Hệ thống Can Chi ngũ hành đã được sử dụng để biểu đạt không gian, thời gian ADNH.

Đây là sáng tạo độc đáo của người xưa. Khái niệm không thời gian ADNH đã được ứng dụng trong Y học, Dự đoán học, mang lại những hiệu quả kỳ lạ, đáng ngạc nhiên và khâm phục.

Khái niệm không thời gian ADNH tương đồng với khái niệm không - thời gian của khoa học hiện đại. Vì cả hai đều chung một quan niệm không - thời gian là thuộc tính của vật chất vận động. Song quan niệm không - thời gian ADNH có giá trị vượt trội, bởi khả năng tàng chứa thông tin của thế giới hiện thực, vận động trên hành tinh xanh.

4. Thế giới thống nhất ở Âm Dương:

Dịch thuyết cương lĩnh nói: "Trong khoảng Trời đất còn có

cái gì ? Chỉ có hai chữ AD mà thôi. Bất kỳ việc gì cũng không thể rời được nó" (*Kinh Dịch - Sđd, tr. 53*).

AD là khí, hễ có khí ấy thì có lý ấy, hễ có lý ấy thì có khí ấy. Muôn vật, muôn việc ở gầm trời, cái gì không ở lý ấy mà ra ? Cái gì không ở AD mà ra? (*Sđd, tr.54*). Với quan niệm này, tiền nhân đã thống nhất khái niệm vật chất và quy luật vận động của nó trong phạm trù AD.

Thiệu Khang Tiết, trong Mai Hoa Dịch nói: "Từ khi phân chia ra tam tài và định ra bát quái, vạn vật không ở ngoài ngũ hành, quần sinh đều cùng nằm trong nhị khí AD". (*Sđd - Nxb VHTT - 1995 - Ông Văn Tùng dịch, tr. 739*).

Trên đây là quan điểm của hai triết gia nổi tiếng đời Tống: Chu Hy và Khang Tiết. Xưa hơn nữa, nhiều triết nhân đã phát biểu về sự thống nhất AD của thế giới hiện thực.

Sách "Trang Tử tinh hoa" của Nguyễn Duy Cần (*Nxb TN - 2000*) đã nêu ý kiến của nhà nghiên cứu triết học Trung Quốc Phùng Hữu Lan, về tâm điểm triết học Trang Tử: Vạn vật đều do "Đạo" sinh ra, mỗi vật đều có cái "Đức" của nó tức là bản tính tự nhiên của nó.

Khái niệm "Đức" ở đây tương hợp với khái niệm "Lý" của Chu Hy.

Trong "Trang Tử - Chi bắc du" lại viết: "Thông suốt thiên hạ chỉ có khí mà thôi", "Khí" ở đây lại đồng nghĩa với "Đạo"và "Khí" của Chu Hy. Lão Tử và Trang Tử thống nhất ở thuyết Tam Nguyên sinh vạn vật, khi AD tương tác, đạt trạng thái cân bằng thì vạn vật được sinh ra, với các tên gọi của nó.

Mạnh Tử (*372 - 289 Tr.CN*) sống cùng thời Xuân Thu - Chiến quốc với Trang Tử, trong sách "Mạnh Tử" cũng nói: "Muôn vật đều đủ ở ta".

Vũ trụ luận của Trương Hoành Cừ quan niệm Thái Cực là

khí. Khí động bốc lên là Dương, khí tĩnh giáng xuống là Âm. Khí tụ sinh ra các vật hữu hình, khí tán đi đến tan rã những vật ấy. Chủ trương của ông là "Vạn vật đồng nhất thế" (*theo sách "Đại cương triết học sử Trung Quốc. Phùng Hữu Lan. Tr. 276"*)

La Lâm Thuận, trong "Khốn tư ký" viết: "Tạo ra trời đất từ cổ tới nay chỉ có khí mà thôi". Khí chỉ có một mà động, tĩnh - tới lui - đóng mở - thăng giáng - tuần hoàn không nghỉ. Nhỏ bé như thế mà tạo thành bốn mùa Xuân - Hạ - Thu - Đông, tạo nên sinh trưởng thu tàng của vạn vật, tạo nên sự bình thường của người này, sự thành bại của người khác, sự vận động của vạn vật có nguồn gốc từ sự vận động của "khí".

Sách "Tố vấn - Âm Dương ứng đại luận" viết". Dương khí, Âm khí giao cảm mà hoá sinh vạn vật.

Từ sự phong phú và tinh tế của ngôn ngữ, các bậc hiền triết nhiều thời đại đã có cách diễn đạt khác nhau, nhưng đều có chung một tư tưởng cốt lõi: Thế giới thống nhất ở Âm Dương.

Tư tưởng này là bạn bè tri kỷ của tư tưởng: Thế giới thống nhất ở "tính vật chất" và "quy luật vận động" của triết học DV hiện đại.

Trong "Chống Đuyrinh", Ph.Ăng - ghen viết: "Tính thống nhất chân chính của thế giới là ở tính vật chất của nó, tính vật chất ấy không phải được chứng minh bằng vài ba lời lẽ khéo léo của kẻ làm trò ảo thuật, mà do sự phát triển lâu dài, khó khăn của triết học và khoa học tự nhiên" (*Sđd - Nxb ST - HN 1971, tr.74*).

Phải chăng, học thuyết AD cũng nằm trong sự ra đời "mang nặng đẻ đau", lâu dài, của trí tuệ loài người.

5. Mối liên hệ phổ biến và phát triển trong vận động AD:

Những phần trình bày ở trên đã bao hàm nhận thức của người xưa, về mối liên hệ phổ biến của các sự vật, hiện tượng, sinh ra từ Âm Dương. Có nhiều cách diễn đạt giàu màu sắc, ngôn ngữ, thể hiện tư tưởng đó.

- Vạn vật đồng nhất thể (Hoành Cừ)

- Mọi thứ đều đủ trong ta (Mạnh Tử)

- Ta hoà đồng cùng vạn vật, thì đi đâu mà chẳng là ta (Trang Tử)

- Vốn chỉ là một thái cực, mà mỗi vật đều có bẩm thụ, lại tự mỗi cái đều gồm đủ Thái Cực (Chu Hy).

Tư tưởng này của người xưa đã trùng hợp với khám phá của khoa học hiện đại: Cấu trúc của mọi vật đều là các hạt cơ bản và các trường năng lượng.

* Điều kỳ diệu, là người xưa đã ứng dụng tư tưởng này trong dự đoán học. Thiệu Ung, trong "Mai hoa dịch" đã sử dụng các vật chung quanh con người làm dữ liệu gieo quẻ, để nhận biết thông tin về con người. Không những dự đoán về việc người mà việc vật, như bông hoa mẫu đơn, con trâu, con gà, một nhà thờ Phật, Thiệu Ung đều đã sử dụng các thông tin chung quanh, để gieo quẻ dự đoán về trạng thái vận động của chúng, mang lại kết quả chính xác kỳ lạ. Xưa hơn nữa, thời kỳ tiền sử, cách nay hơn 5000 năm, con người đã dùng xương thú, vỏ sò, mai rùa để dự doán sự việc và hiện tượng; người ta cũng dùng phương pháp gieo quẻ bằng ba đồng tiền, bói bài Tây, để tiên đoán những lành dữ sắp tới.

Mọi vật chung quanh con người đều mang thông tin về con người. Điều khó khăn là chúng ta không biết "đọc" những thông tin đó. Dùng cỏ thi hoặc 3 đồng tiền để gieo quẻ; cỏ thi hoặc 3 đồng tiền có liên hệ và cùng vận động với người gieo quẻ, vì vậy, quẻ mang thông tin về việc muốn dự đoán. Tiền nhân đã mất nhiều thế kỷ, để tìm cách đọc và giải mã các thông tin đó. Đối chiếu với khoa học hiện đại, đây là hiện tượng chuyển hóa các mối liên hệ bằng trường năng lượng, thành mối liên hệ bằng chất, sẽ được lý giải ở chương VI.

Tư tưởng "vạn vật đồng nhất thể" và Dự đoán học của các bậc tiền bối, đã gặp tư tưởng "về mối liên hệ phổ biến của các sự vật hiện tượng" và học thuyết phản ánh của triết học DV hiện đại. Quy luật về mối liên hệ phổ biến vận động song song bằng "chất" và bằng "trường", sẽ được làm rõ ở chương VI.

Trong "Biện chứng của tự nhiên", Ph.Ăngghen viết: "Tất cả thế giới mà chúng ta có thể nghiên cứu được, là một hệ thống, một tập hợp gồm các vật thể khăng khít với nhau. Việc các vật thể đều có liên hệ qua lại với nhau đã có nghĩa là các vật thể này tác động lẫn nhau và sự tác động qua lại ấy chính là sự vận động (*Sđd - Nxb ST - HN 1971 - tr.94*).

Về thuộc tính phản ánh, Lênin cho rằng: "Hết thảy mọi vận động đều có một đặc tính về bản chất giống như cảm giác, đặc tính phản ánh" (*V.I.Lênin, toàn tập, tập 18, Nxb TB Mátcơva 1980 tr.44*).

Giống như lực và phản lực, hai vật tác động vào nhau để lại "dấu vết","hình ảnh" của nhau, có nghĩa là mang một số nội dung thông tin về nhau. Đó là nguyên lý phản ánh.Y thức con người phản ánh thực tại khách quan, vì thực tại khách quan sinh động, tác động vào đại não con người, thông qua các giác quan, bằng chất và các trường năng lượng.

Việc gieo quẻ không có gì thần bí. Nguyên lý vạn vật đồng nhất thế và học thuyết phản ánh là cơ sở khoa học của "Hiện tượng gieo quẻ".

Trong "Bản thảo cương mục", vận dụng học thuyết "Muôn vật đều đủ trong ta", Lý Thời Trân đã suy đoán một cách sáng tạo tính chất của vị thuốc thuyền thoái, tức là xác con ve sầu:

- Ngày kêu đêm nghỉ, nên có thể chữa chứng dạ đề (tức chứng trẻ em khóc đêm).

- Thể nhẹ, nên chữa được chứng phong nhiệt ở can kinh

- Tính hay thoát, đổi lốt, nên chữa được bệnh phụ nữ khó đẻ khi trở dạ, tan được mây mộng cho mắt (xác ve là vị thuốc kỵ thai).

- Tiếng kêu trong vang, nên chữa được mất tiếng.

Thực tiễn ứng dụng trong điều trị, đã chứng minh sự phán đoán đầy tài năng của nhà Y Dược học lỗi lạc.

Về khuynh hướng phát triển của vận động âm dương, tiền nhân nêu lên các nguyên lý.

- Âm thịnh thì Dương suy và ngược lại

- Âm Dương chuyển hoá

- Vật cực tắc biến, biến tắc thông, thông tắc trường cửu. "Thông tắc trường cửu" theo khuynh hướng nào, người xưa nêu lên quy luật "Phản phục tuần hoàn", vạn vật biến hoá rồi trở về trạng thái ban đầu. Tựa như Trái Đất quay hết một vòng rồi trở về vị trí cũ và quay tiếp như thế. Bốn mùa Xuân - Hạ - Thu - Đông cứ xuất hiện theo chu kỳ, hết năm này sang năm khác, trường cửu như vậy, chế độ Phong kiến, hết triều đại này đến triều đại khác, cứ theo quy luật ra đời Thành - Thịnh - Suy - Diệt và do ông Vua cai trị. Cũng như thuyết địa tâm của Ptôlêmê, tiền nhân chưa đủ hoàn cảnh hiện thực để quan sát, để đưa ra những tư tưởng mới mẻ hơn. Vấn đề này sẽ còn quay lại.

Mặt khác, tư tưởng Kinh Dịch có quyền uy rất lớn. Người ta cho quẻ Dịch biến hoá theo nguyên lý "Âm thịnh Dương suy và ngược lại". Bắt đầu từ quẻ càn, ghép vào tháng 4, lúc này Dương cực thịnh, quẻ càn 6 hào đều dương. Sang tháng 5, Dương bắt đầu suy, một hào âm xuất hiện, lập thành quẻ cấu, và cứ như vậy đến tháng 10 hào Âm chiếm lĩnh toàn bộ, Dương bị đẩy đi hết và lập thành quẻ khôn, thuần Âm. Sang tháng 11, Âm bắt đầu suy, Dương xuất hiện tạo thành quẻ Phục; có nghĩa rằng, Dương đã trở lại khôi phục dần vị trí đã mất,

Càn tháng 4	Cấu tháng 5	Độn Tháng 6	Bĩ tháng 7	Quan tháng 8	Bóc tháng 9

Khôn tháng 10	Phục tháng 11	Lâm Tháng 12	Thái Tháng 1	Đạitráng Tháng 2	Quải Tháng 3

Hình I.9: Quy luật phản phục tuần hoàn của 12 quẻ tháng.

và lấn dần Âm cho đến tháng 4 thì chiếm được được cao điểm. Nhưng niềm vui chiến thắng không được bao lâu, sang tháng 5 Âm bắt đầu xuất hiện ở quẻ cấu, và cứ như vậy, phản phục tuần hoàn.

Quan niệm như vậy, học thuyết AD đã xung khắc với Triết học DV hiện đại và hiện thực vận động của thế giới khách quan.

Nếu "Phản phục tuần hoàn" thì sự sống sẽ không ra đời, loài người sẽ không có mặt trên thế gian này. Cứ như tiền nhân quan niệm, chủ nghĩa tư bản sẽ không xuất hiện và đương nhiên một xã hội cao hơn nữa sẽ không bao giờ có được.

Thế thì "gót chân Asin" của việc vận dụng học thuyết AD vào quẻ Dịch nằm ở đâu ?

Vấn đề này sẽ được bàn ở chương sau: "Lại bàn về Kinh Dịch".

6. *Phạm trù tinh thần trong học thuyết Âm Dương:*

Các triết gia Âm Dương chưa nghiên cứu một cách hệ thống phạm trù tinh thần, chưa quan tâm đến mối quan hệ giữa vật chất và tinh thần. Vì vậy chưa có khái niệm Duy vật, Duy tâm và chưa có cuộc "Bút chiến" về mặt này. Trong lịch sử triết học Trung Quốc, chỉ thấy xảy ra cuộc đấu tranh tư tưởng giữa Nho gia và Lão - Trang, Mặc Địch. Thuyết "Chính danh" của Nho giáo đã tương phản với thuyết "Vô danh" của Lão Trang và thuyết "Kiêm ái" của Mạc Tử.

Tuy nhiên, trong thực tiễn ứng dụng học thuyết AD, các thầy thuốc đã phát hiện ra hiện tượng "Thần" của người bệnh và họ cho rằng "Tâm Tàng Thần". Khái niệm "Tâm thần" đã ra đời trước tiên từ Y học. Từ thực tiễn điều trị, các danh y đã tổng kết kinh nghiệm và cho rằng, sức khoẻ con người liên quan đến yếu tố "Thần". Trong quá trình điều trị, phải chăm lo cả yếu tố "thần" của bệnh nhân. Họ đưa ra quan điểm mà Tây y chưa đạt tới: "Chữa người bệnh chứ không chỉ chữa bệnh". Học thuyết "Tinh khí", một cách tiếp cận bè bạn với học thuyết AD, dùng khái niệm "tinh thần", cho rằng "tinh" sinh ra "thần". Khái niệm "tinh thần" đồng nghĩa với khái niệm "tâm thần". Các thầy thuốc phát hiện rằng:

Vui quá hại tâm - giận quá hại gan - lo quá hại tỳ - buồn quá hại phế - sợ quá hại thận.

* Sách Tuân Tử, thiên "Chính danh" viết: "Thiên quan (giác quan) thu nhận cảm giác, tâm giải thích những cảm giác để cho chúng ta một ý nghĩa, tâm giải rõ sự biết. Có làm rõ sự biết mới nhờ tai mà biết tiếng được, mới nhờ mắt mà biết hình được". (*Theo Đại cương triết học sử Trung Quốc của Phùng Hữu Lan, Sđd, tr. 159*).

* Mạnh Tử, trong sách Mạnh Tử cũng quan niệm Tâm tàng tư tưởng.

* Đến Đổng Trọng Thư (*179 - 104 TrCN*), triết gia nổi tiếng nhà Hán, cũng viết trong "Xuân Thu phiền lộ" rằng: "Trời có AD, người là phó bản của Trời, nên cũng có hai yếu tố "tính" (bản chất) và "tình" (cảm xúc), tính là Dương, tình là Âm (*Phùng Hữu Lan, Sđd, tr. 196*).

* Sách "Tố vấn - Âm Dương ứng đại luận" nói: "Âm Dương là đạo của thiên địa, là kỷ cương của vạn vật, là cha mẹ của sự biến hoá, là nguồn gốc của sự sinh hoá, là trung tâm của thần minh" (*theo Bạch Huyết "Thiên thời - Địa lợi - Nhân hoà" Nxb VHTT, 2001 - tr. 179*).

* *Chu Hy nói:* "Mỗi vật sinh ra thì trong nó đã có sẵn "lý" để cho nó có tính cách riêng mà làm thành bản tính của nó. Nhân tính cũng là cái "Lý" của con người".

"Tâm" là sự nhập của lý trong khí. Trình Hạo (anh ruột Trình Di, Trình Di được Chu Hy tôn làm Sư phụ) nói: "Tính là Lý" (*theo Phùng Hữu Lan, Sđd tr 278*).

* Trong sách "Bản thảo cương mục - Tân Di", Lý Thời Trân đã đề xuất "Não là phủ của nguyên thần" (vì Đông y xếp não là phủ Kỳ hằng).

* Đến đời Thanh, các thầy thuốc nổi tiếng như Uông Thanh Ngang, Vương Thanh Nhậm, đều cho rằng, "Não" tàng thần (*Theo sách: "Những học thuyết cơ bản của Y học cổ truyền, GS Bành Khừu và TS Đặng Quốc Khánh, Nxb HN 2002"*).

Tuy chưa bàn đến phạm trù "Vật chất - Tinh thần", nhưng các triết gia AD với cách diễn đạt phong phú, nhiều màu sắc, đã thống nhất rằng: Tinh thần liên quan đến vật chất và là sản phẩm của vật chất (Tâm, não, lý, khí, AD); Vật chất có trước, tinh thần có sau. "Tâm tàng thần", mà không nói ngược lại "Thần tàng tâm", "Tâm làm rõ sự biết", "Âm Dương là trung tâm của thần minh".

Các quan niệm này là từ quan sát hiện thực, từ khái quát kinh nghiệm thực tiễn hàng ngàn năm mới có được.

Một điều kỳ lạ là, các nhà hiền triết nhiều thế hệ, sống suốt chiều dài lịch sử hơn 3000 năm, từ Văn Vương Chu Công đến đời Thanh, sống trong môi trường luôn sôi động những hoạt động mê tín, nhưng không hề có tư tưởng "hữu thần" trong triết thuyết của mình. Không một ai có chủ trương kiếp trước, kiếp sau, linh hồn, và bàn luận về việc đó. Lời kinh (lời dự đoán) của Văn Vương Chu Công trong Kinh Dịch, không hề khuyên ta phải sửa sang âm phần, phải thờ thần thành kính để lấy may, mà chỉ khuyên hành động trung chính sẽ có lợi (lợi trinh, trinh cát). Trong Luận ngữ, một học trò hỏi Khổng Tử rằng, khi chết có linh hồn không ? Khổng Tử trả lời: "Người sống còn chưa biết hết thì hỏi người chết làm gì ?". Chứng tỏ bậc đại danh Nho nghi ngờ vấn đề tồn tại của linh hồn. Hiện thực đó chứng minh rằng những bộc lộ óc siêu việt, quan sát tinh tế sự vận động của thực tại hàng ngàn năm, đã không cảm nhận được dấu vết tồn tại của các thế lực phi tự nhiên.

Các nhà hiền triết dạy rằng: Điều thiện số một là Hiếu và điều ác số 1 là bất hiếu. Quan điểm về Hiếu được Mạnh Tử nhấn mạnh hai lần trong sách Tứ Thư. Tập Mạnh Tử (hạ) Chương Ly Lâu, tiết 26, Mạnh Tử nói: "Người mang tội bất hiếu phạm điều số 1 là:

Làm chuyện bậy bạ, khiến cho cha mẹ mang nhục" (*Tứ Thư - Đoàn Trung Còn dịch - Nxb Thuận hoá 2006. tr.35*).

Đến chương Ly Lâu sau ; Mạnh Tử nhắc lại ở tiết 30 "Bất hiếu là làm việc xấu, việc ác để cha mẹ tủi hổ". (Sđd. tr.65). Mạnh Tử không hề nhắc đến chuyện thờ cúng. Khi cha mẹ chết rồi, điều Hiếu lớn nhất vẫn như lời dạy của người xưa, "không làm điều ác, điều xấu". Đó là tấm lòng uống nước nhớ nguồn sâu sắc nhất. Thành kính thờ cúng Tổ tiên là để nhắc nhở điều sâu sắc đó. Vì "Thiện ác" là phạm trù tinh thần số một, mà các triết gia âm dương thường quan niệm.

"Đạo trong gầm trời chỉ là thiện ác mà thôi". (Kinh dịch - Sđd - tr53). Các sách còn nói: Không làm điều ác đã là thiện rồi.

7. Các triết thuyết gần gũi với học thuyết Âm Dương:

* Trong thực tiễn hoạt động khoa học, để nghiên cứu một đối tượng hiện thực, thường các nhà khoa học có nhiều phương pháp khác nhau, nhiều hướng tiếp cận khác nhau, nhằm khám phá các quy luật vận động của đối tượng, dù cách diễn đạt, cách mô tả có khác nhau, vẫn có sự trùng hợp nhất định về những vấn đề cơ bản trong phạm trù nghiên cứu. Các khám phá bổ sung cho nhau, làm phong phú hơn, sâu sắc hơn hoặc sửa lỗi cho nhau, hoặc mở rộng khả năng ứng dụng của nhau.

Đối tượng nghiên cứu của học thuyết AD là vũ trụ, sau đó vận dụng vào nhân sinh, nhưng xuất phát từ nhu cầu nhân sinh.

Sách "Vũ trụ nhìn thấy và không nhìn thấy" ghi chép lại một số ý kiến thảo luận của các nhà khoa học Vũ trụ. Viện sỹ Zelmanov nói: "Vì Vũ trụ là duy nhất, nên phải hoặc không có mô hình nào hoặc chỉ có một. Còn ở giai đoạn phát triển này của khoa học lại có rất nhiều mô hình. Đó là thiếu sót của lý thuyết hiện nay". Rất có thể là lý thuyết vật lý tổng quát trong tương lai (Lý thuyết "Đại thống nhất các trường năng lượng". TG) thống nhất các lý thuyết vật lý chính hiện nay, sẽ hoàn toàn không có hệ phương trình vi phân. Thay cho chúng, người ta sẽ tìm thấy một thuật toán, cho phép rút ra tất cả những gì cần để mô tả các tính chất của Vũ trụ (*Sđd. tr.21*).

Nhiều ý kiến lại cho rằng: "Tự nhiên phức tạp hơn bất kỳ mô hình nào, trong đó có các mô hình được chấp nhận rộng rãi. Không một mô hình nào có khả năng bao quát toàn bộ sự đa dạng của các quá trình, các mối quan hệ, ngay cả trong một lĩnh vực hạn chế rất hẹp. Vì bất kỳ một đối tượng cụ thể nào cũng là đối tượng nhận thức bất tận" (*Sđd. tr.122*).

Viện sỹ V.N. Kômarops lại nói: "Vậy tại sao lại không suy nghĩ về khả năng như thế này. Cái mà một mô hình không đủ sức bao quát thì hai (hay nhiều) mô hình cho dù chúng có mâu thuẫn nhau ở một cái gì đó, có lẽ khả năng bao quát được một cách rất thành công (*Sđd.tr.122*). Và nhà vật lý lý thuyết nổi tiếng, GS Iu.M.Sirokov đã tuyên bố:

"Trong các nghiên cứu lý thuyết của mình, chúng tôi đã đi đến tính đa dạng của các mô hình. Tâm lý của chúng ta đã thay đổi!" (*Sđd.tr.123*).

(Về các mô hình xã hội, nghĩ rằng, nên có tư duy như vậy - TG).

Vũ trụ học hiện đại đưa ra lý thuyết "Vụ nổ lớn" (Bigbang) đã được chấp nhận rộng rãi, nhưng vẫn còn khuyết tật, còn chờ lý thuyết "Dây" và lý thuyết "Màng" sửa lỗi. Các lý thuyết này vẫn còn kỳ vọng kết quả khảo sát của các con tàu Vũ trụ, để chứng minh tính đúng đắn của nó.

* Học thuyết Âm Dương và các học thuyết tương đồng, được các nhà hiền triết đề xuất trong suốt chiều dài lịch sử hơn 4000 năm, phải được coi là các mô hình Vũ trụ, nhưng cấp độ triết học cao hơn. Về phương diện nghiên cứu khoa học, các học thuyết này phải được bình đẳng với các mô hình hiện đại. Đó là các hướng tiếp cận khác nhau về đối tượng Vũ trụ và thế giới hiện thực. Vì khoa học chuyên ngành chưa phát triển nên phương pháp tiếp cận trong giai đoạn này chủ yếu là phương pháp tư duy tâm linh. So với sự ra đời của một chu kỳ Vũ trụ cách nay 13,7 tỷ năm và còn vài chục tỷ năm (Theo Stêphen Hawking) mới kết thúc bằng "vụ co lớn", thì 4000 năm chỉ là một giờ của một mùa xuân khoa học. Cho nên không thể rẻ rúng các thành quả trí tuệ đó bằng các khái niệm "Cổ sơ" - "Hiện đại"

mà không đi sâu phân tích tính chân lý, mức độ chân lý của nó.

Sẽ không trọn vẹn và không công bằng, nếu chỉ cho rằng triết học và khoa học hiện đại là nhà tài trợ hào phóng, giúp vào việc phục chế các sáng tạo của tiền nhân, xoá đi những vết mốc, những lớp bụi mờ, để trí tuệ tiền bồi lấp lánh ánh hào quang vốn có; mà giống như lực và phản lực, ánh hào quang đó lại chiếu những tia sáng đẹp đẽ của mình vào trí tuệ hiện đại, làm cho triết học duy vật hiện đại đứng vững trên đôi chân chân lý của mình và vĩnh hằng như một chân lý tuyệt đối.

Sau đây, xin thành kính nhắc lại các nhà Âm Dương, các tác phẩm Âm Dương nổi tiếng, tuy chưa đầy đủ và các nhà tư tưởng tương đồng.

- Tư tưởng Âm Dương ra đời cách nay hơn 4000 năm khoảng thời kỳ nhà Hạ (2205 - 1766 Tr.CN) hoặc trước nữa, không rõ tác giả.

- Chu Văn Vương và Chu Công Đán, tác giả lời kinh của quẻ và hào Dịch, là hai bậc tiền bối, đã hiểu sâu sắc và vận dụng sáng tạo học thuyết AD vào dự đoán học và chính trị. Đến đây học thuyết AD đã xứng đáng là một học thuyết tiên đề của nhiều ngành khoa học cụ thể như Y học, Khí công, Dự đoán học và cả chính trị nữa. Thời kỳ này cách nay hơn 3000 năm, khi Văn Vương bị vua Trụ giam vào ngục Dữa Lý, ông đã tổng kết kinh nghiệm thực tiễn kết hợp với tiên đề Âm Dương để viết lời kinh cho 64 quẻ dịch.

- Tác phẩm Hoàng Đế Nội Kinh, tác phẩm gối đầu giường của các nhà y học Phương Đông ra đời khoảng từ thế kỷ III đến thế kỷ II TrCN. Là sự vận dụng sáng tạo và nhuần nhuyễn học thuyết Âm Dương Ngũ Hành thiên nhân tương ứng vào việc chữa bệnh và bảo vệ sức khoẻ con người. Tác phẩm gồm Tố Vấn và Linh Khu, giới thiệu 44 chủng loại bệnh, 341 chứng bệnh. Tác phẩm viết theo thể vấn đáp giữa Hoàng Đế, Kỳ Bá, Du Khu, là các tác giả tượng trưng cho tập thể các danh y nổi tiếng, đã có công chắt lọc kinh nghiệm điều trị của nhiều thế hệ, kết hợp với học thuyết ADNH để cho ra đời tác phẩm quý báu này.

- Khổng Tử đã kế thừa và phát triển tư tưởng "Trung - Chính" của Văn Vương trong Kinh Dịch để đưa ra tư tưởng Trung Dung, nhằm giúp con người tu dưỡng nhân cách và phương pháp ứng xử với thế giới khách quan đúng đắn, hợp quy luật, đem lại hiệu quả tốt đẹp cho bản thân và xã hội.

Tư tưởng Trung Chính, Trung Dung là sự vận dụng sáng tạo tiên đề Âm Dương cân bằng trong học thuyết Âm Dương, là tiên đề quan trọng nhất đối với khoa học về con người. Tư tưởng Trung Dung đã được Tuân Tử, cháu Khổng Tử chấp bút và giải thích làm rõ, trở thành sách Trung Dung, một trong Tứ thư của Nho học. Tinh hoa của sách Trung Dung đến nay vẫn còn nguyên giá trị thực tiễn.

Triết học không chỉ nhận thức thế giới mà quan trọng hơn là cải tạo thế giới và giải quyết những vấn đề của con người, trong thời đại mà triết học đó ra đời .

Triết thuyết Âm Dương là cơ sở lý luận để hình thành các khoa học cụ thể. Dự đoán học giúp con người hướng lành tránh hoạ ; Y học để bảo vệ sức khoẻ ; khí công ; võ thuật để nâng cao thể lực. Tư tưởng Trung Dung nên coi là một nguyên lý giáo dục để rèn luyện nhân cách con người, góp phần cải tạo thế giới có hiệu quả hơn.

Các khoa học cụ thể liên quan đến con người, được dẫn xuất từ học thuyết AD, đều lấy tiên đề cân bằng AD làm cơ sở.

Nho giáo đã thống trị văn hoá nhân loại Phương Đông hàng ngàn năm, đã đóng góp một phần vào sự tiến bộ của lịch sử. Ở Việt Nam, các triều đại của những vị vua anh minh như Lê Thánh Tông, Minh Mệnh, đã đưa đất nước bước vào giai đoạn cường thịnh nhất của thời kỳ Phong kiến Việt Nam, nhờ phát huy được những tinh hoa của Nho học. Điều đó chứng minh tính chân lý tương đối của Nho giáo. Tính chân lý đó có nguyên tắc từ học thuyết Âm Dương. Là chân lý tương đối, nên không hoàn thiện. Mặt chân lý là tích cực, phù hợp với quy luật vận động của lịch sử. Mặt không chân lý là phản động, kìm hãm sự phát triển của lịch sử, đã bị các nhà cách mạng đời sau phê phán. Một trong những nguồn gốc phản tiến bộ của Nho giáo là việc hiểu sai lệch nguyên lý phản phục tuần hoàn của quẻ Dịch, là việc hiểu không đúng quan hệ lôgíc "mô hình - hiện thực" sẽ được phân tích ở chương "Lại bàn về Kinh Dịch".

Khổng Tử không nêu "Vũ Trụ quan" của riêng mình mà ông chấp nhận tư tưởng Âm Dương trong Kinh Dịch. Nhà nghiên cứu Nguyễn Hiến Lê, trong sách "Khổng Tử" (*Nxb VH - 1991*) đã đưa nhiều dẫn chứng về lời nói của Khổng Tử trong Luận ngữ và các ý kiến đánh giá khác nhau của nhiều học giả về Vũ trụ quan của Ngài, thì toát lên rằng, khái niệm Trời mà Khổng Tử hay dùng là khái niệm vô thần. Các nhà Nho sau này đã lý giải trong Kinh Dịch: "Khí thanh Dương bốc lên thành trời, khí nặng đục giáng xuống thành đất". Chắc rằng có nghiên cứu tư tưởng người thầy của mình. Trong Luận ngữ, khi nói đến Trời, ông chỉ dùng chữ "Thiên" mà không dùng chữ "Thượng Đế", chữ "Thiên" còn có nghĩa là thiên nhiên. Theo Nguyễn Hiến Lê, Khổng Tử tránh nói đến quỷ thần còn vấn đề linh hồn sau khi chết, Khổng Tử đã trả lời học trò là Tử Lộ rằng: "Sự sống còn chưa biết sao biết đến sự chết". Trong Kinh MajjhimaNikaga, Phật Thích ca cũng có câu trả lời tương tự. Có người hỏi Phật:

- Một Đức Phật đã thành chính quả rồi, sau khi chết có còn nữa không ? Phật đáp:

- Sau khi chết có còn Phật nữa hay không, không quan hệ gì, chỉ có một điều rõ nhất là: Có sinh có tử và có những nỗi đau khổ. Ta chỉ dạy cho biết cái căn nguyên làm ra đau khổ và chỉ con đường đi đến giải thoát. Ta không nói sau khi chết Phật còn nữa hay không, vì điều đó không quan hệ gì đến đạo "ta dạy" (*Sdd, Tr .219, NHL trích dẫn*). (Phải chăng, Phật Thích Ca không chủ trương luân hồi, đầu thai kiếp khác?! Các chủ trương đó là của người đời sau).

Như vậy, tuy trong Luận ngữ còn vài "ngập ngừng", quan niệm về Vũ trụ của Khổng Tử cơ bản là quan niệm vô thần và tương ngộ với học thuyết Âm Dương.

- Lão-Trang:

Chưa xác định được chính xác năm sinh, năm mất, nhưng theo các nhà nghiên cứu thì Lão Tử sống cùng thời với Khổng Tử (551 - 479 TrCN) tức vào khoảng thế kỷ VI - V TrCN. Còn Trang Tử (khoảng 372 - 289 TrCN) và gần như cùng thời với nhà tư tưởng cổ đại vĩ đại ở nửa bên kia trái đất Aristotle (384 - 322 TrCN).

Trang Tử sống sau Lão Tử gần 100 năm, nhưng tư tưởng của ông gần như trùng hợp với tư tưởng Lão Tử, nên người ta gọi chung là học thuyết Lão - Trang.

Có lẽ Lão Tử cũng nghiên cứu Kinh Dịch của Văn Vương, vì trong Kinh Dịch của Văn Vương không nêu cụ thể Vũ trụ quan, nên khác với Khổng Tử, Lão Tử đã đề xuất Vũ trụ quan.

Theo sách "Lão Tử - Đạo đức Kinh" của Thu giang Nguyễn Duy Cần (NxbVH - 2001), Vũ trụ quan của ông như sau:

"Đạo sinh Nhất

Nhất sinh Nhị

Nhị sinh Tam

Tam Sinh vạn vật

Vạn vật phụ âm như bão dương xung khí dĩ vi hoà"

(Đạo Đức Kinh - Chương 42 - Sđd tr.48). Nghĩa là: Đạo Sinh Một - Một sinh Hai - Hai sinh Ba, Ba sinh vạn vật, trong vạn vật cõng âm bồng dương, xung mà hoà với nhau).

Lão Tử giải thích chữ Đạo: "Xem mà không thấy, nên gọi là "Di" - lắng mà không nghe, nên gọi là "Hi", bắt mà không nắm được, nên gọi là "Vi" - Ba cái ấy không phân ra được, vì nó hỗn hợp làm một (chương 14).

Nếu so sánh với Vũ trụ học hiện đại thì Đạo tương ứng với "điểm kỳ dị", khi chưa phát sinh vụ nổ lớn, "Nhất" tương ứng với giai đoạn đầu sau vụ nổ ở thời điểm trước Planck. Đây là giai đoạn thăng giáng liên tục của không thời gian, giai đoạn hỗn độn tồn tại khoảng 10^{-43}s. "Nhị" là thời điểm Plank, 10^{43}s các hạt cơ bản bắt đầu hình thành. Thời kỳ này cho đến 500 ngàn năm, sau vụ nổ, các hạt âm dương vẫn chuyển động hỗn độn và phân huỷ rồi hình thành không ổn định. Sau 500 năm đến thời kỳ "đứt liên kết", Hydro trung hoà mới ra đời, bắt đầu cho giai đoạn "Nhị sinh Tam". Tam là thời kỳ âm dương chuyển dần sang trạng thái cân bằng. Nơi nào đạt cân bằng thì nơi đó sinh ra các nguyên tố hoá học. Quá trình cân bằng động tiếp diễn liên tục, xcn kẽ với quá trình chuyển hoá, phản ứng huỷ, do cân bằng không bền, và 400 triệu năm sau, ngôi sao đầu tiên mới bắt đầu chiếu sáng. Gần 9 tỷ năm sau, mặt trời và hệ mặt trời ra đời, gần 14 tỷ năm nữa, con người mới xuất hiện để viết những dòng lịch sử vĩ đại của vũ trụ. Theo tư tưởng Lão Tử, trong vạn vật đều có 2 mặt đối lập mâu thuẫn (vạn vật cõng âm bồng dương), đấu tranh với nhau (xung) nhưng cân bằng (hoà) với nhau. Cách nay 2.500 năm, chỉ với tư duy tâm linh, mà về tầm vĩ mô, Lão Tử đã đề xướng được tư tưởng Vũ trụ, tương hợp với khoa học và triết học hiện đại, thì quả là một đại não phi thường, đáng cho ta cúi đầu ngưỡng phục.

Sau này, Trang tử còn giải thích thêm: Âm Dương mâu

thuẫn phải có cái nắm riềng mối hai bên, bắt buộc nó không thể rời nhau, để nó biến hoá sinh tồn. Trang gọi là Đạo. Đạo mà vắng mặt thì sự vật tiêu tan tất cả. Trong thái cực đồ của Trang Tử (xem phần trước) đã thể hiện nguyên lý đó. Hình vành khăn ôm lấy hai con cá Âm Dương, có bề dày, đó là Đạo. Hình vẽ ở nhiều sách bỏ mất hình vành khăn này. Đây có thể là tư tưởng hiện thực về trường năng lượng có tác động vào quá trình vận động, tiến tới sự cân bằng AD để sinh ra vạn vật và giữ cho trạng thái cân bằng ổn định trong một thời gian, tuỳ từng vật thể (ví dụ Mặt trời đã 5 tỷ năm, con người 100 năm). Vấn đề này sẽ còn quay lại.

Trang Tử còn đưa ra khái niệm "khí". Ông viết trong "Trang Tử chi bắc du" ; "Thông suốt thiên hạ chỉ có khí mà thôi". Khái niệm "khí" của ông sau này được các nhà tư tưởng phát triển thành các học thuyết "tinh khí", "nguyên khí", "Lý khí" nhưng đều sử dụng thêm khái niệm khí âm, khí dương để lý giải. Như vậy khái niệm "khí" vẫn nằm trong phạm trù "Vũ trụ quan" của Lão Tử. Vẫn là các tư tưởng dẫn xuất từ học thuyết AD.

Về nhân sinh quan, Lão Trang lại mâu thuẫn với Vũ trụ quan của mình. Quan niệm nhân sinh của hai ông mang nặng màu sắc duy ý chí, mà triết học hiện đại gọi là "Duy tâm chủ quan".

Để trị quốc an dân, hai ông đưa ra luận điểm "vô vi". Hai ông cho rằng con người sinh ra từ Đạo, Đạo phú cho con người bản tính tự nhiên, tuân theo quy luật của Đạo, mà bản tính tự nhiên vốn là thiện (Quan niệm này tương phùng với quan niệm của Khổng Tử: "Nhân chi sơ vốn bản thiện"). Cứ để cho con người sống tự nhiên theo cái thiện của mình thì sẽ không có xung đột, đất nước sẽ bình yên thịnh trị. Con người sẽ hạnh phúc. Theo Lão Trang nếu nhà cầm quyền gương mẫu sống theo cái thiện của mình thì tự nhiền dân sẽ theo. Không cần can thiệp bằng chính trị, pháp luật hoặc giáo dục. Lão - Trang gọi Đức là hành động theo bản tính tự nhiên, tức hành động theo quy luật Đạo- Đạo với Đức là một. Đạo thông thì thành Đức.

Có người hiểu sai tư tưởng "Vô vi" của Lão - Trang, cho rằng "vô vi" là không làm gì. Trong chương II Đạo Đức kính, Lão Tử chủ trương "vô vi" như sau: Vô vi là tư tưởng và hành động của người cầm quyền mẫu mực hoặc của vị thánh cứu đời. Vô vi gồm:

1. Vô ngôn: Không dùng lời nói mà dùng hành động mẫu mực, để thực hành cái tính thiện tự nhiên của mình. Dân noi theo đó mà làm.

2. Vô Can: Để cho mọi vật vận động theo bản tính tự nhiên, con người sống thiện bằng tự nhiên mà không can thiệp bằng giáo dục và pháp luật, chính trị.

3. Vô kỷ: Giúp đỡ con người (thực hiện điều 1 và chống lại sự can thiệp) mà không vụ lợi, không vì mình.

4. Vô Công: Giúp đời (điều 3) mà không kể công

5. Vô danh: Giúp đời mà không cần danh tiếng.

Tư tưởng Vô vi có mấy điểm cần bàn.

+ Nguồn gốc tự nhiên của tính Thiện - Ác

Thiện ác là phạm trù tinh thần cơ bản của học thuyết Âm Dương: "Dưới gầm trời chỉ có thiện ác mà thôi" (Kinh Dịch - Sđd). Sách Trung Dung (Đoàn Trung Cón dịch và bình chú) Tiết 1 có nói:

"Mạng trời gọi là Tánh" (người ta sinh ra có cái bản chất vốn lành. Tuổi ấu thơ ai cũng biết yêu thương cha mẹ ông bà, trọng anh chị, mến bạn bè. Đến lớn lập gia đình, ai cũng thương vợ mến con, yêu quê hương đất nước. Đó là cái tính tự nhiên do trời phú cho mọi người). Noi theo tánh gọi là Đạo". (*Sđd. tr.41*) (chữ Tánh ở đây đồng nghĩa với chữ Đức của Lão Trang-TG).

Theo tôi, thiện ác phải được xem xét từ khía cạnh tiến hoá, kế thừa và thích nghi, là sản phẩm sáng tạo, là kết quả xử lý thông tin của cấu trúc tinh thần đại não.

Con người là sự phủ định đối với thế hệ sinh vật trước loài người. Sự phủ định không sạch trơn, mà còn kế thừa những yếu tố cần thiết và phù hợp với quá trình tiến hóa tiếp theo. Về cấu trúc sinh lý, con người kế thừa những động vật gần gũi (như vượn người, khỉ) tới 90%, chỉ có đại não là phát triển vượt trội.

Chúng ta không dùng khái niệm tinh thần để nghiên cứu động vật, nhưng thực tế chúng cũng có cuộc sống tinh thần ở cấp độ thấp và hạn chế; đặc biệt là tình mẫu tử, mà biểu hiện chủ yếu là tình yêu thương con vô bờ bến của con mẹ. Chúng ta phải mượn cụm từ yêu thương, thuộc phạm trù tâm lý con người, để miêu tả hiện tượng đó mà không tìm được cụm từ khác thích hợp hơn.

Tinh thần là sản phẩm của hiện thực và thực tiễn sinh động, phản ánh vào cấu trúc sinh lý đại não. Con người kế thừa một phần cấu trúc sinh lý đại não động vật gần gũi ắt phải kế thừa một phần cấu trúc tinh thần và sản phẩm tinh thần của chúng. Từ lúc mang thai cho đến tuổi thiếu niên, đứa trẻ được sự chăm sóc với tình yêu thương tha thiết của người mẹ và gia đình. Tuổi ấu thơ, đứa trẻ chưa hề tiếp xúc với cái ác, không hiểu cái ác là gì (trừ một số lần bị ăn mắng, ăn roi, mà đứa trẻ cũng hiểu được rằng, đó là do chúng làm sai lời dạy bảo).

Tình yêu của người mẹ đối với con có một phần kế thừa từ thế hệ trước loài người, vì nó rất cần thiết cho sự sinh tồn và quá trình tiến hóa tiếp theo.

Những thông tin từ tình yêu thương của người mẹ và người thân ở tuổi ấu thơ, đưa vào cấu trúc tinh thần của đứa trẻ, cho ra sản phẩm nhân cách ấu thơ của con người, là tình yêu thương đối với cha mẹ và người thân. Đó là nguồn gốc tính thiện của con người, được hình thành từ sự kế thừa và sự chọn lọc, xử lý thông tin của đại não, từ tính thiện cơ bản: Tình yêu thương. Tuổi ấu thơ còn hình thành đức tính công bằng. Khi chia quà, chúng chia bằng nhau cho mọi người trong gia đình hoặc bè bạn. Tính công bằng là sự phản ánh thông tin cân bằng âm dương trong cấu trúc âm dương của con người. Tuổi ấu thơ đã thể hiện tình yêu thương và sự công bằng một cách "vô thức" như một nhân cách bẩm sinh của con người. Nhân chi sơ vốn bản thiện là như vậy.

Khi lớn lên, bước vào tuổi học, đứa trẻ bắt đầu tiếp xúc với cái "ác" của người lớn. Đứa trẻ ngỡ ngàng, khó hiểu, bắt đầu phát sinh tâm lý bi quan, thậm chí bướng bỉnh, nổi loạn ở một số đứa trẻ. Cuộc sống vốn thiện ác đan xen; đứa trẻ vẫn có được tình yêu thương và sự đối xử công bằng của nhiều người lớn, nên hầu hết chúng giữ được thăng bằng và dần dần thích nghi để tồn tại và phát triển.

Nhưng rồi thông tin về cái ác bắt đầu đi vào cấu trúc tinh thần của chúng. Chúng bắt đầu tư duy để xử lý, chọn lọc giữa cái thiện và cái ác.

Nếu môi trường sống của chúng, (gia đình - nhà trường - xã hội) cái thiện nhiều hơn cái ác, thì trong con người chúng sẽ hình thành tính thiện nhiều hơn tính ác. Các Mac đã từng nói, con người là sự tổng hòa các quan hệ xã hội, là nói ở hiện trạng này. Nếu đứa trẻ được nuôi dưỡng và giáo dục trong một gia đình hoặc môi trường mẫu mực, thì có thể "miễn" dịch với cái ác nhiều hơn.

Đi vào quá khứ tiến hóa, sinh vật trước loài người, thường là ác, vì chúng cần giành giật thức ăn để sinh tồn. Điều đó đương nhiên có kế thừa trong cấu trúc tinh thần của con người. Khi môi trường thiện mạnh, đặc biệt ở tuổi ấu thơ, tính "ác" kế thừa sẽ bị nén chặt trong cấu trúc vô thức đại não. Khi thông tin ác mạnh, "tính ác kế thừa" được tiếp sức và trỗi dậy, tham gia không lợi vào việc xử lý thông tin của cấu trúc tinh thần, giúp cho nhân cách ác hình thành.

Nhân loại tiến bộ đấu tranh cho sự tiến bộ xã hội, không chỉ cướp lại sự công bằng trong phân phối lợi ích vật chất mà còn cướp lại tính thiện của mình đã bị làm cho tha hóa. Mô hình kinh tế Đồng sở hữu đã thực hiện được việc đó.

Tính thiện và đức tính công bằng bẩm sinh là sức mạnh chiến thắng của cuộc đấu tranh này. Tuy nhiên, cái thiện và cái ác vẫn tồn tại trong mỗi con người và xã hội loài người như một cặp đối lập AD trong suốt quá trình cải biến hình thái chiếm hữu để tiến lên hình thái sở hữu cá nhân chân chính. Khi đời sống vật chất được nâng lên, thiện ác không còn biểu hiện trong sự vận động vì lợi ích vật chất mà chuyển hóa sang cuộc sống văn hóa, có thể là sự mâu thuẫn về lối sống trong điều kiện sinh hoạt vật chất ở trình độ cao, mà xã hội văn minh cần phải chuẩn bị cơ sở lý luận để xử lý.

Như vậy, nhân cách thiện ác là tổng hòa tính kế thừa và xử lý thông tin thiện ác của môi trường sống, là sản phẩm sáng tạo của cấu trúc tinh thần đại não ở từng con người.

Đến tuổi trưởng thành, nhân cách con người có cả thiện và ác, và đó là bản tính tự nhiên khi con người bắt đầu lao động kiếm sống. Không có bản tính thiện đơn thuần như Lão - Trang quan niệm, chỉ có tính bản thiện vượt trội lúc "nhân chi sơ", tức là ở tuổi ấu thơ mà thôi. Quan niệm như vậy, Lão Trang đã tự mâu thuẫn với tư tưởng âm dương của mình.

+ Chống lại chính trị, pháp luật và giáo dục

Quan niệm rằng, con người có thể tự nhiên thực hành tính thiện và tự mang lại hạnh phúc cho mình và sự bình an cho xã hội, Lão Trang chống lại sự can thiệp và giáo hóa.

Trong thế giới loài người, chưa tìm thấy một hiện thực nào như vậy. Có chăng chỉ ở một số người được tôn vinh là hiền triết, người hiền, như Khổng Tử, Lão Tử, Trang Tử, Mặc Địch,

Tuân Tử, Tử Tư, Nhan hồi. Hiện thực này là ngoại lệ, cá biệt. Do đó, tư tưởng Vô vi của Lão Trang không có cơ sở hiện thực, vì vậy không đi vào cuộc sống. "Vô vi" duy ý chí, duy tâm chủ quan là ở đó.

Mặt khác, đưa ra tư tưởng vô vi, Lão Trang mâu thuẫn với tư tưởng "Đạo" của mình. Trang nói rằng, muốn âm dương giữ được trạng thái cân bằng ổn định lâu dài, thì phải có riềng mối ràng buộc, đó là Đạo (thể hiện bằng cái hình vành khăn bao lấy con cá âm dương).

Nếu để tính thiện ác phát triển tự nhiên, trong điều kiện sống còn nhiều khó khăn, con người dễ dàng quay ngược quá trình tiến hóa, cái ác sẽ phát triển dữ dội hơn cái thiện và lấn át cái thiện, xã hội "loài người" chỉ còn trên danh nghĩa.

Những trí tuệ minh mẫn đã sáng suốt chủ trương phải có giáo dục và pháp luật và được nhà nước tổ chức thực hiện.

Giáo dục và pháp luật điều chỉnh hành vi của con người, tăng tính thiện, giảm tính ác, không để xảy ra đại ác, giúp vào việc cân bằng nhân cách con người, nói theo triết học Âm Dương, là cân bằng âm dương trong tinh thần con người.

Giáo dục và pháp luật có vai trò như Đạo của Trang Tử.

Để hình thành nhân cách tốt phải có giáo dục và cưỡng chế như một quá trình tương tác âm dương. Thiên nhiên đã từng cưỡng chế để thúc đẩy tiến hóa. Không có quá trình cưỡng chế của thiên nhiên, con người có lẽ ra đời muộn hơn. Sự biến đổi khí hậu dữ dội là một sự cưỡng chế, làm cho sinh vật tiến hóa từng nấc thang nhanh hơn, dẫn đến loài người.

Như vậy, giáo dục và cưỡng chế là quy luật của tiến hóa. Pháp luật bắt buộc phải hành động theo điều thiện; như việc cứu người chết đuối, anh biết mà anh không cứu sẽ bị trừng phạt. Khi việc thiện đã thành thói quen thì anh không còn cảm thấy bị cưỡng chế nữa. Và một nhân cách tốt đã hình thành và trở thành bản năng.

Đường lối chính trị có vai trò như Đạo, ngoài tác dụng dẫn đường, đường lối còn có tác dụng ràng buộc, giữ ổn định cân bằng giữa bộ phận lãnh đạo và bộ phận bị lãnh đạo, đảm bảo sự thống nhất tư tưởng và hành động, như một sự cân bằng âm dương.

Ý thức hệ, Hiến pháp, Đường lối chính trị, pháp luật, giáo dục, là Đạo của xã hội loài người. Nếu "Đạo" này phù hợp với ý chí và lợi ích của đông đảo nhân dân, phù hợp với quy luật, sẽ có sức mạnh giữ cân bằng và ổn định xã hội lâu dài hơn.

Mặt khác, xã hội, một vật thể vũ trụ lớn và là một hệ thống lớn; là một cặp âm dương lớn, trong đó có nhiều cặp âm dương thành phần. Riêng bộ phận lãnh đạo là một cặp âm dương thành phần. Muốn toàn hệ cân bằng thì từng cặp phải cân bằng. Bộ máy lãnh đạo cần phải hoạt động cân bằng, trước tiên là sự thống nhất tư tưởng, tiếp đó là sự gương mẫu thi hành "Đạo". Nhà cầm quyền không mẫu mực thi hành đạo, coi như "Đạo" bị phá hoại và mất tác dụng ràng buộc điều chỉnh, gây mất cân bằng cho các cặp âm dương khác, gây mất cân bằng toàn hệ và xã hội sẽ rối loạn.

"Đạo" người (ý thức hệ, hiến pháp, đường lối, pháp luật, đạo đức,...) do con người sáng tạo ra, nhưng đồng thời là sự phản ánh thông tin cấu trúc vũ trụ. Chắc rằng trong vũ trụ tồn tại một năng lượng điều chỉnh cân bằng âm dương?! Trái đất quay quanh mặt trời với qũy đạo ê líp, lúc gần, lúc xa mặt trời. Để đảm bảo cho quỹ đạo này ổn định, lúc gần mặt trời, trái đất đã quay nhanh lên, lúc xa, quay chậm lại. Có năng lượng nào làm trái đất quay nhanh và hãm trái đất quay chậm, để quỹ đạo trái đất ổn định gần 5 tỷ năm nay, đảm bảo cho sự sống hành tinh? Là năng lượng hấp dẫn của toàn hệ hay là năng lượng theo tư tưởng Đạo của Trang

Tử? Phải chăng Đạo của Trang Tử là có thực? Là một sự gợi ý khám phá cho khoa học hiện đại.

+ Chắt lọc tinh hoa tư tưởng Lão - Trang, Hồ Chí Minh đã gạt bỏ phần duy tâm, duy ý chí.

Về giáo dục, người nói: "Hiền ác phải đâu là tính sẵn

Phần nhiều do giáo dục mà nên"

Trong giáo dục có cưỡng chế:

"Gạo đem vào giã bao đau đớn

Gạo giã xong rồi lại trắng phau"

Về pháp luật, người nói: "Nhà nước phải có thần linh pháp quyền".

Về phẩm chất người lãnh đạo, Hồ Chí Minh chắt lọc từ hành động vô vi: "Vô Kỷ - Vô công - Vô danh "và đưa ra tư tưởng "Chí công vô tư"

Về tư tưởng "Cần - kiệm - liêm - chính", "tự phê bình và phê bình", người chắt lọc từ tinh hoa tư tưởng Nho giáo.

"Cần - kiệm - liêm - chính" là tư tưởng của "Tu thân - tề gia - trị quốc - bình thiên hạ", trước tiên là tu thân.

"Tự phê bình và phê bình" trong đó tự phê bình trước, là xuất phát từ quan điểm "tiên trách kỷ, hậu trách nhân" (trước trách mình, sau trách người), xuất phát từ tư tưởng trong sách Trung Dung. Vì xử sự không trung hòa, thiên lệch, không hợp thời, hợp việc, hợp người nên gây ra xung đột, thì trước tiên hãy trách mình. Đối với triết học duy vật hiện đại, thì TPB - PB là phương pháp "đấu tranh" nhẹ nhàng, để giải quyết mâu thuẫn nội bộ và rèn luyện con người. Đối với triết học Âm Dương, thì đó là phương pháp tương phản cân bằng, tự động điều chỉnh, để tăng cường tính thống nhất trong nội bộ sự vật. Về khẩu hiệu:

Đoàn kết - Đoàn kết - Đại đoàn kết

Thành Công - Thành công - Đại thành công

Tư tưởng triết học của khẩu hiệu này có thể lý giải từ cấu trúc hệ thống đã nêu ở trên. Mỗi cấu trúc âm dương thành phần giữ được sự cân bằng; một tập thể mà mỗi người đều ứng xử "trung hòa" thì tập thể đó sẽ đoàn kết. Nhiều tập thể đoàn kết thì sẽ có đại đoàn kết. Bộ máy lãnh đạo cân bằng, trung hòa là điều kiện quyết định làm cho toàn hệ thống đoàn kết. Mỗi bộ phận đoàn kết thì bộ phận đó sẽ thành công và dẫn tới đại thành công. Chân lý "Đoàn kết - thành công" thật giản dị, rõ ràng, hiện thực, nhưng lại hàm chứa triết lý âm dương sâu sắc. Khẩu hiệu đó còn phản ánh quy luật phát triển tương thành âm dương, sẽ bàn vào phần sau.

Những tư tưởng trên đây đều có thể tìm thấy nguồn gốc từ học thuyết âm dương và tương phùng với tư tưởng nhân văn hiện đại.

- Học thuyết "Nguyên khí" được Tống Hình và Từ Văn đề xướng từ thời Chiến Quốc (thế kỷ IV, tr. CN) và được các nhà tư tưởng phát triển đến đời Minh. Học thuyết sử dụng khái niệm âm dương, coi như là sự bổ sung, phát triển học thuyết âm dương. Phần này đã được phân tích ở các phần trước.

- Đổng Trọng Thư (*180 - 105 Tr CN*), là chính trị gia nổi tiếng của Triều Hán. Sau khi dâng sách về chiếc lược trị quốc, Hán Vũ Đế (140 - 86 tr CN) đã trọng dụng ông. Đương thời, người ta tôn vinh ông là bậc "Thánh hiền" và gọi là Đổng Tử.

Theo "Đại cương triết học sử" Trung Quốc của Phùng Hữu Lan, một nhà nghiên cứu triết học có uy tín thời trước cách mạng mô tả, thì Đổng Tử về mặt vũ trụ quan không có sáng kiến gì mới. Ông quan niệm vũ trụ gồm nhiều thành phần (10): Trời - Đất - Âm - Dương - Ngũ hành và Người

(So với Lão Tử, quan niệm của ông hơi lộn xộn)

Ông chỉ có công với chế độ phong kiến là ứng dụng học thuyết Âm dương ngũ hành vào chính trị. Ở ông, các dòng tư tưởng ADNH đã hoà quyện vào nhau.

Quá trình ứng dụng vào phép trị quốc, an dân, trong "Xuân thu phiền lộ", Đổng quan niệm rằng, người là phó bản, là hình thu gọn của trời. Người-Trời -Đất là gốc của muôn vật. Trời sinh ra - Đất dưỡng dục - Người hoàn thành (thuyết Tam Tài _ TG). Vì vậy, thiên đạo và nhân đạo có ảnh hưởng, tương ứng với nhau và tương ứng rất chặt chẽ.

Trời có âm dương, sinh ra 4 mùa và cai quản 4 mùa. Vua cai trị bằng 4 phương pháp: Khoan dung - Thưởng - Phạt - Hình. Vì vậy vua thay trời hành đạo không có gì mới. Trước đó đã nói nhiều nhưng Đổng Tử lý giải cặn kẽ hơn. Chủ trương của ông nâng cao vai trò của vua.

Thực ra, quy luật vận động lịch sử của loài người thường trải qua chế độ phong kiến. Trong chế độ đó có vua. Hiện tượng đó mang tính chân lý tạm thời. Vì vậy việc đề cao vua là việc làm không đáng chê trách. Tổ chức xã hội loài người cũng có tính kế thừa từ "xã hội sinh vật". Động vật sống bầy đàn bao giờ cũng có con làm "chúa" như chúa mối, chúa kiến, chúa ong và "pháp chế" của chúng cũng rất nghiêm minh.

Ở đây có điều đáng bàn là Đổng đã đề cao vua thái quá, đến mức cực đoan, làm tiền đề cho những hành động tàn bạo của vua trong suốt thời kỳ Phong Kiến, như "quân xử thần tử, thần bất tử bất trung" (vua bắt bề tôi chết, bề tôi không chết là bất trung). Tuy nhiên, ông cũng cảnh báo và răn đe: "Nếu bề trên chỉ hám lợi, làm những điều trái đức, thất đạo thì trời sẽ trừng phạt (bằng thiên tai, bão lụt, động đất), nếu không sửa chữa thì trời sẽ đẩy xuống hố diệt vong".

Qua "Xuân thu phiền lộ", tư tưởng về vũ trụ quan được vận dụng vào chính trị, khái niệm "trời" thuộc phạm trù học thuyết

ADNH, là một khái niệm vô thần. Có học giả cho rằng, vũ trụ quan của ông tương hợp với chủ nghĩa duy tâm khách quan thì oan cho ông quá!

- Chu Đôn Di (Liêm Khê) 1017 - 1073

Ông tổng hợp vũ trụ luận các thời kỳ trước ông và đưa ra "thái cực đồ thuyết". Thái cực đó của ông mô tả vũ trụ vận động từ vô cực sinh thái cực, thái cực sinh âm dương, âm dương sinh bát quái và ngũ hành, bát quái và ngũ hành sinh vạn vật. Như vậy ông đã hợp nhất 2 học thuyết AD - NH vào một đồ hình chung.

Có người cho rằng, đây là mô hình của chủ nghĩa duy tâm khách quan thì không đúng. Cũng như các bậc tiền bối, khái niệm vô cực, thái cực của ông là những khái niệm vô thần, không ý chí, và cũng có sự lẫn lộn giữa âm dương triết học và âm dương cụ thể.

- Chu Hy (1130 - 1200), Tôn Trình Di (1033 - 1107) làm thầy. Hai ông là bậc Tống Nho cự phách (nói theo Ngô Tất Tố, là người chú giải bộ Kinh Dịch) và có vũ trụ quan giống nhau.

Có học giả đánh giá rằng, vũ trụ quan của Chu Hy đồng đẳng với chủ nghĩa duy tâm khách quan. Chúng ta hãy đọc tư tưởng của ông, được Phùng Hữu Lan trình bày trong sách "Đại cương triết học sử Trung Quốc".

Chu Hy đưa ra học thuyết "Lý - Khí". Ông tập trung phân tích khái niệm "Lý" và ứng dụng vào chính trị, nên Nho gia thường gọi học thuyết của ông là "Lý học".

Theo Chu Hy, vũ trụ không những là kết quả của Khí mà còn là của "Lý" nữa. Bởi vì khí tụ có nhiều cách, nên sinh ra nhiều vật khác nhau, với những lý khác nhau. Đóa hoa là đóa hoa vì khí tụ hợp với lý của đóa hoa. Chính cái "Lý làm cho vật ấy là vật ấy mà không thể là vật khác và làm thành bản tính của chúng. Đối với vũ trụ phải có một nguyên mẫu cao nhất, bao trùm mọi lý của vật, nguyên mẫu đó gọi là "Thái cực".

Khi chú giải Kinh Dịch, Chu Hy nói: "Trong khoảng trời đất, không cái gì không phải là một lẽ âm dương" (*KD - Sđd - Tr 52*).

Chu Hy còn nói, âm dương sinh ra ngũ hành, từ ngũ hành sinh ra vũ trụ hữu hình. Lý là đạo là gốc, khí là chất của vạn vật; lý và khí luôn luôn đi đôi với nhau. Mỗi vật sinh ra thì trong đó có sẵn lý, để cho nó có tính cách riêng, mà làm thành bản tính của nó.

Bây giờ xin phép thảo luận đoạn học thuyết này của ông. Rõ ràng khái niệm lý khí ở đây bè bạn với khái niệm "vật chất" trong triết học duy vật, trong đó "khí" là vật chất, "lý" là quy luật vận động của vật chất. Tương tác âm dương đạt trung hòa sẽ sinh ra vạn vật. Trạng thái trung hòa khác nhau (đặc trưng mâu thuẫn thống nhất khác nhau, quy luật vận động có những điểm khác nhau, tức lý khác nhau) sinh ra những vật khác nhau. Với những tên gọi khác nhau, như mặt trời, mặt trăng, con hổ, con thỏ,...

Ông nói tiếp: "Đối với Trái đất nói chung, thái cực ở trong trái đất, đối với muôn vật nói riêng thì thái cực ở trong mọi vật. Vốn chỉ là một thái cực mà mỗi vật đều có bẩm thụ, lại tự mỗi cái đều toàn đủ thái cực".

Đoạn luận thuyết này đồng thanh tương ứng với thuyết "Đạo" của Lão Trang. Chu Đôn Di là thầy học của Trình Di, Trình Di là thầy của Chu Hy. Chu Đôn Di chấp nhận tư tưởng Đạo của Lão Trang, mà ông gọi là Vô cực trong đồ thuyết vũ trụ. Chu Hy không dùng khái niệm Đạo, nhưng "Thái cực" mà ông biện giải thì tương ngộ với Đạo của Lão Trang.

Đối với Vũ trụ học hiện đại, Thái cực của Chu Hy có thể tương ứng với khái niệm "chất-trường", cặp AD cơ bản của vũ trụ, cùng với những quy luật vận động của chúng. Ở con người, khái niệm thái cực còn ẩn chứa trong cấu tử di truyền ADN, có mặt ở mọi tế bào trong cơ thể; đó là chưa nói đến có một trường năng lượng đặc biệt, điều khiển quá trình sinh trưởng từ khi thụ thai, lớn lên và đi dần về cõi vĩnh hằng, như một trường năng lượng thứ 4, tương ứng với Đạo của Trang Tử.

Mọi vật thể, hiện tượng và quá trình trong vũ trụ có quy luật đặc thù riêng với cái tên gọi riêng, đồng thời đều tuân theo quy luật cấu trúc và vận động chung của toàn vũ trụ. Đó thực chất là nội hàm khái niệm "Lý" của Chu Hy, nếu so sánh với triết học duy vật hiện đại.

Về phạm trù tinh thần, Chu Hy nói: "Nhân tính cũng là cái lý của con người - Tâm là sự nhập của lý trong khí". Trình Hạo, anh ruột Trình Di, chủ trương "tình" là "lý". Còn phái Lục Vương, một trường phái Âm Dương khác, quan niệm "Tâm" (= tinh thần) là tính. Từ các khái niệm này đã nẩy sinh các cụm từ kép: tâm lý, tâm tính, lý tính. Các khái niệm này vẫn được sử dụng trong Tâm lý học hiện đại, để nghiên cứu lĩnh vực tinh thần của con người. Như vậy, theo Chu Hy, tinh thần con người là quy luật vận động của vật chất (Lý) nhập vào khí (cấu trúc sinh lý-đại não) của con người. Nguyên lý này phải được coi là người bạn tri âm của học thuyết âm dương và cũng là tri kỷ của chủ nghĩa duy vật hiện đại, tuy chưa đề cập rõ ràng yếu tố vận động xã hội phản ánh vào đại não, một yếu tố cơ bản để hình thành tâm lý con người, do giới hạn tri thức ở thời đại ông chưa thể đạt tới. Tuy nhiên, ông đã tiếp cận nhận thức đó bằng nguyên lý: Tâm là sự nhập của lý trong khí. Nguyên lý này có thể hiểu, tinh thần là sự "nhập" quy luật vận động của thế giới hiện thực vào "khí" (đại não) của con người.

Viết đến đây, có thể kết luận rằng: Học thuyết lý khí của Chu Hy là người học trò trung thành của học thuyết Âm Dương, phản ánh yếu tố duy vật của học thuyết Duy vật hiện đại.

Bây giờ, chúng ta chỉ còn tìm hiểu xem, Chu Hy đã vận

dụng "Lý" vào chính trị như thế nào .

Giống như "con voi lại dạo chơi theo đường mòn thỏ chạy", khi vận dụng vũ trụ quan mang tính khoa học vào hoạt động chính trị, cũng như các bậc tiền bối Lão, Trang, Mặc, Đổng, Chu Hy không thoát khỏi vũng lầy duy ý chí (duy tâm chủ quan). Vì thế người ta thường bỏ chung các ông vào một rọ: Những nhà triết học duy tâm khách quan, mà không phân biệt rằng vũ trụ quan và chính trị quan của các ông không tương hợp với nhau.

Kế thừa tư tưởng chính trị họ Đổng, nhưng đưa ra cách diễn đạt mới, ông chủ trương, trong vũ trụ chỉ có một "Lý", con người triển khai cái lý ấy thành tam cương, ngũ thường, tam tòng tứ đức (đều là những khái niệm của họ Đổng), là luân lý Nho giáo thống trị con người Trung Hoa và cả Việt Nam nữa, suốt 2000 năm.

Tam Cương là 3 quan hệ chủ yếu: Vua tôi - Cha con - Vợ chồng. Đổng quy định: "Vua bắt bề tôi chết, bề tôi không chết là bất trung; cha bắt con chết, con không chết là bất hiếu" (Quân xử thần tử, thần bất tử bất trung; Phụ xử tử vong, tử bất vong bất hiếu). Còn người phụ nữ: "Tại gia tòng phụ, xuất giá tòng phu, phu tử tòng tử (tại nhà phục tùng cha, lấy chồng phục tùng chồng, chống chết phục tùng con). Còn tứ đức là: Công - Dung - Ngôn - Hạnh. Ngũ thường là Nhân - Lễ - Nghĩa - Trí - Tín. Nho giáo đời Hán ghép ngũ thường với Ngũ hành: Nhân hợp mộc - Nghĩa hợp kim - Lễ hợp hỏa, Trí hợp thủy, Tín hợp thổ (cách ghép này có bản chất khoa học, sẽ được phân giải ở chương Ngũ Hành).

Cụm từ "Cương Thường", luân lý của Nho gia xuất phát từ đây.

Chu Hy cho rằng, "Lý" cương thường là bất biến, là vĩnh cửu, suy ra chế độ phong kiến và pháp chế cương thường của nó là tồn tại mãi mãi. Từ đây cho thấy động cơ chính trị của Chu Hy là bảo vệ sự tồn tại vĩnh hằng của chế độ Phong kiến. Chẳng thế mà Khang Hy, ông vua nổi tiếng của nhà Thanh, khen Chu Hy rằng: "Rất mực trung quân ái quốc",đã xác lập quy củ, thể thống vững bền, không đổi cho muôn vạn đời. (Chu Tử toàn thư tự).

Chu Hy là nhà Dịch học, với quan điểm "Lý cương thường" bất diệt và vĩnh cửu, ông đã "phản Dịch". Dịch lý âm dương, khẳng định rằng vạn vật luôn luôn vận động và biến đổi. Vì vậy cái "Lý cương thường" cũng phải vận động và biến đổi, không thể bất biến. Thực tế đã chứng minh như vậy. Từ quan điểm "Lý cương thường" bất biến, ông đã đi ngược vũ trụ luận của mình. Vũ trụ luận thì khoa học, chính trị luận thì pha tạp giữa khoa học và phi khoa học. Từ kinh nghiệm thực tiễn chính trị, có thể đưa ra những chủ trương khoa học, hợp với vũ trụ quan, còn động cơ chính trị lại dẫn đến những chủ trương phi khoa học, xung khắc với vũ trụ quan khoa học của mình. Các ông đã cố gắng ấn cái vung méo chính trị luận vào cái nồi tròn vũ trụ quan cho khớp, nhưng rồi nó vẫn cứ hở, hơi nóng vẫn xì ra, gây tai họa cho nhân quần.

Đó là hiện tượng phổ biến của các nhà triết học kiêm chính trị gia thời kỳ phong kiến và cả sau này nữa; tương tự như trường hợp của nhà tiến hóa học Đác uyn; Thuyết tiến hóa của ông là khoa học, nhưng học thuyết xã hội của ông lại phản khoa học. Ông đã tự phản lại chính mình.

Chỉ đến C.Mác-Ăngghen-Lê nin, với động cơ chính trị nhân đạo và trong sáng, là góp phần giải phóng loài người khỏi áp bức bóc lột và tha hóa, vũ trụ quan của các ông: Chủ nghĩa duy vật biện chứng, mới có sự nhất quán với khoa học cách mạng xã hội.

Tuy nhiên, việc tìm căn cứ chính trị luận từ vũ trụ luận là một bước tiến nhảy vọt của tư duy loài người. Các nhà triết học như Khổng - Lão - Trang - Mặc đều có động cơ chính trị nhân đạo, nhưng thời kỳ lịch sử của các ông, khoa học chuyên ngành chưa phát triển. Chưa có thuyết tiến hóa của Đác Uyn, chưa có khoa học thực nghiệm về vật lý, sinh học, thiên văn học, v.v..., nên chưa làm sinh động tư duy biện chứng về mối liên hệ phổ biến và phát triển của sự vật hiện tượng, vì vậy tư tưởng các ông về nhân sinh, có mặt chưa chú ý gắn kết với hiện thực xã hội, sa vào chủ quan, duy ý chí.

Hiện tượng đó khó tránh khỏi, trên con đường đi lên của tư duy triết học và sự vận dụng nó vào hoạt động thực tiễn.

Ở đây không nhắc đến Trần Đoàn, Thiệu Khang Tiết, là những nhà Âm Dương học nổi tiếng và Dự đoán học tài năng, vì vũ trụ quan của các ông hoàn toàn thống nhât với học thuyết ADNH.

- Các nhà khoa học khác

* Hêraclít (khoảng 520 - 460, tr CN), nhà triết học cổ đại, gần như cùng thời với Khổng Tử, nhưng sống ở nửa bên kia trái đất, đã từng phát biểu: "Tất cả là tồn tại và là không tồn tại, vì tất cả đều vận động và biến đổi" (Theo Ăngghen - Biện chứng của tự nhiên). Tư tưởng này gần gũi với tư tưởng "Sắc sắc không không" của Đạo phật, ra đời cùng thời với Khổng tử (Thích Ca ra đời khoảng 560 - 480, tr CN).

* Đêmôcrit (khoảng 460 - 370 TrCN), nhà triết học Hy Lạp cổ đại chủ trương, mọi vật đều cấu tạo bằng nguyên tử, một vật thể nhỏ nhất không thể phân chia.

* Aristôt (384 - 322 tr CN) được đánh giá là nhà triết học cổ đại vĩ đại nhất (người Hy Lạp). Ông chủ trương rằng muôn vật sinh ra từ 4 yếu tố Đất - Nước - Lửa - Khí và 4 yếu tố này có cùng một nguyên tố ban đầu sinh ra (lại trùng với tư tưởng của Đêmôcrit). Có sách cho rằng quan niệm vạn vật sinh ra từ 4 yếu tố là của người Ấn Độ.

Nếu thêm một yếu tố nữa, ta cũng có "ngũ hành", gần với tư tưởng Ngũ Hành của triết thuyết Phương Đông. Nhưng Ngũ

Hành của Phương Đông sâu sắc hơn nhiều. Vì nó có quy luật tương sinh, tương khắc. Nó được làm cơ sở lý luận cho nhiều khoa học cụ thể như Y học, Dự đoán học, v. v..., sẽ được phân tích ở chương Ngũ Hành.

* Rútxô (1712 - 1788), nhà tư tưởng dân chủ nổi tiếng của Pháp, đưa ra khái niệm con người, có con người tự nhiên và con người xã hội. Ở Phương Đông, Khổng - Lão - Trang - Mặc, đã đưa ra tư tưởng này từ gần 2000 năm trước đó.

* Phơ-Bách (1804 - 1872), nhà triết học Đức nổi tiếng, đưa ra tư tưởng "tự nhiên sinh ra con người", và được Đác Uyn (1809 - 1882) chứng minh bằng thuyết tiến hóa. Ở Phương Đông, tư tưởng "con người là vũ trụ nhỏ" đã ra đời từ hơn 3000 năm trước đó.

Nhìn chung, một số nhà triết học Phương Tây, từ thời điểm thế kỷ VI-trCN, cùng thời với Khổng - Lão - Phật, đến thế kỷ XVIII, đưa ra một số tư tưởng có tính "duy vật", nhưng chưa có tư tưởng nào đạt được sự toàn diện và sâu sắc như tư tưởng Âm Dương Ngũ hành. Phép biện chứng đã tiềm ẩn trong đó, mà mãi sau này Hê-ghen (1770 - 1831), nhà triết học duy tâm nổi tiếng của Đức, mới có được Phép biện chứng duy tâm của ông, được Mác và Ăngghen đánh giá cao và cải tạo thành phép biện chứng duy vật.

Tư tưởng âm dương đối lập, tương thành, tương phản, là tư tưởng quan trọng nhất của học thuyết âm dương, hoàn toàn hội tụ với quy luật đấu tranh và thống nhất giữa các mặt đối lập, trong triết học duy vật hiện đại.

Chỉ có phép biện chứng duy vật mới có cái tai tri âm của Chung Tử Kỳ, khi lắng nghe "tiếng đàn âm dương" dìu dặt, thổn thức, du dương mà sâu lắng của Bá Nha mà thôi.

Viết đến đây, chúng ta lại nhớ đến nàng Kiều của Nguyễn Du.

"Rằng nghe nổi tiếng cầm đài
Nước non luống những lắng tai Chung Kỳ"

(Theo điển tích Trung Quốc: Bá Nha là người đánh đàn hay nổi tiếng. Mỗi khi đánh đàn, ông lại mời Chung Tử Kỳ đến nghe và đàm đạo. Chỉ có Chung Tử Kỳ mới cảm nhận được tâm sự của Bá Nha trong tiếng đàn. Hai người trở thành bạn tri kỷ. Khi Chung Tử Kỳ qua đời, Bá Nha vô cùng thương tiếc người bạn tri âm, và từ đó ông không bao giờ đánh đàn nữa.)

** Phần tiếp theo sẽ trình bày các quy luật vận động của Âm Dương.

Âm Dương biểu hiện ở các trạng thái sau đây:

Như quan niệm của các Triết gia Âm Dương: Mở mắt ra là thấy Âm Dương khít khịt, ngoài ra không còn gì khác(KD). Ví dụ:

*Âm Dương có trong mọi sự vật, hiện tượng, quá trình vận động của thế giới hiện thực, tự nhiên, tư duy và xã hội.

* Âm Dương trong cấu trúc vật chật: chất và trường năng lượng.

* Âm Dương trong quá trình vận động và phát triển.

* Âm Dương trong hiệu ứng nhân quả của vận động.

* Âm Dương trong thời gian và không gian

* Âm Dương trong tương tác và mối liên hệ giữa các sự vật, hiện tượng, quá trình vận động.

*Âm Dương trong các hạt trường mang năng lượng(ví dụ: hạt ánh sáng photôn), các hạt cơ bản,các nguyên tố hóa học, các hợp chất vô cơ, hữu cơ, thế giới hữu sinh, v.v., và v.v.,...

* Âm Dương vật thể lớn và nhỏ, vĩ mô, vi mô, trong các cấu trúc hệ thống, như thiên hà, mặt trời, mặt trăng, trái đất, xã

hội loài người, v.v..

* Âm Dương trong vận động sinh lý, tâm lý, tinh thần, tư duy,xã hội.

Song, như Lênin từng nói, sự vật không phải là một cái gì đồng nhất tuyệt đối rồi sau mới chia thành hai, mà bao giờ nó cũng là thể thống nhất của các mặt đối lập. Sự vật cũng không có lúc nào là hai cái tách rời nhau rồi mới hợp làm một, vì bao giờ các mặt đối lập cũng có mặt song song trong một thể thống nhất ở bất kỳ sự vật, hiện tượng, quá trình nào. Khái niệm "các mặt đối lập" mà Lê nin sử dụng được nêu trong đoạn văn, tương đồng với khái niệm "các mặt AD".

II. 3- Các quy luật của triết học âm dương.

Trải qua 4000 năm, từ khi ra đời đến triều đại nhà Thanh, giai đoạn kết thúc chế độ Phong kiến Trung hoa, căn cứ kết quả ứng dụng thực tiễn của các ngành khoa học, lấy học thuyết AD làm cơ sở lý luận và phương pháp luận, các Nhà AD gia đã không ngừng bổ sung, hiệu chỉnh, để ngày càng hoàn thiện học thuyết AD, trong đó có các quy luật cơ bản, mang tầm vóc của các quy luật triết học. Các quy luật này ở vị trí là những thuộc tính vận động cơ bản của phạm trù đối lập AD.

Người xưa đã tổng kết phạm trù AD có các thuộc tính như sau:

1- *Thuộc tính AD tương giao tương thành*. Trong quá trình tương giao, AD hỗ trợ, giúp đỡ nhau để cùng thành công.

2- *Thuộc tính AD tương cầu tương ứng*. Trong quá trình tương giao, AD cần có nhau, tương ứng, đoàn kết với nhau, để cùng thành công.

Hai thuộc tính này nhằm tăng cường tính thống nhất, tính

đồng nhất, trong vận động, để cùng tồn tại, cùng phát triển và cùng thành công.

3- *Thuộc tính AD tương phản cân bằng*. Hiện thực của thuộc tính này là hệ thống tự động điều chỉnh có mặt trong mọi sự vật, nhằm tăng cường tính thống nhất, tính đồng nhất, tạo sức mạnh loại trừ tương phản đối kháng, đưa sự vật tới trạng thái cân bằng và duy trì sự vận động cân bằng AD của sự vật.

4- *Thuộc tính AD tương phản đối kháng*. Trước khi đạt trạng thái cân bằng, hai mặt AD thường có những khuynh hướng vận động trái ngược, bài trừ lẫn nhau, thuộc tính này tương ứng với "mâu thuẫn đối kháng"của hai mặt đối lập trong triết học Duy vật Biện chứng.

5- *Thuộc tính không có Âm, không có Dương*. Nói cách khác, mọi sự vật, hiện tượng đều tồn tại song song hai mặt AD, không có sự vật, hiện tượng nào thuần Âm, thuần Dương.

6- *Thuộc tính trong Âm có Dương, trong Dương có Âm*. Trong hai mặt AD của phạm trù đối lập, mỗi mặt đều tiềm ẩn lực lượng đối lập với nó. Thuộc tính này được Trang Tử thể hiện bằng hai vòng tròn nhỏ trong đồ hình con cá AD (chú ý: trong phạm trù đối lập, đối lập khác đối kháng). Trong một số trường hợp tiền nhân ghép hai thuộc tính 5 và 6 với nhau, nhưng thực chất, hai thuộc tính này khác nhau. Âm Dương biểu hiện bằng hai vòng tròn nhỏ trong thuộc tính 6 đang ở dạng tiềm ẩn. Khi sự vật mất cân bằng, xuất hiện tương phản đối kháng, hai lực lượng AD này mới bộc lộ, tương tự như trường hợp chặt đôi thanh nam châm, các cực N-S tiềm ẩn mới xuất hiện, để tạo thành hai thanh nam châm.

7- *Thuộc tính Dương dẫn dắt Âm*. Trong mọi sự vật, hiện tượng, quá trình, Dương ở vị trí "chỉ huy,điều khiển", Âm tuân theo sự "lãnh đạo" của Dương.

179

8- *Thuộc tính Dương thường động, Âm thường tĩnh.*

9- *Thuộc tính AD cùng trưởng, AD cùng tiêu.* Thuộc tính này tương ứng với quy luật vận động "Lượng-Chất" trong triết học Duy vật Biện chứng (DVBC).

10- *Thuộc tính AD tiêu trưởng và chuyển hóa.* Thuộc tính này tương ứng với quy luật phủ định của triết học DVBC.

11- *Thuộc tính AD cân bằng.* Thuộc tính này tương ứng với khái niệm "điểm dừng" trong triết học DVBC. Đây là một trong những quy luật có ý nghĩa nhất đối với con người và xã hội loài ngừơi. Con người được sinh ra từ hiệu ứng tương tác của hàng ngàn quy luật khác nhau. Song, có một số quy luật cơ bản nhất, có vai trò điều khiển quá trình hình thành, phát triển, từ thế giới vô sinh, hữu sinh, cho đến con người và XH loài người. Đó là quy luật *phát triển tương thành AD, dẫn đến quy luật cân bằng AD.* Tiền nhân từng nói" Âm Dương không *Hòa* không sinh vạn vật. Hòa, có nghĩa là cân bằng. Nhận thức về "điểm dừng" (hòa-cân bằng), Phương Đông đã đi trước Phương Tây hàng ngàn năm, và rút ra được ý nghĩa triết học thật là sâu sắc.

12- *Quy luật **phát triển tương thành** AD.* Đây là một trong những quy luật phổ quát nhất của thế giới hiện thực, xuất hiện ngay sau Vụ nổ lớn, đi suốt chặng đường phát sinh và phát triển của Vũ trụ, góp phần quyết định vào việc hình thành vũ trụ đến con người và xã hội loài người như ngày nay. Quy luật này phối hợp nhiều quy luật khác nhau, dẫn dắt các sự vật phát sinh, phát triển, tiến tới trạng thái cân bằng, để hình thành sự vật xứng đáng với tên gọi của nó. Quy luật này đang dẫn dắt xã hội loài người, bằng hai quy luật cơ bản, là đứa con sinh đôi của nó: *Quy luật phát triển khoa học công nghệ* và *Quy luật phát triển chủ nghĩa nhân đạo,* đưa xã hội loài người tiến tới trạng thái Hòa, Cân bằng, bình đẳng, không còn áp bức, bóc lột, con người được phát triển tự do và toàn diện, để *Xã Hội Loài Người* xứng đáng với tên gọi vinh quang và văn minh: ***Xã Hội Loài Người!***

13- Quy luật về Đạo.

Trong quá trình phát triển của học thuyết AD, khái niệm Đạo được tiền nhân sử dụng với nhiều ý nghĩa khác nhau. Song, khái niệm Đạo phù hợp với quy luật vận động của hiện thực là khái niệm Đạo của Trang Tử. Trang Tử sáng tạo ra đồ hình biểu tượng của học thuyết AD, gồm hai con cá AD ôm ấp xoắn xuýt nhau, nằm trong một hình vành khăn mà Trang gọi là Đạo. Trang cho rằng, AD vận động cân bằng, nhưng phải có lực lượng ràng buộc, đảm bảo cho sự cân bằng đó. Tư tưởng Đạo của Trang được Trình Y Xuyên, đời Tống, tiếp nhận khi ông định nghĩa khái niệm Dịch:" Dịch là biến đổi để theo Đạo" (Kinh Dịch-Dịch thuyết cương lĩnh, bản dịch của Ngô Tất Tố). Đạo là hệ thống các quy luật vận động AD. Hệ thống quy luật đó lại được bao quát trong một hệ mang tính tổng hợp, hệ tổng hợp đó nằm trong khái niệm Đạo. Trong thực tiễn xã hội, Đạo của một Quốc gia chính là hệ thống Y thức hệ, Hiến pháp, pháp luật,đường lối, chính sách, đạo đức, các hình thái ý thức xã hội, v.v...Hệ thống Đạo hướng dẫn, ràng buộc hành vi con người tuân theo quy luật vận động xã hội, làm cho xã hội giữ được trạng thái cân bằng AD. Từ đó, đòi hỏi Đạo phải phù hợp với quy luật vận động của thế giới hiện thực. Có như vậy, Đạo mới tăng cường được tính thống nhất, tính đồng nhất và vai trò tương phản cân bằng trong phạm trù đối lập AD, giữ cho AD vận động cân bằng được lâu dài. Đạo không phù hợp với quy luật vận động của thế giới hiện thực, vận động AD luôn luôn tồn tại đối kháng, đến một lúc nào đó, đối kháng sẽ phá vỡ Đạo. Phần sau sẽ còn quay lại vấn đề này.

14- Quy luật về mối liên hệ phổ biến bằng "trường" năng lượng.

15- Quy luật Thành, Thịnh, Suy, Hủy của sự vật.

16- Quy luật vận động AD của đại não, trình bày ở chương III.

Sau đây sẽ trình bày cụ thể các quy luật:

II.3.1. Quy luật âm dương tương giao tương thành.

Có sách đưa thêm quy luật "AD hỗ căn hỗ dụng", hoặc quy luật "AD nương tựa", nhưng các quy luật này đều nằm trong nội dung tương giao tương thành, nên không cần đặt thành một quy luật riêng.

Quy luật âm dương tương giao tương thành có lẽ được viết thành văn sớm nhất ở Kinh Dịch. Các quẻ dịch thể hiện tư tưởng "Tam tài: Trời-Đất-Người" là một, cũng là tư tưởng Thiên nhân tương ứng, con người là một vũ trụ nhỏ. Trời là Dương, Đất là Âm, Trời, Đất giao hòa, tức AD giao hòa mà thành Người, thành vạn vật. Qúa trình tương tác giữa AD, luôn luôn có sự hỗ trợ, giúp đỡ,...,lẫn nhau mới dẫn đến thành công, và làm cho AD giữ được trạng thái vân động cân bằng.

Tiếp thu tư tưởng Kinh Dịch, các bậc tiền bối đưa ra nhiều lời lý giải phong phú.

Sách "Tố vấn - Thiên nguyên kỷ đại luận "viết: "Trời có âm dương, đất cũng có âm dương, động tĩnh tương chiêu, thượng hạ tương lân, âm dương tương tác mà biến sinh" vạn vật. Nội kinh cho rằng, âm dương, trời đất cảm ứng giao hội, là căn nguyên của vạn vật phát sinh biến hóa.

Lão - Trang đưa ra tư tưởng đáng khâm phục: Âm dương giao cảm nhưng dẫn tới "hòa" mới sinh vạn vật. Trong sách "Trang tử ngoại biên - Điền tử phương" nói rằng: "Chí âm cung kính, chí dương hiển hách, cung kính xuất lên trời, hiển hách phát xuống đất, giao nhau thành "hòa" mà phát sinh vạn vật".

Quản Tử nhấn mạnh hơn ý của tiền nhân về quan hệ nhân quả "hòa - sinh". Trong sách "Quản tử - nội nghiệp", ông nói: "Phần sinh ra con người, trời xuất tinh, đất xuất hình, hợp lại mà thành người. Hòa thì mới sinh, không hòa không sinh. Nước với lửa không thành vật thể, không hợp duyên không thành vợ chồng".

Người xưa đã quan sát rất kỹ thế giới khách quan để phát hiện ra quy luật này. Nghiệm gần là đực cái, nam nữ; nghiệm xa là mưa nắng, bốn mùa, ngày đêm; tất cả đều cần cho con người và sinh vật, cây cối sinh ra và phát triển. Nhưng các hiện tượng âm dương này trong quá trình "giao" phải dẫn tới "hòa" mới tương thành được. Nếu phát sinh bão, lụt, hạn hán, tức không "hòa" thì sinh vật sẽ bị hủy diệt.

Quy luật tương giao tương thành còn bao hàm ý nghĩa âm dương nương tựa, tương cầu, tương ứng; là điều kiện tồn tại và phát triển của nhau. Có như vậy mới "hòa", mới "thành". Vợ chồng "ý hợp tâm đầu" mới thành hạnh phúc, lãnh đạo và cấp dưới có đoàn kết mới thành công cho cả đôi bên.

Khoa học hiện đại đã chứng minh cho quy luật này. ở thời điểm "dứt liên kết" sau Bigbang, điện tử mới tự do kết hợp với proton để sinh ra Hydro rồi Hêli v. v.... Hai ion Hydro giao hòa với ion oxy mới thành nước H_2O, là các nguyên tử trung hòa. Ở đây cũng có "hòa" mới sinh ra các nguyên tố tồn tại ổn định, mới có cái tên gọi riêng. Hêli, H_2, nước,...

Hiện thực và thực nghiệm khoa học chứng minh cho quy luật này, nhìn thấy khắp mọi nơi.

Đến đây, thấy cần thiết phải trích dẫn một đoạn văn trong sách Trung Dung: "Đạo trời đất có thể gom gọn vào một câu. Trời và đất cùng nhau mà làm ra vạn vật, cho nên sức sinh hóa hẳn là vô lượng. Đạo trời đất thật là rộng, dày, cao, sáng, xa, bền lắm vậy.

Nay ta thử trông lên trời, đó chỉ là một điểm sáng mà thôi. Nhưng nhìn cho khắp thì vô cùng vô tận. Mặt trời, mặt trăng, sao lớn, sao nhỏ đều treo trên đó. Trời lại còn bao trùm tất cả vạn vật trong vũ trụ nữa.

Kinh thi có chép rằng: "Ôi! chỉ có mạng trời là sâu kín mà không hề ngơi nghỉ". Câu ấy có ý rằng: Đạo trời như vậy mới gọi là trời" (Sđd. tr. 83).

Đoạn văn này của Trung Dung, sách quan trọng của bộ Tứ thư, nhằm đào tạo quan lại phong kiến, để học trò thi tới bậc Trạng nguyên, chứng minh rõ ràng rằng, khái niệm Trời của Nho giáo là khái niệm vô thần, không tương hợp với chủ nghĩa duy tâm khách quan. Đổng Trọng Thư và Chu Hy dùng tư tưởng Vua thay mệnh trời, hoàn toàn là tư tưởng nằm trong phạm trù nguyên lý thiên nhân tương ứng mà không phải là "duy tâm khách quan" như nhiều người đánh giá.

Đoạn văn này cũng là một cách diễn đạt quy luật "âm dương tương giao" và vận động "không hề ngơi nghỉ".

Quy luật "âm dương giao hòa mới sinh vạn vật", được người xưa suy lý từ sự quan sát hiện thực và tư duy tâm linh, tức là chỉ quan sát được những vật nhìn thấy. Các hạt cơ bản là một dạng tồn tại của vạn vật, trong đó cũng có âm dương vận động ở hình thái giao hòa. Các cặp âm dương hệ thống nhỏ tương tác với nhau làm thành cặp âm dương của hệ thống lớn, khi tương tác giữa chúng đạt trạng thái giao hòa, tức là trạng thái "dừng tạm thời". Ví dụ, việc hình thành hệ mặt trời, thế giới hữu sinh và con người, một xã hội ổn định và hạnh phúc, Ở trạng thái giao hòa, sự vận động tương thành (tính thống nhất) là cơ bản, tương phản cân bằng là chủ yếu, tương phản đối kháng không còn khả năng chi phối quy luật vận động cơ bản của sự vật, nếu đối kháng mạnh lên, sẽ bị tương thành và tương phản cân bằng loại bỏ. So sánh với học thuyết duy vật biện chứng, quy luật này nên hiểu: Sự vận động đạt trạng thái dừng tạm thời, mâu thuẫn thống nhất là chủ yếu, hầu như không có mâu thuẫn đối kháng giữa hai mặt đối lập, sự vật có tên gọi để phân biệt với sự vật khác. Trong hiện thực, một số sự vật có thời gian hình thành lâu dài, khi khuynh hướng phát triển tương đối rõ, các nhà khoa học đã đặt tên cho nó, để nghiên cứu, quan sát, và mô tả từng giai đoạn phát triển của nó, như trái đất, chế độ XHCN, v.v... Trong từng giai đoạn phát triển, mâu thuẫn đối kháng vẫn vận động, nhưng bị loại bỏ dần dần. Khi sự vật đạt trạng thái cân bằng, tương phản đối kháng chuyển sang tương phản cân bằng, hoặc tương thành.

II.3.2. Quy luật Âm Dương tương cầu, tương ứng.

Quy luật này phản ánh thuộc tính đồng nhất của hai mặt AD.

Hai mặt AD tuy khác nhau, song, có những đặc điểm chung, mang thuộc tính đồng nhất ở những cấp độ khác nhau. Trong xã hội loài người, thống trị và bị trị, cấp trên và cấp dưới, là hai mặt AD, song, đều là con người, mang nhiều đặc điểm chung của "nhân loại", có cùng một Tổ quốc, một dân tộc, một truyền thống văn hóa, v.v. và v.v.... Chủ nghĩa tư bản và chủ nghĩa xã hội khác nhau về tư tưởng sở hữu, song, đều cấu trúc bằng con người, với nhiều quy luật vận động tâm, sinh lý như nhau. Ngoài ra còn nhiều đặc điểm chung khác nữa. Đó là nhu cầu chung, giải quyết những vấn đề cấp bách của toàn nhân loại, như chống đói nghèo, chống biến đổi khí hậu, chống khủng bố, chống khủng hoảng kinh tế,v.v., và v.v.... Thế giới hiện đại, từ thế kỷ XXI về sau, còn nhiều vấn đề chung hơn nữa. Ngoài ra, **dù chế độ nào, đều phải vận động theo quy luật chung của thế giới hiện thực**. Đó là quy luật phát triển khoa học công nghệ và quy luật phát triển chủ nghĩa nhân đạo. Hai quy luật này sẽ đưa chế độ cấp thấp tiến hóa lên chế độ cấp cao, mang lại hạnh phúc nhiều hơn cho con người. Đó là thuộc tính đồng nhất ở cấp độ cao, sự đồng nhất của các cặp AD thuộc cùng một cấp vận động, cấp vận động tâm lý, xã hội.

Đối với các cặp AD khác cấp vận động, mức độ đồng nhất

thấp hơn. Cặp AD giữa loài người và thế giới hữu sinh chẳng hạn, thuộc tính đồng nhất thể hiện ở tính giống nhau về mã di truyền, các quy luật vận động sinh học, ...Cặp AD giữa con người và thế giới vô sinh, thuộc tính đồng nhất biểu hiện ở cấu trúc vật chất, đều bằng chất và trường năng lượng, và có chung nhiều quy luật vận động cơ,lý,hóa,...

Thuộc tính đồng nhất là cơ sở để quy luật phát triển tương thành vận động có hiệu quả. Mức độ đồng nhất càng cao, sự tương cầu, tương ứng của các mặt AD càng dễ dàng. Thế giới ngày nay, thuộc tính đồng nhất toàn cầu ngày càng phát triển. Điều đó mang lại nhiều thuận lợi cho việc liên kết toàn nhân loại, cho việc phát triển khoa học công nghệ và chủ nghĩa nhân đạo, cho việc tiến hóa hòa bình từ CNTB lên CNXH, và một tương lai tươi sáng sẽ đến sớm hơn đối với xã hội loài người.

II.3.3. Thuộc tính Âm Dương tương phản cân bằng.

Đây là một trong những thuộc tính phổ quát của thế giới hiện thực, của mọi sự vật, hiện tượng, và quá trình. Khái niệm *tương phản cân bằng* có thể so sánh với khái niệm *tự động* điều chỉnh trong khoa học hiện đại và tương ứng với khái niệm *"đấu tranh"* (đấu tranh để trong ngoặc nháy kép) của Lênin.

Trong quá trình vận động, mọi sự vật đều chịu tác động của các lực lượng tương phản đối kháng, thường xuyên xuất hiện từ trong và ngoài sự vật, do những hiệu ứng nhân quả phức tạp, trong nhiều mối liên hệ phổ biến đa dạng và phong phú. Để sự vật giữ được trạng thái vận động cân bằng, cần phải nhanh chóng loại bỏ đối kháng ngay từ khi chúng mới xuất hiện. Một hệ thống thực hiện nhiệm vụ đó, được gọi là hệ thống tương phản cân bằng hoặc diễn đạt ẩn dụ theo ngôn ngữ khoa học công nghệ, là hệ thống tự động điều chỉnh. Với tổ chức nhà nước và xã hội, đó là hệ thống thanh tra, kiểm tra, các bộ phận phát hiện và ngăn chặn sớm của ngành công an, phê bình và tự phê bình trong sinh hoạt nội bộ, v.v. và v.v...Tương phản cân bằng là một hình thái "đấu tranh", nhưng đấu tranh không phải để loại trừ, mà để giữ vững và tăng cường mức độ cân bằng, tức tăng cường tính thống nhất, tính đồng nhất của phạm trù đối lập. Vì thế,triết học AD xây dựng khái niệm *tương phản cân bằng*, còn Lênin đưa nháy kép vào khái niệm *"đấu tranh"*.

Hệ thống tương phản cân bằng (TPCB) được cấu trúc song song với quá trình phát sinh, phát triển và hình thành sự vật, tác động vào quá trình đó theo hướng làm cho AD của sự vật ngày càng cân bằng, bằng cách tăng cường tính thống nhất, tính đồng nhất, từ đó phát triển sức mạnh tương thành để loại trừ đối kháng, góp phần đưa sự vật đến trạng thái cân bằng "bền", sự vật ra đời đúng với tên gọi của nó. Giai đoạn này AD đồng thịnh, "lượng" và "chất" phát triển tương đối đồng bộ. Khi tương phản đối kháng không còn khả năng ảnh hưởng tới quy luật vận động cơ bản của sự vật, vận động của sự vật tiếp cận "điểm nút" và "nhảy vọt", để hình thành sự vật mới với những quy luật vận động mới, ở trạng thái cân bằng hoàn thiện hơn sự vật cũ.

Đối với thế giới vô sinh và thế giới tiền loài người, hệ thống TPCB được hình thành một cách tự nhiên, dưới sự dìu dắt của quy luật phát triển tương thành AD. Đối với từng cá thể con người, hệ thống TPCB của cấu trúc sinh lý cũng hình thành một cách tự nhiên trong quá trình phát triển bào thai cho đến tuổi trưởng thành. Sinh lý học hiện đại đã chứng minh cho sự hiện diện của hệ thống này. Có hàng vạn hệ thống như vậy vận động trong từng tế bào, trong mối liên hệ giữa các tế bào, trong tương tác, phối hợp giữa các tạng phủ, trong quá trình điều khiển của hệ thần kinh,v.v...Ngay trong sáng tạo khoa học công nghệ của con người, các hệ thống tự động điều chỉnh cũng được sử dụng rất phổ biến trong các thiết bị tự động, giữ cho các thiết bị này vận hành ổn định, loại trừ nhanh chóng các yếu tố bất thường.

Rôbôt, các con tàu vũ trụ, hệ thống thu phát hình, các máy tự đông,...đều có các hệ thống tự động điều chỉnh như vậy. Con người đã "phỏng sinh học" ngay chính bản thân mình!

Khi con người cá thể bắt đầu vận động trong mối liên hệ đa dạng và phong phú với tự nhiên và xã hội, làm thành với các đối tượng đó các cặp AD, hệ thống TPCB cũng hình thành và phát triển trong quá trình tương tác đó. Đó là một trong những nguồn gốc cơ bản hình thành hình thái vận động xã hội và hình thái vận động tâm lý và sự liên kết chặt chẽ giữa vận động tâm lý và vận động xã hội, thành một cặp AD. Nguyên lý "Con người là tổng hòa các quan hệ xã hội" (Mác) có nguồn gốc từ một hệ thống như vậy.

Từ đây có thể rút ra kết luận thực tiễn:

Việc tìm kiếm các quy luật vận động xã hội nên bắt đầu từ các quy luật vận động tâm lý.

Tâm lý con người có hai nhu cầu cơ bản mang tính quy luật:

1- *Không ngừng sáng tạo ra của cải vật chất, để cuộc sống ngày càng tốt hơn, đẹp hơn. Đây là sự vận động của cặp phạm trù "Con người-Tự nhiên"*

2- *Luôn luôn mong muốn có mối quan hệ thân ái, bình đẳng giữa những con người. Đây là sự vận động của cặp phạm trù "Con người-Xã hội".*

Sự vận động của hai nhu cầu tâm lý đó, của hai cặp phạm trù đó trong thực tiễn, sản sinh ra hai quy luật vận động cơ bản của xã hội loài người:

*** Quy luật phát triển khoa học công nghệ**

*** Quy luật phát triển chủ nghĩa nhân đạo.**

Trong quá trình vận động của mình, hai quy luật vận động

cơ bản lại sản sinh ra nhiều quy luật thứ cấp, đa dạng và phong phú. Quy luật vận động của hình thái kinh tế xã hội là một trong những quy luật thứ cấp gần gũi và trực tiếp.

Sau khi sự vật đạt trạng thái cân bằng, TPCB vẫn giữ vai trò trọng yếu và thường xuyên, góp phần gìn giữ trạng thái cân bằng lâu dài, nhanh chóng phát hiện, cùng với hệ thống AD loại bỏ kịp thời các hiện tượng đối kháng mới xuất hiện. Nếu hệ thống TPCB bị suy yếu, tương phản đối kháng sẽ mạnh lên, sự vật mất cân bằng ngày càng nghiêm trọng, có thể dẫn đến phủ định, chuyển hóa sang cấp vận động khác.

Từ sau Vụ nổ lớn (BB), Vũ trụ vận động trải qua nhiều cấp vận động (CVĐ) từ thấp đến cao. Đó là CVĐ các hạt siêu cơ bản của các hạt trường mang năng lượng, tiếp đến là CVĐ các hạt cơ bản, như quark, prôtôn, electron,..., tiếp đến là CVĐ vật lý, hóa học của các nguyên tố hóa học cùng hợp chất của chúng. Qúa trình tiến hóa của vật chất theo quy luật phát triển tương thành, bằng phương thức phủ định phát triển, CVĐ hóa học phát triển lên CVĐ sinh học của thế giới hữu sinh, rồi tiến lên CVĐ tâm lý của con người, và nấc thang CVĐ cao nhất của thế giới hiện thực là CVĐ xã hội.

Qua mỗi CVĐ, hệ thống TPCB càng tinh vi, hoàn thiện, càng "bền vững" hơn đối với tác động đối kháng của "môi trường sống". Cấp vận động lớn có thể trải qua nhiều CVĐ nhỏ hơn. CVĐ của thế giới hữu sinh trải qua 5 "giới": khởi sinh, nguyên sinh, nấm, thực vật, động vật. Xã hội loài người trải qua 6 CVĐ nhỏ: Nguyên thủy, Nô lệ, Phong kiến, Tư bản, XHCN, và cao nhất là xã hội CSVM. Cấp vận động CSVM có hệ thống TPCB tinh vi và hoàn thiện nhất, không còn đối kháng giữa người và người, vì vậy, là một xã hội bền vững nhất và tốt đẹp nhất. Ngay như thế giới vô sinh, cùng một nguyên tố hóa học là cácbon, trong tinh thể dạng kim cương, các nguyên tử C được sắp xếp cân đối, hệ thống TPCB hoàn hảo hơn, hình thái cân bằng bền vững hơn, vì vậy, có những đặc tính quý hiếm hơn tinh thể C dạng than chì. Tinh thể C dạng hình cầu, hình trụ, còn có những đặc điểm quý báu hơn nữa, nhờ hệ thống TPCB hoàn hảo hơn kim cương.

Trong quá trình hình thành và phát triển hệ thống vận động tâm lý, nhờ cấu trúc lôgic của hàng tỷ nơron đại não, được sự nuôi dưỡng của hệ thống sinh lý cơ thể, hệ thống TPCB giữa cấu trúc tâm lý và cấu trúc sinh lý được hình thành và hoàn thiện. Hiện tượng đối kháng giữa cấu trúc tâm lý và cấu trúc sinh lý từng được Y học Phương Đông mô tả: vui quá hại tâm, giận quá hại gan, sợ quá hại thận, buồn quá hại tỳ, lo quá hại phế. Như vậy, cặp AD *Tâm lý-Sinh lý* mất cân bằng sẽ làm cho"ngọc thể" bất an. Sự mất cân bằng này chủ yếu do quan hệ xã hội, trong đó có một phần quan hệ gia đình, nhưng thứ yếu và không thường xuyên, gây ra. Điều này cũng cắt nghĩa, tại sao con người có nhu cầu tâm lý về một xã hội tốt đẹp, hài hòa, bình đẳng; trong đó sự hài hòa, bình đẳng mà con người quan tâm nhất, nằm trong quan hệ về lợi ích. Sự kế thừa vô thức tâm lý đấu tranh sinh tồn từ "xã hội tiền loài người", trong tiến trình vận động xã hội, ắt sẽ bị nhu cầu mang tính quy luật này, làm cho dần dần tiêu vong. Đó cũng là quy luật tiến hóa của trí tuệ và tâm lý con người. **Việc xóa bỏ bóc lột, một tiến trình lịch sử tự nhiên là như vậy.** Tại đây, TPCB cũng thể hiện vai trò lịch sử của nó.

II.3.4- Thuộc tính Âm Dương tương phản đối kháng (AD-TPĐK).

Khái niệm AD tương phản đối kháng tương ứng với khái niệm mâu thuẫn đối kháng trong triết học DVBC.

Đối kháng AD luôn luôn hiện diện trong quá trình hình thành sự vật, luôn luôn chống lại quá trình phát triển tương thành, chống lại quá trình phát triển tính thống nhất, tính đồng nhất trong sự vật, ngăn chặn sự vật vận động tới trạng thái cân bằng, hoặc phá vỡ trạng thái cân bằng, chống lại quy luật vận động cơ bản của sự vật. Đối kháng AD có thể là một cặp AD thành phần trong nội bộ sự vật, ví dụ như các bệnh tự miễn của cơ thể; có thể là các cặp AD ngoại lai xâm nhập vào nội bộ, ví dụ như, vi rút, vi khuẩn tấn công vào cơ thể,...

Để loại trừ ĐK, cần phát triển sức mạnh tương thành, bằng việc tăng cường tính thống nhất, tính đồng nhất, hệ thống TPCB có hiệu quả. Sự vận động và phát triển của ba yếu tố tương thành này tổ hợp thành **Quy luật phát triển tương thành Âm Dương,** nói ngắn gọn là *Quy luật phát triển tương thành,* sẽ trình bày ở mục tiếp theo.

II.3.5.- *Quy luật không cô Âm, không cô Dương.*

Quy luật này còn được diễn đạt: Không có hình thái "thuần Âm, thuần Dương" trong mọi sự vật, hiện tượng. Sự vật luôn luôn tồn tại và hòa quyện hai mặt AD, không có sự vật chỉ tồn tại một âm, hoặc một dương; hoặc AD hình thành riêng lẻ rồi hợp lại với nhau. Nguyên lý này hoàn toàn phù hợp với tư tưởng của Lênin về cấu trúc hai mặt đối lập. Lênin cho rằng, không phải hai mặt đối lập riêng lẻ hợp lại với nhau để thành sự vật, mà hai mặt đối lập song song tồn tại, thống nhất, không thể tách rời trong cùng một sự vật. Lênin còn nói: "Phân đôi cái thống nhất để nhận thức chúng, đó là thực chất của phép biện chứng". Nhà khoa học phân đôi trừu tượng để nghiên cứu, còn sự vật không thể chia ly. Trong thực tiễn cách mạng thế giới, chủ nghĩa cơ hội đã từng bóp méo (hay không hiểu!?) tư tưởng này của Lênin, nêu lên luận điểm "chia đôi cái thống nhất", để chia rẽ phong trào cách mạng thế giới và chia rẽ nội bộ Đảng của mình. Từ quy luật này, chúng ta lại được chứng kiến sự trùng hợp kỳ lạ của hai dòng triết học.

Thế giới hiện thực hoàn toàn chứng minh cho nguyên lý này. Với hạt siêu cơ bản, như các "hạt trường" mang năng lượng, thí dụ, hạt ánh sáng-phôtôn siêu nhỏ, cũng có cấu trúc AD. Việc chứng minh bằng công thức của học thuyết Tương đối Anhstanh, rằng, phôtôn không có khối lượng và năng lượng tĩnh, khi còn sống nương nhờ trong hạt điện tử; chỉ khi được tung cánh trong bầu trời tự do mới bộc lộ khối lượng và năng lượng.

Công thức toán lý cũng là chân lý tương đối, nó chỉ đúng trong những điều kiện nhất định, vì, thường nó được chứng minh từ các tiên đề mang chân lý tương đối, cũng chỉ đúng trong những phạm vi hiện thực nhất định, không thể đúng cho mọi trường hợp. Khi giải một bài toán thực tế, ta phải bỏ các nghiệm âm, vì nghiệm âm chỉ đúng với lôgic hình thức của toán học mà không đúng với thực tế. Sử dụng công thức tương đối, mang tính chất quan sát, ảo nhiều hơn thực, để kết luận rằng, phôtôn không có khối lượng và năng lượng tĩnh, trái với biện chứng AD, vẫn tiềm ẩn nhiều hoài nghi khoa học. AD cùng cặp đôi trong toàn bộ thế giới hiện thực là rõ ràng, dễ hiểu, không cần chứng minh thêm nữa.

II.3.6. *Quy luật trong Âm có Dương, trong Dương có Âm.*

Quy luật này được biểu hiện bằng hai vòng tròn nhỏ trong đồ hình con cá AD của Trang Tử. Thường sự vật có cấu trúc hệ thống thành cặp AD tổng thể, trong đó có nhiều cặp AD thành phần. Cặp AD Hệ mặt trời cấu trúc bằng các cặp AD Mặt trời và tám hành tinh. Cặp AD Trái đất được cấu trúc bằng các cặp AD mảng, biển cả, v.v.. và xã hội loài người... Cặp AD con người được cấu trúc bằng hàng ngàn tỷ cặp AD tế bào... Như vậy, đối với cặp AD tổng thể, trong âm có dương và trong dương có âm. Với xã hội loài người, cặp AD cơ bản là "cấp trên-cấp dưới", hệ cấp trên vẫn tồn tại cấp dưới và ngược lại, hệ cấp dưới vẫn hiện diện cấp trên, và tiềm ẩn những "cấp trên" đang được đào tạo hoặc chờ sử dụng. Cặp phạm trù cơ bản của thế giới hiện đại: **Chủ nghĩa nhân đạo - Khoa học công nghệ,** trong CNNĐ vẫn vận động KHCN, và trong KHCN có sự dẫn dắt của CNNĐ. Khi cặp AD tổng thể phát triển đối kháng, mầm dương trong âm và mầm âm trong dương cũng phát triển, chia cắt AD tổng thể thành hai cặp AD thành phần đối kháng nhau. Cặp AD nào phát triển được sức mạnh tương thành sẽ đưa sự vật vận động tới điểm nút và chuyển hóa sang sự vật khác. Sự phủ định có thể đưa sự vật phát triển lên cấp vận động cao hơn, hoặc thụt lùi xuống cấp vận động thấp, hoặc chuyển ngang một cách cơ giới, như các triều đại Phong kiến thay thế lẫn nhau, mà quy luật vận động không hề thay đổi.

II.3.7. *Quy luật Dương dẫn dắt Âm.*

Trong mọi sự vật, bên dương quyết định khuynh hướng và điều khiển hình thái vận động của sự vật theo quy luật vận động cơ bản. Trong hệ Mặt trời, Mặt trời "chỉ huy" sự vận động của toàn hệ, giữ cho hệ vận động ở trạng thái cân bằng, vì vậy đóng vai trò bên dương. Trong các nguyên tử, hạt nhân cũng có vai trò như vậy; cho nên, khi liên kết hóa học, hạt nhân không trực tiếp liên kết, mà chỉ có điện tử được giao nhiệm vụ làm cầu nối trong các tổ chức liên kết mà thôi. Trong xã hội, quần chúng là người sáng tạo ra lịch sử, song phải có cán bộ dẫn đường, vì vậy cán bộ thuộc bên dương. Cán bộ và nhân dân cùng làm nên lịch sử. Tuy nhiên, là bên dương, cán bộ có vai trò quan trọng hơn. Từ xưa tới nay, thực tiễn về công tác cán bộ đều vận hành đúng như nguyên lý đó. Hiền tài, nguyên khí của quốc gia là như vậy. Nếu cán bộ thoái hóa tài, đức, dương tiêu, ắt âm sẽ trưởng, cán bộ cấp dưới hoặc cán bộ dự bị tiềm ẩn trong quần chúng (mầm dương trong âm), sẽ thay thế. Nếu hệ thống cán bộ quốc gia suy thoái, quần chúng sẽ đối kháng, dưới sự dẫn dắt của lớp cán bộ mới phát triển từ mầm dương trong âm. Trong cặp AD quốc gia, dương tiêu thì âm trưởng !

II.3.8. *Quy luật Dương thường động, Âm thường tĩnh.*

Trong hệ Mặt trời, nếu cô lập hệ với Thiên hà, ta có cảm giác Mặt trời đứng yên (tĩnh), còn các hành tinh thì động, vì chúng quay quanh mặt trời hàng ngàn km/giờ. Hiện thực thì, mặt trời hoạt động rất sôi nổi, bởi những vụ nổ hạt nhân diễn ra suốt ngày đêm, và đã diễn ra suốt 5 tỷ năm rồi. Mặt khác, mặt trời còn phải vận động tương phản cân bằng cho bản thân và tương phản cân bằng toàn hệ, để giữ cân bằng cho bản thân và cho toàn hệ,..... Tương tự, trong các nguyên tử, hạt nhân cũng vận động mãnh liệt để duy trì quy luật vận động và sự cân bằng AD trong nguyên tử, và trạng thái liên kết trong các hợp chất.

Đối với các tổ chức xã hội, cán bộ thường phải động hơn quần chúng. Một doanh nghiệp mà giám đốc không năngđộng, DN đó chắc chắn thua lỗ.

Tĩnh, hình như "mềm yếu" hơn động. Song, từ kinh nghiệm thực tiễn, người xưa đã rút ra nguyên lý: "Có thể lấy tĩnh chế động". Phê bình của quần chúng có thể giúp lãnh đạo sửa chữa sai lầm. Xây dựng đất nước vững mạnh có thể tránh được tham vọng xâm lăng của kẻ thù...Lấy nhân nghĩa mà thắng bạo tàn, lấy chí nhân mà thay cường bạo. Như vậy, lấy tĩnh chế động là một phương thức tương phản cân bằng. Quy luật Dương thường động, Âm thường tĩnh, làm thành cặp phạm trù Động-Tĩnh của triết học AD.

* Chủ nghĩa duy vật biện chứng đưa ra sáu cặp phạm trù, coi như những quy luật phụ, là hệ quả, là những mặt khác nhau của ba quy luật cơ bản. Sáu cặp phạm trù đó là:

1. Cái riêng và cái chung.

2. Nguyên nhân và kết quả.

3. Nội dung và hình thức.

4. Tất nhiên và ngẫu nhiên.

5. Bản chất và hiện tượng.

6. Khả năng và hiện thực.

Triết học âm dương chưa nêu cụ thể các cặp phạm trù, nhưng vì có sự tương hợp giữa các quy luật cơ bản, nên 6 cặp phạm trù này đều ẩn chứa trong các ứng dụng của triết học âm dương. Trong quá trình lý giải hiện thực, tiền nhân đều sử dụng các quan niệm tương ứng với 6 cặp phạm trù này.

Ví dụ: Chu Hy lý giải: Hoa hồng có cái lý của hoa hồng, con thỏ có cái lý của con thỏ (riêng). Tuy cùng hàm chứa âm dương (chung). "Tích thiện gặp thiện, tích ác gặp ác". Đó là mối quan hệ nhân quả mà Đạo Phật cũng thường dạy.

Lời kinh quẻ Bí trong Kinh Dịch nói: "Trang sức, văn vẻ thì hanh thông, làm việc gì mà chỉ nhờ ở trang sức thì lợi ích nhỏ mà thôi". Thoán truyện bàn: Âm nhu và dương cương giao nhau, đó là cái văn vẻ tự nhiên. Còn cái văn vẻ nhân tạo thì nên hạn chế. Vì văn thắng chất thì xấu. Ta hiểu: Văn vẻ tự nhiên đó là quy luật, đó là chất, là nội dung; văn vẻ nhân tạo là hình thức. Lời quẻ Bí khuyên nội dung và hình thức nên cân bằng, tương xứng, chỉ nhờ vào trang sức hình thức thì lợi bé nhỏ. Ngạn ngữ dân gian "Tốt gỗ hơn tốt nước sơn" cũng là vậy.

Tư tưởng "Cách vật trí tri", "Thị tư minh, thính tư thông", đều ẩn chứa trong phạm trù tất nhiên ngẫu nhiên, bản chất hiện tượng.

Âm dương tương giao là khả năng, muốn sinh ra vạn vật thì âm dương phải cân bằng (hiện thực).

* Phạm trù động tĩnh nằm trong các quy luật âm dương quan trọng, tiền nhân thường dùng phạm trù này để lý giải và giải quyết các tình huống thực tiễn.

Hệ từ truyện, một bộ sách chú giải Kinh Dịch, ngay từ mục I, chương I đã nói: "Vì thấy trời cao đất thấp mà Thánh nhân vạch ra quẻ càn và quẻ khôn. Động và tĩnh đều có luật nhất định, do đó mà phân biệt cương và nhu".

Tiền nhân cho rằng, dương thì động và cương; âm thì tĩnh và nhu. Quẻ càn thuần dương tượng trưng cho trời, quẻ không thuần âm tượng trưng cho đất.

Tuy nhiên, động tĩnh chỉ là mối quan hệ tương đối. Vì trong âm có dương, trong dương có âm, nên trong động có tĩnh và trong tĩnh có động; Âm dương tương phản thì cả hai phải động, nhưng mặt động của dương nhiều hơn mặt động của âm. Mặt trời là dương, có phản ứng hạt nhân mãnh liệt, nhưng trái đất là âm, vẫn vận động quanh mặt trời.

Vận dụng phạm trù động tĩnh, tiền nhân có hai trường phái đối lập nhau và đã từng xảy ra "bút chiến", "khẩu chiến".

Phái Khổng giáo chủ chương, quân tử phải nhập thế hành đạo, người có tài đức phải hành động để giúp đời. Vì vậy cuộc đời của Khổng Tử bôn ba lo việc thiên hạ, ít người "động" như ông.

Phái Lão - Trang chủ trương tĩnh. Chương 37. Đạo đức Kinh, Lão Tử nói: "Hoạt động cứu đời mà làm gì, càng tham cứu đời thì thiên hạ càng loạn, cứ yên tĩnh, không ham muốn gì cả thì thiên hạ sẽ tĩnh".

Quẻ cấn trong Kinh Dịch giảng về chữ "tĩnh": Hễ tĩnh thì con người không bị vật dục chi phối, không làm điều ác, không vị kỷ. Ai cũng như vậy thì thiên hạ thái bình, thịnh trị.

Phạm trù động tĩnh có mặt khắp mọi nơi từ việc lớn của

quốc gia đến việc nhỏ của đời thường và được vận dụng rất linh hoạt, nhưng không nằm ngoài nguyên lý cân bằng động tĩnh cũng là cân bằng âm dương. Tiền nhân hay sử dụng thành ngữ: "Cương nhu tương tế" cũng có nghĩa là động tĩnh phối hợp, âm dương phối hợp tương giao tương thành.

Lời thoán của quẻ Cấn trong Kinh Dịch biện luận: "Động tĩnh chỉ cốt ở thời, động tĩnh không theo thời là càn. Chẳng lỗi thời thì là thuận lẽ mà hợp nghĩa . Ở việc là lẽ, khu sử với việc là nghĩa. Động tĩnh hợp lẽ và nghĩa là không lỗi thời, ấy là đạo mình sáng tỏ".

Tiền nhân thường khuyên: Lấy tĩnh chế động, lấy mềm thắng cứng. Tỷ dụ, trong đời thường khi tranh luận có một người nổi nóng (động) người kia giữ thái độ bình thản và ngừng tranh luận, im lặng (tĩnh) thì người nổi nóng sẽ dịu xuống và cảm thấy ngượng, vì sự vô lý của mình. Khi vợ chồng mâu thuẫn nhau, người vợ chủ động làm lành là hợp quy luật.

Chồng giận thì vợ làm lành.

Miệng cười tủm tỉm rằng anh giận gì?

Chẳng người chồng nào lại tiếp tục giận dữ khi nhìn thấy cái miệng cười tủm tỉm ấy. Lấy tĩnh chế động, lấy mềm thắng cứng, là như vậy. Đối với Quốc gia, nếu tổ chức phòng thủ tốt, chăm lo đời sống nhân dân, trạng thái nhân hòa đẹp đẽ, thì kẻ thù khó phát động bạo loạn và chiến tranh. Đó cũng là lấy tĩnh chế động. Trong một trận đánh, nếu kẻ thù ở thế yếu mà tổ chức phòng ngự kiên trì, ta có thể quấy rối cho kẻ thù mệt mỏi, sau đó tổ chức tấn công giành thắng lợi. Đó là lấy động thắng tĩnh. Phạm trù động tĩnh của người xưa vẫn còn sống mãi với tương lai nhân loại. "Người động ta tĩnh, người nói ta nghe, câu nói ấy mới hay làm sao, ta không thể nào mà quên cho được!" (Thiệu Khang Tiết-Mai Hoa Dịch).

Bài thơ của Hồ Chí Minh khi Người mới 5 tuổi, có nhà văn cho rằng, trong thơ đã hàm ẩn tư duy Dịch lý Động - Tĩnh:

"Núi cõng con đường mòn
Cha thì cõng theo con
Núi nằm ì một chỗ
Cha đi cúi lom khom
Đường bám lì lưng núi
Con tập chạy lon ton
Cha siêng hơn hòn núi
Con đường lười hơn con"

Bài thơ do cụ Nguyễn Sinh Khiêm ghi trong "Tất Đạt Tự Ngôn". Khi nhà văn Sơn Tùng gặp cụ, cụ đã trao quyển này cho nhà văn.

Năm 1895, cụ Nguyễn Sinh Sắc để lại người con gái (bà Thanh) chăm sóc bà ngoại tại quê nhà, đưa hai con là Khiêm và Thành vào Huế để học. Đến Đèo Ngang, vì dốc cao nên cụ phải cõng Thành. Bé Thành 5 tuổi đã "tức cảnh" làm bài thơ này. Anh Khiêm thấy hay quá nên ghi lại.

Nhà văn Sơn Tùng kể rằng, khi nhà văn đưa bài thơ này vào "Búp sen xanh", Thủ tướng Phạm Văn Đồng mời lên làm việc. Thủ tướng vừa xúc động vừa có ý nghi ngờ và nói: "Tôi hỏi đồng chí như thế vì đọc trong cuốn sách có nhiều điều xúc động, nhưng có hai bài thơ ở Đèo Ngang tôi có bâng khuâng. Giá mà biết trước điều này khi Bác còn sống mà nhắc lại thì lý thú lắm. Nhưng Bác đi mất rồi. Có khi nào mà ở tuổi lên 5 lại cấu trúc được bài thơ ngắn, hài hòa được cái "tĩnh" và cái "động". Tư duy này là tư duy Dịch lý".

Thời kỳ Nho học, học Tứ thư, Ngũ kinh, trong đó có Kinh Dịch, nước ta có thần đồng siêu việt là Nguyễn Hiền. Ông Đỗ Trạng Nguyên đời Trần, lúc mới 13 tuổi. Rất khó hình dung là khi 5 tuổi, Nguyễn Hiền đã có được tư duy Dịch lý, một môn học cao siêu, mà cho đến nay, vẫn còn bàn cãi không ngớt.

Có thể Nguyễn Tất Thành 5 tuổi, chưa có được tư duy Dịch lý, nhưng bài thơ vẫn có thể hàm chứa thông tin động, tĩnh. Đó là thông tin âm dương trong cấu trúc sinh lý và cấu trúc tinh thần của con người. Cũng như nhiều sáng tạo khoa học khác, sáng tạo thi ca của một trí tuệ thiên tài, có thể phản ánh chính xác thông tin về bản thân mình. Phạm trù Động - Tĩnh cũng phù hợp với quy luật vận động âm dương cơ bản: Sức mạnh tương thành (tĩnh) loại trừ đối kháng (động) để đi đến âm dương cân bằng.

II.3.9. *Quy luật Âm Dương cùng trưởng, Âm Dương cùng tiêu.*

1- *Quy luật AD cùng trưởng.*

Quy luật này vận động trong quá trình hình thành sự vật và đưa sự vật đến trạng thái cân bằng, loại trừ được đối kháng, vận hành được quy luật cơ bản một cách ổn định, là giai đoạn thành, thịnh của sự vật. Qúa trình hình thành Vũ trụ, từ những hạt cơ bản đầu tiên, các nguyên tố hóa học, như hydro, heli, đến các vì sao, rồi Thiên hà mênh mang hùng vĩ, đều ở giai đoạn này. Đối với con người là quá trình phát triển thai nhi cho đến tuổi trưởng thành, khi bước vào thời kỳ có khả năng tự lập kiếm sống. Đối với một tổ chức xã hội, là quá trình phát triển lực lượng quần chúng và cán bộ, vận động cho tới lúc hoàn thành được mục tiêu của tổ chức.

Cặp AD cơ bản của Vũ trụ là cặp AD **"chất-trường "**. Chất được đặc trưng bằng khối lượng, trường là năng lượng, do các hạt mang truyền tải, ví dụ như, năng lượng điện từ do hạt mang là phôtôn chuyển tải. Chất và trường luôn luôn hòa quyện với nhau. Chất nhờ trường mà vận động, và ngược lại. Chất và trường có thể sản sinh ra nhau. Máy phát điện (chất) vận động được nhờ thủy năng, cơ năng, nhiệt năng,... Đến lượt, điện năng được sinh ra nhờ sự vận động của máy phát điện. Tiến trình hình thành thế giới vô sinh là tiến trình *chất-trường* đồng thịnh. Sự liên kết vật chất tăng đến đâu, năng lượng tăng đến đó; năng lượng tăng, thu hút thêm vật chất, khối lượng được tăng lên, cho tới lúc các yếu tố đối kháng được loại bỏ, không còn các yếu tố tăng trưởng, sự vật đạt trạng thái cân bằng. Các nguyên tố hóa học, các hợp chất của chúng, cho đến các vì sao, đều được sinh ra theo quy luật như vậy. Quy luật AD cùng trưởng, chất trường đồng thịnh trong thế giới vô sinh, đã được thiên tài Anhxtanh mô tả bằng công thức toán lý thật giản dị: $E = mc^2$. Ở đây, khoa học cụ thể đã chứng minh rõ ràng cho tư tưởng triết học.

Thế giới hữu sinh, tiến hóa từ thế giới vô sinh, sự vận động cùng trưởng của chất trường tinh vi và phức tạp hơn thế giới vô sinh rất nhiều, do sự tương tác tầng tầng, lớp lớp, với nhiều hiệu ứng nhân quả đa dạng và phong phú, từ nhiều mối liên hệ AD, từ nhiều quy luật vận động của thế giới vật chất, và hành trình cùng thời gian trải dài nhiều tỷ năm, đi qua nhiều cấp vận động theo quy luật chuyển hóa phát triển (phủ định phát triển). Đỉnh cao của thế giới hữu sinh là xã hội loài người. Có nhiều khoa học cụ thể, tiếp cận từ nhiều hướng khác nhau, từ vĩ mô đến vi mô, chứng minh cho quá trình tiến hóa này, như học thuyết Đacuyn, di truyền học, sinh vật học, sinh lý học,v.v...

Tình yêu nam nữ là một hiện tượng sinh động. Từ khi tìm đến nhau, tình cảm mỗi bên đối với bên kia đều tăng dần, cho đến khi tình yêu đơm hoa kết trái thì chuyển sang hôn nhân.

Với một tổ chức xã hội cũng vậy, do tăng cường được tính thống nhất, cấp trên mạnh, cấp dưới mạnh, cả tập thể cùng mạnh. Với gia đình, vợ chồng cùng mạnh, hỗ trợ nhau, cả nhà sẽ "an khang thịnh vượng", hạnh phúc dồi dào.

Trong phép chữa bệnh theo y học âm dương, thầy thuốc

thường vận dụng quy luật này. Tâm (hỏa), thận (thủy), là hai mặt âm dương tương khắc, nhưng thầy thuốc, có trường hợp phải bổ cả thận, cả tim, AD cùng thịnh, bệnh mới khỏi. Vì thận và tim là một cặp AD, vận động theo quy luật tương thành, vẫn phải nương tựa nhau để cùng hoạt động. Thận có lọc máu tốt, tim mới khỏe; tim có co bóp tốt, máu đưa vào nuôi thận mới đủ. Khi tương phản cân bằng giữa tim và thận có xộc xệch, người bệnh hay hồi hộp, mất ngủ, mơ màng; thầy thuốc gọi là hiện tượng tâm, thận bất giao. Phép chữa dùng phương dược "giao thông tâm thận", sử dụng hai vị hoàng liên, thạch xương bồ, hoặc phương lục vị địa hoàng hoàn, khôi phục lại sự hoạt động bình thường của hệ thống tương phản cân bằng tim- thận. Khi tim (hỏa), thận (thủy) khỏe mạnh, hoạt động bình thường, khái niệm *thủy-hỏa tương khắc* chính là khái niệm tương phản cân bằng trong quan hệ AD tim-thận.

2- *Quá trình AD cùng tiêu.*

Mọi sự vật đều trải qua chu trình *Thành, Thịnh, Suy, Hủy.* Đây cũng là quy luật phổ quát của thế giới hiện thực. Quy luật AD đồng thịnh dẫn dắt tiến trình phát sinh, phát triển (Thành), và đưa sự vật đến trạng thái cân bằng, củng cố trạng thái cân bằng bền vững (Thịnh). Sự vật không giữ được trạng thái cân bằng vĩnh viễn (dừng tạm thời), do tương tác phức tạp với nhiều cặp AD trong mối liên hệ phổ biến vô cùng đa dạng và phong phú, cả trong và ngoài sự vật, đặc biệt, *chịu sự chi phối của quy luật vận động từ cặp AD tổng thể.* Trong quá trình tương tác đó, sự vật gặp nhiều yếu tố đối kháng, phá hoại tính thống nhất, tính đồng nhất và hệ thống tương phản cân bằng; "chất-trường" của sự vật suy yếu dần, sự vật ngày càng mất cân bằng, dẫn đến sự chuyển hóa thụt lùi; sự vật quay về cấp vận động thấp hơn. Mặt trời hào phóng năng lượng ra chung quanh, khối lượng giảm dần, lực hấp dẫn giảm dần, vai trò tương phản cân bằng giảm dần, toàn hệ suy yếu trạng thái cân bằng, các hành tinh dần dần chia ly người mẹ của mình đến bến bờ vô định,... Con người ngoài tuổi 50 bước vào giai đoạn suy hủy, AD cùng tiêu, cho đến lúc vận động thụt lùi về cấp vận động cơ lý hóa của các nguyên tố hoá học,...

Chu kỳ thành, thịnh, suy, hủy rất khác nhau đối với từng sự vật. Đối với cấp siêu cơ bản, đó là sự thăng giáng lượng tử cỡ phần tỷ giây; đối với hệ mặt trời, khoảng mười tỷ năm; với thiên hà, nhiều chục tỷ năm. Trong cặp AD tổng thể, chu kỳ các cặp AD thành phần thường ngắn hơn cặp AD tổng thể. Hiện tượng này thường rõ ràng với thế giới hữu sinh, đời sống các tế bào ngắn hơn rất nhiều so với đời sống cơ thể; nhưng đó là điều cần thiết để cơ thể hoạt động bình thường và lâu dài hơn, bởi những tế bào thay thế hoàn thành tốt hơn nhiệm vụ của mình. Chu kỳ thành, thịnh, suy, hủy của mỗi con người cũng ngắn hơn chu kỳ của xã hội. Đó là quy luật cần thiết để xã hội không ngừng phát triển, bởi thế hệ sau thông minh và nhân đạo hơn thế hệ trước.

Quy luật AD cùng trưởng, AD cùng tiêu tương ứng với phạm trù lượng chất trong triết học DVBC. Ở đây, *lượng không đổi một mình đến điểm "nút" mới chuyển hóa thành chất. Lượng chất phát triển tương đối đồng bộ, lượng đổi đến đâu, chất đổi đến đó, đảm bảo nguyên lý không cô âm, cô dương.* Nếu quá trình vận động là AD đồng thịnh, cùng trưởng, sự phát triển đồng bộ đảm bảo tăng cường tính thống nhất, tính đồng nhất và cấu trúc hệ thống tương phản cân bằng cũng đồng bộ, giúp cho việc loại trừ đối kháng dễ dàng hơn. Sự vật vận động đến thời điểm đối kháng cơ bản được loại trừ, đó là "điểm nút", sự vật đạt trạng thái cân bằng. Nếu sự vật vận động từ sự tan rã của sự vật cũ, thì đây là điểm nút chuyển hóa sang sự vật mới với quy luật vận động mới.

Qúa trình AD đồng suy là quá trình đối kháng mạnh lên. Điểm nút là thời điểm sự vật bị đối kháng hoàn toàn "đánh bại", sự vật chuyển hóa về cấp vận động thấp hơn, hoặc "hòa tan" vào sự vật mới.

Hiện thực luôn luôn chứng minh cho nguyên lý lượng chất biến đổi đồng bộ. Khi đun nước, nhiệt tăng đến đâu, hạt nước vận động nhanh đến đó. Học sinh học đến đâu, tri thức tăng đến đó. Trong tình yêu, "anh năng đi lại, mẹ thầy năng thương",v.v...

II.3.10.- *Quy luật Âm Dương tiêu trưởng và chuyển hóa.*

Quy luật *Âm Dương tiêu trưởng và chuyển hóa* tương ứng với quy luật *phủ định của phủ định* trong triết học DVBC. Khái niệm "phủ định" ở đây được mở rộng, để mô tả sự chuyển hóa đơn nhất của sự vật trong từng giai đoạn biến hóa. Ví dụ, hạt thóc nẩy mầm thành cây lúa được gọi là sự phủ định của cây lúa đối với hạt thóc, diễn đạt ngắn gọn là cây lúa phủ định hạt thóc.

Quy luật âm dương tiêu trưởng và chuyển hóa vận động qua các hình thái khác nhau, chủ yếu diễn ra các hình thái sau đây:

1- Âm Dương tiêu trưởng trong sự vật vận động cân bằng:

Khi sự vật đang ở trạng thái cân bằng, trạng thái "hòa", chưa chuyển hóa sang sự vật khác. Trong quá trình vận động, tương giao, do xuất hiện tương phản đối kháng, hai mặt âm dương có sự chuyển hóa về tương quan lực lượng, một bên giảm, một bên tăng, bên tiêu, bên trưởng. Vì sự vật đang nằm trong trạng thái cân bằng, sức mạnh tương thành vẫn còn khả năng loại trừ đối kháng, nên quá trình tiêu trưởng như con lắc, dao động quanh vị trí cân bằng; hoặc như mặt trời: phản ứng hạt nhân đẩy vật chất ra ngoài làm mặt trời phồng lên, lực hấp dẫn lại kéo vật chất vào trong, làm mặt trời co lại. Quá trình cứ như vậy, gây ra chu kỳ phập phồng 2 giờ 40 phút của mặt trời. Khi ta bị bệnh, do "đối kháng" của thời tiết, nếu sốt cao (Dương tăng) thì sẽ mất nước, mất tân dịch (âm tiêu). Khi ta bị phù thũng (nước nhiều, âm tăng), ta sẽ sợ lạnh, chân tay lạnh (Dương suy). Nếu *tiêu trưởng* vượt quá trạng thái cân bằng, sự vật sẽ vân động sang hình thái chuyển hóa.

2- Âm Dương tiêu trưởng khi sự vật bị mất cân bằng.

Do xuất hiện tương phản đối kháng và ngày càng phát triển, sức mạnh tương thành không có khả năng loại bỏ, các mầm Dương trong Âm và mầm Âm trong Dương bắt đầu phát triển, làm cho sự vật phân hóa thành hai cặp AD đối kháng nhau, vận động theo quy luật AD tiêu trưởng. Đối với con người, quy luật này vận động khi mắc bệnh nan y. Trong cơ thể người hình thành hai lực lượng AD, lực lượng miễn dịch của con người và lực lượng đối kháng của vi rút, vi khuẩn. Đối với xã hội, quy luật này thường vận động trong các cuộc cách mạng hoặc phản cách mạng.

3- Âm Dương tiêu trưởng trong quan hệ tương tác giữa hai sự vật khác nhau.

Khi hai cặp AD đối kháng với nhau, một bên trưởng ắt bên kia phải tiêu. Bên trưởng vận động theo quy luật AD cùng trưởng. Bên tiêu vận động theo quy luật AD cùng tiêu. Một trong những hiện thực sinh động của quy luật này là chiến tranh. Trong quá trình chiến tranh vận động, bên mạnh giữ vai trò Dương, bên yếu giữ vai trò Âm. Nhưng nếu Âm trưởng thì Dương bị tiêu và ngược lại.

4- Âm Dương chuyển hóa.

Hai mặt âm dương của sự vật, hiện tượng, trong quá trình vận động tiêu trưởng, cùng trưởng hoặc cùng tiêu, đến một trạng thái nào đó, đều có thể chuyển hóa. Thời điểm chuyển hóa là thời điểm âm dương tích lũy được lượng tương thành lớn loại trừ được đối kháng. Sự vật sẽ chuyển sang sự vật khác với cái tên gọi khác, với đặc điểm âm dương và đặc điểm "hòa" khác. Tức là quy luật vận động đã có sự thay đổi sau khi chuyển hóa.

Hệ từ, chương VIII nói: "Đạo dịch thường biến thiên - biến động không ngừng" Âm dương vận động là vĩnh hằng, trạng thái "hòa" chỉ là tạm thời. Khổng tử từng nói: "Dịch cùng tắc biến, biến tắc thông, thông tắc trường cửu". Âm dương vận động đối kháng tới cùng thì phải biến, biến sang trạng thái cân bằng mới, thì mới thông, thông mới ổn định tương đối lâu dài.

Hệ từ chương V nói: Tích lũy nhiều điều thiện thì sẽ có danh tiếng. Tích lũy nhiều điều ác thì thân thể bị diệt.

Quy luật âm dương chuyển hóa được khoa học hiện đại làm sáng tỏ.

Ở cấp độ siêu vi mô, hạt và phản hạt gặp nhau sẽ tự hủy và biến thành hạt ánh sáng, với những quy luật vận hành khác.

Bảng tuần hoàn Menđêlêếp đã chứng minh rằng. những nguyên tố hóa học khác nhau, nếu thêm bớt các hạt cơ bản thì sẽ thành các nguyên tố khác với những thuộc tính mới về chất. Sự tăng giảm các điện tử và proton làm cho vận động âm dương trong nguyên tử biến đổi, chuyển sang nhóm khác với những đặc tính hoàn toàn khác. Nhiệt độ nước giảm dần tới 0^0 C thì biến thành đá, và tăng dần đến 100^0 C thì sẽ biến thành hơi - Nước đá - Nước và hơi có những đặc điểm vận động hoàn toàn khác nhau. Sự biến hóa âm dương ở đây là sự biến hóa của năng lượng hấp dẫn phân tử và năng lượng nhiệt.

Đối với con người, quá trình âm dương cùng trưởng đã chuyển hóa từ con người còn lệ thuộc bố mẹ sang con người tự lập, âm dương cùng tiêu đã chuyển hóa con người từ vận động hữu sinh sang vận động vô sinh.

Đối với xã hội, sự chuyển hóa rất phong phú.

Cuộc kháng chiến giành độc lập tự do của nhân dân ta đã chuyển dần từ chiến lược phòng ngự sang cầm cự (Dương cứ thịnh dần), đến thời điểm tổng phản công (chiến dịch Điện Biên

Phủ, cuộc tổng tấn công và nổi dậy mùa xuân năm 1975). Dương cực Thịnh, âm cực suy, âm dương chuyển hóa sang trạng thái cân bằng mới. Chúng ta từ người bị xâm lược trở thành người độc lập tự do. Kẻ địch từ kẻ đi xâm lược trở thành bình thường. Trạng thái âm dương lúc đầu là đối kháng chuyển sang trạng thái hợp tác.

Trong xây dựng đất nước, nếu lãnh đạo và nhân dân cùng mạnh, thì đến một thời điểm, đất nước sẽ chuyển từ hình thái phát triển thấp sang hình thái hiện đại với những quy luật vận động mới.

Âm dương chuyển hóa không phải là diệt nhau, hoặc mất âm hoặc mất dương, mà cả hai đều chuyển hóa sang trạng thái âm dương mới với những quy luật vận động mới, thuộc tính mới, tương phản, tương giao tương thành mới, rồi tiên trưởng và lại tiếp tục chuyển hóa. Đó là quy luật phủ định của phủ định, nếu nói theo tư tưởng của triết học duy vật hiện đại.

Âm dương chuyển hóa trong cuộc chiến tranh chính nghĩa, người chiến thắng và kẻ chiến bại, không phải là thay đổi vị trí của nhau một cách đơn giản. Người chiến thắng không trở thành kẻ đi xâm lược và kẻ chiến bại không trở thành kẻ bị xâm lược, mà cả hai bên đều chuyển hóa thành đối tác hòa bình. Trong cuộc cách mạng vô sản, giai cấp vô sản chiến thắng sẽ chuyển hóa thành người lao động chân chính, không bị áp bức bóc lột, không phải trở thành giai cấp bóc lột. Giai cấp tư sản cũng chuyển thành người lao động bình thường, không phải trở thành kẻ bị bóc lột.

* Trong quá trình nghiên cứu quy luật âm dương chuyển hóa, các triết gia Trung Quốc nhận thấy, âm dương chuyển hóa theo luật tuần hoàn.

Hiện thực tuần hoàn dễ nhận biết, nhất là hiện tượng 4 mùa lặp đi lặp lại năm này sang năm khác. Các nhà Dịch học ghép 12 quẻ dịch, biến hóa tuần tự theo nguyên lý âm thịnh dương suy vào 12 tháng (xem đồ hình). Tháng 4 là quẻ càn, thuần dương, biến đổi dần đến tháng 10 là quẻ khôn, thuần âm, sang năm sau lại lặp lại như vậy. Như vậy là chắc chắn rồi, giữa 4 mùa và quẻ dịch đã trùng khớp nhau theo nguyên lý âm dương thịnh suy tuần hoàn. Và họ gọi là luật "Phản phục tuần hoàn". Sau một chu kỳ biến hóa, phủ định, vạn vật lại quay về trạng thái cũ, sinh vật không có tiến hóa, xã hội loài người không có tiến bộ, chế độ Phong kiến tồn tại vĩnh viễn, các triều đại thay nhau theo luật phản phục tuần hoàn. Nếu cứ như vậy thì cũng không có loài người vì không có tiến hóa.

Song, sự vận động của thời tiết đã hiệu chỉnh điều đó.Các nhà khí tượng lịch pháp phát hiện ra rằng, thời tiết mỗi năm có khác nhau. Số lần hạn, bão, lụt và mức độ dữ dội của nó hàng năm có khác nhau. Vì vậy, tiền nhân đã tính toán cho mỗi năm có một niên mệnh, ứng với tên ngũ hành khác nhau và dùng để dự báo thời tiết khí hậu hàng năm và cả vận mệnh con người nữa. Chu kỳ của niên mệnh là 60 năm. Người xưa còn nhận thấy năm thứ 61 có tên can chi và niên mệnh giống năm thứ nhất nhưng khí hậu vẫn có nhiều khác biệt. Người xưa lại phát hiện có chu kỳ 180 năm, gọi là chu kỳ Tam Nguyên, gần trùng hợp với chu kỳ 177 năm của vũ trụ, là chu kỳ tiết khí. Sau 180 năm, ngày 24 tiết lặp lại như cũ.

Nhận thức về luật phản phục tuần hoàn là mặt hạn chế của tiền nhân và không đúng với học thuyết âm dương. Âm dương luôn luôn vận động biến đổi thì chu kỳ sau phải có cái khác so với chu kỳ trước. Âm dương vận động có tính liên tục, trong thời điểm nào đó có bước nhảy vọt, chuyển hóa nhưng vẫn kế thừa những yếu tố cần thiết của quá trình trước đó. *Nếu không như vậy thì vạn vật có thể từ "không" đến "có", trái với quá trình của tự nhiên.*

Như vậy, âm dương vận động không phải theo chu kỳ khép kín như luật phản phục tuần hoàn, mà theo chu kỳ mở. Chu kỳ sau chỉ lặp lại, kế thừa một số yếu tố của chu kỳ trước và có những cái mới. Mùa xuân năm sau lặp lại một số đặc điểm của mùa xuân năm trước, nhưng có những yếu tố thời tiết khác hơn. Trong một đời người, không nhận thấy sự khác biệt nhiều lắm, nhưng hàng ngàn năm chắc chắn, sự khác biệt sẽ rõ rệt. Ví dụ, năm Giáp Thân, ất Dậu (2004 - 2005)   có niên mệnh là Thủy khe suối, ý nói có lụt bão nhỏ, còn năm Bính Tuất, Đinh Hợi (2006 - 2007) là Thổ nền nhà, ý nói là ẩm ướt ít bão lụt lớn. Nhưng thực tế thì các năm này bão lụt rất dữ dội. Hiện thực khí hậu hơn 3000 năm trước, thời điểm mà người xưa thể nghiệm được đưa vào niên mệnh, thì nay đã khác nhiều.

Lô gic biện chứng cho rằng, xã hội phát triển theo hình xoáy trôn ốc là tương phùng với lô gic hiện thực và gặp gỡ tư duy lô gic của học thuyết âm dương.

Luật phản phục tuần hoàn, có thể nảy sinh từ quy luật biến hóa của quẻ dịch. Người xưa đã lầm lẫn giữa học thuyết và mô hình, một cách hình thức hóa học thuyết bằng phù hiệu, Hình thức hóa là một phương pháp để nghiên cứu học thuyết trên mô hình hoặc để ứng dụng học thuyết vào một lĩnh vực cụ thể nào đó của hiện thực. Vì vậy, một hiện thực có thể có nhiều mô hình và nhiều phương pháp toán học khác nhau để diễn đạt mô tả. *Mô hình và toán học không thể mô tả hoàn toàn đúng hiện thực mà học thuyết trình bày*. Ngay cả bản thân học thuyết cũng chỉ là chân lý tương đối, còn tiềm ẩn nhiều hoài nghi và giới hạn, thì mô hình và toán học lại càng giới hạn hơn.

Trong thực tế, khi giải một bài toán có nghiệm dương và nghiệm âm, người ta chỉ chọn được nghiệm dương là đúng với yêu cầu thực tế của bài toán, còn phải bỏ các nghiệm âm. Các nghiệm âm đúng với quy luật vận động của toán học mà không đúng với quy luật vận động của hiện thực. Nghiệm âm của phương trình Anhxtanh, mà các nhà vũ trụ học đã lặn lội trong Vũ trụ nhiều năm để tìm hiện thực cho nó, nhưng đã gần 60 năm rồi mà cái đích vẫn còn xa thăm thẳm. Có thể sẽ tìm được, đó là hạnh phúc của khoa học, vì một chân lý mới sẽ được khám phá và giải quyết được nhiều ưu tư của các nhà khoa học. Nhưng có thể sẽ không tìm được vì hiện thực vận động của vũ trụ không mỉm cười với nghiệm âm dó.

Quẻ dịch là phương thức hình thức hóa học thuyết âm dương bằng ký hiệu. Người xưa dùng nó để dự đoán xấu tốt cho một công việc cụ thể. Một khi gieo quẻ chỉ được một quẻ, nếu có hào động thì có thêm quẻ biến, người ta dùng thêm quẻ hỗ để tham khảo. Như vậy chỉ có 3 quẻ dùng để dự đoán lành dữ cho một hành động cụ thể. Mỗi quẻ dịch có một giá trị độc lập, chỉ liên quan trong phạm vi 2 hoặc 3 quẻ. Không liên quan gì đến quẻ khác. Giá trị dự đoán của quẻ dịch đã được Văn Vương, Chu Công, cụ thể hóa bằng lời Kinh trong Kinh Dịch.

Quẻ dịch là một khoa học cụ thể, phảng phất đặc điểm của toán học, dùng cho dự đoán học, vì vậy không thể mô tả hoàn toàn nội dung của học thuyết và càng không mô tả đầy đủ sự vận động của hiện thực âm dương.

Người xưa gán cho quẻ càn (6 hào toàn dương - thuần dương) là trời, quẻ khôn (6 hào toàn âm - thuần âm) là đất. Nhưng học thuyết âm dương không có thuần âm (cô âm), thuần dương (cô dương), nên sự gán ghép này là khiên cưỡng, nhằm làm "con thuyền tải đạo" Tam giáo (Nho - Lão - Phật) của các nhà Dịch học mà thôi.

Không có hiện thực nào vận động theo trình tự các quẻ dịch đã được sắp xếp trong Thượng Hạ Kinh Dịch. Không tìm được lời giải thích của người sáng tạo ra 64 quẻ dịch. Chỉ có người đời sau (ngờ rằng từ đời Hán) giải thích trong Tự quái truyện.

Nội dung giải thích tính liên tục của các quẻ dịch trong Kinh Dịch, có tới 80% là khiên cưỡng, chứng minh sự lúng túng của các nhà Dịch học.

Sự sắp xếp 64 quẻ dịch và những lời giải thích tính liên tục của nó nhằm làm cho Kinh Dịch (với lời kinh và truyện) trở thành một "Tác phẩm" trọn vẹn, có đầu có đuôi, diễn tiến hợp lý, cấu trúc chặt chẽ và đẹp đẽ như một chiếc thuyền rồng của Hoàng Đế Trung Hoa, nhằm tải đạo Tam giáo, mà hiện thực thì không tải được.

Ở Việt Nam, dòng họ Nguyễn Cảnh, có tìm cách lý giải liên tục của 64 quẻ Kinh Dịch, sao cho phù hợp với sự phát triển của đời người (đã được Hoàng Tuấn trích đăng trong sách: Kinh Dịch và hệ nhị phân) và cho rằng đúng với "thâm ý" của người xưa, thì đó cũng chỉ là ước vọng mà thôi.

Chúng tôi nghĩ rằng, các nhà Dịch học không nên tốn thời giờ, lao tâm khổ tứ, để tìm lô gic hiện thực trong việc sắp xếp thứ tự 64 quẻ trong Kinh Dịch, vì con đường hầm đó không có tia sáng và không có lối ra.

Đến đây có thể nói rằng, nếu tư duy đúng với lô gic vận động âm dương, thì quy luật chuyển hóa trong học thuyết âm dương là phù hợp với lô gic biện chứng của hiện thực, và tương ứng với phạm trù phủ định trong triết học DVBC.

Tri thức của người xưa còn giá trị ứng dụng đối với thực tiễn hiện đại, nghĩa là "có" mang cái "Gen" của khoa học hiện đại, thì việc so sánh, đối chiếu với tri thức khoa học hiện đại để giữ lại cái tinh hoa, loại trừ cái nhầm lẫn, là điều cần thiết đối với hoạt động khoa học. Khuôn theo những sai lầm của người xưa để lý giải là điều có hại cho nhận thức hiện thực và ứng dụng thực tiễn.

II.3.11- *Quy luật âm dương cân bằng:*

1. Mở đầu: Là thành quả của quy luật "phát triển tương thành" âm dương.

Khi sự vật ở trạng thái cân bằng, hai mặt AD vận hành theo thuộc tính thống nhất, thuộc tính đồng nhất, "đấu tranh" vận động theo quy luật tương phản cân bằng, nhằm tăng cường tính thống nhất, đồng nhất; tương phản đối kháng tàn dư trong quá trình hình thành sự vật suy yếu, không còn khả năng ảnh hưởng tới quy luật vận động cơ bản của sự vật và thường "hòa tan" vào sự vật mới. Lực lượng đối kháng mới xuất hiện thường bị sức mạnh tương thành của sự vật loại bỏ nhanh chóng. Tuy nhiên, trạng thái cân bằng không bao giờ tuyệt đối, vì luôn luôn có đối kháng xuất hiện từ trong và ngoài sự vật, là nhân quả tương tác từ nhiều hướng, của các mối liên hệ phổ biến và đa dạng, muôn hình muôn vẻ của nội bộ và "môi trường sống" của sự vật. Vì vậy, ở trạng thái cân bằng, sự vật "dao động quanh vị trí cân bằng". *Khi lực lượng đối kháng mạnh lên, có khả năng chi phối quy luật vận động cơ bản của sự vật, sự vật sẽ mất cân bằng.*

Quy luật cân bằng âm dương tương ứng với trạng thái "thống nhất" của các mặt đối lập trong triết học Duy vật hiện đại.

Đây là trạng thái "dừng" tạm thời. "Dừng" nhưng vẫn vận động theo các quy luật đặc thù của sự vật hiện tượng - Lão Tử gọi là quy luật "Thường".

Lê nin nhấn mạnh rằng cụm từ "đấu tranh" ở trạng thái cân bằng không nên hiểu theo nghĩa đen, và người đặt nó trong ngoặc nháy: "đấu tranh" của các mặt đối lập.

Trạng thái "dừng", "cân bằng" là tạm thời. Nhưng tạm thời ở đây, có thể là phần tỷ giây như tương tác hạt và phản hạt, có thể 100 năm như đời người, có thể 10 tỷ năm như hệ mặt trời và có thể gần 40 tỷ năm như một chu kỳ Bigbang.

Đối với con người, quy luật cân bằng âm dương là quan trọng nhất. Có ý nghĩa sống còn. Vì đó là quy luật để sinh ra con người, quy luật để tồn tại và phát triển, quy luật của hạnh phúc. Vì xã hội bình đẳng, công bằng, hòa bình, là điều kiện Vàng của nhân loại, để phát triển tự do và hạnh phúc.

Làm gì để xã hội vận động cân bằng, hòa ái, bình đẳng, là điều suy tư số một của các nhà lãnh đạo tài đức, giàu lòng nhân ái đối với con người.

Riêng, đối với mỗi một con người, thực hành được quy luật cân bằng âm dương, là yếu tố tối ưu để thành đạt và hạnh phúc.

Quy luật cân bằng âm dương được làm cơ sở lý luận và phương pháp luận cho nhiều khoa học cụ thể, như y học âm dương (y học cổ truyền Phương Đông). Dự đoán học mệnh vận, tướng học, khí công, võ thuật, phong thủy, v. v...

Đối với thế giới hiện đại, từ thế kỷ XXI về sau, nếu tư duy chính trị nhân loại nhận thức sâu sắc quy luật cân bằng AD, đặc biệt ở những cặp đối lập cơ bản của thế giới hiện thực, sẽ lý giải dễ dàng hơn các hiện tượng phong phú, muôn màu của vận động hiện thực, và tìm thấy nhanh hơn các phương thức hoạt động thực tiễn, đưa nhân loại đến bến bờ hạnh phúc và văn minh.

Với xã hội loài người, cặp phạm trù bao quát nhất trong thế giới hiện đại là phạm trù "Chủ nghĩa nhân đạo-Khoa học công nghệ" (CNNĐ-KHCN). Cặp phạm trù AD này vận động và phát triển suốt chiều dài lịch sử, mà hiệu ứng nhân quả chủ yếu và trực tiếp của nó được các nhà khoa học mô tả bằng cặp phạm trù "lực lượng sản xuất-quan hệ sản xuất"(LLSX-QHSX).

Xã hội loài người cùng lúc vận động trong hai mối quan hệ: "con người-tự nhiên" và "con người-con người". Sự vận động và phát triển của cặp AD "con người-tự nhiên", được khát vọng không ngừng nâng cao đời sống con người thúc đẩy, đã sản sinh ra quy luật phát triển KHCN. Sự vận động, phát triển của cặp AD "con người-con người", được khát vọng về mối quan hệ bình đẳng, tương thành giữa con người thúc đẩy, đã sản sinh ra quy luật phát triển CNNĐ. Khoa học công nghệ phát triển làm cho LLSX phát triển, CNNĐ phát triển đòi hỏi sự bình đẳng, công bằng trong QHSX. Xã hội loài người cùng lúc vận động khuôn theo hàng ngàn quy luật tự nhiên và xã hội khác nhau, hàng ngàn cặp phạm trù khác nhau. Song, có những quy luật cơ bản nhất, những cặp phạm trù cơ bản nhất, sản sinh và dẫn đường các quy luật khác. Trong tiến trình lịch sử nhân loại, cặp phạm trù CN-NĐ-KHCN mà biểu hiện trực tiếp của nó là cặp phạm trù LLSX-QHSX, là hai trong số những cặp phạm trù cơ bản nhất. Sự vận động của hai cặp phạm trù này sản sinh ra nền văn minh vật chất và văn minh tinh thần của xã hội loài người.

Một cặp phạm trù khác, cũng rất quyền uy, hoạt động đan xen và chi phối hai cặp phạm trù cơ bản, đóng vai trò như một lực lượng khai sinh và tương phản cân bằng chủ yếu, góp phần quyết định dẫn dắt hai phạm trù cơ bản tới trạng thái cân bằng. Đó là cặp AD *"Xã hội-Tâm lý"(XH-TL)*. Cấp vận động XH là thành quả "phủ định phát triển" trực tiếp từ cấp vận động TL, đều được vận hành bằng con người, và đó cũng là thuộc tính đồng nhất của cặp phạm trù. Vì vậy, hai mặt AD tâm lý, xã hội có liên quan chặt chẽ với nhau, cấu trúc thành cặp AD cơ bản thứ ba. Vận động tâm lý của con người là thành quả tương tác của vận động xã hội và vận động sinh lý của từng con người, là sự phản ánh của vận động xã hội vào cấu trúc sinh lý con người theo quy luật: Vật chất quyết định ý thức; vật chất có trước, ý thức có sau. Quy luật này cũng chứng minh rằng, vận động XH và vận động TL có sự gắn bó chặt chẽ. Do đó, trong quá trình khám phá quy luật vận động xã hội, cần nghiên cứu quy luật vận động tâm lý chung của nhân loại và của từng dân tộc. Các quy luật tâm lý vô cùng phong phú, hiện diện trong mọi hình thái ý thức xã hội, và còn mang tính chất địa phương, dân tộc, tuy thứ yếu hơn. Song, có những quy luật mang tính chủ đạo, cấu thành quy luật vận động cơ bản của XH loài người. Quy luật tâm lý "không ngừng sáng tạo", vận động trong thực tiễn, làm nên quy luật phát triển KHCN; quy luật tâm lý "hòa ái-bình đẳng giữa con người", vận động trong thực tiễn, làm nên quy luật phát triển Chủ nghĩa nhân đạo. Đi sâu vào nguyên nhân của nguyên nhân, quy luật phát triển tương thành AD, một trong những quy luật vận động cơ bản nhất của thế giới hiện thực, đã sản sinh và dẫn dắt ba quy luật này tiến tới trạng thái cân bằng.

Một cặp AD khác, đứng ở vị trí cơ bản thứ hai, là cặp AD *"Tâm lý-Sinh lý"*(TL-SL) của mỗi con người. Cấp vận động tâm lý là thành quả "phủ định phát triển" trực tiếp từ cấp vận động sinh lý, là kết quả tương giao, tương thành của vận động xã hội và vận động của cấu trúc sinh lý, mà trực tiếp là sự vận động của các nơron thần kinh đại não. Não bộ tổ chức lôgic đội quân hàng trăm tỷ nơ ron, hoạt động liên tục không ngừng nghỉ, để lưu giữ, nuôi dưỡng các thành quả tâm lý và sự vận động của chúng. Cho nên, trên một ý nghĩa nào đó, cặp AD này là "cơ sở vật chất" của vận động xã hội. Con người cảm thấy hạnh phúc khi cặp AD này ở trạng thái cân bằng. "Một tâm hồn trong trẻo, một cơ thể khỏe mạnh, hạnh phúc không ngoài hai thứ đó". Tâm hồn trong trẻo của mỗi con người, có được từ quan hệ xã hội trong trẻo. Cơ thể khỏe mạnh có được từ điều kiện vật chất dồi dào. Như thế, bốn cặp phạm trù có mối liên hệ biện chứng với nhau, là hiệu ứng nhân quả của nhau. Cặp AD "Tâm lý-Sinh lý" xếp ở vị trí cơ bản thứ hai, vì mang tính cá thể, song lại là mục tiêu vận động của ba cặp AD cơ bản thứ nhất, vì hạnh phúc của mỗi con người là mục tiêu cao cả nhất của vận động xã hội. Tiếp cận từ quy luật cân bằng AD, có thể rút ra phương thức hoạt động thực tiễn: Muốn mang lại hạnh phúc cho con người, phải không ngừng phát triển KHCN, để phát triển văn minh vật chất. Để phát triển văn minh tinh thần, cần xóa bỏ bóc lột trong quan hệ giữa con người. Vì tương phản đối kháng cơ bản trong cặp AD "xã hội-tâm lý" nằm trong yếu tố bóc lột. Những vấn đề nêu trên còn cần phải nghiên cứu sâu sắc hơn và tỷ mỉ hơn, với nhiều khoa học cụ thể.

2. Các triết nhân nói về quy luật cân bằng âm dương

* Tư tưởng cân bằng âm dương thành văn có lẽ ra đời cách nay hơn 3000 năm, được Văn Vương thể hiện trong lời Kinh của Kinh Dịch, khi ông bị vua Trụ giam vào ngục Dữu Lý (1144 - 1142 Tr CN).

Trong lời Kinh, Văn Vương đề cao đạo Trung Chính, trong đó "trung" là không thiên lệch, cân bằng trong mọi ứng xử, "chính" là thiện, hợp lẽ phải.

Khi giải quyết một công việc, nếu hành động trung chính sẽ thắng lợi, hoặc vô hại và giảm tác hại trong tình huống xấu.

Đây không phải là lời khuyên đạo đức thuần túy của bậc Thánh Vương (Khổng Tử gọi Văn Vương như vậy), mà là quy luật vận động khách quan của tạo hóa. Vì các lời kinh (lời dự báo chiêm đoán) của ông là sự vận dụng triết lý âm dương cùng với kinh nghiệm thực tiễn của cuộc đời ông, của con ông (Chu Công Đán) và các quan Thái bốc (quan dự đoán).

Khi gieo quẻ, một phương pháp đo lường thông tin về mối liên hệ giữa người dự đoán và ngoại cảnh (tự nhiên - xã hội), nếu gặp được các hào giữa (hào trung - hào 2 và hào 5) của quẻ dịch động thì sự việc sẽ tiến hành thuận lợi và thành công, nếu trong quá trình xử lý công việc, thực hiện theo đạo đức trung chính (trinh cát). Tổng kết các hào tốt trong 64 quẻ dịch, cho thấy như sau:

Hào	1	2	3	4	5	6
Tốt	24	31	13	24	36	22
Tỷ lệ %	37	4	20	37	5	34

(Bảng I.1: Hào tốt xấu trong 64 quẻ Dịch.)

Gặp các hào khác, hoàn cảnh không thuận lợi như hào 2 và hào 5, nhưng xử sự trung chính vẫn thành công hoặc vô hại.

Gặp hào 2 và hào 5, xử sự không trung chính vẫn thất bại và có thể tai họa đến sinh mệnh.

Là một học thuyết khách quan, một phương pháp đo lường thông tin khách quan, ắt cho ta một kết quả hợp quy luật khách quan.

Thành công nổi tiếng của cuộc đời Văn Vương và của con cháu ông sau này là một sự kiểm chứng, đầy sức thuyết phục của đạo trung chính, theo nguyên lý cân bằng âm dương. Nhà Chu đã tồn tại 900 năm (1122 - 221 Tr.CN), trong đó thời kỳ thịnh vượng kéo dài gần 700 năm. Một triều đại phong kiến dài nhất trong lịch sử Trung Quốc và cả thế giới nữa. Tư tưởng trung chính và chính sách "tỉnh điền" hợp lòng dân là nguyên nhân thành công của triều đại. Các vua quan ở thời đại Chiến Quốc (481 - 221 Tr CN) đã xóa bỏ chính sách tỉnh điền, cơ sở kinh tế của đạo trung chính, nên dẫn nhà Chu tới thất bại. Năm 221 trCN, nhà Chu đã bị Tần Thủy Hoàng diệt.

* Khổng Tử là người ngưỡng mộ Văn Vương tận đáy lòng. Trong Luận ngữ, ông không ngớt lời ca ngợi Văn Vương và tôn Văn Vương làm bậc Thánh. Tâm đắc với đạo Trung Chính của Văn Vương trong Kinh Dịch, ông đã cấu trúc đạo Trung Dung để tâm truyền cho học trò. Tử Tư, cháu nội của ông đã chấp bút thành sách Trung Dung, trở thành sách giáo khoa suốt 2000 năm phong kiến. Tinh hoa của Trung Dung đến nay vẫn còn giá trị thực tiễn của khoa học giáo dục và hành động của con người.

Khổng tử nói: "Trung là cội lớn của thiên hạ, *mọi người và mọi vật* đều từ đó mà sinh ra, mà tiến hóa". Hòa là đạo thống đạt của thiên hạ, *mọi người mọi vật* y theo đó mà thông hành. Nếu mình tiến lên tới mức cực điểm của đức trung và đức hòa, ắt mọi người mọi vật đều được yên ổn, trật tự, vạn vật sẽ sinh sản một cách thuận chiều. Ngài giải thích "Trung là cái tâm ở mức giữa, không chênh bên này, không lệch bên kia". Khi xử lý biểu hiện ra như vậy thì gọi là Hòa. Trong Luận ngữ ngài nói: "Mức tinh vi của đạo là mức trung hòa".

Từ nguyên lý "trung-hòa", Khổng Tử đã mô tả quy luật cân bằng AD và vai trò quyết định của nó trong việc hình thành sự vật, trong đó có con người. Khổng Tử đã nhận thức được trạng thái "dừng" của vận động AD mà Kinh Dịch chưa phát biểu rõ ràng.

Trình Di giải thích thêm: "Giữ được đạo trung, thường thường một mực không hay dời đổi thì gọi là dung".

Như vậy, tư tưởng Trung Dung có nguồn gốc từ quy luật âm dương cân bằng và vận dụng vào đạo làm người.

** Lão Tử:* Chủ trương vô vi, nhưng hành động vô vi phải theo quy luật cân bằng; Vì ông đã phát hiện "Tam sinh vạn vật", âm dương xung khắc nhưng đạt trạng thái hòa (cân bằng) mới sinh vạn vật.

Lão Tử chủ trương giữ quân bình trong mọi ứng xử, không thái quá, không bất cập, vì đạo trời là quân bình. Chương 77, Đạo đức kinh, ông nói:

"Thiên chi đạo:	Đạo trời ư?
Cao giả ức chi	Chỗ cao thì ép xuống
Hạ giả cử chi	Chỗ thấp thì nâng lên
Hữu dư giả tổn chi	Chỗ thừa thì bớt đi
Bất túc giả bổ chi"	Không đủ thì bù vào

Vì vậy, ông không ghét tiểu nhân. Chương 27, ĐĐK, ông viết:

"Người lành là thầy của kẻ không lành
Người không lành là của cải của người lành
Không quý người lành ấy
Không yêu người không lành ấy
Dù bậc trí cũng mê to"

(Bất quý kỳ sư, bất ái kỳ tư, tuy trí đại mê)

Lão Tử đã vận dụng quy luật tương giao tương thành, tại trạng thái âm dương cân bằng, trong việc xử sự của cuộc sống.

Để giữ được quân bình, ông chủ trương, ưu tiên lấy mềm thắng cương, khiêm tốn, mềm mỏng, không tranh giành thì an thân, an dân.

Chương 81, đạo đức kinh viết:

"Thánh nhân chi đạo, vi nhi bất tranh (Đạo của thánh nhân, làm mà không tranh); ông lại viết "Khiêm hạ bất tranh an thân, an dân".

Chương 44, ĐĐK, ông khuyên: "Tri túc bất nhục, tri chỉ bất đãi, khả dĩ trường cửu"(Biết đủ không nhục, biết dừng không ngã, có thể tồn tại). Người đời nay vận dụng: Tri túc thường lạc, biết đủ thường vui.

Lão Tử đưa ra khái niệm "quy luật thường", chương 16. ĐĐK ông viết:"Tri thường viết minh, bất tri thường, vọng tác hung". Biết quy luật thường là sáng suốt, không biết quy luật mà hành động sai trái, sẽ gặp hung hiểm.

Quy luật "thường" ở đây là quy luật vận hành của vạn vật trong trạng thái âm dương cân bằng. Khái niệm "Thường" của Lão Tử tương hợp với khái niệm "Dung" của Trung Dung.

Trang Tử có cách phát biểu khác

"Vui đến là thời, vui đi là thuận. An thời, xử thuận, buồn vui không vào đặng cõi lòng" (Dưỡng sinh chủ - Nam hoa kinh).

Quy luật "thường" còn có thể hiểu: Mọi vật biến đổi, nhưng quy luật biến đổi ấy là không đổi. Dịch là bất dịch cũng có nghĩa như vậy. Trong xã hội mọi người vẫn vận động nhưng đều tuân theo pháp luật và đạo đức xã hội. Lão Tử nói, tuân theo đạo thường thì động mà không rối loạn. Lão tử phản đối pháp luật, nhưng chính pháp luật nằm trong quy luật thường của ông.

Về nguyên lý cân bằng âm dương, Lão Tử còn có cách diễn giải rất thực tiễn, Ông nói: "Quy tắc chung của người sáng suốt là: Muốn làm việc gì phải đi từ điểm đối lập. Muốn giữ vật gì thì phải nhận sự trái ngược của vật ấy. Muốn mạnh thì phải đi từ cái yếu". Nhìn chung tư tưởng cân bằng âm dương của Lão Tử phù hợp với biện chứng âm dương.

** Đạo Phật:* Đoàn trung Còn, người dịch và bình chú bộ Tứ thư cho rằng, lý "Trung Đạo của nhà Phật tương hợp với thuyết Trung Dung. Đức phật Thích Ca từng khuyên tín đồ tránh xa hai lối cực đoan; Đừng sa ngã vào nơi dục lạc mà hại thân thể; Đừng khư khư chịu khổ hạnh mà hại tâm trí; lúc nào ý kiến, sự suy xét, lời nói, việc làm, ý niệm, ý định đều phải giữ cho chân chính từ hòa (*Theo Tứ thư - Trung Dung - tr 39*).

Chùa Sãi phố Võng thị Hà Nội có ghi "Pháp lục hòa" thể hiện tư tưởng "Trung đạo" của Đức Phật:

Thân hòa cốt để sum vầy (Hành động hòa ái)
Khẩu hòa hễ nói điều gì
Êm đềm vui vẻ, chẳng hề chua cay
Ý hòa không trái mảy may
Quý nhau như thể chân tay chẳng rời
Kiến hòa mới được lòng người
Việc gì hiểu biết nên thời bảo nhau
Giới hòa giữ trọn trước sau

Giữ gìn kỷ luật nhắc nhau ở đời
Lợi hòa hễ có của thời

Đắng cay san sẻ, ngọt bùi cùng chung

Pháp lục hòa thể hiện tư tưởng cân bằng âm dương trong cuộc sống đời thường của con người. Ý tứ của lục hòa ta còn tìm thấy trong lời dạy học trò của Khổng Tử, tác giả Trung Dung:

Mười tác phong của người quân tử: (Nói gọn: 10 chữ tư)

1. Thị tư minh: Nhìn cho rõ, minh bạch

2. Thính tư thông: Nghe cho thông

3. Sắc tư ôn: Sắc mặt luôn luôn hòa ái

4. Mạo tư cung: Phong thái đàng hoàng mà khiêm nhường

5. Ngôn tư trung: Ngôn ngữ chân thành, trung thực

6. Sự tư kính: Công việc chăm chỉ, cẩn trọng, có trách nhiệm.

7. Học tư chỉ: Học không bao giờ ngừng

8. Nghi tư vấn: Điều gì chưa hiểu phải hỏi cho rõ

9. Phẫn tư nạn: Khi giận phải phòng tai họa về sau

10. Kiến đắc tư nghĩa: Có mối lợi phải nghĩ đến điều nghĩa, mối lợi có được từ điều nghĩa.

(Theo Luận ngữ, chương 16, tiết 10)

Tư tưởng trung hòa về vũ trụ và về đạo làm người, Nho - Phật - Lão đã gặp nhau. Tam giáo đồng nguyên là như vậy.

Tư tưởng Hòa không hề lạc hậu trong thế giới hiện đại. Nó rất cần thiết cho giáo dục, tự giáo dục; hạnh phúc tìm thấy ở đó, đoàn kết, thành công tìm thấy ở đó, thế giới hòa bình, hữu nghị, hợp tác tìm thấy ở đó.

* Theo sách "Almanach những nền văn minh thế giới", ở

nửa bên kia hành tinh, triết gia Hy Lạp cổ đại, Platon (427 - 348 Tr CN) cũng có quan niệm về quy luật Trung Hòa. Ông cho rằng, con người là một phần nhỏ của vũ trụ lớn, do đó cấu trúc của mọi vật thể từ con người đến kiến trúc, v. v... đều phải khuôn theo quy luật cân bằng và hài hòa của vũ trụ. Polyclete (480/475 - 420 tr CN), nhà điêu khắc Hy Lạp nổi tiếng, đã trung thành với quy luật ấy. Ông cho rằng nghệ thuật điêu khắc phải nghiêm túc với luật ấy. Trong lịch sử mỹ thuật Hy Lạp cổ đại, Polyclete được xem là nhà điêu khắc mẫu mực của sự cân đối và hài hòa. Ông xem điêu khắc tả hình thể con người như một bản hợp xướng. Các giai điệu phải hài hòa cân đối, mọi quy luật về cân bằng trong một bức tượng, phải được tôn trọng như các module trong kiến trúc, mà kiến trúc sư nào cũng phải tuân thủ. Các bộ phận của một tác phẩm điêu khắc phải cùng thở một nhịp đập thống nhất hòa đồng với nhau và khăng khít với nhau bằng một quy luật bắt buộc (*Sđ đ- Tr 1078*).

Xem ra, dù đứng ở nơi nào trên trái đất, con người cũng cảm nhận được quy luật trung hòa. Nó "nhất dĩ quán chi" như sợi chỉ đỏ xuyên suốt mọi sự vật hiện tượng, từ cấu trúc hình thể con người, nhân cách con người và những việc làm của con người trong lao động, kiến trúc, hội họa, âm nhạc, văn chương vv.. Không đâu là không gặp, và nếu vi phạm thì không còn chân, thiện, mỹ nữa. Quy luật đối xứng của vũ trụ cũng nằm trong đó.

3. Dân gian nói về âm dương cân bằng.

Từ kinh nghiệm cuộc sống, con người đã tổng kết được quy luật cân bằng âm dương trong giao tiếp bằng những câu thành ngữ như:

- Không có việc gì được mà không mất.

- Tôi đưa chân giò, bác thò chai rượu.

- Có đi có lại mới toại lòng nhau.

- Miếng bánh đưa qua, tấm quà đưa lại.

- Được cả đôi, thiên lôi đánh chết.

- Ông ăn chả, bà ăn nem.

- Chỗ thừa bù chỗ thiếu.

- Lá lành đùm lá rách.

- Bầu ơi thương lấy bí cùng,

Tuy rằng khác giống nhưng chung một giàn.

Trong dân gian, chúng ta tìm được vô số những thành ngữ, tục ngữ, phương ngôn như vậy. Cách xử sự mang tính cân bằng thường mang lại hiệu quả tốt đẹp.

4. Hiện tượng cân bằng âm dương trong vũ trụ

Sau "Vụ nổ lớn", trong vũ trụ, hiện tượng cân bằng và chuyển hóa đan xen nhau. Nơi nào có cân bằng, thì nơi đó vật thể hình thành với cái tên gọi đặc trưng cho nó, như mặt trời, mặt trăng, con người, vv..Ngay trong mỗi vật cũng có những bộ phận chuyển hóa, nhưng cân bằng là chủ yếu.

- Với vũ trụ vi mô, hiện tượng cân bằng đã sinh ra các nguyên tố hóa học, với sự cân bằng chủ yếu giữa điện tích dương và điện tích âm, giữa lực hấp dẫn phân tử và chuyển động, giữa năng lượng và khối lượng, ...

- Với vũ trụ vĩ mô, hiện tượng cân bằng trong vận động cơ học, thường xảy ra giữa năng lượng hấp dẫn và năng lượng do chuyển động quay tròn. Đây là sự cân bằng "chất-trường" trong phạm vi vận động vĩ mô.

Trái đất có tốc độ tự quay ở vùng xích đạo tới 1666 km/h, mà vỏ trái đất không bị văng đi, là nhờ lực hấp dẫn hướng tâm làm cân bằng. Trái đất quay quanh mặt trời với tốc độ 106600 km/h, vẫn giữ được quỹ đạo ổn định 4,6 tỷ năm nay là nhờ lực hấp dẫn của mặt trời và toàn hệ, cùng với lực hấp dẫn của thiên hà, làm cân bằng. Trái đất cùng mặt trời quay quanh tâm thiên hà với tốc độ 1.600.000 km/h, mà vẫn trong vòng tay ôm ấp của thiên hà, là nhờ "tình yêu hấp dẫn" tương phản cân bằng.

- Với các ngôi sao nóng, như mặt trời, còn có sự cân bằng nội bộ giữa năng lượng phản ứng hạt nhân và năng lượng hấp dẫn trong bản thân chúng.

- Với một sự vật, hiện tượng, có vô số trạng thái cân bằng ở các bộ phận cấu thành.

Trên trái đất, ngoài sự cân bằng của xã hội loài người, còn có sự cân bằng của hệ sinh thái. Phá vỡ sự cân bằng của hệ sinh thái (môi trường), sự cân bằng của xã hội loài người cũng bị đe dọa nghiêm trọng. Vì vậy, bảo vệ sự cân bằng trong tam giác kinh tế - văn hóa - môi trường sinh thái, là điều kiện phát triển bền vững và đảm bảo an toàn cho tương lai của loài người.

Có thể kể ra vô số hiện tượng cân bằng âm dương trong vũ trụ.

5. Cân bằng âm dương trong cấu trúc sinh lý của con người.

* Cân bằng âm dương trong vũ trụ dẫn tới quá trình tiến hóa và sinh ra loài người. Theo quy luật chung, con người muốn tồn tại phải đạt được sự cân bằng âm dương, trong cấu trúc sinh lý, trong cấu trúc tâm lý, và trong cấu trúc "TL-SL".

Ở các phần trên đã dẫn giải nhiều ví dụ về trạng thái cân bằng âm dương trong cơ thể người, như sự cân bằng trong hoạt động của các tạng phủ: Thận âm cân bằng với thận dương, thận mang đặc điểm của hành thủy cân bằng với tim, mang đặc điểm hành hỏa, v. v... Mất cân bằng, cơ thể sẽ bị bệnh và có thể tử vong. Y học âm dương ngũ hành, thường được gọi là Y học cổ truyền Phương Đông, lấy nguyên lý cân bằng âm dương, làm cơ sở lý luận và phương pháp luận, để điều trị bệnh tật và bảo vệ sức khỏe.

Nhưng trong thực tế, lúc bình thường, người ta vẫn có người khỏe, người yếu, lúc bị bệnh thì mỗi người mỗi bệnh khác nhau. "Sống mỗi người mỗi tính, chết mỗi người mỗi bệnh" có cơ sở khoa học từ nguyên lý cân bằng âm dương.

Học thuyết Ngũ Hành ra đời lý giải được rõ ràng hiện trạng đó.

Khi sinh ra và quá trình sống, con người vẫn đạt được sự cân bằng nhưng mức độ cân bằng có khác nhau ở mỗi người. Mức độ lệch cân bằng xảy ra ở các tạng khác nhau, đối với từng người, có khác nhau. Có người khỏe gan mà yếu tỳ vị gây ra mất cân bằng Mộc - Thổ. Trẻ em ở tình trạng này thường kém ăn, gầy yếu, hay có bệnh tiêu hóa hoặc bệnh ở gan. Khi lớn lên nếu gặp vận trình thổ vượng cân bằng được với mộc, sức khỏe sẽ tăng lên, tăng cân và gặp nhiều thuận lợi trong cuộc sống. Dự đoán học mệnh vận cũng dùng nguyên lý cân bằng Âm Dương Ngũ Hành để dự đoán vận trình tốt xấu của con người.

Thời điểm đạt sự cân bằng tốt nhất là thời điểm con người gặt hái được nhiều may mắn nhất trong cuộc đời. Vì ở thời điểm đó, sức khỏe tốt nhất, trí tuệ minh mẫn nhất, nên xử lý tình huống chính xác và đạt được những thành quả bất ngờ. Cân bằng trong cấu trúc sinh lý góp phần làm cân bằng cấu trúc tinh thần và đó là cội nguồn của khám phá sáng tạo.

* Sinh lý học hiện đại đã chứng minh được vô số tiêu chí cân bằng trong con người như cân bằng nội môi, cân bằng điện ở màng tế bào, cân bằng trong đồng hóa dị hóa, cân bằng nhiệt, độ PH, v.v... Các thông số sinh, lý, hóa có tỷ lệ cân đối chặt chẽ, tỷ lệ khác đi sẽ sinh bệnh.

* Ngoài việc cân bằng âm dương trong cơ thể, việc xử lý thông tin tác động của môi trường cũng mang đặc tính cân bằng âm dương. Cảm nhận đau và xử lý giảm đau là một kênh xử lý tình huống quan trọng. Cơ thể đã tổ chức hai kênh song song và

những kênh hỗ trợ để đảm bảo nhận cảm giác chính xác và kịp thời, không cho phép bỏ quên. Sơ đồ nhận cảm giác đau được sinh lý học hiện đại mô tả dưới đây.

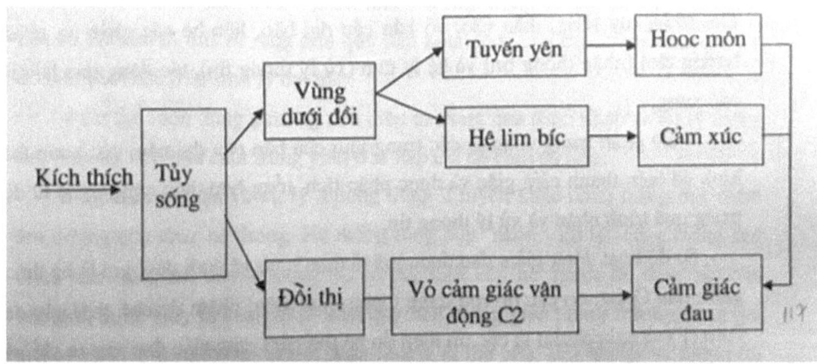

(Hình I.10: Sơ đồ nhận cảm giác đau.)

Cấu tạo đường dẫn truyền và phân tích thông tin thường có 3 bộ phận.

+ Bộ phận ngoại biên là các cơ quan thụ cảm tiếp nhận kích thích và biến thành xung điện thần kinh (Tk). Khi bị kích thích, khu vực màng tế bào TK xuất hiện điện thế hoạt động được xác định theo công thức Nernst:

$$E = \frac{R.T}{F}\,\mathrm{h}\,\frac{[Na]_a}{[Na]_b} \quad E = \frac{R.T}{F}\,\mathrm{h}\,\frac{[Na]_a}{[Na]_b}$$

(E là điện thế hoạt động; $[Na]_a$; $[Na]_b$: Nồng độ ion natri ngoài và trong tế bào; R - Hệ số; T - nhiệt độ; F - hằng số Faraday, F sinh ra dòng điện dẫn truyền theo vòng phản xạ. Vòng phản xạ là một hệ thống tự động điều chỉnh, đảm bảo sự ổn định và cân bằng âm dương trong cung phản xạ.

Thông tin từ giác quan đã được mã hóa để hệ thống xử lý phân biệt được cường độ, tính chất, không gian (vị trí), thời gian của kích thích.

Mã hóa cường độ bằng thay đổi tần số phát xung. Kích

thích càng mạnh, tần số càng cao, nhưng thời gian quán tính càng ngắn (đau nhiều thì thời gian cảm giác đau ngắn hơn).

Mã hóa thời gian để ghi vào bộ nhớ bằng đồng hồ sinh học.

Mã hóa kích thước, hình dạng và vị trí kích thích: Có thể sắp xếp các xung động TK hưng phấn theo một tập hợp nhất định, theo trình tự nhất định về không gian và thời gian ở các tế nào thụ cảm.

Thông tin về không gian được mã hóa bằng cách phân bố các sợi hướng tâm theo quy luật nhất định.

+ Bộ phận dẫn truyền, truyền các thông tin bằng xung điện TK tới các trung khu trong tủy sống, thân não, vỏ bán cầu đại bão, liên hệ các phản xạ giữa hệ hướng tâm (nhận thông tin) và hệ ly tâm (xử lý thông tin), tác động qua lại giữa các xung.

+ Bộ phận trung ương là các trung khu của bán cầu đại não. Các xung thần kinh đã biến thành cảm giác và được phân tích, tổng hợp theo công nghệ tư duy trong quá trình nhận và xử lý thông tin.

Sơ đồ hoạt động giảm đau được mô tả theo hình vẽ dưới đây, gọi là hệ thống giảm đau Opiat, do các nơron dạng Opiat thực hiện, nhằm ức chế chất gây đau Pain (P) và enkephalin là các tín hiệu do hệ thụ cảm cảm giác đau gây ra, để báo về TK trung ương.

Lúc bình thường, chúng ta không có cảm giác đau do hai nguyên nhân

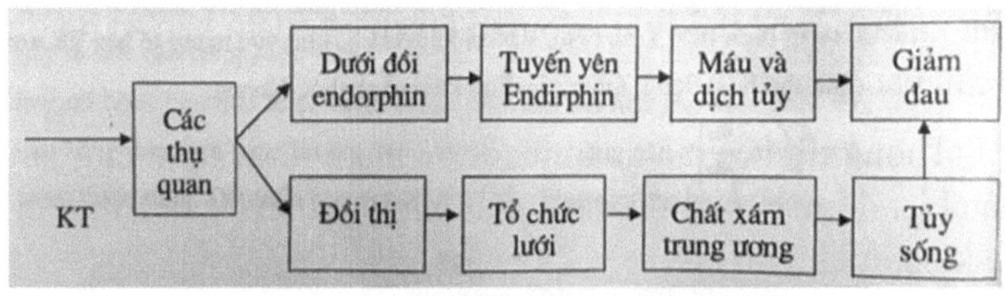

(Hình I.11: Sơ đồ hoạt động giảm đau.)

Kính thích đau chưa tới ngưỡng (chưa đủ độ gây đau) và có hệ giảm đau. Hệ giảm đau Opiat ức chế hoạt động của cấu trúc gây đau và tiết chất giảm đau endorphin vào máu.

Hệ đau và giảm đau hoạt động cân bằng mang đặc tính cân bằng âm dương. Nếu đưa chất kích thích thường xuyên vào cơ thể như ma túy chẳng hạn, hệ thống đau - giảm đau sẽ hoạt động quá tải, dẫn đến tê liệt, đến mức khi không có kích thích đau vẫn gây ra cảm giác đau quần quai. Muốn lập lại sự cân bằng lại phải đưa chất kích thích vào cơ thể. Đây là nguyên nhân nhu cầu ma túy ngày càng tăng cao ở người nghiện.

* Trong cơ thể còn có hệ thống giảm đau do cảm xúc tinh thần gây ra (stress) gọi là hệ thống adrenalin. Khi bị stress, adrenalin được giải phóng để giảm đau cho cơ thể. Như vậy, giữa hoạt động sinh lý và hoạt động tâm lý tinh thần cũng tạo thành hệ thống cân bằng âm dương. Khi mất cân bằng thì cả hai đều phải phối hợp giải quyết.

Ở đây ta lại bắt gặp mối liên hệ chặt chẽ giữa vật chất và tinh thần. Cảm xúc tinh thần quá tải (stress) sẽ sinh ra vật chất gây đau và phải dùng vật chất giảm đau để xử lý.

* Sự mô tả cơ chế "Đau - giảm đau", là một trong những cơ chế điển hình của cơ thể, cho ta biết rõ ràng hơn quy luật hoạt động của cấu trúc sinh lý, trong đó bao hàm cấu trúc sinh lý đại não.

+ Cơ chế "đau-giảm đau" cho thấy, cấu trúc cơ thể rất chắc chắn, đảm bảo cho quá trình nhận thông tin và xử lý thông tin không bị sai sót. Cấu trúc kép bằng hai đường cùng xử lý một loại thông tin là thành quả tiến hóa hàng tỷ năm. Từ thành quả này có thể suy lý rằng, mỗi nhiệm vụ nhận, xử lý thông tin, truyền thông tin, đại não bố trí ít nhất hai nơron có cùng nhiệm vụ. Nếu một nơ ron bất an, thông tin vẫn đảm bảo được liên tục. Người lái xe mà chỉ bố trí một nơ ron trên đường thông tin điều khiển tay lái thì rất nguy hiểm. Do đó, 200 tỷ tế bào thần kinh được bố trí nhiệm vụ song trùng, tương đương 100 tỷ tế bào kép.

+ Cơ thể luôn luôn dùng công nghệ điện từ trong quá trình nhập và xử lý thông tin, công nghệ hóa chất trung gian ở xi náp chỉ để chuyển tiếp.

+ Hệ thống nhận và xử lý thường dùng 2 tuyến khác nhau mang đặc điểm âm dương cho từng hệ thống. Hệ thống tổng hợp "nhận - xử lý" cũng mang đặc điểm cân bằng âm dương, trong đó có các mối liên hệ ngược. Đây là hoạt động theo quy luật tương giao tương thành của hệ thống, trong đó có tương phản, nhưng là tương phản cân bằng, làm nhiệm vụ thông tin ngược, phản hồi, để đảm bảo cho sự cân bằng ổn định.

+ Ta nhìn thấy một trong những nguyên nhân làm cho tốc độ xử lý thông tin của não người chậm hơn máy tính điện tử. Đó là thông tin điện từ qua Xi náp (khớp nối giữa các tế bào thần kinh, giữa thần kinh và cổ) phải chờ để điều chế hóa chất trung gian (axetincolin). Hiện tượng "chậm xi náp" kéo dài khoảng 0,3 mili giây.

+ Mọi sáng tạo của con người về hệ thống thông tin có quá trình "phỏng sinh học" ngay chính bản thân mình, là kết quả của quy luật phản ánh thông tin, qua cấu trúc sáng tạo, mà con người sáng tạo không cảm nhận được.

+ Sinh lý học hiện đại mô tả quá trình xử lý thông tin của cấu trúc sinh lý từ 5 giác quan, mang đặc điểm cân bằng âm dương, tương giao tương thành. Từ đây có thể suy ra rằng, việc xử lý thông tin của cấu trúc tinh thần cũng mang đặc điểm như vậy. Não âm, não dương hoạt động cân bằng, cùng phối hợp (tương giao) để hoàn thành (tương thành) một nhiệm vụ tư duy; đưa ra các sản phẩm tinh thần và sản phẩm sáng tạo.

Các sản phẩm sáng tạo của con người đều có cấu trúc cân bằng âm dương. Các thiết bị tự động, đều có hệ điều hành tự động, tự động điều chỉnh, tương phản cân bằng, để đảm bảo làm việc cân bằng và ổn định, như máy phát điện, rô bốt, v.v... Bất cứ lĩnh vực nào trong sáng tạo, như Kiến trúc, Hội họa, Khoa học, Văn học nghệ thuật, v.v..., đều tuân theo quy luật cân bằng AD. Vấn đề này sẽ được lý giải trong chương V: Học thuyết Âm Dương và Mỹ học.

Nhân cách con người là sản phẩm sáng tạo của cấu trúc tinh thần, nếu độ cân bằng càng cao thì càng nhiều hạnh phúc. Con người sẽ nhận được nhiều sự giúp đỡ và sẽ có nhiều thành công. Mục tiếp theo sẽ thảo luận về điều đó.

6. Quy luật cân bằng AD vì hạnh phúc con người.

* Quy luật cân bằng âm dương đã sáng tạo ra con người, thì chính nó mang lại hạnh phúc cho con người, nếu con người biết phương thức vận dụng nó.

Trong các tác phẩm Tứ thư, Ngũ kinh của Nho giáo, Khổng tử, Mạnh Tử, không tiếc lời ca ngợi một con người tài đức vẹn toàn, đã đạt sự thành công anh hùng trong cuộc đời, nhờ biết vận dụng quy luật cân bằng âm dương. Đó là Văn Vương.

Tư tưởng Trung Chính của ông trong Kinh Dịch đã thể hiện điều đó. Đó là kinh nghiệm thành công của cuộc đời ông, là triết thuyết của ông. Kinh Dịch không phải mang tính triết lý sau khi các nhà Dịch học đưa học thuyết Nho - Phật - Lão ghép vào, mà nó đã mang tính triết lý cân bằng âm dương sâu sắc từ lời Kinh của Văn Vương - Chu Công.

Lời chiêm đoán của hai ông luôn luôn mang nội dung kép. Đó là "Phương thức hành động - đạo đức hành động". Vì hành động luôn có tính mục đích. Mục đích vì lợi ích chân chính hay không chân chính. C.Mác từng nói: "Lợi ích là cơ sở của đạo đức". Do đó, phương thức hành động vì lợi ích và đạo đức luôn luôn gắn chặt với nhau, là hai mặt âm dương trong một hiện tượng hành động. Muốn thành công thì mục đích lợi ích và phương thức hành động phải đạt sự cân bằng AD với đạo đức. Tư tưởng trung chính thể hiện quy luật đó. Văn Vương đã thực hiện điều đó bằng chính sách kinh tế quan trọng nhất của quốc gia: "Chính sách Tỉnh điền", không mang yếu tố bóc lột người lao động, đảm bảo sự cân bằng lợi ích giữa nhà nước và nông dân. Tư tưởng đạo đức (*thượng tầng kiến trúc*) bao giờ cũng sản sinh và được nuôi dưỡng từ *hạ tầng cơ sở* kinh tế.

Đạo đức Trung Chính chỉ có thể vận hành trong nền kinh tế Trung Chính.

Văn Vương đã được nhân dân trong nước mến phục, lại được 6 trong 9 chư hầu của nhà Ân ngưỡng mộ. Vua Trụ tàn bạo, nghi ngờ ông tập hợp lực lượng để làm phản (có lần ông đã can ngăn vua Trụ nhưng không hiệu quả). Nghe theo gian thần, vua Trụ đã giam ông vào ngục Dữu Lý (1144 - 1142 trước CN). Trong ngục ông có thời gian để viết lời Kinh cho 64 quẻ Dịch, một công việc trọng đại của một trí tuệ mẫn tiệp, khi thấy mình mang nặng trọng trách của tương lai. Không phải khi vào ngục ông mới nghĩ tới điều đó để giải sầu, mà là điều kiện thuận lợi về thời gian để ông thực hiện một dự định đã được ấp ủ và chuẩn bị từ trước.

Ông có một bộ máy dự đoán gồm nhiều quan thái bốc tài năng làm tham mưu cho ông trong việc trị quốc, an dân. Bản thân ông và con ông là Chu Công Đán là những tài năng bậc thầy về việc đọc các thông tin dự báo trong các quẻ Dịch. Nhờ tài tham mưu và tình báo của các quẻ dịch mà ông luôn luôn có những quyết định hành động chính xác.

Chuyện kể rằng, vua Trụ nghe người ta nói ông là Thánh. Trụ bèn bắt con ông giết lấy thịt nấu cháo cho ông ăn. Vô tình, ông vẫn ăn ngon lành. Vua Trụ reo lên rằng, tên ấy chỉ là kẻ tầm thường, nếu là Thánh thì chắc đã biết bát cháo nấu từ thịt của con hắn. Trụ yên tâm hơn. Triều đình Tây Bá (lúc này ông đang làm chức bá, một chư hầu của nhà Ân, mà Trụ làm vua) nỗ lực cứu ông và Trụ đã thả ông ra. Có trong tay một lực lượng hùng hậu và được đông đảo nhân dân và chư hầu ủng hộ, nhưng ông chưa tổ chức diệt Trụ. Với tài dự đoán, ông biết rằng, ông chưa thể thành công trong việc đó, mà phải chờ đến "thời" của con ông là Võ Vượng.

Tư tưởng Trung - Chính - Thời là yếu tố quyết định sự thành công của Văn Vương đã được ông nhắc nhở thường xuyên trong lời kinh quẻ dịch.

Âm dương vận động theo thời gian, cho nên trong từng thời gian trạng thái cân bằng âm dương có khác nhau. Vì vậy Trung cũng vận động theo Thời. Tiền nhân nhắc nhở, theo Thời để thực hiện Trung và Trung phải biến đổi theo Thời là như vậy.

Quẻ dịch rất kỳ diệu nhưng cũng rất khó làm chủ. Muốn đọc được thông tin trong quẻ dịch, đòi hỏi phải thông hiểu học thuyết âm dương và kinh nghiệm thực tiễn phong phú. Cách gieo quẻ bằng cỏ thi để lấy thông tin lại qua 18 bước phức tạp. Cho nên, đương thời người ta phải dùng song hành nhiều phương pháp dự đoán. Các quan thái bốc cũng thường dùng cả hai phương pháp để so sánh, phương pháp mai rùa và phương pháp cỏ thi; Cả hai thường được giữ trong hộp sơn son thiếp vàng, như Khổng Tử đã nói trong Luận ngữ (*Luận ngữ chương 16 tiết 1*).

Để dễ dàng cho thế hệ kế tiếp, Văn Vương đã xuất phát từ quy luật cân bằng AD kết hợp với tổng kết thực tiễn, để ghi thành lời Kinh của quẻ Dịch. Ông biết rằng các con Ông sẽ kế tục sự nghiệp Ông ở mức cao hơn, là diệt vua Trụ tàn bạo, nên ông để Chu Công Đán tổng kết, viết lời dự đoán của hào. Lời quẻ và lời hào thực hiện đồng thời, để chuẩn bị cho cuộc khởi nghĩa diệt Trụ.

Tư tưởng cân bằng âm dương được thể hiện bằng nguyên lý Trung-Chính- Thời trong Kinh Dịch đã góp phần quan trọng, giúp Chu Võ Vương lập chiến công hiển hách, tiêu diệt vua Trụ tàn bạo, lập ra nhà Chu, tồn tại 900 năm. Tư tưởng Trung-Chính-Thời cũng là tư tưởng chính trị xuyên suốt thời nhà Chu. Tần Thủy Hoàng tiêu diệt Chu và Chư hầu, nghe theo mưu thần Lý Tư, diệt Nho giáo, đốt hết sách Nho, nhưng để lại Kinh Dịch, vì Lý Tư cũng giỏi bói dịch. Nhà Tần tổ chức bộ máy dự đoán tới 300 quan Thái bốc, nhưng không thực hiện được quy luật cân bằng âm dương Trung-Chính-Thời, nên sớm bị tiêu diệt, chỉ tồn tại 15 năm (221 - 206 Trước CN), sau đại thống nhất Trung Hoa.

* Đối với mỗi con người, chữ "Trung" có nội dung rất phong phú, nó có mặt trong bất cứ hành động, lời nói nào của chúng ta. Ở đây chỉ bàn một số vấn đề chính, để từ đó suy ra, với tinh thần "nói một hiểu mười", "nhất dĩ quán chi".

+ Giữ "Trung" (cân bằng âm dương) cho cấu trúc sinh lý. Khoa học bảo vệ sức khỏe cho ta nhiều lời khuyên bổ ích. Đó là những điều cần biết để cân bằng âm dương. Thí dụ, trong việc ẩm thực, cần có lưu lượng hợp lý, không ăn no quá, không đói quá, thức ăn có tỷ lệ hợp lý giữa đạm, mỡ, rau, hoa, quả để đảm bảo đủ vi ta min, các nội tạng không phải làm việc quá sức để biến đường thành mỡ chẳng hạn, đảm bảo cho cân bằng nội môi. Nội tạng là các nhà máy hóa chất, các cơ quan sinh năng lượng, cũng cần phải làm việc điều hòa cân bằng. Khi mất cân bằng sẽ sinh ra bệnh nọ, bệnh kia, Y học âm dương phải dùng thuốc để lập lại sự cân bằng, nhưng khó mà được như ý muốn. Vì vậy phải tự mình cân bằng là điều tối ưu để bảo vệ sức khỏe.

Không nên sử dụng các chất kích thích dễ gây mất cân bằng tạng phủ như nghiện rượu, bia, thuốc lá, ma túy. Giữ mức cân đối giữa lao động và nghỉ ngơi vui chơi, giữa ngủ và thức. Quẻ Di của Kinh Dịch cũng nhắc ta điều đó: "Quân tử dĩ thận ngôn ngữ, tiết ẩm thực" vì "họa tòng khẩu xuất, bệnh tòng khẩu nhập", họa từ miệng mà ra, bệnh từ miệng mà vào.

+ Giữ cân bằng cho cấu trúc tinh thần: Cấu trúc tinh thần

liên quan chặt chẽ tới cấu trúc sinh lý. Giữ cân bằng cho cấu trúc tinh thần cũng là giữ cân bằng cho cấu trúc sinh lý.

Suốt 3000 năm nay, Y học âm dương đã tổng kết: Vui quá hại tâm, buồn quá hại thận, giận quá hại gan, lo quá hại tỳ, thương quá hại phế. Vì vậy cuộc sống tinh thần cũng cần giữ cân bằng để tránh stress, không thái quá, không bất cập.

Để giữ cân bằng cho cấu trúc tinh thần, lại liên quan đến nguyên tắc xử sự đối với lợi ích vật chất, nguyên tắc ứng xử đối với gia đình, xã hội. Đó là nhân cách sống trung hòa cân bằng.

Nhân cách là sản phẩm của cấu trúc tinh thần, vì vậy nó liên quan chặt chẽ với tri thức khoa học và nhận thức thế giới khách quan, trong đó có nhận thức về nguyên lý trung hòa, cân bằng.

Người xưa đã cảm nhận được sự liên quan chặt chẽ này. Sách đại học, một trong tứ thư, nói: "Muốn giữ lòng dạ mình ngay thẳng, trước phải làm cho cái ý mình thành thật. Muốn làm cho cái ý mình thành thật, trước phải có cái tri thức chu đáo. Muốn có cái tri thức chu đáo, ắt phải nghiên cứu sự vật". (cách vật trí tri).

Nghiên cứu sự vật, để biết được quy luật vận động của thế giới hiện thực, quy luật vận động quan trọng nhất cho con người là quy luật trung hòa cân bằng. Quy luật này là thông tin đi qua cấu trúc tinh thần để hình thành nhân cách trung hòa cân bằng.

Phùng Hữu Lan trong sách "Đại cương triết học sử Trung Quốc" có đoạn bình luận về ý Trung Dung: "Ước muốn và tình cảm của mọi hạng người trong xã hội, đều bộc lộ ở mức "Trung", thì xã hội đạt tới cái "hòa" bên trong và dẫn tới thái bình thịnh trị. Sách tả truyện, nhà chính trị nổi tiếng Yến Tử (Mất 443 trước CN) giải thích: "Hòa, nghĩa là điều hòa, hợp mọi cái dị để thành "hòa". Một xã hội khéo tổ chức là một cái "hòa", trong đó những người tài giỏi và những người kém hơn, có một địa vị thích hợp, giữ những chức vụ tương xứng, ai cũng được thỏa mãn như nhau sẽ không gây xung đột. Muôn người sống với nhau mà không cùng hại, mọi đạo lưu hành với nhau mà không cùng trái, ấy là điểm làm cho trời đất lớn vậy. Cái hòa như vậy gọi là thái hòa." (*sđ d. tr 179*). Tư tưởng của Yến Tử không duy ý chí. Ông xuất phát từ nền tảng kinh tế "Tỉnh điền" và tư tưởng Trung Chính của thời đại ông.

Trong tương lai, khi nhu cầu vật chất tương đối được thỏa mãn đối với đa số nhân loại (khoa học dự báo khoảng năm 2060 về sau), vấn đề lợi ích vật chất không còn làm đau đầu con người. Lúc này quy luật cân bằng vận động sang những lợi ích về văn hóa, lối sống. Hiện nay lợi ích vật chất vẫn là mối quan tâm hàng đầu của đa số nhân loại. Vấn đề cân bằng trong tư tưởng về lợi ích vật chất vẫn là yếu tố hạnh phúc trong tư duy con người. Các bậc hiền triết đã bàn về vấn đề này rất kỹ.

Họ đưa ra quan niệm: Nhân cách con người có 2 yếu tố: Vật tính và lý tính. Vật tính là lòng ham muốn hưởng thụ vật chất, còn lý tính là lòng ham muốn làm điều thiện, điều nghĩa.

Người ta ai cũng ước mơ có cuộc sống giàu sang. Mắt muốn nhìn sắc đẹp "nghiêng nước nghiêng thành", tai muốn nghe những giọng ca trong như tiếng ngọc tuyền, "nước lặng mây ngừng", miệng muốn thưởng thức đặc sản sơn hào, hải vị, rượu Napolêon, mũi muốn thưởng thức mùi hương trầm, hoa ly, hoa lan. Người xưa gọi đó là vật dục, là lòng ham muốn vật chất. Nếu vật dục vượt quá khả năng kiếm sống, dễ dẫn người ta làm điều bất thiện. Do đó, Khổng Tử mới dạy rằng: "Kiến đắc tư nghĩa", mối lợi phải từ điều nghĩa mang lại và khi có nó phải nghĩ đến việc nghĩa. Còn Lão Tử nhắc nhở: "Tri túc bất nhục", biết đủ thì không nhục. Câu này nghĩa rất rộng, nghĩa hẹp của nó là: Khả năng bằng lao động chân chính của mình, thu hoạch được bao nhiêu thì hưởng thụ bấy nhiêu, coi như thế là đủ. Nếu hưởng thụ vượt quá thì phải làm điều sai trái, như xu nịnh, cướp đoạt thành quả lao động của người khác. Như vậy là mang nhục. Hồ Chí Minh đã viết ý này của Lão Tử vào sổ lưu niệm, tại bảo tàng Napoleon, khi Người thăm Pháp: "Napoleon là một tướng tài, vì không "biết đủ" nên thất bại."

Các bậc hiền triết đưa ra quan điểm: Nhân cách con người phải đạt được sự cân bằng giữa vật tính và lý tính, giữa lợi và nghĩa, hoặc giữa đức và lợi. C.Mác nói: "Lợi ích là cơ sở của đạo đức", cũng hàm nghĩa như vậy.

Tiền bối cũng cho rằng, làm lợi cho mình mà không hại đến ai cũng là một ý của "nghĩa". Trong thời đại ngày nay, làm lợi vừa không hại cho ai, vừa không làm hại môi trường sinh thái mới gọi là nghĩa.

Từ kinh nghiệm thực tiễn, một số nhà tư bản kếch sù cũng đã từng phát biểu: "Nếu chỉ quan tâm đến lợi nhuận mà không quan tâm tới xúc cảm của con người, thì thật là sai lầm". Từ "Đổi mới tư duy" như thế, nhiều nhà tư bản đã cống hiến hàng chục tỷ đô la tài sản của mình cho công việc từ thiện. Còn các nhà kinh doanh Việt Nam đã đề xuất "Đạo làm giàu"; Việc làm giàu cho cá nhân, góp phần làm giàu cho đất nước và làm việc nghĩa cho người nghèo, phải quan tâm đồng thời, phải cân bằng, thì phát triển mới bền vững. Đó cũng là "văn hóa làm giàu". Song sự cân bằng Đức - Lợi trong toàn xã hội phải được giải quyết cơ bản ở quan hệ sản xuất không bóc lột, sẽ được phân tích ở các phần sau.

Nguyên tắc sống: "mình vì mọi người, mọi người về mình", trong đó "mình vì mọi người" là Đức, mọi người vì mình là Lợi. Chân lý thật giản dị, nhưng tiềm ẩn trong đó tư tưởng triết học âm dương sâu sắc; đó là quy luật cân bằng Đức - Lợi, và cũng là tư tưởng mâu thuẫn thống nhất trong triết học duy vật hiện đại.

Thực hiện cân bằng Đức - Lợi, con người sẽ hòa đồng với nhau một cách dễ dàng, mọi người thân ái đoàn kết, xã hội an vui. Mỗi con người sẽ thấy mình hạnh phúc trong sự hòa thuận, không bị stress do Lợi dày vò, không bị ai coi thường.

Còn một nguyên tắc sống nữa mà Hồ Chí Minh dạy "Chí công vô tư - CCVT". Hiểu "Chí công vô tư" thế nào cho đúng, có mâu thuẫn với quy luật vận động khách quan của nhân cách là cân bằng Đức - Lợi không? Người cán bộ chỉ nghĩ đến việc công (Đức) mà không nghĩ đến việc riêng (Lợi).

Trong thực tế, người cán bộ còn có nghĩa vụ chăm sóc cha mẹ, nuôi dưỡng con cái, cũng cần có cái Lợi để làm việc đó, cũng cần có một phần thời gian để làm việc đó. Nhà thơ cách mạng Tố Hữu đã diễn đạt rất "thơ" mối quan hệ công tư: Trái tim anh chia ba phần tươi đỏ (rất chân thật)- Anh giành riêng cho Đảng phần nhiều, phần cho thơ và phần để em yêu".

Người xưa đã từng phản ứng câu nói của Chu Hy: "Thánh nhân vô tư, thánh nhân hiểu thấu mọi việc", rằng: ai cũng thành thánh thì không có học trò, nước trong tuyệt đối thì không có cá - Rằng "Cực công không tư" không phải là đạo người.

Hồ Chí Minh là bậc hiền triết, có trí tuệ trác việt, tác phong của Người là lời nói đi đôi với việc làm, không thể đưa ra những nguyên tắc phủ định hiện thực. Ta hãy nhìn vào cuộc sống đời thường của Người để hiểu chí công vô tư. Hồ Chí Minh vẫn phải ăn uống như mọi người, nhưng mọi sinh hoạt vật chất người chỉ hưởng thụ theo quy định của nhà nước. Người sống đơn giản đến mức tối thiểu, mà không thể nói Người theo chủ nghĩa khổ hạnh. Vì cái "thời" của Người phải thực hiện chữ "trung" như vậy. Đất nước còn kháng chiến, cần phải chi tiêu tiết kiệm, có thế thôi. Cuộc sống như vậy là chí công vô tư. Ngày nay nhiều cán bộ, bằng đồng lương chân chính, vẫn có cuộc sống đàng hoàng, nhà cửa đẹp đẽ khang trang, vẫn có được tấm gương liêm khiết. Vì kinh tế đất nước phát triển đã cho phép có cuộc sống như vậy. Nếu họ tận tâm với nhiệm vụ thì họ không hề vi phạm nguyên tắc chí công vô tư. Như vậy nội dung cơ bản, cốt lõi của CCVT là không tìm cách hưởng lợi ngoài quy định chế độ nhà nước và tận tâm với công vụ. Khổng Tử nói "Sự tư kính" cũng có nghĩa như vậy. Và nguyên tắc CCVT, không phủ định quy luật cân bằng Đức Lợi.

Ngày nay, chế độ tiền lương của Nhà nước cần quan tâm đến nguyên tắc này, sao cho tiền lương của người hưởng lương chăm sóc được con cái, cha mẹ già và những người phải nuôi dưỡng. Đương nhiên mức lương phải phù hợp mức độ phát triển kinh tế, nhưng phân phối theo lao động một cách công bằng, xứng đáng với hiệu quả lao động của từng người. Đây cũng là một nguyên lý cân bằng, nằm trong quy luật cân bằng Đức - Lợi. Hiệu quả lao động là Đức, tiền lương là Lợi. Nếu không như vậy thì một bộ phận cán bộ thiếu bản lĩnh sẽ tìm cách giảm Đức, tăng Lợi, không còn"trung" nên không "hòa" được vào mọi người và mất lòng tin trong quần chúng. Thuế thu nhập cá nhân có tính đến những người phải nuôi dưỡng là một chủ trương đúng đắn.

+ Phạm trù nhân cách có nhiều nội dung, trong đó trung hòa Đức - Lợi là nội dung cơ bản, chi phối nhiều nội dung khác. Nếu thực hiện được trung hòa đức lợi thì các nội dung khác có thể thực hành thuận lợi.

Các nội dung khác của nhân cách thường là cách ứng xử trong gia đình, xã hội đều có tiềm ẩn quy luật trung hòa đức lợi. Điều này Khổng Tử đã nhắc đến trong "10 chữ tư"; Lão Tử nhắc đến trong đạo đức kinh- đạo Phật nhắc đến trong phép lục hòa. Và ngày nay, kế thừa tinh hoa tư tưởng của người xưa, đưa thêm nhiều nội dung mới cho hợp với nhu cầu thời đại, đã được các sách đề cập đến.

Một học giả Phương Tây nói rất đúng rằng, các nguyên lý đạo đức không thể tuỳ tiện áp đặt theo ý muốn hướng thiện chủ quan, mà phải xem quy luật vận động khách quan có chấp nhận nó không. Theo tác giả, dù diễn đạt bằng những nguyên lý nào, thì quy luật trung hòa vẫn xuyên suốt không gian và thời gian.

Con người ở bất cứ thời điểm nào, muốn có sự thanh thản trong tâm hồn, thì luôn luôn thực hiện nguyên tắc trung hòa, nguyên tắc cân bằng âm dương, đã sinh ra con người và cùng làm cho con người hạnh phúc. Nguyên lý đạo đức Hồ Chí Minh là một sự kết hợp nhuần nhị tinh hoa văn hóa của quá khứ và yêu cầu đạo đức của thời đại, đều chứa đựng trong đó nguyên lý trung hòa. Tùy "thời" mà thực hiện "trung" dĩ bất biến, ứng vạn biến, là như vậy.

Thấy cần thiết phải bình giải thêm "thập tư"(10 điều tư duy) của Khổng Tử.

1. Thị tư minh - 2. Thính tư thông: Nhìn cho sáng, nghe cho rõ, từ hiện tượng muôn màu và lắt léo, cần tìm thấy bản chất của sự việc. Có như vậy mới xử lý tình huống một cách chính xác, mới có thể tùy *"thời"* mà thực hiện *"trung"*.

3. Sắc tư ôn: Sắc mặt luôn luôn hòa ái, cởi mở, thể hiện cái *"tâm"* ở mức *"trung"*, tấm lòng khoan dung, độ lượng, *"quý người lành"*, *"yêu người không lành"* như lời Lão Tử. "Người không lành" ở đây chưa đến mức là người ác, người xấu. Họ là những người bình thường, có những khuyết tật ở mức "chưa thái quá" mà mình có thể không hài lòng. Mình yêu họ để giúp họ, vì người không lành là của cải của người lành.

4. Mạo tư cung: Phong thái ung dung mà khiêm nhường; Thể hiện ở con người nắm vững quy *luật "thường"* của cuộc sống; *"Vui đến là thời, vui đi là thuận, an thời xử thuận, buồn vui không bận lòng"* (Trang Tử); đồng thời cũng thực hiện phương châm xử thế, lấy mềm thắng cứng, lấy tĩnh chế động, thường đem đến hiệu quả tốt lành.

5. Ngôn tư trung: Ngôn ngữ đối thoại chân thành, cởi mở, không thể hiện yêu ghét thái quá, thẳng thắn mà mềm mỏng, lịch sự mà không xu nịnh, thuyết phục theo lẽ phải. Ca dao thành ngữ có câu:

"Chim khôn hót tiếng rảnh rang,
Người khôn ăn nói dịu dàng dễ nghe".

6. Sự tư kính: Hành sự cẩn trọng có trách nhiệm. Ngày nay thường nói: Hoàn thành nhiệm vụ có sáng tạo và hiệu quả cao. Lời nói đi đôi với việc làm. Người xưa nói cái *"lợi"* phải từ *"đức"* mang lại. *"Sự tư kính"* là đức. Khi có *"Sự tư kinh"* ắt sẽ có cái lợi chân chính cho bản thân và thực hiện được nguyên lý cân bằng đức - lợi.

7. Học tư chỉ: *"Học - học và học"*, để thực hiện 6 điều *"tư"* ở trên theo quy luật *"cách vật trí tri"* của sách *"Đại học"*.

8. Nghi tư vấn: Điều gì nghi hoặc trong việc học và việc làm, nên hỏi cho rõ. Đây không chỉ là sự khiêm tốn, ham hiểu biết, mà còn là *"Sự tư kính"*, không làm hỏng việc.

9. Phẫn tư nạn: Không thái quá trong việc giận dữ để tránh tai họa cho người và cho mình, phẫn phải nghĩ đến nạn.

10. Kiến đắc tư nghĩa: Đã làm rõ ở phần trên.

Trong thực tế, có sự chênh lệch giữa Đức và Lợi. Ở những con người khác nhau, mức độ chênh lệch này khác nhau. Nguyên nhân từ sự chọn lọc thông tin của cấu trúc tinh thần, để hình thành nhân cách, có khác nhau; do đặc điểm các quan hệ xã hội và truyền thống gia đình không như nhau đối với từng con người. Mặt khác, sự mất cân bằng ngũ hành của cấu trúc tinh thần và trí tuệ ở mỗi con người có những đặc điểm riêng, tạo nên cái riêng của quá trình chọn lọc thông tin (sẽ được làm rõ ở chương Ngũ Hành).

Một nguyên nhân quan trọng khác, nằm trong sự rò rỉ của *"Đạo"*. Sự sơ hở của pháp luật, đường lối chính sách, giai đoạn giao thời, trong đổi mới đường lối chính sách, tạo ra những khoảng trống *"vô đạo"*, làm giảm trạng thái cân bằng Đức - Lợi ở những con người thiếu bản lĩnh tự giáo dục, và nhân cách vận động theo hướng Đức tiêu, Lợi trưởng. Ngược lại có không ít con người nêu những tấm gương cao cả về lòng từ thiện và đức tính liêm khiết, do có lòng dũng cảm trong tự giáo dục (theo Khổng Tử: Dũng cảm là biết xấu hổ) và có đặc điểm tốt trong chọn lọc thông tin của cấu trúc tinh thần.

+ Giữ cân bằng trong suốt cuộc đời.

Dự đoán học mệnh vận đã được thực tiễn kiểm chứng, chứng minh rằng, trong quá trình vận hành của cuộc đời, có những thời điểm *"vui đến"*, có những thời điểm *"vui đi"*. Nếu biết trước được ta có thể làm chủ để *"vui đến"* nhiều hơn và vui đi ít hơn, đặc biệt là tránh được đại họa. Những thời điểm của cuộc đời, Dịch học gọi là thời. Như vậy thời của mỗi người khác với thời của xã hội. Tuy rằng có ảnh hưởng lẫn nhau. Thời của xã hội tốt đẹp thì cái vui trong thời mỗi người sẽ tăng lên, cái buồn giảm đi. *"Vui đi"* thường hay xảy ra xung đột trong gia đình, trong quan hệ công tác với cấp trên cấp dưới. Làm sao để giữ cân bằng cho cấu trúc tinh thần. Chúng ta lại học tập kinh nghiệm của người xưa, từ trong nhận thức đến cách thức xử lý *"vui đến là thời, vui đi là thuận (cũng là thời); an thời, xử thuận, buồn vui không vào đặng cõi lòng"* (Trang Tử) *"Vui đi"* cũng nằm trong quy luật của mệnh vận, ta nên *"Xử thuận"*, chấp nhận, mềm mỏng khéo léo thì buồn không vào đặng cõi lòng, giữ được sức khỏe cho cấu trúc tinh thần; Vì buồn quá hại thận, vui quá hại tâm v v. Theo *"Thời"* để thực hiện *"Trung"* là như vậy.

+ Quy luật cân bằng âm dương trong gia đình và xã hội.

Con người là một vũ trụ nhỏ. Xã hội, gia đình là một tập thể gồm nhiều con người; là một cấu trúc hệ thống, được cố kết với nhau bằng các quy tắc hoạt động và có người đứng đầu, trong đó mỗi con người là một cấu trúc thành phần, mà sự tồn sinh liên hệ chặt chẽ với tập thể. Do đó, có thể coi gia đình và xã hội là một vật thể vũ trụ, vận động theo các quy luật âm dương, trong đó quy luật cân bằng âm dương là quan trọng nhất đối với sự phát triển và ổn định của gia đình và xã hội.

* Các nhà chính trị Nho giáo nghiên cứu rất kỹ các mối quan hệ gia đình (GĐ) và xã hội (XH). Họ đưa ra các nguyên tắc ứng xử và dùng vũ trụ luận âm dương để biện minh, nhằm làm cho gia đình và xã hội hoạt động ổn định theo các mục tiêu chính trị của họ.

Các chính trị gia tiền Hán đưa ra chủ trương "Ngũ luân", tức xã hội có 5 quan hệ cơ bản: Vua tôi, cha con, chồng vợ, anh em, bạn bè. Đến đời Hán, Đổng Trọng Thư chọn 3 quan hệ mà ông cho là rường cột nhất, là vua tôi - cha con - chồng vợ và gọi là *"Tam cương"* (Cương: Nghĩa đen là dây chính của lưới bắt cá mà các dây nhỏ dính vào). Đổng cũng đưa ra các quy tắc ứng xử độc đoán cho Tam Cương, đã được đề cập ở phần trên. Đi song song với Tam Cương có *"Ngũ thường":* Nhân - lễ - nghĩa - trí - tín. *"Thường"* là quy luật *"thường"*, quy luật vận động âm dương trong trạng thái cân bằng. Nho gia đã *"áp"* Ngũ Hành vào ngũ thường để chứng minh rằng, Ngũ thường tương ứng với quy luật vận hành của vũ trụ.

Thuyết *"Tam cương, ngũ thường"* dã là vòng kim cô, mà chính trị Nho Giáo siết vào đầu nhân dân suốt 2000 năm phong kiến. Họ đều dùng học thuyết Âm Dương Ngũ Hành thiên nhân tương ứng (ANT) làm võ sĩ nặng ký, để bảo vệ cho thuyết đó, mà thực chất là từ vũ trụ quan khoa học, phù phép thành chính trị quan tương đồng với chủ nghĩa duy tâm chủ quan, trộn lẫn với duy tâm khách quan.

Cách mạng không phủ định sạch trơn. Ngày nay chúng ta vẫn có thể kế thừa tinh hoa trong *"Tam cương ngũ thường"* từ các lý giải sáng suốt của các bậc hiền triết trong sách Tứ Thư và tìm thấy ở đó sự tương ứng với chủ nghĩa nhân văn hiện đại.

Ngày nay các mối quan hệ Nhà nước - công dân (tương ứng với cặp vua tôi), cha mẹ con cái, vợ chồng, vẫn là những mối quan hệ cơ bản của xã hội. Trong ba mối quan hệ cơ bản, có hai mối quan hệ thuộc gia đình, chứng tỏ gia đình quan trọng như thế nào đối với sự ổn định và phát triển của xã hội. Việc nghiên cứu về mối quan hệ *"Nhà nước - công dân"* có rất nhiều, thì việc nghiên cứu tiêu chí, điều kiện, phương thức để ổn định và phát triển gia đình, cũng cần có liều lượng tương xứng.

Chúng ta đã có luật Hôn nhân và gia đình, ngày gia đình, ngày tình yêu, UB dân số GĐ& TE,v.v.., là những phương thức cần thiết, có cơ sở lý luận từ triết học và khoa học hiện đại. Thử tiếp cận vấn đề gia đình từ học thuyết âm dương và quy luật cân bằng âm dương:

** Gia đình có hai cặp âm dương cơ bản:* "Vợ-chồng và cha mẹ - con cái". Hai cặp âm dương này cân bằng, trung hòa thì gia đình sẽ hạnh phúc; có thể không giàu, nhưng vẫn có niềm vui yêu thương và hòa thuận.

Về quan hệ vợ chồng, quy luật âm dương khẳng định: Chồng thuộc về dương, thường có đặc tính động, cứng, quyết đoán, tháo vát, nóng nảy, có nhiều sáng tạo trong công việc và sức khỏe thường tốt hơn. Vợ thuộc về âm, thường có đặc điểm tĩnh, mềm, dịu dàng, chịu đựng gian khổ dẻo dai, khéo léo nhưng tháo vát và sáng tạo thì kém chồng. Đó là nói theo đa số. Một số cặp vợ chồng có thể có đặc điểm ngược lại, nhưng hiếm.

Muốn vợ chồng hòa thuận thì khi chồng thể hiện tính dương, vợ phải thể hiện tính âm, chồng cứng thì vợ phải mềm. Đó là cách xử sự hợp quy luật. Vì ít khi người chồng muốn mềm hơn vợ; và đó là trạng thái trung hòa, cân bằng trong tương giao vợ chồng. Có người hỏi Ăng ghen rằng: "Ông yêu nhất đức tính nào ở người phụ nữ?". Ăng ghen trả lời ngay: "Sự dịu dàng". Còn người phụ nữ thích nam giới mạnh mẽ, xông xáo. ý thích cũng mang đặc tính âm dương.

Tuy nhiên, cứng mền, cương nhu là hai mặt tương phản

của âm dương trong quan hệ vợ chồng. Điều quan trọng hơn là tương giao tương thành. Phương ngôn dân gian nói:"Thuận vợ thuận chồng biển đông tát cạn". Người chồng không thể đưa cái "dương" ra để áp chế vợ và tự quyết định mọi việc, mà cần thảo luận bàn bạc để tìm được những quyết định hợp ý hai bên, sau đó cùng nhau hành động thì mới "tát cạn được biển đông"; công việc mới tương thành. Đó là âm dương trung hòa cân bằng và mâu thuẫn thống nhất. Ngay trong hạnh phúc chăn gối cũng thể hiện điều đó rất rõ.

Ngày nay, người ta thường hiểu sai tư tưởng "Nam nữ bình đẳng", vợ thiếu tôn trọng chồng, gây cãi vã trong gia đình.

Dù ở thời đại nào, âm dương vẫn là quy luật vĩnh hằng trong quan hệ vợ chồng. Nếu người con gái thể hiện tính dương, cương cứng, quyết đoán lấn lướt chồng, thì gia đình mất hạnh phúc và dễ dẫn đến ly hôn. Người con gái như thế, thường trong mệnh có sao Kình Dương, hành Kim nhiều mà Vượng, hoặc sinh vào ngày Khôi canh (ngày canh tuất, canh thìn, nhâm thìn, mậu tuất), nhưng chỉ số trí tuệ lại ở mức trung bình hoặc thấp, không có khả năng tự điều chỉnh mình. Ở đây không nói tới trường hợp thiếu hạnh phúc do người chồng bị tàn tật về nhân cách.

Có học giả phương tây cho rằng, trong tương lai, khi cuộc sống vật chất đầy đủ, thỏa mãn các nhu cầu của đa số nhân loại thì gia đình sẽ tan biến đi, mối quan hệ vợ chồng chuyển sang mối quan hệ về giới tính. Tư tưởng đó là sai lầm.

Con người khác loài vật ở chỗ, ngoài hoạt động của cấu trúc sinh lý, cấu trúc tinh thần hoạt động rất mạnh mẽ, ngày càng tinh tế và phát triển theo xu thế của chủ nghĩa nhân văn. Vợ chồng là một cặp âm dương nhờ giao hòa mà có; Âm dương không kết hợp lộn xộn, mà có tính quy luật, có điều kiện, có sự tương tác cân bằng giữa hai trường sinh học của nam và nữ, mà người xưa gọi là hợp duyên: "hữu duyên thiên lý năng tương ngộ, vô duyên đối diện bất tương phùng". Dự đoán học mệnh vận, lấy học thuyết ADNH làm cơ sở lý luận, đã có thể tìm thấy thông tin của người nam, ngay trong mệnh của người nữ và ngược lại. Đa số nhân loại muốn tình yêu dẫn tới hôn nhân và muốn có một cuộc sống tinh thần lành mạnh, hòa hợp và yêu thương trong quan hệ vợ chồng. Thuộc tính này có tính kế thừa vĩnh hằng. Bởi vì cấu trúc tinh thần ngày càng hoạt động theo xu hướng văn minh hơn, chân thiện, mỹ hơn có ảnh hưởng tới sự biến đổi của cấu trúc sinh lý, nhằm củng cố thành quả của cấu trúc tinh thần và được kế thừa.

Quy luật bao giờ cũng có ngoại lệ. Những trường hợp thích sống cô độc chiếm rất ít trong nhân loại. Phương Tây đã có thời kỳ "Giải phóng tình dục"; hậu quả mang lại là những bài học bi thảm cho nền văn minh xã hội. Bây giờ người ta phải quay về với sự chung thủy bản năng. Đó là thời kỳ mất cân bằng âm dương, do tác động của tư tưởng thú tính "phi con người".

Việc tách con cái ra khỏi người mẹ sau khi sinh, để nuôi dưỡng riêng trong các nhà nuôi trẻ hiện đại là việc làm trái tự nhiên và có hại. Ngoài việc khẳng định sữa mẹ là tốt nhất, người mẹ còn là nguồn nuôi dưỡng tinh thần đứa trẻ ngay từ khi mang thai. Tính thiện của con người được hình thành từ đây, từ tình yêu thương đặc biệt của bố mẹ và gia đình. Cái đó tạo nên sức đề kháng rất lớn đối với cái phi thiện, khi con người bước vào đời và điều đó rất cần cho sự ổn định và phát triển của xã hội.

Người mẹ nuôi dưỡng tinh thần đứa con bằng hai con đường, mang đặc tính âm dương. Đứa trẻ cảm nhận tình yêu thương từ sự chăm sóc "vật chất và những lời âu yếm, đi vào cấu trúc tinh thần đứa trẻ từ năm giác quan". Mặt khác tình cảm người mẹ được sóng tư duy bức xạ, đi vào giác quan thu sóng tư duy của đứa trẻ, thường là có tần số đồng thuận, và đi vào não âm của cấu trúc tinh thần. Cả hai luồng thông tin đó đồng điệu đồng hành đi vào cấu trúc tinh thần đứa trẻ . Kết quả tất nhiên của quá trình xử lý thông tin là tình yêu của đứa trẻ đối với bố mẹ và gia đình. Đó là nguồn gốc của tính thiện. Người mẹ nuôi, dù yêu thương, chăm bẫm hết lòng, cũng chỉ tạo ra một luồng thông tin. Còn sóng tư duy hiếm gặp sự đồng thuận giữa mẹ nuôi và con nuôi nên không vào được não đứa trẻ. Điều này giải thích tại sao người con nuôi thường mong muốn về với cha mẹ đẻ, và khi gặp cha mẹ đẻ thường có linh cảm, mặc dù từ khi mới đẻ ra đến thời điểm đó, chưa gặp cha mẹ đẻ lần nào.

Những điều trên đây, chứng minh rằng, gia đình vẫn là một cấu trúc thành phần, một tế bào cơ bản của xã hội hiện đại. Mất gia đình, xã hội sẽ rối loạn và tự tiêu diệt. Gia đình tồn tại vĩnh hằng, cho đến lúc vũ trụ không còn đủ sức nuôi dưỡng con người. Vì vậy, việc nghiên cứu tri thức để củng cố bền vững gia đình và nâng cao hiệu quả giáo dục gia đình, vẫn luôn là nhiệm vụ quan trọng của khoa học.

* Cha mẹ và con cái là một cặp âm dương, vì sự khác nhau về tuổi tác, tính tình, nghĩa vụ, công việc, v.v... Cặp âm dương này có sự chuyển hóa theo thời gian. Khi con cái chưa trưởng thành thì cha mẹ ở vị trí dương, con cái ở vị trí âm. Khi cha mẹ già yếu thì con cái ở vị trí dương, vì phải năng động để phụng dưỡng cha mẹ.

Cũng như quan hệ vợ chồng, quan hệ cha mẹ con cái phải thể hiện tính âm dương, mềm cứng đúng quy luật. Khi con cái trong thời kỳ nuôi dạy, phải biết nghe lời giáo huấn, mềm mỏng, dịu dàng và tôn kính cha mẹ. Khi cha mẹ già yếu, con cái đã tự lập trưởng thành, thì cha mẹ phải biết tôn trọng các quyết định của con cái, mà không áp đặt ý kiến riêng của mình. Hai bên tương giao tương thành bằng tình yêu thương và giúp đỡ lẫn nhau.

Một quy luật cân bằng âm dương quan trọng trong quan hệ

cha mẹ con cái mà người xưa đã thể nghiệm và đưa ra những lời dạy quý báu, đó là "Hiếu". Tiền nhân dạy: "bách đức hiếu thủ", một trăm đức thì đức hiếu là đầu. Đạo Phật dạy: "Tội ác lớn nhất là bất hiếu". Báo hiếu không chỉ là quan niệm đạo đức đơn thuần theo chủ nghĩa nhân đạo, mà nó là quy luật vận động của cuộc sống, quy luật cân bằng âm dương. Làm trái quy luật đó thì không còn hạnh phúc.

Trong thực tiễn, còn nhiều điều đáng buồn, mà dân gian não lòng:

Cha mẹ nuôi con, biển hồ lai láng,
Con nuôi cha mẹ kể tháng kể ngày
Cơm mẹ thì ngon, cơm con thì đắng!
Con ăn ba bát mẹ mừng
Mẹ ăn ba bát con trừng mắt lên!

Quy luật nhân quả vẫn là quy luật phổ biến của cuộc sống. Ta đối xử với cha mẹ ra sao, thì con cái đối xử với ta như vậy. Con cái học tập ở ta bằng hành động và sự chân thành từ trong tim, những lời giáo huấn suông, tác dụng rất hạn chế.

Việc báo hiếu với cha mẹ, còn phụ thuộc phần lớn ở cô dâu, chú rể. Chúng ta hãy nghe nhà thơ Xuân Quỳnh tâm sự:

Mẹ đâu phải của riêng anh
Mẹ là mẹ của chúng mình đấy thôi
Mẹ tuy không đẻ không nuôi
Mà em ơn mẹ suốt đời không xong.

Bởi vì:

Chắt chiu từ những ngày xưa
Mẹ nuôi anh để bây giờ cho em.

Nếu ta đổi chỗ chữ *anh* và chữ *em* thì ta sẽ có một bài thơ của chú rể, cũng rất tương xứng và hợp lẽ.

Về nội dung chữ hiếu, quan niệm của người xưa phù hợp với mọi thời đại. Có 3 ý để đạt điều hiếu.

1. Không làm điều ác, không làm điều xấu, để giữ danh dự cho cha mẹ, tổ tiên.

Nếu cha mẹ làm điều sai trái, con cái phải tìm cách can ngăn, cũng là để giữ danh dự cho cha mẹ. Quẻ Cổ trong Kinh Dịch nói rất rõ điều này.

Hào 1, lời kinh: Sửa sang sự đổ nát của cha, nhờ con mà cha không lỗi.

Hào 2: Sửa sang sự đổ nát của mẹ, không nên cố chấp, phải mềm mỏng.

Hào 3: Sửa sang sự đổ nát của cha, có chút hối hận, nhưng không có lỗi lớn.

(Không khéo léo thì có chút hối hận)

Hào 4: Kéo dài sự đổ nát của cha, nếu cứ như vậy hoài, thì sẽ hối tiếc.

(Nhu nhược, không góp ý với cha, để cha mắc lỗi kéo dài)

Hào 5: Sửa sự đổ nát của cha mà được tiếng khen, sửa lỗi cho cha mẹ vẫn giữ thái độ khiêm nhường, tôn kính, mềm mỏng, ngoài nhu trong cương, không nhu nhược mà kiên trì thuyết phục cho đến khi thành công.

Kinh Dịch để một quẻ nói về điều này, và còn nói rải rác trong một số quẻ khác, chứng tỏ các bậc Thánh hiền rất quan tâm đến hạnh phúc gia đình và tìm cách lý giải minh bạch những ưu tư trong cuộc đời, về vấn đề gia đình.

Khi cha mẹ đã qua đời, con cái vẫn tiếp tục thực hiện những điều hiếu. Đó là lòng biết ơn, sâu sắc nhất, đối với công ơn trời biển.

2. Khi cha mẹ ốm đau, già yếu cần chăm sóc ân tình:

Trong sách Luận ngữ, Khổng Tử cho rằng, người có tài đức mà trốn đời, sống ẩn dật, không chịu làm quan để dân nhờ và lấy lộc phụng dưỡng cha mẹ tốt hơn, cũng vi phạm điều hiếu, người bình thường mà lười nhác, không làm ra thu hoạch nuôi cha mẹ là bất hiếu.

Vấn đề thừa kế tài sản, trong con cái vẫn nảy sinh tranh cãi. Có người cho rằng, ai thừa kế nhiều tài sản thì phải nuôi cha mẹ. Điều đó không đúng với đạo lý làm con và quy luật cân bằng âm dương. Đứa con nào cũng được cha mẹ nuôi dạy như nhau. Cha mẹ có thể bán hết tài sản để chữa bệnh cho con và hình như điều ngược lại thì khó khăn hơn nhiều. Cha mẹ cho rằng, con là của cải. Báo chí thời nay đăng nhiều câu chuyện cảm động về việc cha mẹ bán nhà để lấy tiền nuôi con ăn học và chịu đựng khó khăn để ở ngôi nhà dựng tạm.

Bất cứ đứa con nào cũng có trách nhiệm nuôi dưỡng cha mẹ, không phân biệt trai gái, dâu rể. Sự phân công cụ thể lại tùy hoàn cảnh cụ thể. Vì mỗi cây mỗi hoa mỗi nhà mỗi cảnh. Nếu có tài sản nên ưu tiên cho đứa con nghèo khó. Và đứa con giàu có hơn lại cần chăm sóc vật chất cho cha mẹ tốt hơn.

Ngày nay, nhiều cha mẹ đã có nguồn dự trữ hoặc phụ cấp hưu trí đủ cho tuổi già. Song đời sống người già không chỉ là vật chất, sự quan tâm tình cảm của con cháu, nhất là khi đau yếu, là đời sống tinh thần rất cần thiết; Trong nhiều trường hợp còn đem lại hạnh phúc nhiều hơn. Sự cân bằng giữa đời sống vật chất và đời sống tinh thần (tình cảm) là quy luật cân bằng âm dương trong đời sống con người.

3. Đem vinh quang về cho cha mẹ: Sách "Lễ ký" gọi là đại hiếu:

Mức độ vinh quang còn phụ thuộc tài đức con cái. Với

người bình thường, thực hiện theo điều một, không làm điều ác điều xấu, ăn ở hiền lành phúc hậu. Làm được như vậy là vinh hạnh cho bố mẹ.

Với người tài đức phi phàm, làm nên những việc anh hùng thì cha mẹ hưởng vinh quang nhiều hơn. Cả hai trường hợp đều gọi là đại hiếu.

Các bậc hiền triết không đưa việc thờ cúng, mồ mả vào điều hiếu; thỉnh thoảng có nhắc đến thì các vị nhấn mạnh chữ thành kính, tâm thành, mà không cần hiện vật cao sang. Quan tâm tới mồ mả thờ cúng là phong tục của những nước Phương Đông, chịu ảnh hưởng của văn hóa Trung Hoa. Âu Mỹ và các nước khác không có phong tục này.

Thờ cúng Tổ tiên là nét đẹp văn hóa, nếu nó mang được nội dung giáo dục truyền thống và lòng biết ơn chân thành, con cháu tiếp tục thực hiện các điều hiếu. Nếu không như vậy thì chỉ là hình thức, vì kẻ ác, kẻ xấu vẫn thờ cúng tổ tiên, có khi lại còn "rôm rả" hơn người nghèo, nghi thức tỏ ra hoành tráng hơn, vì có những đồng tiền "may mắn". Nếu như có linh hồn thì Tổ tiên cũng cảm thấy xấu hổ, vì những nghi thức "oai nghiêm" đó.

* Xã hội tổ chức thành nhà nước, cố kết bằng ý thức hệ, hệ thống pháp luật, đạo đức, có người hoặc tập thể đứng đầu; là một cấu trúc vũ trụ, trong đó các tổ chức nhỏ hơn và từng con người là những cấu trúc thành phần. Con người và xã hội là sản phẩm cuả tự nhiên, thống nhất với thế giới ở thuộc tính vật chất, thuộc tính AD và các quy luật vận động. Do đó, xã hội và con người đều vận động theo quy luật cân bằng âm dương. Ngày nay, toàn thế giới, các quốc gia phụ thuộc lẫn nhau nhiều hơn, cố kết với nhau ngày càng chặt chẽ hơn, vì những mối liên quan toàn cầu, như phát triển kinh tế, chống đói nghèo, gìn giữ hòa bình, bảo vệ môi trường, v.v... Tổ chức lớn nhất thế giới là Liên hợp quốc, ngày càng có vai trò lớn hơn trong việc phối hợp hành động

toàn cầu, vì sự an toàn và ổn định của hành tinh. Hệ thống pháp luật quốc tế, các chuẩn mực văn hóa đạo đức quốc tế, ngày càng phong phú, mang đặc điểm của quy luật phát triển chủ nghĩa nhân đạo, dần dần phủ kín mọi hoạt động của toàn thế giới. Toàn thế giới đang trở thành một cấu trúc hệ thống chặt chẽ, một cấu trúc vũ trụ, hoạt động theo quy luật cân bằng âm dương.

Mâu thuẫn đối kháng cơ bản của thế giới hiện đại vẫn là mâu thuẫn về vấn đề sở hữu. Tuy nhiên, các chương sau sẽ lần lượt chứng minh rằng, giải quyết mâu thuẫn sở hữu là việc riêng của mỗi dân tộc, là sự nghiệp nhân đạo của tri thức tiến bộ và quần chúng nhân dân của mỗi dân tộc, không thể can thiệp từ bên ngoài, dù là "xuất khẩu" cách mạng, hay "xuất khẩu" phản cách mạng, và sự nghiệp nhân đạo đó, trong bối cảnh của thế kỷ XXI về sau, nói theo ngôn ngữ của triết học AD, là cái "thời" của thế kỷ XXI, chỉ có thể thực hiện bằng con đường hoà bình, không bạo lực. Vấn đề sẽ được chứng minh ở các chương tiếp sau.

Từ hiện tượng đó, có thể rút ra kết luận thực tiễn:

Thế giới muốn tạo được sự an ninh và thịnh vượng chung cho mọi quốc gia thì phải hoạt động theo nguyên tắc tương giao tương thành là chủ yếu, mặt tương phản mang tính chất hỗ trợ cho mặt tương giao tương thành, tức là tương phản cân bằng. Tương phản đối kháng, gây chiến tranh, sẽ dẫn đến thất bại. Mâu thuẫn giữa các quốc gia, trong các tổ chức quốc tế, chỉ là những ý kiến, chủ trương chưa thống nhất trong việc giải quyết các vấn đề toàn cầu, như tăng trưởng kinh tế, chống khủng khoảng tài chính, chống sự nóng lên của trái đất, kiểm soát vũ khí hạt nhân, v.v... Nên giải trừ quân bị cho các cuộc chiến tranh lớn. Chỉ tổ chức một lực lượng vũ trang nhỏ do LHQ điều khiển nhằm trừng phạt những cái đầu tàn tật, điên khùng, vì những lợi ích phi con người. Còn ở các quốc gia chỉ giữ lại lực lượng cảnh sát, để kiểm soát các cá nhân tàn tật về nhân cách, hoặc những người vi phạm pháp luật.

Suy nghĩ trên đây không phải là viển vông, ảo tưởng. Chắc rằng thế giới sẽ dịch chuyển theo hướng đó. *Sự tương tác âm dương của vật thể có trí tuệ, luôn luôn theo xu hướng dẫn tới giao hòa, cân bằng.* Tư duy nhân loại sẽ tiến tới thống nhất ý thức hệ hợp quy luật. Thực tế đang chứng minh điều đó. Vấn đề là thời gian, vì nhận thức là một quá trình. Song, với sự phát triển mạnh mẽ của khoa học công nghệ và chủ nghĩa nhân đạo, sự thống nhất ý thức hệ hợp quy luật, cũng đang tiến những bước mạnh mẽ tương ứng, đang đến gần. Mặt khác, lịch sử là một dòng chảy liên tục. Tàn dư đối kháng của quá khứ vẫn còn trôi trên dòng sông lịch sử hiện đại. Đầu thế kỷ XXI, vẫn còn những đợt sóng thần; song, những chấn động sẽ thưa thớt dần và mức độ nóng nảy sẽ ngày càng giảm bớt. Các cuộc chạy đua vũ trang vẫn đang sôi nổi, ẩn dấu sự hoài nghi lẫn nhau, do chưa đạt tới sự thống nhất nhận thức về quy luật vận động của thế giới hiện đại. Tuy nhiên, khác với các thế kỷ trước, hiện tượng đó nhằm mục đích kiến tạo một thế giới đa cực, tự vệ và tương phản cân bằng nhiều hơn là đối kháng. Nhưng tin rằng, quy luật âm dương cân bằng có đủ tài năng dẫn dắt sự vận động của thế giới, đến tương lai tươi sáng hơn và hạnh phúc hơn, hành tinh xanh sẽ xanh hơn! Sự phát triển của Chủ nghĩa nhân đạo và Khoa học công nghệ đến thời điểm từ thế kỷ XXI về sau, đã đủ sức loại trừ chiến tranh lớn và kìm hãm các cuộc chiến tranh nhỏ, rồi đi đến loại trừ chúng.

Mọi mâu thuẫn trong thế giới hiện đại đều có thể giải quyết bằng con đường hoà bình, bằng tương phản cân bằng, bằng việc tăng cường tính thống nhất, tính đồng nhất giữa các mặt mâu thuẫn. Tư duy chính trị nhân loại sớm nhận thức được như vậy, hoà bình và hạnh phúc bền vững sẽ đến sớm hơn với con người.

Quan niệm quốc gia là một vật thể vũ trụ, hoạt động theo quy luật cân bằng âm dương, tổ chức nhà nước cần phát huy sức mạnh của quy luật đó. Làm sao để hai mặt âm dương trong các cặp AD thành phần và cặp AD tổng thể Quốc gia luôn luôn tăng cường được tính thống nhất, tính đồng nhất, cấu trúc được hệ thống tương phản cân bằng có hiệu quả và có một "Đạo" hợp quy luật, đủ quyền uy, để ràng buộc sự cân bằng đó, đảm bảo cho sự cân bằng ổn định lâu dài.

Y thức hệ, Hiến pháp, Đường lối, pháp luật, chính sách, các nguyên lý đạo đức, hệ thống giáo dục,..., tức là các sáng tạo của Thượng tầng kiến trúc, đóng vai trò của "Đạo". Đạo thể hiện lợi ích chân chính của đa số nhân dân và phù hợp với quy luật vận động lịch sử, sẽ có sức mạnh lớn lao trong việc giữ gìn, sự cân bằng ổn định lâu dài.

Thượng tầng kiến trúc định ra "Đạo" và tổ chức thực hiện "Đạo", phải là những hiền tài. Đó là quy luật nói mãi "không chán". Vấn đề này sẽ được bàn sâu hơn ở chương Ngũ hành và các chương sau.

II.3.12.- *Quy luật phát triển tương thành Âm Dương.*

Quy luật phát triển tương thành AD vận động ngay sau Vụ nổ lớn, có nhiệm vụ liên kết các cấu trúc nhỏ thành cấu trúc lớn, tăng cường tính thống nhất, tính đồng nhất, xây dựng hệ thống tương phản cân bằng giữa các mặt AD, loại trừ dần tương phản đối kháng, dẫn dắt hai mặt đối lập AD tới trạng thái cân bằng, để hình thành các vật thể vũ trụ.

Cặp AD cơ bản của vũ trụ là cặp AD "chất-trường". *Chất* **là vật thể mà khoa học hiện đại có thể đo lường được khối lượng,** *Trường* **là năng lượng, được truyền dẫn, được mang bằng các hạt trường, như hạt ánh sáng mang năng lượng điện từ chẳng hạn. Sự phân biệt chất, trường chỉ mang tính tương đối, vì các hạt trường là một cặp AD cũng có khối** lượng, tuy rất nhỏ, khó đo lường bằng các thiết bị đã được chế tạo và đang ẩn dấu nhiều bản chất khoa học. Chất và trường luôn luôn tồn tại bên nhau, không có trường hợp chất vận động một mình, hoặc trường vận động một mình, vì "không cô âm, không cô dương". Trong các hạt trường như hạt ánh sáng bé xíu, vẫn tồn tại hai mặt AD chất trường mà trí tuệ hiện đại chưa có khả năng mô tả; song, theo quy luật phổ quát nhất của thế giới hiện thực, không một tồn tại nào lại nằm ngoài quy luật đó. Công thức toán lý giản dị $E = mc^2$ đã mô tả tuyệt vời mối quan hệ AD chất, trường. Việc chứng minh bằng toán học rằng, phôtôn không có khối lượng và năng lượng tĩnh, còn ẩn chứa những hoài nghi khoa học, vì trái với quy luật phổ quát của hiện thực. Mặt khác, toán học là chân lý tương đối, có thể không bao quát hết mọi thuộc tính của đối tượng hiện thực, vốn là những đối tượng nhận thức vô tận.

Khoa học cụ thể luôn luôn chứng minh, làm sáng tỏ các tư tưởng triết học.

Từ mô tả quá trình hình thành vũ trụ của học thuyết Big-bang, có thể phát hiện vai trò của quy luật phát triển tương thành trong việc hình thành các vật thể vũ trụ.

1- Quy luật phát triển tương thành và việc hình thành vũ trụ.

Vũ trụ học đã kết hợp lý thuyết với quan sát hiện thực và thực nghiệm khoa học, để mô tả quá trình hình thành vũ trụ sau vụ nổ lớn (BB).

Quá trình vận động của vật chất (chất và trường năng lượng) sau BB để hình thành vũ trụ, mà ta nhìn thấy bằng mắt thường, hoặc quan sát được bằng các thiết bị khoa học, đã chứng minh một nguyên lý của học thuyết âm dương:

"Âm dương tương giao đạt trạng thái "hòa" mới sinh vạn vật, chưa hòa chưa sinh vạn vật". Khái niệm vạn vật ở đây để chỉ toàn bộ thế giới hiện thực.

Nếu diễn đạt theo triết học DVBC có nghĩa là: Quá trình tương tác của hai mặt đối lập, đạt trạng thái cân bằng (mâu thuẫn thống nhất) thì sự vật, hiện tượng mới được sinh ra với cái tên gọi riêng của nó và khác với các sự vật hiện tượng khác với cái tên gọi khác. Đó là trạng thái "dừng", "đứng im" tạm thời của vật chất không ngừng vận động và phát triển. Về mặt Vũ trụ học, khái niệm sự vật (vật thể) ở đây, trong ý nghĩa hoàn chỉnh của nó là các cấu trúc vô cùng nhỏ đến các cấu trúc vô cùng lớn.

Để đạt đến trạng thái hòa, quá trình tương giao âm dương phải tăng dần trạng thái "tương thành" và giảm dần trạng thái tương phản đối kháng. Nói cách khác, hai mặt đối lập AD phải tăng cường hợp tác, ngày càng cố kết chặt chẽ, thu hút nhau vào một hệ thống cấu trúc, quá trình hủy diệt nhau ngày càng giảm dần, hình thành hệ thống tự động điều chỉnh (tương phản cân bằng) để phát triển trạng thái cân bằng và làm suy yếu tương phản đối kháng, đi đến thủ tiêu tương phản đối kháng. Lúc này vật thể vũ trụ mới hình thành, trạng thái "dừng" đạt đỉnh điểm. Vật thể vận động ổn định theo quy luật cân bằng Âm Dương với những quy luật chung và riêng. Quy luật riêng quy định bản chất riêng của từng vật thể, phân biệt với các vật thể khác: "nó "là "nó", với cái tên gọi của riêng nó, như mặt trời, trái đất, mặt trăng…

Sau Bigbang, vũ trụ hình thành nhiều cặp AD: Hạt và phản hạt (có khối lượng bằng hạt nhưng điện tích trái dấu), hạt và các trường năng lượng, quan hệ AD giữa ba trường năng lượng (trường điện từ, trường hấp dẫn, trường tương tác mạnh, còn gọi là trường hạt nhân)..

Quá trình hình thành vũ trụ sau Bigbang được sách: AL-

MANACH những nền văn minh thế giới mô tả ở chương "A- vũ trụ và sự hình thành thế giới thiên hà vô tận...." (*tr 2035*).

Đối chiếu với các khái niệm Vũ trụ luận của học thuyết AD, có thể tóm lược như sau:

1. Điểm "Kỳ dị", tương ứng với khái niệm vô cực trong lý giải về học thuyết AD. Điểm kỳ dị có kích thước vô cùng nhỏ, nhưng tỷ trọng cực lớn, nhiệt độ cực cao, tàng chứa một năng lượng cực lớn tới 10^{15} Gev. Đây là một cấu trúc AD đặc biệt của các hạt cơ bản và các trường năng lượng mà Vũ trụ học chưa mô tả được rõ ràng. Từ khi bắt đầu vụ nổ cho tới thời điểm 10^{-43} giây, gọi là thời điểm Plăng (Plank), vũ trụ ở trạng thái hỗn độn, không thời gian không liên tục mà thăng giáng, chỉ mô tả được bằng lý thuyết "hấp dẫn lượng tử": Đây là trạng thái vô cực của vận động vật chất AD. Vô cực sinh ra thái cực, là một sự chuyển hóa do sự phát triển tương phản đối kháng, phá hoại sự cân bằng AD trong vận động của vô cực.

2. Thái cực bắt đầu từ thời điểm Plăng 10^{-43} giây, sau BB. Tại thời điểm này, VT có kích thước cực nhỏ 10^{-33} cm, gọi là độ dài Plank (lấy tên nhà bác học Plank). Nhiệt độ cực lớn 10^{33} K, mật độ $= 10^{94}$ g/cm^3 $= 10^{88}$ tấn/cm^3. Là điều kiện lý hóa ban đầu của vũ trụ nguyên thủy.

- Sau thời điểm Plank, VT tràn ngập các hạt cơ bản, năng lượng cao, như êlêctrôn (e), nơtrinô và quark, tất cả 12 hạt cơ bản gọi là các hạt fermion (Phermion). Hạt quark có kích thước nhỏ hơn 10^{-17} cm, được coi là thành phần cơ bản nhất của vật chất, theo khả năng quan sát hiện nay.

- Sau BB 10^{-36} giây, VT giãn nở cực nhanh theo hàm số mũ; trong một thời gian cực nhỏ, kích thước vũ trụ tăng lên ít nhất 1030 lần, sau đó giãn nở theo thời gian. Hiện nay kích thước VT bằng 3×10^{23} km, tức 30 tỷ năm ánh sáng (Thiên hà của chúng ta có kích thước 90 ngàn năm ánh sáng). Không gian là vô tận, không thể đo lường được kích thước mênh mang của nó. Vì vậy có thể có những hệ Thiên hà khác, do các Bigbang khác tạo ra.

Sau BB 10^{-28} giây một hạt proton nặng khoảng 10^{-24} gam ra đời.

- 10^{-6} giây sau BB, khi nhiệt độ giảm xuống còn khoảng 10 ngàn tỷ độ (10^{13}K), một cuộc chiến tranh huynh đệ tương tàn rất khốc liệt đã xảy ra giữa hạt và phản hạt. Kết thúc cuộc chiến, toàn bộ phản hạt bị tiêu diệt, số hạt chỉ sống sót một phần tỷ và photon được sinh ra tràn ngập VT. Số hạt còn lại và phô tôn là cơ sở vật chất để hình thành VT ngày nay. Bằng máy gia tốc khổng lồ, chu vi 27 km đặt ở Thụy Sĩ, các nhà khoa học đã mô tả được bằng thực nghiệm, tương tác giữa hạt và phản hạt và cho kết quả trên. Bằng máy gia tốc này, có năng lượng 100 tỷ ev (100 Gev = 10^{11} ev) cũng chỉ khảo sát được tới thời điểm 10^{-10} giây (một phần mười tỷ giây) sau BB, còn trước đó mô tả bằng lý thuyết và không thể thực nghiệm để xác minh, vì không thể chế tạo máy gia tốc có năng lượng bằng năng lượng BB, vào khoảng 10 ngàn tỷ năng lượng máy gia tốc nói trên.

- Giai đoạn thái cực sinh AD. Cụm từ này mang tính giai đoạn mà không chính xác về mặt khoa học, vì AD có từ điểm kỳ dị, các hạt cơ bản đều mang AD, vì mọi sự vật hiện tượng đều có hai mặt đối lập. Vài phút sau BB, nhiệt độ VT giảm còn 1 tỷ K, các hạt prôtôn và nơtrôn mới tổng hợp được thành hạt nhân Hyđro nặng Đơtri (1p và 1n), tiếp sau là hạt nhân Hê li (2 p và 2n). Ở giai đoạn này, trạng thái tương thành AD bắt đầu xuất hiện. Nhiệt độ giảm, các hạt cơ bản có vận tốc giảm xuống, khi gặp nhau có điều kiện thu hút liên kết, để tạo ra p, n và các hạt nhân nhẹ của Hyđro nặng, Hêli, Liti. Nhưng trạng thái tương thành ban đầu này không bền, không phát triển được, bị tương phản đối kháng mạnh hơn, phá vỡ. Các hạt lại có thể bị tách ra do va chạm với photon năng lượng cao. Ở giai đoạn nhiệt độ giảm, vũ trụ trở nên không đồng đều. Các trung tâm vật chất và năng lượng xuất hiện, làm tiên đề cho việc hình thành các vật thể vũ trụ (sao) về sau.

- Ba phút sau BB, vũ trụ tiến hóa rất nhanh, với những tương tác lý hóa kế tiếp nhau dồn dập. Những hạt nhân của Hyđro và Hê li được sinh ra nhiều nhất trong 3 phút đầu. Trạng thái tương thành ở giai đoạn này bền vững hơn, nhưng chưa nhiều, tương phản đối kháng vẫn vượt trội, các êlêctrôn chưa kết hợp được với p, n để sinh ra nguyên tử, do tác động đối kháng của prôtôn năng lượng cao, và tốc độ vận động của các e, p, n còn lớn, do nhiệt độ còn cao.

- Một triệu giây sau BB, nhiệt độ tiếp tục giảm, trạng thái mất đối xứng của VT tăng lên, các trung tâm vật chất và năng lượng xuất hiện ngày càng nhiều.

- 100 năm sau BB, vũ trụ tràn ngập bức xạ gama năng lượng cao, gọi là "thời đại bức xạ". Vũ trụ như một đám sương mù dày đặc toàn êlêctrôn và pho ton năng lượng cao, phôtôn năng lượng cao dứt êlêctrôn ra khỏi Hyđro, ngăn chặn proton di chuyển tự do. Tương phản đối kháng vượt trội, so với tương thành nên nguyên tử chưa được sinh ra.

Giai đoạn thái cực kéo dài từ thời điểm Plank 10^{-43} giây tới 100 năm sau đó. Đây là thời kỳ các cặp AD tương phản đối kháng là chủ yếu, năng lượng đối kháng do photon năng lượng cao gây ra, tương thành chưa bền vững, nên chưa sinh ra các nguyên tố hóa học. Giai đoạn này chủ yếu là sự vận động của các hạt cơ bản và các trường năng lượng, giai đoạn hỗn mang của vận động vật chất.

3- Giai đoạn âm dương sinh vạn vật

Nhiệt độ ở giai đoạn này giảm mạnh, còn 4000 K (khoảng 500.000 năm sau BB). Lúc này êlêctron mới tái ngộ với proton, để sinh ra nguyên tử Hyđrô và bức xạ phôtôn mới đứt liên kết với các hạt, để vận động tự do trong vũ trụ. Thời đại này được gọi là "thời đại vật chất" hay "thời đại đứt liên kết". Trong giai đoạn này, mật độ e giảm hẳn xuống, chỉ còn 1 e trên 100.000 H_2. Bức xạ tự do (còn gọi là bức xạ tàn dư) không đủ năng lượng để đối kháng với hạt mà tồn tại cho đến ngày nay, nhiệt độ từ 4000 K, giảm xuống còn 2,735K, nên gọi là bức xạ 3K, có cường độ mạnh nhất ở sóng vô tuyến mm. Trong giai đoạn này, các nguyên tố nhẹ sinh ra rất nhiều, gồm H_2, Dơtêri, Hêli, Li ti, là những nguyên tố có ít n và p: H_2 (1p). - Dơ tê ri (1 p + 1n) - Hê (2p + 2n) - Li ti (3P + 4n). Lý thuyết tiên đoán có 25% p và n được tổng hợp thành Hêli. Nguyên tố Hêli được quan sát thấy có tỷ lệ như nhau (25%) ở các thiên hà; Chứng tỏ Hê li được sinh ra từ BB. Trái lại độ giàu các nguyên tử nặng hơn Hêli, như C, Si, Fe, thay đổi rất nhiều tùy theo các thiên thể.

Khi nhiệt độ giảm dưới 1 tỷ độ (thời kỳ thái cực sinh AD), VT bắt đầu mất đồng đều. ở những vị trí cường độ bức xạ cao hơn trung bình thì mật độ vật chất và trường hấp dẫn cũng tăng. Vật chất chung quanh bị thu hút bởi trường hấp dẫn và ngưng tụ thành những đám mây nguyên thủy. Khi đám mây có khối lượng bằng 100 tỷ mặt trời là mầm mống của Thiên hà. Những vật thể được hình thành trước tiên ở những địa điểm có tích tụ vật chất lớn nhất. 400 triệu năm sau BB, ngôi sao đầu tiên bắt đầu phát sáng (có tài liệu ghi 200 triệu năm). Các ngôi sao lần lượt ra đời. Hai tỷ năm sau BB, vũ trụ có Thiên hà đầu tiên với hàng trăm tỷ ngôi sao cỡ MT hoặc lớn hơn. Phản ứng nhiệt hạch trong các ngôi sao là điều kiện để tổng hợp các hạt nhân nặng của các nguyên tố nặng hơn Hê li như C, Si, Fe, vv… Khi ngôi sao bùng nổ, vật chất ngôi sao bắn ra chung quanh và hình thành các thiên thể mới, có các nguyên tố nặng với tỷ lệ không đồng đều ở các thiên thể. Tinh vân nguyên thủy khai sinh ra Hệ mặt trời có thể là sản phẩm của một vụ nổ siêu sao nào đó.

Quá trình hình thành các nguyên tố hóa học bắt đầu từ việc tổng hợp hạt nhân Hydro nặng (Dơteri) với một proton hết hợp với một nơtron, sau đó là hạt nhân Hêli có 2p kết hợp với 2n ở những thời điểm vũ trụ có nhiệt độ cao hàng chục triệu độ, nhờ quá trình phát triển tương thành giữa p và n cùng các trường năng lượng: Hấp dẫn, hạt nhân, điện từ. Tương phản cân bằng cũng xuất hiện song song, giữ vai trò tự động điều chỉnh quá trình tương thành, để các hạt nhân cấu trúc ổn định và chặt chẽ. Các tương phản đối kháng bị suy yếu, do Vũ trụ dãn nở, nhiệt độ xuống thấp, photon năng lượng cao giảm hẳn, không còn đủ sức đối kháng, không phá vỡ được quá trình hình thành vật thể. Các ngôi sao hình thành với quy luật tương tự. Các đám mây vật chất đủ đậm đặc, lực hấp dẫn đủ lớn, thu hút và cố kết các nguyên tố hóa học thành các ngôi sao cùng với các hạt cơ bản như e, p… Trong lòng ngôi sao lực hấp dẫn lớn, áp lực vật chất lớn, lực điện từ lớn, nhiệt độ tăng lên hàng chục triệu độ, phản ứng nhiệt hạch xuất hiện và ngôi sao phát sáng. Trong ngôi sao hình thành tương phản cân bằng giữa năng lượng hấp dẫn và năng lượng điện từ, làm cho ngôi sao vận hành ổn định.

Một cách tiếp cận khác có thể lý giải quá trình hình thành các ngôi sao, là quá trình tương giao giữa hai nguồn năng lượng hấp dẫn và điện từ. Lực hấp dẫn làm co vật chất trong đám mây nguyên thủy, nhưng áp lực của khí trong đám mây (do năng lượng điện từ, tức năng lượng nhiệt, làm cho tốc độ vật chất cao, gây ra áp lực lớn), sự dãn nở của vũ trụ làm loãng đám khí, cản trở sự co (sự dãn nở cũng do tốc độ vật chất cao, nguyên nhân từ năng lượng điện từ sau vụ nổ). Khi lực hấp dẫn lớn hơn lực điện từ, thì các chất bắt đầu co lại; các chất càng co, lực hấp dẫn càng tăng, cho đến lúc cấu trúc ổn định. Ở đây, giữa chất và năng lượng hấp dẫn phát triển tương thành, giữa hai năng lượng là tương phản đối kháng. Quá trình tương thành ngày càng tăng, khi thắng tương phản đối kháng, vật thể đạt trạng thái cân bằng và hình thành. Quá trình phát triển tương thành đồng thời là quá trình hình thành hệ thống tự động điều chỉnh (tương phản cân bằng) hỗ trợ cho quá trình tương thành phát triển để chiến thắng tương phản đối kháng. Khi đối kháng không còn, lực lượng đối kháng trở thành lực lượng tương thành hoặc tương phản cân bằng, cả âm và dương đều chuyển sang trạng thái mới, trạng thái "hòa", cân bằng ổn định. Trong các sự vật và hiện tượng có các cặp AD cơ bản: Giữa chất và chất, giữa chất và các trường năng lượng, giữa các trường năng lượng với nhau. Vì vậy, quá trình phát triển tương thành là một quá trình phức tạp, trong đó phải đạt được sự cân bằng trong từng cặp AD và giữa các cặp AD với nhau. Hiện nay khoa học chưa mô tả được quá trình hình thành thiên hà ở cấp độ vi mô.

Một vụ nổ lớn sản sinh ra nhiều thiên hà, mỗi thiên hà có hàng chục tỷ sao. Thiên hà họp thành những quần thể thiên hà. Thiên hà của chúng ta là quần thể nhiều thiên hà, có hàng trăm tỷ ngôi sao. Một quy luật phổ biến của vũ trụ là các vật thể khối lượng nhỏ thường quay quanh vật thể khối lượng lớn hơn, như điện tử quay quanh hạt nhân, TĐ quay quanh MT, MT quay quanh tâm Thiên hà. Thiên hà của chúng ta đang lao vun vút về một nơi xa xăm nào đó với tốc độ ngày càng lớn mà vũ trụ học chưa xác định được.

Liệu Thiên hà của chúng ta có tuân theo quy luật nói trên không? Nó đang quay quanh một trung tâm vật chất nào đó, có khối lượng lớn hơn nó hàng triệu lần theo quỹ đạo ê líp. Giống như TĐ quang quanh MT, khi tiến gần tới trung tâm vật chất thì nó sẽ quay nhanh hơn, theo định luật Kếp Le. Lực hấp dẫn của trung tâm vật chất nào đó đối với Thiên hà của chúng ta phải chăng là lực "phản hấp dẫn" như một số nhà khoa học nêu ra, và là nguồn gốc của "vật chất đen" (chất đen-trường năng lượng đen) mà vũ trụ học đang tìm kiếm!?. Qúa trình dãn nở xa nhau giữa các Thiên hà có thể là quá trình thay đổi khoảng cách hình học, do tốc độ quay quanh tâm của các Thiên hà khác nhau, tương tự như việc thay đổi khoảng cách giữa các hành tinh trong hệ mặt trời.

* Quá trình khai sinh và trưởng thành của hệ MT, trong đó có cái nôi của loài người, không nằm ngoài quy luật phổ biến của tự nhiên. Giả thuyết của Kant (Căng tơ - 1724 - 1804) và Laplace (Laplatx, 1749 - 1827), cho rằng, hệ MT được hình thành từ một đám tinh vân nóng chảy, co dần vào trung tâm do lực hấp dẫn. Do tự quay, nên phần vật chất vùng xích đạo đã tách ra thành vành đai, và phát triển dần thành các hành tinh, trong đó có TĐ, còn phần lõi trở thành MT. Năm 1972, nhà vũ trụ học người Nga, TS. Phêsencôv lại cho rằng, hệ MT được hình thành từ đám tinh vân có nhiệt độ thấp, khi co lại, áp lực hấp dẫn lớn đã làm cho toàn bộ khối vật chất nóng chảy. Mặt trời có khối lượng lớn nhất nên nhiệt độ ở nhân đã lên tới hàng chục triệu độ, tạo điều kiện cho phản ứng nhiệt hạch, làm nên vai trò "lãnh tụ" của MT. Các hành tinh còn lại, do khối lượng nhỏ hơn, lực hấp dẫn trung tâm nhỏ hơn, không đủ làm cho nhiệt độ tăng cao, để sinh ra phản ứng nhiệt hạch, nên chịu vai trò là "thần dân", là hành tinh nguội, không được gọi là "sao". Giả thuyết về việc hình thành hệ MT vẫn còn nhiều tranh luận; Tuy nhiên không nằm ngoài quy luật phát triển các mặt tương thành, tự động điều chỉnh (tương phản cân bằng), giảm thiểu tương phản đối kháng của các mặt đối lập AD.

Hệ MT vận hành ổn định hơn 5 tỷ năm (số liệu mới nhất là 6,6 tỷ năm) nhờ sự cân bằng trong vận động giữa MT, các hành tinh và năng lượng hấp dẫn tương hỗ giữa chúng, với hệ thống tự động điều chỉnh nhậy bén; mặc dù quy luật vận động riêng của các hành tinh, vệ tinh tương đối đa dạng. Vũ trụ phải mất một thời gian 8 tỷ năm sau BB, mới xác lập được một trạng thái cân bằng ổn định như vậy.

Mỗi hành tinh trong hệ MT cũng có lịch sử riêng của mình,

có quy luật hình thành quá trình cân bằng riêng của mình.

2- Quy luật phát triển tương thành của Hành tinh xanh.

Hành tinh xanh của chúng ta ra đời cách nay 6,6 tỷ năm (có tài liệu ghi 4,6 tỷ năm), đã trải qua 5 lần kiến tạo và đã bước sang thời kỳ kiến tạo thứ 6 được 15 triệu năm. Loài người đã xuất hiện trong thời kỳ này.

- Thời kỳ kiến tạo thứ nhất, kéo dài 200 triệu năm cách nay từ 6,6 - 6,4 tỷ năm. Giai đoạn này hình thành nhân TĐ, chủ yếu là các nguyên tố nặng Ni, Fe, Au, có đường kính 3500 Km, nhiệt độ hàng ngàn độ (hiện nay khoảng 5000^0 c).

- Thời kỳ kiến tạo thứ hai, kéo dài 1600 triệu năm, để hình thành lớp vỏ ngoài của nhân, chủ yếu là Magiê và can xi, gọi là lớp Manti, là lớp nhân phun trào qua các đứt gãy, do tác động vận động của nội lực và ngoại lực.

- Thời kỳ thứ ba; kéo dài 1600 triệu năm, là thời kỳ hình thành vỏ đại dương. Sự sống xuất hiện trong giai đoạn này.

- Thời kỳ thứ tư, kéo dài 1600 triệu năm, hình thành vỏ lục địa nguyên thủy, cách nay từ 3,2 - 1,6 tỷ năm. Thế giới hữu sinh đã phát triển phong phú với hai dòng động vật và thực vật.

- Thời kỳ thứ năm: kéo dài 1600 triệu năm, hình thành các đai uốn nếp của hành tinh và kết thúc từ 15 triệu năm trước.

- Hiện nay là thời kỳ thứ 6, đã trải qua 15 triệu năm. Đây là thời kỳ kiến tạo núi, do sự vận động của các mảng lục địa. Các vành đai động đất và núi lửa hình thành ở vị trí tách giãn đáy đại dương và vị trí nén ép các mảng lục địa, các dãy núi đã hình thành và nâng cao. Con người đã xuất hiện trong giai đoạn này và hình thành xã hội loài người.

* Từ quy luật kiến tạo TĐ, có thể rút ra mấy nhận xét.

+ Qua mỗi thời kỳ kiến tạo, TĐ lại được cấu trúc chặt chẽ

hơn, là tiền đề cho sự sống xuất hiện vào thời kỳ thứ 3, khi hình thành vỏ đại dương và xuất hiện nước, nhiệt độ vỏ giảm dần.

+ Các giai đoạn kiến tạo kế tiếp tạo ra những điều kiện khí hậu, tuy khắc nghiệt, nhưng là điều kiện cho thế giới hữu sinh tiến hóa và phát triển ngày càng thuận lợi hơn.

+ Việc xuất hiện sự sống là bước nhảy vọt của quá trình vận động và phát triển của giới tự nhiên. Các loại hình vận động cấp thấp từ các hạt cơ bản, vận động vật lý, vận động hóa học, là một quá trình tương thành ngày càng phát triển giữa chất và các trường năng lượng. Quá trình tương thành tăng dần về chất và lượng, đến thời điểm chín muồi (điểm nút), tương phản đối kháng bị loại trừ, thì nhảy vọt và bước sang một trạng thái AD mới với những hình thái tương thành mới. Sự tương giao tương thành đặc biệt, cuộc hôn nhân tay tư đặc biệt giữa 5 nguyên tố hóa học C - H_2 - O_2 - N - P với sợi dây tơ hồng là các trường năng lượng, với quy luật vận hành cũng đặc biệt là quy luật Ngũ Hành, đã đưa thế giới vô sinh, vô tri, vô giác thành thế giới hữu sinh sống động.

Khí hậu TĐ hoạt động ồn ào, dữ dội, trong những thời kỳ kiến tạo đầu tiên, đã bình lặng dần dần qua các giai đoạn kiến tạo. Đến thời kỳ kiến tạo thứ 6, mà chúng ta đang chứng kiến, bão lụt, động đất, núi lửa vẫn còn gây tang tóc cho sinh linh; nhưng mức độ đã hiền hậu hơn rất nhiều, so với các giai đoạn kiến tạo trước đây. Vì thế mà xã hội loài người mới đạt được những thành quả vĩ đại, trong quá trình xây đắp hạnh phúc cho mình.

3- Con người và xã hội loài người xuất hiện. Là một bước nhảy vọt kỳ diệu của quá trình vận động, phát triển của tự nhiên nói chung và của thế giới hữu sinh nói riêng. Nói rằng thiên nhiên đã nghiêm khắc rèn luyện thế giới động vật bằng những giai đoạn biến đổi khí hậu bất thường, để rồi con người được sinh ra trong "cái lò bát quái" đó. Đó chỉ là một khía cạnh.

Khía cạnh đó có thể dẫn đến sự nhầm lẫn, cho rằng tương phản đối kháng giữa khí hậu và giới động vật đã sản sinh ra con người. Hãy lấy thành quả để nhìn nhận đánh giá lại phương thức hành động. Con người với bộ não là cấu trúc văn minh nhất của tự nhiên, không thể ra đời trong đối kháng. Chiến tranh bom đạn không xây nên tòa nhà trọc trời. Đó phải là thành quả của quá trình tương thành và tương phản cân bằng có sức mạnh vượt trội so với tương phản đối kháng.

Đó là kết quả phối hợp kiên trì và khéo léo của quá trình vận động năng lượng theo quy luật Ngũ Hành gốc (Ngũ hành mẹ) với các chất (các nguyên tố hóa học) của TĐ và các thế hệ Ngũ Hành hậu duệ, với nhiều tính cách phong phú và sống động. Trong đó, đứa con trưởng của Ngũ Hành mẹ là thời tiết, khí hậu, có vai trò to lớn, nhưng hay "uốn éo, nũng nịu, làm mình làm nẩy". Song không thể chống lại cái vòng "kim cô" của NH mẹ (học thuyết Ngũ Hành sẽ được làm rõ ở chương Ngũ Hành).

Sự kết hợp tương thành tinh tế nhất là việc kết nạp dần dần các nguyên tố hóa học vào cơ thể sống. Cứ mỗi lần cơ thể sống có thêm một người bạn, thì sự sống khôn lên. Các chức năng sinh lý ngày càng phân biệt rõ ràng hơn. Cứ như thế, sự sống ngày càng hoàn thiện và bước nhảy vọt cao nhất là con người với đại não, trong đó tự nhiên đạt tới ý thức về mình (Ăng ghen). Từ 5 nguyên tố hóa học của tế bào sống đầu tiên, trải qua 3,8 tỷ năm, trường kỳ gian khổ, phát triển lực lượng; đến nay con người đã thu nhận gần 60 nguyên tố hóa học. Một lực lượng hùng hậu như vậy giúp con người làm nên những kỳ tích vĩ đại.

Đó là "vòng nguyệt quế" của quá trình phát triển tương thành, chiến thắng các tương phản đối kháng, suốt 3,8 tỷ năm qua.

Hiện nay, đang ở thời kỳ kiến tạo thứ 6 của TĐ. Theo quy luật, thời kỳ này sẽ kéo dài 1600 triệu năm, mà mới chỉ trải qua 15 triệu năm. Theo tính toán của các nhà vũ trụ học, mặt trời còn hoạt động bình ổn ít nhất 5 tỷ năm nữa. Mặt trời và Mặt trăng, có vai trò lớn nhất trong hoạt động kiến tạo của TĐ. Mặt trăng chắc rằng đang trong quá trình ổn định hơn. Do đó, chu kỳ kiến tạo hiện nay sẽ làm cho TĐ ngày càng hiền hòa hơn, động đất, núi lửa, bão lụt ngày càng giảm mức độ "đối kháng". Con người ngày càng yên tâm hơn, nếu họ hành động sáng suốt, để bảo vệ môi trường sinh thái, "tay phải không đánh vào tay trái".

Vỏ TĐ, hiện chưa cố kết chặt chẽ; nó được cấu tạo thành các "mảng", đang di chuyển tách giãn hoặc "húc" vào sườn nhau, tạo nên những ngọn núi cao chót vót và hùng vĩ trên đất liền, như ngọn Hymalaya ở biên giới Trung Ấn, hoặc những dãy núi dưới đáy Đại Tây Dương, kéo dài từ Bắc cực về Nam cực, hơn 6000 km, làm thành "Vạn lý trường thành" của biển cả.

Theo luận thuyết kiến tạo mảng mới nhất, vỏ TĐ được chia làm 6 mảng không bằng nhau. Mảng Thái Bình Dương chỉ có đáy đại dương. Các mảng khác vừa có đáy đại dương vừa có lục địa. Đáy đại dương như cái sà lan, lục địa như hành khách đứng trên đó và được sà lan chở đi. Các mảng vỏ TĐ trượt lên lớp quyển mềm Manti (được cấu thành chủ yếu bởi Mg và Si, có nhiệt độ ở trạng thái mềm; còn gọi là lớp Sima, dày khoảng 150 km, bao quanh nhân cứng Ni - Fe - Au của lõi TĐ, dày 3500 km). Các mảng lục địa dịch chuyển hàng năm cỡ cm, nên phải hàng triệu năm mới cảm nhận được rõ rệt. Hiện nay, núi Himalaya, đang cao lên, chứng tỏ mảng Ấn Độ đang nén ép vào mảng A-Âu và dịch chuyển về phía bắc. Dãy núi giữa Đại Tây Dương ngày càng tách xa nhau, dung nham ở lớp sima phun lên bù vào vùng tách giãn, Đại tây dương ngày càng mở rộng. Mảng Thái Bình Dương đang chui vào mảng Á- Âu, tạo ra vành đai núi lửa Đông Thái Bình Dương, chạy dọc từ Camtratca của Nga, xuống Nhật Bản và chạy dài xuống tận phía Tây Châu Uc. Mảng Tây Thái Bình Dương tiến sát và chui vào rìa phía Tây Châu Mỹ, tạo ra vành đai núi lửa bờ biển Tây Thái Bình Dương.

Thuyết kiến tạo mảng được nhà khoa học Đức, A. Wegenner (1880 - 1930) đề xướng năm 1912, được coi là học thuyết cơ bản nhất của khoa học Địa chất và được trao giải Nôben. Song thuyết này còn một mảng trống là chưa lý giải được, động lực nào đã làm chuyển động các mảng. Có giả thuyết cho rằng, do dòng đối lưu trong lớp Man ti (Si ma) là nguyên nhân chủ yếu gây ra hiện tượng đó.

Theo thiển ý, mọi sự chuyển động của vật thể đều do năng lượng sinh ra. Khoa học đã tìm ra ba nguồn năng lượng: điện từ, hấp dẫn và hạt nhân. Năng lượng tương tác mạnh (hạt nhân) chỉ được giải phóng khi có phản ứng hạt nhân. Bình thường, các vật thể chuyển động đều do hai nguồn năng lượng điện từ và hấp dẫn sinh ra. Ta tìm nguyên nhân gây ra sự di chuyển lục địa từ hai nguồn năng lượng này. Giả thuyết về đối lưu nhiệt của lớp Manti là giả thuyết có cơ sở khoa học. Đó là hiện tượng được sinh ra từ sự phối hợp giữa lực điện từ và lực hấp dẫn trong lòng TĐ; Đó là một thành phần năng lượng góp công vào việc di chuyển các mảng. Thành phần thứ hai là năng lượng hấp dẫn tương hỗ của hệ MT - TĐ - Mt theo quy luật Ngũ Hành. Năng lượng này gây ra chế độ thủy triều, biến đổi có chu kỳ theo giờ, ngày tháng và có cường độ khá lớn. Có nơi, như ở vịnh Fundy, Nôva Scotia thủy triều dâng cao tới 16m. Lực hấp dẫn tương hỗ của MT - Mt đối với TĐ đã kéo nước của biển cả mênh mông lệch về một bên và dâng cao tới như vậy, đủ thấy rằng, năng lượng hấp dẫn này có thể tác động khá lớn vào các mảng lục địa, đặc biệt ở các thời điểm MT, Mt và TĐ gần thẳng hàng (Mt ở giữa), và những năm có khoảng cách giữa Trái đất và Mặt trăng ngắn nhất, khoảng 19 năm có một lần. Mặt khác, do lượng nước dao động, lúc ít, lúc nhiều ở các vùng biển, cũng gây ra những xung động đối với các mảng.

Thành phần thứ ba là do TĐ tự quay quanh một trục nghiêng với mặt phẳng quỹ đạo một góc 66^0 33'. Theo nguyên lý con quay cơ học, trục quay bao giờ cũng có xu hướng vuông góc với mặt phẳng điểm tựa, ở đây mặt phẳng điểm tựa là vô hình, ta chưa xác định được là có trùng với mặt phẳng quỹ đạo hay không. Tuy vậy vẫn có thể gây ra những xung động tác động vào các mảng, đặc biệt là vỏ TĐ nhấp nhô, gây ra các lực lệch tâm khi quay.

Năng lượng hấp dẫn Ngũ hành và năng lượng do TĐ tự quay cũng tác động đến năng lượng đối lưu của quyển mềm Manti; làm cho năng lượng đối lưu vận động theo chu kỳ. Ba dạng năng lượng này đều vận động theo chu kỳ, nên năng lượng tổng hợp cũng vận động theo chu kỳ và tác động vào các mảng lục địa cũng theo chu kỳ, nhưng phương tác động khác nhau tùy vị trí các mảng. Ví dụ, năng lượng Ngũ Hành tác động mạnh, theo hướng bắc, vào các mảng phía bắc vào mùa hè ở Bắc bán cầu; và ngược lại, tác động mạnh vào các mảng phía nam bán cầu theo hướng nam, vào thời điểm mùa đông ở bắc bán cầu, tức là mùa hè ở Nam bán cầu. Do hướng tác động tổng hợp khác nhau, giá trị năng lượng khác nhau theo vị trí và thời gian, gây ra hiện tượng "li dị" hoặc "kết hôn" giữa các mảng lục địa. Cũng từ nguyên nhân này, có thể tốc độ tách giãn và hợp nhất khác nhau ở vị trí khác nhau. Vì vậy Đại Tây Dương được mở rộng mà Thái Bình Dương cứ hẹp dần.

Hiện tượng tách giãn đáy đại dương, gây ra hiện tượng núi lửa trong lòng biển cả và hệ quả là sinh ra hiện tượng các dòng nước nóng Elnino và dòng nước lạnh Elnina, làm biến động lớn đến khí hậu toàn cầu. Dòng nước lạnh Elnina sinh ra do núi lửa phun dưới đáy biển băng, gây áp lực đẩy nước lạnh (4^0 C) ra phía ngoài, sức nóng núi lửa nhanh chóng bị nước lạnh trung hòa và làm tăng nhiệt độ nước biển quanh vùng không đáng kể. Đường đi của hai dòng nước này, do năng lượng tổng hợp của hai nguồn năng lượng từ hiện tượng hấp dẫn theo quy luật Ngũ hành và việc TĐ tự quay sinh ra, phối hợp với tương tác năng lượng của nguồn nước biển ở vị trí phát sinh.

+ Một câu hỏi lại đặt ra: Việc di chuyển lục địa có khi nào dừng lại không?

Lịch sử di chuyển lục địa đã trải qua 150 triệu năm và hiện nay đang tiếp tục tiến trình của mình. Trái đất bước vào giai đoạn kiến tạo thứ 6. Có thể hiện tượng di chuyển lục địa là hình thái vận động chủ yếu của giai đoạn này. Theo các nhà địa chất học, thời kỳ đầu tiên của chu kỳ kiến tạo thường xảy ra dữ dội và kéo dài khoảng 200 triệu năm. Chúng ta đang sống trong bước đi đầu tiên của chu kỳ và đã đi qua 15 triệu năm. Mười lăm triệu năm qua là một giai đoạn quá độ kỳ diệu; Xã hội loài người hình thành và phát triển đã làm nên những kỳ tích như ngày nay. Nói rằng giai đoạn quá độ "dữ dội" nhưng thực tế thì "êm ái" hơn các chu kỳ trước rất nhiều. Quá trình tương thành có bước nhảy vọt để sáng tạo ra con người. Rồi số lượng nhân loại phát triển nhanh chóng đến "khủng khiếp"; có nguy cơ mất cân bằng với điều kiện sống, nên Liên Hợp Quốc đã phải ra tay "phanh" lại bằng chương trình "kế hoạch hóa sinh đẻ".

Có những loại vi rút, vi khuẩn, côn trùng và cả giới thực vật, khi điều kiện khí hậu thuận lợi thì sinh sôi nhanh chóng. Các mùa vụ trồng trọt cũng như vậy; mưa thuận gió hòa là điều con người mong ước. Từ logic hiện thực trên, chúng ta đủ niềm tin để nói rằng, dù hiện nay chưa tính toán được hành trình di chuyển lục địa, nhưng điều kiện khí hậu thời tiết, tuy có dao động, nhưng vẫn vận hành theo xu hướng ngày càng ưu ái với con người. Chu kỳ kiến tạo 1600 triệu năm này sẽ là thời gian thiên nhiên mang nhiều hạnh phúc đến cho loài người. Hiện tượng động đất, núi lửa, Elnino, Elnina, bão lụt, ngày càng giảm về số lượng và cường độ.

Trường năng lượng điện từ thường có đặc tính của hành hỏa, sôi động và "nóng nảy", làm cho vật thể vận động nhiều hơn. Trường năng lượng hấp dẫn có đặc tính của hành thủy, thường làm cho sự vật, vận động ổn định hơn. Lực hấp dẫn của TĐ đối với các mảng lục địa có cường độ vượt trội sẽ tham gia có hiệu quả vào quá trình cân bằng các lực tương tác, làm cho các mảng di chuyển chậm dần, và đạt trạng thái "dừng tạm thời" kéo dài nhiều tỷ năm. Thời gian "dừng tạm thời", TĐ vận động cân bằng ổn định hơn, tuy có dao động chút ít. Khí hậu sẽ hiền lành hơn ngày nay rất nhiều.

Nói rằng TĐ quay quanh MT theo quỹ đạo elip, nhưng thực ra, khối tâm chung TĐ - Mt, cách tâm TĐ 4635 km, mới quay theo quỹ đạo elip; còn TĐ thì dao động quanh đó. Thế mà toàn hệ vẫn ổn định 6,6 tỷ năm nay. Hệ thống tự động điều chỉnh năng lượng hấp dẫn (tương phản cân bằng), có vai trò của năng lượng vận động theo quy luật ADNH, đã làm cho quỹ đạo TĐ ổn định; và hệ thống tự động điều chỉnh của bản thân TĐ cũng sẽ giữ cho trái đất ổn định lâu dài. Khi TĐ đạt được trạng thái cân bằng AD như vậy thì mới đủ tư cách là một vật thể vũ trụ. Quá trình thoái hóa của MT sau 5 tỷ năm, có thể là nguyên nhân chủ yếu, làm cho TĐ mang bệnh hiểm nghèo, và đó là giây phút tiếng chuông cáo chung của nền văn minh nhân loại ngân lên não nùng và bi ai. Song con người cũng không nên ân hận gì, khi phải trở về cội nguồn là thế giới vô sinh. Vì đã được sống dư thừa hạnh phúc hàng tỷ năm rồi.

*** Từ kết quả quan sát hiện thực, thực nghiệm khoa học và hệ thống tri thức hiện có, có thể đi tới kết luận rằng:**

"Quy luật hình thành các vật thể vũ trụ là quá trình phát triển tương thành, phát triển tính thống nhất, tính đồng nhất của các mặt đối lập âm dương, tương phản đối kháng ngày càng giảm dần. Khi đạt trạng thái cân bằng giữa các mặt đối lập AD, hệ thống tự động điều chỉnh, tương phản cân

bằng hình thành một cách tương ứng, tương phản đối kháng không còn, thì vật thể vũ trụ được sinh ra".

Quy luật này hoàn toàn phù hợp với nguyên lý AD sinh vạn vật mà người xưa từng phát biểu: "Âm dương tương giao đạt trạng thái "hòa" mới sinh vạn vật, không "hòa" không sinh vạn vật".

Để đạt trạng thái hòa, tương thành phải phát triển, tương phản đối kháng phải tàn lụi. Để có nguyên tử thì điện tử phải tương thành liên kết với hạt nhân. Để có phân tử thì các nguyên tử phải liên kết với nhau. Đối với các vật thể lớn như TĐ, các mảng vật chất phải liên kết chặt chẽ với nhau. Quá trình liên kết dần dần, bắt đầu từ lớp bụi các nguyên tố (tinh vân), từ kết hợp nhỏ đến kết hợp lớn hơn. Đó là quá trình tương thành của các chất, nhờ năng lượng hấp dẫn làm chất keo kết dính.

Với thế giới hữu sinh, trong một vật thể, các cặp AD phong phú và đa dạng hơn rất nhiều; sự đa dạng và phong phú, mức độ tinh vi trong vận động AD, phát triển trong quá trình tiến hóa. Các cặp AD cấp cao và cấp thấp cùng tương thành hoạt động, trong đó cặp AD cấp cao chi phối quy luật vận động các cặp AD cấp thấp. Trong con người, cặp AD đại não chi phối vận động của các cặp AD tạng phủ. Vận động tâm lý chi phối vận động sinh lý và các vận động lý hóa trong cơ thể.

Sự phức tạp và tinh tế trong vận động tâm lý là thành quả tương giao tương thành của vật chất vận động theo quy luật ADNH, trải qua nhiều tầng, nhiều lớp, nhiều mối liên hệ nhân quả theo chiều ngang (cùng một thời kỳ) và theo chiều dọc của thời gian, suốt 3,8 tỷ năm qua.

Từ sau Vụ nổ lớn (BB), quy luật tương thành đã làm cho vật chất vận động và tiến hóa theo từng nấc thang, từ thấp đến cao; từ sự vận động của các hạt cơ bản; tiến lên sự vận động lý, hóa, sinh học, tâm lý và xã hội.

Các tương phản đối kháng thường chặn đường quá trình tương thành. Mỗi lần chiến thắng đối kháng, vận động tương thành của AD lại có bước phát triển tinh tế hơn, "trí tuệ "hơn.

Hệ thống tương phản cân bằng hình thành song song với quá trình tương thành, có vai trò rất quan trọng trong việc giữ cho AD vận động cân bằng. Trí tuệ loài người, phản ánh hiện thực vũ trụ, đã biết thiết kế hệ thống này trong các sáng tạo của mình. Các máy móc tự động như rô bốt, máy tính điện tử hiện đại, hệ thống thiết bị tự động, VTTH, vv.. đều có hệ thống tự động điều chỉnh giữa các khâu (các cặp AD). Các hệ thống AD trong con người có nhiều tỷ hệ thống tự động điều chỉnh, mà sinh lý học hiện đại đã khám phá.

Quá trình tự động điều chỉnh là quá trình tương phản cân bằng, là quá trình đấu tranh giữa các mặt AD, để lập lại cân bằng trong tương tác, khi xuất hiện "trục trặc". Khác với tương phản đối kháng, phá hoại trạng thái cân bằng, dẫn đến hủy diệt và chuyển hóa. Khi hệ thống tương phản cân bằng kém hiệu quả, tương phản đối kháng sẽ xuất hiện. Nếu hệ thống tương thành và tương phản cân bằng không kiềm chế và "tiêu diệt", đối kháng sẽ phát triển ngày càng mạnh lên. Trong các thiết bị tự động cũng có tình trạng tương tự, hệ thống tự động điều chỉnh hư hỏng, không phát hiện và sửa chữa kịp thời, máy móc sẽ hư hỏng.

Trong hoạt động sinh lý của con người, khi tim (hỏa), thận (thủy) mất cân bàng, thường sinh bệnh đau đầu, mất ngủ, hoa mắt, chóng mặt. Thày thuốc phải dùng phương dược "giao thông tâm thận", tức là lập lại hệ thống tương phản cân bằng giữa hai hành Thủy, Hỏa bằng các vị như "Hoàng liên - Thạch xương bồ" hoặc "lục vị địa hoàng hoàn gia mạch môn, ngũ vị ngưu tất". Ta có thể tìm thấy vô số ví dụ như thế trong hoạt động muôn hình, muôn vẻ của con người.

Một cặp vợ chồng không tự động điều chỉnh xung đột, sẽ

dẫn đến tan vỡ.

Một tổ chức, hệ thống kiểm tra, phê bình tự phê bình, không có hiệu quả sẽ dẫn đến mất đoàn kết nội bộ, làm suy yếu tổ chức.

Một cấu trúc chức năng nhà nước, nếu không xây dựng được hệ thống tương phản cân bằng, tự động điều chỉnh, đủ mạnh và hiệu quả giữa Đảng - nhân dân - Mặt trận - Quốc hội - Chính phủ hoặc giữa chính trị - kinh tế - văn hóa giáo dục - Khoa học công nghệ - Môi trường (10 hệ thống tự động điều chỉnh theo quan hệ Ngũ hành), tương phản đối kháng sẽ phát sinh trong hệ thống hoặc bị tương phản đối kháng bên ngoài gây ảnh hưởng nguy hiểm, dẫn đến suy yếu, thậm chí tan vỡ như Liên Xô, Đông Âu thời kỳ cuối thế kỷ XX. Lịch sử phát triển của xã hội loài người có rất nhiều hiện tượng tương tự.

* Từ hiện thực vận động của vũ trụ được mô tả theo tri thức khoa học hiện đại, có thể điều chỉnh nội hàm một số khái niệm trong học thuyết AD.

Khái niệm, phạm trù, quy luật là phương thức mô tả hiện thực của tư duy. Mức độ chính xác trong nội hàm các khái niệm chịu sự hạn chế của trình độ tư duy và tri thức khoa học đương thời. Hiện thực luôn luôn vận động, tư duy phản ánh hiện thực cũng luôn luôn vận động và phát triển. Vì vậy, khái niệm, phạm trù, quy luật lôgic, cũng vận động. Căn cứ vào từng nấc thang chuyển hóa của vận động khách quan, các nội hàm của khái niệm cũ, cần được hiệu chỉnh, bổ sung hoặc thay thế cho phù hợp với sự chuyển hóa đó, thậm chí có thể chuyển sang khái niệm khác, khi sự vật đã biến đổi về chất. Nếu khư khư giữ lấy khái niệm cũ, với những nội hàm đã "lạc hậu", sẽ phạm sai lầm giáo điều và siêu hình, dẫn tới sai lầm có thể rất nghiêm trọng trong chỉ đạo thực tiễn và nghiên cứu khoa học.

V.I.Lênin từng viết: "Những khái niệm của con người không bất động, mà luôn luôn vận động, chuyển hóa từ cái nọ sang cái kia, tràn từ cái nọ sang cái kia; Không như vậy, chúng không phản ánh đời sống sinh động. Sự phân tích những khái niệm, việc nghiên cứu chúng, nghệ thuật vận dụng chúng" (Ăng ghen) bao giờ cũng đòi hỏi việc nghiên cứu sự vận động của các khái niệm, mối liên hệ giữa chúng, sự chuyển hóa lẫn nhau giữa chúng (*Lê nin toàn tập, tập 29, bút ký triết học, NXB tiến bộ Matxcova 1981, tr 267*). "Sự vận động của khái niệm phản ánh sự vận động của thế giới khách quan" (*Sđd, tr 188*)

+ Khái niệm "vô cực" của người xưa được giải thích là hư vô, không có gì, vũ trụ từ không đến có. Khái niệm vô cực do Chu Đôn Di đời Tống đề xuất, tương đồng với khái niệm "Đạo" do Lão Tử chủ trương. Khái niệm Đạo sau này được Trang Tử mở rộng, cho rằng Đạo là lực lượng ràng buộc để Âm Dương vận động cân bằng (vòng tròn Đạo bao quanh hai con cá AD). Các nhà Dịch học đời Hán lại mở rộng một lần nữa khái niệm Đạo, cho rằng Đạo là quy luật vận động của AD: "Dịch là biến đổi để theo Đạo" (Kinh Dịch).

Các bậc Tiên triết không bao giờ đơn giản trong tư duy để đưa ra khái niệm Đạo hay vô cực. Các nhà tri thức thời đó cũng không dễ dàng chấp nhận khái niệm Đạo của Lão tử, nếu không được hiện thực chứng minh. Có sở hiện thực của "Đạo" hay "vô cực" phải từ bầu trời. Với "kính thiên văn Ha bơn" duy nhất là đôi mắt sáng quắc và niềm đam mê tìm hiểu vũ trụ; trong một đêm quang đãng, bầu trời trong xanh, không một áng mây trôi, đôi mắt tiền nhân chăm chú quan sát bầu trời mông lung, sâu thẳm. Bỗng nhiên từ vùng trời không một vì sao, lóe lên một vùng sáng kỳ lạ, vùng sáng tồn tại kéo dài, đủ thời gian để người xưa quan sát và suy ngẫm về nguồn gốc của vạn vật. Vùng sáng lóe lên kỳ lạ đó đã được nhà Phong thủy học Quách Phác, sống trước Chu Đôn Di khoảng 800 năm, mô tả trong sách "Thanh nang kinh" của ông.

Một vùng sáng lóe lên trong đêm đen kỳ lạ như thế cũng được biên niên sử các nước ở thế kỷ XI ghi chép tỉ mỷ. Theo sử Trung Quốc "Tống hội yếu", sáng ngày 4-7-1054, bầu trời phía sao Thiên quan, chòm Kim Ngưu, bỗng nhiên sáng rực suốt 25 ngày đêm, khi có ánh sáng MT vẫn nhìn thấy. Vùng sáng lạ thường đó đã tồn tại 650 ngày đêm, đến ngày 6/4/1056 mới tắt hẳn, mắt thường có thể chiêm ngưỡng. Vũ trụ học hiện đại xác định đó là vụ nổ của một siêu sao, mà vết tích của nó hiện nay vẫn còn tồn tại, được gọi là "tinh vân Con cua", một đám khí có hình dạng con cua đang bò, phát ra bức xạ vô tuyến cực mạnh, các chất khí của nó bay tản ra chung quanh với tốc độ khổng lồ cỡ 10.000 km/giây (Theo sách "Vũ trụ nhìn thấy và không nhìn thấy"-(*Sđd. tr. 690*). Theo "Tống hội yếu", vụ nổ sao đã xuất hiện ở các năm 1006 - 1054 - 1572 - 1604. Ngày 23-2-1987, lại phát hiện vụ nổ khổng lồ sao siêu mới 1987A, thuộc tinh vân Magien lăng, cách trái đất 160 ngàn năm As, cách vụ nổ năm 1604 gần 4 thế kỷ.

Có thể Chu Đôn Di, đã quan sát được hiện tượng này trong thời đại ông sống (Thế kỷ XI), còn Lão Tử và Quách Phác đã quan sát được các hiện tượng tương tự trước đó nhiều thế kỷ. Cho nên Chu Đôn Di đã chấp nhận khái niệm Đạo của Lão tử và gọi bằng cái tên khác là Vô cực. Còn các nhà Dịch học đời Hán không dùng khái niệm Đạo, mà chỉ dùng khái niệm Thái cực, trong đó bao hàm AD ở trạng thái hỗn độn.

Ngoài hiện tượng hùng vĩ của các vụ nổ Siêu sao, còn có hiện tượng phổ biến "từ không đến có" là Sao chổi, sao sa, mưa sao, mà mọi người có thể nhìn thấy.

Sao chổi là các thiên thể có khối lượng rất nhỏ (hàng chục vạn lần bé hơn khối lượng TĐ), chuyển động quanh MT với quỹ đạo elip rất dẹt, với viễn điểm vượt ra ngoài hệ MT. Khi chúng chuyển động đến gần MT, khoảng vài đơn vị thiên văn (1 đvtv =

1,496. 10^8 km $\approx$ 150 triệu Km = khoảng cách từ TĐ đến MT ở vị trí xa nhất) ta mới nhìn thấy, thoạt đầu là một chấm mờ sau đó nở to dần và hình thành đuôi. Hàng năm có thể quan sát hàng chục sao Chổi; có những sao chổi rong chơi trong vũ trụ hơn 400 năm mới về thăm MT một lần. Nhân sáng sao chổi là H_2O, Amoniac (NH_3), Meetan (CH_4)….ở thể băng. Vỏ nhân bao gồm các phân tử OH, NH_2, CH_2, CH, Cr…Dưới tác dụng của bức xạ MT, các chất trên bay hơi và nở to dần. áp lực ánh sáng đẩy các phần tử bốc hơi ra xa, làm thành cái đuôi sao chổi kéo dài hàng chục triệu km. Nhân sao chổi có thể bị tan ra nhiều mảnh. Ơ thế kỷ XIX đã có 4 sao chổi bị vỡ, cuối thế kỷ XX, năm 1997, sao chổi Lê Vy đã vỡ thành các dòng hạt đâm vào Sao Mộc. Nếu đám vật chất bị vỡ, sa vào khí quyển, sẽ bị bốc cháy thành một dòng liên tục, gọi là sao băng hay mưa sao. Vào ba năm 1833, 1866, 1899; nhân loại đã được chiêm ngưỡng những đêm pháo hoa rực rỡ của thiên nhiên như vậy. Hàng năm, quanh ngày 15 tháng 11, ta có thể thấy "mưa sao" nhẹ vào các đêm, do quỹ đạo TĐ tiếp xúc với quỹ đạo một sao chổi đã phân rã thành vành vật chất bay quanh MT.

Sao sa là hiện tượng các mảnh vụn vật chất chuyển động trong không gian giữa các hành tinh, có vận tốc hàng chục Km/giây, khi sa vào khí quyển, bị bốc cháy (thường ở độ cao 80km). Vật chất sao sa (thiên thạch) khoảng 90% là sắt, còn lại là canxi. Các thiên thạch lớn hàng chục Km, trọng lượng hàng chục tấn trở lên, thường từ vành đai thiên thạch ở gần hệ MT bay vào TĐ đang được khoa học kiểm soát chặt chẽ. Thiên thạch lớn nhất khoảng 60 tấn, đã rơi xuống Tây Nam Phi vào đầu thế kỷ XX. Hiện tượng sao sa, hay còn gọi là sao băng, sao đổi ngôi, hàng năm xuất hiện hàng trăm lần.

Từ các hiện tượng này, người xưa đã hình thành tư tưởng "vũ trụ từ không đến có" và đưa ra khái niệm "Đạo", "Vô cực", "Hư vô".

So sánh với học thuyết "Vụ nổ lớn" hiện nay, khái niệm vô cực, tương ứng với "Điểm kỳ dị"; tuy rằng căn cứ hiện thực của "vô cực" không đồng nhất với điểm kỳ dị; nhưng về mặt triết học có thể chấp nhận, khi khái niệm "vô cực" được vận động, mà không giáo điều, siêu hình.

V.I. Lê nin đã viết "Sự phù hợp giữa tư tưởng và khách thể là một quá trình: Tư tưởng (= con người) không nên hình dung chân lý dưới dạng một sự đứng im, chết cứng, một bức tranh (hình ảnh) đơn giản, nhợt nhạt (lờ mờ), không khuynh hướng, không vận động, y như một thần linh, một con số, một tư tưởng trừu tượng".

(V.I. Lê nin: Toàn tập, tập 29, bút ký triết học, Nxb tiến bộ Matcova - 1981, tr 207).

"Điểm kỳ dị" trước khi bùng nổ là một vật thể, một trạng thái AD cân bằng giữa chất và các trường năng lượng. Chúng ta chưa biết được điểm kỳ dị đã "đứng im" bao nhiêu lâu, rồi mới bùng nổ do tương phản đối kháng mãnh liệt trong nội bộ của nó. Như vậy từ "vô cực" với nội hàm "hư vô", vận động sang "vô cực" với nội hàm là AD ở trạng thái cân bằng đặc biệt, tương ứng với điểm kỳ dị trong mô hình vũ trụ Bigbang.

+ Khái niệm "thái cực" của người xưa với nội hàm là trạng thái AD hỗn độn, chưa được tách ra, chưa sinh lưỡng nghi. So sánh với lý thuyết BB, Thái cực tương ứng với thời kỳ vận động của các hạt cơ bản và các trường năng lượng, bắt đầu từ thời điểm nổ đến giai đoạn "đứt liên kết"; chưa có nguyên tố hóa học nào được sinh ra, do foton năng lượng cao bao vây, ngăn cản electron tìm đến proron. Tình yêu tương thành giữa electron và proton đã bị foton tương phản đối kháng chặn lại.

+ Tiếp theo là khái niệm "AD sinh vạn vật". Sau khoảng 500.000 năm, vật chất vụ nổ đã dãn nở, chiếm lĩnh không gian rộng lớn; nhiệt độ giảm còn 4000^0 K, năng lượng foton giảm hẳn, không còn đủ sức cản trở tình yêu của proton và electron, kết quả là nguyên tố đầu tiên: Hydro được tạo ra tràn ngập vũ trụ. Cứ theo quan niệm của người xưa thì vạn vật bắt đầu từ nguyên tử Hydro, trong đó AD cân bằng, trung hòa về điện. Tiếp đến các ngôi sao, thiên hà, mặt trời - trái đất - mặt trăng … con người ra đời.

+ Hãy để cho tư duy vận động thêm chút nữa.

Lý thuyết BB đã chứng minh tính hiện thực trong các khái niệm Vũ trụ luận của học thuyết AD. Chúng ta không biết được bản luận án khoa học của học thuyết AD và tác giả của nó. Các khái niệm Hư vô - Đạo - Vô cực - Thái cực là do người đời sau đưa vào để giải thích học thuyết và sự hình thành các quẻ dịch. Các sách đời nay cũng dựa vào các khái niệm của người xưa để bàn luận.

Thiển nghĩ, việc đưa thêm khái niệm vô cực, thái cực, hư vô vào hệ thống khái niệm của học thuyết AD là có sự lầm lẫn giữa cái cụ thể và cái phổ quát triết học.

Nói rằng AD sinh vạn vật, có nghĩa là AD không chỉ một vật cụ thể nào, mà là một phạm trù tổng quát nhất, tương đương với phạm trù vật chất trong triết học DV hiện đại. Người xưa chưa nghiên cứu mối quan hệ giữa vật chất và tinh thần, nên chưa xây dựng cặp phạm trù vật chất-tinh thần, chưa đưa ra khái niệm duy tâm, duy vật. Tiền nhân mô tả khái quát thế giới hiện thực bằng quy luật vận động phổ quát nhất của nó, là phạm trù AD. Âm Dương không phải là sự vật, hiện tượng cụ thể, mà để chỉ tồn tại khách quan, không phụ thuộc vào cảm giác của con người và được con người nhận thức. Như vậy, khái niệm AD tương ứng với khái niệm vật chất trong triết học DVBC, mà Lênin đã định nghĩa.

Không có gì sinh ra AD. Âm Dương tự nó có sẵn trong vũ trụ, là khái niệm để chỉ hai mặt đối lập trong các sự vật, hiện tượng, quá trình tồn tại khách quan. AD là thuộc tính cố hữu của vật chất vận động, luôn luôn gắn liền với vật chất vận động. Vì vậy, khi nói đến AD, cũng có thể hiểu là vật chất, là một phạm trù "ẩn dụ" của phạm trù vật chất.

Khái niệm hư vô ra đời khi con người không có thiết bị quan sát vũ trụ. Khái niệm vô cực, thái cực là những dạng tồn tại cụ thể của Vũ trụ, một dạng chuyển hóa cụ thể của Vũ trụ, theo Vũ trụ luận của người xưa. Lý thuyết BB là lý thuyết hình thành vũ trụ vô sinh, là Vũ trụ luận hiện đại. Vũ trụ luận cổ đại và hiện đại, có thể dùng để chứng minh cho các tư tưởng triết học, nhưng không phải là triết học.

Khi ra đời, học thuyết AD không có các khái niệm của Vũ trụ luận cổ đại, mà chỉ có khái niêm Âm Dương, được người xưa phù hiệu hoá bằng một gạch liền và một gạch đứt, rồi cấu tạo thành quẻ Dịch để dự đoán lành dữ. Văn Vương đã dựa vào nguyên lý cân bằng AD để viết lời kinh cho quẻ dịch. Do đó, khái niệm AD là phạm trù triết học, không phải là khái niệm của Vũ trụ luận cổ đại. Cho nên, trong học thuyết AD không có các khái niệm hư vô, vô cực, thái cực. Học thuyết AD chỉ bao gồm phạm trù AD và hệ thống quy luật của nó.

Việc dùng khái niệm vô cực, thái cực để lý giải sự ra đời của AD và của quẻ dịch là không đúng với hiện thực sáng tạo học thuyết AD và quẻ Dịch.

Chỉ có thể chấp nhận khái niệm "Đạo" là hệ thống quy luật vận động của phạm trù AD: "Dịch là biến đổi để theo Đạo".

Với việc tách biệt các khái niệm vô cực, thái cực thuộc về Vũ trụ luận cổ đại, học thuyết AD trở thành triết học AD, hoàn toàn tương đồng với triết học Duy vật hiện đại ở những phạm trù cơ bản nhất.

Nói đến tính "ẩn dụ" của khái niệm AD là để so sánh với khái niệm vật chất. Người xưa mô tả luôn quy luật vận động cơ bản của sự vật và hiện tượng là quý luật tương thành, tương phản của hai mặt đối lập, được gọi là AD. Cho nên nói đến AD cũng có thể hiểu là "vật chất, với hai mặt đối lập của nó". Khái niệm "AD" của học thuyết AD và khái niệm "vật chất" của học thuyết DVBC, là những phạm trù triết học tương ứng, như đã chứng minh ở phần học thuyết AD và các phần tiếp theo.

+ Mặt chưa hoàn hảo của học thuyết AD là không làm rõ quy luật A-D cùng thịnh, A-D cùng suy đều dẫn đến chuyển hóa; chỉ nhấn mạnh quy luật Âm thịnh thì Dương suy và ngược lại, Dương thịnh Âm suy, đến mức độ "chín muồi", thì chuyển hóa sang sự vật mới.

Với các nguyên tố hóa học, nếu tương thành 1e và 1p, ta có nguyên tử Hy dro. Nếu số lượng e và p tăng lên, tức A-D cùng thịnh, ta được các nguyên tố khác nhau, với thuộc tính khác nhau. Việc hình thành các vật thể vũ trụ như MT - TĐ - Mt… đều theo quy luật AD cùng thịnh. Quá trình tương thành AD ngày càng phát triển, vật chất rời rạc được hội tụ ngày càng lớn, lượng đổi dẫn đến chất đổi, để hình thành vật thể. (hiện thực thì lượng chất cùng phát triển tương đối đồng bộ cho đến giai đoạn nhảy vọt).

Quy luật vận động của TĐ tiến dần tới cân bằng ổn định cũng tuân theo quy luật AD cùng thịnh. Để AD cùng thịnh, quan hệ tương thành AD phải ngày càng phát triển. TĐ quay quanh MT đã 6,6 tỷ năm. Vật chất TĐ kể cả biển và các mảng lục địa đón nhận sự tương tác của MT - Mt theo quy luật Ngũ hành, vận hành chu kỳ hàng năm đã 6,6 tỷ năm. Một số lượng tương tác lớn như vậy đã làm cho TĐ trải qua 6 giai đoạn kiến tạo, 6 giai đoạn chuyển hóa theo khuynh hướng ngày càng ổn định. Xã hội loài người sinh ra và phát triển từ số lượng tương thành khổng lồ đó. Như vậy, không chỉ mâu thuẫn đấu tranh, tương phản đối kháng ngày càng phát triển mới dẫn đến chuyển hóa, mà mâu thuẫn thống nhất, tương giao tương thành ngày càng phát triển, lượng và chất cùng phát triển đồng bộ, cũng dẫn đến nhảy vọt, và chuyển hóa, khi mâu thuẫn đối kháng được loại bỏ.

Đối với từng cá thể con người, quá trình lớn lên từ bào thai cho đến tuổi trưởng thành, tự lập thân, là quá trình AD cùng thịnh, quá trình tích lũy tương giao tương thành của AD, như đã chứng minh ở phần trước.

Đôi trai gái yêu nhau là quá trình tích lũy các dấu hiệu tương thành tình yêu, mới dẫn đến chuyển hóa thành hôn nhân.

Một tập thể có nhiều tương thành hợp tác giữa cấp trên và cấp dưới, lập được thành tích ngày càng xuất sắc, sẽ chuyển hóa thành tập thể anh hùng.

Quy luật"tương thành tích lũy" cũng dẫn đến chuyển hóa, nhảy vọt, chúng ta chưa đề cập nhiều, thường chỉ nhấn mạnh mặt tương phản đối kháng, đấu tranh phát triển, mới dẫn đến biến hóa về chất.

Các chuyển biến cách mạng trong lịch sử nhân loại cho đến nay (đầu thế kỷ XXI) là quá trình vận động song song của quy luật tương phản đối kháng và tương giao tương thành, sẽ được phân tích ở các phần tiếp theo. Quy luật âm thịnh dương suy và ngược lại, thường xảy ra ở các cặp AD liên hệ có quy luật vận động đối kháng nhau, hoặc ở cặp AD cấu trúc đã phân hóa thành hai cặp AD liên hệ, do phát triển tương phản đối kháng. *Trong hai cặp AD đó, cặp nào phát triển tương thành mạnh hơn, cặp đó sẽ chiến thắng, đưa sự vật chuyển hoá sang giai đoạn mới.*

Như vậy, xét về tổng thể, quy luật phát triển tương thành có vai trò quyết định trong việc nhảy vọt, chuyển hoá của sự vật. Đối với xã hội loài người, quy luật phát triển tương thành giữ vai trò trọng yếu, đưa xã hội loài người tiến lên phía trước, bằng quy luật phát triển khoa học công nghệ và quy luật phát triển chủ nghĩa nhân đạo. Vấn đề này sẽ còn quay lại.

II.3.13.- *Quy luật về Đạo.*

Như trên đã trình bày, Đạo là khái niệm được Trang Tử, một Hiền triết thời Xuân thu xây dựng. Từ quan sát thực tiễn, ông cho rằng, muốn AD vận động cân bằng, phải có một lực lượng ràng buộc, mà ông gọi là Đạo. Đạo được ông biểu tượng bằng hình vành khăn ôm lấy hai con cá AD, trong biểu tượng AD do ông sáng tạo. Ngày nay, nhiều sách không hiểu thâm ý của tiền nhân, nên không vẽ hình vành khăn đó, hoặc chỉ vẽ để trang trí các hoa văn khác cho đẹp.

Khái niệm Đạo phù hợp với quy luật vận động của hiện thực.

Với thế giới vô sinh, Đạo có thể là hệ thống tương phản cân bằng. Ví dụ, hệ mặt trời, Đạo là hệ thống năng lượng hấp dẫn, vận động theo quy luật, phù hợp với các phương trình Kêple, trong đó mặt trời đóng vai trò chủ yếu. Với thế giới hữu sinh, ở cấp vận động sinh học, Đạo là hệ thống, bao gồm: hệ thần kinh, cấu trúc tương phản cân bằng, hệ năng lượng vũ trụ mà chủ yếu là hệ năng lượng mặt trời-trái đất-mặt trăng, vận động trên trái đất theo quy luật Âm Dương Ngũ Hành. Đạo của thế giới vô sinh và thế giới hữu sinh vận động ở cấp sinh học, được hình thành một cách tự nhiên. Đạo của con người và xã hội loài người, vận động ở cấp vận động tâm lý và cấp vận động xã hội, do chính con người xây dựng, song, cũng có sự phối hợp của hệ năng lượng ADNH trong mối liên hệ bằng "trường". Bởi vì, tự nhiên và con người là một thể thống nhất, thống nhất ở tính vật chất và quy luật vạn động; bởi vì, con người cũng là tự nhiên, nhưng là tự nhiên đạt tới ý thức về mình (Ăngghen). Xét về bản chất sâu xa, Đạo của con người là thành quả tiến hoá cao nhất của Đạo tự nhiên, vì vậy quy luật hình thành Đạo có sự kế thừa và phát triển, không hoàn toàn khác biệt.

Đạo là sản phẩm của tự nhiên, luôn luôn vận động và tiến

hoá đồng bộ với cấp tiến hoá của tự nhiên. Với xã hội loài người, Đạo phù hợp với quy luật vận động lịch sử trong từng giai đoạn lịch sử, mà chủ yếu là phù hợp với ý thức hệ trong giai đoạn lịch sử đó. Đạo của CNTB phù hợp với quy luật "lợi nhuận tối đa, bóc lột giá trị thặng dư tối đa". Đạo của CNXH phù hợp với quy luật "xoá bỏ bóc lột, không ngừng nâng cao đời sống nhân dân". Đạo của CNCS phù hợp với quy luật "con người phát triển toàn diện và tự do", đó là nội dung nhân đạo cao nhất của xã hội loài người. Nội dung cụ thể của Đạo loài người là Hệ thống, bao gồm Ý thức hệ, Hiến pháp, Đường lối, chính sách, pháp luật, đạo đức, các hình thái ý thức xã hội,...,là thành quả sáng tạo của Thượng tầng kiến trúc xã hội.

Việc xây dựng Đạo phù hợp với quy luật là nhiệm vụ trọng đại. Tuy nhiên, để đưa Đạo vào cuộc sống, nhằm mang lại hạnh phúc cho con người, thì phương thức thực hiện Đạo trong vận động thực tiễn, sao cho mang lại thành quả, đáp ứng mục tiêu của Đạo, là công việc không kém phần cốt tuỷ. Kinh nghiệm lịch sử đã để lại nhiều bài học đắt giá. Liên xô xây dựng Đạo XHCN, song, trong phương thức thực tiễn về kinh tế, không xây dựng phương thức và tiến trình xoá bỏ bóc lột, không nỗ lực phát triển khoa học công nghệ, đưa sản xuất tiến lên phía trước, để cải tạo nông nghiệp lạc hậu, để không ngừng nâng cao đời sống nhân dân. Vì vậy, mục tiêu của Đạo XHCN không thực hiện được, dẫn tới sự sụp đổ. Vấn đề sẽ được chứng minh rõ hơn ở chương VII: Hình thái vận động sở hữu XHCN.

Như vậy, Đạo và phương thức thực hiện Đạo luôn luôn là một cặp AD, một cặp AD cân bằng, vì cùng do con người sáng tạo ra, có cùng một quy luật, như một "cặp hôn nhân hạnh phúc". Là một cặp AD, Đạo và phương thức thực tiễn thực hiện Đạo phải mang tính thống nhất cao, có tương phản cân bằng, không thể đối kháng. Ví như, Nhà nước có chính sách tốt, công nghệ thực hiện chính sách phù hợp, thì chính sách sẽ đi vào cuộc sống, mà không bị bóp méo, phản lại cuộc sống.

Là một cặp AD, Đạo và phương thức thực hiện Đạo luôn luôn giữ cho hiện thực vận động cân bằng. Song, hiện thực luôn luôn vận động và biến đổi, Đạo và phương thức thực tiễn cũng phải vận động và biến đổi đồng bộ. Có như vậy mới ngăn chặn được đối kháng phát triển. Người xưa đưa ra công thức "Tuỳ *thời* mà thực hiện *trung*" là như vậy. Phương thức thực hiện "trung", tức phương thức thực hiện cân bằng AD phải phù hợp với từng giai đoạn phát triển của hiện thực. Lênin từng cảnh tỉnh: "Ưu điểm kéo dài mãi sẽ trở thành khuyết điểm". Quên lời dạy đó, thực tiễn XHCN ở Liên xô đã thất bại.

II.3.14.- *Quy luật về mối liên hệ phổ biến bằng trường năng lượng.*

Trong tiến trình vận động của mình, mỗi cặp AD đều có mối liên hệ và tương tác với nhiều cặp AD trong nội bộ cặp AD tổng thể, liên hệ với các cặp AD ngoài hệ thống và chịu ảnh hưởng lẫn nhau. Đó là quy luật phổ biến của hiện thực, thực tiễn. Khi xác định các quan hệ nhân quả đều phải nghiên cứu đầy đủ ảnh hưởng và sự quy định lẫn nhau của mối liên hệ phổ biến này. Xét về chiều sâu bản chất của sự vật, mỗi sự vật đều được cấu trúc bằng hệ thống lôgic các cặp AD "chất-trường". Bởi vì chất muốn vận động phải có trường năng lượng và ngược lại, trường năng lượng được sinh ra nhờ sự vận động của chất. Máy phát điện quay mới sinh ra năng lượng điện, các nguyên tử có vận động mới sinh được nhiệt năng,...

Thế giới được cấu trúc bằng những cặp AD chất-trường, ắt, sự liên hệ giữa chúng cũng thực hiện bằng cả chất và trường.

Từ trước tới nay, hoạt động xã hội của con người chỉ chú ý các mối liên hệ bằng chất, tức là các mối liên hệ tác động vào đại não thông qua năm giác quan, mà chủ yếu là thị giác và thính giác. Các chất có khối lượng, do đó có hình dáng hình học, dễ quan sát bằng mắt thường hoặc thiết bị khoa học. Âm thanh tác động vào tai dễ cảm nhận. Trong vận động xã hội, người ta chỉ cần quan sát bằng mắt và bằng tai, rồi tư duy đưa ra quyết định hành động. Song, Sinh lý học hiện đại đã chứng minh rằng, hình ảnh của chất qua bộ máy thị giác đều chuyển thành tín hiệu điện rồi về "màn hình" đại não, như một máy thu hình. Âm thanh qua bộ máy thính giác cũng chuyển thành tín hiệu điện, có cùng tần số với âm thanh, rồi chuyển về bộ cảm giác nghe của đại não. Như vậy, mối liên hệ bằng chất đã chuyển hoá thành mối liên hệ bằng trường năng lượng điện từ, khi đi vào đại não. Do đó, thông tin dữ liệu về chất để đại não tư duy được năng lượng hoá bằng trường điện từ. Từ đây, quá trình tư duy của đại não là quá trình vận động của trường điện từ giữa các nơron. Theo quy luật Vật lý điện từ, phương thức tư duy bằng năng lượng điện từ, ắt bức xạ sóng điện từ vào không gian, theo tần số đặc trưng cho từng đại não. Nhiều nhà ngoại cảm đã đọc được suy nghĩ của người khác là nhờ bức xạ này. Các nhà khoa học Nga đã thí nghiệm thành công việc điều khiển rôbốt bằng suy nghĩ, chứng minh khoa học có thể chế tạo máy thu sóng tư duy. Hiện tượng linh tính là hiện tượng truyền thông tin bằng trường. Từ căn cứ khoa học và thực tiễn phổ biến, chứng minh mối liên hệ bằng trường năng lượng tồn tại trong hiện thực. Duy, mối liên hệ này bị giới hạn bởi yêu cầu đồng thuận (cộng hưởng) của sóng tư duy và khó cảm nhận rõ ràng. Chương ba: Hoạt động AD của đại não, sẽ lý giải rõ hơn vấn đề này.

Đại não có thuộc tính chọn lọc thông tin. Chỉ những thông tin cần thiết cho sự sống, đại não mới tiếp nhận để xử lý, những thông tin khác, đại não nhốt vào bộ nhớ vô thức. Khi được kích thích, các thông tin này mới bộc lộ, tương tự như trường hợp kích chuột trong máy vi tính. Thuộc tính chọn lọc thông tin là thuộc tính bảo vệ của đại não, để tránh cho não bị quá tải vì khối lượng thông tin khổng lồ của môi trường sống. Việc chỉ cảm nhận sóng tư duy đồng thuận, cũng nằm trong thuộc tính bảo vệ này. Sóng tư duy đồng thuận thường vận động trong nội bộ người thân gia đình, và một số người ngoài gia tộc, nhưng rất hiếm. Vì vậy, hiện tượng linh tính chỉ xẩy ra đối với người thân. Với những cặp vợ chồng yêu nhau thắm thiết, từ tuổi thanh xuân cho đến mãn chiều xế bóng, luôn luôn hoà thuận, thường giữa họ có sóng tư duy tương đồng.

Ngoại cảm là hiện tượng cảm nhận được sóng tư duy của nhiều người. Đó là tài năng của các nhà ngoại cảm có đại não hoạt động như một máy thu hình đa hệ; có thể cộng hưởng với sóng tư duy của nhiều người. Thôi miên là hiện tượng con người hành động theo sự điều khiển của Ẩn thức, Hiện thức do Nhà thôi miên che dấu đi bằng công nghệ thôi miên (xin xem sơ đồ xử lý thông tin của đại não). Câu "thần chú" của Nhà thôi miên được chuyển hoá thành tín hiệu năng lượng điện từ, "cắt" phần Hiện thức của người bị thôi miên, tương tự như kích chuột trong máy vi tính vậy. Sáng tạo của con người là sự "phỏng sinh học", là sự phản ánh thông tin về con người, do đó, có thể sử dụng thành quả sáng tạo của con người để tìm hiểu về hoạt động của đại não. Vấn đề sẽ được trình bày rõ hơn ở Chương III: Hoạt động AD của đại não.

Việc gieo quẻ dự đoán thông tin trong Dự đoán học không có gì thần bí. Đó là việc chuyển hoá mối liên hệ bằng trường sang mối liên hệ bằng chất giữa người gieo quẻ và các tác nhân có quan hệ với việc gieo quẻ. Từ quy luật phản ánh thông tin, quẻ sẽ thể hiện thông tin của các tương tác thông tin, liên quan đến việc gieo quẻ. Người gieo quẻ căn cứ vào lý luận và kinh nghiệm thực tiễn, để phán đoán các thông tin hàm ẩn trong quẻ.

Dự đoán học Chu Dịch, lấy học thuyết Âm Dương Ngũ hành làm cơ sở lý luận và phương pháp luận, dùng phương pháp gieo quẻ để thu nhận thông tin, tuy chưa mô tả được quy trình dự đoán ở cấp độ vi mô, nhưng đã được thử thách trong thực tiễn hàng ngàn năm, chứng minh rằng, phương pháp dự đoán đó mang "Gen" khoa học. Và đó cũng là bằng chứng tường minh về sự tồn tại các mối liên hệ bằng trường năng lượng trong hiện thực. Mặt khác, điều đó cũng chứng minh rằng, trường năng lượng mang thông tin liên lạc trong thế giới hữu sinh, vận động theo quy luật ADNH. Vấn đề này sẽ được chứng minh ở chương Ngũ Hành.

Trong thực tiễn khoa học, rất nhiều hiện tượng chưa được chứng minh ở cấp độ vi mô, siêu vi mô; con người chỉ mới khám phá được quy luật vận động của sự vật, hiện tượng ở khâu trung gian, rồi ứng dụng chúng vào thực tiễn và nghiên cứu khoa học. Trong quá trình ứng dụng, những ẩn dấu vi mô sẽ bộc lộ rõ dần. Quy luật vạn vật hấp dẫn được phát hiện khi nhà khoa học "để ý" đến hiện tượng quả táo rơi. Nhưng, cho đến bây giờ vẫn chưa mô tả được sự vận động vi mô của nó. Tuy rằng, nó đang hiện diện và hào phóng tài năng của nó ở khắp mọi nơi, trong hoạt động khoa học và trong thực tiễn của con người. Tương tự như vậy, các mối liên hệ bằng trường năng lượng ADNH từng vận động sôi nổi trong thời kỳ các nhà ngoại cảm tìm mộ liệt sỹ. Nhiều hiện tượng mờ ảo, lắt léo của hiện tượng, được gọi là "linh hồn", chưa mô tả được ở tầm sâu vi mô, và không bao giờ trả lời hết câu hỏi "tại sao?" về nhiện tượng đó. Vì, đó là đối tượng nhận thức vô cùng như tất cả mọi đối tượng hiện thực khác. Tuy nhiên, triết học DVBC, triết học Âm Dương Ngũ hành, khoa học Vật lý điện tử, Sinh lý học đại não, Thôi miên học, Cảm xạ học, đã có khả năng mô tả quy luật vận động của "ảo giác linh hồn" ở cấp độ vĩ mô. Trường hợp tương tự như hiện tượng trường hấp dẫn. Ở tầm sâu vi mô, hiện tượng trường hấp dẫn cũng huyền ảo như ảo ảnh linh hồn vậy. Vấn đề sẽ được làm rõ ở chương III: Hoạt động AD của đại não.

286

II.3.15- Triết học Âm Dương và triết học Duy vật biện chứng, Đại đồng mà tiểu dị.

* Có thể nói rằng, cách đây hơn 3000 năm, người Phương Đông đã khai minh được một bộ môn triết học, tương phùng với triết học duy vật hiện đại, mới ra đời cuối thiên niên kỷ thứ hai. Tư duy trừu tượng và tư duy tổng hợp ở trình độ cao, Phương Đông đã đi trước Phương Tây.

Nói rằng cách nhau hơn 3000 năm, nhưng so với tuổi Vũ trụ đã khai sinh ra chúng ta, bắt đầu từ vụ nổ lớn, cách nay gần 14 tỷ năm, thì hai sáng tạo đó nằm cùng một giờ, trong mùa xuân sáng tạo khoa học của nhân loại.

Tầm cao trí tuệ thời kỳ đó cho đến nay vẫn còn là tầm cao trí tuệ. Ngày nay, mấy ai đã vượt được tài năng sáng tạo của Văn Vương, Chu Công, trí tuệ uyên thâm của Khổng Tử, hoặc thiên tài quân sự của Tôn Tử.

Nhiều nhà khoa học Phương Tây mới tiếp xúc với Kinh Dịch từ cuối thiên niên kỷ trước, đã kinh ngạc trước "của lạ" rất kỳ lạ của Phương Đông, rồi nói ra những lời ngưỡng mộ, thán phục mà người Phương Đông chưa từng nói.

Xin phép được chép lại một số trích dẫn của học giả Hoàng Tuấn trong sách: "Kinh Dịch và hệ nhị phân "(NxbVHTT- 2002).

Nhà tâm lý học nổi tiếng thế giới người Thụy Sĩ, ông Ca-gustaf nói: "Kinh Dịch là nguồn trí tuệ lấy không hết, dùng không kiệt" (Sđd. tr. 35).

Nhiều nhà khoa học Phương Tây đã nhận xét, hàm ý rằng, Kinh Dịch đi cùng đường với triết học Duy vật hiện đại, không cùng đường với Thần học.

Etienne Perrot, trong lời tựa bản Kinh Dịch, dịch từ tiếng Đức sang tiếng Pháp, viết như sau: "Cuốn sách cổ nhân của Trung Hoa, cũng là cuốn sách tối tân nhất. Kinh Dịch cho con người chiếc chìa khóa mãi mãi mới, để thâm nhập vào ẩn số của định mệnh. Nó lôi kéo chúng ta về phía bên kia của mọi môn Thần học cũng như mọi hệ thống triết học, đến độ sâu trong vắt mà ở đó con mắt của tâm hồn - chiêm ngưỡng rõ ràng cõi thực" (Sđd, tr. 32).

Will Durant, nhà nghiên cứu văn minh nhân loại và văn minh Phương Đông, nói trong sách: "Lịch sử văn minh Trung Quốc" rằng: "Kinh Dịch là sự cống hiến thâm thúy nhất vào khu vực đời sống của siêu hình học".

- Một nhà xã hội học Mỹ nói rằng ".Kinh Dịch thực sự đã làm thay đổi triết học quan, thế giới quan và phương thức tư duy của người Phương Tây" (Sđd. tr 36).

Nhiều nhà khoa học chuyên ngành nói rằng, Dịch Lý tiềm ẩn trong toán học, vật lý học, sinh học và các khoa học cụ thể khác.

Từ 1973, nhà Di truyền học Martin Schienberger, người phát hiện ra bảng mật mã di truyền tương ứng với 64 tượng quẻ Dịch, nói rằng: "Một trong những khám phá lớn nhất và quan trọng nhất là việc "Chương trình hóa" chính xác những đặc tính suốt đời của mọi sinh vật và tính di truyền của chúng được xác định bởi mật mã di truyền gồm 64 khóa, mỗi khóa gồm 3 trong 4 bazơ cơ bản của AND. Điều này đã có từ khi sự sống bắt đầu mà chúng ta không biết. Mọi sự phát triển và những hình mẫu khác nhau của định mệnh và may rủi đều tuân theo quy luật "nhân quả" nghiêm ngặt và được chương trình hóa trong hệ thống 64 trạng thái. Ta không thể không đặt câu hỏi, phải chăng Kinh Dịch và mật mã di truyền biểu hiện một nguyên lý chung? Phải chăng Kinh Dịch là mật mã tổng quát mà người Phương Đông tìm ra cách đây hơn 5000 năm, còn Watsong và Crick chỉ mới khám phá cách đây hơn 10 năm (năm 1962).

- Nhà vật lý hạt sơ cấp F.A.Popp phát biểu rằng: "Sự tương đồng giữa Kinh Dịch và mật mã di truyền cung cấp cho ta một hệ thống tuần hoàn về nhân tố tinh thần và đóng vai trò là mục tiêu cho sự tiến hóa nhân loại". (Sđd, tr. 34).

Mật mã di truyền và 64 quẻ Dịch chỉ tương đồng về phù hiệu mà không tương đồng về nội dung, sẽ được làm rõ ở chương II: Lại bàn về Kinh Dịch.

- Necát Pô, nhà vật lý được giải Nobel đã phát hiện ra, giữa Kinh Dịch và vật lý học hiện đại có mối quan hệ song song tồn tại với nhau. Ông đã in nổi hình âm dương - thái cực trên ống tay áo của mình.

- Trong cuốn "con đường của vật lý học", Fo Capura nói rằng: "Vi tích phân hiện đại, một trong những nền móng của khoa học máy tính, tiềm ẩn tư duy Dịch lý" (Sđd, tr. 35).

- Còn Leibniz, nhà toán học Đức (1646 - 1716), đã phát minh ra số học nhị phân năm 1679, sau khi được tiếp cận với Kinh Dịch, ông thấy rằng, các quẻ dịch tiềm ẩn số học nhị phân mà ông đã phát minh. (Theo sách "Kinh Dịch - đạo của người quân tử "của Nguyễn Hiến Lê).

Quẻ Dịch không tương đồng với số học nhị phân, sẽ được làm rõ ở chương II.

Ở Việt Nam, nhà Hán học nghiên cứu Kinh Dịch có uy tín, là chí sĩ cách mạng Phan Bội Châu. Ông đánh giá rằng: "Trong các triết học Phương Đông, vừa tinh vi, vừa thiết thực, vừa thấu lý, vừa thiết dụng thời chẳng gi bằng Dịch học. Lòng ưu thời mẫn thế, gốc ở một tấm lòng từ bi thì Dịch chẳng khác gì Phật. Tùy thời thế, đủ trăm đường biến hóa, thì Dịch có lẽ hay hơn Lão. Đã nghiên cứu Dịch, thì Phật học, Lão học cũng có thể "Nhất dĩ quán chi"" (Sđd. tr.30). Phan Bội Châu cho rằng Phật, Lão đều nằm trong Dịch và đương nhiên Nho cũng nằm trong Dịch - Tam giáo đồng nguyên là vậy.

* Như đã chứng minh ở chương này, triết học Âm Dương

đại đồng với triết học Duy vật hiện đại ở những quy luật cơ bản nhất.

- Đó là các quy luật vận động chung nhất của thế giới khách quan.

- Người xưa chưa đặt ra vấn đề nghiên cứu mối quan hệ giữa tinh thần và vật chất, chưa đưa ra khái niệm duy vật, duy tâm. Nhưng phạm trù tinh thần của học thuyết âm dương "đại đồng" với phạm trù tinh thần của chủ nghĩa duy vật hiện đại.

- Có thể ai đó cho rằng khái niệm âm dương là khái niệm vật chất cụ thể, vì thường nói khí âm, khí dương. Không phải như vậy. Nói đến khí âm, khí dương là để lý giải những vấn đề cụ thể như ta nói mặt trời, mặt trăng vậy. Còn khi nói đến những vấn đề chung nhất, tiền nhân đã dùng âm dương rất trừu tượng, mang tính phổ quát triết học:

"Một âm một dương gọi là đạo"

Trong vũ trụ này chỉ có âm dương mà thôi"

Các tư tưởng Âm Dương này viết trong Kinh Dịch, hoàn toàn không phải là khái niệm vật chất cụ thể, mà nó tương ứng với khái niệm "Vật chất" trong triết học Duy vật hiện đại, là để chỉ tồn tại khách quan ngoài ý thức con người và được con người cảm nhận.

Những đặc điểm của âm dương như vận động không ngừng, liên hệ phổ biến và phát triển, các quy luật cơ bản đều tương phùng với triết học DV hiện đại.

Vì không sử dụng khái niệm vật chất, tinh thần nên người xưa mô tả ngay vào quy luật cơ bản nhất, quy luật Âm Dương tương thành, tương phản và cảm nhận nó trong quan sát sự vận động của hiện thực.

- Luật phản phục tuần hoàn là nhận thức sai lầm của người

xưa, được suy diễn từ sự biến hóa của quẻ dịch, không đúng với quy luật vận động âm dương, sẽ được phân tích trong chương II.

- Cái "Tiểu dị" của hai triết học chỉ là bút pháp, văn phong diễn đạt, cách sử dụng từ ngữ có khác nhau, phạm vi nghiên cứu sâu sắc trong từng vấn đề có những cấp độ khác nhau; đặc biệt ở phạm trù tinh thần, khoa học cải tạo xã hội, dự đoán học, y học. Tuy nhiên sự khác nhau đó là không tránh khỏi, do sự vận động của lịch sử, của tư duy, của tri thức khoa học. Cái "thời" của trí tuệ là như vậy.

- Mô tả cùng một phạm trù hiện thực, là quy luật vận động phổ quát nhất của vũ trụ, hai dòng triết học gặp nhau là mọt lẽ thường tình. Nếu không "đại đồng" thì một dòng triết học hoặc cả hai đều không còn là chân lý. Trong khoa học cụ thể cũng thường xảy ra sự gặp gỡ này. Cùng một vấn đề khoa học, hai nhà khoa học nghiên cứu độc lập, không hề biết việc của nhau, nhưng chân lý phát minh lại trùng hợp vì cả hai đều đúng, nên đều nhận giải Nobel.

- Cuộc gặp gỡ 3000 năm có một, của hai dòng trí tuệ Đông Tây, thật là "hữu duyên thiên lý", bây giờ cần phải "năng tương ngộ" để cùng xử lý các vấn đề của con người và của khoa học trong thế giới hiện đại.

Đối với người Phương Đông, nhiều vấn đề trong cuộc sống lý giải bằng học thuyết âm dương dễ hiểu hơn cách lý giải bằng triết học hiện đại, vì đó là "học thuyết của họ". Cụm từ âm dương trở thành cụm từ đầu lưỡi quen thuộc của người Á đông, tuy còn nhiều hàm ý phi khoa học, mà khoa học cần làm rõ chính bằng "học thuyết của họ".

Các nhà khoa học khi nghiên cứu Kinh Dịch, đưa ra tới tấp những điều ngạc nhiên, vì thấy chân lý khoa học của mình có trong tấm gương phản chiếu của triết học âm dương và quẻ dịch, Triết học, thiên văn học, vật lý học, di truyền học, tâm lý học vv..

đều thấy mình soi chung trong tấm gương đó.

Chẳng có gì đáng xúc động và ngạc nhiên về điều đó. Triết học âm dương cũng như triết học duy vật hiện đại là những quy luật vận động phổ quát nhất của thế giới khách quan, nó có "tính quần chúng rất cao, nó đứng dày đặc khắp mọi nơi, len lỏi vào từng tế bào con người, chui sâu cả vào hạt ánh sáng siêu nhỏ và không trọng lượng, lại có thể bao quát toàn vũ trụ, để điều hành sự hoạt động của thế giới theo "Cái gậy chỉ huy" của nó, là các quy luật âm dương.

Những chân lý khoa học đã có và trong tương lai không thoát khỏi vòng kim cô của thế lực âm dương, đó là bà đỡ của khoa học.

Đến đây có thể thấy sức mạnh hùng vĩ của "3 cây chụm lại...": Triết học Âm Dương - Triết học Duy vật biện chứng - Các chân lý khoa học cụ thể và sự tương hợp "đại đồng". Nếu 3 bộ phận đó "đoàn kết - đoàn kết - đại đoàn kết" thì ắt "thành công, thành công, đại thành công" trong mọi việc của cuộc sống.

* Triết học Duy vật hiện đại (nay gọi tắt là triết học Duy vật) có ưu điểm vượt trội là tham gia giải quyết nhiều lĩnh vực cụ thể của khoa học cách mạng, khoa học xã hội, giải phóng sự bế tắc của khoa học tự nhiên và của bản thân triết học. Các trí tuệ thiên tài đã đạt được sự nhất quán triệt để giữa triết học duy vật và các khoa học cụ thể trong nhận thức chân lý, cũng như giải quyết được nhiều vấn đề của triết học trong cuộc bút chiến sôi nổi giữa chủ nghĩa duy tâm và chủ nghĩa duy vật.

Nói như học giả Nguyễn Hiến Lê, triết học ra đời để giải quyết cái "Tệ" của một thời. Triết học Duy vật ra đời để giải quyết cái "tệ" áp bức bóc lột của chủ nghĩa tư bản. Nhưng để giải quyết cái "tệ" thành công thì tư tưởng triết học phải phù hợp với quy luật vận động của hiện thực và phải được vận dụng nhất quán vào các khoa học cải tạo xã hội, cải tạo thiên nhiên.

Tiếc thay, triết học âm dương không được cái may mắn đó. Các nhà chính trị Nho giáo đã nhào nặn méo mó chân lý âm dương, khi vận dụng vào công việc xã hội, coi thường sự phát triển khoa học tự nhiên, toán học, công nghệ; chỉ ngày ngày ôm ấp Tứ thư, Ngũ kinh, luật phản phục tuần hoàn, không biết rằng ưu điểm kéo dài mãi đã trở thành khuyết điểm. "Ngày ngày ấp nhị xuân, đêm đêm tắm hương xuân, tưởng yêu hoa xuân đẹp, đâu biết sương xuân già". Các chính trị gia Nho giáo đã bọc một lớp vỏ cứng siêu hình, duy tâm chủ quan và khách quan vào chân lý âm dương, vốn là tinh hoa của tri thức Ngũ Kinh; Không biết rằng chân lý âm dương vốn là chân lý vận động và phát triển không ngừng. Sự sụp đổ của các xã hội tiến bộ cũng có nguyên nhân tương tự.

Tuy nhiên, chúng ta khó có thể đòi hỏi triết học âm dương giải quyết những vấn đề giống thời nay, mà triết học duy vật đã giải quyết.

Khác với bối cảnh ra đời của triết học duy vật, triết học âm dương ra đời với mục đích ban đầu là để dự đoán lành dữ, để giải quyết cái "tệ" thiên nhiên thống trị con người và cái "tệ" bệnh tật. May thay, nhờ Văn Vương, Chu Công viết lời kinh vào các quẻ dịch mà việc dự đoán dễ dàng hơn; Nhưng ý nghĩa quan trọng hơn của lời Kinh lại ở chỗ khác. Như nhà cách mạng Phan Bội Châu đã đánh giá, Kinh Dịch thổi một luồng gió từ bi vào đời sống xã hội và việc điều khiển xã hội thấm nhuần sâu sắc quy luật cân bằng âm dương. Lời kinh đã đưa ra triết lý nhân sinh "Trung Chính". Triết lý đó đã góp phần tăng tính thiện của kẻ cầm quyền. Và nhân dân được nương tựa vào đó. Không thể đòi hỏi bậc "Thánh vương" cao hơn, bởi vì tiền đề lịch sử, tiền đề vật chất và khoa học không cho phép trong Văn Vương nảy sinh tư tưởng lật đổ chế độ phong kiến, mà lúc đó mới đang hình thành. Lẽ ra đến đầu triều Thanh, tư tưởng đó phải nẩy sinh, nhưng luật phản phục tuần hoàn đã là vòng kim cô tư tưởng của các bậc "Thánh triết". May nhờ luồng gió dân chủ Âu Mỹ mà cuộc cách mạng dân chủ tư sản tiến bộ của Tôn Trung Sơn mới xẩy ra và thành công, phá vỡ tư duy "Phản phục tuần hoàn": Chế độ Phong kiến là vĩnh hằng! Ngày nay, người ta cũng cố gắng chứng minh CNTB là vĩnh hằng. Cái con bệnh ốm yếu "phản phục tuần hoàn" vẫn còn có "thuốc thánh" cho sống dai dằng.

* Tại sao vũ trụ quan và khoa học tự nhiên thường có sự tương đồng, mặc cho chân lý được khám phá ở thời điểm nào, cách nay 5000 năm hay bây giờ?

Thường thì quy luật vận động chung nhất của tự nhiên ít biến đổi, nói chính xác hơn là không thay đổi, mà trong Kinh Dịch gọi là luật "bất dịch", dịch nhưng bất dịch, đồng nghĩa với luật "thường" của Lão Tử. Nhiều hiện tượng vận động âm dương cũng ít biến đổi như mặt trời, trái đất, mặt trăng, đã 5 tỷ năm rồi, vẫn còn thi gan cùng tuế nguyệt. Bằng mắt thường không ai phát hiện được sự thay đổi của mặt trời hay mặt trăng trong một đời người. Nước vẫn sôi ở 100^0 C dưới áp suất thường, mãi mãi như vậy, thời Lạc Long Quân - Âu Cơ như vậy và bây giờ vẫn vậy. Sang thế hệ Bigbang khác cũng như vậy. Hiện tượng âm dương đã có trước loài người hàng tỷ tỷ Bigbang và mãi mãi sau hàng tỷ tỷ Bigbang nữa, cũng là hiện tượng ấy. Đối với thế giới hữu sinh, những hiện tượng cơ bản như nam nữ, đực, cái, gia đình, xã hội và quy luật âm dương trong chúng, trong một đời người quan sát của các bậc hiền triết, vẫn chẳng thấy thay đổi. Khoa học thành văn suốt 3000 năm vẫn mô tả như vậy. Cho nên, vũ trụ quan, nếu đạt được tính chân lý ở mức độ nhất định, thì sự trùng hợp là điều dễ hiểu.

Nhưng chính trị quan lại thường "bất đồng" với vũ trụ quan hoặc "bằng mặt mà không bằng lòng". Hiện tượng xảy ra không chỉ ở các chính trị gia mà còn ở các nhà khoa học cụ thể như Đác Uyn, Pitago, Aristôt. Ngay các nhà triết học cũng tự phủ định mình khi chuyển từ triết học luận sang chính trị luận, như Lão Tử, Trang Tử. Có những nhà triết học "thổi tiếng kèn ngập ngừng" giữa khoa học và phi khoa học như Aristôt, tuy ông vẫn thường nói: "Platon rất quý, nhưng chân lý còn quý hơn Platon". Platon là nhà triết học duy tâm nổi tiếng cổ Hy Lạp, rất yêu người học trò thông minh của mình là Aristot".

Vì quy luật vũ trụ vô sinh luôn luôn rõ ràng minh bạch và cố hữu. Cho nên khoa học tự nhiên muốn khám phá phải tư duy trùng hợp với triết lý âm dương hoặc triết học duy vật và thành quả khám phá luôn luôn chứng minh cho tính đúng đắn của triết học duy vật hay triết học âm dương.

Chính trị quan thường có những yếu tố chi phối, trong nhiều trường hợp còn mạnh hơn chân lý, đó là những vấn đề về lợi ích chủ quan. Một nguyên nhân quan trọng khác là năng khiếu vận dụng triết học vào thực tiễn. Có những nhà triết học duy vật nổi tiếng như Plêkhanốp ở Nga, nhưng khi đứng trước sự biến động dồn dập và phức tạp của thời kỳ Cách mạng Tháng Mười, ông "ngẩn ngơ đứng giữa hai dòng nước", không đủ sức lý giải hiện thực rồi từ bỏ cách mạng, quay sang chủ nghĩa cơ hội, rồi cuối đời có hối hận. Những thất bại của ngày hôm nay vẫn thường nằm ở nguyên nhân đó. Goocbachốp đã từng nói, Chính chủ nghĩa duy vật đã làm cho ông ta hiểu rõ thực trạng nền kinh tế Liên Xô và biết phải làm gì. Nhưng rồi, ai cũng biết, kết cục, cuối cùng là ông ta trở thành kẻ phản bội nổi tiếng. Ở ông ta có cả hai yếu tố chi phối, sự ba hoa triết học thay cho năng khiếu vận dụng triết học và động có lợi ích, không thành anh hùng cộng sản thì phải thành anh hùng phá CNCS.

Triết học phát hiện những quy luật vận động chung nhất, phổ quát nhất của vũ trụ. Nó tồn tại cùng vũ trụ, mặc cho con người cứ biến đi cùng với sách vở với hàng tỷ trang giấy ghi chép về nó. Tiếc rằng không có cách nào "Tâm truyền" cho thế hệ loài người của Bigbang hậu sinh. Loài người hậu duệ lại phải tìm tòi từ đầu với những thí nghiệm, những cuộc bút chiến triết học nẩy lửa, để rồi mới có được một vũ trụ quan "biết rồi, khổ lắm nói mãi", giống hệt như vũ trụ quan của con người "kiếp trước".

Quy luật vận động của vũ trụ không thay đổi. Chính trị luận là sự vận dụng quy luật đó vào xã hội loài người, và giải quyết vấn đề của từng con người. Xã hội loài người luôn luôn vận động và biến hóa. Vì vậy chính trị luận trong từng thời đều phải biết "Tùy Thời để thực hiện Trung". Thời kỳ lịch sử, cách nay hơn 3000 năm, Văn Vương đưa ra nguyên lý Trung Chính, còn ngày nay ở Việt Nam đưa ra nguyên lý xây dựng đất nước "Dân giàu, nước mạnh, dân chủ, công bằng, văn minh", thực hành "Cần - Kiệm - Liêm - Chính - Chí công vô tư" đều là "Trung" hợp với "Thời". Nguyên lý "Thời Trung" chi phối, dẫn đường cho con người, và đó là công thức để làm chủ mệnh vận.

* Các sách thường bàn chung triết học âm dương với quẻ dịch, là mô hình ứng dụng triết thuyết âm dương vào Dự đoán học là chủ yếu. Ở đây bàn tách ra để rộng đường suy nghĩ. Bởi vì, với triết học, mô hình ứng dụng rất rộng rãi, mọi khoa học cụ thể đều có mặt của triết học. Còn khoa học cụ thể chỉ giải quyết một phạm trù hiện thực có giới hạn, như vật lý, hóa học, lịch sử vv .. thì tìm quy luật vận động riêng của các phạm trù đó.

Người xưa đã vận dụng triết học âm dương vào y học, khí công, võ thuật, phong thủy. Quẻ Dịch là một khoa học cụ thể ứng dụng triết lý âm dương vào Dự đoán học. Việc bàn chung thường làm cho nhận thức bị lầm lẫn. Bởi vì, khoa học cụ thể, vừa tuân theo những nguyên lý triết học, vừa có quy luật vận động riêng, đặc thù của mình. Để cải tạo thế giới, cần đến nhiều khoa học cụ thể mà triết học không thể thay thế. Không thể chỉ dùng triết học mà làm được cái ô tô hay cái tàu vũ trụ; Hoặc chỉ một mình triết học duy vật không thể làm nên cách mạng Tháng Mười, mà phải có khoa học cách mạng, khoa học bảo vệ cách mạng và quản lý nhà nước, v.v....

Ngược lại, khoa học cụ thể không thể thay triết học để lý giải những vấn đề mà chỉ có triết học mới lý giải được.

Việc bàn chung triết học âm dương và quẻ dịch đã đưa đến lầm lẫn đáng tiếc, cho rằng quy luật phản phục tuần hoàn, suy diễn từ quy luật biến thiên của quẻ dịch, là quy luật đặc thù của quẻ dịch, cũng là quy luật vận động chung của thế giới, là quy luật của triết học. Sự lẫn lộn này góp phần kéo dài lịch sử tiến hóa của gần một phần ba nhân loại.

Sự lầm lẫn càng làm mất thời gian vàng ngọc của các nhà Dịch học, suốt hàng ngàn năm, để mò mẫm tìm xem hiện thực nào của thế giới được mô tả theo trình tự các quẻ dịch trong thượng hạ Kinh Dịch.

Như đã chứng minh, triết học âm dương và triết học duy vật đã hóa thân vào nhau thì 64 quẻ dịch coi như tài sản chung của hai dòng triết học. Nhận thức như vậy sẽ mở ra con đường ứng dụng quẻ dịch một cách rộng rãi. Mặt khác quẻ dịch được nội suy trực tiếp từ triết học, mà làm nhiệm vụ dự đoán học. Cho nên, nó cũng "nhất dĩ quán chi", xuyên suốt mọi khoa học, đặc biệt là khoa học của các vật thể phức tạp trong thế giới hữu sinh và xã hội loài người. Mọi khám phá khoa học có bước đi đầu tiên là quan sát rồi dự đoán. Vậy quẻ dịch có thể làm nhiệm vụ dự đoán. Hơn nữa quẻ dịch được cấu trúc bằng hai thông tin âm dương có tính phổ quát triết học, cho nên 64 quẻ dịch có thể ẩn mình trong cấu trúc của các vật thể phức tạp, như các nhà di truyền học đã phát hiện và đó là khả năng mô tả hiện thực của 64 quẻ dịch, hoặc 8 quẻ dịch đơn, hoặc 4 cặp "tứ tượng". Phải chăng các hạt cơ bản có thể quy về 4 hạt, thậm chí chỉ có 2 hạt; còn trường năng lượng thì chỉ có, bốn hoặc hai.

Nếu trường năng lượng là 4 thì hiện nay đã có 3, vì hai trường tương tác yếu và tương tác điện từ đã được hợp nhất. "Có thể trường năng lượng thứ tư nằm trong khái niệm"Đạo", như đã phân tích ở trên. Vũ trụ có thể có trường "Đạo" như vậy. Cấu trúc sinh lý, tinh thần của con người cũng có trường "Đạo" để điều khiển quá trình sinh trưởng từ khi thụ thai đến khi trưởng thành. Nếu không có "Đạo" thống nhất điều hành thì hàng ngàn bộ phận của con người với hàng ngàn tỷ tế bào khác nhau lại có thể được tổ chức thành con người với một trí tuệ kỳ diệu như vậy.

* Lời Kinh của Văn Vương trong Kinh Dịch có tính đặc thù, không phải khi nào cũng sử dụng được trong dự đoán, ngoại trừ tư tưởng trung chính. Lời dự đoán của Văn Vương, Chu Công chỉ sử dụng khi thu nhận thông tin bằng "phương thức cỏ thi". Nếu đo lường thông tin bằng phương pháp khác, thí dụ phương pháp dùng 3 đồng tiền, thì lời Kinh không còn thích ứng nữa. Tương tự như khoa học công nghệ hiện đại, dùng phương pháp đo lường thông số khác nhau thì cách giải một bài toán phải dùng các nguyên lý khác nhau. Vấn đề này sẽ được bàn đến ở chương "Lại bàn về Kinh Dịch". Như vậy, với cùng một quẻ dịch, phương thức đo lường thông tin khác nhau sẽ cho lời giải khác nhau

Ví dụ: Dự đoán một việc để biết lành dữ ra sao, phương thức cỏ thi cho ta quẻ Càn, hào hai động; còn phương thức 3 đồng tiền sẽ cho ta quẻ Tỷ, hào ba động. Dùng lời Kinh Dịch Chu Công để tìm lời giải đi với "phương thức cỏ thi" là quẻ Càn; dùng phương pháp "hỗn thiên bát quái", tức phương pháp phối ngũ hành vào quẻ dịch, để tìm lời giải ở quẻ Tỷ. Nếu giải đúng sẽ cho cùng một đáp số.

Điều này giải thích tại sao, không thể dùng một mình triết học âm dương để giải quẻ dịch, mà phải kết hợp với tổng kết kinh nghiệm thực tiễn, tương ứng với từng phương thức đo lường thông tin.

Nếu không dùng phương thức cỏ thi, thì lời chiêm của Kinh Dịch chỉ còn được ứng dụng ở "Bát tự Hà Lạc" của Trần Đoàn, tức phương pháp dự đoán mệnh vận con người bằng Kinh Dịch, ngoài ra chỉ còn giá trị triết lý nhân sinh, Một số phương pháp dự đoán khác, có tham khảo Kinh Dịch, để tìm lời giải, nhưng đã gặp mâu thuẫn. Người xưa chưa phát hiện được nguyên nhân của mâu thuẫn này, nên thường lúng túng. Vì trong lời Kinh của Kinh Dịch có hàm chứa quy luật Ngũ Hành sẽ được bàn đến ở chương "Lại bàn về Kinh Dịch". Để Kinh Dịch ứng dụng rộng rãi hơn và đỡ phiền phức hơn, khoa học nên thử nghiệm một phương pháp đo lường thông tin khác, đơn giản, đỡ tốn thời gian, kết quả tìm quẻ tương ứng với phương thức cỏ thi, để thay thế cho "Phương thức cỏ thi".

Giá trị đặc biệt của Kinh Dịch là ở chỗ, dự đoán phương thức hành động và kết quả lành dữ gắn liền với triết lý nhân sinh tiến bộ. Hành động để giải quyết công việc được dự đoán theo nguyên lý trung chính, sẽ thành công và gặp lành, ít ra cũng vô hại và hạn chế được tác hại. Nếu không trung chính sẽ gặp dữ, mặc dù gặp được quẻ tốt. Điều đó phù hợp với quy luật cân bằng âm dương và có giá trị nhân đạo, rèn luyện nhân cách con người, như vậy nếu Kinh Dịch mất công dụng dự đoán thì giá trị thực tiễn giảm đi rất nhiều. Ở đây, triết lý nhân sinh được thực hành ngay sau khi dự đoán, còn triết lý nhân sinh ghi trong sách vở hoặc đã được học tập, trong không ít trường hợp, bị lãng quên khi hành động.

Nếu không để dự đoán, thì không cần đến Kinh Dịch, vì triết lý nhân sinh đã có đầy đủ trong các sách từ xưa đến nay. Con người đã được giáo huấn ở gia đình, trường học và xã hội; và quy luật thiên nhân tương ứng đã mất một cơ hội ứng dụng thực tiễn. Giả dụ, ta dùng "Phương thức 3 đồng tiền" để gieo quẻ thì lời dự đoán sẽ khác với kinh của Văn Vương, Chu Công; lời Kinh của quẻ càn không còn là "Nguyên, hạnh, lợi, trinh" nữa, mà là một lời Kinh khác. Để tìm lời kinh tương ứng với phương thức 3 đồng tiền, còn có một nhóm nghiên cứu "các quan thái bốc" để khảo sát thực tiễn và phối hợp với nguyên lý âm dương. Ta được một bộ Kinh Dịch khác với bản Kinh Dịch của Văn Vương, Chu Công. Đó là phương pháp mở rộng việc ứng dụng Kinh Dịch và tồn giữ giá trị của bộ Kinh Dịch gốc.

Công việc này cần tốn nhiều công sức, thời gian và tâm huyết. Nếu mất 10 năm, 20 năm để có một bộ kinh như vậy thì giá trị cống hiến sẽ đền bù gấp nhiều lần. Tương lai rất cần đến nó.

* Học thuyết Ngũ hành ra đời, kết hợp với học thuyết Âm Dương, đã mở rộng phạm vi ứng dụng lên rất nhiều. Y học âm dương ngũ hành, khí công, võ thuật, tướng học và nhiều ngành dự đoán học ngoài Kinh Dịch đã ra đời từ đó. Phạm vi ứng dụng của học thuyết âm dương, bao trùm vũ trụ, học thuyết Ngũ hành là khoa học cụ thể, có phạm vi ứng dụng hẹp hơn. Đó là quy luật vận động đặc thù của hệ thiên thể đồng dạng với Hệ mặt trời - trái đất - mặt trăng, có hành tinh 4 mùa như trái đất của chúng ta. Ngũ hành mang đặc tính âm dương. Đó cũng là quy luật góp công đặc biệt sinh ra thế giới hữu sinh và con người, đồng thời là quy luật vận hành và nuôi dưỡng thế giới hữu sinh và con người. Trong thế giới vô sinh và hành tinh khác với trái đất, ít có mặt của ngũ hành. Vì vậy không nên tốn thời giờ để tìm chân lý ngũ hành trong vật lý, hóa học, của thế giới vô sinh. Vấn đề này sẽ được bàn đến trong chương Ngũ Hành.

Triết học Duy vật biện chứng và triết học AD tương đồng ở những quy luật cơ bản nhất. Tuy nhiên, vì ra đời trong những bối cảnh lịch sử khác nhau, nhằm giải quyết những vấn đề bức xúc của từng thời đại, vì vậy. khi đi vào thực tiễn, hai dòng triết học đi theo những hướng khác nhau, mang theo hơi nóng của thời đại mình. Do đó, hai dòng triết học có thể bổ sung cho nhau, hoàn thiện lẫn nhau, mở rộng khả năng lý giải hiện thực và giải quyết các nhiệm vụ thực tiễn trong thế giới hiện đại.

II.3.16- Khái quát những thành quả phát triển tương thành của Vũ trụ:

TT	Thành quả	Thời gian	Cấp vận động
1	- Điểm "kì dị" được tạo thành từ kết quả phát triển tương thành AD sau "vụ co lớn". + Điểm kỳ dị mất cân bằng sinh ra vụ nổ lớn Bigbang - BB, sự hoạt động của các hạt cơ bản và trường năng lượng, sự huỷ cặp hạt-phản hạt, tạo ra photon năng lượng cao tràn ngập Vũ trụ.	- Chưa xác định - Cách nay khoảng 13,7 tỷ năm	CVĐ HẠT CƠ BẢN
2	- Hạt Proton ra đời	-Khoảng 10^{-28}s sau BB	
3	- Hạt nhân Hydro và Dơtêri (1p + 1n) tiếp theo là hạt nhân Hêli (2p + 2n) ra đời nhưng chưa bền vững.	- Khoảng vài phút sau BB	
4	- Nguyên tử đầu tiên ra đời: Hyđrô, tiếp theo là các nguyên tố hoá học : Đơtêri, Hêli, Liti	500.000 năm sau BB	
5	- Ngôi sao đầu tiên phát sáng + Các nguyên tố nặng như C - Si - Fe ra đời nhờ phản ứng nhiệt hạch trong các ngôi sao.	400 triệu năm sau BB (có tài liệu ghi 200 triệu năm)	CVĐ CƠ LÝ HÓA
6	- Thiên hà đầu tiên với hàng trăm tỷ ngôi sao cỡ Mặt trời hoặc lớn hơn.	- Hai tỷ năm sau BB	
7	- Hệ Mặt trời ra đời, trong đó hệ MT - TĐ - Mt tạo ra hình thái vận động năng lượng theo quy luật Ngũ Hành.	- Cách nay khoảng 6,6 tỷ năm, sau BB khoảng 7 tỷ năm.	
8	- Hình thành nhân Trái đất chủ yếu là nguyên tố nặng Ni - Fe - Au	- Hoàn thành cách nay khoảng 6,4 tỷ năm	
9	- Hình thành lớp vỏ ngoài của nhân TĐ: Chủ yếu là Mg và Ca gọi là lớp Manti.	- Hoàn thành cách nay khoảng 4,8 tỷ năm	
10	- Hình thành vỏ các đại dương	- Hoàn thành cách nay 3,2 tỷ năm	CẤP VẬN ĐỘNG
11	- Mầm sống đầu tiên ra đời (côaxecva) trong thời kỳ hình thành vỏ đại dương, cấp vận động sinh học ra đời.	- Cách nay khoảng 3,8 tỷ năm (Sau BB 10 tỷ năm)	
12	- Hình thành vỏ lục địa Nguyên Thuỷ - Thế giới hữu sinh phát triển phong phú	- Cách nay khoảng 1,6 tỷ năm	

	bằng hai dòng động vật và thực vật.		**SINH**
13	- Hình thành các đai uốn nếp của hành tinh, kết thúc 15 triệu năm về trước.		**HỌC**
14	- Cấu trúc TĐ đi vào giai đoạn ổn định hơn, bắt đầu từ 15 triệu năm trước và kéo dài 1,6 tỷ năm. Là giai đoạn kiến tạo mà loài người đang sống và phát triển.	- Đang vận động đi vào ổn định cân bằng lâu dài, thiên tai giảm dần.	
15	- Con người xuất hiện với hoạt động tâm lý-ý thức cấp cao ngày càng phát triển, nhờ quá trình tương thành với nhiều nguyên tố hoá học, lao động, ngôn ngữ và vận động xã hội.	- Cách nay khoảng hơn 1,8 triệu năm (có sách ghi 5 đến 7 triệu năm)	**CVĐ Ý THỨC-TÂM LÝ**
16	- Hình thành xã hội loài người bắt đầu từ thời kỳ mông muội, sống bầy đàn. - Quy luật tương thành làm dân số phát triển.	- Cách nay từ 1,8 triệu năm đến 4 vạn năm -Đến năm 2000 gần 7 tỷ người (1801:1 tỷ)	
17	- Chế độ công xã nguyên thuỷ (thị tộc - bộ lạc) hình thành người hiện đại, khôn ngoan (Homo sapiens)	- Cách nay từ 4 vạn năm đến 6000 năm	
18	- Chế độ chiếm hữu nô lệ ra đời ở lưu vực sông Nil (Ai cập).	- Khoảng 2000 năm TrCN.	
19	- Chế độ phong kiến nhà Chu ra đời ở Trung Quốc.	- Khoảng 1050 năm TrCN	
20	- Đại cách mạng tư sản triệt để ở Pháp 1789, mở đầu kỷ nguyên chủ nghĩa Tư bản trên thế giới (Sau cách mạng Tư sản Hà Lan 1566) và Anh (1689) nhưng không triệt để).	- Năm 1789	
21	- Cách mạng XHCN Tháng Mười Nga, mở đầu thời đại quá độ từ CNTB lên CNXH.	- Năm 1917	
22	- Sức mạnh tương thành loại trừ chủ nghĩa Phát xít, mở ra kỷ nguyên giải phóng dân tộc và CNXH.	Năm 1945	**CÁP**
23	- Sự phát triển của chủ nghĩa nhân đạo, loại trừ dần tính đối kháng trong các xã hội áp bức, phát triển tương thành giữa con người, góp phần loại trừ chiến	- Kể từ chế độ nô lệ đến nay	**VẬN**

	tranh, thúc đẩy phát triển khoa học công nghệ, nâng cao hạnh phúc con người.		ĐỘNG
24	- Sự phát triển của khoa học công nghệ, phát triển tương thành giữa con người (là tự nhiên có ý thức) với giới tự nhiên, thúc đẩy phát triển chủ nghĩa nhân đạo và nâng cao đời sống con người	- Kể từ khi con người chế tạo được công cụ sản xuất.	XÃ HỘI
25	- Liên hợp quốc, WTO, các tổ chức quốc tế và khu vực ngày càng phát triển, phủ kín hành tinh. Tính tương thành trong các tổ chức ngày càng cao.	- Thế kỷ XX-XXI.	TIẾN TỚI
26	- Chiến tranh thế giới thứ 3, chiến tranh hạt nhân bị đẩy lùi và có khả năng loại trừ, chiến tranh cục bộ bị kiềm chế.	-Thế kỷ XX-XXI.	CÂN
27	- Xu hướng tiến tới thống nhất ý thức hệ hợp quy luật và một nhà nước toàn cầu.	- Tiên đoán theo quy luật phát triển tương thành và kinh nghiệm lịch sử thế kỷ XX-XXI.	BẰNG VÀ
28	- Xã hội XHCN toàn cầu. Không còn áp bức bóc lột, nền kinh tế trí thức, đồng sở hữu, đời sống con người được nâng cao vượt bậc. Hoà bình bền vững.	- Xã hội là một vật thể vũ trụ, vận động cân bằng, ổn định lâu dài.	CƯỜNG
29	-Văn minh nhân đạo ở giai đoạn hoàn thiện, con người có hạnh phúc trọn vẹn, phát triển toàn diện và tự do.	(Khoảng giữa thế kỷ XXII về sau chăng?!)	THỊNH
30	- Xã hội loài người suy biến theo Hệ Mặt trời. Do điều kiện vận hành biến động dữ dội, quy luật phát triển tương thành chấm dứt nhiệm vụ vinh quang của mình trên Hòn Ngọc Xanh của Loài Người!	-Theo dự báo khoa học, khoảng 5 tỷ năm nữa, do hết hydro, Mặt Trời sẽ bước vào giai đoạn suy thoái.	

II.3.17- *S*ơ đồ tiến hóa của xã hội loài người từ sau Vụ nổ lớn.

1- Sơ đồ mô tả khái quát quá trình vận động và phát triển của thế giới hiện thực từ Vụ nổ lớn đến trạng thái vận động cân bằng của xã hội loài người. Sơ đồ biểu hiện quá trình tiến hóa tự nhiên, sự thống nhất giữa tự nhiên, con người và xã hội loài người. Tính thống nhất đó, bên cạnh tính vật chất, còn được mô tả bằng tính thống nhất của quy luật vận động cơ bản, xuyên suốt quá trình vận động và phát triển của thế giới hiện thực.

Thế giới thống nhất vận động và phát triển bằng ba quy luật phổ quát nhất đã được mô tả trong triết học DVBC, và cũng là ba quy luật phổ quát của triết học AD. Ba quy luật đó, đối với triết học DVBC, được diễn đạt ngắn gọn bằng ba phạm trù: phạm trù đối lập; phạm trù lượng chất; phạm trù phủ định. Đối với triết học AD, đó là các phạm trù tương ứng: phạm trù âm dương đối lập; phạm trù AD đồng thịnh-đồng suy; phạm trù AD chuyển hóa.

Có một quy luật phổ quát, mà tầm trọng đại không thua kém ba quy luật cơ bản, đó là "quy luật điểm dừng tạm thời", hoặc diễn đạt theo triết học AD, là "quy luật cân bằng AD". Quy luật cân bằng AD được người xưa đặt vào tâm điểm của học thuyết AD. Bởi nhờ có quy luật này, Vũ trụ hùng vĩ, mà con người tốn bao nhiêu trí tuệ, sức lực và thời gian để khám phá và mô tả, mới được sinh ra. Điều có ý nghĩa hơn nữa, cũng nhờ đó mà Hệ mặt trời cùng cái nôi của loài người cũng được sáng tạo, làm tiền đề để con người được hiện diện kiêu hãnh trên thế gian này. Có danh nhân đã từng đánh giá rằng, con người còn vĩ đại hơn vũ trụ. Bởi, nếu không có con người, với thuộc tính không ngừng khám phá sáng tạo, thì chẳng ai biết được Vũ trụ mênh mông, xinh đẹp và kỳ lạ đến mức độ nào. Được tôn vinh như vậy, con người phải biết ơn quy luật cân bằng AD. Các bậc Thánh triết ngày xưa đã nhiều lần nhấn mạnh:

"Âm Dương giao hòa mới sinh vạn vật, không hòa không sinh vạn vật!".

AD "Giao hòa" là AD tương tác, vận động tới trạng thái cân bằng.

- Là trạng thái cần thiết để sự vật ra đời xứng đáng với tên gọi của nó.

- Là trạng thái cần thiết để con người được sinh ra.

- Là trạng thái cần thiết để con người quan sát và khám phá hiện thực.

- Là trạng thái cần thiết để con người nhận thức về con đường phát triển hạnh phúc của mình nói riêng, và của xã hội loài người, nói chung.

Trí tuệ Phương Đông đã nhận thức trạng thái "điểm dừng", cân bằng AD, cách nay hơn 3000 năm, khi Văn Vương vận dụng để xây dựng tư tưởng chính trị bằng nguyên lý Trung-Chính, được biểu hiện trong kỳ thư Kinh Dịch và phương thức kinh tế Tỉnh điền.

Trạng thái AD giao hòa vận động bằng ba thuộc tính cơ bản của phạm trù đối lập. Đó là thuộc tính thống nhất, thuộc tính đồng nhất, thuộc tính tương phản cân bằng; tương phản đối kháng bị ba thuộc tính trên làm cho suy yếu, đến mức không còn khả năng ảnh hưởng tới quy luật vận động cơ bản của sự vật và dần dần "hòa tan" vào sự vật.

Nguyên lý Âm Dương giao hòa càng có ý nghĩa nóng hổi đối với thế giới hiện đại, khi nhân loại còn nhiều bâng khuâng đối với con đường tương lai của mình.

SƠ ĐỒ TIẾN HÓA CỦA XÃ HỘI LOÀI NGƯỜI

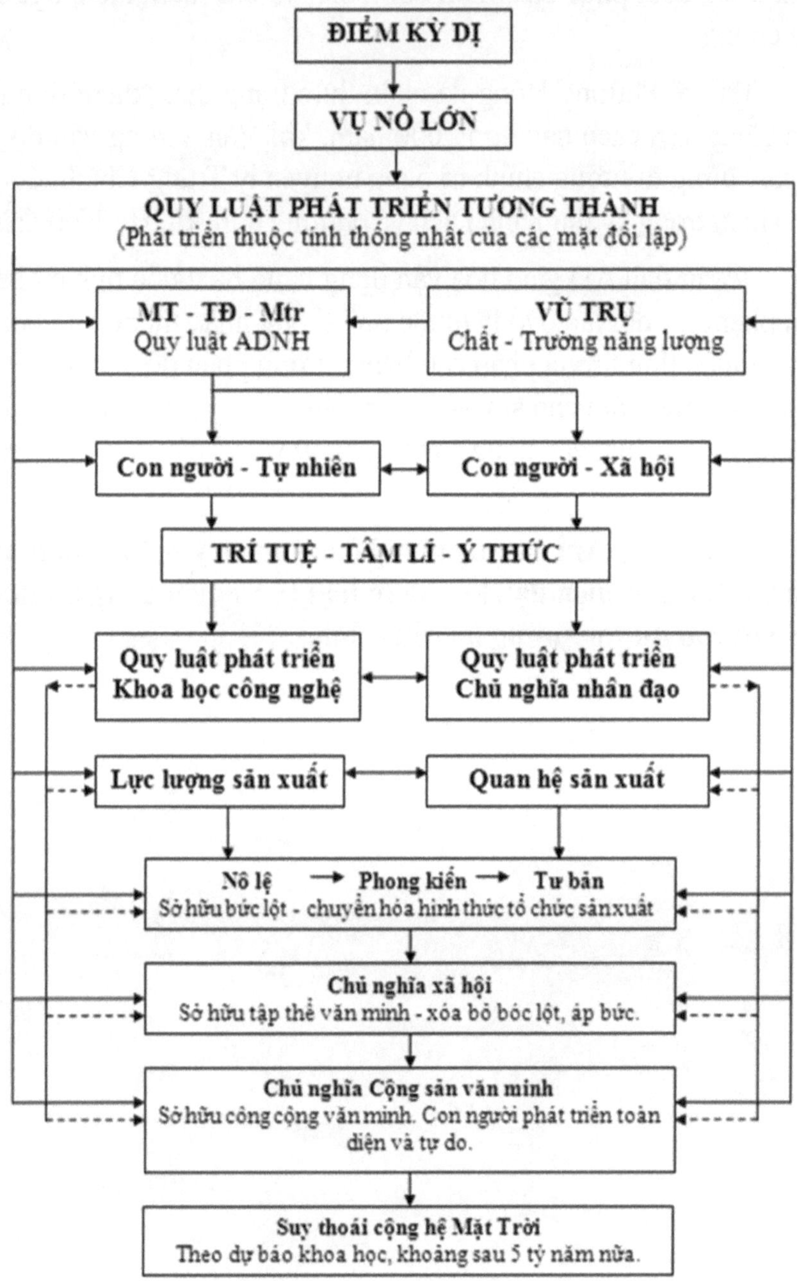

Sự vật mới muốn ra đời và tồn tại lâu dài, phải đưa sự vật đó đến trạng thái cân bằng AD. Theo quy luật "thành-thịnh" đang vận hành, xã hội loài người đang vận động cấu trúc thành một tổ chức toàn cầu, thành một "sự vật mới", vận động trong trạng thái cân bằng. Muốn vậy, các thuộc tính: thống nhất, đồng nhất, tương phản cân bằng, phải ngày càng phát triển.Tương phản đối kháng ngày càng suy tàn và chuyển dần sang tương phản cân bằng. Theo quy luật, hiện thực thế giới đang vận động đúng như vậy. "Sự vật mới ASEAN" muốn ra đời, trở thành cộng đồng ASEAN vào năm 2015, phải tăng cường được tính thống nhất, tính đồng nhất trong mọi lĩnh vực hoạt động cơ bản. Phải "làm phẳng "được trình độ kinh tế giữa các quốc gia, phải đặc biệt tin cậy lẫn nhau trong lĩnh vực an ninh, quốc phòng; phối hợp toàn diện mọi lĩnh vực của đời sống xã hội. Khi xẩy ra mâu thuẫn, giải quyết bằng tương phản cân bằng, tức đàm phán hòa bình trên bàn hội nghị, không để xẩy ra tương phản đối kháng. Tổ chức Liên minh Châu Âu cũng ra đời theo phương thức đó. Những tổ chức như vậy hoạt động theo nguyên lý "thành-thịnh" mới trở thành tổ chức cấu trúc chặt chẽ, có hiệu quả và tồn tại lâu dài.

Người ta băn khoăn, có thể do ý thức hệ khác nhau mà sự tin cậy lẫn nhau có chỗ ngập ngừng chăng? Điều đó chẳng có gì dáng bận tâm. Cơ thể con người cấu trúc bằng nhiều tạng phủ khác nhau, các tạng phủ đều có tính đồng nhất về ADN, tuân theo quy luật vận hành chung của toàn cơ thể, đảm bảo sự cân bằng AD, đảm bảo sự chỉ huy thống nhất của đại não. Song mỗi tạng phủ đều có quy luật vận động riêng, đặc trưng. Có như vậy toàn cơ thể mới vận động hài hòa, cân bằng và hoàn thành được các nhiệm vụ sáng tạo. Như đã chứng minh, thực hiện ý thức hệ là việc riêng của mỗi dân tộc, không thể áp đặt, không thể can thiệp từ bên ngoài, không thể "xuất khẩu".Trường hợp tương tự như, trái tim không thể can thiệp vào sự vận hành của gan hay thận. chỉ có sự phối hợp lẫn nhau, đảm bảo trạng thái cân bằng của toàn cơ thể, tuân theo sự chỉ huy chung của trung ương đại não.

Ý thức hệ là thành quả tương tác của các quy luật phổ quát của thế giới hiện thực và quy luật tâm lý đặc trưng cho mỗi dân tộc. Không thể dùng chủ nghĩa can thiệp để đảo ngược quy luật tâm lý và các quy luật khách quan. Lịch sử đã chứng minh, những sự can thiệp như vậy thường xẩy ra ở trình độ nhân đạo còn thấp và trí tuệ còn non kém, đã gây ra bao đau thương cho con người. Ngày nay, ở thế kỷ XXI này, khi cặp phạm trù CN-NĐ-KHCN đã có bước phát triển vượt bậc, khi nhân loại toàn Hành tinh đang cố kết ngày càng chặt chẽ qua các mầm hội tụ là các tổ chức khu vực và quốc tế, mọi sự can thiệp vào việc riêng của dân tộc khác, đều mang lại thảm họa cho con người và dẫn đến thất bại. Mặt khác, quy luật phát triển tương thành sẽ dẫn dắt nhân loại tới sự thống nhất ý thức hệ hợp quy luật trong tương lai không xa. Thực tiễn hiện đại đang đi theo con đường đó. Chỉ cần các quốc gia trong tổ chức có các phương thức xây dựng lòng tin, nhận thức được tính quy luật, tăng cường tính thống nhất, tính đồng nhất, giải quyết mâu thuẫn bằng nguyên lý tương phản cân bằng, mềm mại, khéo léo, không vụ lợi, đặt sự nghiệp chung của tổ chức lên trên hết, tránh đối kháng, thì mọi sự sẽ bình an.

Các nhà triết học thời Mác cho rằng, "Lịch sử Xã hội Loài Người" chưa mở trang bình minh khi còn tồn tại hiện tượng người bóc lột, áp bức người. Mác đã chia sẻ quan niệm đó của họ và gọi ba chế độ quá độ của "Xã hội Loài Người", tức ba chế độ: Nô lệ, Phong kiến, Tư bản là các chế độ tiền sử. Theo quan niệm đó, "vật thể" Xã hội Loài Người chỉ chính thức ra đời, xứng đáng với tên gọi vinh quang của khái niệm đó, khi xã hội loài người vận động đến trạng thái cân bằng AD, mọi quan hệ giữa con người hoàn toàn hài hòa, bình đẳng và nhân ái. Quy luật phát triển tương thành đang dẫn dắt xã hội loài người đến hình thái tất yếu đó, hình thái về "điểm dừng" của lịch sử nhân loại.

Từ căn cứ khoa học, hiện thực và thực tiễn phổ biến, lôgic tư duy ắt đi tới nhận thức rằng:

Quy luật cân bằng Âm Dương là một trong những quy luật phổ quát nhất của thế giới hiện thực.

2- Hiện thực và thực tiễn vận động theo hàng ngàn quy luật khác nhau, liên hệ và tương tác với nhau. Những quy luật mới lại được sinh ra từ những tương tác đó. Như đã trình bày, quy luật cân bằng AD được sản sinh ra nhờ hiệu ứng nhân quả của quy luật phát triển tương thành vận động trong các phạm trù đối lập. Phạm trù đối lập chiếm lĩnh toàn bộ thực tại. Vì vậy, quy luật phát triển tương thành cũng chiếm lĩnh toàn bộ thực tại.

Quy luật phát triển tương thành vận động ngay sau vụ nổ lớn, có nhiệm vụ liên kết các cấu trúc nhỏ thành cấu trúc lớn, cho đến lúc các điều kiện để liên kết không còn nữa. Các cấu trúc này trở thành các cặp đối lập AD chưa đạt trạng thái cân bằng, vì còn tồn tại đối kháng. Quy luật phát triển tương thành dẫn dắt cặp AD này tăng cường tính thống nhất, tính đồng nhất, xây dựng hệ thống tương phản cân bằng, tạo sức mạnh loại trừ đối kháng, đưa cặp AD đến trạng thái cân bằng. Sơ đồ đã mô tả quy luật phát triển tương thành vận động trong toàn bộ thế giới hiện thực, kể từ sau vụ nổ lớn. Quy luật PTTT đã liên kết chất-trường, sáng tạo ra hàng tỷ vì sao, trong đó có Hệ Mặt trời. Quy luật vận động của Hệ Mặt trời-Trái đất-Mặt trăng sản sinh ra quy luật năng lượng Âm Dương Ngũ Hành vận động trên Hòn Ngọc Xanh, cái nôi của loài người. Đến lượt, quy luật ADNH phối hợp với quy luật phát triển tương thành và quy luật vận động của các nguyên tố hóa học, khai sinh ra mầm sống, rồi dẫn dắt mầm sống tiến hóa tới xã hội loài người, Như vậy, từ căn cứ khoa học, hiện thực và thực tiễn phổ biến, có thể nhận thức rằng:

Quy luật phát triển tương thành là một trong những quy luật phổ quát nhất của thế giới hiện thực.

3- Nhờ các quy luật phát triển tương thành, cân bằng AD, quy luật năng lượng ADNH, và các quy luật tự nhiên khác, con người và xã hội loài người được sinh ra trên Trái đất, đứa con cưng của Vũ trụ được ưu ái những yếu tố thuận lợi cho sự sống ra đời và phát triển.

Để sinh tồn và tiến hóa, con người cùng lúc vận động trong hai cặp phạm trù "con người-tự nhiên" và "con người-xã hội". Với khát vọng, đồng thời là quy luật tâm lý cơ bản, con người luôn luôn mong muốn có đời sống vật chất ngày càng đầy đủ hơn và đẹp đẽ văn minh hơn. Để hiện thực hóa khát vọng đó, con người luôn luôn tìm tòi tòi sáng tạo trong mọi lĩnh vực hoạt động của mình.

Tâm lý không ngừng sáng tạo, trở thành quy luật vận động tâm lý cơ bản của con người, đã sản sinh ra quy luật phát triển Khoa học-Công nghệ (KHCN), *vận động trong phạm trù "con người-tự nhiên"*.

Song song với khát vọng về đời sống vật chất là khát vọng về đời sống tinh thần. Xuất phát từ quy luật cân bằng AD trong cấu trúc tâm sinh lý đại não, con người chỉ cảm nhận được hạnh phúc, khi vận động tâm sinh lý đại não luôn luôn ở trạng thái cân bằng AD. Trạng thái cân bằng AD như vậy chỉ có được trong quan hệ bình đẳng, tương thành giữa con người trong mọi mặt, mọi quan hệ của đời sống xã hội, đặc biệt là sự bình đẳng về lợi ích, về sở hữu cá nhân đối với thành quả lao động chân chính của mình.

Do đó, tâm lý tương thành và bình đẳng trở thành quy luật vận động tâm lý cơ bản của con người, đã sản sinh ra quy luật phát triển Chủ nghĩa nhân đạo (CNNĐ), vận động trong phạm trù "con người-xã hội".

Quy luật vận động tâm lý là sản phẩm tương tác trực tiếp giữa quy luật vận động của thế giới hiện thực và quy luật vận động sinh lý đại não. Đó là thành quả tương giao, tương thành của nhiều quy luật khác nhau, trong đó, các quy luật phổ quát nhất của thế giới hiện thực quy định khuynh hướng vận động của quy luật phát triển tâm lý. Đến lượt mình, quy luật vận động tâm lý tham gia vào quá trình vận động của thế giới hiện thực, đặc biệt là quá trình vận động xã hội.

Đều vận động bằng con người, quy luật phát triển chủ nghĩa nhân đạo và quy luật phát triển khoa học, công nghệ có mối liên hệ với nhau rất chặt chẽ, trở thành cặp phạm trù AD vận động theo quy luật phát triển tương thành.

Vận động xã hội là vận động của con người, dưới sự điều khiển của tâm lý tinh thần con người. Do đó, khi nghiên cứu quy luật vận động xã hội không thể bỏ qua quy luật vận động tâm lý cơ bản của con người, nếu không muốn gặp sai lầm trong việc khám phá quy luật phát triển xã hội.

Vận động của quy luật phát triển KHCN làm cho lực lượng sản xuất phát triển không ngừng, tạo ra các nấc thang nhảy vọt về văn minh KHCN. Trong sản xuất, các nấc thang đó phát triển từ văn minh nông nghiệp, các cuộc cách mạng công nghiệp, cách mạng thông tin, cách mạng công nghệ cao,..., làm tiền đề cho nền kinh tế trí thức ra đời.

Mỗi hình thái phát triển KHCN đòi hỏi một hình thức tổ chức sản xuất tương ứng, phù hợp. Các chế độ Nô lệ, Phong kiến, Tư bản, lần lượt phải thay thế nhau, thông qua các cuộc cách mạng, là vì các chế độ đó đã duy trì hình thức tổ chức sản xuất lạc hậu, không theo kịp trình độ phát triển KHCN, kìm hãm tâm lý sáng tạo, kìm hãm quy luật phát triển KHCN. Trong ba chế độ đó, quan hệ sở hữu bóc lột không hề thay đổi. Ba quyền lực trong phạm trù quan hệ sản xuất vẫn thuộc chủ sở hữu thiểu số. Hình thái bóc lột vẫn tồn tại. Các cuộc cách mạng chuyển hóa chỉ là cách mạng nửa vời. Vì vậy, Mác gọi ba chế độ đó là ba chế độ tiền sử. Như vậy, quy luật phát triển KHCN là một trong những động lực cơ bản để xóa bỏ các chế độ lạc hậu, là một trong những tiên đề cơ bản cho sự phát triển xã hội.

Quy luật phát triển KHCN vận động song song với quy luật phát triển trí tuệ. Hai quy luật đó là hiệu ứng nhân quả của nhau, thúc đẩy nhau cùng phát triển.Trí tuệ phát triển, KHCN phát triển, sản xuất phát triển, làm cho mối quan hệ xã hội càng trở nên đa dạng, phong phú và sâu sắc. Từ đó, tâm lý tinh thần con người cũng ngày càng phát triển, muôn sắc, muôn màu. *Quy luật tâm lý tương thành, bình đẳng,* dẫn dắt sự phát triển tâm lý theo khuynh hướng phát triển Chủ nghĩa nhân đạo. Do đó, các cuộc cách mạng thời tiền sử đều được khởi động trước tiên bằng các cuộc cách mạng tư tưởng, theo tinh thần chủ nghĩa nhân đạo, đòi hỏi phải xóa bỏ áp bức bóc lột. Những chủ bóc lột mới đã nắm lấy ngọn cờ nhân đạo đó để lừa bịp quần chúng, lợi dụng lực lượng hùng hậu của họ, lật đổ chế độ cũ. Khi đã ngồi vững trên ngai vàng, họ quay lại đền ơn, đáp nghĩa công lao trời biển của những người đã khiêng họ đặt lên ngai vàng, bằng dùi cui và những bát cơm hẩm. Hiện thực đó, tuy có chỗ đau buồn, nhưng đã chứng minh rõ ràng rằng, Chủ nghĩa nhân đạo là ngòi nổ của mọi cuộc cách mạng, và tâm lý tương thành, bình đẳng của con người, mang tính quy luật, chi phối quy luật vận động xã hội.

Như vậy, các chuyển hóa xã hội ở thời kỳ tiền sử, chủ yếu là chuyển hóa hình thức tổ chức sản xuất cho phù hợp với quy luật phát triển KHCN. Đó là những bước nhảy vọt nhỏ, chuẩn bị tiền đề cho bước nhảy vọt lớn hơn, cơ bản hơn.

Đến giữa thế kỷ XIX, sự phát triển khoa học và công nghệ đã có bước nhảy vọt, làm tiền đề thai nghén nền kinh tế tri thức, làm căn cứ khoa học và thực tiễn để hoàn thiện học thuyết Duy vật biện chứng. Chủ nghĩa nhân đạo cũng đạt được bước nhảy vọt ngoạn mục, khi chủ nghĩa xã hội khoa học, do Mác và Ăngghen sáng tạo, chứng minh tính tất yếu phải xóa bỏ chế độ tư hữu tư sản, đồng thời tìm được phương thức thực tiễn để giải phóng loài người khỏi xiềng xích áp bức,bóc lột và tha hóa. Đó là tư tưởng cách mạng triệt để, không chỉ chuyển hóa hình thức tổ chức sản xuất, như ba chế độ tiền sử, mà còn chuyển hỏa bản chất của sở hữu; từ sở hữu bóc lột của một số ít chủ tư bản, chuyển sang sở hữu cá nhân chân chính của đa số nhân dân lao động.

Chủ nghĩa nhân đạo lý luận, đã được thiên tài Lênin thực tiễn hóa bằng cuộc cách mạng Tháng Mười Nga vĩ đại, cắm một mốc son chói lọi trên con đường phát triển chủ nghĩa nhân đạo. Tuy gặp sai lầm về mô hình CNXH hiện thực, tư tưởng CNNĐ của cách mạng Tháng Mười vẫn tiếp tục đâm chồi nẩy lộc, với sức mạnh của quy luật khách quan, không thể đảo ngược.

Từ căn cứ khoa học, hiện thực và thực tiễn phổ biến trình bày trên đây, ắt dẫn tới lôgic tư duy rằng: Xã hội loài người đã và đang vận động song song bằng hai quy luật cơ bản, đặc trưng, liên hệ mật thiết với nhau:

- Quy luật phát triển khoa học-công nghệ.

- Quy luật phát triển chủ nghĩa nhân đạo.

Hai quy luật đó là thành quả vận động tổng hợp của các quy luật phổ quát của thế giới hiện thực, đặc biệt là quy luật phát triển tương thành, quy luật cân bằng AD, có sự phối hợp chặt chẽ của các quy luật tâm lý cơ bản của con người.

Vận động của hai quy luật cơ bản tương giao, tương thành, sản sinh ra nhiều quy luật thứ cấp đa dạng và phong phú. Quy luật vận động của hình thái kinh tế-xã hội, là đứa con đầu lòng của cặp hôn nhân hạnh phúc đó. Trong đó, lực lượng sản xuất phản ánh nhiều hơn cái "gen" của KHCN, quan hệ sản xuất phản ánh nhiều hơn cái "gen"của chủ nghĩa nhân đạo.

Vận động và phát triển của hình thái kinh-xã hội dẫn đến sự hình thành và chuyển hóa ba chế độ tiền sử: Nô lệ, Phong kiến, Tư bản. Tạm thời không bàn đến chế độ Công xã nguyên thủy, đứa con sơ sinh của xã hội loài người, chưa phản ánh đáng kể các quy luật vận động cơ bản của xã hội.

Quy luật phát triển KHCN thúc đẩy lực lượng sản xuất phát triển, là căn nguyên cơ bản làm chuyển hóa ba chế độ tiền sử. Sự chuyển hóa hình thái kinh tế-xã hội ở ba chế độ tiền sử chủ yếu là chuyển hóa các hình thức tổ chức sản xuất, sao cho phù hợp với trình độ phát triển KHCN, còn bản chất quan hệ sản xuất chưa thay đổi. Ba quyền lực trong quan hệ sản xuất vẫn thuộc chủ sở hữu tư liệu sản xuất. Đó là những bước nhảy vọt nhỏ để chuẩn bị cho bước nhảy vọt lớn hơn, cơ bản hơn.

Song song với quy luật phát triển KHCN, quy luật phát triển CNNĐ trong ba chế độ tiền sử cũng vận động tiệm tiến, tương đối đồng bộ. Tuy sở hữu bóc lột chưa thay đổi, nhưng quan hệ giữa con người vẫn tiến hóa. Tình trạng dã man giảm dần. Phong trào chống áp bức bóc lột ngày càng phát triển trong giới trí thức tiến bộ và quần chúng lao động. Ý thức dân chủ và nhân quyền ngày càng mạnh mẽ. Từ hiện thực đó, đòi hỏi nhà nước bóc lột phải luật pháp hóa các hành vi quyền lực theo khuynh hướng phát triển CNNĐ. Trên bình diện quốc tế, các tổ chức nhân đạo chăm lo giải quyết những vấn đề bức xúc của nhân loại, ngày càng phăt triển. Liên hợp quốc, với Hiến chương hành động phù hợp với CNNĐ, ngày càng có vai trò lớn trong việc giải quyết các nhiệm vụ nhân đạo toàn cầu, đang trở thành mầm ươm cho một nhà nước nhân đạo toàn Hành tinh trong tương lai không xa. Các tổ chức Quốc tế và khu vực dường như đã phủ kín Trái đất, vận động theo quy luật phát triển tương thành, cố kết toàn nhân loại trong Hòn Ngọc Xanh, tạo ra những yếu tố thuận lợi để chủ nghĩa nhân đạo phát triển.

Lịch sử là dòng sông liên tục cuồn cuộn chảy. Đầu thế kỷ XXI, dòng sông vẫn còn những đợt dậy sóng, do sự vùng vẫy của những tàn dư phản nhân đạo trong quá khứ. Với sự phát triển mạnh mẽ của cặp phạm trù "chủ nghĩa nhân đạo-khoa học công nghệ", những tàn dư đó sẽ sớm được san phẳng trong thế kỷ này. Chắc rằng, nửa cuối thế kỷ XXI, dòng sông Lịch sử sẽ trong xanh và êm đềm hơn, thế giới sẽ yên bình hơn rất nhiều.

4- Như phần trên đã trình bày, vào giữa thế kỷ XIX, Chủ nghĩa nhân đạo lý luận đã có bước phát triển nhảy vọt, khi học thuyết Mác ra đời, chứng minh tính tất yếu của việc xóa bỏ xiềng xích bóc lột và con đẻ của nó là tình trạng người áp bức người. Học thuyết Mác đã chiến thắng các lực lượng đối kháng tư tưởng không phù hợp với quy luật vận động của thế giới hiện thực và tìm ra phương thức thực tiễn dẫn dắt nhân loại tiến về tương lai.

Chủ nghĩa nhân đạo lý luận đã được thực tiễn hóa qua những đợt tập dượt vĩ đại: Công xã Pari anh hùng, cách mạng Tháng Mười Nga vĩ đại và công cuộc xây dựng CNXH ở Liên xô. Từ những thắng lợi và thất bại của các đợt diễn tập đó, càng chứng minh tính chân lý trường tồn của học thuyết Mác, và tìm thấy những bài học kinh nghiệm quý báu về lý luận và thực tiễn để giành thắng lợi.

Thất bại của các đợt tập dượt là do đi lạc đường lý luận của học thuyết Mác, đặc biệt là sự lạc hướng tư tưởng sở hữu của Mác và Ăngghen, được trình bày trong tác phẩm *Hệ tư tưởng Đức* và sau đó được Mác nhấn mạnh lại trong bộ *Tư bản tập I*. Nguyên nhân khách quan là tác phẩm Hệ tư tưởng Đức, do Mác và Ăngghen cùng viết chung vào năm 1846, đã không được nhà nước Tư sản cho xuất bản. Mãi tới năm 1932 mới tìm thấy bản thảo để xuất bản lần đầu ở Liên xô (*Theo chú thích số 31-C.Mác, Ph.Ăngghen, tuyển tập, tập I, Nxb Sự thật Hà nội-1980-tr.813*).

Hệ tư tưởng Đức đã chỉ dẫn hình thái thực tiễn sở hữu ngay sau khi giai cấp công nhân giành được chính quyền. Tư bản luận đã nhắc lại tư tưởng đó mà không lý giải kỹ. Vì không được đọc Hệ tư tưởng Đức nên nhiều học giả không hiểu tư tưởng sở hữu của Mác được nhắc lại trong Tư bản luận. Như vậy, thực tiễn kinh tế Liên xô không được tiếp cận sự chỉ dẫn của Hệ tư tưởng Đức. Lênin đã sáng tạo ra chính sách Kinh tế mới (NEP). Sau hai năm thực hiện, NEP đã đạt được những thành quả lạc quan, nhưng sau đó đã bị bỏ qua và thay thế bằng mô hình sở hữu công cộng. Hình thái sở hữu công cộng, thực hiện ngay sau khi giai cấp công nhân giành được chính quyền, đốt cháy hình thái sở hữu tập thể văn minh, giai đoạn sở hữu XHCN, biểu hiện tư tưởng nóng vội, duy ý chí, tất yếu dẫn đến thất bại. Chính sách khoán hộ trong nông nghiệp ở Việt nam và Trunh quốc thể hiện đúng tư tưởng kinh tế tiểu nông trong Hệ tư tưởng Đức, đã mang lại những thành quả ngoạn mục. Vấn đề sẽ được lý giải cụ thể hơn trong chương bảy: Hình thái vận động sở hữu XHCN.

"Hình thái vận động sở hữu XHCN", trình bày nguyên lý *"Đồng sở hữu"*, là hình thức Sở *hữu tập thể văn minh,* hình thức sở hữu thích ứng với thời kỳ CNXH. Nguyên lý xóa bỏ bóc lột của mô hình kinh tế Đồng sở hữu là cái khác căn bản với mô hình Công ty cổ phần TBCN, còn tồn tại bóc lột. Mô hình Sở hữu tập thể văn minh là bước tiến hóa nhảy vọt của hình thái vận động sở hữu, từ sở hữu cá nhân bóc lột lên sở hữu cá nhân chân chính không bóc lột. Đó là bước nhảy vọt tự nhiên của hình thái vận động sở hữu của xã hội loài người.

Qúa trình vận hành mô hình Đồng sở hữu, tâm lý sở hữu tập thể, tinh thần làm chủ tập thể XHCN đích thực, được hình thành và ngày càng củng cố vững chắc, tâm lý sở hữu cá nhân dần dần tự tiêu vong, mở đường cho sự chuyển hóa lên tâm lý sở hữu công cộng văn minh. Hình thái thực tiễn của tâm lý đó là hình thái *Sở hữu công cộng văn minh.* Đó là bước nhảy vọt tự nhiên cuối cùng của hình thái sở hữu của xã hội loài người. Sở hữu công cộng văn minh tương thích với nền kinh tế không sản xuất hàng hóa, vì vậy không cần thị trường. Nền kinh tế trí thức công nghệ cao được kế hoạch hóa cao độ, dưới sự chỉ huy tập trung thống nhất của nhà nước toàn cầu. Một xã hội dựa trên nền tảng sở hữu công cộng văn minh được các triết gia gọi là *Xã hội cộng sản văn minh*. Như Ăngghen thường nói, Xã hội cộng sản văn minh không phải là trạng thái định sẵn, không phải là lý tưởng bắt buộc hiện thực phải khuôn theo, mà đó là phong trào hiện thực phát triển từ những tiền đề hiện có, là tiến trình lịch sử tự nhiên của nhân loại.

Sự vận động của Quy luật phát triển Chủ nghĩa nhân đạo và Quy luật phát triển khoa học công nghệ đạt được thành quả cao nhất ở thời kỳ CNXH là xóa bỏ tình trạng người bóc lột người, đưa cuộc sống con người lên trình độ văn minh cao nhất đến thời điểm đó.

Thành quả văn minh cao nhất mà hai quy luật đó đạt được trong giai đoạn phát triển cao nhất của xã hội loài người, giai đoạn Cộng sản văn minh, là con người được phát triển toàn diện và tự do. Đó là giá trị nhân đạo và nhân quyền cao nhất của nhân loại, chỉ có thể thực hiện được trong điều kiện văn minh vật chất và tinh thần của xã hội cộng sản.

Theo dự báo của các nhà Tương lai học, được ghi lại trong sách "Almanach những nền văn minh thế giới", thì đến khoảng năm 2060, Hành tinh sẽ bước vào *Xã hội giáo dục*. Đến thời điểm đó, cuộc sống nhân loại toàn hành tinh được nâng cao đáng kể. Nền kinh tế thế giới phổ biến là nền kinh tế tri thức công nghệ cao. Để vận hành nền sản xuất công nghệ cao, đòi hỏi con người, không những giỏi về tri thức khoa học công nghệ, mà còn đòi hỏi sự thoải mái về tinh thần, không bị mất tập trung tư tưởng trong quá trình điều khiển thiết bị, không bị stres chi phối. Để đạt được yêu cầu đó, nền giáo dục xã hội không chỉ tập trung vào việc đào tạo tri thức và tay nghề về khoa học công nghệ, mà còn phải giáo dục tinh thần hòa hợp tập thể, giúp đỡ lẫn nhau, ứng xử mềm mỏng, tránh xung đột, tức là tăng cường giáo dục chủ nghĩa nhân đạo. Người chủ xí nghiệp cũng phải thực hành điều đó, đặc biệt là sự bình đẳng và công bằng trong phân phối thành quả lao động. Quan niệm của các nhà Tương lai học càng cho thấy sự gắn bó chặt chẽ giữa Chủ nghĩa nhân đạo và khoa học công nghệ; sự thúc đẩy lẫn nhau cùng phát triển của hai quy luật đó; và quan hệ giao hòa, bình đẳng, tương thành giữa con người mang tính tất yếu lịch sử. Nếu như năm 2060, nhân loại bước vào xã hội giáo dục thì có thể củng cố niềm tin về một xã hội không bóc lột vào cuối thế kỷ XXI này.

Sơ đồ tiến hóa của xã hội loài người được cấu trúc trên cơ sở những quy luật phổ quát nhất của thế giới hiện thực, đã được thực tiễn phổ biến kiểm chứng khắt khe và công bằng qua hàng ngàn năm. Hình thái Chủ nghĩa cộng sản là dự báo trên cơ sở các quy luật và những tiền đề đang được chuẩn bị trong lòng CNXH. Đó là giai đoạn vận động và phát triển của xã hội loài người đạt trạng thái cân bằng âm dương, là *"Điểm dừng của lịch sử"*!

** Từ sau BB, thế giới vận động theo quy luật phát triển tương thành. Trong các vật thể Vũ trụ, tính thống nhất và tính đồng nhất ngày càng được tăng cường, các hệ thống tương phản cân bằng ngày càng hoàn thiện, tương phản đối kháng ngày càng suy giảm, dẫn dắt sự vật tới trạng thái cân bằng AD. Đó là điều kiện để hình thành Vũ trụ như ngày nay. Đám tinh vân nguyên thuỷ để hình thành Hệ mặt trời, có thể là sản phẩm của một vụ nổ Siêu tân tinh nào đó, xẩy ra sau BB khoảng 7 tỷ năm, mang đến cho hệ mặt trời các kim loại nặng, cấu tạo nên ruột trái đất và các hành tinh.

Nhờ quy luật phát triển tương thành, Hệ mặt trời đã ra đời, cùng với Mặt trăng, ban cho Hành tinh Xanh năng lượng vận động theo quy luật ADNH, những ưu ái về thời tiết, khí hậu, nhiệt độ, để Hòn Ngọc Xanh có điều kiện thuận lợi, thai ng-hén và sinh ra sự sống, rồi nuôi dưỡng, phát triển sự sống thành Người.

Nhờ quy luật phát triển tương thành, và hai đứa con song sinh, là quy luật phát triển khoa học công nghệ và quy luật phát triển chủ nghĩa nhân đạo, xã hội loài người được dẫn dắt tiến hoá từ thấp đến cao. Đối kháng giữa con người với tự nhiên, giữa con người với con người ngày càng giảm bớt. Xã hội loài người đang cố kết thành một vật thể vũ trụ, đang tiến tới trạng thái cân bằng với một nền văn minh xán lạn về vật chất và tinh thần. Đó là quy luật bất dịch, không thể đảo ngược, với sức mạnh tự nhiên của quy luật phát triển tương thành. Bằng sự phát triển như vũ bão của khoa học công nghệ, sự phát triển mạnh mẽ của tinh thần nhân văn, tương lai huy hoàng của con người, không phải xa xăm hàng ngàn năm, mà đang đến gần. Thực tiễn thế giới đầu thế kỷ XXI đang gợi mở những hy vọng và niềm tin. Hiện thực cuối thế kỷ XXI và đầu thế kỷ XXII sẽ củng cố vững chắc niềm tin đó!

III.- QUY LUẬT NGŨ HÀNH - THIÊN TÀI SÁNG TẠO LOÀI NGƯỜI.

Học thuyết Âm Dương ra đời được vận dụng sáng tạo vào quẻ dịch, đã giải quyết một phần công việc của con người. Đó là dự đoán lành dữ, việc nên làm hay không nên làm, thể hiện trong 64 quẻ dịch, mô tả 64 loại hình vận động của cuộc sống.

Sau khi Văn Vương, Chu Công viết lời Kinh, việc dự đoán trở nên dễ dàng và chính xác hơn. Điều đáng trân trọng là hai ông đã đưa được triết lý nhân sinh nhân đạo vào lời dự đoán. Đó là bước phát triển tiến bộ của Dự đoán học. Vì nó phù hợp với quy luật vận động của cuộc sống con người và góp phần giáo dục nhân tính. Các nhà Dịch học đời sau đã mở rộng và làm sâu sắc hơn tư tưởng đó.

Tuy nhiên, nhu cầu cuộc sống đòi hỏi phải giải quyết nhiều việc quan trọng hơn nữa. Như việc dự báo thời tiết khí hậu để trồng trọt, việc bảo vệ sức khỏe và chữa bệnh cho con người. Đó là những việc cần ưu tiên trong tư duy của các bậc tiên triết.

Học thuyết Âm dương có tính khái quát rất cao của triết học; một mình triết học không thể giải quyết mọi việc. "Chân lý thì giản dị mà cây đời thì tươi xanh", cho nên người xưa đã gặp nhiều khó khăn. Cuối cùng họ cũng phải thở dài ngao ngán: "Một Âm, một Dương không cai quản hết mọi việc" (KD).

Học thuyết Ngũ Hành ra đời là kết quả lao tâm khổ tứ của người xưa, nhằm tìm ra một quy luật cụ thể hơn, để giải quyết được nhiều vấn đề cụ thể hơn.

Âm Dương sinh ra vạn vật, nhưng vạn vật muôn hình muôn vẻ. Ngoài việc vận động theo quy luật Âm Dương, các sự vật hiện tượng còn vận động theo quy luật riêng của mình, như Chu Hy đã nói, bông hoa có cái "lý" của bông hoa, con thỏ có cái lý của con thỏ.

Cho nên, để giải quyết những "việc" cụ thể, cần tìm thêm những quy luật riêng của "việc" cụ thể đó. Không chỉ một mình triết học mà chế tạo được cái máy tính. Ngay cả cái xe đạp đơn giản, một mình các nguyên lý triết học cũng không làm ra được; phải cần nhiều khoa học chuyên ngành, tức là những chân lý khoa học chuyên ngành.

Học thuyết Ngũ Hành tương đương với một khoa học chuyên ngành, nhưng tính phổ quát của nó cũng rất cao; tính triết học chỉ đứng sau triết học Âm Dương. Người đời sau đã ghép ba học thuyết thành một hệ thống triết học chung. Học thuyết Âm

Dương - Ngũ Hành - Thiên nhân tương ứng (ANT).

Từ khi có học thuyết Ngũ Hành, nhiều khoa học cụ thể "sát sườn" với con người đã ra đời: Y học Âm Dương Ngũ Hành (y học cổ truyền Phương Đông). Học thuyết "Ngũ vận lục khí" để dự báo thời tiết; ghép Ngũ Hành vào quẻ dịch để dự báo thời tiết bằng gieo quẻ, học thuyết Phong thủy để đánh giá tốt xấu của môi trường sống; khí công; võ thuật; Khoa học dự báo được mở rộng sang nhiều nội dung phong phú, Dự đoán học mệnh vận ra đời và phát triển. Từ 3000 năm nay, đối với một phần ba nhân loại của hành tinh sống ở Phương Đông, các khoa học này đã có những cống hiến xuất sắc, không thể phủ định. Và ngày nay đang được phát triển dưới ánh sáng của khoa học hiện đại.

Người xưa đã từng nghi ngờ tính chân lý của học thuyết Ngũ Hành, vì cách lý giải Kim - Mộc - Thủy - Hỏa - Thổ còn nhiều "ép uổng", gượng gạo; Khoa học hiện đại càng không dung dưỡng cách lý giải đó.

Một học thuyết được coi là chân lý, khi nó vượt qua thử thách khắt khe và công bằng của cuộc sống. Học thuyết Ngũ Hành đã vượt qua thử thách đó một cách "dũng cảm". Cũng như học thuyết Âm Dương và quẻ dịch, chúng ta không tìm thấy "bản luận án" khoa học của học thuyết Ngũ Hành và tác giả của nó. Cách giải thích là của người đời sau. Hiện tượng giống như trường hợp mà sách Kinh Dịch đã nói: "Kinh Dịch của Khổng Tử không phải là Kinh Dịch của Văn Vương, Kinh Dịch của Văn Vương không phải là Kinh Dịch của Phục Hy" (Phục Hy là tác giả huyền thoại của quẻ dịch).

Cách giải thích của người đời sau có nhiều mơ hồ, mâu thuẫn. Vì chưa đủ tầm trí tuệ của người sáng tạo ra quẻ dịch và học thuyết Ngũ Hành, chưa có các tri thức chuyên ngành.

Những học thuyết mô tả cùng một phạm trù hiện thực, dù ra đời bất cứ thời gian nào và ở đâu, nếu đạt được tính chân lý, đều phải trùng hợp ở những mức độ nhất định, trước hết ở cấp độ vĩ mô.

Học thuyết của người xưa chưa có điều kiện mô tả ở cấp vi mô, vì khoa học cụ thể chưa phát triển. Họ khám phá hiện thực bằng quan sát cái có sẵn và tư duy tâm linh, và chỉ khám phá được quy luật vận động của hiện thực ở cấp độ vĩ mô, có tầm khái quát cao.

Nói như thế để thấy rằng, học thuyết Ngũ Hành, với tính chân lý đã được hiện thực phổ biến kiểm chứng, có tàng chứa cái "Gen" của khoa học hiện đại, tức là có sự trùng hợp với khoa học hiện đại ở cấp độ vĩ mô, ở cùng một phạm trù hiện thực được mô tả.

Nhiệm vụ của khoa học là tìm ra những nội dung trùng hợp đó, để mở rộng phạm vi ứng dụng và hợp tác cùng nhau, giải quyết tốt hơn, lý giải dễ hiểu hơn, những câu hỏi của cuộc sống và của khoa học.

Là chân lý tương đối, học thuyết Ngũ Hành chỉ hoạt động trong giới hạn "năng khiếu" của mình, không thể đòi hỏi nó giải quyết những vấn đề ngoài "lãnh thổ quốc gia" của nó.

III.1. Hiện thực về Ngũ Hành theo thể nghiệm của người xưa

Mọi khám phá khoa học đều là sự kết hợp giữa quan sát hiện thực và tri thức hiện có. Học thuyết Âm Dương ra đời từ "ngửa xem, cúi xét, nghiệm gần nghiệm xa", sự ra đời của học thuyết Ngũ Hành không nằm ngoài quy luật đó.

Tuy nhiên, hiện thực về Âm Dương bộc lộ rõ ràng hơn, dễ nhìn thấy hơn, hiện thực về Ngũ Hành ẩn dấu sâu kín hơn, đòi hỏi tiền nhân phải vất vả hơn, mới tìm được tính quy luật của nó.

* Mục đích cần thiết đầu tiên là giải đáp được những vấn đề về khí hậu thời tiết và ngay sau đó là sức khỏe và chữa bệnh cho con người. Vì vậy đối tượng quan sát đầu tiên là khí hậu thời tiết bốn mùa.

Người xưa đã cảm nhận được rằng, trong một năm, thời tiết khí hậu có 4 đặc điểm rõ rệt. Kèm theo đó là sự phát triển của sinh vật, đặc biệt là thực vật, cũng theo bốn mùa mà có những chu trình sinh trưởng, ra hoa kết trái tương ứng. Bốn mùa luân chuyển trên trái đất, sinh vật được trái đất nuôi dưỡng. Vì vậy bốn mùa và đất là 5 yếu tố cơ bản nuôi dưỡng sự sống muôn màu.

Sách Luận Ngữ, thiên Dương Hóa, tiết 18, Khổng Tử nói: "Trời nói gì đâu! Bốn mùa vận hành, mà vạn vật sinh ra. Trời nói gì đâu!". (Thiên hà ngôn tại! Tứ thời hành yên, vạn vật dục yên. Thiên hà ngôn tai).

Theo Phùng Hữu Lan trong "Đại cương triết học sử Trung Quốc" (Sđd), thiên "Hồng phạm" trong Kinh thư cho rằng, từ Ngũ Hành đã có trong một bản văn, theo truyền thuyết, được viết từ đời nhà Hạ cách nay khoảng 4000 năm. Trong thiên "Hồng Phạm", mà khoa học hiện đại đặt vào khoảng thế kỷ III-IV tr.CN, đã giải thích về Ngũ Hành. Sau đó khái quát hóa bằng khái niệm 5 yếu tố, 5 tác nhân, 5 thể lực, 5 trạng thái vận hành của vũ trụ. Lý thuyết được triển khai đầy đủ bằng học phái "Âm Dương gia" (Tên gọi các nhà Âm Dương học của Tư Mã Thiên), gọi là "Thuyết thiên nhân tương ứng".

Theo thiên "Nguyệt lệnh" của Âm Dương gia, Thổ là hành chính của Ngũ Hành. Thổ vượng vào khoảng giữa hè và thu (tháng Mùi).

Thiên "Nguyệt lệnh" đưa ra những quy định mà Vua phải tuân theo hàng tháng (do đó mà có tên Nguyệt lệnh), vì theo thuyết "Thiên nhân tương ứng" thì "Ngũ Hành liên quan tới con người".

Tháng Giêng (mùa xuân) gió xuân thổi tan lơi lạnh, sinh vật nằm im từ mùa đông bắt đầu vùng dậy. Đó là mùa khí trời tỏa xuống, khí đất dâng lên, trời đất giao hòa mà cây cối đâm chồi nẩy lộc. Vì vậy cách cư xử của người phải hợp với đạo trời trong tháng đó. Vua sai công khanh, đại phu ban bố đạo đức, điều hòa mệnh lệnh để làm vui - phải thi ân cho dân, cấm chặt cây. Tháng đó không khởi binh trước, nếu vua làm trái ắt là tai họa xảy ra (Trang 141 - sđd).

Cũng theo sách trên, Trâu Diễn sống vào thế kỷ III tr.CN, người nước Tề cho rằng: "Khi trời đất phân thì mọi việc biến hóa theo Ngũ Hành; biến chuyển lịch sử cũng theo Ngũ Hành". Sách "Sử ký" của Tư Mã Thiên chép lại tư tưởng Trâu Diễn nói rằng, nhà Chu thuộc hành Hỏa, triều đại thay nhà Chu là hành Thủy. Vì vậy năm 221 TrCN, Tần Thủy Hoàng (246 - 210 TrCN) cho mình là kế tục nhà Chu, triều Tần thuộc hành Thủy nên tự xưng là Tần Thủy Hoàng Đế. Thi hành chính trị hà khắc tàn bạo (cho là đức của hành Thủy).

Như vậy chữ "Thủy" ở đây đã được lịch sử hiểu theo hai nghĩa: là Hoàng Đế đầu tiên (khởi thuỷ) của Trung Hoa thống nhất và là triều đại thuộc hành Thủy. Hành Thổ khắc hành Thủy, nên khi triều Hán lên ngôi, đến năm 104, Vũ Đế tuyên bố hành Thổ là đức Nhà Hán (Sđd tr 144).

Các nhà nghiên cứu chưa xác định rõ thời điểm ra đời của học thuyết Ngũ hành, nhưng qua ý kiến của các nhà Âm Dương học, thấy rằng, học thuyết Ngũ Hành đã có uy tín lớn trong xã hội, từ khoảng thế kỷ thứ III và thứ II, trCN. Học thuyết Ngũ Hành không chỉ vận dụng vào việc dự báo khí hậu, thời tiết bằng thuyết "Ngũ vận lục khí"; vận dụng vào việc chữa bệnh, dưỡng sinh, bằng học thuyết "Nội kinh", mà đã được vận dụng vào chính trị. Chính trị luận của Đổng Trọng Thư là đỉnh cao của việc vận dụng vũ trụ luận ANT vào chính trị của các triều đại phong kiến Trung Hoa.

Có lẽ, học thuyết Ngũ Hành chiếm được lòng tin, là từ kết quả chữa bệnh theo "Nội kinh", kết quả dự báo khí hậu từ "Ngũ vận lục khí", trong nhiều thế kỷ. Hai sáng tạo khoa học này ra đời từ rất sớm, có lẽ ngay sau khi nguyên lý Ngũ Hành được khám phá và ra đời gần như đồng thời. Vì đó là mục đích của việc tìm tòi quy luật Ngũ Hành. Trong Nội Kinh bàn rất kỹ về Ngũ vận lục khí, nhằm tìm sự ảnh hưởng của thời tiết khí hậu đến sức khỏe và bệnh tật con người.

Giáp cốt văn là văn tự ghi trên xương động vật, được tìm thấy từ thời Thương Ân đã ghi lời chiêm bốc: "Quý mão, hôm nay mưa từ đông đến, từ Tây đến, từ Bắc hay từ Nam đến?(Sách "Bốc từ thông soạn"). Như vậy khái niệm can chi đã có từ đời Thương Ân hoặc sớm hơn (Cách nay khoảng 4000 năm), song khái niệm can chi này có mang nội dung Ngũ Hành hay không, sẽ được bàn sau. Để khám phá quy luật Ngũ Hành, tiền nhân không chỉ "ngửa xem" mà còn "cúi xét", không chỉ "nghiệm xa" mà còn "nghiệm gần", tức là quan sát cơ thể con người, một vũ trụ nhỏ, tương ứng với vũ trụ lớn.

Trong con người, "số 5" biểu hiện rất rõ: 5 ngón tay, 5 ngón chân, 5 giác quan.

- Vị giác cảm nhận được 5 vị rõ rệt: Chua, đắng, ngọt, cay, mặn;

- Xúc giác cảm nhận được 5 trạng thái: nóng, lạnh, ấn nhẹ, đau và vị trí các cảm giác đó.

- Mắt nhìn thấy được 5 màu sắc chủ yếu: xanh, đỏ, vàng, trắng, đen. Tai nghe được 5 âm thanh cơ bản: Giốc, chủy, cung, thương, vũ.

- Miệng thực hiện 5 động tác: Nói, cười, hát, khóc, rên.

- Tình cảm thể hiện 5 cung bậc: vui (hỷ), thương cảm (bi), giận dữ (nộ), sợ hãi (khủng), lo nghĩ (tư).

- Cấu trúc sinh lý có 5 tạng cơ bản (Can, tâm, tỳ, phế, thận). 5 phủ cơ bản (Đởm, tiểu tràng, vị, đại tràng, bàng quang), 5 bộ phận tạo nên hình thể (cơ, cân, mạch, xương, da).

- Đại não là một cấu trúc đặc biệt, trong đó tiềm ẩn 5 hành để phối hợp điều khiển Ngũ Hành của tạng phủ.

- Tính cách con người cũng thể hiện Ngũ Hành rất rõ: Bộc trực, cứng rắn, mềm mỏng, nhiệt tình, tín nghĩa.

* Người xưa đặt tên cho 5 hành là Kim - Mộc - Thủy - Hỏa - Thổ. Qua kinh nghiệm thực tiễn, tiền nhân đã cảm nhận các hiện tượng Ngũ Hành như sau (xem bảng).

Từ 3000 năm trước, con người đã từng suy nghĩ, vạn vật chung quanh con người muôn hình muôn vẻ, nhưng chỉ được cấu tạo bằng một số chất cơ bản.

Ở Ấn Độ, triết học thời Thích Ca (thế kỷ VI, TrCN) đã quan niệm, có 4 nguyên tố cấu thành muôn vật là Đất - Nước - Lửa (ánh sáng) - Gió (Không khí). Thật kỳ lạ, là ở bên kia bán cầu, cũng có quan niệm như vậy.

Aristole (384 - 322 t.CN), nhà triết học Hy Lạp được đánh giá là nhà tư tưởng vĩ đại của thế giới cổ đại, cho rằng, mọi thứ đều cấu tạo bằng đất - nước - lửa - không khí, 4 nguyên tố cơ bản đó có mối liên hệ chặt chẽ với nhau và cơ thể biến hóa lẫn nhau.

Sách "Almanach những nền văn minh thế giới" ghi chép rằng "Đức Phật Thích Ca và những người kế tục chủ trương, 5 nguyên tố cơ sở là Đất - Nước - Lửa - Không khí và Không gian. Vì mọi vật đều phải tồn tại trong không gian vô tận và vĩnh cửu" (Sđd, tr.650).

"Ngũ Hành" cũng được các nhà Âm Dương học giải thích, đó là 5 yếu tố cơ bản làm nên vạn vật: Kim là kim loại, Thủy là nước, Mộc là gỗ, Hỏa là lửa, Thổ là đất, trong đó Thổ đất là quan trọng nhất, là hành trung tâm, vì mọi vật đều do thổ nuôi dưỡng. Tư tưởng

Ngũ Hành của Phương Đông vượt trội và sâu sắc hơn các tư tưởng của Ấn Độ và Châu Âu, trở thành học thuyết về những quy luật vận động và biến hóa của hiện thực. Học thuyết đã đưa ra quy luật tương sinh, tương khắc giữa các hành, gắn liền hiện tượng Ngũ Hành với hiện tượng Âm Dương.

Chúng ta không có được "bản luận án khám phá khoa học" về Ngũ Hành, và có lẽ không bao giờ biết được chính xác tác giả của nó. Những lời giải thích đều là của các nhà Âm Dương học đời sau. Họ giải thích quy luật tương sinh giữa các hành như sau:

- Kim sinh Thủy: vì Kim nóng chảy ra nước.

- Thủy sinh Mộc: Nước làm cho cây cối phát triển, sinh ra gỗ.

- Mộc sinh Hỏa: Gỗ cháy sinh ra lửa.

- Hoả sinh Thổ: Lửa đốt cháy các vật trả về cho đất.

- Thổ sinh Kim: Kim loại thường được tìm thấy trong đất.

Bảng1.2: Các hiện tượng ngũ hành theo thể nghiệm của người xưa.

STT	Nội dung	Mộc	Hỏa	Thổ	Kim	Thủy
1	- Bốn mùa	Xuân	Hạ	Tháng 3,6,9,12	Thu	Đông
2	- Khí	Phong	Thử	Thấp	Táo	Hàn
3	- Phương	Đông	Nam	Trung ương	Tây	Bắc
		Đông Nam		Đ. Bắc		
				Tây Nam		
4	- Ngũ tạng	Can	Tâm	Tỳ	Phế	Thận
5	- Phủ	Đởm	Tiểu Tràng	Vị	Đại tràng	Bàng Quang
6	- Ngũ quan	Mắt	Lưỡi	Miệng	Mũi	Tai

7	- Hình thể	Cân	Mạch	Cơ	Da	Xương
8	- Ngũ thanh	Thở ra	Cười	Hát	Khóc	Rên
9	- Vật biểu	Rồng	Chim	Người	Hổ	Rùa
10	- Thể đất	Dài	Nhọn	Vuông	Tròn	Ngoằn ngoèo
11	- Hóa sinh	Sinh	Trưởng	Hóa	Thu	Tàng
12	- Vị	Chua	Đắng	Ngọt	Cay	Mặn
13	- Màu sắc	Xanh	Đỏ	Vàng	Trắng	Đen
14	- Ngũ âm	Giốc	Chủy	Cung	Thương	Vũ
15	- Tình chí	Nộ	Hỷ	Tư	Bi	Khủng
16	- Nhu cầu	Tôn trọng	Thành tích	Sinh lý	An toàn	Giao tiếp
17	- Trong một ngày (giờ)	Sáng sớm	Trưa	Chiều	Chập tối	Đêm
18	- Chi theo Ngũ Hành	Dần Mão	Tị Ngọ	Sửu - Thìn Mùi- Tuất	Thân Dậu	Hợi
19	Trong quẻ dịch	Chấn, Tốn	Ly	Khôn, Cấn	Càn, Đoài	Khảm
20	- Âm tần	Dài, cao	Cao	Nặng trọc	Mạnh, vang	Thấp trầm
21	Nhóm sao trong 28 sao	Thanh Long	Chu tước	Câu trần, Phi xà	Bạch hổ	Huyền vũ
22	Can theo ngũ hành	Giáp Ất	Bính Đinh	Mậu Kỷ	Canh Tân	Nhâm Quý
23	Năm nguyên tố cơ bản cấu thành vạn vật	Gỗ	Lửa	Đất	Kim loại	Nước
24	Tính cách	Nhân	Lễ	Tín	Nghĩa	Hòa
25	Phong cách	Trực	Nhiệt tinh	Điềm đạm	Cứng	Mềm

- Thổ sinh kim: Đất sinh ra kim loại. Thời kỳ khoa học, kỹ thuật chưa hình thành, con người đào được đồng, sắt trong đất tạo ra thời kỳ đồ đồng "thời kỳ đồ sắt"trong lịch sử văn minh nhân loại. Đồng, sắt trở thành nguồn hạnh phúc của họ và họ cho rằng đất sinh ra các thứ đó.

Những lời giải thích như vậy vẫn sử dụng cho đến ngày nay.

Do cách giải thích đơn giản và có nhiều mâu thuẫn, nên ngay từ thời chiến quốc(thế kỷ IV, Tr CN) đã có người không tin vào thuyết ngũ hành. Theo sách bách khoa tri thức KHKT- NXB PN-HN 2005 "thì Tống Hình và Tư Văn đã đưa ra thuyết "Tinh khí", để thay thế thuyết Ngũ Hành. Hai ông cho rằng "Tinh khí "là nguồn gốc sinh ra vạn vật. Vương Sung đời Hán đã phát triển thành "Nguyên khí tự nhiên luận". Học thuyết "Nguyên khí" vẫn được các học giả đời sau phát triển bổ sung và làm phong phú hơn. Đó là các ông Liễu Tông Nguyên, Lưu Vô Tích đời Đường, Vương Phu đời Thanh. Học thuyết "Nguyên khí" về cơ bản trùng hợp với học thuyết Âm dương, nên được vận dụng vào y học song song với học thuyết AD và ngũ hành, mà không phát sinh mâu thuẫn.

Có thể hiện tượng ngũ hành không rõ ràng bằng hiện tượng Âm dương. Căn cứ vào trình độ hiểu biết của người đương thời, tiền nhân đã tìm vật có thể so sánh để lý giải. Ta xem cách vận dụng học thuyết vào y học, dự báo khí hậu, thì cách hiểu về ngũ hành sâu sắc như cách hiểu về AD và được thực tiễn phổ biến kiểm chứng khắt khe. Vì thế mà uy tín của học thuyết vẫn tồn tại mấy ngàn năm nay, cho đến hôm nay. Không phải là chân lý thì không trường thọ như vậy.

Cách đây hơn 2000 năm, Acsimet (287-212 TrCN) đã sử dụng các suy luận độc đáo để giải quyết nhiều vấn đề thực tiễn, mặc dù ông ý thức được rằng các suy luận đó vẫn còn thiếu tính logic chặt chẽ của toán học. Ngay cả các khái niệm toán học, phương pháp toán học (đạo hàm, tích phân) được ứng dụng thành công mà chưa qua chứng minh chặt chẽ (lý thuyết số thực, lý thuyết giới hạn) Học thuyết ngũ hành là một đối tượng nhận thức phức tạp. Đó là những "tập mờ", những hệ thống "đa tiêu chuẩn" như các nhà khoa học ngày nay thường nói. Để có thể xử lý thông tin trong hệ thống đó theo yêu cầu của cuộc sống, nhà sáng tạo phải viện đến trực giác và linh cảm. Đó là sự kết hợp tự nhiên sự nhạy cảm trực giác và sự linh động của trí tuệ. Nhà khoa học Pháp nổi tiếng B.Pascal (1623-1662) đã từng nói: "Có những chân lý được cảm nhận từ cái tâm và những chân lý thu được bằng suy luận. Sẽ là vô ích nếu suy luận đòi hỏi ở cái tâm những chứng minh cho các nguyên lý mà mình có được, và ngược lại, nếu cái tâm đòi hỏi ở suy luận sự cảm nhận về những chân lý mà mình suy diễn ra".

Còn Anhxtanh thì khẳng định: "Nhiệm vụ tối cao của nhà vật lý là khám phá ra những định luật cơ bản chi phối vũ trụ. Không có con đường suy luận logic để đi tới những khám phá đó, chỉ có trực giác nằm trong nhận thức bằng giao cảm mới có thể dẫn tới những khám phá đó ".

Học thuyết Âm dương Ngũ hành, chắc rằng, cũng khám phá trong tình trang tương tự, là sự phối hợp tự nhiên giữa trực quan sinh động, tư duy tâm linh và linh cảm khoa học.

Những khám phá như vậy, trình bày ngay bằng hệ ngôn ngữ khoa học là rất khó, nhất là thời kỳ "Ngũ hành" ra đời, chỉ có trình bày bằng ngôn ngữ trực giác, tức ngôn ngữ "chất phác", để tìm hiểu rồi dần dần hoàn thiện. Trong trường hợp này, khám phá chân lý bằng tư duy tâm linh và hiểu chân lý cũng bằng tư duy tâm linh.

Các nhà khoa học sống cách nhau mấy ngàn năm mà con đường khám phá chân lý gần như nhau, vì cũng đều tuân theo một quy luật: Quy luật sáng tạo của cấu trúc tinh thần đại não.

* Năm hành tinh trong hệ Mặt trời được nhìn thấy bằng mắt thường, tiền nhân cũng đặt tên Mộc- Hỏa-Thổ- Kim- Thủy. Có lẽ con người phát hiện 5 ngôi sao này sau khi đã có thuyết Ngũ hành, và cho rằng 5 hành tinh này cũng có đặc tính Ngũ hành theo trí tưởng tượng Thiên nhân tương ứng, mọi vật đều đồng

nhất. Hiện thực thì không phải như vậy. Thiên văn học hiện đại đã chứng minh, sao Thủy gần mặt trời nhất, ban ngày nóng đến 400^0c, ban đêm lạnh tới (-150^0C), không có nước. Sao Thủy mà không thủy chút nào! Sao Hỏa xa Mặt trời hơn Trái đất, tại xích đạo, ban ngày có nhiệt độ $(+30^0c)$ và ban đêm (-80^0c), lại còn "ít hỏa "hơn Trái đất. Còn sao Mộc, xa Mặt trời hơn trái đất tới 5 lần, nhiệt độ thường xuyên (-100^0c) đến (-145^0c), thì làm sao mà có mộc. Thổ tinh còn xa hơn nữa, nhiệt độ trung bình (-180^0c), sống cô đơn, từ chối nuôi dưỡng sinh linh, không như "Thổ" của Trái đất, là người mẹ sinh thành và nuôi dưỡng vạn vật hữu sinh.

Các hành tinh đều có hiện tượng Ngũ hành vì đều có trục quay nghiêng với mặt phẳng quỹ đạo, nhưng mắc chứng vô sinh, vì nhiệt độ không phù hợp và thiếu nước để sinh vật hình thành và phát triển.

*Ngũ hành sinh ra từ đâu? Theo quy luật nhân quả, mỗi sự vật hiện tượng đều được sinh ra từ sự vận động của các sự vật hiện tượng có trước.

Theo các tiền nhân lý giải thì Âm dương sinh ra Ngũ hành .

Sách Nội kinh nói: "Sức sống của sinh mệnh được nối thông với tự nhiên từng giờ, từng phút. Nguồn gốc của sinh mệnh được bắt nguồn từ hai khí âm dương. Trong vũ trụ bao la, trong sự biến hóa của 4 mùa xuân, hạ, thu, đông, không vật nào là không liên thông với khí âm khí dương của tự nhiên, vì khí âm dương của trời đất biến hóa mà sinh ra ngũ hành".

"Phàm những vật có khí huyết, không có vật nào không chứa nguyên khí làm bản chất, dùng AD phân lập giới tính, dùng ngũ hành để tạo hình".

Sách Kinh dịch nói: "Trong khoảng trời đất chỉ có một vật là khí, chia ra làm hai thể âm, dương ; năm hành gây dựng, muôn vật trước sau đều bị cai quản ở đó" (Sdd Tr21).

Chu Đôn Di cũng chủ trương rằng: Vô cực sinh thái cực, thái cực sinh âm dương, âm dương sinh ngũ hành và bát quái, Ngũ hành, bát quái sinh vạn vật. Đồ hình thái cực của ông cũng thể hiện điều đó. (Khái niệm vô cực, thái cực còn phải bàn tiếp, vì vô cực, thái cực cũng tồn tại AD, là biểu hiện cụ thể của AD).

Âm dương cùng sinh ngũ hành và bát quái, nên người ta đã ghép ngũ hành và bát quái với nhau trong các khoa học cụ thể, đặc biệt là trong dự đoán học.

Tiền nhân đã ghép: Quẻ càn, đoài, thuộc kim

Quẻ khảm, thuộc thủy

Quẻ chấn, tốn, thuộc mộc

Quẻ ly, thuộc hỏa

Quẻ cấn, khôn, thuộc thổ

64 quẻ dịch cũng có cách ghép vào 5 ngũ hành.

Hiệu quả của dự đoán học trong thực tiễn, chứng minh cách ghép này là chính xác.

Âm dương sinh ra muôn vật, muôn hiện tượng vận động, trong đó có hiện tượng ngũ hành.

Như vậy, ngũ hành chỉ là một trong những quy luật vận động của âm dương, chi phối một bộ phận của thế giới hiện thực. Có những bộ phận không tuân theo quy luật ngũ hành. Đó là điểm cần "nhấn" trong quá trình tư duy vận dụng học thuyết Ngũ hành vào thực tiễn. Phần tiếp theo sẽ lần lượt chứng minh rằng, quy luật vận động Ngũ Hành chỉ có "năng khiếu, sở trường" điều hành thế giới hữu sinh và thời tiết, khí hậu. Thế giới vô sinh toàn Vũ trụ thuộc quyền uy của quy luật AD. Quy luật Ngũ Hành chỉ vận động trên Trái Đất, tham gia vào quá trình liên kết thế giới vô sinh thành thế giới hữu sinh.

Học thuyết Âm dương bao trùm thế giới, 64 quẻ dịch có

thể ẩn mình ở khắp mọi nơi, nhưng khi đã ghép với ngũ hành thì nhóm "Hỗn thiên bát quái" này chỉ làm mưa làm gió "trong thế giới hữu sinh và khí hậu thời tiết"mà thôi.

Khoa học về thế giới hữu sinh, đặc biệt là khoa học về con người và xã hội loài người, có thể tìm thấy ở ngũ hành và "hỗn thiên bát quái" những lời giải đáp kỳ diệu.

Còn khoa học về thế giới vô sinh như, vật lý, hóa học vô sinh, cơ học, điện tử, thông tin, v.v..., sẽ không có ngũ hành ẩn náu trong đó, nếu có cũng không đầy đủ và cũng không mang ý nghĩa là một quy luật vận động. Chỉ có thời tiết khí hậu là mang đầy đủ ý nghĩa ngũ hành. Tuy nhiên ý nghĩa ngũ hành của hai nửa bán cầu ngược nhau. Chúng ta sẽ có dịp phân giải ở phần tiếp theo.

III.2. Hiện thực về Ngũ hành dưới ánh sáng của khoa học hiện đại.

* Ngũ hành là một trong những quy luật vận hành của hiện thực, được người xưa phát hiện. Dù diễn dạt bằng ngôn từ "chất phác", qua ứng dụng vào cuộc sống gần 3000 năm nay, học thuyết Ngũ Hành đã được thực tiễn kiểm chứng nghiêm khắc và công minh. Kết quả của tư duy hợp logic là, Ngũ Hành phải tàng chứa cái "Gen" của khoa học hiện đại.

Vũ trụ vận động theo nhiều quy luật cố hữu "bất dịch", trước khi có loài người sinh ra để "bình luận" về nó. Hiện tượng Ngũ Hành là một quy luật như vậy. Nói là "cổ đại" hay "hiện đại", là nói việc quy luật đó được nhận thức, phát hiện trước hay sau mà thôi. Còn cách mô tả thì phụ thuộc phương pháp tiếp cận, các tri thức khoa học chuyên ngành phát triển đến mức độ nào. Đương nhiên cách mô tả "hiện đại" có chiều sâu vi mô nhiều hơn, nhưng về mặt vĩ mô có sự trùng hợp.

Mỗi hình thái vận động của hiện thực khách quan, đến một thời điểm thích hợp, lại nảy sinh những sự vật và hiện tượng mới với những quy luật vận động mới, đặc trưng cho sự vật hiện tượng đó. Đó là "kết quả" của những "nguyên nhân". Sự vận động của vũ trụ sau Bigbang, sau gần 7 tỷ năm, mới sinh ra những điều kiện, những nguyên nhân, dẫn đến kết quả, là hình thành Hệ mặt trời, với những quy luật vận động riêng có. Rồi đến lượt "quả" lại thành "nhân ". Hệ mặt trời nẩy sinh ra các sự vật và hiện tượng với những quy luật vận hành đặc thù của chúng; Trong đó có hiện tượng Ngũ Hành. Và "nhân quả" cứ tiếp diễn như vậy mãi mãi, rồi loài người được sinh ra trong vận động nhân quả đó.

Ngũ hành được vận động Âm Dương sinh ra như thế nào? Người xưa cảm nhận hiện tượng Ngũ Hành khi "ngửa xem" sự phong phú của vận động 4 mùa và "cúi xét" sự "Sinh - trưởng - hóa - thu - tàng" của thế giới hữu sinh. Còn việc "Nghiệm gần, nghiệm xa" đã nói ở phần trước. Nhưng đó là kết quả, còn nguyên nhân trực tiếp ở đâu?

Mọi quy luật vận động của thế giới, xét đến cùng đều là quy luật vận động của "chất" và "trường" mà sinh ra. Vì vậy, muốn tìm cái "Gen" khoa học của Ngũ Hành, chỉ có thể tìm từ sự vận động của chất và trường. Vì Ngũ Hành sinh dưỡng con người, nên tìm sự vận động của chất và trường ngay trong Hệ mặt trời.

* Khoa học hiện đại đã chứng minh được rằng, hiện tượng 4 mùa được sinh ra do trái đất quay quanh mặt trời có trục quay nghiêng với mặt phẳng quỹ đạo 66^0 $33'$. Độ nghiêng này làm cho bức xạ năng lượng của Mặt trời không như nhau trên mọi vĩ độ của Trái đất, và không như nhau về mặt thời gian; hơn nữa trái đất hình cầu, cũng tham gia vào quá trình "không như nhau" đó (xem các hình vẽ đầu chương I). Hiện tượng ngũ hành còn được cấu thành từ năng lượng hấp dẫn của Hệ mặt trời, của Thiên hà

chúng ta, của các tập đoàn thiên hà xa xăm, đang lôi thiên hà chúng ta về phía "họ", với tốc độ khó hình dung, 5000 cây số một giây và ngày càng nhanh hơn. Có thể đây là cuộc tập hợp lực lượng để chuẩn bị cho một BigBang mới chăng, khi mà mật độ vật chất đủ lớn "Vụ co lớn"(Big Crunch) sẽ xảy ra.

Cấu thành Ngũ Hành có vai trò lớn của Trái đất, đó là bức xạ điện tử, từ trường và vành đai phóng xạ của Trái đất, sóng hấp dẫn. Phần tiếp theo sẽ lần lượt phân tích các yếu tố này.

III 2. 1. Vai trò của năng lượng mặt trời.

Sự vận hành của các thiên thể, đó là sự vận hành của "chất"; sự vận hành của năng lượng, đó là sự vận hành của "trường".

Hình thái vận động của hệ 3 thiên thể Mặt trời, Trái đất, Mặt trăng là yếu tố cơ bản nhất cấu thành hiện tượng Ngũ Hành; Các yếu tố khác tham gia có vai trò trợ lực, thứ yếu.

Mặt trời là yếu tố quan trọng bậc nhất của sự sống trên hành tinh. Mặt trời có mệnh hệ rủi ro mà qua đời, mọi sự sống và ngay cả Trái đất cũng phải "quyên sinh" để tỏ rõ sự trung thành và yêu thương "chủ". Mặt trời như người cha nóng tính nhưng hiền từ, nuôi dưỡng sự sống bằng tấm lòng "chí công vô tư".

- Năng lượng bức xạ bình quân của Mặt trời trên mặt đất là $1kw/m^2$; bức xạ ngoài khí quyển $1,4 \ kw/m^2$. Năng lượng này do phản ứng hạt nhân tạo ra và truyền về quả đất bằng sóng điện từ, có hạt mang là phôtôn, với dải sóng liên tục từ tia hồng ngoại (có bước sóng $7,5.10^{-7}$ đến 10^{-3} m) đến tia gam ma (bước sóng < 10^{-12} m), trong đó có dải ánh sáng nhìn thấy ($\lambda = 4.10^{-7} - 7,5 .10^{-7}$ m). Sóng vô tuyến có bước sóng 10^{-3}m, coi như sóng phi nhiệt, vì năng lượng rất thấp. Năng lượng các sóng mang theo tỷ lệ với số mũ bậc 4 của tần số; bước sóng càng thấp, tần số càng cao (y = C/ λ), năng lượng mang theo càng lớn.

Mặt đất hấp thụ năng lượng này, nóng lên, tỏa nhiệt vào khí quyển dưới dạng tia hồng ngoại. Nếu khí quyển ít hơi nước và khí CO_2, nhiệt tỏa lên cao, làm cho nhiệt độ ban đêm hạ thấp nhanh. Nếu có nhiều hơi nước và CO_2, chúng sẽ hấp thụ nhiệt của mặt đất và tỏa nhiệt ra chung quanh. Nhiệt được truyền trở lại nên mặt đất ấm hơn. Đây là hiệu ứng giữ nhiệt được gọi là hiệu ứng nhà kính.

Vì nhiệt được truyền bằng sóng, nên có đặc tính phản xạ, tán xạ, khúc xạ. Ở vị trí nào, ánh sáng mặt trời chiếu thẳng góc với mặt phẳng tiếp tuyến, tức tia sáng đi qua tâm Trái đất thì năng lượng ở đó nhận được cực đại. Nếu tia sáng chiếu xiên, năng lượng bị mất bởi các tia phản xạ, tán xạ, vào không gian. Trái đất nhỏ xíu, nằm lọt thỏm trong trường ánh sáng mặt trời, nhưng ở hai cực, năng lượng bị phản xạ vào không gian gần hết, nên nhiệt độ ở đó rất thấp, quanh năm nước đóng băng.

Một cách gần đúng, ta coi Trái đất là một quả cầu tròn nhẵn. Tia sáng RP chiếu thẳng góc vào mặt phẳng pháp tuyến x_1y_1, Trái đất nhận được năng lượng lớn nhất.

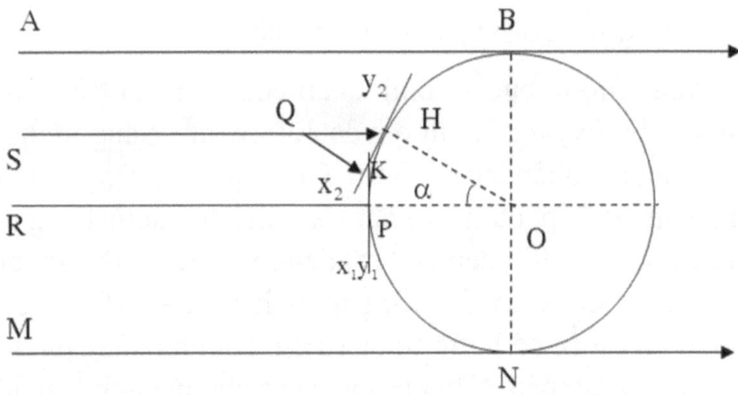

Hình I.12: **Trái đất nhận năng lượng mặt trời**

Tia sáng SQ, làm với mặt phẳng pháp tuyến x_2y_2 một góc $(90^0 - \alpha)$, một cách gần đúng năng lượng phản xạ mất đi, tương đương đoạn KH; năng lượng Trái đất nhận được tương đương đoạn QK. Góc α càng lớn thì QK càng bé. Tại điểm cực Bắc B_1 và cực Nam N, QK coi như bằng không, cho nên nước đóng băng quanh năm. Khi tia sáng Mặt trời chiếu thẳng (trực xạ) vào P, công suất Trái đất nhận được theo vĩ độ và kinh độ, tính từ điểm P, tỷ lệ thuận với Cos α (QK = QH cosα).

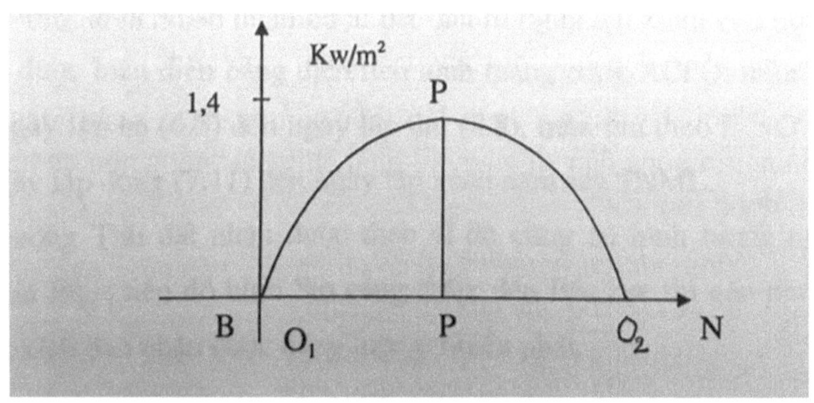

(Trong hình vẽ là hai điểm thuộc kinh vĩ độ Đông và Tây)

Người ta tính được công suất trung bình mà Trái đất nhận được khoảng 1kw/ m².

Năng lượng còn bị hiện tượng tán xạ làm mất đi, nhất là địa hình lồi lõm, đặc biệt vùng đồi núi, năng lượng bị mất mát nhiều nhất.

Do trục quay của Trái đất nghiêng với mặt phẳng quỹ đạo 66^0 33', nên năng lượng Trái đất nhận được ở mỗi địa phương thay đổi theo vị trí Trái đất trên quỹ đạo, tức thay đổi theo thời gian trong một năm, năng lượng nhận được ở Bắc bán cầu và Năm bán cầu cũng thay đổi theo thời gian.

Ở Bắc bán cầu, vào ngày Hạ chí (22 - 6), Mặt trời chiếu thẳng vào vĩ độ 23^0 27' Bắc. Vào ngày này, công suất Trái đất nhận được ở Bắc bán cầu là lớn nhất trong năm, ngày dài nhất trong năm. ở Nam bán cầu thì ngược lại. Đây là ngày giữa mùa Hạ ở Bắc bán cầu và giữa mùa Đông của Nam bán cầu. Vào ngày xuân phân (21-3) và ngày thu phân (23- 9) Mặt trời chiếu thẳng vào xích đạo, công suất Trái đất nhận được ở hai nửa bán cầu ngang nhau. Và ngày Đông chí (22-12), mặt trời chiếu thẳng vào vĩ độ $23^0$27' Nam, bán cầu, đây là ngày giữa mùa Hạ của Nam bán cầu và giữa mùa Đông của Bắc bán cầu. Công suất nhận được ở Nam bán cầu lớn nhất, ở Bắc bán cầu bé nhất. Người xứ Bắc ngắm vẻ đẹp của chị Hằng trong cái lạnh tái tê.

"Trời đầy Trăng, lạnh lẽo thấu xương da "(Xuân Diệu). Còn người nông dân xứ Nam thì phải chịu cái "nóng như đổ lửa" trên đồng ruộng.

"Nước như ai nấu chết cả cá cờ
Cua bơi lên bờ, mẹ em xuống cấy"

(Trần Đăng Khoa)

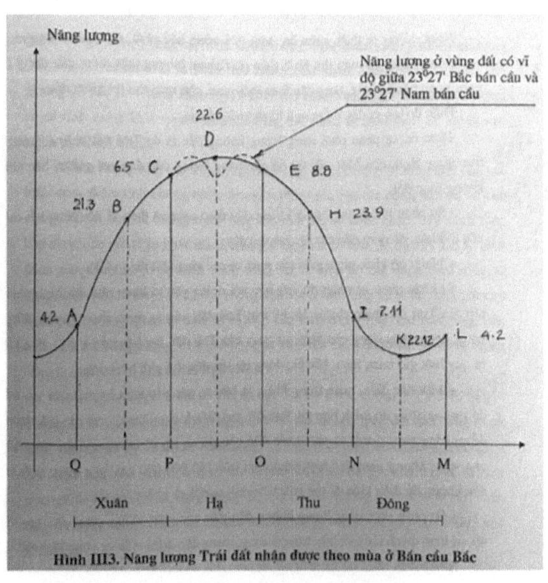

Hình III3. Năng lượng Trái đất nhận được theo mùa ở Bán cầu Bắc

Hình I.13 - Năng lượng Trái đất nhận được theo mùa ở Bắc bán cầu

Ta có thể biểu diễn một cách định tính năng lượng Trái đất nhận được từ mặt trời theo 4 mùa ở Bán cầu Bắc, như đồ thị hình I-I3.

Năng lượng mùa Xuân nhận được bắt đầu từ ngày lập xuân (4.2) đến ngày lập hạ (6.5), được biểu diễn bằng diện tích hình thang cong ACPQ, mùa Hạ theo CEOP từ ngày lập hạ (6.5) đến ngày lập thu (8.8), mùa thu theo EINO và mùa Đông, từ ngày lập đông (7.11) đến ngày lập xuân năm sau INML.

Năng lượng Trái đất nhận được theo vĩ độ cũng có hình tương tự nhưng càng lên phía Bắc, biên độ hình Sin càng thấp; đến Bắc cực thì gần như đường thẳng; vòng xích đạo nhận được năng lượng nhiều nhất.

Nhìn đồ thị cho thấy, mùa hạ, Mặt trời nồng hậu nhất, còn mùa Đông nhạt nhẽo, mùa xuân và mùa thu bình thản như nhau; Nhưng một điểm cần chú ý, mùa Xuân năng lượng tăng dần theo thời gian, còn mùa thu thì giảm dần.

Điều đó tạo ra đặc điểm ngũ hành khác nhau.

Thực ra, sự phân phối năng lượng không đều là do Trái đất không "trung", trục quay lệch, còn Mặt trời thì cứ cho năng lượng đều đặn với giá trị hầu như không thay đổi.

- Sự phân phối năng lượng không đều theo mùa và theo vĩ độ, cùng với các yếu tố khác, đã đem đến các hệ quả sau đây:

+ Nhiệt độ khác nhau giữa các mùa và các vùng đất theo vĩ độ.

Sự khác nhau về nhiệt độ, kết hợp với nhiều yếu tố khác như địa hình phức tạp của Trái đất (biển chiếm 3/4 bề mặt Trái đất, núi, sa mạc, cao nguyên, đồng bằng, băng, hoạt động của biển, sự quay của Trái đất, lực hấp dẫn v v ..). đã sinh ra quy luật gió mùa, mưa, bão tác động rất lớn đến thế giới hữu sinh.

+ Một đặc điểm quan trọng khác là, bức xạ năng lượng của mặt trời vừa đủ để sinh ra nhiệt độ thích hợp tới Trái đất, tạo điều kiện giữ nước, và các điều kiện để sự sống hình thành và phát triển. Vũ trụ đã ưu ái, sắp đặt Trái đất vào vị trí không gian đặc biệt, cách mặt trời 150.000.000 km, gần hoặc xa hơn đều không đủ điều kiện để thế giới hữu sinh ra đời và phát triển tiến hóa.

+ Sự phân phối năng lượng không đều giữa các mùa và các vùng đất theo vĩ độ, đã hình thành thế giới hữu sinh đa dạng, mang đặc điểm mùa và vùng lãnh thổ.

Người xưa chưa có tri thức về sự biến đổi năng lượng. Nhưng họ đã có sự quan sát tinh tế. Từ sự vận động phức tạp, muôn vẻ của khí hậu, của thiên nhiên hữu sinh, khám phá ra 5 hình thái vận hành cơ bản, mà không phải là 4 hoặc 6. Khoa học hiện đại sẽ làm sáng tỏ nguyên nhân sinh ra 5 hình thái vận hành cơ bản đó.

- Xem đồ thị năng lượng Mặt trời, nhìn rõ 4 hình thái khác biệt. Mùa xuân năng lượng đồng biến, tăng dần, mùa Thu năng lượng nghịch biến, giảm dần. Mùa hạ, năng lượng đạt mức cao nhất. Mùa Đông, năng lượng thấp nhất. Năng lượng là một trong những yếu tố quyết định nhất của sự sống. Sự vận hành của năng lượng tạo ra sự vận hành của sự sống. Bốn hình thái năng lượng này góp phần hình thành 4 Ngũ Hành, từng cặp mâu thuẫn nhau: Mộc mùa xuân và Kim mùa thu khắc nhau. Hỏa mùa Hạ và Thủy mùa Đông khắc nhau. Người sinh vào mùa Thu thường có cá tính xung khắc người sinh mùa Xuân, người sinh mùa Đông có cá tính xung khắc người sinh mùa Hạ. Đó là một trong những hiện thực để người xưa khám phá Ngũ Hành.

- Năng lượng Mặt trời không chỉ tác động, bằng cường độ tổng hợp của các loại sóng, được tính chung bằng đơn vị KW/

m^2, mà còn tác động bởi tần số của chúng. Khoa học đã chứng minh rằng với mỗi tần số khác nhau, cây xanh tổng hợp được các prôtêin khác nhau, nhưng sóng phải có biên độ đủ lớn. Do sự biến thiên năng lượng, có sự biến thiên đồng bộ về biên độ các sóng theo mùa và vùng lãnh thổ, nên tạo ra sự đặc trưng sinh vật ở các vùng và mùa . Đối với con người, khoa học chưa đặt vấn đề nghiên cứu hiện tượng này, chỉ biết rằng, con người có thu năng lượng vũ trụ thông qua các luân xa. Yếu tố tần số năng lượng cũng là một yếu tố cấu thành Ngũ Hành.

- Đối với con người, tần số của tia cực tím trở lên là có hại (f = 7,5.10^{14} HZ). Nhưng có lẽ vượt ngưỡng thích nghi mới có hại. Y học hiện đại đã chứng minh rằng, bức xạ phông vũ trụ có bước sóng 7,35 cm (f = 4080 MHz) được con người lựa chọn đưa vào cửa ngõ kinh lạc (Theo Vũ Văn Bằng, "Con người và môi trường", tr 204). Tần số năng lượng điện từ có ảnh hưởng lớn tới thực vật, chắc rằng, có ảnh hưởng đáng kể tới con người; đó là mảnh đất hứa của khám phá khoa học.

- Mặt trời không chỉ tác động vào Trái đất bằng năng lương điện từ, mà còn tác động bằng năng lượng hấp dẫn. Năng lượng hấp dẫn của mặt trời giữ một vị trí đặc biệt quan trọng, trong việc giữ cho toàn hệ vận động ổn định, theo một quy luật không đổi; giữ cho Trái đất chuyển động lặp đi lặp lại, năm này qua năm khác, trên một con đường mòn kỳ diệu, đã được 5 tỷ năm; cùng với năng lượng hấp dẫn của mặt trăng, giữ cho trục Trái đất có góc nghiêng ổn định (66^0 33'), tạo ra 4 mùa ổn định.

Năng lượng hấp dẫn, cùng năng lượng điện từ, liên hợp với nhau, vận hành theo quy luật âm dương ngũ hành trên hành tinh Xanh, liên kết các nguyên tố hoá học, sáng tạo và nuôi dưỡng thế giới hữu sinh và con người, suốt gần 4 tỷ năm qua. Công lao thật là vĩ đại!

Năng lượng hấp dẫn của mặt trời đối với toàn bộ Trái Đất

có biến động theo chu kỳ, nhưng không lớn như sự biến động của năng lượng nhiệt. Do Trái đất vận động theo quỹ đạo ê líp gần tròn, chỗ xa MT nhất 152 triệu km, chỗ gần nhất 147 triệu km (tâm sai e = 0,01671; chỗ xa nhất vào ngày 4-7, chỗ gần nhất vào ngày 1-3 hàng năm), ánh sáng phải đi mất 8 phút. Mặt trăng có khối lượng bé hơn Trái đất 81,3 lần, nhưng lại ở gần Trái đất, khoảng cách trung bình bằng 384.000 km, gần hơn Mặt trời 388 lần, ánh sáng phải đi mất hơn 1,2...giây, nên năng lượng hấp dẫn tương hỗ tác động vào Trái đất lớn hơn Mặt trời: 2,2 lần.

Hai nguồn năng lượng hấp dẫn tác động vào Trái đất, làm cho thủy triều ở các vùng biển dao động. Điều này chứng minh rằng, ngoài tác động tổng hợp, năng lượng hấp dẫn còn tác động theo từng vũng lãnh thổ. Đại dương không khí cũng phập phồng theo nhịp điệu của lực hấp dẫn. Vùng lục địa cũng có biến động, nhưng ta khó cảm giác; đó cũng là nguyên nhân góp phần vào năng lượng trôi dạt lục địa, động đất, núi lửa.

Vì hệ Mặt trời - Trái đất - Mặt trăng vận hành theo quy luật, nên sự tác động của năng lượng hấp dẫn cũng có quy luật. Song, do tác động của mặt trăng lớn hơn mặt trời, nên sự biến động của năng lượng hấp dẫn theo tháng trội hơn theo năm. Vì mặt trăng quay hết một vòng quanh trái đất hết một tháng âm lịch.

Năng lượng hấp dẫn tác động vào quy luật vận động của biển, quy luật các dòng hải lưu nóng, lạnh, quy luật vận động của khí quyển, góp phần cùng năng lượng mặt trời, làn nên quy luật khí hậu 4 mùa.

Một hệ quả hợp lôgic là, năng lượng hấp dẫn, năng lượng điện từ và các quy luật vận động của Trái đất như, từ trường, vành đai phóng xạ, bức xạ điện từ từ lòng đất, vận hành theo quy luật ADNH, làm nên quy luật vận hành khác nhau, cũng theo quy luật ADNH, của cấu trúc sinh lý con người.

- Mặt trời còn có chu kỳ hoạt động 11 năm. Năm hoạt động

mạnh, mặt trời có nhiều vết đen và sinh ra hiện tượng bão từ trên trái đất.

Chu kỳ 11 năm làm nên hiện tượng Ngũ Hành của từng năm mà người xưa thường gọi là niên mệnh, thí dụ năm Mậu tý (2008) có mệnh Hỏa, năm Canh Dần (2010) có mệnh Mộc. Thuyết "Ngũ vận lục khí" đã dùng niên mệnh này để dự báo khí hậu hàng năm.

Vũ trụ còn có chu kỳ 176,77 năm. Cảm nhận được chu kỳ này, Lưu Bá Ôn, công thần khai quốc của triều Minh, người có công chống giặc Nguyên giải phóng Trung Quốc, đã đưa ra chu kỳ tam nguyên 180 năm, mỗi nguyên 60 năm. Đây là chu kỳ tiết khí. Hết 180 năm, ngày 24 tiết khí lặp lại như cũ.

Những chu kỳ này giải thích tại sao, 60 năm tên can chi lặp lại một lần, nhưng khí hậu thì không như cũ. Năm 1948 và năm 2008 đều có tên Mậu Tý, nhưng năm Mậu Tý 2008 chịu cái rét lịch sử, rét đậm, rét hại kéo dài 38 ngày liền. Người sống trăm tuổi nói rằng, họ chưa từng thấy cái rét nào dữ dội như vậy.

III 2.2. Vai trò của Mặt trăng, các hành tinh và thiên hà.

* Mặt trăng là thiên thể nguội, thu ánh sáng mặt trời; nên bức xạ năng lượng của mặt trăng từ 2 nguồn: Phản xạ năng lượng mặt trời và bức xạ năng lượng của bản thân từ nhiệt độ cao của lõi mặt trăng. Hai nguồn năng lượng này đều quá yếu, không đáng kể đối với Trái đất.

Nguồn năng lượng đáng kể, là năng lượng hấp dẫn. Mặt trăng chuyển động quanh Trái đất theo quỹ đạo ê líp với tâm sai $e = 0,055$, so với quỹ đạo trái đất thì dẹt hơn một ít; bán trục lớn 384.400 km. Mặt phẳng quỹ đạo nghiêng với mặt phẳng hoàng đạo dưới một góc trung bình $5^0,09'$. Nếu không có độ nghiêng này, thì trong một tháng âm lịch sẽ thấy 1 lần nhật thực và một lần nguyệt thực. Vì trái đất quay quanh mặt trời, nên quỹ đạo mặt trăng quanh mặt trời có hình lò xo mà đường tâm trục là quỹ đạo trái đất. Do đặc điểm quỹ đạo của trái đất và mặt trăng như vậy, nên chu kỳ lực hấp dẫn của mặt trăng và trái đất không hoàn toàn là hình sin mà hình sin hơi răng cưa. Đối với từng vùng trên trái đất lực hấp dẫn của mặt trăng có tính chu kỳ nhưng "không sin". ở đây xin tính toán để minh họa nguyên lý, vì chuyển động thực của mặt trăng là nội dung phức tạp bậc nhất của cơ học thiên thể mà sách này không thể đi sâu.

Lực hấp dẫn của mặt trăng đối với vùng đất M của trái đất tính theo công thức quen thuộc:

$$F = G.\frac{Q.q}{a^2} \cdot$$

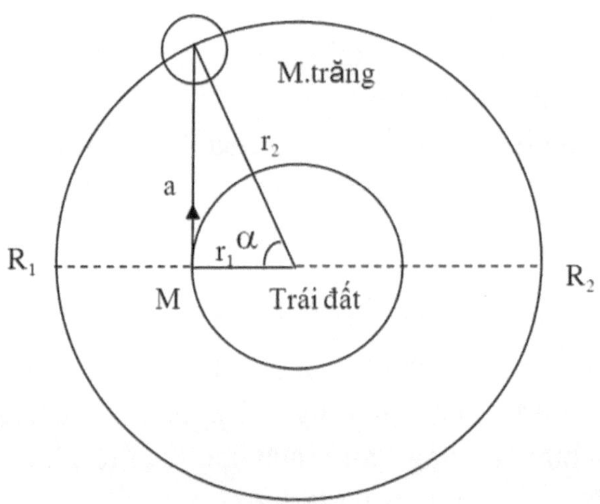

Hình I-I4: Vai trò mặt trăng

Trong đó: G: Hằng số hấp dẫn - Q: Khối lượng mặt trăng, q là khối lượng vùng đất M, a: Khoảng cách từ M đến mặt trăng, r_1: Bán kính trái đất, r_2 Khoảng cách từ tâm trái đất đến tâm mặt trăng (gần đúng, ta coi quỹ đạo mặt trăng là đường tròn). Ta có:

$$a^2 = r_1^2 + r_2^2 - 2.r_1.r_2. \cos α$$

Để đơn giản công thức, ta đặt $G.Q.q = K$, $r_1^2 + r_2^2 = p$; $2r_1r_2 = n$, ta có:

$$F = \frac{K}{p - n.\cos\alpha}$$

Lực F mang tính chu kỳ theo α, G_{max} khi $\alpha = 0$, mặt trăng ở vị trí R_1, F_{min} khi $\alpha = 180^0$, mặt trăng ở vị trí đối diện R_2. Nếu mặt trời cũng ở phía R_1 thì thủy triều sẽ dâng cao nhất, nếu M là vùng biển, và thấp nhất ở phía R_2.

Năng lượng hấp dẫn của mặt trời đối với trái đất tương tự như năng lượng điện từ, có chu kỳ một năm, năng lượng hấp dẫn của mặt trăng có chu kỳ một tháng âm lịch. Năng lượng hấp dẫn tổng hợp cũng có tính chu kỳ, tuy hai năng lượng này có lệch pha.

Nhà Dự đoán học nổi danh triều Tống, Thiệu Khang Tiết đã dùng giờ ngày tháng năm âm lịch để gieo quẻ đo lường thông tin và dự đoán sự việc theo học thuyết Âm dương Ngũ Hành, đạt độ chính xác kỳ lạ. Điều đó chứng minh rằng, quy luật năng lượng hấp dẫn của mặt trăng đối với trái đất, giữ mối liên hệ thông tin chặt chẽ giữa con người và thế giới chung quanh và mối liên hệ thông tin này mang đặc tính Ngũ Hành, đặc tính Ngũ Hành này cho cả giờ, ngày, tháng, năm. Đặc tính Ngũ Hành của năng lượng hấp dẫn mặt trăng sinh ra bởi góc lệch $5^009'$ giữa mặt phẳng quỹ đạo mặt trăng và mặt phẳng hoàng đạo, cộng với góc lệch $66^0 33'$ của trục quay trái đất.

Đặc tính Ngũ Hành tổng hợp của năng lượng hấp dẫn, do mặt trời và mặt trăng phối hợp cấu thành, trong đó vai trò mặt trăng lớn hơn 2,2 lần và làm nổi rõ đặc tính Ngũ Hành tháng, ngày, giờ (ở đây là 4 hành) (xem hình vẽ minh họa lực hấp dẫn tổng hợp 3 tháng mùa hạ).

Cũng như học thuyết âm dương, học thuyết Ngũ Hành chỉ

được khám phá bằng tư duy tâm linh, mà không thể chứng minh chặt chẽ bằng toán học. Các phương tiện toán học chỉ có tính chất minh họa định tính, giúp cho việc suy luận khái quát, mà không mô tả tỷ mỉ hiện tượng đến tầm vi mô.

Các hành tinh trong hệ mặt trời bức xạ năng lượng điện từ đến trái đất rất yếu, coi như không ảnh hưởng đến trái đất.

Về năng lượng hấp dẫn, mộc tinh là hành tinh lớn nhất trong hệ mặt trời, nhưng có khối lượng bé hơn mặt trời 1050 lần và ở xa trái đất hơn 4 lần khoảng cách trái đất đến mặt trời. Như vậy năng lượng hấp dẫn ảnh hưởng tới trái đất còn kém mặt trời gần 17000 lần. Với các hành tinh còn lại, năng lượng hấp dẫn tới trái đất còn kém xa hơn nữa. Từ các yếu tố nêu trên, có thể nói rằng, các hành tinh ảnh hưởng không đáng kể tới việc cấu thành Ngũ Hành của trái đất. Tuy nhiên tập hợp các hành tinh, kể cả mặt trời, trái đất, mặt trăng đã tạo ra một hệ thống tự động điều chỉnh để toàn hệ vận hành ổn định. Với quỹ đạo ê líp, khi hành tinh tới gần mặt trời không bị hút sâu về phía mặt trời, như quả táo rơi xuống mặt đất.

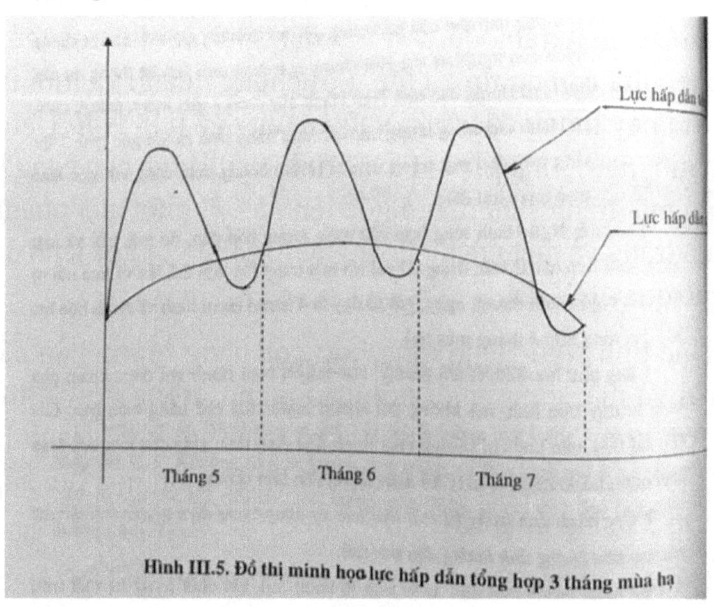

Hình III.5. Đồ thị minh họa lực hấp dẫn tổng hợp 3 tháng mùa hạ

Hình I.I5: Đồ thị minh học lực hấp dẫn tổng hợp 3 tháng mùa hạ

Khi trái đất quay gần mặt trời, lập tức nó quay nhanh hơn. Theo định luật Kếple, trong cùng một thời gian như nhau, trái đất phải quét được một diện tích trên mặt phẳng quỹ đạo như nhau.

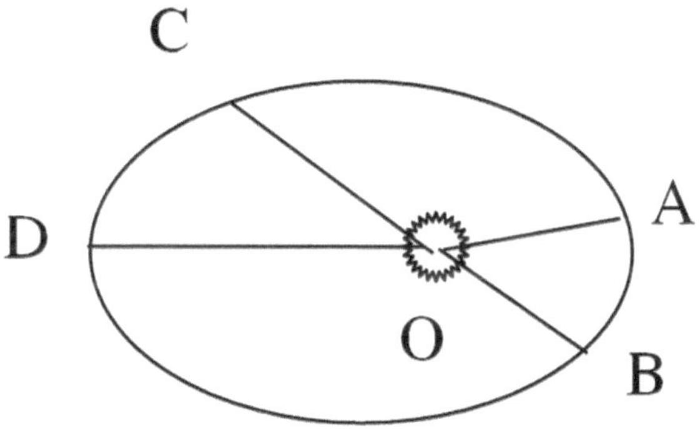

Hình I.I6

Ví dụ trong cùng một thời gian, diện tích hình viên phân OAB phải bằng OCD. Từ đó ta thấy trái đất quay từ A tới B phải nhanh hơn quay từ D tới C. Năng lượng nào làm trái đất quay nhanh lên và hãm trái đất quay chậm lại?

Đó là năng lượng hấp dẫn của hệ thống tự

động điều chỉnh toàn hệ mà hiện nay toán học đã mô tả bằng định luật Kếple tổng quát

Theo thuyết tương đối của Anhxtanh,

Một vật thể nặng chuyển động trong môi trường hấp dẫn thì phát bức xạ hấp dẫn. Phải chăng, bức xạ hấp dẫn này là thành phần làm nên hệ thống tự động điều chỉnh toàn hệ. Hệ thống tự động điều chỉnh này có vai trò làm cho trái đất vận động ổn định theo quỹ đạo. Đó là yếu tố quan trọng cấu thành Ngũ Hành của trái đất.

* Về vai trò của thiên hà

Chúng ta cùng trái đất và hệ mặt trời đang quay quanh tâm thiên hà với tốc độ "đáng nể" 1.600.000 km/giờ. Năng lượng hấp dẫn tổng hợp của 100 tỷ ngôi sao cỡ mặt trời, đã giữ cho hệ mặt trời quay ổn định suốt 5 tỷ năm nay, và cứ 200 triệu năm, thì quay hết một vòng quanh tâm thiên hà. Chưa hết, thiên hà khổng lồ, như một con tàu đang cho chúng ta lao vun vút về cõi xa xăm theo tiếng gọi tình yêu của những thiên hà nơi cực lạc nào đó, với tốc độ còn "đáng nể" hơn. 18 triệu km/giờ và ngày càng tăng lên. Thế mà chúng ta cứ vô tư mà vui cười, không hề hay biết về "Sự kiện dữ dội" đó.

Tuy nhiên hai loại lực hấp dẫn này, không đáng kể so với lực hấp dẫn của mặt trời với trái đất. Nếu mặt trời không còn đủ hấp dẫn thì trái đất sẽ bỏ mặt trời mà đi; loài người không còn, để bàn tới Ngũ Hành cũng nhiều hấp dẫn và phức tạp. Hệ mặt trời cách tâm thiên hà khoảng 30 tỷ năm ánh sáng. Thiên hà không đủ sức tách trái đất khỏi mặt trời, tựa như mặt trời không đủ sức tách mặt trăng khỏi trái đất vì lực hấp dẫn của mặt trời đối với mặt trăng còn thua kém lực hấp dẫn trái đất đối với mặt trăng hơn 80 lần. Diên vương tinh là hành tinh bé nhất, khối lượng chưa bằng nửa mặt trăng, khoảng cách tới mặt trời là xa hơn mặt trăng tới 40 lần, thế mà thiên hà cũng không đủ lực hấp dẫn để kéo nó về. Nay người ta đã ruồng bỏ bó, khai trừ nó khỏi danh sách hành tinh, vì bé quá, không đủ tư cách ngôi ngang hàng với các hành thinh khác. Đến như sao Chổi bé xíu mà vẫn trung thành với mặt trời. Có sao Chổi rong chơi lêu lổng trong vũ trụ bao la, hơn 400 năm mới về gần mặt trời một lần.

Ngôi sao, gần hệ mặt trời nhất gọi là cận tinh có tên khoa học là Alphaxentauri, cách mặt trời 4 năm ánh sáng. Từ Trái đất đến mặt trời chỉ 8 phút ánh sáng, đến mặt trăng chỉ 1,3 giây ánh sáng. Từ những khoảng cách như vậy, ta cũng đủ đánh giá được rằng, các ngôi sao trong hệ thiên hà, ảnh hưởng tới trái đất là rất nhỏ kể cả bức xạ điện từ và bức xạ hấp dẫn. Các ngôi sao đó giữ một vai trò xa lạ đối với việc hình thành Ngũ Hành của trái đất và chẳng có ý nghĩa gì đối với số phận con người.

Người ta có thể sử dụng một vài hệ sao (nhị thập bát tú chẳng hạn), một vài hiện tượng về vị trí sao để tiên đoán một vài thông tin về con người và thời tiết khí hậu là do có sự tương đồng về thông tin, giống như việc giải một phương trình toán học bằng phương trình tương đương vậy. Sẽ có dịp lý giải hiện tượng này ở các chương sau.

*Hệ mặt trời - trái đất - mặt trăng đã tạo ra trên các vùng bề mặt trái đất sự biến thiên năng lượng điện từ và năng lượng hấp dẫn mang bốn hình thái rõ nét. Bốn hình thái đó là nguyên nhân "khách quan" nhưng rất quan trọng, cùng với trái đất là yếu tố chủ quan, tạo nên hiện tượng bốn mùa đến với khí hậu và thế giới hữu sinh. Người xưa đã phân tích một cách tinh tế, từ trong muôn màu của hiện tượng, khái quát, trừu tượng hóa thành 4 đặc điểm vận hành của thế giới khách quan với những tính cách "tương phản, tương giao, tương thành" như hiện tượng âm dương vậy. Bốn trạng thái vận hành được đặt tên là Mộc - Hỏa - Kim - Thủy,

Bốn hình thái năng lượng vận hành trên trái đất, tác động vào trái đất. Kết quả tác động ra sao phần lớn phụ thuộc vào trái đất là "nước chủ nhà".

Cũng cần nhắc lại rằng, chính trái đất, bằng trục quay nghiêng $66^0 33'$ của mình, đã góp một vai trò "nặng ký", hình thành 4 trạng thái năng lượng đó. Nó giống như một hình thức phân phối "viện trợ "nước ngoài vậy. Người xưa đã quan niệm được rằng, Thổ đông vai trò quan trọng nhất, là trung tâm của Ngũ Hành. Tư tưởng đó hoàn toàn chính xác theo tri thức khoa học hiện tại và đáng cho hậu thế kính phục.

Trái đất đóng vai trò "nước chủ nhà" như thế nào để sử dụng nguồn vốn viện trợ hậu hĩ và vô tư có hiệu quả nhất?

1. Trước hết, trái đất là nguồn "chất" phong phú, bao gồm hơn 80 nguyên tố hóa học. Trong đó, các nguyên tố O, Si, Al, Fe, Na, Ca, Mg, K chiếm 98,5% khối lượng vỏ trái đất. Tầng khí quyển có bề rộng vài trăm km, tầng đối lưu ở sát mặt đất có độ cao khoảng 10 km, thì N_2 chiếm 78,1%, ô xy chiếm 21%, hơi nước 0,1 đến 5%, khí CO_2 chiếm 0,03%.

Giữa chất và trường năng lượng có mối quan hệ nhân quả chặt chẽ: Chất tương tác với nhau sinh ra năng lượng và năng lượng làm cho chất vận động và tương tác.

Có nhiều phản ứng hóa học, phải cung cấp nhiệt, mới xảy ra. Có phản ứng hóa học xẩy ra ở nhiệt độ thường, như Na và K với nước, nhưng nhiệt độ thường cũng là năng lượng ở mức bình thường. Còn mặt trời phải có nhiệt độ hành chục triệu độ mới xảy ra phản ứng hợp hạt nhân, 4 hạt nhân Hyđro hợp lại thành một hạt nhân Hêli.

$$6H^1 \rightarrow He^4 + 2 H^1 \qquad (4H^1 \rightarrow 1He^4)$$

Muốn hạt nhân Hyđrô kết hợp với nhau, phải làm cho khoảng cách giữa chúng gần lại 10^{-15}m (một phần nghìn tỷ mm).

Muốn chúng gần nhau phải thắng được lực đẩy nhau giữa chúng. Đó là lực đẩy Culông của các điện tích dương - Muốn thắng lực đẩy Cu lông phải làm cho tốc độ của chúng đủ lớn, tức phải có nhiệt độ đủ lớn. Với Hyđro là 55.10^6 độ. Đây là nhiệt độ trung bình, phản ứng có thể xảy ra ở nhiệt độ thấp hơn, nhưng phải 10 triệu độ trở lên.

Trong phản ứng, 4 hạt nhân Hyđro có khối lượng hớn hơn khối lượng hạt nhân Heeli. Độ hụt khối này biến thành năng lượng. Cứ 1 gam hạt nhân Hydro chuyển thành hạt nhân Hêli, độ hụt khối là 0,01 gam và năng lượng giải phóng ra theo công thức $E = \Delta m C^2$ (ở đây $\Delta m = 0{,}01$ g), là rất lớn: Khoảng 10^{12} Jun ≈ 260.000 kwh.

Mặt trời nhờ hạt foton mang năng lượng này tới trái đất dưới hình thức dao động điện từ, với nhiều giải tần số khác nhau, mà ta gọi là bức xạ điện từ hoặc bức xạ nhiệt.

Trên đây mô tả đơn giản phản ứng nhiệt hạch trong mặt trời để chứng minh về quy luật biến hóa giữa "chất và trường".

Hai trường năng lượng điện từ và hấp dẫn làm cho các chất trên trái đất vận động và tương tác sinh ra hiện tượng thời tiết khí hậu; sinh ra nhiều chất mới, là phức hợp của các nguyên tố, và sự tương tác kỳ diệu là hình thành thế giới hữu sinh, dẫn tới thế giới loài người.

Mỗi quy luật vận động của trường năng lượng, làm nảy sinh sự vận động của chất, với quy luật tương ứng phù hợp, và sinh ra các chất mới, có quy luật tồn tại và phát triển phù hợp với quy luật vận hành của trường năng lượng đó.

Thí vụ: Sự biến thiên của nhiệt độ nước thấp hơn 0^0 C, 0^0 C đến < 100^0 C, cao hơn 100^0 C. áp suất không khí bình thường, thì sự biến thiên vận động của nước nguyên chất là: Nước đá, nước, hơi nước. Sự biến thiên của nhiệt độ ngược lại thì H_2O sẽ vận động ngược lại.

Trong thực nghiệm khoa học công nghệ, luôn luôn gặp quy luật này. Bởi vậy, phải tuân theo quy trình công nghệ chặt chẽ, mới cho sản phẩm theo ý muốn thiết kế.

Thế giới hữu sinh vận động, phát triển theo quy luật năng lượng Ngũ Hành, là biểu hiện của nguyên lý này.

2. Trái đất giữ được nước và không khí.

Nước và không khí là hai yếu tố quan trọng để thế giới hữu sinh hình thành và tồn tại tiến hóa. Năng lượng hấp dẫn của trái đất đã phát huy vai trò ở đây; Cùng với quy luật nhiệt độ theo vĩ độ (cũng có đặc điểm Ngũ Hành) và giá trị nhiệt độ thích hợp, làm cho Trái đất có kho băng ở 2 cực giữ nước, có biển cả và hơi

H_2O lại có thể ngưng đọng để thành mưa, làm thành chu trình giữ nước và phân phối nước.

Tuy trái đất hơi dẹt 2 đầu, vỏ có độ lồi lõm nhấp nhô, và quá trình tự quay sinh ra năng lượng ly tâm từng vùng đất theo vĩ độ, làm cho năng lượng hấp dẫn có biến đổi chút ít; gần đúng, ta có thể xem năng lượng hấp dẫn ở mọi miền trái đất là như nhau và hằng số theo thời gian. Năng lượng này không tạo ra hiện tượng Ngũ Hành. Chỉ có năng lượng tương tác với mặt trời và mặt trăng là có tinh chất Ngũ Hành như đã phân tích ở trên.

III.2.3. Trái đất bức xạ năng lượng điện từ là yếu tố tạo nên Ngũ Hành Thổ.

* Chúng ta đã quen với kiến thức Trái đất có từ trường và từ trường cần cho đời sống con người và thế giới hữu sinh trong phạm vi ngưỡng chọn lọc. Tuy nhiên các nhà khoa học Nga lại chứng minh được rằng, tác động của từ trường Trái đất phụ thuộc vào vị trí của nó trên quỹ đạo nên các tháng 10,11,12 là thời điểm thuận lợi nhất để đầu thai, kị nhất các tháng 5,7,9. (Theo báo "tia lửa", Nga, số 36 - 9 - 1996). Trái đất chuyển động quanh mặt trời, mang theo vành đai phóng xạ. Có thể sự tương tác giữa bức xạ điện từ mặt trời và vành đai phóng xạ, ảnh hưởng tới trái đất mang đặc tính Ngũ Hành, hoặc đặc tính Ngũ Hành của con người tiếp nhận ảnh hưởng của từ trường có khác nhau theo các tháng?

* Nhiệt độ trái đất, đi sâu 3 -> 4 km thì tăng thêm 100^0 C, nhiệt độ nhân trái đất khoảng 5000^0. Với nhiệt độ như vậy, Trái đất sẽ bức xạ lên bề mặt năng lượng điện từ, ở giải tần hồng ngoại, nhưng tác dụng của nó là đồng đều, và chỉ làm cho trái đất ấm lên đến khoảng (- 50^0 C). Vì nó không làm cho băng 2 cực trái đất tan ra. Như vậy, bức xạ điện từ của bản thân trái đất, không tạo ra hiện tượng Ngũ Hành.

* Quy luật phản xạ năng lượng mặt trời mới là yếu tố chủ

yếu tạo nên Ngũ hành Thổ.

+ Năng lượng hấp dẫn tương hỗ của mặt trời - mặt trăng; mang đặc tính Ngũ Hành, Trái đất nhận lấy và sử dụng mà không phản xạ đi. Năng lượng điện từ, trái đất sử dụng một phần và phản xạ vào không trung một phàn, mang đặc tính Ngũ Hành, đồng bộ với năng lượng nhận được. Như dã phân tích, năng lượng mang đặc tính Ngũ hành, do trục trái đất quay nghiêng với mặt phẳng quỹ đạo $66^0 33'$ và trái đất tròn.

So với một số hành tinh khác, cấu tạo vật chất vỏ trái đất có nhiệt dung lớn, độ dẫn nhiệt cao; không khí có lượng hơi nước và khí CO_2 thích hợp, nên sự chênh lệch nhiệt độ giữa ngày và đêm không lớn, nhiệt độ trung hình phù hợp với sự sống. Từ trường và vành đai phóng xạ, từng ô zôn, có tác dụng ngăn cản các bức xạ năng lượng cao, góp phần làm cho nhiệt độ trái đất "vừa phải".

Quan sát tình trạng nhiệt độ ở một vài hành tinh, vệ tinh, cho thấy:

Mặt trăng: Không có nước và không khí vì gia tốc trọng trường (năng lượng hấp dẫn) bé - Nhiệt độ ban ngày ở vùng xích đạo lên tới 130^0 C, ban đêm "- 170^0 C", ở độ sâu 10 cm vào ban ngày và ban đêm hầu như ngang nhau.

Hỏa tinh: Vùng xích đạo ban ngày "+ 30^0 C", ban đêm "- 80^0 C", khí quyển rất loãng và không có nước.

Thủy tinh: ở gần mặt trời, không có nước và khí quyển rất loãng, nhiệt độ ban ngày ở vùng xích đạo lên tời 400^0 C còn ban đêm (- 150^0 C).

Như vậy, đối với các hành tinh không có hơi nước, CO_2 và không khí rất loãng, độ dẫn nhiệt lại thấp, thì hầu hết năng lượng nhận được đều bức xạ vào không gian.

Đối với trái đất, phần đất liền có độ dẫn nhiệt cao, nhiệt

được dẫn sâu vào lòng đất, nên các mạch nước ngầm có độ sâu tới 40m, nước vẫn có nhiệt độ khoảng 20^0 C, hơn nữa tâm trái đất có nhiệt độ cao vẫn giữ cho đáy lớp băng ở 2 cực không bị đóng băng, là sự hỗ trợ cho nhiệt độ bề mặt. Biển chiếm 3/4 bề mặt trái đất, là nơi điều hòa nhiệt độ bề mặt trái đất, vì biển dẫn nhiệt rất sâu nên bức xạ nhiệt vào không trung chậm. Nước có nhiệt dung lớn nhất trong các chất hóa học, nên cùng với giá trị năng lượng nhận được như nhau, biển tăng nhiệt rất chậm. Biển bức xạ nhiệt theo giải tần số màu "xanh biển", nên ta có "con mắt màu xanh nước biển". Đến đây ta lại nhớ câu thơ của Xuân Diệu viết về biển.

"Trái đất ba phần tư nước mắt

Đi như giọt lệ giữa không trung"

Vỏ trái đất chứa nhiều nguyên tố hóa học, nhưng các nguyên tố đó lại tập trung chủ yếu vào hai loại khoáng vật, các-bonat và silicat, trong đó ô xy và silíc chiếm hàm lượng lớn nhất. Người ta nói vỏ trái đất được xây dựng từ hai nguyên tố ôxy và silic không phải là quá lời. Ô xy tham gia vào hầu hết các chất rắn của vỏ trái đất. Vỏ trái đất chứa nhiều nước, không khí, càng làm cho nhiệt dung và độ dẫn nhiệt tăng lên.

Với cấu trúc như trên, nên cùng vị trí gần gũi mặt trời như mặt trăng, mà bề mặt trái đất cũng chỉ nóng không quá 40^0 C, tại sa mạc ít nước, cũng không quá 60^0, còn ban đêm chỉ chênh lệch với ban ngày, nhiều lắm là 15^0.

Mặt đất nhận năng lượng mặt trời, giữ lại một phần và bức xạ vào không trung một phần. Vì vậy, ban đêm nhiệt độ thấp hơn ban ngày. Mặt đất bức xạ vào không gian ở giải tần số hồng ngoại. Mắt người chọn lọc giải tần nhìn thấy ở phổ rất hẹp, bước sóng từ 4.10^{-7} đến $7,5. 10^{-7}$m. Giải tần có bước sóng dài hơn kế tiếp là giải tần hồng ngoại, có bước sóng $7,5. 10^{-7}$ đến 10^{-3} m. Các vật có nhiệt độ thấp hơn 500^0 C, bức xạ ở giải tần này. Mặt đất, bức xạ phổ biến ở giải tần khoảng 5.10^{-5} m (6 triệu MHZ). Nhiệt độ về ban đêm do bức xạ này duy trì. Gần sáng bức xạ này giảm dần, nên nhiệt độ giảm.

Trong giải hồng ngoại trái đất bức xạ, có nhóm sóng ảnh hưởng tốt tới sức khỏe con ngươi, khoa học gọi là nhóm sóng Schumann. Người ta đã chế tạo được máy phát nhóm sóng này để dùng cho các nhà du hành vũ trụ. Các chất khoáng thạch anh và ametyst thường bức xạ ra nhóm sóng này. Các nguyên tố như Gierman cũng bức xạ ra loại sóng như thế. Ở các vùng đất có loại khoáng thạch này, con người thường khỏe mạnh và thông minh. Nhà thờ thánh Lourd, miền nam nước Pháp nổi tiếng về sự "linh thiêng" là nhờ tọa lạc trên vùng đất có nhóm sóng "linh thiêng" này.

Như vậy, trái đất nhận năng lượng mặt trời và trả lại một phần vào không gian. Thế giới hữu sinh trên mặt đất, kể cả con người, cũng hưởng thụ năng lượng phản xạ này. Cùng với năng lượng mặt trời, mặt trăng, năng lượng bức xạ này là điều kiện để hình thành sự sống, phát triển và tiến hóa. Năng lượng phản xạ này duy trì nhiệt độ của trái đất; ban đêm cây cối sử dụng năng lượng này để chế tạo một số Protein, sử dụng ô xy và nhả ra khí CO_2.

Trái đất nhận năng lượng của mặt trời rồi phản xạ, vì vậy đồ thị biến thiên năng lượng phản xạ gần gũi với đồ thị cung cấp năng lượng của mặt trời.

Từ quan sát thực tiễn và tham khảo bảng thống kê nhiệt độ bình quân trong 8 năm ở đài khí tượng Láng (Hà Nội) để vẽ biểu đồ phản xạ của trái đất (Trích từ sách "thiên văn học" NXB ĐHSPHN, 2005, trang 69).

Mùa xuân, nhiệt độ trái đất tăng nhanh do mùa đông bị nguội lạnh.

Mùa hạ, nhiệt độ các tháng chênh lệch ít, do nhiệt dung trái đất tăng, năng lượng dự trữ nhiều hơn.

Mùa thu: Hai tháng đầu thu, còn nhiều lượng dự trữ của muà hạ, mặc dù năng lượng mặt trời giảm dần, bức xạ của trái đất vẫn như mùa hạ.

Mùa đông: Năng lượng mặt trời giảm nhiều, phản xạ của trái đất cũng giảm dần nhưng có phần cao hơn năng lượng nhận được, do dư khí từ mùa hạ và mùa thu.

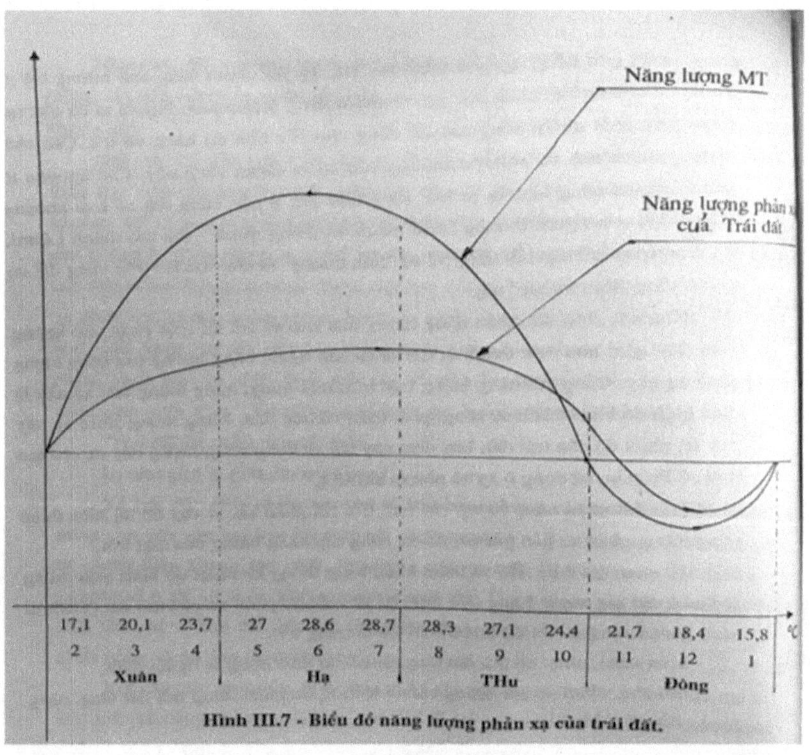

Hình III.7 - Biểu đồ năng lượng phản xạ của trái đất.

Hình I.I7: - Biểu đồ năng lượng phản xạ của trái đất.

Nhìn bảng nhiệt độ bình quân ở ba khu vực, cho thấy tốc độ biến thiên nhiệt độ có khác nhau. Ở Matscova, vùng ôn đới, xa biển có độ biến thiên nhiệt độ cao hơn, còn ở Manila, thủ đô Philippin, có cùng vĩ độ với Việt Nam, nhưng biển bao bọc chung quanh, nên độ chênh lệch giữa các mùa rất ít. Ở đây cho thấy vai trò điều hòa của nước. Hà Nội là trung gian giữa hai khu vực trên. Tháng giêng, năng lượng bắt đầu đi lên, mà nhiệt độ còn thấp, do ảnh hưởng của gió mùa đông bắc.

Tháng Địa điểm	2	3	4	5	6	7	8	9	10	11	12	1
Hà Nội (Bình quân 8 năm)	17,1	20,1	23,7	27	28,6	28,7	28,3	27,1	24,4	21,7	18,4	15,8
Matscova (Nga)	-9,7	-5	4	12	15	18	16	10	4	-2,3	-8	-10,3
Manila (Philippin)	25,3	26,6	28,1	28,4	27,8	27	27	26,8	26,6	25,1	25,1	24,7

*** Bảng nhiệt độ bình quân nhiều năm** (nguồn: các sách giáo khoa)

Nhìn vào biểu đồ năng lượng, cho thấy 5 trạng thái biến thiên năng lượng rõ rệt: Mùa xuân năng lượng đồng biến (biến thiên tăng). Mùa thu, năng lượng biến thiên giảm (nghịch biến), mùa hạ nhiều năng lượng, mùa đông ít năng lượng và tốc độ biến thiên không đáng kể; phần đầu mùa và cuối mùa tăng giảm bù nhau. Năng lượng phản xạ của trái đất có hình thái khác hẳn 4 hình thái của năng lượng mặt trời.

Đến đây thấy rõ có 5 hình thái biến thiên năng lương điện từ khác nhau và 5 hình thái biến thiên năng lượng hấp dẫn khác nhau, nhưng gần đồng bộ với nhau. Chỉ có năng lượng hấp dẫn của trái đất, đối với thế giới hữu sinh trên trái đất phụ thuộc vào thế giới hữu sinh.

Cần nhấn mạnh rằng, không chỉ giá trị năng lượng mà tốc độ biến thiên năng lượng có ảnh hưởng lớn tới cấu trúc và "thuộc tính" của vật thể được sinh ra. Tốc độ biến thiên năng lượng quyết định thuộc tính của quy luật Ngũ hành.

Trong công nghệ nhiệt luyện hợp kim, điều này thấy rất rõ.

Cũng một hợp kim, tốc độ tăng giảm nhiệt nhanh chậm làm cho hợp kim hình thành cấu trúc tinh thể khác nhau và có tính cứng, mềm, dòn, dẻo khác nhau. Đối với thế giới hữu sinh, tốc độ tăng năng lượng mùa xuân làm cho cây cối đậm chồi nảy lộc. Người ta nói "tuổi thanh xuân, dạt dào sức sống"; không ai nói "tuổi thanh thu...".

Bước sang mùa thu, năng lượng bình quân không kém mùa xuân, lại còn được sự hỗ trợ của Thổ, nên nhiệt độ cao hơn mùa xuân, nhưng vì năng lượng nghịch biến, giảm dần nên ta được nghe "Tiếng thu" của Lưu Trọng Lư

Em không nghe mùa thu?
Lá thu rơi xào xạc.

(ý thơ Lưu Trọng Lư)

"Mùa thu vàng" sáng tạo nhiều cảm hứng kỳ lạ cho thi ca:

Có đám mây mùa hạ,
Vắt nửa mình sang thu.

(Hữu Thỉnh)

Thêm một chiếc lá rụng,
Biết mùa thu lại về.

(ý thơ Trần Hòa Bình)

Chiếc lá rụng lần trước đang là mùa hè, chiếc lá rụng tiếp theo, đã sang mùa thu rồi, nhà thơ có tài quan sát gấp nhiều lần các nhà khí tượng.

Khi năng lượng được cung cấp giảm dần, cây cối bắt đầu tiết kiệm việc sử dụng, cho rụng bớt lá để giảm "lao động" và dự trữ năng lượng để chống chọi với mùa đông lạnh giá, vì vậy các nhà Âm Dương học gọi là thu tàng, hành Kim có đặc tính thu vào, thu liễm. Từ "thu" trong cụm từ mùa thu, có nghĩa như vậy.

* Năm hình thái năng lượng này có từ khi chưa xuất hiện sự

sống. Nó là bà đỡ cho tiếng khóc chào đời đầu tiên của thế giới hữu sinh, cách nay 3,8 tỷ năm. Nó làm nên khí hậu và hệ sinh thái mang đặc điểm 4 mùa và vùng miền. Mầm sống đầu tiên, côaxecva, xuất hiện trong Vũ trụ hay tại cái nôi loài người? Vấn đề chưa đủ bằng chứng khẳng định. Vì mầm sống chưa ra đời trong ống nghiệm, vì hợp chất hữu cơ có nhiều trong vũ trụ và được thiên thạch mang vào trái đất, được xem là tiền đề của mầm sống. Tuy nhiên, sự sống tồn tại nhờ nước. Do đó, mầm sống đầu tiên chỉ có thể ra đời ngay tại cái nôi nuôi dưỡng mình.

Như trên đã trình bày, chất vận động nhờ trường năng lượng, quy luật vận động của chất mang thông tin quy luật vận động của trường năng lượng.

Sự sống ra đời, phát triển và tiến hoá suốt bốn tỷ năm qua, dẫn đến loài người, thành quả sáng tạo vĩ đại của vũ trụ, đều chịu sự chăm nom nuôi dưỡng của năng lượng Ngũ hành. Vì vậy, quy luật vận động của thế giới hữu sinh phản ánh quy luật vận động năng lượng Ngũ hành. Nguyên lý đó đã dược thực tiễn phổ biến kiểm chứng khắt khe và công minh, suốt hơn 2000 năm, kể từ khi Y học cổ truyền Phương Đông ra đời, rồi Dự đoán học, và các ngành khoa học ứng dụng khác, sử dụng học thuyết ADNH làm cơ sở lý luận và phương pháp luận.

Nói rằng, Ngũ hành chỉ có quyền uy trong thế giới hữu sinh, vì thế giới vô sinh, do quy luật biến thiên năng lượng của BigBang sáng tạo ra từ trước. Chỉ có Trái đất được đặt vào vị trí ưu ái và có quy luật vận động đặc biệt, mới sinh ra quy luật năng lượng Ngũ hành. Ngũ hành có ảnh hưởng đến sự biến hóa của thế giới vô sinh (do quy luật khí hậu) nhưng quy luật vận động của thế giới vô sinh không mang đặc tính Ngũ hành rõ rệt. Hòn núi Hymalaya, ngày một cao hơn, nước chảy đá mòn không nhiều.

Chu kỳ vận động của thế giới hữu sinh ngắn ngủi. Con người khoảng 100 năm. Cụ rùa Hồ Gươm sống đến 5000 năm, cây chò Cúc phương 1000 năm tuổi, nhưng đó là hiện tượng cá biệt, rất hiếm hoi. Cuộc đời ngắn ngủi của thế giới hữu sinh tạo điều kiện thuận lợi cho người xưa quan sát, tổng kết kinh nghiệm thực tiễn trong quá trình khám phá Ngũ hành.

"Thiên hà ngôn tai, tứ thời hành yên, vạn vật dục yên, thiên hà ngôn tai"

Trời không nói gì, bốn mùa thay đổi mà vạn vật hóa sinh. Trời giúp vạn vật hóa sinh mà không nói gì, trời thật vô tư! Hiện tượng này được Lão Trang đưa vào quan điểm sống của "Chân nhân": Vô kỷ - Vô công - Vô danh và được Hồ Chí Minh vận dụng vào tư tưởng "Chí công vô tư".

Kết thúc sách Trung Dung, Tử Tư cũng nhấn mạnh ý này trong sách Kinh thi: "Đức hóa sinh của Trời, thật là không tiếng không hơi".

* Một câu hỏi được đặt ra, chỉ có năm hành mà lại sinh được vạn vật đa dạng nhiều hình nhiều vẻ? Có thể so sánh với toán học. Hình học Ơclit chỉ có 5 tiên đề mà có thể đặt ra hàng triệu bài toán khác nhau. Hoặc chỉ có một âm một dương mà bao trùm vũ trụ, không có sự vận động của hiện tượng quá trình nào mà không có mặt của âm dương. Sự phong phú của vạn vật là do hiện thực cụ thể của "chất" trên trái đất. Chất là nước thì không thể sinh chim, chất là đất thì không thể sinh cá. Hơn nữa, các sinh vật, hiện tượng do Ngũ Hành sinh ra có liên hệ mật thiết với nhau, như khí hậu và thế giới hữu sinh, trong đó có con người. Đó là sự tương tác thứ cấp. Sự tương tác thứ cấp tầng tầng, lớp lớp, tiếp tục sinh ra sự vật và hiện tượng mới. Sự đa dạng từ đó mà sinh ra. Đó là quy luật nhân quả, vận động không ngừng. Mỗi sự vật hiện tượng là hiệu ứng nhân quả tầng tầng lớp lớp của các mối liên hệ phổ biến, của tương tác đa dạng theo quy luật Âm Dương Ngũ Hành.

Thi ca đã mô tả sống động sự phong phú của ngũ hành. Đây là ngũ hành hoa sen: "Em yêu đóa sen hồng giữa Đồng Tháp mười mênh mông. Sen ơi, sen đẹp lắm, sống với bùn sen vẫn ngát hương. Mặc dù gió mưa bão bùng, sen vẫn tươi hồng khoe sắc quê hương. Điểm tô non nước anh hùng, mến yêu sao sen Đồng Tháp mười" (một bài hát của nhi đồng).

Và một Ngũ hành khác:

*"Một ngày lạ thói sai nha
Làm cho khốc hại chẳng qua vì tiền"*

(Kiều - Nguyễn Du)

* Thấy cần thiết phải quan sát một vài hiện tượng về sự gắn bó keo sơn giữa chất và trường, trong quá trình vận động của vạn vật. Ví dụ, việc sinh ra điện năng ở nhà máy thủy điện. Đây là một chu trình vận động tuần hoàn, khép kín của chất và trường.

Nhờ năng lượng hấp dẫn, nước từ trên cao đổ vào các tua bin, làm tua bin quay và quay rôto máy phát điện. Đây là một chặng "trường chất": *Trường hấp dẫn - chất nước vào rô tô*. Rô tô quay làm cho từ trường quét vào các cuộn dây Stato, trong cuộn dây xuất hiện năng lượng điện từ. Đây là chặng chất - trường tiếp theo: *Chất rô to- trường điện từ*. Nguồn điện phân phối khắp đất nước, làm động cơ điện quay, mang theo các cơ cấu cơ khí vận động. Đây là chặng thứ 3: *Trường vận động làm cho chất vận động*. Và cứ như vậy, mối quan hệ vận động và tương sinh "trường - chất" tiếp tục phong phú và muôn vẻ trong cuộc sống. Đi ngược chu trình, một câu hỏi lại đặt ra, nguồn nước sinh ra từ đâu?... Các câu hỏi cứ tiếp tục, không bao giờ có câu hỏi cuối cùng và cũng không có câu trả lời cuối cùng, cho các quy luật nhân quả, vận động vô tận từ quá khứ đến hiện tại và tương lai.

Chúng ta chỉ có thể trả lời đến chừng mực nhất định, trong giới hạn của nhận thức. Giới hạn đó sẽ được mở rộng cho các thế hệ loài người tiếp theo.

Dưới tác động của bức xạ nhiệt (trường điện từ), những hạt

nước nhỏ li ty từ mặt đất và biển, được cung cấp năng lượng, đủ sức thắng lực hấp dẫn của trái đất và bay lên cao. Đây lại là một chặng "trường - chất". Những hạt nước vô cùng nhỏ, đường kính $\approx 0,015$ μm, gọi là hạt mây, gặp lạnh (cũng là năng lượng điện từ bị giảm dần từ mặt đất lên cao); nếu gặp "mầm" hội tụ, theo quy luật phát triển tương thành, sẽ cùng nhau tụ lại, đưa kích thước hạt mây tăng lên hàng triệu lần, trở thành hạt mưa. Lúc này lực hấp dẫn của trái đất thắng các lực cản, kéo hạt mưa trở về trái đất. Đây là chặng tiếp theo của chu kỳ "chất - trường": *Chất hạt mưa và trường hấp dẫn.* Mưa tích tụ nước trên núi cao, tạo thành trăm ngàn dòng suối lớn nhỏ, nhờ trường hấp dẫn mà đổ về sông. Đến đây nó gặp sức mạnh của trí tuệ con người và ngoan ngoãn đổ vào đập nước.

Dòng nước trong xanh trở thành dòng ánh sáng lung linh của nguồn năng lượng điện từ. Nước làm xong nhiệm vụ sinh ra điện rồi trở về sông đi tiếp ra biển, để rồi làm ra mây, ra mưa. Và cứ như thế, con người được hưởng hạnh phúc từ điện năng, như một chu trình khép kín của sự vận động "chất và trường" qua 7 chặng công nghệ "chất - trường" liên tục và nối tiếp nhau.

Ở đây, biểu hiện một quy luật phổ biến, "bất dịch", và vô cùng sinh động: Trường năng lượng làm cho chất vận động, chất vận động tương tác với nhau lại sinh ra trường năng lượng, hoặc sinh ra chất mới. Sự vận hành của quy luật này đã khai sinh ra thế giới, từ vũ trụ đến loài người; từ thế giới vô sinh đến thế giới hữu sinh và những hiện tượng muôn màu, muôn sắc, phức tạp và giản đơn.

Chúng ta thử mô tả một cách đơn giản, quá trình rèn một con dao ở xưởng rèn thủ công: Miếng sắt được nung đỏ, trường điện từ (nhiệt năng) làm cho miếng sắt nóng đỏ (các phần tử sắt vận động mạnh lên: Chất vận động), miếng sắt bị mềm đi do lực liên kết phân tử bị giảm. Người thợ rèn dùng năng lượng cánh tay (do chất thức ăn và khí ô xy từ phổi vào, sinh ra năng lượng này, cũng là năng lượng điện từ), làm cho cái búa vận động (chất vận động), tác động vào miếng sắt (tương tác giữa chất và chất do năng lượng sinh ra), sự tác động liên tục làm miếng sắt thành con dao (vật thể mới). Còn nhiều hiện tượng "chất trường" đi kèm theo mà chúng ta không mô tả ở đây. Ví dụ miếng sắt bị nung đỏ (chất vận động mạnh lên) bức xạ nhiệt ra chung quanh (bức xạ trường điện từ). Như vậy, việc rèn một con dao mà loài người đã sáng tạo từ thời đại đồ sắt, ta tưởng như đơn giản, nhưng lại chứa đựng sự vận động chất trường tầng tầng lớp lớp, đan kết vào nhau.

Bất kỳ sự vật, hiện tượng, quá trình nào, từ tự nhiên, tư duy đến xã hội, đều là sự vận động của cặp Âm Dương cơ bản "Chất - Trường".

Việc tìm bản chất khoa học của quy luật Ngũ Hành trong sự vận động "Chất - trường" là hoàn toàn đúng hướng.

* Đến đây có thể tóm tắt các điều kiện sản sinh ra quy luật Ngũ Hành như sau:

1. Mặt trời (MT) bức xạ năng lượng điện từ và hấp dẫn

2. Mặt trăng (Mt) bức xạ năng lượng hấp dẫn là chủ yếu

3. Trái đất (TĐ)

- Quay quanh MT với quỹ đạo gần tròn và ổn định

- TĐ hình tròn (gần tròn)

- Trục quay TĐ nghiêng với mặt phẳng quỹ đạo $66^0 33'$

- Vị trí TĐ thích hợp cho sự tồn tại của thế giới hữu sinh và loài người.

- TĐ có từ trường

- TĐ tự quay quanh trục

4. Vị trí tương đối giữa MT - TĐ - Mt thích hợp cho thế

giới hữu sinh, tạo điều kiện cho con người quan sát và khám phá quy luật.

5. Có quy luật vận động Âm Dương

Quy luật Ngũ Hành (NH) là quy luật vận động Âm Dương đặc thù tương ứng với hệ MT - TĐ - Mt, là quy luật vận động của "Chất - Trường" đặc trưng cho hệ MT - TĐ - Mt.

Ở đây, "trường" là trường năng lượng điện từ và năng lượng hấp dẫn, chất là MT - TĐ - Mt, với đặc trưng khối lượng.

Quy luật NH, hay nói chính xác hơn, là quy luật Âm dương ngũ hành, là năm hình thái biến thiên năng lượng khác nhau ở mỗi vị trí trên trái đất, bao hàm hai yếu tố: ***giá trị năng lượng và tốc độ biến thiên năng lượng.***

+ Ngũ hành Mộc, mùa xuân: Năng lượng (điện từ và hấp dẫn) biến thiên tăng dần (tốc độ biến thiên "dương").

+ Ngũ hành Hỏa: Năng lượng bình quân coi như giữ hằng số, tốc độ biến thiên coi như bằng không, giá trị năng lượng cực đại.

+ Ngũ hành Thổ: Năng lượng bức xạ phụ thuộc 4 hành Mộc, Hỏa, Kim, Thủy có sự biến thiên khác 4 hành đó, tạo thành đặc trưng riêng cho hành Thổ.

+ Ngũ hành Kim: năng lượng biến thiên giảm dần, tốc độ biến thiên "âm"; giá trị năng lượng bình quân cao hơn mùa xuân (hành Mộc); có sự chi viện của hành Thổ.

+ Ngũ hành Thủy: Năng lượng bình quân coi như giữ hằng số, giá trị năng lượng nhỏ nhất, tốc độ biến thiên coi như bằng không. Giá trị năng lượng có sự chi viện của hành Thổ.

Như trên đã phân tích, giá trị năng lượng và tốc độ biến thiên năng lượng là hai yếu tố hợp thành tác động vào các chất, làm nên sự phong phú, đa dạng các hình thái tương tác của các chất và do đó, làm nên sự phong phú, muôn hình, muôn vẻ của thế giới.

Các phản ứng hóa học đều có vai trò của các trường năng lượng. Phản ứng nhiệt hạch trong MT chỉ xảy ra ở nhiệt độ hàng chục triệu độ (năng lượng điện từ), với năng lượng nhiệt, các hạt nhân Hyđro mới có động năng đủ lớn, thắng lực đẩy Cu lông, và kết hợp thành hạt nhân Hê li. Đây là trường hợp tạo thành chất mới cần năng lượng lớn nhất.

Nhiều phản ứng hóa học cần đến năng lượng thấp hơn. Ngay phản ứng xảy ra ở nhiệt độ phòng, cũng có vai trò năng lượng, là năng lượng tại nhiệt độ phòng thí nghiệm.

* Chất tương tác với nhau sinh ra chất mới và năng lượng

* Năng lượng làm cho các chất vận động và tương tác với nhau.

Trong vật lý học có "định luật bảo toàn và chuyển hóa năng lượng": "năng lượng không sinh ra và không mất đi, nó chỉ chuyển hóa từ dạng này sang dạng khác". Định luật này do Lômônôxốp phát hiện, khi ông quan sát hiện tượng cơ và nhiệt, và định luật chỉ đúng cho trường hợp chuyển hóa năng lượng cơ nhiệt; quá trình năng lượng trong phản ứng hóa học, định luật này không còn đúng nữa. Nhiều sách, trong đó có sách triết học, cho định luật này là đa năng, là có sự nhầm lẫn.

Mỗi chân lý chỉ đúng trong những điều kiện nhất định. Khi điều kiện khác đi thì chân lý đó không còn đúng nữa.

Thời kỳ Lômônôxốp hoạt động khoa học, thuyết tương đối của Anhxtanh chưa ra đời, công thức $E = m.c^2$ chưa có, và phản ứng hạt nhân chưa được khám phá. Vì Lômônôxốp (1711 - 1756) sống trước Anhxtanh (1879 - 1955) hơn 150 năm. Ông chưa có điều kiện thực nghiệm khoa học về các phản ứng hóa học, nên định luật ấy nêu ra chỉ đúng trong hiện thực mà ông quan sát được, đó là hiện thực cơ nhiệt.

Hiện nay, trong các sách hóa học còn nêu định luật bảo toàn khối lượng: "Khối lượng của các chất tham gia phản ứng và các chất có được sau phản ứng là bằng nhau". Định luật này còn đúng không khi phản ứng có thu nhiệt hoặc phát nhiệt? Nên chăng cần phải quan sát lại!

Năng lượng có thể được sinh ra từ độ hụt khối lượng Δm. Trong phản ứng nhiệt hạch, thỏa mãn công thức $E = \Delta mc^2$, và có thể mất đi trong các phản ứng thu nhiệt.

Trong các phản ứng thu nhiệt hoặc phát nhiệt, cần có thêm phương trình cân bằng năng lượng, tìm ra độ tăng khối và độ hụt khối.

Ngay trong cơ thể con người, chúng ta nạp vào hệ tiêu hóa rất nhiều chất, cả đời người có đến 40 tấn thức ăn, đó là chưa tính lượng ô xy rất lớn nạp qua phổi (15 triệu lít). Cho rằng cặn bã thải ra ngoài khoảng 40%, còn lại điều biến thành năng lượng điện từ để lao động và giữ nhiệt cho cơ thể ở 37^0 C.

Như vậy, một khối lượng lớn thức ăn (chất) đã biến thành năng lượng (trường).

Các phản ứng hóa học trong cơ thể là những phản ứng thông thường, không phải phản ứng nhiệt hạch, vẫn tuân theo *tinh thần* của công thức $E = \Delta mc^2$; Điều này chứng minh rằng, các phản ứng hóa học có thu nhiệt và phát nhiệt, không tuân theo định luật bảo toàn khối lượng.

Năng lượng vũ trụ nguyên thủy được sinh ra sau vụ nổ lớn (Bigbang) cùng với các hạt cơ bản. Trường và chất luôn luôn có mặt song song, vì không có cô âm, cô dương.

Sau Bigbang, năng lượng vụ nổ giảm dần, do được chuyển hóa vào các vật thể (các nguyên tố, các vì sao, các chất) và tiềm ẩn ở đó theo công thức $E = mc^2$, đồng thời cung cấp tốc độ vận động cho các chất này. Năng lượng lại được tái tạo từ các phản ứng nhiệt hạch và bức xạ vào không gian (năng lượng điện từ) và duy trì quy luật vận động của các thiên thể (năng lượng hấp dẫn), tạo điều kiện hợp hạt nhân, để sinh ra các nguyên tố hóa học.

Người ta mới phân loại được 3 dạng năng lượng cơ bản: Năng lượng tương tác mạnh, năng lượng điện từ và năng lượng hấp dân. Các dạng năng lượng thứ cấp như thủy năng, cơ năng, hóa năng là các khái niệm năng lượng của khoa học cụ thể, là biểu hiện cụ thể của 3 dạng năng lượng trên; thông qua một cấu trúc vận động trung gian, các dạng năng lượng có thể chuyển hóa lẫn nhau, như thủy năng có thể biến thành điện năng qua cấu trúc vận động cơ hóa (cũng là cơ năng), mà thủy năng là biểu hiện của năng lượng hấp dẫn.

Bản chất, quy luật vận động riêng có, của sự vật, hiện tượng và quá trình được sinh ra từ sự vận động "chất - trường",. liên quan chặt chẽ tới hình thái vận động của trường, tức là phương trình vận động của "trường" theo thời gian; nếu vẽ bằng đồ thị, thì đó là hình dạng của đồ thị với các giá trị, sự đồng biến, nghịch biến theo thời gian. Trường ở đây là một trường tổng hợp, trong đó có một trường mạnh là yếu tố chi phối chủ yếu và các trường của các vật thể, hiện tượng có liên quan trong mối liên hệ phổ biến. Các sự vật, hiện tượng đang có mặt hiện nay kể cả xã hội loài người và trạng thái vận hành hiện tại là thành quả của tầng tầng, lớp lớp các vận động "chất - trường" từ sau Bigbang, theo quy luật nhân quả liên tiếp nhau.

Các sự vật, hiện tượng, quá trình có bản chất riêng, tức quy luật vận động đặc thù, nhưng bao giờ cũng tiềm ẩn thông tin về trường đã sinh ra nó "con nhà tông không giống lông cũng giống cánh", đặc biệt là trường có sức mạnh chi phối và trường trực tiếp. Vì vậy, không lạ gì khi vũ trụ, con người và cả xã hội loài người, đều là sự vận động của Âm Dương chất trường. Với thế giới hữu sinh, giữa động vật và thực vật, có cùng mã di truyền ADN. Di truyền học hiện đại đã chứng minh như vậy.

Hiện tượng đại đồng mã di truyền của thế giới hữu sinh, có căn nguyên từ quy luật năng lượng Âm dương ngũ hành, đó là quy luật chi phối trực tiếp có quyền uy lớn nhất. Năng lượng Ngũ hành bao trùm là năng lượng của hệ MT - TĐ - Mt; Các năng lượng Ngũ hành thứ cấp, là năng lượng NH của các vật thể, hiện tượng, có liên hệ và tương tác với nhau.

Năng lượng Ngũ hành bao trùm có giá trị lớn nhất, có quyền uy áp đảo và vận hành tương đối ổn định từ hơn 5 tỷ năm nay, có thể gọi là năng lượng Ngũ hành gốc.

Có thể, dưới sự điều khiển của Ngũ hành tối thượng, trong điều kiện lý hóa đặc biệt, cách nay 3,8 tỷ năm, trên hành tinh xanh này, mầm sống côaxecva đã được sinh ra.

Đến nay, chúng ta chưa thành công trong việc tạo ra sự sống tại các phòng thí nghiệm, mà chỉ chế tạo được các chất hữu cơ cần thiết cho sự sống. Việc tìm thấy mầm mống sự sống trong vũ trụ cũng chỉ là các chất hữu cơ này. Cho rằng, sự sống có thể là các mầm sống này, từ vũ trụ bay vào trái đất, gặp thuận lợi và phát triển thành sự sống, mới chỉ dừng lại ở giả thuyết.

Sách "Almaranh những nền văn minh thế giới" mô tả thí nghiệm của Miller, người Mỹ, chế tạo Aminoaxít, và hy vọng trong ống nghiệm sẽ nhìn thấy sự sống lù lù xuất hiện, trong niềm hứng khởi khó tả của các nhà bác học.

Hơi nước nóng được phun vào một bóng thủy tinh chứa khí Hy đro, metan, Amôniác, thành phần khí quyển nguyên thủy của trái đất. Một hệ thống phóng điện 60.000 vôn, liên tục phát những tia lửa điện trong hỗn hợp khí để tái tạo sét của những cơn giông tố. Sản phẩm hơi của những cuộc thí nghiệm nguội đi và đọng lại trong một ống nghiệm. Sau một tuần thí nghiệm, sản phản là một chất lỏng màu nước cam. Miller (Milo) phân tích kỹ lưỡng chất lỏng và nhận xét rằng, ông đã chế tạo được Amino axit, một chất cần thiết cho sự sống. Niềm vui bất ngờ chưa xuất hiện, song thí nghiệm của Miller mở đường cho ngành hóa - sinh học, đặc biệt nghiên cứu nguồn gốc và sự tiến hóa của sự sống.

Các nhà nghiên cứu đã dùng máy gia tốc phóng những electron vào các hỗn hợp hóa học, chế được Animôaxít, đường, u rê.

Trong không gian dải ngân hà cũng phát hiện thấy có các chất này. Các nhà khoa học cho rằng các chất tiền sự sống từ vũ trụ bay vào trái đất, trải qua "chọn lọc tự nhiên", chất nào thích nghi với điều kiện lý hóa của trái đất nguyên thủy đã kết hợp với nhau tạo thành các phân tử phức tạp, sinh sôi nảy nở và sự sống ra đời.

Theo thiển ý, thế giới hữu sinh đang tồn tại, dù đã trải qua hàng tỷ năm thích nghi và tiến hóa, thì những điều kiện lý hóa khi ra đời không thể vượt quá xa những điều kiện hiện nay. Sự sống không thể ra đời ở điện trường 60 ngàn vôn hoặc các điện trường của sét, có nhiệt độ hàng ngàn độ, mà ra đời trong những điều kiện lý hóa gần với hiện nay, nhiệt độ trong giới hạn 100^0C. Có thể các côaxecva còn đang xuất hiện ở đâu đó, từ các chất "tiền sự sống" mà chúng ta chưa phát hiện được. Thực vật biến đổi gen, vi rút biến đổi gen, do tương tác với các trường năng lượng, là một gợi ý cho việc sáng tạo sự sống trong phòng thí nghiệm. Ở các thí nghiệm trên, có thể chưa chú ý đến tốc độ biến thiên năng lượng (điện từ và hấp dẫn) một cách thích hợp, khi tác động vào các chất. Sự biến thiên năng lượng Ngũ hành có thể là một gợi mở, vì quy luật Ngũ hành đã có sẵn trước khi sự sống ra đời.

Hiện nay, thế giới hữu sinh đều có cấu trúc sinh lý mang đặc điểm Ngũ hành ở những cấp độ khác nhau. Y học cổ truyền Phương Đông đã phát hiện ra cấu trúc Ngũ hành ở con người. Sinh lý học hiện đại đã phát hiện ra sự giống nhau ở cấp độ cao giữa cấu trúc sinh lý con người và động vật có vú. Như vậy các động vật có vú đều có cấu trúc sinh lý mang đặc điểm Ngũ hành. Các động vật cấp thấp hơn có cấu trúc Ngũ hành đơn giản hơn. Đi sâu hơn nữa, mỗi tế bào của con người đều mang đặc điểm Ngũ hành, giống như AND có mặt ở mọi tế bào. Tế bào có vận chuyển dinh dưỡng giống như tim (hành hỏa), có tiếp nhận ô xy, giống như phổi (hành kim), có đồng hóa dị hóa dinh dưỡng giống như bộ máy tiêu hóa (hành Thổ), có cân bằng nội môi và lọc như thận (hành Thủy), có chế tạo các Protein cần thiết và phần tử năng lượng ATP như gan (hành Mộc).

Từ đây suy ra rằng, tế bào sống đầu tiên Côaxecva không nhân, tuy có cấu trúc đơn giản, nhưng cũng mang đặc tính Ngũ hành, tuy không phức tạp bằng tế bào con người. Nếu nghiên cứu thế giới thực vật, các tế bào thực vật cũng có cấu trúc Ngũ hành. Về cấu trúc thu nhận thông tin, các động vật có vú đều có 5 giác quan như người, ngoài ra chúng còn có các giác quan 6, giác quan 7, nên có khả năng ngoại cảm (như chó, ngựa, mèo..)

Sự vận động của năng lượng, tác động vào chất, sinh ra các vật thể. Các vật thể vận động theo những quy luật đặc thù, quy định bản chất riêng của từng vật thể, nhưng bao giờ vật thể cũng tàng chứa thông tin về quy luật năng lượng đã góp phần sản sinh ra nó. Đó là sự kế thừa trong phủ định, là mối quan hệ giữa cái riêng và cái chung, là quy luật nhân quả. Tính đặc thù của các vật thể là kết quả tương tác giữa Ngũ hành của nhiều vật thể và hiện tượng khác nhau, trong mối liên hệ phổ biến, trong quá trình hình thành vật thể.

Giả sử rằng, trái đất không có quy luật năng lượng Ngũ hành, có thể có thế giới hữu sinh và loài người như ngày nay không?

Khi trục quay của trái đất vuông góc với mặt phẳng quỹ đạo, mặt trời thường xuyên chiếu thẳng góc với khu vực xích đạo, khu vực này luôn luôn nóng, còn hai cực luôn luôn lạnh. Bão tố sẽ thường xuyên xảy ra do gió lạnh thường xuyên thổi mạnh về phía xích đạo, kèm theo đó là hiện tượng khí hậu thời tiết rất phức tạp, không thuận lợi cho quá trình phát sinh và phát triển của thế giới hữu sinh. Có chăng chỉ là các sinh vật cấp thấp ở biển, còn trên đất liền không thể có sự sống. Đó là trường hợp không có quy luật Ngũ hành.

Từ thực tiễn khoa học và hiện thực sinh động được mô tả ở trên, có đủ niềm tin để nói rằng: Sự vận động năng lượng, mang quy luật Ngũ hành là bà đỡ cho sự ra đời sự sống trên trái đất, là người cha, cùng với người mẹ là trái đất nuôi dưỡng cho sự sống phát triển, tiến hóa, thích nghi, để có thế giới hữu sinh phong phú sắc màu như ngày nay. Đứa con kỳ diệu nhất của Ngũ hành là loài người, và đến lượt loài người lại làm rạng rỡ cho Tổ tiên, cha mẹ của mình.

Nhân loại được quy luật âm dương ngũ hành sinh ra, ắt vận động theo quy luật Âm dương ngũ hành. Từng con người và cả cộng đồng nhân loại, đều vận động theo quy luật. Đó là sự tái tạo đặc điểm của hệ thống vật chất này ở hệ thống vật chất khác, trong quá trình tương tác. Đó là thuộc tính phản ánh, thuộc tính phổ biến của mọi hình thái vật chất, đồng thời là tính thống nhất biện chứng của vật chất (đồng quy luật).

Chủ nghĩa duy vật hiên đại dã khám phá ra xu thế vận động của xã hội loài người. Triết học ADNH cũng khám phá ra xu thế đó. Hai dòng triết học có sự gặp gỡ kỳ diệu, sẽ trình bày ở chương tiếp theo.

III.3. Các quy luật của học thuyết Ngũ hành.

III.3.1. Phạm vi vận hành của quy luật Ngũ hành.

Mỗi quy luật chỉ có quyền uy trong phạm vi vận động của hiện thực đã sinh ra nó.

Quy luật Âm dương bao trùm toàn vũ trụ, tư duy và xã hội loài người.

Quy luật Ngũ hành được sinh ra do đặc điểm chuyển động của trái đất trong hệ MT - TĐ - Mt và chỉ vận hành trong phạm vi trái đất. Nó chỉ tác động vào các hiện tượng, sự vật do nó cùng trái đất sinh ra. Ngoài trái đất, nó là khách vãng lai, chẳng có ý nghĩa gì.

Những hiện tượng và sự vật do Ngũ hành cùng trái đất tương giao, tương thành mà sinh ra, bao gồm:

1. Sự vận động của khí hậu thời tiết

- Mang đặc tính 4 mùa Xuân - Hạ - Thu - Đông và có một mùa gọi là mùa Thổ, gồm 4 tháng cuối mỗi mùa Xuân - Hạ - Thu - Đông, là các tháng 4,7,10,1, hệ can chi gọi là các tháng, thìn, mùi, tuất, sửu, mang đặc tính hành Thổ.

Cách phân chia các mùa chỉ là tương đối, do tính phức tạp của khí hậu. Ở phương Đông, các ngày Lập xuân, Lập hạ, Lập thu, Lập đông là đầu mỗi mùa. Ở nhiều nước Châu Âu, lấy ngày xuân phân, hạ chí, thu phân, đông chí là đầu mùa (là ngày giữa mùa của Phương Đông).

Mặt phẳng xích đạo trái đất gặp quỹ đạo trái đất tại 2 ngày xuân phân và thu phân. Từ các ngày này làm mốc, khi trái đất đi được một cung 30^0 ta có 1 tháng (dương lịch), đi được 90^0 ta có một mùa.

Cách chia mùa của Phương Động (Trong đó có Trung Quốc

và Việt Nam) phù hợp với quy luật Ngũ Hành ở bán cầu Bắc. Với cách chia này, ngày giữa mùa hạ (hạ chí), ngày 22 - 6, MT chiến thắng góc vào vĩ độ 23^0 27' (góc phụ với độ nghiêng trục quay TĐ 66^0 33'), là vĩ độ Bắc cao nhất của Việt Nam, tại Lũng cú, đỉnh tỉnh Hà giang.

- Mang đặc điểm vĩ độ: 4 mùa còn mang đặc điểm vĩ độ, do sự phân bố nhiệt lượng không như nhau ở các vĩ độ. Người ta chia ra mỗi nửa bán cầu có 3 vùng, vùng nhiệt đới từ vĩ độ xích đạo (0^0) tới chí tuyến Bắc 23^0 27', vùng ôn đới từ chí tuyến Bắc tới vòng cực Bắc 66^0 27', vùng hàn đới từ vòng cực Bắc tới đỉnh Bắc Trái đất (90^0).

- Mang đặc điểm vùng miền: Biển, sa mạc, cao nguyên, đồng bằng, trung du, miền núi, biển băng, vv

- Các hiện tượng bất thường: Thời kỳ băng bà, đại hồng thủy, bão biển, bão cát, bão tuyết, gió lốc, gió mùa đông bắc, tây nam, gió nóng, lụt, hạn hán.

Sự vận động của khí hậu thời tiết là kết quả tương tác của năng lượng Ngũ Hành với các chất của trái đất, chủ yếu là không khí và nước, sự phức tạp và bất thường của khí hậu là do sự phức tạp của địa hình trái đất, do chu kỳ hoạt động của MT, đặc biệt là chu kỳ 11 năm, do hoạt động của năng lượng hấp dẫn MT + Mt gây ra hiện tượng thủy triều không như nhau ở các vùng biển, sự dao động của khí quyển không như nhau ở mọi vùng TĐ; do hoạt động kiến tạo của TĐ, sự di chuyển của các mảng lục địa gây ra động đất, núi lửa, các dòng hải lưu nóng lạnh Ennino, Ennina v.v... và còn do con người nữa.

Trái đất đã trải qua nhiều giai đoạn kiến tạo để ổn định cấu trúc. Đó là quá trình tương giao, tương thành của vật chất và năng lượng trong TĐ, có sự tương tác về năng lượng MT, Mt. Theo các nhà khoa học địa chất, ngày nay TĐ có cấu trúc ổn định hơn các thời kỳ trước và đang trong quá trình ổn định. Giai đoạn băng bà, đại hồng thủy, là giai đoạn trái đất hoạt động kiến tạo sôi động, các mảng lục địa di chuyển với tốc độ lớn hơn ngày nay; cực từ TĐ cho đến nay đã đảo cực tới 16 lần, chứng tỏ ruột trái đất hoạt động mãnh liệt.

Những thời kỳ kiến tạo dữ dội là những thời kỳ khí hậu thời tiết cũng biến động dữ dội. Nhưng đó lại là động lực của tiến hóa, động lực sinh ra loài người và cả thế giới hữu sinh phong phú như ngày nay.

Ở đâu không có những biến đổi khí hậu bất thường lâu dài, ở đó tiến hóa sẽ chậm lại. Không có hạn hán lâu dài hàng triệu năm, thì con cá không tiến hóa thành ếch nhái, rồi bò sát, rồi... thành người.

Người xưa đã dùng học thuyết ADNH xây dựng lý luận "Vận khí" để dự báo khí hậu thời tiết (Nội kinh, Y tông tâm lĩnh của Lê Hữu Trác và nhiều sách khác đã bàn đến). Dự đoán học, dùng nguyên lý ADNH gieo quẻ, dự báo thời tiết hàng ngày, đạt tới độ chính xác 80%. (Theo sách Dự đoán theo Chu dịch của Thiệu Vĩ Hoa). Điều đó chứng minh rằng, khí hậu thời tiết của trái đất là sản phẩm sáng tạo của năng lượng, vận hành theo quy luật NH.

Dù phức tạp đến đâu, sự vận động của khí hậu thời tiết vẫn tuân theo quy luật NH, tạo ra đặc điểm mùa. Những biến động bất thường của nó như bão lụt, nóng lạnh quá độ, người xưa cũng dự báo được, qua học thuyết ADNH.

2. Thế giới hữu sinh

Thế giới vô sinh là các nguyên tố hóa học, được sinh ra từ Bigbang và quá trình AD tương giao tương thành, mà cấu thành các thiên thể, trong đó có hệ MT - TĐ - Mt.

Khi TĐ có trục quay nghiêng thì quy luật NH xuất hiện (Trục TĐ nghiêng $66^0 33'$ là thành quả dần dần của quá trình kiến tạo ổn định cấu trúc TĐ). Khí hậu 4 mùa và những biến động dữ dội của nó song song ra đời. Có thể nói rằng, đây là sự chuẩn bị chu đáo của cha mẹ trước khi khai sinh đứa con của mình. Các thứ chuẩn bị là đồ ăn, thức uống, tã lót và cả những cái roi mây nữa. Thế giới hữu sinh bị những bất thường khí hậu hành hạ, nhưng không có những cái roi của người cha người mẹ nghiêm khắc thì không thể thành người. Sự rèn luyện nghiêm khắc của hạn hán, băng hà, hồng thủy đã đưa thế giới hữu sinh từ một tế bào đơn giản trưởng thành, thành con người.

Một Ngũ hành thời tiết đặc biệt đã làm ông tơ bà nguyệt, xe duyên cho các nguyên tố vô sinh kết hôn thành sự sống và sau đó là nuôi dưỡng, rèn dũa cho nó tiến hóa.

Sự sống phong phú như ngày nay là kết quả tương tác tầng tầng, lớp lớp kế tiếp nhau của các NH hậu duệ và NH khí hậu, cùng với sự chi phối của NH có sức mạnh nhất, là NH của hệ MT - TĐ - Mt.

Có những câu hỏi "tại sao" tưởng như đơn giản!

- Tại sao con người nguyên thủy tiến hóa từ nhiều vùng đất khác nhau, không hề liên hệ với nhau lại có cấu trúc sinh lý giống nhau?

- Tại sao những nguyên lý khoa học do một nhà bác học khám phá ra lại có thể giảng giải cho học sinh toàn TĐ hiểu được?

- Tại sao bản nhạc của Bettoven, bi kịch Sếch Spia, thơ Puskin, "những người khốn khổ" của Victo Huygô, cả nhân loại đều khen hay? Bức tranh Monalisa cả thế giới đều chiêm ngưỡng, v.v. và v.v...

Câu trả lời là: Cả loài người có một sự đồng nhất về cấu trúc sinh lý và cấu trúc tinh thần. Căn nguyên của sự đồng nhất đó là sự đồng nhất của quy luật vận hành. Đó là quy luật ADNH, đó là cái chung trong cái riêng của từng cá thể.

Sự đồng nhất trong quy luật vận hành của con người làm cho quy luật ADNH có thể tác động vào xu thế phát triển của XH loài người. Vấn đề này sẽ được thảo luận ở một chương riêng.

Con người do quy luật ADNH sinh ra, ắt phải vận động theo quy luật ADNH, trong đó có quy luật vận hành của cấu trúc sáng tạo, cấu trúc sinh lý và cấu truc tinh thần.

* Các nhà khoa học có dự định cải tạo sao Hỏa, tìm cách để sao Hỏa có nước và không khí và đưa con người lên sống ở đó, nếu trái đất gặp mệnh hệ không may. Thời gian chuẩn bị khoảng 150 năm. Thử bàn thêm về việc đó. Sao Hỏa có khối lượng bằng 0,11 khối lượng TĐ, gia tốc trọng trường bằng 1/3 của TĐ tức lực hấp dẫn nhỏ bằng 1/3 của TĐ; Một năm dài 687 ngày; ngày dài 24 h 37ph, độ nghiêng trục quay so với mặt phẳng quỹ đạo 65^0, gần bằng của TĐ, cường độ từ trường rất yếu so với TĐ. Con người không chỉ sống với nước và không khí, con người đã thích nghi với quy luật ADNH trên TĐ. Ở sao Hỏa, lực hấp dẫn chỉ bằng 1/3 của TĐ, chu kỳ NH kéo dài bằng 2 lần của TĐ, vì một năm kéo dài gần 2 lần, cường độ từ trường yếu. Đó là những thế lực mà khoa học không thể cải tạo, con người khó chịu đựng lâu dài. Ước mơ thật bay bổng và lãng man, nhưng khó thành hiện thực! Chúng ta hãy yêu TĐ của mình, hãy làm cho TĐ trở thành "thiên đường", hãy bảo vệ hệ sinh thái của nó. Vì TĐ còn tồn tại cùng MT khoảng 5 tỷ năm và đang trong quá trình ổn định. Con người còn được hưởng hạnh phúc mấy tỷ năm nữa. Nên chăng nên xây dựng trên sao Hỏa và Mt những trạm du lịch ngắn ngày. Chỉ điều đó mới có tính khả thi và trở thành hiện thực.

3. Góp phần ổn định cấu trúc trái đất.

Bức xạ điện từ của MT tác động vào lớp vỏ TĐ, chỉ có năng lượng hấp dẫn tương hỗ của MT, Mt với TĐ là góp phần ổn định cấu trúc TĐ. Sự biến thiên năng lượng hấp dẫn theo quy luật NH đã gây ra quy luật thủy triều, từng vùng biển khác nhau, ắt cũng gây ra động lực cho các mảng lục địa. Năng lượng hấp dẫn hoạt động theo chu kỳ, phối hợp với năng lượng tự quay, làm cho các mảng lục địa dịch chuyển. Đó là quá trình vận động cấu trúc. Theo tính toán của các nhà khoa học, sự vận động cấu trúc TĐ mang tính quy luật và đang tiến dần đến ổn định. Cấu trúc TĐ sẽ ngày càng bền vững hơn, ít biến động hơn, các mảng lục địa di chuyển chậm dần (hiện nay hàng năm di chuyển khoảng 1 cm), động đất và núi lửa sẽ giảm hoạt động, khí hậu ít bất thường hơn.

Đây là quy luật "Âm dương tương giao tương thành ngày càng phát triển, tương phản đối kháng ngày cảng giảm dần" trong quá trình hình thành trái đất. trụ. Âm dương ở đây là năng lượng và khối lượng (trường và chất) của TĐ đang trong quá trình tương tác dẫn tới cân bằng ổn định. Vì năng lượng hấp dẫn dao động có tần số nên có thể gây ra hiện tượng cộng hưởng. Động đất có nguyên nhân tự cộng hưởng cục bộ, giải phóng năng lượng tích tụ, phá vỡ một phần cấu trúc vật chất TĐ. Khi TĐ có cấu trúc ổn định, hiện tượng cộng hưởng cục bộ sẽ giảm đi.

4. Tác động vào các sự vật, hiện tượng, quá trình có liên hệ với thế giới hữu sinh.

- Các sản phẩm sáng tạo của con người đều tái tạo lại thông tin về con người ở những mức độ khác nhau, đó là thuộc tính phản ánh của vật chất. Thông tin về ADNH cũng được tái tạo, dù đó là sản phẩm từ các chất vô sinh. Sản phẩm có hàm lượng trí tuệ càng cao thì sự phản ánh càng đầy đủ và rõ ràng, như rô bốt, máy tính, hệ thống truyền hình, v.v...

Thí dụ, một máy thu VTTH ta có thể so sánh cấu trúc của nó với cấu trúc 5 dạng Ngũ Hành của con người.

+ Hành Thổ là tì vị, có chức năng cung cấp dinh dưỡng, trong VTTH là nguồn điện và ổn áp.

+ Hành Hỏa: Tim vận chuyển năng lượng, trong VTTH là hệ thống tăng áp, giảm áp, dẫn điện.

+ Hành Mộc: Gan chế tạo protein, trong VTTH là các bộ phận điều chế thông tin âm thanh, hình ảnh màu sắc, v.v...

+ Hành Kim: Phổi, hệ thống hô hấp thu nhận ô xy, trong VTTH là hệ thống thu tín hiệu ăng ten.

+ Hành Thủy: Thận lọc, cân bằng nội môi, trong VTTH là hệ thống lọc nhiễu, tự động điều chỉnh, để toàn hệ thống hoạt động cân bằng và ổn định.

Quá trình vận hành âm thanh, hình ảnh giống như bộ máy thính giác và thị giác của con người.

- Tài sản của con người, dù là chất vô sinh, như vàng bạc, tiền nong, v. .v..., bị mất mát thất lạc, đều có thể dùng Dự đoán học, theo nguyên lý ADNH, để dự đoán và tìm lại. Bởi vì các tài sản này đã được lưu vào bộ nhớ của chủ nhân cho đến lúc bị thất lạc, và lưu vào bộ nhớ của kẻ lấy cắp (nếu bị mất cắp). Thông tin ADNH tàng chứa trong sóng tư duy sẽ phản ánh vào thông tin dự đoán và người dự đoán có thể đoán được. Sách "Dự đoán theo Chu dịch" của Thiệu Vĩ Hoa có nhiều ví dụ về hiện tượng này.

Việc gieo quẻ và dự đoán không có gì mê tín mà hoàn toàn nằm trong quy luật phản ánh thông tin giữa các sự vật hiện tượng có liên hệ với nhau.

- Các sản phẩm vô sinh cũng có "quy luật số phận vì nó tàng ẩn thông tin ADNH của nhóm người sáng tạo ra nó. Người ta có thể dùng dự đoán học ADNH để dự đoán thời kỳ hư hỏng của nó. Một chiếc xe máy hay gặp tai nạn, chủ của nó muốn bán đi, người mua, nếu phát hiện được số phận không may của nó, sẽ không dám mua. Chẳng có hồn ma nào đi theo nó để làm cái việc xúi quẩy. Đó là số phận của nó do nhóm người sản xuất ra nó, cho nó ra xưởng vào giờ xui xẻo. Ở đây, giữa khoa học và mê tín thật là lắt léo, "khó phân thắng bại". Chỉ có am hiểu quy luật mới có thể phân biệt được rõ ràng.

- Có người nuôi được con vật này mà không nuôi được con vật khác, do sự tương tác ADNH thuận hay nghịch, tương sinh là chủ yếu hay tương khắc là chủ yếu. Nếu tương khắc quá mạnh thì không nuôi được.

Nghiên cứu giới hạn vận động của quy luật ADNH, tạo thuận lợi trong ứng dụng thực tiễn, tránh được sự suy diễn ngộ nhận và sự mơ màng trong nhận thức hiện thực.

III.3.2. Các quy luật của học thuyết ngũ hành.

Quy luật NH nằm trong phạm trù của quy luật Âm Dương, thống nhất với quy luật AD, là biểu hiện cụ thể của quy luật âm dương trong hiện thực vận động của TĐ. Theo học thuyết của tiền nhân, Ngũ hành có 2 quy luật vận động tương sinh và tương khắc. Đây là hai quy luật tương tác giữa các hành, đồng nghĩa với quy luật tương thành và tương phản trong học thuyết AD.

Bản thân 5 trạng thái năng lượng của MT - TĐ - Mt không tương tác với nhau, mà trôi qua tuần tự theo thời gian, ngày, giờ, tháng, năm, trong đó năng lượng thu nhiệt và bức xạ của TĐ không tương tác mà chỉ thu phát. Năm trạng thái năng lượng này chỉ tương tác với thành quả mà nó sinh ra và các thành quả tương tác với nhau, chi phối sự vận động của nhau và sáng tạo thành quả mới.

Vì 5 năng lượng gốc có cường độ mạnh áp đảo mọi trạng thái năng lượng của các thành quả sáng tạo, và tác động liên tục thường xuyên, nên mọi hậu duệ của nó, ở bất cứ thế hệ nào, đều mang "gen di truyền của nó ở cấp độ cao", giống như một ông vua sống mãi không chết, mọi thần dân từ thế hệ này sang thế hệ khác cứ phải nghiêm ngặt tuân theo phép tắc bất di bất dịch.

Khái niệm AD tương ứng với khái niệm vật chất trong triết

học hiện đại, đó là một phạm trù triết học. Ngũ Hành là một dạng tồn tại cụ thể của AD, là vật chất cụ thể. Học thuyết NH là khoa học cụ thể, nhưng có tính phổ quát cao gần với triết học, nó bao trùm TĐ, quán xuyến mọi hiện tượng vận động của thời tiết, khí hậu, vận động của thế giới hữu sinh, trong đó có loài người.

Việc nghiên cứu ứng dụng học thuyết NH bổ ích đối với thế giới hữu sinh, có thể là sự gợi mở bất ngờ trong khám phá hiện thực, trong đó có quy luật vận động của xã hội loài người. Nếu tin vào những lời tiên tri lịch sử là có thật, thì "Thuyết định mệnh lịch sử" có chỗ đứng trong khoa học lịch sử. Những lời dự đoán tiên tri đều dựa vào học thuyết ADNH.

Như vậy, quy luật vận động của tự nhiên và quy luật vận động của XH loài người có mối liên hệ chặt chẽ với nhau.

Quy luật vận động của xã hội loài người là sự tái tạo quy luật vận động của tự nhiên ở các cấp độ tiến hoá, vì xã hội loài người là thành quả sáng tạo của tự nhiên. Điều đó hoàn toàn phù hợp với nguyên lý phản ánh. Tư duy như vậy là phù hợp với biện chứng khách quan.

Từ đây, có một gợi ý thực tiễn: Tham chiếu quy luật vận động của tự nhiên, để khám phá quy luật vận động của XH loài người. Vấn đề này sẽ được bàn đến ở chương sau.

Quy luật Ngũ hành vận động trong từng sự vật, hiện tượng cá thể, trong các cấu trúc nhỏ như tế bào con người..., và vận động trong cấu trúc hệ thống, cấu trúc lớn, như một cộng đồng các sự vật hiện tượng, và chi phối quá trình vận động của chúng. Xã hội loài người đang tiến dần đến một cấu trúc lớn, có mối liên hệ ngày càng chặt chẽ, sẽ chịu tác động của quy luật ADNH. Sau đây nghiên cứu hai quy luật lớn.

1. Quy luật tương sinh (tương thành).

Mộc sinh Hoả - Hỏa sinh Thổ - Thổ sinh Kim - Kinh sinh

Thủy - Thủy sinh Mộc.

Trên hình vẽ, quan hệ tương sinh được biểu diễn bằng các cung tròn.

- Khái niệm tương sinh không hiểu theo nghĩa đen mà có nghĩa như quy luật tương giao tương thành, phối hợp, hỗ trợ, giúp đỡ nhau thành công. Cần nhấn mạnh rằng, Ngũ hành là các cặp AD, mang đầy đủ các thuộc tính của phạm trù đối lập AD. Người xưa đưa ra quy luật Mộc sinh Hoả,..., Mộc, Hoả là một cặp AD, vì vậy, hai Hành có thuộc tính thống nhất, thuộc tính đồng nhất, có hệ thống tương phản cân bằng. Khi vận động của hai Hành mất cân bằng, tương phản đối kháng sẽ mạnh lên. Không chỉ Mộc sinh Hoả mà còn ngược lại. Người xưa vận dụng học thuyết Ngũ hành vào Y học. Do lý luận chưa làm rõ bản chất AD của các hành, nên trong điều trị còn nhiều lúng túng. Nhấn mạnh sinh khắc là chưa đầy đủ. Tiếp cận quy luật Ngũ hành từ quy luật AD, làm dễ dàng cho việc lý giải hiện thực và giải quyết các tình huống thực tiễn. Có 10 cặp Ngũ hành đều là các cặp AD. Bản thân mỗi Hành là một cặp AD, tổng cộng 15 cặp. Do đó, có thể bỏ mũi tên trong sơ đồ sinh khắc của người xưa.

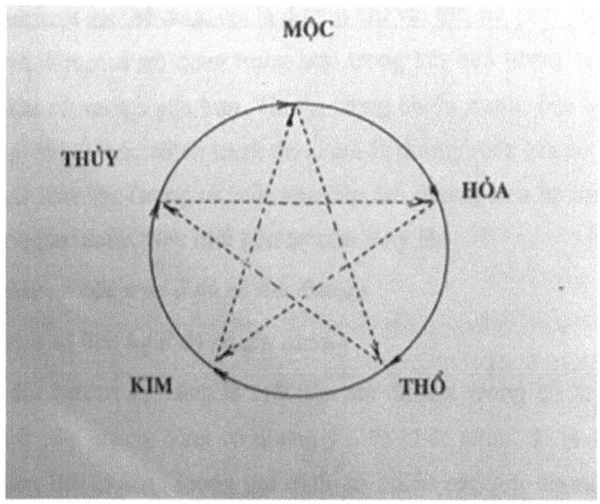

Hình I.18: Ngũ hành tương sinh, tương khắc

- Người xưa phát hiện các quy luật Ngũ Hành trên cơ sở nghiên cứu quan sát các thành quả tương tác của năng lượng NH và chất trên TĐ. Thành quả tinh tế và hoàn thiện nhất là con người. Thành quả dễ quan sát nhất là khí hậu hàng năm.

Vận dụng các quy luật âm dương để nghiên cứu Ngũ Hành, người xưa thấy rằng.

+ Mỗi vật thể vũ trụ đều có nhiều cặp âm dương. Trong đó có cặp âm dương chủ yếu chi phối tất cả, là yếu tố cơ bản quyết định bản chất và quy luật vận động phát triển của sự vật. Thế giới hữu sinh và con người, cặp âm dương chủ yếu của cá thể là đại não và hệ thần kinh. Các cặp âm dương thành phần là 5 hành và mối quan hệ giữa các hành. Các cặp Mộc Thủy, Mộc Hỏa, Mộc Kim, Mộc Thổ, v.v..., có 10 cặp như vậy.

+ Người xưa có khả năng phân tích, tổng hợp và tư duy trừu tượng cao, mới khái quát được sự vận động của hiện thực (khí hậu và thế giới hữu sinh) thành quy luật Ngũ Hành.

Ngũ hành không phải là 5 chất gỗ, lửa, đất, kim loại, nước. Người xưa đã dùng hình tượng so sánh cho dễ hiểu, là hình thức ẩn dụ. Theo tạp chí ngôn ngữ số 3 năm 2008, trong bài "Bản chất của hoán dụ trong mối quan hệ với ẩn dụ" thì: Bản chất của ẩn dụ là sự thay thế tên gọi các sự vật hiện tượng, tính chất..được gọi tên (..tức là các biểu vật)..khi tư duy liên tưởng của con người phát hiện ra ở chúng ít nhất cùng chung một nét hay một đặc điểm nào đó" (Sđd tr 2).

Tên gọi năm hành cũng có những nét tương đồng với quy luật Ngũ hành. Mộc tương đồng với mùa xuân, năng lượng biến thiên tăng, cây cối phát triển vươn cao, xu thế đi lên. Hỏa là mùa hạ, năng lượng lớn nhất, nóng bức. Kim là mùa thu, năng lượng biến thiên giảm, kim loại dẫn nhiệt rất mạnh, ta sờ vào cơ cảm giác lạnh ("lạnh như đồng") xu hướng đi xuống. Thủy là mùa Đông, năng lượng thấp nhất, nhiệt độ nước bao giờ cũng thấp hơn nhiệt độ khí trời. Thổ là đất, năng lượng tăng giảm bù nhau, tốc độ biến thiên chậm hơn mùa xuân và thu, phù hợp với các tháng cuối mùa. Bản chất năng lượng Thổ là năng lượng phản xạ cả ngày và đêm. Do đặc tính sóng, năng lượng phản xạ, có giao thoa, ngược pha, lệch pha, tán xạ cùng với năng lượng MT, song giá trị "nhiễu" này không đáng kể. Năng lượng chủ yếu là năng lượng phản xạ, làm nên đặc tính của hành Thổ. Do TĐ tự quay, trong 1 ngày (24h) cũng có quy luật Ngũ Hành: Giờ dần, mão (3h - 5h) là hành mộc, năng lượng tăng dần; giờ thìn (7 - 9h) là thổ, tốc độ năng lượng chậm lại, giờ tỵ ngọ là hành hỏa (9h - 13h), năng lượng lớn nhất. Giờ mùi là hành thổ (13 - 15h) tốc độ giảm chậm, giờ thân, dậu (15 - 19h) tốc độ giảm nhanh, hành kim. Giờ tuất (19 - 21h) hành thổ, mặt đất phản xạ năng lượng, giờ hợi, tý (21h đến 1h sáng hôm sau) hành thủy, năng lượng thấp, do đất đã phản xạ ở các giờ trên, giờ sửu (1- 3h): năng lượng giảm chậm, hành thổ, tiếp theo là giờ dần của ngày hôm sau. Người xưa quy định giờ tý là giờ bắt đầu của một ngày.

Các mùa đều chứa NH của ngày, nên mỗi hành không thuần nhất, mà chỉ biểu hiện đặc tính nổi bật của hành đó.

Các hành năng lượng của hệ MT - TĐ - Mt, ta tạm gọi là NH gốc, không tương tác với nhau; NH của khí hậu thời tiết cũng không tương tác với nhau. Vì chúng trôi đi theo thứ tự thời gian. Chỉ xảy ra các tương tác sau đây.

+ Tương tác giữa thế giới hữu sinh và NH gốc.

+ Tương tác giữa thế giới hữu sinh và khí hậu thời tiết.

+ Tương tác trong từng cá thể của thế giới hữu sinh, đó là sự vận hành ADNH trong cấu trúc vật thể.

+ Tương tác giữa các cá thể trong thế giới hữu sinh, đó là những cặp ADNH liên hệ.

+ Tương tác giữa cá thể và cộng đồng thế giới hữu sinh

+ Tương tác giữa các cộng đồng thế giới hữu sinh.

Tương tác mà người xưa quan tâm nghiên cứu là tương tác của thế giới loài người, bao gồm:

* Tương tác NH trong từng con người. Để chữa bệnh và dưỡng sinh, Y học Phương Đông đã ra đời. Trong đó hàm chứa quy luật tương tác giữa con người và thiên nhiên.

* Tương tác NH giữa cá thể với tự nhiên và cộng đồng. Dự đoán học đã ra đời từ đây, trong đó có dự đoán học mệnh vận.

* Tương tác trong quan hệ tổ chức cộng đồng. Chính trị luận từ học thuyết ADNH đã ra đời, điển hình là chính trị luận của Đổng Trọng Thư, nhưng đã bị động cơ chính trị chủ quan làm cho biến dạng.

* Nhiều học thuyết đã ra đời dẫn xuất từ học thuyết ADNH, như phong thủy, nhân tướng học, kỳ môn, võ thuật.. đều lấy quy luật NH để xây dựng lý luận.

- Có lẽ hiện tượng NH được trực giác của các nhà thông thái cảm nhận từ hiện tượng 4 mùa, ngày đêm, còn việc phát hiện các quy luật tương tác là từ tính cách và bệnh tật con người. Thực tiễn chữa bệnh là thực tiễn gần gũi nhất cho việc nghiên cứu. Việc nghiên cứu giải phẫu có thể từ các xác chết vô thừa nhận, hoặc động vật gần với người, như khỉ, vượn và các động vật có vú. Các thầy thuốc ưu tú đã khám phá ra 5 tạng có chức năng khác nhau, cấu trúc khác nhau, từ các liên kết giải phẫu.

Tác phẩm Nội kinh là tác phẩm đầu tiên xây dựng lý luận NH tương đối hoàn thiện. Là thành quả sáng tạo của tập thể thầy thuốc ưu tú, sau mấy trăm năm tổng kết thực tiễn chữa bệnh và dưới ánh sáng của học thuyết âm dương.

Trong cơ thể con người, hoạt động âm dương là hoạt động bao trùm, đó là cặp AD cơ bản. Khi chẩn bệnh các thầy thuốc thường dùng khái niệm tổng hợp: Âm thịnh, âm suy, dương thịnh, dương suy, thoát dương, thoát âm.

Ngũ hành là 5 cặp AD thành phần, có mối liên hệ và tương tác với nhau theo các quy luật AD cơ bản và thuộc tính sinh khắc đặc thù.

Trong điều kiện AD cân bằng, mộc sinh hỏa, tức là can trợ lực cho Tâm (gan và tim), trong đó can làm vai trò dương và tâm làm vai trò âm. Can sinh huyết (và cả tàng huyết) đưa vào tim nuôi dưỡng tim hoạt động. Ngược lại tim cũng cần cho gan, tim hoạt động đã đẩy máu, vận chuyển ôxy nuôi dưỡng tế bào gan. Đây là quan hệ AD tương giao tương thành, AD nương tựa lẫn nhau cùng tồn tại và vận động và phát triển.

Hỏa sinh thổ cũng vậy. Tim đưa máu nuôi hệ thống tiêu hóa, đóng vai trò dương. Mối tương quan AD ở đây chỉ là một chín, một mười vì hệ thống cân bằng. Khi mất cân bằng sẽ sinh bệnh. Các mối quan hệ tương sinh khác cũng từ đó mà suy ra. Sinh lý học cổ truyền và sinh lý học hiện đại đã mô tả chi tiết và sâu sắc.

Một câu hỏi lại đặt ra. Tại sao đặt gan là hành Mộc, tim là hành hỏa? Điều này tương ứng với NH gốc. Hành Mộc tương ứng với mùa xuân, cây cối phát triển đâm chồi nẩy lộc. Muốn phát triển phải chế tạo nhiều chất dinh dưỡng, nhờ năng lượng biến thiên tăng, mà cây cối có nhiều ánh sáng để tổng hợp protein, gan là nhà máy sản sinh protein, là cơ quan chủ yếu tạo máu, thiêu đốt đường để sinh nhiệt (cũng là sinh hỏa). Có thể nhờ đó mà phát triển, hoạt động, giữ nhiệt ở 37^0 C.

Hỏa là năng lượng làm cho chất vận động, người xưa quan sát thấy lửa làm cho nước sôi, nước bốc hơi, tim co bóp đẩy máu đi khắp cơ thể bởi vậy tim là hành hỏa. Khi có bệnh sốt cao tim thường đập nhanh, vì vậy theo quan sát của thầy thuốc, tim cũng gắn liền với nhiệt.

Thổ là đất, có chức năng nuôi dưỡng, tì vị tiêu hóa thức ăn, cũng có chức năng đó, nên tì vị là hành thổ.

Kim tương ứng với mùa thu, năng lượng giảm dần, cây cối rụng lá để dự trữ năng lượng. Phổi tiêu hao nhiều năng lượng để biến máu đen thành máu đỏ; Khi trời nóng bức, phổi phải thải nhiều nước để chống nóng, tiêu tốn nhiều. Năng lượng của cơ thể. Thường về mùa xuân, hay bị bệnh ở phổi, thầy thuốc cho rằng phổi bị gan khắc, kim bị mộc khắc, nên phổi là hành kim. Gan cũng thường bị bệnh về mùa thu vì bị kim vượng mà khắc.

Thủy tương ứng với mùa Đông, năng lượng thấp nhất, thận lọc máu, cân bằng nội môi, thường gắn liền với nước (máu, nước tiểu) nên, người xưa quy định thận thuộc hành thủy. Thận cũng hay bị bệnh vào mùa hạ vì mùa hạ thủy suy bị hỏa khắc (thường bị viêm cầu thận).

Sự phân chia các hành chỉ là tương đối, vì chúng liên quan chặt chẽ với nhau, nương tựa vào nhau, phối hợp với nhau để hoàn thành chức năng của mỗi hành. Tuy nhiên mỗi hành đều có chức năng đặc trưng, có quy luật vận động riêng, điều đó làm ra sự khác nhau và có tên gọi riêng cho mỗi hành.

Mỗi hành đều có đủ ngũ hành trong đó, ngũ hành có mặt đến tận các tế bào, giống như ADN vậy.

Việc quy định hành cho các tạng, qua thực tiễn chữa bệnh gần 3000 năm nay được kiểm chứng là chính xác. Để có sự chính xác đó, chắc rằng tiền nhân cũng phải qua nhiều lần điều chỉnh.

2. Quy luật tương khắc

Được mô tả theo hình ngôi sao 5 cánh trong hình vẽ Mộc khắc thổ - Thổ khắc thủy - thủy khắc hỏa - Hỏa khắc kim - Kim khắc mộc. Với cặp âm dương cấu trúc chặt chẽ, vận động cân bằng, các hành này tương thành là chủ yếu, tương khắc là tự động điều chỉnh, tương phản cân bằng. Với cặp AD liên hệ, tương thành, tương khắc phụ thuộc quy luật vận động của từng cặp.

Tính khắc có nguồn gốc từ sự khác nhau của 5 trạng thái

biến thiên năng lượng. Tính khác nhau đó được phản ánh vào trong cấu trúc sinh lý của con người gọi là tính khắc.

Mộc - Thổ là một cặp AD. Mộc khắc thổ là mộc đóng vai trò dương, chủ động và có uy lực hơn trong tương khắc.

Mộc gan tiết ra các chất giúp tiêu hóa thức ăn trong dạ dầy (thổ) như mật. Tụy cũng tiết ra các men tiêu hóa, có lẽ gan và tụy có vai trò của Mộc. Nếu các men tiêu hóa của mộc tiết ra kém, sự tiêu hóa của thổ sẽ bị ảnh hưởng; đó là trạng thái tương khắc.

Thổ khắc thủy: Thổ hấp thụ dinh dưỡng kém, thận sẽ bị yếu, không hoàn thành tốt chức năng.

Thủy khắc hỏa: Thận lọc máu không tốt, không cân bằng huyết dịch, dinh dưỡng cho tim sẽ ảnh hưởng.

Hỏa khắc kim: Tim vận chuyển máu đen về phổi chậm chạp, chuyển máu đỏ không kịp thời, sẽ làm cho phổi quá tải và suy yếu.

Kim khắc mộc: Phổi tiếp nhận ô xy không đủ, gan thiếu nguyên liệu chế tạo Protein, v.v...

Trong điều kiện AD toàn cơ thể hoạt động cân bằng (các cặp AD hoạt động cân bằng), các hệ thống tự động điều chỉnh sẽ làm việc để khắc phục tình trạng yếu kém của các hành. Hành bị khắc, thông tin lại cho hành khắc để hành khắc (phản hồi), hay có thể gọi là tương phản cân bằng.

Sinh lý học hiện đại đã mô tả đầy đủ hệ thống tương sinh, tương khắc, phản khắc của cơ thể con người ở cấp vi mô.

Sinh lý học cổ truyền thường mô tả ở cấp vĩ mô.

III.3.3. Các trạng thái vận hành của quy luật ADNH.

Ở đây mô tả quy luật vận hành cặp AD cấu trúc, ở trạng thái cân bằng.

1. Tương sinh liên tục

Đó là trường hợp 5 hành liên tục tương sinh cho nhau. Một hành mạnh lên thì hành kế tiếp cũng mạnh lên, làm cho cấu trúc tổng thể cả âm và dương đều mạnh lên: Mộc mạnh làm hỏa mạnh, hỏa mạnh làm thổ mạnh, thổ mạnh làm kim mạnh....

Đối với con người đây là trường hợp sinh trưởng, từ khi thụ thai đến tuổi trưởng thành, khoảng 28 tuổi, khi cấu trúc sinh lý đã hoàn thiện. Ở giai đoạn này, AD tương thành là chủ yếu, tính đối kháng trong tương phản gần như không có, vì vậy âm dương cùng thịnh, cơ thể con người phát triển toàn diện.

Đối với xã hội, đó là trường hợp lãnh đạo mạnh, cấp dưới mạnh, hai bên tương thành liên tục, làm cho tổ chức mạnh lên. Hoặc dân giàu làm cho nước mạnh. Kinh tế mạnh làm cho văn hóa mạnh, công tác bảo vệ môi trường mạnh, v.v....

Đối với quốc tế, đó là: Một nước mạnh có thể giúp nước đối tác cùng mạnh.

2. Tương sinh lẫn nhau:

Trong bất cứ cặp âm dương nào, không phải "sinh" một chiều mà sinh lẫn nhau, hỗ trợ nhau, nương tựa nhau, cùng vận động, tồn tại và phát triển. Ngày nay người ta thường nói: Hai bên đều có lợi. Tuy nhiên bên mạnh hơn thường có viện trợ không hoàn lại, đó là bên đóng vai trò dương. Trong quy luật tương khắc, mộc khắc thổ, nhưng vẫn có quan hệ tương sinh (vì đó cũng là một cặp AD).Thổ không mạnh thì mộc sẽ suy dinh dưỡng hoặc ngược lại. Trong lý luận Đông y chưa chú ý đúng mức mặt này. Có những trường hợp tỳ vị yếu lại phải bổ mộc để trợ lực cho tỳ vị. Mộc mạnh sẽ cung cấp các men tiêu hóa đầy đủ cho tỳ vị. Đó là tăng cường tương thành cho cặp AD. Bổ mộc như thế nào lại tùy thuộc vào tay nghề thầy thuốc. Vì đây là một trường hợp khó trong điều trị, khi vận dụng quy luật này.

Đối với xã hội, Đảng tương thành với Chính phủ, bằng việc đề ra đường lối đúng, bố trí cán bộ tốt, thích hợp, kiểm tra có hiệu quả. Chính phủ tương thành với Đảng bằng việc thực hiện thắng lợi nhiệm vụ. Hiệu ứng nhân quả là, nâng cao uy tín cho cả hai bên.

Trong quy luật sinh khắc, có nhiều nội dung, hỗ trợ nội dung còn yếu mới có ý nghĩa, nếu hỗ trợ nội dung mạnh, bổ vào chỗ thừa, có thể lại chuyển thành tương khắc. Tương tự như trong xây dựng, thừa thép thiếu gạch, nhưng không bổ sung gạch mà lại bổ sung thép.

3. Phản sinh

Không chỉ có tương sinh mà còn phản sinh, có 4 trường hợp.

- Bên được sinh quá yếu, không đủ sức tiếp nhận viện trợ của bên sinh. Tâm hỏa bị suy mạch vành, quá yếu, can mộc sinh nhiều máu để trợ tim, tim cũng không tiếp nhận được vì mạch vành bị hẹp và tắc.

Một nước yếu cần được viện trợ về tài chính và công nghệ để phát triển. Nhưng nước đó, cơ cấu tổ chức yếu, đường lối không phù hợp, giáo dục đào tạo kém, viện trợ tài chính không thể sinh lợi, công nghệ cao không thể tiếp thu.

Trong trường hợp này không thể tương sinh ồ ạt, có thể dẫn đến phản sinh, giống như người đói lâu ngày lại cho ăn no, có thể chết vì bội thực.

Phương pháp thích hợp là giải quyết từng khâu yếu của bên được sinh. Cần chữa bệnh mạnh vành, phá huyết khối, uống thuốc hoạt huyết; giúp đào tạo, đổi mới cấu trúc tổ chức.

- Bên được sinh mạnh hơn bên sinh: Lúc này bên được sinh hỗ trợ bên sinh. Tâm hỏa sinh tỳ thổ, nhưng tâm yếu thổ mạnh hơn, thổ sẽ cung cấp nhiều dinh dưỡng cho tim. Trong việc chữa bệnh cho tim nhiều trường hợp phải bổ thổ, nhưng bổ hợp lý, nếu thổ quá mạnh sẽ làm mất cân bằng, lúc này gây tương khắc bất lợi. Thái quá hay bất cập đều không tốt.

- Bên sinh yếu quá không sinh được. Mộc yếu quá không sinh được hỏa, làm cho hỏa yếu đi. Lúc này cần phải bổ mộc.

- Hai bên cùng yếu: Phải bổ cả hai

Đối với con người lúc về già, vì phải đối kháng liên tục với NH của môi trường (tự nhiên và xã hội), nên âm dương đều suy, các bên tương sinh đều suy, không hỗ trợ lẫn nhau, có hiệu quả. Cuối cùng con người chuyển hóa từ thế giới hữu sinh sang thế giới vô sinh, lá lại rụng về cội. Trong xã hội, lãnh đạo và nhân dân cùng suy yếu, chắc rằng xã hội sẽ chuyển hóa. Lãnh đạo là dương, suy yếu trước, không đủ sức tương thành với dân, nên dân bị suy yếu.

4. Bốn hành cùng sinh một hành.

Vì các hành là những cặp AD, trong trường hợp AD cân bằng, bên cạnh tương khắc có tương sinh, tương sinh còn mạnh hơn tương khắc. Mức độ tương sinh có thể khác nhau, nội dung tương sinh khác nhau, tùy chức năng mỗi hành. Mộc sinh hỏa là trực tiếp, Thủy sinh hỏa là gián tiếp hơn, vì phải qua Mộc. Nhưng cũng có nội dung sinh trực tiếp, tuy mức độ khác nhau (xem sinh lý học hiện đại thì sẽ rõ). Cần nhắc lại rằng, khi AD cân bằng, tương sinh, tương khắc đồng nghĩa với tương thành và tương phản cân bằng.

Mộc và thủy khắc thổ, nhưng thổ yếu lâu ngày thì lại phải bổ thủy và mộc để tương sinh thổ. Hải Thượng Lãn Ông nói: Tỳ vị yếu kém lâu ngày thì trách ở thận. Kém ăn lâu ngày do tì vị yếu, phải uống thuốc bổ thận, dùng bài "bát vị địa hoàng hoàn" là có hiệu quả. Trong sách của mình, Lãn Ông chưa lý thuyết hoá trường hợp này, song trong điều trị, đã cho ông kinh nghiệm.

Khi âm dương toàn cơ thể cân bằng, tương sinh giữa các hành mạnh hơn tương khắc và tương khắc không đối kháng phá hoại nhau, mà chỉ khắc phục mặt yếu kém của nhau, thông qua hệ thống tương phản cân bằng, tự động điều chỉnh. Trong chữa bệnh, nhiều trường hợp phải bổ cả 4 hành để hỗ trợ hành có bệnh, tùy mức độ mất cân bằng mà dùng lưu lượng bổ hợp lý cho từng hành.

Đối với xã hội, khi nhân dân còn nghèo, Đảng, Quốc hội, Chính phủ, Mặt trận TQ, đều tập trung giúp dân xoá đói giảm nghèo. Song, muốn thành công, phải bồi dưỡng cho bốn tổ chức đó trong sạch vững mạnh.

5. Tương khắc liên tục

Từ ý nghĩa tương sinh liên tục mà suy ra. Kim khắc mộc mạnh tới mức đối kháng làm mộc mất cân bằng, mộc sẽ khắc thổ mạnh hơn, v.v.... Trong chữa bệnh cần tìm ra hành chủ yếu, gây ra quá trình tương khắc liên tục, để chế ngự.

6. Tương khắc lẫn nhau:

Có tương sinh lẫn nhau và có tương khắc lẫn nhau, tuy mức độ có khác nhau. Mộc khắc thổ, làm thổ suy yếu, thổ suy yếu thì dinh dưỡng của mộc kém, mộc cũng suy theo. Như vậy là Thổ khắc lại Mộc.

7. Phản khắc

- Hành khắc quá yếu, không khắc được hành bị khắc, bị khắc trở lại. Thủy khắc hỏa, nhưng thủy yếu quá, bị hỏa khắc trở lại, sinh bệnh đau đầu mất ngủ, thầy thuốc phải bổ thủy để chế hỏa.

Nhà nước yếu kém, thi hành pháp luật không nghiêm, dân sẽ có nhiều vi phạm và có thể chống lại nhà nước.

- Bên bị khắc quá yếu, bên khắc dùng thông tin tự động điều chỉnh để lập lại cân bằng, nhưng bên khắc không thực hiện được, gây mất cân bằng nghiêm trọng giữa hai bên, sinh ra tác dụng phản khắc làm cả hai bên cùng suy yếu và chuyển hóa. Thầy thuốc phải bổ bên bị khắc.

Hai bên cùng yếu, không thể tự điều chỉnh được nên cả hai bên cùng suy thêm. Thầy thuốc phải bổ cả hai. Mộc khắc thổ, nhưng Mộc và thổ cùng suy yếu, phải bổ cả gan và tỳ vị để lập lại cân bằng.

8. Bốn hành cùng khắc một hành

Là 4 cặp AD, nên có tương sinh, tương khắc lẫn nhau.

9. Tương khắc trong tương sinh

Trong các cặp tương sinh, không có tương sinh đơn thuần, vì là một cặp AD nên cũng có tương khắc, tuy mức độ yếu hơn và nội dung cũng ít ơn. Mộc sinh hỏa nhưng giữa mộc và hỏa vẫn có tương khắc, đặc biệt trong trường hợp phản sinh sẽ biến thành tương khắc. Trong điều trị bằng y học ADNH, có nguyên lý: "Hư bổ mẹ, thực tả con" là trong cặp tương sinh có tương khắc, đặc biệt trong bệnh cấp tính. Vợ chồng hòa thuận tương sinh là chủ yếu nhưng vẫn có khi bất hoà.

10. Tương khắc đối kháng và không đối kháng.

Tương khắc không đối kháng là tương khắc trong trạng thái vận động cân bằng, đó là hành động tự động điều chỉnh những khiếm khuyết của âm hay dương để giữ cân bằng.

Tương khắc không đối kháng, không làm suy yếu nhau, mà giúp cho quá trình tương giao tương thành được tốt hơn. Con người từ lúc được sinh ra, không ngừng lớn lên, bên cạnh quá trình tương sinh có tương khắc, nhưng tương khắc không đối kháng, nên cả âm và dương đều mạnh lên, đều lớn lên.

Tương khắc không đối kháng là "tương khắc cân bằng" hay "tương phản cân bằng. Như trên đã chứng minh, tương phản cân bằng là quy luật phổ biến và phổ quát của thế giới hiện thực.

11. Tương sinh, tương khắc có nhiều nội dung

Trong cấu trúc AD tổng thể, thường có nhiều cặp AD thành phần, hệ thống nhỏ trong hệ thống lớn, vì vậy có nhiều nội dung tương sinh và tương khắc. Con người là một cặp AD, trong con người có các tạng phủ, đại não, là những cặp AD thành phần với những chức năng khác nhau. Vì vậy, nội dung tương sinh tương khắc cũng khác nhau. Trong quá trình chữa bệnh cho con người, tức là làm động tác tương sinh giữa thầy thuốc và bệnh nhân. Bệnh nhân có chỗ "thiếu" chỗ "đủ", thầy thuốc phải tìm được chỗ thiếu để bổ, nếu bổ vào chỗ đủ sẽ thừa, làm tăng mất cân bằng AD. Với các cặp AD liên hệ, mức độ tương sinh tương khắc tùy thuộc quy luật vận động riêng của từng cặp. Có trường hợp tương khắc mạnh hơn tương sinh, dẫn đến đối kháng xung đột và ngược lại, có trường hợp tương thành nhiều hơn tương phản. Trong cặp AD cấu trúc, nếu một cặp AD thành phần, một hành nào đó, vận động mất cân bằng, phát sinh tương phản đối kháng sẽ dẫn tới đối kháng với các hành hoặc các cặp AD còn lại, gây mất cân bằng cho toàn hệ. Trong con người, nếu nội tạng bị bệnh, sẽ phát sinh tương khắc đối kháng với các tạng khác, làm cho các tạng khác cũng suy yếu. Quan hệ giữa các quốc gia trên thế giới cũng có các trường hợp tương tự, nhất là trong thời đại ngày nay, khi nhân loại đang cố kết thành hệ thống, có mối liên hệ và phụ thuộc lẫn nhau ngày càng chặt chẽ, đối kháng cục bộ sẽ ảnh hưởng đến sự bình an toàn cầu.

12. Đại não là một cấu trúc ADNH

Đại não là bộ phận trung ương của cơ thể, chỉ huy hệ thống ADNH của cơ thể, ắt phải có cấu trúc ADNH.

Năm giác quan thu nhận thông tin: Thị giác, thính giác,

khứu giác, vị giác, xúc giác là Ngũ Hành, đưa thông tin vào não mang đặc điểm Ngũ Hành, đại não phải dùng quy luật Ngũ hành để xử lý.

Tùy mục đích nghiên cứu, có thể tiếp cận đại não từ nhiều cặp ADNH khác nhau, thí dụ:

- Cặp AD lớn: Cấu trúc tâm lý, cấu trúc sinh lý, cấu trúc sáng tạo, đều cấu trúc theo ADNH.

- Cấu trúc xử lý thông tin là một cấu trúc ngũ hành lớn: Gồm bộ tiếp nhận thông tin - Bộ tư duy tổng hợp - Bộ nhớ - Bộ ra quyết định - Bộ vận động (để thực hiện quyết định, trong đó có cơ bắp và ngôn ngữ).

Cấu trúc ADNH của sinh lý đại não thống nhất với cấu trúc ADNH sinh lý, đã mô tả ở phần trên. Cấu trúc ADNH của cấu trúc tinh thần và cấu trúc sáng tạo, sẽ được đề cập ở các phần tiếp theo.

Hoạt động của "Đại não" tương sinh là chủ yếu, tương khắc cân bằng. Nếu tương khắc đối kháng, não sẽ bị stress, các bệnh thần kinh khác nhau, như mất trí nhớ, bệnh tâm thần,...

13. Đời người trải qua những quy luật chủ yếu nào.

Con người là một "tiểu vũ trụ". Trong con người vận hành nhiều quy luật của vũ trụ đã được mô tả, ở các phần trên. Các trạng thái vận hành của quy luật ADNH, con người đều trải qua ở những mức độ khác nhau, ở mỗi người. ở đây chỉ phân tích, các quy luật bao trùm nhất, chi phối từng "giai đoạn lịch sử của con người".

Quỹ đạo đời người trải qua những giai đoạn chủ yếu sau đây, mỗi giai đoạn có một "lượng chất" đặc trưng.

1. Giai đoạn bào thai

Con người phải nương nhờ vào dinh dưỡng của người mẹ.

Đây là giai đoạn tương giao tương thành trong cùng một cấu trúc sinh lý của người mẹ, trong đó người mẹ đóng vai trò dương và người con đóng vai trò âm. Âm dương ở đây tương giao tương thành liên tục, tương phản không đối kháng, tuy có xảy ra ở giai đoạn ốm nghén, nhưng không nặng nề và nhờ hệ thống điều chỉnh để cân bằng. Kết quả AD cùng thịnh AD thịnh rõ ràng nhất là ở đứa con trong bào thai. Đứa con lớn dần, các ngũ hành cùng phát triển, cùng thịnh. Đứa con dần dần có khả năng tự điều chế chất dinh dưỡng và tiếp nhận ô xy trực tiếp từ không khí tự nhiên. Đó là một sự chuyển hóa về chất và lượng. Đứa con ra đời, cách ly dòng máu của người mẹ.

2. Giai đoạn từ khi ra đời đến tuổi đi học lớp 1.

Đây là giai đoạn đứa trẻ tiếp tục hoàn thiện cấu trúc sinh lý và cấu trúc tâm lý. Nhờ sự nuôi dưỡng của cha mẹ (tương sinh của cặp AD cha mẹ - con), hệ thống ADNH của đứa trẻ bắt đầu tương tác với ADNH của thiên nhiên và được rèn luyện để thích nghi. Thời kỳ sơ sinh, quá trình tự động điều chỉnh để xác lập sự cân bằng AD với môi trường còn yếu, nên đứa trẻ thường hay có những đợt sốt cao sinh lý hoặc mắc các chứng bệnh thời tiết - Đứa trẻ cũng bắt đầu tập tương tác với ADNH của gia đình, bạn bè và cô giáo ở trường mầm non, mẫu giáo. ở giai đoạn này, ADNH trong đứa trẻ tương sinh là chủ yếu và liên tục, được sự hỗ trợ tương sinh của người lớn, tương phản cân bằng là chủ yếu, tương phản đối kháng chỉ thỉnh thoảng xảy ra với ADNH của khí hậu thời tiết. ADNH trong đứa trẻ tiếp tục cùng thịnh cùng phát triển. Đứa trẻ tiếp tục lớn lên về cấu trúc sinh lý và tâm lý, quá trình cân bằng AD tiến dần về trạng thái ổn định. Đứa trẻ chuyển hóa tương đối đồng bộ về chất và lượng.

Cấu trúc sinh lý thích nghi tốt hơn với ADNH của thiên nhiên, cấu trúc tâm lý có thể tiếp thụ tri thức ở học đường. Đứa trẻ chuyển sang, giai đoạn mới, giai đoạn học tập.

3. Giai đoạn học tập.

Cấu trúc sinh lý ADNH tiếp tục phát triển; AD cùng thịnh và lớn lên, tiến dần về trạng thái ổn định cân bằng.

Cấu trúc tâm lý chuyển từ giai đoạn trực giác là chủ yếu sang giai đoạn phát triển tư duy trừu tượng và dần dần tự ý thức về mình. Tư duy sáng tạo ngày càng phát triển, sự kết hợp giữa vô thức và tiềm thức ngày càng có hiệu quả.

Trong giai đoạn này cấu trúc tự động điều chỉnh để xử lý cân bằng với ADNH của thiên nhiên tiến gần đến mức hoàn thiện. Sức khỏe con người tăng nhanh, "gái 17 bẻ gãy sừng trâu", bệnh tật hầu như không có với đa số thanh niên. Tuổi thanh xuân phơi phới đi lên, tràn đầy ước mơ và nghị lực. Trạng thái tương tác với ADNH xã hội phức tạp hơn, cuối giai đoạn, con người định hình được chính mình, chuẩn bị, bước vào giai đoạn sáng tạo. Giai đoạn này vẫn là giai đoạn tương thành phát triển, tương phản cân bằng là chủ yếu, AD cùng thịnh. Cuối giai đoạn trên đến trạng thái AD cân bằng ổn định, cấu trúc sinh lý hoàn chỉnh, có thể không còn phát triển chiều cao, ADNH hoạt động cân bằng nhạy cảm, xử lý tốt với tác động của ADNH thiên nhiên và xã hội, đạt được mức trung hòa. Đây là một sự chuyển hóa về chất. Không những học tập, làm cho con người phát triển tài năng, đủ độ, để bước vào đời, mà cấu trúc ADNH cũng đạt được điểm ổn định tốt nhất. Đến đây con người mới trở thành một vật thể vũ trụ, một "vũ trụ nhỏ với đầy đủ ý nghĩa của nó".

Quá trình từ bào thai đến giai đoạn này là quá trình AD của con người vận động theo quy luật tương thành liên tục, quy luật tương phản cân bằng là chủ yếu. Vì vậy âm dương cùng thịnh cùng phát triển liên tục đến trạng thái cân bằng ổn định, "đứng im tương đối". Quá trình đó giống như dao động của con lắc, lúc sang âm lúc sang dương quanh vị trí cân bằng, nhưng biên độ dao động giảm dần cho đến lúc gần "đứng im" ở vị trí cân bằng.

Quá trình "tương thành liên tục, hệ thống tương phản cân bằng ngày càng hoàn thiện, đối kháng ngày càng suy giảm, dẫn dắt cặp AD tới trạng thái cân bằng. Đây cũng là quy luật hình thành các vật thể vũ trụ, các thiên thể.

Con người là một vật thể vũ trụ siêu đẳng, phản ánh chính xác các thông tin về vũ trụ. Quá trình hình thành con người, tái tạo lại thông tin về quá trình hình thành vũ trụ ở cấp vận động cao nhất.

Vấn đề này sẽ được trình bày ở một phần khác.

4. Giai đoạn sáng tạo

Đây là giai đoạn hoạt động chủ yếu của cấu trúc sáng tạo. Con người lập nghiệp, tự kiếm sống, không còn nương nhờ vào bố mẹ. Vận động AD của con người đã đạt trạng thái hoàn thiện và cân bằng, đảm bảo cho quá trình tương giao với thiên nhiên và xã hội có hiệu quả chắc chắn. Các tri thức học tập được vận dụng vào thực tế.

Đặc điểm của giai đoạn này là âm ương ngũ hành của chủ thể tương giao với ADNH của XH, đa dạng và phức tạp hơn. Con người trở thành "tổng hòa các quan hệ xã hội" trong đó có cả tổng hòa cái "bản thiện" từ giai đoạn ấu thơ và chọn lọc các yếu tố bẩm sinh để "hòa" vào đó.

Con người lúc này trở thành một cặp AD với các đối tượng xã hội, lúc ở vai trò âm, lúc ở vai trò dương. Với cấp trên và những người chi phối cuộc sống của mình, thì mình ở vai trò âm; với cấp dưới và những người mình hỗ trợ thì mình ở vai trò dương.

AD tương thành và tương phản cân bằng là tốt nhất. Nếu có tương phản đối kháng là không tốt. Tính đối kháng trong tương tác xã hội sẽ sinh ra tính đối kháng trong cơ thể chủ thể, từ đó sinh ra bực bội, stress, bệnh tật, làm mất cân bằng AD trong cơ thể.

Để tránh tương phản đối kháng, con người cần biết cách sống "trung dung", "trung hòa", "tùy thời mà thực hiện trung", như đã mô tả ở phần Âm Dương, Cách sống "trung dung" hoàn toàn phủ định cách sóng theo chủ nghĩa cơ hội và chủ nghĩa thực dụng. Đây là cách sống hợp quy luật cân bằng AD, hợp quy luật mệnh vận, biết làm chủ mệnh vận, đưa lại giá trị tích cực cho bản thân và xã hội. Đây là cách sống của người biết tự trọng, nhưng lại đầy lòng khoan dung, độ lượng, coi trọng sự tương thành, đoàn kết hòa ái.

Xu thế của thời đại ngày nay là phát triển sự hợp tác, tương thành và loại bỏ dần tính đối kháng trong tương phản AD. Một nền hòa bình bền vững đang được cấu trúc, "con tàu âm dương" đang đưa nhân loại đến một tương lai xán lạn. Vấn đề này sẽ được mô tả ở một phần riêng.

Về mặt tương tác với thiên nhiên, thỉnh thoảng vẫn gặp tương phản đối kháng, gây ra bệnh tật hiểm nghèo hoặc tai nạn bất ngờ. Cần phản biết phương pháp dưỡng sinh, bảo vệ môi trường sinh thái, giữ gìn các yếu tố phong thủy có lợi, biết quy luật mệnh vận để phòng tránh ở những thời điểm bất lợi.

Loại bỏ tính đối kháng với xã hội và tự nhiên, sẽ giảm nhẹ thuộc tính đối kháng trong cấu trúc sinh lý cơ thể, kéo dài được giai đoạn sáng tạo, làm chậm quá trình AD đều suy, tăng tuổi thọ và thành tựu cống hiến cho xã hội.

Quy luật ADNH của cấu trúc sáng tạo, mỗi người có một đặc điểm riêng khác nhau. Có người mộc vượng, có người hỏa vượng, có người Kim Thủy Thổ đều vượng hoặc yếu, sự tương tác với trường năng lượng ADNH gốc cũng vì thế mà khác nhau, làm nên cấp độ thông minh khác nhau, mà dự đoán học mệnh vận có thể dự đoán được. Sự khác nhau đó làm nên hiệu quả khác nhau của cấu trúc sáng tạo trong quá trình tương tác, mà người xưa gọi là: Sang, hèn, giàu, nghèo, thọ, yếu, may, rủi, thể hiện kết quả khác nhau của lao động sáng tạo và quá trình làm chủ mệnh vận.

Dù quy luật mệnh vận có khác nhau, nhưng có một phương thức chung để hướng tới điểm tốt, giảm thiểu điều không lành là: Sống hài hòa với tự nhiên và xã hội, hướng thiện, tích cực, lạc quan, đầu óc luôn luôn thư thái, trong khó khăn cũng như thuận lợi, trong may cũng như rủi, "an thời - xử thuận". Vui đến là thời, vui đi là thuận, buồn vui không bận lòng, vì tất cả mọi hiện tượng đều là biểu hiện sự tương tác của ADNH. Tuy nhiên con người là một chủ thể ADNH có trí tuệ, có thể vận dụng quy luật có lợi cho mình, đó là ý nghĩa khoa học của làm chủ mệnh vận.

5. Giai đoạn âm dương đều suy

Giai đoạn sáng tạo kéo dài được bao lâu là tùy thuộc vào năng lực làm chủ mệnh vận, đặc điểm ADNH của cấu trúc sáng tạo (là tổng hợp của cấu trúc sinh lý và cấu trúc tinh thần). Nhà bác học Bor, 90 tuổi vẫn còn phát minh, thủ tướng Phạm Văn Đồng, giáo sư Nguyễn Lân, 94 tuổi vẫn còn viết sách, vv..

Ở giai đoạn sáng tạo, nếu tích lũy nhiều tương phản đối kháng, sẽ bước nhanh vào giai đoạn AD đều suy. Hải Thượng Lãn Ông cho rằng, khoảng 64 tuổi, con người bước vào giai đoạn suy bệnh. Trong thế kỷ 20 (nửa cuối), đây là quy luật của đa số nhân loại ở các nước đang phát triển, ở các nước phát triển tuổi này cao hơn, ở các nước nghèo tuổi này thấp hơn.

Quá trình AD đều suy là quá trình tương thành với tự nhiên và xã hội (trong đó có gia đình) giảm dần (người già hai lần con nít), tương phản đối kháng trong cơ thể tăng lên, đến một lúc nào đó, khi gặp đối kháng mãnh liệt với khí hậu thời tiết, với con người, trong cơ thể xuất hiện đối kháng nguy hiểm, dẫn đến chuyển hóa, đưa con người từ thế giới hữu sinh về cội nguồn vĩnh hằng, ngoài ra không có sự chuyển hóa nào khác.

Cá biệt có những người qua đời sớm hơn, do bệnh hiểm nghèo hoặc tai nạn, là do cấu trúc ADNH, có tính đối kháng sớm hơn, ở tuổi còn trẻ.

* Như vậy, quỹ đạo đời người đã trải qua 3 giai đoạn chủ yếu.

- Giai đoạn hình thành khoảng 30% thời gian, để đạt được AD cân bằng ổn định, trở thành một vật thể vũ trụ.

- Giai đoạn AD vận động trong trạng thái cân bằng ổn định, khoảng 50% thời gian.

- Giai đoạn chuyển hóa, AD đều suy, khoảng 20% thời gian. Giai đoạn hình thành có thể chia ra nhiều giai đoạn chuyển hóa nhỏ.

Giai đoạn đầu, AD đều thịnh dần dần. Giai đoạn giữa, AD thịnh suy đổi lẫn cho nhau, trong giới hạn cân bằng. Giai đoạn cuối AD đều suy dần dần.

Quá trình này cũng là quy luật vận động của xã hội loài người. Hiện nay xã hội loài người đang trong quá trình cấu trúc thành một vật thể vũ trụ, tiến tới cân bằng ổn định. Giai đoạn cân bằng ổn định sẽ kéo dài hàng tỷ năm, cho đến lúc hệ MT - TĐ - Mt không còn đủ sức nuôi dưỡng loài người, bước vào giai đoạn AD đều suy, gây ra những biến động khí hậu dữ dội mà loài người không chịu đựng nổi, trí tuệ loài người không vượt qua nổi. Vấn đề sẽ được chứng minh ở một phần riêng.

III.3.4. Quy luật ADNH và phong thủy học cổ điển.

Ở phần trên đề cập đến sự tương tác giữa ADNH con người và ADNH thiên nhiên. Người xưa nghiên cứu phong thủy về thực chất là nghiên cứu trạng thái ADNH thiên nhiên ở từng vùng đất mà con người sinh sống. Mục đích nghiên cứu là chỉ ra sự hài hòa có lợi giữa con người và tự nhiên, đem lại số phận may mắn và sức khỏe cho con người.

Song, do không hiểu được bản chất khoa học của quy luật

ADNH, các nghiên cứu của người xưa thường chứa đựng nhiều sự khác biệt, cũng một sự vật hiện tượng, các sách đánh giá tốt xấu khác nhau, ngay trong cùng một sách, cũng có hiện tượng đó, nhiều thứ lý luận còn sa vào mê tín, phi hiện thực.

Ngày nay, dựa vào bản chất khoa học của học thuyết ADNH và tri thức khoa học hiện đại, có thể xây dựng lại lý luận phong thủy một cách đúng đắn, áp dụng có ích vào thực tiễn, tránh được những ngộ nhận mê tín có hại cho con người.

Sách này không đi sâu vào đề tài phong thủy, chỉ nêu lên những nhận thức khoa học về vấn đề này, để người đọc tham khảo. Phần trên nói về việc quy định ngũ hành cho các tạng. Xin nêu thêm một vài thông số của các tạng mà sinh lý học hiện đại đã nghiên cứu (tham khảo qua sách "Con người và môi trường sống" của Vũ Văn Bằng - NXB VHTT - 2004).

1. Các số liệu về cấu trúc cơ thể con người.

- Nguyên tử: Một cơ thể nặng 70kg chứa hàng tỷ tỷ tỷ nguyên tử. Trong đó 96% thuộc về 4 nguyên tố cơ bản là ô xy, các bon, ni tơ, hy đrô theo tỷ lệ tương ứng: 62,8% - 19,3% - 5,1% - 9,5%. Còn lại là 1,4 % ca, 1,2%P; 0,4%K, 0,2%Na, 0,2%Cl, 0,06%Mg, 0,7% các nguyên tố vi lượng: Cu, Zn, Fe, Se, Mo, F, I, Mn, Co; rất ít các nguyên tố: Li, Stronti, Al, Si, Pb, Vanadi, As, Br,...Có tài liệu cho biết, có gần 60 nguyên tố trong cơ thể người. Cơ thể được cấu thành khoảng 6 tỷ tỷ phân tử, bao học trong một túi da rộng khoảng 4,5 m^2 ở người lớn.

- Tế bào: cơ thể có hàng ngàn tỷ tế bào với 5000 loại khác nhau. Hồng cầu có kích thước 7 μm, trứng phụ nữ 100μm, mỗi phút có 100 triệu tế bào chết đi và thay mới. Thời gian thay thế tùy theo bộ phận.

Hoạt động AD của tế bào biểu hiện ở sự tương tác giữa chất và trường năng lượng. Các ti thể sản sinh ra năng lượng, Ribôxôm tạo ra các chất protein . Tế bào hoạt động giống như 5 tạng của cơ thể mang đặc điểm ADNH.

- Tim: Mỗi phút đi bộ tim đẩy 9 lít máu, chạy 20 lít, chạy tốc lực 30 lít. Khi bình thường cổng của tim trong một lần co bóp là 100gm, một giờ 420 kgm, một ngày 10.080 kgm, tương đương nâng 1 tấn lên 10m. Vì vậy quy định tim là hành hỏa, hành năng lượng là chính xác.

- Phổi: Khi nghỉ ngơi, nhịp thở trung bình khoảng 20l/ phút, mỗi ngày thở khoảng 30.000 lần. Tổng diện tích mao mạch phổi khoảng 60m^2. Lượng khí lưu thông trung bình 9,5 lít, khi nghỉ ngơi khoảng 7 lít/ phút, khi lao động tăng lên 30 l/ phút. Mỗi ngày phổi lưu thông khoảng 12000 lít, trong đó khoảng 460 lít ô xy và thở ra 400 l khí CO_2.

- Hệ tiêu hóa: thể tích dạ dày ở người lớn khoảng 3 lít. Trên 1 cm^2 có tới 10.000 ống tiết dịch vị. Ruột non dài khoảng 6m, có vi nhung mao hấp thụ dinh dưỡng, diện tích tới 300 m^2.

Nếu sống được "cổ lai hy" 70 tuổi, hệ tiêu hóa sẽ tiêu thụ khoảng 40 tấn thực phẩm, sản sinh ra 2,5 tấn protein; 1,3 tấn lip-it, 17,5 tấn gluxit, uống 4.000 l nước và thải ra gần như thế, tiêu thụ 15 triệu lít oxy, thải ra 11 triệu lít khí CO_2. Ruột non co thắt khoảng 10 lần/ phút để vận chuyển chất dinh dưỡng.

- Gan, mật, tụy

Tụy sản xuất các enzym tiêu hóa, mỗi ngày khoảng 1,2 lít, gan tiết ra dịch mật khoảng 0,8 lít/ ngày. Ống mật và ống tụy hợp với nhau và đổ vào ruột (tá tràng).

Hầu hết các sản phẩm tiêu hóa được hấp thụ vào máu, rồi qua gan điều hòa hàm lượng các chất rồi về tim, tim đẩy qua phổi để hấp thụ ô xy. Gan chuyển gluxít thành năng lượng theo máu để giữ nhiệt cho cơ thể 37^0 C. Đây là một ý nghĩa của Mộc sinh Hoả.

- Thận: Tổng diện tích các ống lọc khoảng 1,7 m^2 với tổng chiều dài lên tới 20km. Lượng máu chảy qua thận 1,3 lít/ phút mỗi ngày khoảng 1900 lít; trung bình 5 phút, toàn bộ máu trong cơ thể được lọc qua thận mỗi lần. Do cường độ hoạt động mạnh nên nhu cầu ô xy rất lớn. Thận tiêu thụ 9% ô xy của cơ thể trong lúc chỉ chiếm 0,5% khối lượng cơ thể. Phổi là hành Kim, sinh Thủy là thận, ý nghĩa Kim sinh Thuỷ một phần quan trọng là từ hiện tượng cung cấp ô xy này. Thận làm nhiệm vụ cân bằng tỷ lệ các chất trong máu, gọi là cân bằng nội môi, tạo điều kiện cho gan và các tạng khác hoạt động thuận lợi, và đủ số lượng "vật tư" cần thiết. Trong quá trình lọc, thận đào thải ra khoảng 1,5l nước tiểu mỗi ngày.

** Sinh lý học hiện đại đã chứng minh tính thống nhất của cơ thể người được thể hiện ở hai nội dung.*

- Thống nhất về cấu tạo mà đặc điểm cơ bản nhất là mọi bộ phận đều có cấu tạo tế bào. Tế bào là đơn vị cấu tạo cơ bản của cơ thể có vai trò như các hạt cơ bản cấu tạo nên tất cả các nguyên tố hóa học và toàn vũ trụ. Đây là sự thống nhất vật chất trong cơ thể. Đi sâu vào cấu trúc vi mô, là sự thống nhất ADN.

- Mọi hoạt động trong cơ thể đều là quá trình trao đổi chất và năng lượng (mà trước tiên là trong các tế bào). Điều này chứng minh cấu trúc AD của cơ thể là cấu trúc "chất trường", sự vận động của cơ thể là sự vận động AD "chất trường".

* Sinh lý học hiện đại cũng có quan điểm rằng, quá trình hình thành và phát triển của cơ thể là quá trình biến đổi lượng - chất. Đây chính là quá trình tương thành của quy luật vận động AD đã mô tả ở trên (A, D cùng thịnh).

* Sinh lý học hiện đại còn chứng minh khả năng tự động điều chỉnh của hệ thống. Khi một bộ phận vận hành không chính xác, đưa ra các thông tin không phù hợp đến các bộ phận khác, bộ phận nhận thông tin lập tức thông báo lại và bộ phận phát thông tin phải sửa chữa khiếm khuyết của mình, để lập lại quá

trình vận hành bình thường của toàn hệ thống.

Đây chính là quá trình tương phản cân bằng của vận động AD. Nếu bộ phận thông tin không sửa chữa (vì bộ phận này có bệnh, mất cân bằng AD chẳng hạn, hoặc hệ thống giao liên truyền thông tin trục trặc), thì bộ phận nhận thông tin xuất hiện tương phản đối kháng, vận hành sai lệch, làm rối loạn toàn hệ, và cơ thể mắc bệnh, suy yếu.

Trong một tổ chức xã hội cũng vậy; cấp trên đưa lệnh xuống cấp dưới không chính xác, cấp dưới sẽ thông tin trở lại để cấp trên điều chỉnh. Nếu cấp trên không điều chỉnh, cấp dưới sẽ xuất hiện tương phản đối kháng, tổ chức hoạt động không bình thường, mất cân bằng AD, đơn vị suy yếu.

Ở đây cho thấy sự thống nhất trong quy luật vận hành giữa cấu trúc hệ thống lớn (tổ chức XH) và cấu trúc hệ thống nhỏ (từng con người) hoặc giữa cơ thể và từng tế bào.

Điều này chứng minh rằng, quy luật ADNH là quy luật vận hành thống nhất từ cấu trúc vĩ mô (toàn xã hội) đến cấu trúc vi mô (từng con người, từng tế bào).

* Sinh lý học hiện đại đã mô tả được cơ chế tự động điều chỉnh, bằng phương thức thần kinh - thể dịch. Phương thức thông tin bằng thần kinh là dòng điện thần kinh; phương thức thể dịch là tiết hooc môn vào máu; máu vận chuyển thể dịch thông tin đến cơ quan cần thiết. (thực tế, máu vận chuyển hooc môn đến mọi bộ phận, bộ phận nào cần thì nhận, không cần thì từ chối). Phương thức thần kinh nhanh nhạy kịp thời, chuẩn xác, thường chiếm ưu thế ở tuổi trẻ, Phương thức thể dịch thường chậm chạp, nên kém chuẩn xác, tác động vào những cơ quan không cần thiết, bắt cơ quan này phải tốn năng lượng để loại bỏ. Khi về già, vai trò thần kinh giảm dần, nhưng vài trò thể dịch lại tăng lên. vì vậy người già thường phản ứng chậm chạp thiếu chính xác. Những người lãnh đạo già cần được thay thế kịp thời là như vậy.

* Sự chuyển hóa chất và năng lượng được thực hiện bằng quá trình âm dương: Đồng hóa và dị hóa.

Đồng hóa là quá trình tổng hợp từ các chất đơn giản thành các chất phức tạp đặc trưng của cơ thể và tích lũy năng lượng. Dị hóa là quá trình phân giải các chất phức tạp thành các sản phẩm đơn giản và giải phóng năng lượng. Đồng hóa và dị hóa là hai quá trình tiến hành liên tục, song song và thống nhất với nhau. Quá trình đồng hóa chỉ có thể thực hiện trên cơ sở sử dụng năng lượng do quá trình dị hóa giải phóng ra, Đồng hoá và Dị hoá là một cặp AD của cơ thể.

Ở đây ta lại gặp quy luật: Năng lượng làm cho chất vận động và tương tác để hình thành chất mới và chất phân giải lại sinh năng lượng (trường năng lượng).

Thí dụ: ô xy hóa gluxít (đường), phương trình hóa học như nhau:

$$C_6H_{12}O_6 + 6O_2 \dashrightarrow 6CO_2 + 6H_2O + 672 \text{ kcal}$$

Trong phương trình, 672 kcal đã tiềm ẩn trong phân tử đường và O_2, chất và trường năng lượng luôn luôn gắn bó với nhau và chuyển hóa lẫn nhau.

Mặt khác, trong quá trình tuân theo quy luật cân bằng khối lượng: Khối lượng các chất sau phản ứng và các chất tham gia phản ứng bằng nhau; 672 kcal sinh ra từ đâu?

Trong đời người, ta tiêu thụ khoảng 40 tấn thực phẩm, cho rằng thải ra ngoài 20 tấn, còn 20 tấn chuyển hóa chủ yếu thành năng lượng (80% thành nhiệt năng và 20% cho lao động). Tức là có 16 tấn lương thực thành calo nhiệt. Trong phương trình không thể hiện được điều này!?

(Khi viết phần này có tham khảo thêm sách "giải phẫu sinh lý người NXB ĐHSP 2007").

Ở đây, không nghi ngờ phương trình hóa học mà hoài nghi định luật bảo toàn khối lượng trong phản ứng hoá học, nên chăng cần quan sát lại.

Vì phong thủy liên quan chặt chẽ tới hoạt động sinh lý của con người, nên nói hơi dài về sinh lý học, tuy vậy cũng chỉ nói những vấn đề khái quát nhất.

2. Các yếu tố cấu thành phong thủy

- Trước tiên là năng lượng ADNH gốc, hàng ngày qua lại, ân cần chăm sóc ngôi nhà và vùng lãnh thổ của chúng ta. Năng lượng hấp dẫn không có biến dạng lớn đối với địa hình phức tạp của vùng đất ta ở. Gia tốc trọng trường chỉ biến đổi theo độ cao và vĩ độ TĐ, nhưng giá trị biến đổi không lớn.

Năng lượng điện từ với phổ tần số rộng, có đặc tính sóng có thể phản xạ, tán xạ, khúc xạ, giao thoa; tạo ra những phổ sóng thứ cấp khác nhau, tùy địa hình và cấu trúc ngôi nhà.

Khái niệm "khí" của người xưa chính là năng lượng. Khí vào ra trong ngôi nhà là những phổ sóng thứ cấp khác nhau, tùy từng vị trí trong nhà, chúng hỗn hợp với bức xạ hồng ngoại của vật liệu kiến trúc và đồ đạc trong nhà, chúng phụ thuộc vào vị trí cửa chính, cửa sổ, hướng ngôi nhà, v.v...

Để đánh giá quy luật các phổ năng lượng này, trong ngôi nhà cần có sự nghiên cứu, đo lường tỷ mỉ, mới tổng kết được những kinh nghiệm bổ ích và khái quát thành lý luận, chỉ đạo việc cấu trúc ngôi nhà sao cho có lợi.

Một số sách phong thủy dùng Lạc thư để mô tả là không có cơ sở khoa học. Lạc thư chỉ là huyền thoại, sẽ được làm rõ ở chương "Lại bàn về Kinh Dịch".

Nhiều sách phong thủy lý giải rằng, Lạc thư chính là 9 ngôi sao thuộc chòm Đại hùng (chòm gấu lớn), còn gọi là chòm Bắc Đẩu. Thiên văn học chỉ tính cho chòm Bắc Đẩu 7 ngôi sao, sắp xếp giống cái cán gáo. Theo sách "Đàm thiên - Thuyết địa - Luận nhân" của Ngô Bạch (NXB Mũi Cà Mau - 1997), người Trung Hoa đặt tên cho 7 ngôi sao này là: Thiên khu, thiên toàn, thiên cơ, thiên quyền, thiên vệ, thiên dương và Dao quang. Sách Phong thủy thêm cho chòm sao này 2 ngôi lân cận và đặt tên trùng với tên các sao trong "Tử vi đẩu số" là Tham lang - Cự môn - Lộc tồn - Văn khúc - Liêm trinh - Vũ khúc - Phá quân - Tả phù - Hữu bật

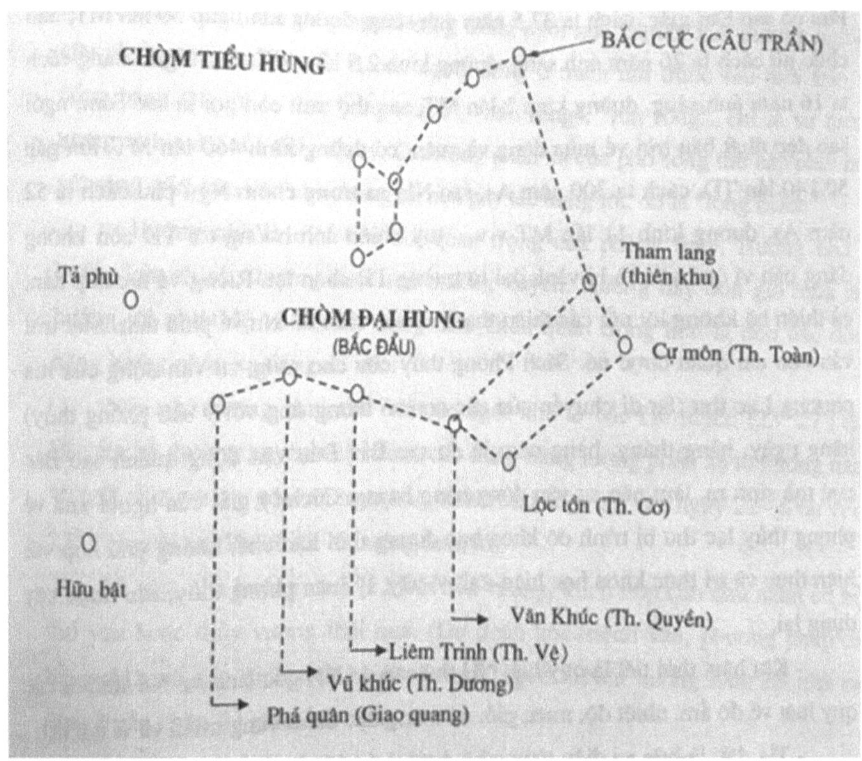

Hình I.19: Cơ sở thuyết phong thủy cổ điển theo lý giải của người xưa.

Nếu kéo dài tưởng tượng đoạn Thiên khu - Thiên toàn thêm 5 lần, sẽ gặp sao Bắc cực, ngôi sao nằm trên trục TĐ kéo dài về hướng bắc, hiện nay tạm xem là sao cố định trên bầu trời, dùng để xác định phương hướng. Chòm Bắc Đẩu cách chúng ta 100 năm ánh sáng, (từ TĐ lên MT chỉ 8 phút ánh sáng, lên Mt gần

1,3 giây ánh sáng). TĐ tự quay và quay quanh MT, nên chúng ta nhìn thấy sau một ngày và sau một năm, sao Bắc đẩu quay quanh sao Bắc cực được một vòng, thiên văn học gọi là vòng nhật động, hiện tượng giống như ngồi trên tàu hỏa có cảm giác tàu đứng yên mà cây cối chung quanh đi ngược đoàn tàu, hoặc Mt, MT quay quanh TĐ. Sách phong thủy cho rằng, chòm Bắc Đẩu có hình chữ S, tạo ra một vòng xoáy ảnh hưởng tới TĐ. Khoa học vũ trụ không nói về điều đó, hơn nữa Bắc Đẩu cách TĐ, 100 năm ánh sáng, quá xa, để có thể ảnh hưởng tới TĐ. Cả thiên hà hàng trăm tỷ ngôi sao, có nhiều chòm sao vĩ đại hơn, gần TĐ hơn như: Chòm Sư tử, sáng gấp 70 lần MT, cách ta 67 năm ánh sáng, chòm Mục Phu có sao Đại giác, cách ta 37,5 năm ánh sáng, đường kính gấp 30 lần MT; Sao chức nữ cách ta 26 năm ánh sáng, đường kính 2,5 lần MT; Sao Ngưu Lang cách ta 16 năm ánh sáng, đường kính 2 lần MT, sao thợ săn, còn gọi là sao Sâm, ngôi sao đẹp nhất bầu trời về mùa đông và xuân, có đường kính 460 lần MT, lớn gấp 50.140 lần TĐ, cách ta 300 năm As, sao Nhị xa trong chòm Ngự phu cách ta 52 năm As, đường kính 11 lần MT, v.v... tuy nhiên ảnh hưởng tới TĐ còn không đáng bàn vì quá yếu và bị vành đai từ trường TĐ chặn lại. Riêng về lực hấp dẫn, cả thiên hà không lôi nổi các thiên thạch và sao chổi bé xíu về phía tâm. Mặt trời vẫn còn cai quản được nó. Sách Phong thủy còn cho rằng, sự vận động của ma phương Lạc thư (Sự di chuyển của các con số tương ứng với 9 sao phong thủy) hàng ngày, hàng tháng, hàng năm là do sao Bắc Đẩu vận động quanh sao Bắc cực mà sinh ra, làm nên sự vận động năng lượng. Cách lý giải của người xưa về phong thủy lạc thư bị trình độ khoa học đương thời hạn chế, không phù hợp với hiện thực và tri thức khoa học hiện đại, vì vậy, lý luận phong thủy, cần được xây dựng lại.

- Khí hậu, thời tiết là quy luật NH thứ cấp do NH gốc sinh ra. Nó sinh ra các quy luật về độ ẩm, nhiệt độ, mưa, gió, nó mang đặc điểm vùng miền và vĩ độ TĐ.

- Tia đất, là bức xạ điện từ cục bộ dưới lòng đất, là các tia phóng xạ của các nguyên tố hóa học, các chất độc hại, sự dao động điện từ do mạch nước ngầm sinh ra, v.v.... có những tia đất tốt, nhưng có những tia đất xấu cho sức khỏe con người. Ngày nay, khoa học đã đo được tia đất này và xử lý có hiệu quả.

- Từ trường TĐ: Con người thích nghi với từ trường này. Nếu vùng đất có từ trường thấp hơn hoặc cao hơn ngưỡng thích nghi thì có hại cho sức khoẻ con người; Sóng điện từ sinh ra trong các hệ VTTH, v.v.. cũng tham gia vào tương tác này.

- Môi trường trong sạch hay ô nhiễm, có nhiều bụi và khí độc, có nhiều vi khuẩn, vi rút gây bệnh và nhiều tiếng ồn.

- Đặc điểm địa hình: các vùng có núi cao, các khu ở có nhiều nhà cao tầng, các cấu trúc này thường phản xạ sóng phức tạp gây ra sự đa dạng của phổ sóng thứ cấp bức xạ vào ngôi nhà. Các phổ sóng này gây ra những hiệu quả lợi hại khác nhau cho từng người sống trong ngôi nhà. Người xưa thường nghiên cứu phong thủy miền núi, vì con người sống ở miền núi trước, sau mới tràn về đồng bằng. Người ta tìm "long mạch", "đầu rồng", "rốn rồng", chỉ là sự tưởng tượng và bịa đặt của thầy địa lý. Các dòng phản xạ của phổ sóng thứ cấp, phối hợp với sóng gốc, tràn vào nhà chúng ta, nêú gây tác dụng tốt, thì đó là "long mạch".

- Hướng nhà là một tiêu chí quan trọng của phong thủy. Hướng nhà là hướng cửa chính, thường được mở thường xuyên. Hướng này đón gió mùa ảnh hưởng tới nhiệt độ và độ ẩm trong nhà. Điều quan trọng hơn là đón các dòng năng lượng phản xạ từ ngoài vào.

Nếu nhà hướng nam, đối với các ngôi nhà từ bắc chí tuyến (23^0 27') đến Bắc cực sẽ thường xuyên nhận được các dòng năng lượng phản xạ từ hướng nam. Vì MT chiếu thẳng góc với ngôi nhà (nhà tròn bóng) chỉ vào ngày 22 - 6 tại vĩ độ 23^0 27 ngoài ra, đều chiếu từ hướng nam tới.

Vì vậy, nhà hướng nam là hành hỏa vượng, thích hợp cho chủ nhân có hỏa thổ yếu hoặc thủy vượng thái quá. (Dự đoán học mệnh vận, phương pháp cân bằng AD, có xác định ngũ hành cho mỗi người). Nếu hướng nam có nhà cao tầng ở gần chắn thì giảm tác dụng.

Cách xác định hướng nhà, căn cứ vào đặc điểm ADNH của chủ nhân là khoa học; Các cách xác định khác, như dựa vào mệnh năm sinh hoặc quẻ mệnh là phiến diện, thiếu chính xác.

Suy đến cùng, quy luật phong thủy là quy luật vận động ADNH tổng hợp của nhiều yếu tố tự nhiên, môi trường; Nó tương tác với ADNH của cơ thể, sinh ra hiệu ứng tương thành hoặc tương phản đối kháng với con người. Vì vậy, tìm một phong thủy tốt, là tìm một phong thủy tương giao tương thành, và không có tương phản đối kháng.

Nhà hướng Bắc thích hợp với người Hỏa vượng hoặc Thủy yếu, để kiềm chế hỏa hoặc bổ sung Thủy, tăng cường trạng thái cân bằng NH trong cơ thể.

Nhà hướng Đông, thích hợp với người Mộc yếu hoặc Kim vượng. ở hướng này thường được sóng phản xạ có cường độ mạnh dần trong buổi sáng, là đặc điểm của Mộc.

Nhà hướng Tây, thích hợp với người Kim yếu, hoặc Mộc vượng, Hỏa vượng. ở hướng này được sóng phản xạ có cường độ giảm dần về buổi chiều, là đặc điểm của Kim.

Nhà hướng Đông Nam, thích hợp với người có ngũ hành Kim và Thủy vượng.

Một cách tổng quát, người ta chọn hướng nhà ưu tiên cho người chủ gia đình, là người có vai trò lớn trong việc nuôi sống gia đình, và chọn hướng theo Ngũ hành có khả năng làm cân bằng Ngũ Hành trong mệnh vận người đó. Phòng ngủ của người này cũng ở hướng đã chọn của ngôi nhà và có cửa sổ lớn mở ra hướng đó. Những người khác trong gia đình thì chọn phòng ngủ theo hướng thích hợp. Ví dụ người thủy vượng, Hỏa yếu thì chọn phòng ngủ phía Nam ngôi nhà, và có cửa sổ lớn mở về phía Nam, để đón năng lượng từ phía Nam tới.

Các vĩ độ vùng xích đạo, hướng Nam, Bắc không còn quan trọng vì trạng thái năng lượng gần như nhau. Các khu vực này, về mùa hè, người ta thấy ánh sáng MT chui qua cửa sổ hướng Bắc.

- Cấu trúc ngôi nhà: Cách bố trí phòng, cửa chính, cửa sổ, cửa vào các phòng, hành lang, ảnh hưởng tới đường đi của dòng năng lượng. Dòng phản xạ sau khi tràn vào ngôi nhà, gặp các chướng ngại, nó sẽ phản xạ, tán xạ theo nhiều hướng khác nhau, tùy cấu trúc và cả đồ vật trong nhà, gây hiệu quả lợi hại đối với từng người trong gia đình. Vấn đề này cần được nghiên cứu, mới có được những lời khuyên bổ ích.

- Con người rời khỏi ngôi nhà sẽ chịu ảnh hưởng của phong thủy cơ quan làm việc và đường đi. Phong thủy cơ quan (nhà làm việc, chỗ đặt bàn làm việc) cũng là yếu tố làm tăng giảm độ minh mẫn của con người, làm tăng giảm hiệu quả công tác ở mức độ nhất định, nhưng không nên cường điệu.

Đường đi có đoạn hay gặp tai nạn giao thông, ở đó có tia đất có hại với cường độ mạnh, dưới lòng đất có chất phóng xạ, mạch nước ngầm lớn, hóa chất độc hại, v.v..., ma quỷ chỉ có trong tưởng tượng của người yếu bóng vía.

- Con người chỉ làm chủ được phong thủy ở các nội dung: Cấu trúc ngôi nhà, hướng nhà, xử lý tia đất, bảo vệ môi trường xanh - sạch - đẹp.

- Về khí hậu chung của TĐ; hiện nay TĐ đang ấm dần lên. Con người đã tương phản đối kháng với khí hậu và khí hậu đã đối kháng trở lại với mức độ dữ dội hơn.

Theo sách "Almanach những nền văn minh thế giới", lịch sử TĐ đã trải qua 4 chu kỳ hình thành lớn, mỗi chu kỳ kéo dài 1600 triệu năm. Chúng ta đang sống ở đầu chu kỳ thứ 4 (Sđd. tr 2068).

Qua mỗi chu kỳ kiến tạo, TĐ lại có cấu trúc chặt chẽ hơn, vận hành ổn định hơn, do quá trình tương giao tương thành giữa chất và trường năng lượng, TĐ có sự tham gia của năng lượng hệ MT - TĐ - Mt. Chu kỳ chúng ta đang sống còn 1400 triệu năm nữa; Khí hậu TĐ sẽ ngày càng hiền hậu hơn; bão lụt, động đất, núi lửa sẽ giảm dần về số lượng và cường độ. Đáng lẽ con người phải tương thành với khí hậu TĐ, nhưng đã làm ngược lại và phải trả giá, vì đi trái quy luật vận hành của TĐ. Khí hậu TĐ ngày càng tốt hơn, hỗ trợ cho con người đi vào thời đại "Thiên đường". Chúng ta đừng phản lại tấm lòng vàng đó.

Nhiệt độ là yếu tố phong thủy quan trọng bậc nhất. Khi nhiệt độ tăng thái quá, hệ thống tự động điều chỉnh của con người không đủ sức điều tiết, trong cơ thể xuất hiện đối kháng. Mùa hè 1998, một trận nóng khủng khiếp ở Ấn Độ đã làm 2500 người về thế giới vô sinh. Cá hồi Thái Bình Dương giảm nghiêm trọng do nhiệt độ nước biển tăng 3^0C. Khi nhiệt độ tăng 2^0C, muỗi sẽ thống trị 42% đến 60% hành tinh. Với nhiệt đột tăng lên, muỗi sẽ hoạt động mạnh lên, hút máu dữ dội hơn.

Khi nhiệt độ giảm thái quá, con người cũng không đủ sức điều tiết. Cuối mùa đông, đầu mùa xuân 2007 - 2008, nước ta có đợt rét đậm, rét hại kéo dài 38 ngày liên tục, trâu bò chết 30000 con, lúa chết 50.000 ha. Động thực vật cũng không đủ sức điều tiết với thời tiết bất thường như vậy. Đó là phản kháng của khí hậu đối với loài người, đã không thân thiện với môi trường sống.

3.- *Cần tránh nhận thức sai lầm về phong thủy.*

- Người xưa thường cường điệu hóa vai trò phong thủy, cho rằng phong thủy đóng vai trò quyết định trong mệnh vận con người, có thể làm nên sự sang hèn, giàu, nghèo.

Với tri thức khoa học hiện đại, mệnh vận con người tuân theo quy luật ADNH, có sự bổ sung hiệu chỉnh của ADNH phong thủy tại nhà ở và cơ quan công tác. Cần nhấn mạnh rằng, quy luật ADNH được chứng minh về mặt khoa học, thì nó trở thành tri thức khoa học hiện đại. Ngoại trừ tia đất xấu và môi trường sống quá ô nhiễm, các yếu tố phong thủy chủ yếu vẫn là năng lượng ADNH gốc và thời tiết khí hậu.

Chúng ta cần làm tốt môi trường phong thủy ở các nội dung mà con người có thể làm chủ được.

- Phong thủy mồ mả, không có tác động gì tới người còn sống, vì người còn sống không sống gần đó. Người đã về thế giới vô sinh, không còn vai trò với người còn sống. Theo văn hoá của người Phương Đông, thờ phụng Tổ tiên chỉ là thể hiện đạo lý đền ơn đáp nghĩa, uống nước nhớ nguồn.

Tưởng Giới Thạch đã từng 3 lần phá hoại phong thủy khu an táng Tổ tiên một lãnh tụ Trung Quốc, nhưng vẫn phải thất bại. Ngày nay, người ta cố chứng minh mệnh vận thăng trầm của Đặng Tiểu Bình, là do phong thủy Trung Nam Hải biến động. Nhưng điều đó chỉ là tưởng tượng, ngộ nhận, đó là chưa nói đến mục đích bao biện cho tội ác.

Vùng đồng bằng, chính quyền chia cho các dòng họ những mảnh đất vuông vắn để làm nghĩa trang. Người ta mai táng, ngay hàng, thắng lối, không hề chọn hướng, nhưng không ai phát hiện được điều đó ảnh hưởng đến sự phát triển của con cháu dòng họ.

Kinh Dịch là một tác phẩm Dự đoán học nổi tiếng từ 3000 năm nay, nhưng trong lời dự đoán, Văn Vương, Chu Công không hề khuyên tu sửa mồ mả để kiếm may. Các ông chỉ khuyên hành động "Trung - Chính" sẽ có lợi (trinh cát). Thời kỳ Kinh Dịch ra đời, cũng là thời kỳ hoạt động mê tín sôi động. Song từ tri thức

AD uyên bác, từ kinh nghiệm thực tiễn phong phú, các ông đã không phát hiện được yếu tố âm trạch chi phối thành bại của hành động con người.

III.3.5. Thời gian và không gian ADNH

Các dạng tồn tại cụ thể của vật chất biểu hiện phương thức tồn tại của mình bằng vận động trong không gian và thời gian. Hay nói cách khác, không gian và thời gian là thuộc tính của vật chất vận động, luôn luôn gắn bó mật thiết với nhau và gắn liền với vật chất vận động. Đó là tư tưởng của triết học DV hiện đại về không thời gian.

Trong học thuyết ADNH, vật chất vận động theo quy luật ADNH, không thời gian cũng mang thuộc tính ADNH. Dự đoán học đã dùng thuộc tính không thời gian để dự đoán quy luật vận động của các sự vật, hiện tượng và dự báo thời tiết khí hậu. Đây là một ưu điểm đặc sắc trong việc mô tả hiện thực của học thuyết ADNH, đồng thời là sự trùng hợp của tư tưởng duy vật hiện đại và tư tưởng ADNH về hiện thực không thời gian.

Chúng ta hãy theo dõi quá trình hình thành khái niệm không, thời gian ADNH.

1. Từ lịch thời gian đến lịch thời gian ADNH.

* Do nhu cầu cuộc sống, con người đã nghiên cứu việc ghi lịch thời gian từ rất sớm. Người lao động, có thể quan sát hiện tượng cây cỏ, chim muông để ghi lịch. Trong bài thơ "Điểu đề" (Tiếng chim hót) của Lục Du thời Nam Tống đã viết:

Dã nhân vô lịch nhật
Điểu đề tri tứ thời
Nhị nguyệt vấn tử quy
Xuân canh bất khả trì
Tam nguyệt vấn Hoàng Anh

Ân phụ mãn tằm cơ
Tứ nguyệt minh bố cốc
Gia gia tằm thượng thốc..

(Dân thường không có lịch, nghe tiếng chim hót biết đủ 4 mùa; tháng 2 hỏi chim Tử quy, mùa xuân cấy cày không trậm trễ, tháng 3 hỏi chim Vàng anh, thiếu phụ buồn vì tằm đói, tháng 4 nghe chim Cuốc kêu, tằm mọi nhà đều chụm lại).

Người Trung Quốc cổ đại có hàng trăm cách ghi lịch khác nhau. ở đây, chúng ta chỉ tìm hiểu cách ghi lịch liên quan tới ADNH.

Theo các nhà nghiên cứu, từ thời nhà Hạ (2205 - 1766 Tr CN) đã phát hiện chu kỳ mặt trăng lặp lại 12 lần trong một năm. Mỗi chu kỳ trăng được gọi là một tháng. Người ta đặt tên tháng là:

Tý - Sửu - Dần - Mão - Thìn - Tỵ - Ngọ - Mùi - Thân - Dậu - Tuất - Hợi.

Lịch nhà Hạ lấy tháng giêng hiện nay làm tháng Tý

Lịch nhà Ân lấy tháng 12 hiện nay làm tháng Tý

Lịch nhà Chu lấy tháng 11 hiện nay làm tháng Tý và được dùng cho đến ngày nay. Như vậy tháng giêng (âm lịch) ngày nay được gọi là tháng Dần. Tên các tháng sau này được gọi là địa chi.

Về tên ngày, người xưa dùng 10 tên gọi là Can: Gồm Giáp - Ất - Bính - Đinh - Mậu - Kỷ - Canh - Tân - Nhâm - Quý; Mỗi ngày là một tên, mỗi tên lặp lại 3 lần trong một tháng.

Giải thích tại sao đặt 10 cái tên mà không dùng 7 hay 8, sách "Biết hết mọi chuyện trong thiên hạ" (dịch từ tiếng Trung Quốc, NXB thuận hóa 2003) giải thích:

"Tại sao Trung Quốc thường dùng số 5 và 10 để nói là sự viên mãn. Trong tiếng Hán có nhiều từ ngữ được đặt hai chữ "ngũ", "thập" nói lên ý nghĩa toàn bộ hoặc viên mãn (trọn vẹn).

Thí dụ: Ngũ vị, ngũ sắc, ngũ cốc, ngũ tạng, ngũ nhạc (5 dãy núi nổi tiếng), ngũ hành, thập toàn (toàn bộ trọn vẹn), thập mỹ, thập phần mãn ý (10 phần vừa ý). Thập ác bất xú (tất cả điều ác đều không tha), thập ác đại bại (10 ngày xấu nhất, trong dự đoán học). Điều này gắn liền với tập quán đếm bằng 10 ngón tay; Khi toán học chưa phát triển, mọi số lượng đều so sánh với 10 ngón tay, khi quá thì cho là trọn vẹn. (trang 53. Sđd).

Không chỉ Trung Quốc, người Ấn Độ, người Ả rập đều phát minh ra hệ đếm 10 và truyền sang Châu Âu. Đó là sự thuận lợi từ 10 ngón tay, mà mọi dân tộc đều có thể nghĩ ra.

Vì 10 tên can thường lặp lại trong một tháng, khó phân biệt đầu tháng cuối tháng nên người ta đã ghép can với chi thành 60 nhóm can chi để gọi tên thời gian của ngày. Thời kỳ nhà Thương khoảng (1600 - 1562 TrCN) đã có việc ghép này (theo học thuyết vận khí).

Sau này mở rộng cho cả 4 thời gian: Năm - tháng - ngày - giờ (Thường gọi là Tứ trụ (Trụ có nghĩa là thời gian - Vũ là không gian, Vũ trụ là không thời gian). Theo Đại Việt sử ký toàn thư, cuốn sử cổ nhất nước ta, viết cách đây 300 năm, trong chương viết về Hồng Bàng Thị, có đoạn viết: "Vua Kinh Dương Vương cai quản phương nam, gọi là nước Xích Quỷ; Vua lấy con gái Động Đình Quân tên là Thần Long, sinh ra Lạc Long Quân.". Cuốn sử trên ghi rõ, năm thứ nhất của Kinh Dương Vương là năm Nhâm Tuất. Các nhà nghiên cứu lịch sử đã cho biết năm Nhâm Tuất thời đó là năm 2879 TCN. Nếu đúng như vậy thì tên thời gian Can Chi đã được người xưa sử dụng cách nay khoảng 5000 năm, vì năm Nhâm Tuất Kinh Dương Vương cách nay 4888 năm (2879 + 2009). Các nhà khảo cổ Trung Quốc đầu thế kỷ XX đã thu thập được 160.000 giáp cốt văn, thời kỳ Thương - Ấn (1766 - 1122 TCN) có ghi tên thời gian Can Chi.

Về tên giờ, cách chia giờ của ngày đêm cũng có sự biến

động; Thời nhà Ân chia làm 8 phần gọi là 8 Ân; Thời Tổ giáp sau đó, chia làm 10 đoạn; Sang thời nhà Chu chia làm 12 đoạn, tức 12 giờ. Nhà Hán đã sử dụng tên 12 chi để gọi giờ: Nửa đêm từ 11h đến 1h sáng hôm sau được gọi là giờ Tý. Việt Nam hay dùng trống để báo thời gian, gọi là "Cầm canh". Nửa đêm được gọi là "Canh 3", nên dân gian có câu ca dao cho dễ nhớ:

"Nửa đêm, giờ tý, canh ba
Vợ tôi, con gái, đàn bà, nữ nhi"

Khi học thuyết Âm Dương ra đời, người ta quan niệm Can là Dương, có lẽ xuất phát từ nguồn gốc của ngày liên quan đến mặt trời (cũng được coi là Dương) nên gọi là Thiên Can, còn chi là tên gọi tháng liên quan đến Mt (Mt, TĐ đều coi là âm), nên gọi là địa chi.

Về tên các con vật phối vào địa chi, cách giải thích sau đây có thể coi là tương đối hợp lý (Sđd. Tr 46).

Người Hoa Hạ dùng 12 tên để chỉ tháng, các dân tộc vùng Tây Bắc (Hung nô) thì dùng tên 12 con vật để chỉ tháng. Đến thời Hán, Hung nô quy phục Hán để hài hòa và dễ nhớ, nhà Hán đã phối 12 con vật vào tên gọi 12 chi.

* Khi học thuyết Ngũ hành ra đời, các bậc minh triết thấy rằng, lịch thời gian tương ứng với quy luật Ngũ Hành. Vì vậy đưa nội dung Ngũ Hành vào lịch thời gian. Các tháng giêng, hai, ba, có tên là Dần Mão Thìn thuộc hành Mộc, tiếp đến các thángTy, Ngọ, Mùi, thuộc hành Hỏa, các tháng Thân, Dậu, Tuất, thuộc hành Kim, các tháng Hợi Tý, Sửu, thuộc hành Thủy.

Hành Thổ thuộc các tháng cuối mùa. Vì mùa nào cũng vận động trên TĐ nên mùa nào cũng có đặc tính Thổ. Việc quy định các tháng cuối mùa Sửu Thìn Mùi Tuất thuộc hành thổ là chính xác. Dự đoán học đã kiểm chứng sự chính xác đó qua kết quả thực tiễn hàng ngàn năm. Chứng tỏ sự quan sát của người xưa thật là tinh tế và sắc sảo. So sánh với quy luật biến thiên năng lượng, các tháng cuối mùa có tốc độ biến thiên chậm nhất, phù hợp với đặc tính hành thổ. Người xưa còn quy định tháng Dần là dương mộc, tháng Mão là âm Mộc. Việc quy định như vậy hoàn toàn phù hợp với quy luật biến thiên năng lượng, tháng Dần có tốc độ biến thiên lớn nhất trong mùa và giảm dần từ tháng Mão, tháng Thìn thấp nhất; cho nên đặc tính Mộc rõ nhất ở tháng Dần. Các mùa khác từ đó mà suy ra.

Các can ghép vào chi các tháng sao cho phù hợp với quy luật NH. Người xưa đã phải hiệu chỉnh nhiều lần qua thực nghiệm dự báo thời tiết khí hậu và sau đó thì xây dựng thuyết vận khí để dự báo khí hậu hàng năm. Có sách cho rằng ngày xưa có thể chọn tứ trụ đầu tiên là năm Giáp Tý, tháng Giáp Tý, ngày Giáp Tý, giờ Giáp Tý (G: Giáp) căn cứ vào hiện tượng "Ngũ hành liên châu", hiện tượng 5 hành tinh Kim, Thủy, Mộc, Hỏa, Thổ xếp thẳng hàng. Thực tế không có tứ trụ đều G, mà chỉ có G tý - Bính tý - G Tý - G Tý, nếu năm G Tý thì có tháng Bính tý (B. Tý). Việc quy định can của tháng và giờ căn cứ vào quy tắc sao cho can chi tứ trụ được liên tục. Thí dụ, can năm là G, K thì can tháng bắt đầu từ B dần, rồi Đinh Mão, Mthìn.... Btý, Đsửu là 12 tháng của năm. Can ngày là G, K thì can giờ bắt đầu từ Gtý.

Việc quan sát khí hậu đã phát hiện được sự lệch nhau giữa lịch Mt và MT. Các nhà lịch pháp đã phải hiệu chỉnh bằng việc đưa thêm tháng nhuận Âm lịch và tháng nhuận có tên Can Chi trùng với tháng trước đó. Ngày khởi đầu của tháng trong dự đoán học không phải là ngày mồng một tháng âm lịch mà là các ngày đầu tiết. Ví dụ, tháng Dần bắt đầu từ ngày Lập Xuân (thường là 4 - 2 hàng năm), một số năm là ngày 5/2, đến ngày Kinh Trập (5 hoặc 6 tháng 3), tháng Mão bắt đầu từ ngày Kinh Trập đến ngày Thanh Minh (4 hoặc 5 tháng 4). Khoảng cách giữa các tháng là khoảng cách sao cho TĐ quét được một góc như nhau từ tâm quỹ đạo (30^0), lấy ngày Xuân Phân (20 hoặc 21 tháng 3) và ngày thu phân (23 hoặc 24 tháng 9) là hai ngày quỹ đạo TĐ xuyên qua mặt phẳng xích đạo, để hiệu chỉnh chút ít.

Các nhà khí hậu học căn cứ vào nhiệt độ để quy định mùa. Tại đâu, nhiệt độ bình quân trong 5 ngày từ trên 10^0 đến thấp dưới 22^0 là mùa xuân; từ 22^0 trở lên là mùa Hạ, 22^0 đến 10^0 là mùa Thu, dưới 16^0 là mùa Đông. Như vậy mỗi vùng có một mùa riêng. Thực tế, quy luật sinh trưởng tàn lụi của thế giới hữu sinh lại do quy luật ADNH gốc chi phối là chủ yếu; nhiệt độ là quy luật ADNH thứ cấp chịu nhiều ảnh hưởng của địa hình TĐ, chỉ ở vai trò thứ hai. Việc phân mùa theo ngày tiết, lấy ngày MT chiếu thẳng vào xích đạo (Xuân phân và thu phân) làm mốc là phù hợp với quy luật ADNH, là cách chia mùa hợp lý nhất ở Bắc bán cầu.

Sau khi học thuyết NH ra đời mấy trăm năm, nhà Hán mới đem tên gọi của tháng làm tên gọi của giờ. Thời kỳ nhà Chu trước đó dùng tên gọi giờ cách khác.

Bảng 1.3: Tên gọi giờ ở các triều đại:

Tên giờ nhà Chu	Nhà Hán	Hiện nay	Con vật
Dạ bán (nửa đêm)	Tý	23h đến 1h hôm sau	Chuột
Gà gáy	Sửu	3-Jan	Trâu
Bính dần	Dần	5-Mar	Hổ
Nhật xuất	Mão	7-May	Mèo (thỏ)
Thực thời	Thìn	9-Jul	Rồng
Ngung trung	Ty.	11-Sep	Rắn
Nhật trung	Ngọ	13-Nov	Ngựa
Nhật dật	Mùi	13- 15	Dê
Phô thời	Thân	15 - 17	Khỉ
Nhật nhập	Dậu	17 - 19	Gà
Hoàng hôn	Tuất	19 - 21	Chó
Nhân định	Hợi	21 - 23	Lợn

* Cách ghép tên vào giờ phải đạt được yêu cầu: Ngũ hành của giờ phải trùng với ngũ hành của tháng. Mọi cách giải thích khác đều thiếu cơ sở khoa học.

Tháng tý thuộc hành thủy, năng lượng NH là thấp nhất. Giờ tý cũng vậy, chỉ còn dư khí của TĐ. Giờ dần, TĐ nhận năng lượng điện từ phản xạ từ vũ trụ. MT chiếu qua không gian ngoài TĐ và năng lượng khúc xạ, phản xạ trở về TĐ, thời điểm này, năng lượng hấp dẫn và năng lượng điện từ phản xạ biến thiên nhanh; giờ ngọ thuộc hành hỏa, TĐ nhận được năng lượng lớn nhất, ở vùng đất có giờ Ngọ; năng lượng hấp dẫn cũng lớn nhất.

Có thể các con vật được làm tên gọi giờ sau khi đã dùng chi tháng để gọi tên giờ cho dễ nhớ. Người ta phải tìm sự tương đồng nào đó giữa giờ và con vật để ẩn dụ. Ví dụ, loài chuột phá phách dữ dội thường vào giờ tý; Loài hổ hay rình bắt người vào giờ Dần vì giờ này con người bắt đầu đi lại. Giờ Mão con thỏ bắt đầu rời tổ kiếm ăn hoặc con mèo bắt đầu đi ngủ sau một đêm kiếm mồi nhọc nhằn, Giờ thìn là giờ đẹp nhất trong ngày, mặt trời tỏa ánh sáng rực rỡ nhưng không chói lắm, trời mát mẻ, bắt đầu ấm về mùa đông, tháng thìn cũng vậy, là tháng có tiết thanh minh, trời trong sáng, cây cỏ bắt đầu đâm chồi nảy lộc, là tháng của những ngày hội.

Thanh minh là tiết tháng ba
Lễ là tảo mộ, hội là đạp thanh
Gần xa nô nức yến oanh
Chị em sắm sửa bộ hành chơi xuân
Dập dìu tài tử, giai nhân
Ngựa xe như nước, áo quần như nêm

(Kiều)

Có lẽ vì thế mà người ta đã chọn rồng, một con vật huyền thoại, tượng trưng cho sự cao quý, để ẩn dụ tháng ba, tháng Thìn. Giờ thân, khỉ gọi con về tổ, giờ dậu gà vào chuồng, giờ tuất chó bắt đầu nằm ổ, ở vị trí quan sát tốt nhất, giời hợi, lợn ngủ say. Các con vật không hề tương hợp với quy luật ADNH mà chỉ đơn thuần là tên gọi ẩn dụ. Trong quy luật ADNH, có quy luật nhị hợp, tam hợp, đó là các mối quan hệ AD tương giao tương thành; Ví dụ:

Quy luật nhị hợp: Tý hợp sửu (chuột hợp trâu?)
Dần hợp Hợi (Hổ hợp lợn?)
Mão hợp Tuất (Mèo hợp chó?)
Thìn hợp dậu (Rồng hợp gà?)
Tỵ hợp thân (Rắn hợp khỉ?)
Ngọ hợp mùi (Ngựa hợp dê?)

Hoặc tam hợp:

Hợi hợp Mão hợp Mùi (lợn hợp mèo hợp dê?)
Dần hợp ngọ, hợp Tuất (Hổ hợp ngựa, hợp chó?)
Tý hợp thân hợp Thìn (Chuột hợp khỉ hợp Rồng?)
Tỵ hợp dậu hợp sửu (Rắn hợp gà hợp trâu?)

Hiểu như vậy, để chúng ta không ghép loài vật vào loài người, con người không thể mang đặc điểm cá tính của loài vật. Trong dự đoán hôn nhân, các nhà dự đoán còn khuyên tuổi Dần nên kết hôn với tuổi Hợi, vì Dần-Hợi hợp nhau (hổ hợp với lợn !?)

Có lẽ sau khi nhà Hán dùng chi tháng để gọi tên giờ, họ mới tìm loài vật để ẩn dụ, làm tên gọi giờ cho dễ nhớ, vì con vật ẩn dụ cho cả tháng là rất khó. Tư duy như vậy hợp lôgic hơn.

Những con vật mà người Hung Nô dùng để ghi tên tháng có thể không trùng hợp với các con vật này, hoặc có cách sắp xếp khác, mà người Hán sắp xếp lại, để phù hợp với giờ và lưu truyền cho tới ngày nay.

Người xưa, dùng quy luật nhị hợp để chọn vợ gả chồng. Ví dụ người tuổi Dần (hổ!) kết hôn với người tuổi hợi (lợn !) là đẹp duyên, vợ chồng hòa thuận (hổ lợn hòa thuận?). Quy luật tương giao giữa các con vật trong nhị hợp thường là tương phản đối kháng, còn giữa các chi NH là tương giao tương thành, AD cân bằng.

Vì vậy không thể dùng các loài vật này để nghiên cứu về con người.

* Về ngũ hành của ngày: Ngũ hành biến thiên theo thời gian, vì vậy cứ mỗi ngày trôi qua, NH sẽ có giá trị khác. Trước khi có học thuyết NH, dùng 10 can để gọi tên ngày. Sau khi quy định Ngũ Hành cho thời gian, mỗi ngày có một tên gọi can chi, có đặc tính ngũ hành riêng. TĐ quay quanh MT, mỗi ngày đi được 2,58 triệu km, mỗi năm đi được gần 942 triệu km. Tốc độ biến thiên Ngũ hành của một ngày là tốc độ biến thiên năng lượng trên 2,58 triệu km. Thường hai ngày có đặc điểm của một hành, ngày hôm trước là dương, ngày hôm sau là âm. Ví dụ hai ngày G.tý, A.sửu đều mang đặc điểm hành thủy, nhưng ngày Gtý là dương Thủy, ngày Asửu là âm thủy. Mỗi hành của ngày vận động hơn 5 triệu km. $(2,58 \times 2 = 5,16. \ 10^6 \ km)$.

Ngũ hành của nhóm can chi là NH tổng hợp của can và chi. Người xưa đã từ quy luật ADNH và kinh nghiệm thực tiễn, xác định ngũ hành của các cụm can chi.

Ngũ hành của thiên can được quy định như sau:

Giáp (G) ất (Â) là Mộc, G dương mộc, Â, âm mộc.
Bính (B) là dương hỏa, Đinh (Đ) là âm hỏa
Mậu (M) là dương thổ, Kỷ (K) là âm thổ
Canh (C) là dương kim, tân (T) là âm kim
Nhâm (N) là dương Thủy, Quý (Q) là âm thủy

* Tiền nhân cũng dùng tổ hợp can chi này để định tên cho năm, cứ 60 năm lặp lại một lần và quy định ngũ hành cho từng năm gọi là "niên mệnh 60 hoa giáp tý" và vận dụng nó cho "mệnh của người" sinh vào năm đó. Như thế đã có sự thống nhất ngũ hành cho cả tứ trụ: Năm, tháng, ngày, giờ,

Vấn đề mà người đọc chưa hiểu là, tiền nhân chọn năm, tháng, ngày, giờ G tý đầu tiên như thế nào? Từ các hiện thực lịch sử và khảo cổ, có thể nói rằng, tên can chi này có trước khi học thuyết ADNH ra đời. Học thuyết AD ra đời tên can được ghép thêm chữ thiên địa thành thiên can - địa chi. Học thuyết NH ra đời quy định NH cho can và chi phù hợp với quy luật Ngũ Hành. Tên G tý đã có sẵn, sau đó đã quy định cho Ngũ Hành của Giáp là dương mộc, ngũ hành của tý là dương thủy. Năm Gtý có ngũ hành chung là gì?

Từ quan sát khí hậu bốn mùa và thế giới hữu sinh mà tiền nhân đã khám phá ra NH, thì cũng từ các hiện thực đó tiền nhân quan sát để xác định hành cho các năm, giống như việc phổ thơ vào nhạc vậy.

Một câu hỏi đặt ra là: Năm nào TĐ cũng quay hết một vòng quanh MT, NH đã vận động trọn vẹn hết một năm, thì năm nào cũng như năm nào, tại sao lại có NH khác nhau?

Cơ sở khoa học của hiện tượng đó là từ chu kỳ của MT. Mặt trời có chu kỳ phập phồng 24h 40 ph, chu kỳ tự quay 27 ngày, và quan trọng nhất là chu kỳ vết đen 11,7 năm với chu kỳ này năng lượng MT bức xạ về TĐ không như nhau theo thời gian, tức là giá trị ngũ hành không đồng đều. ở các năm, kèm theo đó là hoạt động kiến tạo của TĐ, gây ra hiện tượng Enninô, Ennina, làm cho khí hậu các năm không như nhau.

Người xưa đã dầy công quan sát nhiều năm để phát hiện quy luật NH cho từng năm, thể hiện ở bảng niên mệnh.

Sau đây là một ví dụ của Thiệu Vĩ Hoa, ghi trong sách "Chu Dịch với Dự đoán học" về việc sử dụng niên mệnh để dự báo khí hậu và các việc khác (Sdd tr 110).

Năm Mthìn 1988, niên mệnh Mộc đại lâm, Mộc rừng lớn nên cường độ rất mạnh. Can chi đều thổ nên mộc khắc thổ. Hiện tượng thời tiết và bệnh tật biến động dữ dội:

- Nạn lụt rất nhiều - mất mùa nhiều nơi

- Thượng Hải có dịch viêm gan siêu vi trùng vào mùa xuân. Thượng hải nằm về phía đông là phương Mộc, mùa xuân, mộc vượng, niên mệnh lại là Mộc rừng lớn, gan là Mộc, Mộc vượng thái quá, mất cân bằng nghiêm trọng với các tạng khác, sức đề kháng của cơ thể giảm sút, nên gan bị vi rút tấn công.

Từ hiện tượng khí hậu, bệnh tật, mùa màng trong năm, tiền nhân xác định năm đó phải mang Ngũ hành nào: Quan sát mấy chục năm sẽ rút ra quy luật NH của năm. Từ quy luật NH năm, tiền nhân đã xây dựng các lý thuyết về dự báo khí hậu và bệnh tật có thể phát sinh hàng năm.

* Sau khi thời gian được mang thông tin ADNH, con người đã sử dụng thời gian ADNH để dự báo xu hướng vận động của sự vật hiện tượng. Dự đoán học ADNH đã ra đời để dự đoán các sự việc cụ thể, thời tiết khí hậu và mệnh vận con người. Sách "Chu dịch với dự đoán học" của Thiệu Vĩ Hoa đã giới thiệu phương pháp dự đoán nhiều nội dung của cuộc sống như: Học tập, sự nghiệp, hôn nhân, con cái, tài vật, kiện tụng, người đi xa, trẻ em thất lạc, bệnh tật, tai nạn, nhà cửa,... Người ta đã đoán trước 3 tháng, thời gian xẩy ra chiến tranh vùng Vịnh lần thứ nhất (17 - 1 - 1991) (Sđd Tr X).

Việc sử dụng thời gian mang thông tin ADNH để dự đoán mang lại kết quả kỳ diệu, chứng minh rõ ràng rằng thế giới hữu sinh và thời tiết khí hậu đều hoạt động trong một quy luật chung, nhất quán là quy luật ADNH.

Đây cũng là thực tiễn để kiểm chứng một nguyên lý triết học: Thời gian là thuộc tính của vật chất vận động.

Quá trình kiến tạo của TĐ chịu ảnh hưởng lớn của quy luật ADNH, đặc biệt từ quy luật biến thiên năng lượng hấp dẫn.

Chúng ta, có thể vận dụng ADNH để dự đoán xu hướng kiến tạo của TĐ, nghiên cứu cấu trúc NH của TĐ và dự đoán thời gian TĐ đạt trạng thái cân bằng tốt nhất. Có thể dùng quy luật ADNH để dự báo xu thế vận động của một tổ chức xã hội và xu thế phát triển của xã hội loài người. Các lời tiên tri của hiền triết Phương Đông đã ra đời từ học thuyết ADNH.

2. Không gian ngũ hành

* Tọa độ không gian của một vật thể, được xác định: Phía Bắc thuộc hành Thủy, phía nam là Hỏa, phía đông là Mộc, phía tây là Kim, tại vị trí vật thể là Thổ (ở Nam bán cầu, phía bắc thuộc hành hỏa). Các bậc tiền triết đã sử dụng không gian NH vào dự đoán học các sự việc cụ thể và là yếu tố để cân bằng ngũ hành trong mệnh vận. Mệnh vận một người có Hỏa vượng, cần có Thủy để cân bằng, người ta khuyên người đó đi về phương bắc nơi sinh thì mệnh vận sẽ được cải thiện tốt hơn. Nếu trong mệnh vận Thủy cường vượng thì nên đi làm việc về phương nam; nếu mộc cường vượng thì nên đi về phương Tây. Khi ngũ hành trong mệnh vận được cân bằng, sức khỏe sẽ tốt, trí tuệ minh mẫn, xử lý tình huống chính xác, hiệu quả công việc được nâng cao, mức độ thành đạt sẽ nhiều hơn. Có cán bộ trẻ hàng chục năm không "tiến độ". Sau khi chuyển công tác về phương có lợi, lập được nhiều thành công bất ngờ và được thăng tiến. Trong cuộc sống có nhiều hiện thực như vậy. Hai người song sinh cùng trứng, cùng giờ sinh, diện mạo giống hệt nhau; khi vào đời lại công tác ở những vùng xa nhau, vận trình của hai người có những khác biệt đáng kể, do tác động của phương có lợi hoặc phương không lợi cho sự cân bằng AD của cấu trúc sáng tạo mỗi người. Nếu hai người làm việc cùng huyện, hoặc cùng tỉnh, vận trình cuộc đời của hai người cơ bản sẽ giống nhau.

Hướng ngôi nhà cũng vận dụng thuộc tính không gian NH. Chủ nhà có Kim cường vượng, hướng nhà nên theo phương

Đông, phương Mộc để cân bằng, cứ thế mà suy ra.

Các hướng Đông - Tây - Nam - Bắc chỉ có ý nghĩa đối với TĐ. Hướng Bắc về phía Bắc cực, hướng Nam về phía xích đạo (đối với Bắc bán cầu); hướng Đông về phía MT mọc hướng tây về phía MT lặn. Hướng Bắc Nam tương đối cố định, hướng Đông Tây quay đủ 360^0 theo quỹ đạo TĐ, vì vậy mà mang đặc trưng NH là chính xác. Phương Đông Mộc, năng lượng biến thiên tăng, phương Tây Kim năng lượng biến thiên giảm, phương nam hỏa, năng lượng lớn, phương bắc thủy, năng lượng thấp.

* Người xưa còn mở rộng không gian Ngũ Hành ra ngoài hệ MT, đến các vì sao nhìn thấy được. Từ quan niệm "Thiên nhân tương ứng", người xưa cho rằng. Các vì sao ảnh hưởng tới các sự kiện của loài người ở TĐ. Như các phần trên đã chứng minh, sự ảnh hưởng của các vì sao ngoài hệ MT đối với TĐ là "không đáng bàn". Tuy nhiên ở đây có sự tương đồng thông tin về không thời gian, mà người xưa đã sử dụng để dự báo các việc ở TĐ như thời tiết khí hậu, hoặc các sự kiện lịch sử. Họ không hiểu sự tương đồng này và gán cho nó sức mạnh chi phối của các vì sao.

"Tam quốc chí diễn nghĩa" ghi lại câu chuyện Gia cát Khổng Minh quan sát thiên văn để ứng dụng vào quân sự.

Tào Chân dẫn 40 vạn đại quân đánh Thục. Gia Cát sai Trương Nghi, Vương Bình, mỗi người dẫn một nghìn quân đến phòng ngự ở đường Trần Thương chặn quân Ngụy. Hai người thất kinh nói: "Người ta nói quân Ngụy có 40 vạn nói tăng lên 80 vạn, thanh thế lớn lắm, làm sao với 1000 quân mà giữ được cửa ải". Gia Cát nói: "Ta muốn nhiều hơn nhưng sợ quân sĩ gian khổ quá". Hai người nói: "Thừa tướng muốn giết chúng tôi thì hãy giết tại đây, làm sao phải đánh lừa như thế!" Khổng Minh bèn giải thích: "Đêm qua ta xem thiên văn, thấy sao Tất vận hành vào vùng Thái Âm (M. trăng), biết là sắp có mưa lớn tầm tã dài ngày.

Quân Ngụy tuy có 40 vạn sao dám vào sâu rừng hiểm.

Ta chờ quân Ngụy rút sẽ dùng đại quân đánh úp. Ta chỉ cần 10 vạn mà thắng 40 vạn!. Sự thực đã diễn ra như lời Vạn đại Quân sư dự đoán.

Sao Tất thuộc chòm Kim Ngưu, một trong nhị thập bát tú (28 chòm sao, ven theo Hoàng đạo, quỹ đạo TĐ), thời gian quan sát tốt nhất vào tháng 2. Mé đông chòm này có một ngôi sao rất sáng, được coi là chủ tỉnh của chòm, đường kính gấp 35 lần MT, độ sáng gấp 91 lần, nhiệt độ bề mặt 4000^0. Mắt thường thấy sao Tất là sao cấp một, màu hồng, cách chúng ta 27 năm ánh sáng. Nó là một trong 20 ngôi sao sáng nhất, nên nó là sao quen biết của ngành hàng hải. Một năm vào tháng giêng, ngày 10, lúc 9h đêm, nó ở độ cao 70^0 trên bầu trời.

Phần Tây bắc của chòm Kim Ngưu, mắt thường thấy có 7 ngôi, gọi là thất tỷ muội (tinh đoàn 7 chị em). Kỳ thực tinh đoàn này rất lớn và nóng, độ sáng, gấp mấy trăm lần MT. Kính viễn vọng hiện đại nhìn thấy hơn 2000 ngôi sao với 250 ngôi sao chính, trải trên một phạm vi rộng lớn, từ ngôi này đến ngôi kia cách nhau tới 35 năm ánh sáng. Tinh đoàn này cách chúng ta tới 350 năm ánh sáng. Vì xa TĐ quá, nên chúng ta có cảm giác, các ngôi sao đứng yên và gọi là định tính. Chòm sao Tất nằm trong chòm sao Bạch hổ, gồm 7 chòm: khuê, lâu, vị, mão, tất, chủy, sâm, thuộc ngũ hành kim. Mùa thu từ TĐ nhìn qua MT thì thấy chòm sao này, nên có hành kim, nhưng từ MT nhìn qua TĐ thì thấy TĐ in hình lên chòm sao này vào mùa xuân, vì vậy mùa xuân, ban đêm mới thấy chòm sao này.

Chòm sao này cách chúng ta tới 27 năm ánh sáng, nên không thể ảnh hưởng tới thời tiết TĐ. Vì M.Trăng quay theo TĐ, khi TĐ đến vị trí in hình lên chòm sao, thì Mt cũng in hình lên đó. Quy luật thời tiết vào khoảng thời gian Mt in hình gần sao Tất thì mưa nhiều ở vùng đất Thục (TQ), giống như quy luật mưa ngâu vào mùa thu ở Việt Nam. Các nhà thiên văn, đã rút ra kinh nghiệm về sự tương đồng thông tin này để dự báo thời tiết. Hiện tượng tương đồng thông tin gần như việc cóc nghiến răng thì trời sắp mưa và được tôn vinh là "Cậu ông trời", kiến, mối bay khỏi tổ thì sắp có lụt hớn; bài thơ "tiếng chim hót" (Điểu đề) của Lục Du cũng mô tả sự tương đồng đó.

Các trường hợp sử dụng sự tương đồng thông tin để dự báo lành dữ ở TĐ, như nhị thập bát tú, cửu tinh, lục diệu, 12 trực, hoàng đạo, v.v... có nhiều gán ghép thần bí hoang đường, không đủ tin. Những trường hợp có thể nghiên cứu, xem xét, là sự tương đồng thông tin phù hợp với quy luật ADNH.

Đến đây có thể nói rằng, khái niệm không thời gian ADNH hoàn toàn trùng hợp với khái niệm không thời gian của triết học hiện đại và còn được mở rộng để ứng dụng vào dự đoán học, một môn khoa học cần thiết cho con người.

III.3.6. Quy luật ADNH và cấu trúc tinh thần

1. Một vài nhận xét về tâm lý học hiện đại và tâm lý học ADNH.

Để tiện nghiên cứu, chúng ta đã chia đại não thành 3 cấu trúc thành phần: Cấu trúc sinh lý - cấu trúc tinh thần - cấu trúc sáng tạo. Ba cấu trúc này hòa quện vào nhau mà không thể mô tả bằng giải phẫu học. Ba cấu trúc này có trong từng tế bào thần kinh. Tế bào có cấu trúc sinh lý để trao đổi chất, để sống, để hoạt động tinh thần và tham gia vào mọi sáng tạo của đại não (xin xem "sơ đồ xử lý thông tin của đại não, chương "Hoạt động AD của đại não".

Vận động tinh thần là vận động chủ yếu của đại não, là thành quả của tiến hóa, là bước nhảy vọt của vận động sinh lý, đồng thời là sản phẩm phản ánh của thế giới hiện thực vào vận động sinh lý đại não. Vì vậy vận động tinh thần phản ánh thông tin về quy luật vận động sinh lý đại não là quy luật ADNH.

Như vậy, vận động của cấu trúc tinh thần phản ánh hai hình thái vận động mà nó có liên hệ mật thiết; phản ánh quy luật hoạt động của sinh lý đại não và phản ánh quy luật vận động của thế giới hiện thực.

Thành quả của tâm lý học hiện đại đã xác định được đặc điểm của mối liên hệ giữa hình thức vận động cấp cao và hình thức vận động cấp thấp. Mỗi hình thức vận động cấp cao dựa trên cơ sở hình thức đơn giản hơn, mà thiếu nó thì hình thức vận động cấp cao không để xuất hiện. Sự vận động của cấu trúc tinh thần phải dựa vào sự vận động của cấu trúc sinh lý, trong sự vận động sinh lý lại hàm chứa sự vận động hóa, lý, là sự vận động của các hạt cơ bản.

Mỗi hình thức vận động cao hơn, có những đặc điểm về chất và quy luật riêng của mình, nhưng chúng không thể tách rời khỏi các đặc điểm về chất và các quy luật của các hình thức thấp hơn. Sự vận động của cấu trúc tinh thần không thể tách rời quy luật vận động của cấu trúc sinh lý, là quy luật ADNH và các quy luật lý hóa khác.

Mỗi hình thức vận động cấp cao là một thể thống nhất phức tạp, trong đó tồn tại tất cả các hình thức vận động cấp thấp như những hình thức vận động cơ sở, đảm bảo cho sự vận động cân bằng của hình thức vận động cấp cao. Cấu trúc sinh lý mất cân bằng ADNH thì hoạt động tinh thần sẽ bị chao đảo.

Tâm lý học hiện đại đã chứng minh được quan điểm của Lê nin trong "Bút ký triết học", rằng quá trình vận động của cấu trúc tinh thần để phản ánh các mối liên hệ của hiện thực bao giờ cũng "Từ trực quan sinh động đến tư duy trừu tượng và tư duy trừu tượng đến thực tiễn", đồng thời đưa ra các quy luật cơ bản của quá trình tâm lý con người, như cảm giác, tri giác, biểu tượng, tưởng tượng, các quá trình tư duy, thao tác tư duy, cảm xúc, ý chí, trí nhớ, chú ý, ngôn ngữ, nghiên cứu các loại hình tâm lý con người như xu hướng, khí chất, tính cách, năng lực.

Song, tâm lý học hiện đại chưa phát hiện được những yếu tố ảnh hưởng tới chất lượng phản ánh của tư duy và cấp độ trí tuệ con người. Trí tuệ ở đây hiểu theo nghĩa là khả năng tư duy sáng tạo để cải biến hiện thực theo mục đích con người.

Tâm lý học hiện đại đánh giá khả năng con người thông qua trắc nghiệm như đo chỉ số thông minh IQ và thành quả sáng tạo được bộc lộ trong hoạt động thực tiễn đến mức nào như học lực, các sáng tạo có giá trị đến mức nào trong vận dụng thực tiễn.

Tâm lý học hiện đại chưa đánh giá được đặc điểm năng khiếu con người khi cất tiếng khóc chào đời. Tuy mới chỉ là đánh giá khả năng nhưng có ý nghĩa quan trọng trong việc định hướng giáo dục và rèn luyện.

Chương IV đã đưa ra khái niệm hoạt động AD của đại não. Khái niệm cấu trúc AD của đại não đã lý giải thành quả sáng tạo của đại não là từ hoạt động tương tác, tương giao tương thành của hai mặt đối lập AD, mở ra hướng nghiên cứu mới về đại não trên các lĩnh vực hoạt động sáng tạo. Tuy nhiên AD vẫn là một phạm trù có tính phổ quát cao. Để đi vào các sự vật, hiện tượng cụ thể sẽ gặp khó khăn, vì vậy đưa khái niệm ADNH vào hoạt động của đại não sẽ mở rộng cách tiếp cận hiện thực dễ dàng hơn. Ngoài ra đã sử dụng thông tin thời gian ADNH để dự đoán nhiều vấn đề liên quan tới con người.

Một trong những thành quả sáng tạo đáng trân trọng và cần được nghiên cứu sâu sắc hơn, đó là dự đoán học về mệnh vận con người. Đây là một môn tâm lý học có giá trị thực tiễn, cụ thể, đối với từng con người.

Từ thông tin ADNH về ngày chào đời, tiền nhân đã dự

đoán được những sự việc chủ yếu của cả vận trình hoạt động sáng tạo của con người; đánh giá được tiềm năng, năng khiếu và xu hướng tính cách mà con người lựa chọn. Đây chính là chất lượng phản ánh thông tin của tư duy, và khả năng ứng dụng những thông tin được phản ánh của tư duy sáng tạo, đồng thời nói lên được sự biến đổi của chất lượng phản ánh theo thời gian, được biểu hiện qua hình thái thăng trầm của cuộc đời, đó cũng là quy luật vận động tư duy của từng con người.

Tiền nhân đã dự đoán được khả năng của đứa trẻ mới chào đời, còn đỏ hỏn trên tay người mẹ, tài năng lãnh đạo, kinh doanh, viết văn, hội họa, âm nhạc vv.. để giúp cha mẹ đứa trẻ định hướng giáo dục và lựa chọn nghề nghiệp cho đứa con thân yêu của mình trong tương lai, mà không gặp sai lầm "Râu ông nọ cắm cằm bà kia".

Những tài năng này đều là thành quả của cấu trúc tinh thần trong việc đưa ra các quyết định hành động cho cấu trúc sáng tạo. Đây cũng là thành quả vận động của quy luật ADNH trong cấu trúc tinh thần.

Cấu trúc ADNH, của cấu trúc tinh thần, có những cái chung của loài người nhưng có những cái riêng của từng con người. Ví dụ có người Mộc vượng, có người Kim vương, năm hành có giá trị không như nhau đối với mỗi người và có cách sắp xếp riêng trong tứ trụ, đặc trưng cho từng cá thể.

Cái riêng của ngũ hành quyết định những đặc điểm phong phú về mọi mặt của cá thể, tâm lý học hiện đại chỉ nghiên cứu cái chung mà chưa nghiên cứu cái riêng cho từng con người.

Việc khám phá quy luật vận động của từng con người, giúp con người chủ động hơn trong quá trình làm chủ mệnh vận của mình; biết cái thời của mình, kết hợp với cái thời của xã hội để thực hiện những phương thức cân bằng, hài hòa với tự nhiên và xã hội trong từng thời điểm cụ thể. Tùy thời để thực hiện "trung" là như vậy. Điều đó không những mang lại lợi ích cho từng cá nhân mà còn có lợi cho xã hội.

2. Thử phác thảo tổ chức ADNH của cấu trúc tinh thần.

Trong đại não có nhiều cấu trúc ADNH, cấu trúc đó tổ chức đến từng tế bào thần kinh. Đó là những cấu trúc con trong cấu trúc mẹ, hệ thống nhỏ trong hệ thống lớn. Trong các hệ thống lớn, bao giờ cũng có một hệ thống chủ đạo, đặc trưng cho hoạt động của đại não, mà các hệ thống khác là cấp dưới, cấp phụ thuộc.

Có thể phác thảo một cấu trúc chủ yếu như sau:

a. Thổ: Là trực quan sinh động, là nguồn nuôi thông tin cho bốn cấu trúc còn lại. Thổ cung cấp trực tiếp thông tin cho Kim là cấu trúc tư duy trừu tượng. Vì Kim có đặc tính thu vào, "Ra hoa, kết trái". Kim cung cấp thông tin cho bộ nhớ Thủy. Thủy có đặc tính tĩnh của kho chứa, của thư viện lưu trữ. Thủy cung cấp thông tin cho tư duy sáng tạo Mộc, có đặc điểm phát triển, tăng tiến các thành quả ý tưởng. Sau khi có ý tưởng sáng tạo, Mộc cung cấp thông tin cho cấu trúc sáng tạo để thực hiện, với sự tham gia của cấu trúc sinh lý và cho ra sản phẩm sáng tạo. Hoạt động sáng tạo thuộc hành Hỏa vì vận động sôi động hơn, ngược với đặc tính của thủy là kho chứa.

Hoạt động sáng tạo luôn luôn gắn liền với môi trường tự nhiên và xã hội qua đó cung cấp thêm thông tin cho tư duy trực quan, hiệu chỉnh lại tư duy trừu tượng, bộ nhớ và tư duy sáng tạo, chính xác và hiệu quả hơn.

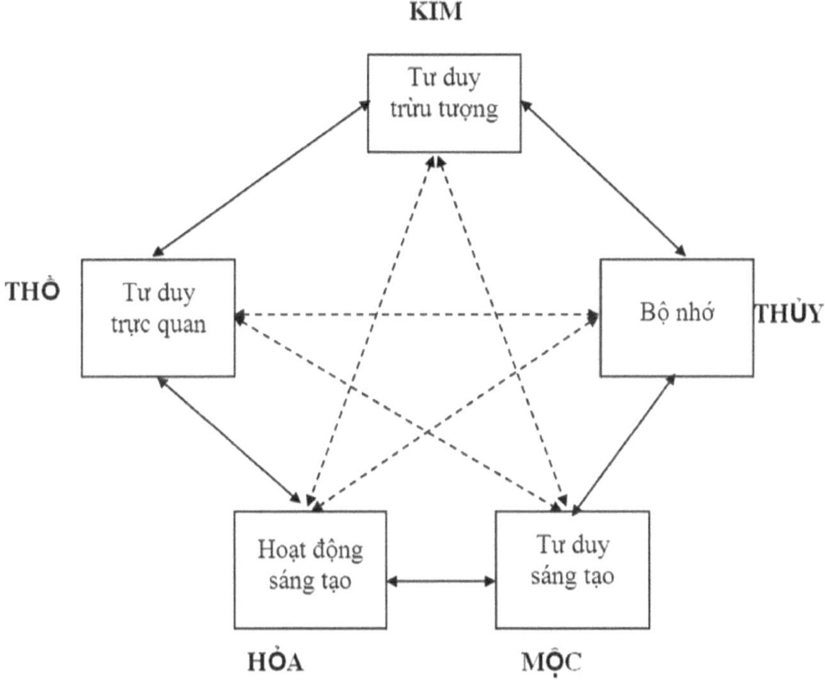

Hình I.20: Hệ thống Ngũ Hành Tư duy sáng tạo

b. Đặc điểm của mô hình

- Mô hình phản ánh được chu trình của quá trình nhận thức từ trực quan sinh động, đến tư duy trừu tượng, đến thực tiễn, đến tư duy trực quan mới.

- Trong mô hình, mỗi hành có một cấu trúc sinh lý tương ứng. Ví dụ tư duy trực quan phải có sự tham gia của 5 giác quan dương, GQ6, GQ 7, tư duy trừu tượng có các bộ phận não tư duy phân tích tổng hợp thành khái niệm, phạm trù. Bộ nhớ phải có một cấu trúc sinh lý riêng, tổ chức tinh vi hơn một kho lưu trữ hiện đại, cho phép rút ra những thông tin cần thiết ngay lập tức cho tư duy sáng tạo, mặc dù thông tin đó được lưu trữ từ nhiều chục năm trước, từ thời kỳ học mẫu giáo, tiểu học.

- Cấu trúc này phù hợp với cả hai phần hoạt động âm dương của đại não.

- Phương thức hoạt động chủ yếu là tương giao tương thành giữa các hành. (10 cặp AD như vậy), không có tương phản đối kháng, chỉ có tương phản cân bằng là các hệ thống tự động điều chỉnh, để giữ cho hệ hoạt động ổn định và có hiệu quả. Nếu có đối kháng thì tư duy sáng tạo sẽ kém hiệu quả và đại não bị bệnh.

- Mũi tên có hai chiều, biểu hiện mối quan hệ phối hợp, tương thành là chủ yếu, tương phản cũng từ hai phía cân bằng nhau. Ví dụ, bộ nhớ cần cho cả 4 hành và cả 4 hành đều cung cấp thông tin cho bộ nhớ.

c. Mỗi bộ phận là một cấu trúc ngũ hành nhỏ

* Ví dụ: Bộ nhớ có cấu trúc

+ Bộ phận tiếp nhận thông tin tương đương hành thổ

+ Bộ phận phân loại thông tin, tương đương hành kim

+ Bộ phận sắp xếp thông tin lên "giá lưu trữ" hành thủy

+ Bộ phận nhận lệnh rút thông tin - hành mộc

+ Bộ phận rút thông tin và giao cho cấu trúc tư duy sáng tạo (hiện thức và ẩn thức) - hành hỏa

* Ví dụ, tư duy có 5 thao tác cơ bản

+ Trừu tượng hóa   + Phân tích

+ Khái quát hóa   + Tổng hợp

+ Cụ thể hóa

* Ví dụ, hoạt động sáng tạo, qua 5 bước

+ ý tưởng, quy trình công nghệ sáng tạo - Hành mộc

+ Tổ chức con người   - Thủy

+ Thiết bị   - Kim

+ Vật liệu   - Thổ

+ Thao tác sáng tạo - Hỏa

* Ví dụ: Tư duy sáng tạo: 5 bước

+ Tiếp nhận các thông tin liên quan (hiện thức, ẩn thức)

+ Xây dựng ý tưởng sáng tạo

+ Phân tích các thông tin và chọn lọc

+ Tổng hợp thông tin

+ Quyết định nội dung sáng tạo

3. Cái riêng về cấu trúc ngũ hành ở từng cá thể

Mỗi cá thể có một đặc điểm riêng về sức mạnh ngũ hành trong cấu trúc. Ví dụ bộ nhớ của mỗi người khác nhau, tư duy sáng tạo mỗi người khác nhau. Điều đó có nguồn gốc từ cấu trúc sinh lý có những điểm khác nhau. Sự khác nhau về cấu trúc ngũ hành dẫn đến sự khác nhau trong tương tác với sóng ngũ hành gốc tạo nên cấp độ thông minh khác nhau và mệnh vận khác nhau, sức khỏe khác nhau ở mỗi người.

Người có 3 hành vượng (đa số) thường là người có trí thông minh loại khá trở lên. Người có Mộc vượng, thường tư duy sáng tạo tốt vào mùa hè và thu vì các mùa này, sóng vũ trụ cân bằng với mộc, nếu trong mệnh hỏa và kim yếu.

Có thể từ sơ đồ này, nghiên cứu thời gian mà còn người làm việc có hiệu quả.

III.3.7. Quy luật ADNH và tính cách

1. Một vài nhận xét về phương pháp nghiên cứu tính cách của tâm lý học hiện đại và tâm lý học ADNH.

* Tính cách là đặc trưng hành vi của con người trong quan hệ với người khác, với môi trường thiên nhiên và xã hội và với bản thân mình.

Với người khác thường có những đặc trưng như lòng nhân ái, lễ độ, chung thủy, giữ lời hứa, dễ hòa hợp, hiếu thảo.

Với xã hội: Tôn trọng pháp luật, tính kỷ luật, tính tích cực vì việc chung, trung thực, thật thà, thẳng thắn...

Với môi trường thiên nhiên: yêu thiên nhiên, có ý thức bảo vệ môi trường sống.

Với bản thân: Tự nghiêm khắc, tự tin, giàu nghị lực, lạc quan, v.v..

Có những hình thái tâm lý thuộc đặc điểm cá nhân nhưng không phải là tính cách, như xu hướng, thế giới quan, khí chất, năng lực, nhưng ảnh hưởng lớn đến quá trình hình thành tính cách.

* Khí chất là đặc điểm tâm lý chi phối diễn biến của hoạt động tâm lý, chi phối việc hình thành tính cách.

Hypocrat (377 - 460 TrCN), Bác Sĩ người Hy lạp, là người đầu tiên đưa ra khái niệm khí chất, gồm 4 loại hình, do tỷ lệ các chất lỏng trong cơ thể (máu, huyết tương, mật quyết định.

Bác sĩ La mã Galen (130 - 200 TrCN) ủng hộ quan niệm của Hypocrat và hoàn thiện tư tưởng này. Hai ông khảo sát và tổng hợp bốn kiểu khí chất là:

1. Kiểu linh hoạt: nhanh trí, mềm dẻo, mạnh mẽ

2. Kiểu sôi nổi: Mãnh liệt, kiên quyết, nhưng nóng nảy thiếu kiên trì.

3. Kiểu điềm tĩnh: Chậm chạp, hưng phấn yếu, nhưng điềm đạm, bình tĩnh, kiên nhẫn, nghị lực cao.

4. Kiểu ưu tư: Mềm yếu, thụ động, nhưng suy nghĩ sâu sắc.

Nhà sinh lý học danh tiếng người Nga T. P.Pap lốp đã nghiên cứu các kiểu hoạt động thần kinh cao cấp và chứng minh rằng, đặc điểm của hoạt động thần kinh là cơ sở sinh lý cho 4 loại khí chất trên.

Kiểu hoạt động TK mạnh, không cân bằng, linh hoạt, tương ứng với người có kiểu khí chất linh hoạt.

Kiểu hoạt động TK mạnh, không cân bằng, linh hoạt, tương ứng với người có khí chất sôi nổi.

Kiểu hoạt động TK mạnh, cân bằng, không linh hoạt, tương ứng với khí chất kiểu điềm tĩnh.

Kiểu hoạt động thần kinh yếu, không cân bằng, không linh hoạt, tương ứng với khí chất kiểu ưu tư.

Kiểu TK hoạt động mạnh là quá trình hưng phấn và ức chế đều bền vững với những kích thích kéo dài và mạnh.

Kiểu TK hoạt động cân bằng là hai quá trình hưng phấn và ức chế cân bằng nhau.

Kiểu linh hoạt, là quá trình hưng phấn và ức chế giữ được nhịp điệu gần như nhau với mọi loại kích thích khác nhau.

Bốn loại khí chất đều có những ưu điểm, nhược điểm, ở đây không bàn sâu.

Từ những thành quả nghiên cứu này, muốn nhận biết cá tính một con người cụ thể, phải thực nghiệm khoa học về hệ TK người đó và tiến hành quan sát lâu dài hành vi của họ.

Điều này thật khó khả thi

Chiêm tinh học phương tây, đánh giá tính cách con người qua thời gian sinh, tương ứng với 12 chòm sao trong năm. Song đây chỉ là một biện pháp thống kê kinh nghiệm một nhóm người nào đó, mà không phải là cá thể. Có người đúng tới 80%, nhưng có người chỉ đúng một vài phần trăm. Thế giới gần 7 tỷ người và còn hơn nữa, mà chỉ có 12 nhóm tính cách, thì không thể chấp nhận được và không áp dụng được một cách có hiệu quả đối với từng con người.

* Dự đoán học, lấy học thuyết ADNH làm cơ sở lý luận và phương pháp luận, đã có thể dự đoán khả năng chọn lọc tính cách con người ngay từ khi chào đời. Quá trình dự đoán và tổng kết kinh nghiệm hàng ngàn năm, đã đưa ra hàng trăm công thức kinh nghiệm có thể tin cậy được.

Các kiểu khí chất là tổng hợp ảnh hưởng của các yếu tố Ngũ Hành trong tứ trụ con người, Thường khoảng 40% nhân loại có kiểu khí chất nổi rõ tính đặc trưng của 4 kiểu đã mô tả, còn 60% là kiểu khí chất hỗn hợp. Tỷ lệ này tương ứng với quy luật phân bố hình cầu, giống như tỷ lệ chỉ số IQ.

Những người có tài năng loại khá trở lên, hoặc một số người tài năng yếu kém, thường có kiểu khí chất đặc trưng. Với những tài năng trung bình thường là kiểu khí chất hỗn hợp.

* Việc dự đoán trước khả năng chọn lọc tính cách của con người, ngay từ thuở ấu thơ, sẽ định hướng được phương thức giáo dục thích hợp, hạn chế được tính cách tiêu cực khi bước vào đời, và phát triển tính cách tốt, có khả năng đề kháng với những hiện tượng đáng buồn của xã hội.

Ví dụ, một đứa trẻ sinh vào ngày giáp, tháng mão, là mộc cường vượng (nếu các hành chế ngự như Kim, Thổ yếu), lại có "Sao" Kình Dương mão, là sao tượng trưng cho đức tính cương cường. Tuổi thơ ấu, đứa trẻ này thường có tính bướng bỉnh, nghịch ngợm quá mức bình thường. Khi lớn lên, nếu gặp trong mệnh có những hành tốt và vận trình tốt, làm cân bằng tứ trụ thì người này có trí tuệ hơn người, có tính quyết đoán, có thể trở thành quan chức có năng lực hoặc cán bộ quân đội dũng cảm. Nếu gặp mệnh xấu và vận trình xấu, người này dễ vi phạm kỷ luật, tính ương ngạnh, hay gây xung đột, tài đức đều yếu. Trong trường hợp này, nêu đưa người này vào quân đội để rèn luyện, có thể trở thành chiến sỹ dũng cảm, sẵn sàng lao mình lấp lỗ châu mai.

Nếu tâm lý học hiện đại, kết hợp với tâm lý học ADNH, có

thể đưa ra được những phương thức giáo dục tối ưu đối với con người cá thể.

2. Phác thảo quá trình hình thành tính cách

Có thể coi tính cách là sản phẩm sáng tạo của cấu trúc tinh thần, là kết quả xử lý và chọn lọc thông tin qua từng giai đoạn cuộc đời. Có thể chia các giai đoạn hình thành tính cách như sau:

a. Yếu tố kế thừa từ tiến hóa và sự giáo dục khi mới ra đời.

Con người là sự phủ định đối với thế giới loài vật. Trong phủ định có kế thừa. Cấu trúc sinh lý loài người kế thừa tới 90% loài vật, ắt phải kế thừa những yếu tố tâm lý sơ đẳng.

Sự kế thừa rõ ràng nhất là tình mẹ con và sau đó là tâm lý tiêu cực trong quy luật đấu tranh sinh tồn, đó là tính tham lam, tranh giành thức ăn. Tâm lý học hiện đại không dùng khái niệm tinh thần cho loài vật, song thực tế loài vật đã có cuộc sống ngoài cuộc sống sinh lý mà chúng ta không thể tìm một cụm từ nào thích hợp hơn, bằng cách gọi nó là cuộc sống tâm lý tinh thần, nhưng ở cấp độ thấp.

Đứa trẻ sinh ra đã biểu hiện sự kế thừa này, đó là tình mẹ con và tính tham ăn, thể hiện ở tuổi ấu thơ. Tuy nhiên con người ấu thơ đã được tiếp xúc với môi trường trí tuệ, được tiếp xúc với sự giáo dục bằng ngôn ngữ, được hưởng thụ tình yêu thương vô bờ bến của cha mẹ và gia đình, thông tin đưa vào cấu trúc tinh thần đều là những thông tin tích cực. Vì vậy, trong con người ấu thơ hình thành "bản thiện", đè nén sự kế thừa tiêu cực, đưa yếu tố kế thừa tiêu cực xuống tầng sâu của vô thức. "Nhân chi sơ, vốn bản thiện" là như vậy.

Mặt khác đứa trẻ còn được giáo dục bằng sóng tư duy qua GQ7, đưa vào não âm từ khi còn là bào thai. Nếu cha mẹ, đặc biệt là người mẹ, luôn luôn có tư duy "thiện" thì sóng tư duy "thiện" sẽ đưa vào bộ nhớ của đứa trẻ từ trong bào thai cho đến tuổi trưởng thành. "Phúc đức tại mẫu" là như vậy.

Cái bản thiện của con người ấu thơ trở thành vô thức, nhấn chìm cái vô thức tiêu cực xuống tầng sâu, và là một "hướng tâm lý" có khả năng đề kháng với những tiêu cực xã hội, nếu "bản thiện" được gia đình củng cố bền vững. Ngoài ra, tính cách đứa trẻ còn được di truyền từ cha mẹ, ông bà, tổ tiên và lưu giữ trong vô thức.

b. Quá trình chọn lọc tính cách ở học đường

Học đường có vai trò rất lớn và có lợi thế trong việc chọn lọc tính cách của con người. Học sinh có tâm lý tôn trọng và yêu mến thầy cô giáo. Đây là tâm lý bẩm sinh của loài người được hình thành từ khi loài người có tổ chức giáo dục, chậm nhất là từ khi có chữ viết. Nếu người thầy có được cái "lễ" mẫu mực thì học sinh trước tiên học cái "lễ" ấy. Cái "lễ" ấy bền vững ở người thầy thì sẽ bền vững ở học sinh.

Tri thức học sinh ngày càng được nâng cao, thuận lợi cho việc tiếp thu sự giáo dục nhân cách, nhưng cũng thuận lợi cho việc phản nhân cách, nếu người thầy làm cái việc "phản" đó trước.

Tính cách học sinh khi hết tuổi học đường là tổng hòa các phẩm chất tính cách có được từ sự giáo dục của gia đình và nhà trường.

Tri thức khoa học có thể chênh lệch giữa các em, do cấu trúc ngũ hành khác nhau, nhưng bản thiện sẽ chênh lệch rất ít, nếu có môi trường giáo dục mẫu mực.

Giá như có một môi trường giáo dục lý tưởng, thì tài năng con người có thể khác nhau, nhưng không ai trở thành kẻ ác được, tiếc rằng, môi trường đó hiện nay còn rất hiếm, phải chờ đến xã hội văn minh, khoảng từ thế kỷ thứ XXII về sau. Tuy nhiên sự mẫu mực của người đứng đầu, như giáo viên chủ nhiệm, thầy hiệu trưởng, thủ trưởng cơ quan, ông bà cha mẹ, có vai trò rất lớn trong việc hình thành phẩm chất tốt ở lứa tuổi học đường và cả về sau nữa.

c. Chọn lọc tính cách khi bước vào đời.

* Sau tuổi học đường, khoảng 25 tuổi, con người chuyển sáng giai đoạn khác về chất so với các giai đoạn trước. Cấu trúc sinh lý cơ bản đã hoàn chỉnh, cấu trúc ADNH cơ bản đạt được sự cân bằng ổn định, tính cách đã được định hình cơ bản ở giai đoạn sau học đường; sức khỏe và tri thức đều đạt ở mức tốt nhất so với mỗi người. Con người có bản lĩnh và hướng tâm lý nhất định, trong việc chọn lựa tính cách từ vô số thông tin ngoài đời.

Đây là giai đoạn con người va đập với nhiều tính cách khác nhau. Sự va đập diễn ra ở cả trạng thái vận động về chất và về trường tư duy, mang đặc điểm ADNH khác nhau, trong hoạt động sáng tạo. Sự lựa chọn tính cách trong giai đoạn này còn chịu sự chi phối mạnh mẽ của yếu tố "Đạo"; đó là lý tưởng, nhân sinh quan, pháp luật, đường lối xây dựng đất nước, chính sách, chế độ, sự giáo dục đạo đức. Ngoài ra còn chịu sự chi phối của khí chất và năng lực trí tuệ. Nguồn thông tin đa dạng, phong phú và phức tạp này, làm cho việc lựa chọn của cấu trúc tinh thần trong nhiều trường hợp tiến thoái lưỡng nan. Cái thiện và cái ác trong con người gặp sự lựa chọn khó khăn và thường chao đảo theo thời gian.

Những người có nhân sinh quan tốt, "bản thiện" vững vàng thì thường thắng được "cái ác" và ngược lại. Ở đây, hành động mẫu mực của người thủ trưởng cộng đồng có vai trò lớn. Người thủ trưởng liêm chính, thì những cấp dưới "thiện" không bao giờ nghĩ đến việc "ác", người còn chao đảo thì không dám nghĩ đến, chỉ còn cá biệt có thể đi lạc đường, nhưng ở mức độ nhẹ, có thể trở về đường chính. Nếu người thủ trưởng bị lạc vào mê cung, thì có thể dẫn cả tập thể, trong đó có cả người tốt, bị xô đẩy vào mê cung đó; chỉ còn lại rất ít là có thể đề kháng được. Sách Tứ thư, Quyển VI, tiết 7, Mạnh Tử nói: "Bản thiện giống như hạt lúa, đều như nhau, nhưng gieo vào vùng đất tốt, chăm sóc tốt thì cho thu hoạch tốt, gieo vào vùng đất xấu, chăm sóc kém thì thu hoạch kém. Có những thời kỳ xã hội chao đảo, người ta thường nói: "Thời buổi này làm được người tốt cũng khó" là như vậy.

Tuy nhiên, sự chao đảo của người tốt là sự dao động quanh vị trí cân bằng. Đó là cành cây, lá cây bị rung rinh, nghiêng ngả vì bão tố, nhưng cái gốc vẫn bền vững.

Tâm lý học ADNH đã có thể dự đoán được hướng tính cách bền vững của từng đặc trưng NH của con người.

Xin trích dẫn những tổng kết kinh nghiệm của ngươi xưa, được nhà Dự đoán học đương đại danh tiếng Thiệu Vĩ Hoa, ghi trong sách "Dự đoán theo tứ trụ"

- Mộc chủ về nhân đức

Năng lượng Mộc biến thiên tăng làm cho cây cối phát triển vào mùa xuân thể hiện đức tính tương giao tương thành, giúp đỡ, hỗ trợ, hợp tác cùng thành đạt, cùng tương ứng với đức nhân.

- Hỏa chủ về lễ:

Năng lượng hỏa về mùa hè là năng lượng cao nhất, nhưng bình ổn, xem như không biến thiên. Những người có hành hỏa nổi trội thường là người chọn lọc tính cách lễ độ, tôn trọng kỷ luật, pháp luật, cuộc sống sôi nổi nhưng bình hòa.

- Thổ chủ về tín: Giữ lời hứa

Năng lượng của Thổ là năng lượng nhận từ MT, Mt và phản xạ trở lại. Đặc tính năng lượng phản xạ, là tốc độ biến thiên chậm, cường độ ở mức trung bình. Theo kinh nghiệm người xưa, người có hành thổ nổi trội thường giữ chữ tín, đã hứa với ai điều gì là cố gắng thực hiện bằng được. Khi gặp khó khăn thì xin lỗi, không để mất lòng tin. Người xưa coi Thổ tượng trưng cho ông vua anh minh, trung chính, coi chữ tín là tài sản quốc gia. Vua đã hứa với dân điều gì là cố gắng thực hiện. Màu vàng tượng trưng cho hành Thổ, là tính cách quang minh là màu cao quý nhất trong các màu, nên vua thường mặc quần áo, lễ phục màu vàng (hoàng bào), ngai cũng màu vàng.

- Kim chủ về nghĩa:

Năng lượng kim có tốc độ biến thiên âm, giảm dần. Khi kim loại nóng chảy nguội dần thì thu về. Người xưa quan sát thấy rằng, những người có hành kim nổi trội thường là người chung thủy, ít thay đổi tình bạn, tình vợ chồng hoặc biết ơn những người giúp đỡ mình, "trọng nghĩa khinh tài".

"Chiếc thoa nào của mấy mươi"
Mà lòng trọng nghĩa, khinh tài xiết bao"

(Kiều)

- Thủy chủ về hòa ái

Người xưa cho Thủy chủ về "trí". Ở đây có sự không nhất quán trong việc so sánh, Nhân - nghĩa - lễ - tín thuộc về tính cách, còn trí không thuộc tính cách. Trong thực tế "trí" thuộc về tương quan cấu trúc các hành trong mệnh (tứ trụ) mà không thuộc về hành riêng biệt nào. Có người hành thủy vượng, trí tuệ vẫn bình thường. Theo tác giả, năng lượng thủy thấp và ít biến thiên nên chủ về "tĩnh" (hỏa chủ về động), điềm đạm, nên dễ hòa đồng với mọi người. Nước tượng trưng cho hành thủy, nước mềm mỏng, linh hoạt, có thể len lỏi khắp hang cùng ngõ hẻm, chỉ kém không khí, vì vậy có tính hòa đồng. Trong thực tế những người Thủy vượng cũng có tính cách dễ hòa hợp, ngại va chạm.

Công thức quen thuộc của người xưa: "Nhân lễ nghĩa trí tín" nên đổi lại: "Nhân - Lễ - Nghĩa - Hòa - Tín". Đây là nói nặng về đức, nếu nói thêm về tài thì thêm chữ Trí.

Còn có công thức khác cho người tài đức: "Nhân, nghĩa

- trí - dũng - liêm", ở đây, dũng thuộc về mộc vì mộc cương trực mà vươn lên, liêm thuộc về thổ, vì người coi trọng chữ tín, thường là liêm chính.

* Trong việc lựa chọn tính cách, nếu gặp môi trường xấu, "bản thiện" không đủ mạnh, "sự kế thừa tiêu cực" ở tầng đáy của vô thức sẽ được kích thích, vùng lên như hổ sổng chuồng, lấn át bản thiện và hoành hành trong cuộc đời. Con người sẽ trở nên vị kỷ, tham lam, tìm mọi mánh khóe để chụp giựt của đồng loại.

Do đó, tính cách thường vận động theo thời gian, người xấu có thể trở thành người tốt và ngược lại. Những người có bản thiện vững vàng thường miễn dịch với mọi thói xấu, còn có những người phải nhờ trại cải tạo mới làm họ tỉnh ngộ.

Những công thức ADNH do Thiệu Vĩ Hoa khảo sát từ kinh nghiệm người xưa, có giá trị tham khảo.

- Giáp gặp kỷ mà sinh vượng là người có lòng trung chính

- Ất gặp canh vượng, NH trong mệnh không bị xung phá, là người nhân nghĩa.

- Giáp mộc sinh mùa xuân, gặp dần mão là tính ôn hòa hiền hậu

- Bính gặp tân, tuy nghèo nhưng có đức, dễ hòa ái

- Tứ trụ kim nhiều là người cứng rắn, mộc thịnh là người có lòng trắc ẩn.

- Thổ vượng là người trọng chữ tín

- Hỏa vượng thì tính nóng mà hùng biện, kim vượng thì trọng nghĩa

- Đinh nhâm hóa mộc là người nhân từ, thông minh

- Giáp ất thuận là người nhân từ, đại lượng

- Dần thân tỵ hợi vượng là người trong sáng, ham tranh đấu.

- Giáp mộc suy, gặp kim vượng là người không nhân nghĩa.

- Mão thìn ngọ sửu sinh vượng là người hiếu thắng, hay tự ái.

- Hỏa mạnh, thổ táo là người thích lễ nghĩa.

Có tới 200 công thức như vậy

** Một tổng kết khác của các nhà hiền triết Trung Quốc*

- Hành mộc vượng (vừa phải) trong tứ trụ

1- Lòng dạ rộng mở

2 - Tuần tự tiệm tiến

3 - Hợp tác với nhiều người

4 - Trí tuệ sáng suốt

5 - Công bằng - khẳng khái

6 - Có năng lực lý giải hợp logic

- Hành hỏa

1 - Dám mạo hiểm

2 - Có chí tiến thủ, hoài bão lớn

3 - Tự tin

4 - Có tinh thần cải cách

5 - Quyết đoán

6 - Thiếu bền bỉ - nóng nảy

7 - Nhiệt tình

- Hành thổ

1 - Thích ổn định - bảo thủ

2 - Chậm chạp, ít nhậy bén

3 - Thiếu trí tưởng tượng

4 - Khách quan, coi trọng sự thực

5 - Thận trọng, không thích mạo hiểm

6 - Giữ lời hứa

- Hành kim

1 - Thích lấy mình làm trung tâm

2 - Quyết đoán

3 - Cứng nhắc

4 - Kiên định không thỏa hiệp

5 - Thích độc lập

6 - Tính tình nóng nảy

- Hành thủy

1 - Thích ôn hòa, thỏa hiệp

2 - Linh hoạt, nhậy cảm

3 - Khiêm tốn

4 - Ỷ lại, tính quyết đoán yếu

5 - Lý giải thuyết phục cao

* Các nhà y học tổng kết sự liên quan giữa tính cách và ngũ tạng, sách "Nội kinh", qua kinh nghiệm điều trị đã kết luận.

- Phẫn nộ quá tổn hại gan

- Vui quá tổn hại tâm (tim)

- Lo nghĩ quá hại tỳ vị

- Buồn quá hại phế (phổi)

- Sợ quá hại thận

* *Một hiện tượng lý thú là khoa học nghiên cứu tính cách của thế giới hầu hết đều khái quát thành 5 đặc trưng tính cách.*

Tính cách là một khái niệm phi cảm giác, phải được nghiên cứ tổng kết từ hành động thực tiễn của con người, gọi là "hành vi'. Bộ môn "khoa học hành vi" đã ra đời từ trường đại học Si-cagô, được quyết định từ cuộc hội thảo khoa học về nhân cách (năm 1949). "Khoa học hành vi" không ngừng phát triển và trở thành hạt nhân của khoa học quản lý ngày nay. Nó phải giải đáp được câu hỏi:

Tại sao "anh ta" lại làm như vậy?

Hành vi là hành động có mục đích của con người, được sản sinh từ ba nguyên nhân.

1. Do mục tiêu (nhu cầu) thúc đẩy: Học sinh muốn có thành tích học tập tốt, thi đậu, nên có hành vi chăm học.

2. Do được kích thích: Được thày giáo biểu dương, học sinh chăm học hơn.

3. Do quan hệ nhân quả: Lười học, bị điểm kém,xấu hổ với mọi người, nên chăm học.

Hành vi khởi động từ 3 nguyên nhân trên, nhưng phương thức hành vi lại bị chi phối bởi hoàn cảnh tự nhiên, xã hội và tính cách con người. Qua nghiên cứu phương thức hành vi, người ta tìm ra quy luật về tính cách con người.

Ví dụ: Hai người phát sinh mâu thuẫn, mang tính đối kháng. Người có tính cách ôn hòa (thường hành mộc, thổ, thủy vượng) dùng phương thức hòa giải (tự hòa giải, nhờ xã hội hòa giải). Người nóng nảy thường dùng phương thức bạo lực (thuộc hành kim, hỏa vượng).

Trong 3 nguyên nhân của hành vi, nguyên nhân "nhu cầu" là động lực quan trọng nhất.

Không lý giải cặn kẽ về mặt tâm lý học của khái niệm nhu cầu, chỉ cần hiểu một cách giản dị rằng, nhu cầu là cái mà người ta đang cần.

Nhà tâm lý học người Đức, Abraham Maslow đã khái quát công thức hành vi nổi tiếng.

$B = f(PE)$

Trong đó: B: là hành vi

P: là nhu cầu tâm lý nội đại của cá thể

E: là hoàn cảnh khách quan

f: Ký hiệu hàm số

Công thức này, phù hợp với biện chứng khách quan của hành vi con người. Con người bao giờ cũng lựa chọn hành vi của mình xuất phát từ nhu cầu và điều kiện khách quan có khả năng thỏa mãn nhu cầu của mình đến mức nào.

Nhu cầu con người phong phú, đa dạng và vận động theo thời gian. A. Maslon đã khái quát các nhu cầu muôn vẻ đều xoay quanh 5 nội dung:

1. Nhu cầu về sinh lý

2. Nhu cầu về an toàn

3. Nhu cầu về giao tiếp

4. Nhu cầu được tôn trọng

5. Nhu cầu về thành tích

Nhu cầu sinh lý là nhu cầu nguyên thủy nhất, cơ bản nhất, sơ cấp nhất, cần thiết cho sự tồn tại của con người. Đó là nhu cầu về ăn mặc, ở, đi lại, chữa bệnh Hành vi cơ bản và phổ biến cho tất cả mọi người là hành vi đáp ứng nhu cầu sinh lý.

Nhu cầu an toàn, cũng là nhu cầu nguyên thủy, trước tiên là an toàn cho sinh mệnh; Sau đó là các nội dung an toàn khác như an toàn lao động, an toàn môi trường, an toàn sức khỏe, an toàn tâm lý vv..

Nhu cầu giao tiếp xuất hiện muộn hơn, nhưng rất quan trọng, là sự hỗ trợ đắc lực cho hai nhu cầu trên. Khi con người mới xuất hiện, đã có cuộc sống cộng đồng. Trong cuộc sống đó cần có sự đùm bọc, hợp tác, thương yêu. Yêu là nội dung cao nhất của nhu cầu này. Trong đó tình yêu nam nữ là nhu cầu giao tiếp cơ bản, tiếp theo đó là tình cảm gia đình, tình cảm xã hội.

Nhu cầu được tôn trọng: Là nhu cầu xây dựng uy tín cá nhân, mong muốn được mọi người tôn trọng. Nhu cầu này đạt được nhờ lòng tự trọng, rèn luyện nhân cách và thành tích cống hiến cho xã hội. Tài đức càng cao nhu cầu này càng thỏa mãn.

Nhu cầu về thành tích: A. Maslow cho rằng, đây là lòng ham muốn thể hiện tiềm năng con người, là sự hướng tới vinh quang, là ý chí tiến thủ.

Năm nhu cầu có mối quan hệ tương thành, tương phản. Là hiện thực vận động của con người, ắt có mối liên hệ với quy luật ADNH. Chúng ta hãy lần tìm mối liên hệ đó.

Từ quan niệm "hình thần nhất thể" (hoạt động sinh lý và tinh thần là một thể thống nhất), Y học Phương Đông đã tổng kết được những kinh nghiệm quý báu;

+ Phẫn nộ quá thì hại gan, "tức bầm gan" là câu nói thường nghe. Phẫn nộ là trạng thái tình chí của người bị xúc phạm, bị cấp dưới không chịu thi hành mệnh lệnh, nhu cầu tôn trọng bị tổn thương. Phẫn nộ nhiều dẫn đến gan hư; biểu hiện bệnh lý là ngực hông đầy tức, đau đầu, ù tai. Như vậy, "nhu cầu được tôn trọng" liên hệ với hành Mộc.

+ Những người có nhu cầu thành tích được thỏa mãn quá nhiều, thường hay cười nói liên miên, ăn nói ba hoa, giống như triệu chứng của người bị bệnh "tâm thực". Người nhu cầu thành tích không được thỏa mãn thường hồi hộp lo lắng, bồn chồn không yên; ngực bụng, thắt lưng đau, giống như triệu chứng của người "tâm hư". Như vậy nhu cầu thành tích liên hệ với hành Hỏa.

+ Những người có cuộc sống khó khăn, thường lo âu, bệnh tật phát sinh thường ở tỳ vị. Những người ăn uống rượu chè quá độ cũng hại tỳ vị. Do đó "nhu cầu sinh lý" liên quan đến hành thổ.

+ Để thực hiện nhu cầu sinh lý, người ta phải thực hành gián tiếp, hợp tác làm ăn. Trong quá trình hợp tác làm ăn, thường phải chú ý mặt an toàn, an toàn sinh mệnh, an toàn vốn liếng. Khi nhu cầu an toàn không thỏa mãn, thường buồn phiền, bệnh thường phát sinh ở phế. Từ đó thấy rằng, nhu cầu an toàn liên hệ với hành Kim. Người buồn thương nhiều do người thân "mất an toàn" cũng thường sinh bệnh ở phế.

Y học phương đông, đặc biệt chú ý đến yếu tố tinh thần trong chẩn đoán bệnh tật và trong điều trị. Những thầy thuốc giỏi, trong nhiều trường hợp dùng liệu pháp tinh thần mà khỏi bệnh, không dùng đến thuốc. Liệu pháp tinh thần đã được tổng kết.

"Bi thương có thể trị được phẫn nộ, dùng lời lẽ thống thiết để cảm hóa; vui mừng có thể trị được buồn phiền, dùng lời lẽ vui vẻ để làm dịu đau thương, lo sợ có thể trị được vui mừng, phẫn nộ có thể trị được suy tư, dùng sự hăm dọa làm nhục có thể đánh tan sự lo âu; Suy tư có thể trị được lo sợ". Đó là ứng dụng nguyên lý tương phản cân bằng trong quy luật ADNH để trị liệu.

Câu chuyện sau đây là một minh chứng.

Sách "Nho lâm ngoại sử" ghi câu chuyện: Phạm Tiến nhiều lần thi hỏng. Lần này thi đỗ. Vui mừng quá mức, tâm hỏa công vào tim mà bị phát điên. Thày thuốc đã sử dụng liệu pháp "uy hiếp", làm cho lo sợ; Phạm Tiến khỏi bệnh. ở đây đã dùng Thủy để chế hỏa.

Sách "Nam thục tân chí" chép câu chuyện: Võ sư Đào Lý nổi tiếng khắp thiên hạ, được mệnh danh là Thiết Kim Cương. Một hôm, đang dạy môn đồ bỗng nhiên bò ra đất, không đi được. Học trò nghi là thầy bị trúng phong, đi mời thầy thuốc.

Thày thuốc thăm khám và nói rằng, không phải trúng phong. Nói xong, ông mắng lớn: "Đồ nhãi nhép, thế mà dám tự xưng là Thiết Kim Cương, có giỏi thì lại đây thi đấu với ta". Vừa nói xong, thì võ sư bật đứng dậy. Thầy thuốc cười lớn: "Bệnh của anh đã khỏi".

Võ sư bị bệnh stress là vì lo sợ một vết thương nhỏ có thể bị thành tật, không thi thố được tài năng, nhu cầu sinh lý "thổ" quá thịnh. Thày thuốc giàu kinh nghiệm, bắt mạch đã phát hiện được. Ông đã dùng liệu pháp xúc phạm thanh danh võ sĩ. Võ sư bị tổn thương nhu cầu được ngưỡng mộ, tôn trọng, nên đã vùng dậy quyết đấu. Ở đây, thầy thuốc đã dùng Mộc để tương phản cân bằng với thổ.

Một câu chuyện thời Xuân Thu chiến quốc kể rằng:

Sở Trang Vương lên ngôi, liền chìm đắm vào tửu sắc, bỏ bê triều chính. Các đại thần can ngăn không chuyển mà còn bị trừng phạt tới mức chém đầu, nên không còn ai dám căn ngăn nữa. Một hôm có đại phu Thân Vô úy đến thỉnh cầu bái kiến. Nhà vua liền hỏi: "Khanh muốn uống rượu, nghe ca hát hay muốn khuyên ta điều gì?".

- Bẩm Hoàng thượng, Thần không đến uống rượu nghe nhạc hoặc khuyên can. Hôm qua thần đi tản bộ ngoài thành nghe được câu chuyện làm thần không hiểu, nên đến đây để thỉnh giáo Hoàng thượng.

Sở Vương thấy lạ tai, tò mò nói: "Khanh kể đi".

Thân Vô úy liền kể: "Một thần dân nói rằng, trên đỉnh cao của ngôi lầu nước Sở có một con chim rất lớn, lông chim có năm màu đẹp sặc sỡ. Nhưng đã ba năm con chim đó không bay, cũng không hót, không biết đó là loại chim gì?"

Trang Vương hiểu ý và nói: "Đó không phải là loài chim thường, ba năm không bay, nếu bay thì bay lên trời, ba năm không hót, nếu hót thì làm mọi người hoảng sợ. Không tin thì nhà ngươi hãy mở mắt ra mà chờ đấy!".

Từ đó về sau Trang Vương tỉnh ngộ, xa dần tửu sắc, chăm việc triều chính, nước Sở dần dần hùng mạnh, xưng bá với chư hầu.

Thân Vô úy đã khéo léo ẩn dụ, không làm mất sĩ diện của Trang Vương, đề cao lòng tự trọng của Trang Vương, vì vậy nhà vua đã tiếp thu. Ở đây, Mộc đã được bồi dưỡng để sinh hỏa. Nhu cầu thành tích được khôi phục.

* Năm nhu cầu của con người có quan hệ tương sinh, tương phản cân bằng và tương phản đối kháng. Đó là 10 cặp AD có quan hệ tương giao tương thành, đồng thời cũng có quan hệ tương khắc.

Nhu cầu sinh lý quá mức, sự giàu có bất chính đối kháng với nhu cầu tôn trọng: Thổ mạnh quá sẽ khắc Mộc, đồng thời làm suy yếu thành tích; thổ phản sinh lại hỏa, và ảnh hưởng tới lòng tin trong giao tiếp, thổ khắc thủy, mà còn gây nguy cơ mất an toàn: Thổ phản sinh lại kim.

Sự ứng sử có lợi nhất đối với năm nhu cầu là sự ứng xử cân bằng theo nguyên lý "trung hòa", đã được phân tích ở phần học thuyết AD.

Qua khảo sát hành vi thực hiện 5 nhu cầu, người ta rút ra các đặc trưng tính cách của con người.

Năm tính cách cơ bản cũng tương đồng với 5 nhu cầu

Người có lòng nhân thì thường được tôn trọng

Người giữ lễ (tôn trọng pháp luật, hoàn thành tốt nhiệm vụ, lễ độ) thì thường được bạn bè giúp đỡ, lập được nhiều thành tích.

Người sống có nghĩa thì được an toàn.

Người mềm mỏng, hòa ái có lợi trong giao tiếp.

3. Về tầm khái quát khoa học, tính cách nói lên điều gì

* Tính cách là một hình thái phản ánh thông tin, chọn lọc thông tin, xử lý thông tin của cấu trúc tinh thần. Những thông tin liên quan đến quá trình lựa chọn tính cách, bao gồm:

1. Tính kế thừa tâm lý sơ giản từ động vật cấp thấp và tâm lý cha mẹ, tổ tiên tiềm ẩn trong vô thức

2. Là sản phẩm của cấu trúc sinh lý theo quy luật ADNH

3. Đồng thời là sản phẩm của các mối quan hệ xã hội và đây là thông tin chủ yếu trong việc lựa chọn tính cách.

4. Có sự tác động thường xuyên của năng lượng ngũ hành gốc trong quá trình tư duy lựa chọn thông tin.

Bốn loại thông tin này đều vận động theo quy luật ADNH, vì vậy tính cách mang đặc điểm ADNH.

* Khoa học hiện đại chứng minh rằng, mỗi hệ thống có nguồn gốc lịch sử của nó, tức là mỗi yếu tố của nó xuất phát từ các hệ thống trước, rồi mới được cải tạo trong hệ thống hiện đại, theo quy luật cơ cấu hiện đại. Ví dụ, quy luật lý hóa không mất đi trong sinh vật nhưng quy luật vận động lý hóa được cải tạo và chuyển hóa thành yếu tố của cấu trúc sinh vật.

Trước khi có thế giới hữu sinh, thiên nhiên chỉ có sự vận động lý hóa theo quy luật AD. Thành quả vận động lý hóa theo quy luật AD đã sản sinh ra thế giới hợp chất hữu cơ. Hình thức vận động sinh học là một hình thức vận động mới, là sự chuyển hóa phát triển của vận động lý hóa. Mọi hình thức vận động đều có kế thừa những hình thức vận động trước đó. Trong mỗi sự vật hiện tượng có hình thức vận động chủ yếu, và nhiều hình thái vận động cấp thấp hơn, liên hệ chặt chẽ với nhau. Tính cách là sản phẩm của ý thức, trong đó hàm chứa tri thức, tình cảm, ý chí, là hình thức vận động cao hơn vận động sinh học. Đương nhiên, sự vận động của tính cách chứa đựng những hình thức vận động thấp hơn, đó là sự vận động theo quy luật ADNH của cấu trúc sinh lý, kế thừa yếu tố tâm lý cấp thấp. Cao hơn giới động vật, tính cách con người còn gắn liền với ý thức con người. ý thức con người lại ra đời, tồn tại và phát triển gắn liền với hoạt động thực tiễn, chịu sự chi phối của các quy luật vận động xã hội.

Vì vậy, tính cách còn mang bản chất xã hội, trong đó hàm chứa yếu tố "tổng hòa các quan hệ xã hội".

Một hình thức vận động mới nảy sinh do tác động qua lại của nhiều hình thức vận động khác, trong đó có một hình thức vận động mang vai trò định hướng chủ yếu. Với tính cách, định hướng chủ yếu là sự vận động xã hội; các hình thức khác như hoạt động sinh lý ADNH, tính kế thừa tâm lý cấp thấp đóng vai trò thứ hai, thứ ba, và mang thông tin quy luật ADNH. Vận động xã hội cũng mang quy luật ADNH, cuối cùng, tính cách mang đậm màu sắc của quy luật ADNH.

Cũng như sự phong phú của thế giới hữu sinh, do sự phong phú của quá trình tương tác ADNH tầng tầng, lớp lớp, tính cách con người cũng biểu hiện muôn hình muôn vẻ. Tuy nhiên, dù muôn hình muôn vẻ nhưng vẫn tiềm ẩn quy luật ADNH. Mặt khác, trong "Biện chứng của tự nhiên", Ăng ghen đã từng nói: "Người là động vật có xương sống, trong đó thiên nhiên đạt tới ý thức về mình". Tính cách là "ý thức của thiên nhiên", vì vậy mang quy luật của thiên nhiên.

Đến đây, có thể rút ra một kết luận thực tiễn: Để khám phá quy luật về quá trình hình thành tính cách con người, giúp cho việc giáo dục có hiệu quả, tâm lý học hiện đại cần đi sâu vào tâm lý học ADNH.

4. Phác thảo phương thức rèn luyện tính cách

1. Rèn luyện từ trong bào thai hoặc trước đó nữa

Quá trình đại não bào thai phát triển, đến một thời điểm, bào thai có thể thu nhận sóng tư duy của người thân trong gia đình, đặc biệt thu nhận ở những người có sóng tư duy đồng thuận cao (cùng tần số) "Tri thức, tình cảm của đại não" bào thai có thể chịu ảnh hưởng sâu sắc của các sóng tư duy này. Những người trong gia đình luôn luôn có tư duy thiện, sẽ ảnh hưởng tới sự chọn lựa tính cách thiện sau này của đứa trẻ. Tư duy thiện được củng cố ở giai đoạn đứa trẻ chào đời về sau và là "vốn bản thiện" của con người. "Vốn bản thiện" có sức mạnh kiềm chế tính kế thừa tiêu cực từ giới động vật và nhấn chìm xuống đáy sâu vô thức.

2. Khi đứa trẻ chào đời, dựa vào tứ trụ ADNH (năm, tháng, ngày, giờ sinh theo can chi), xác định quy luật mệnh vận theo Dự đoán học mệnh vận, dự báo khả năng lựa chọn tính cách, đặc biệt là tính cách kém, để có phương thức giáo dục thích hợp từ gia đình, đến tuổi đi học thì kết hợp giữa gia đình và nhà trường. Cách ngôn có câu "cha mẹ sinh con, trời sinh tính", có hàm ý khoa học nhất định. Nội dung giáo dục ở nhà trẻ rất quan trọng. Nhà văn Robert Fulghum đã nói: "Những gì tôi thực sự cần biết, đều học được ở vườn trẻ".

3.- Biên soạn sách "Khoa học giáo dục" đưa tới tận các gia đình, giúp các bậc cha mẹ có một quy trình giáo dục theo các lứa tuổi. Vốn bỏ ra cho cuốn sách này, không phải "một vốn bốn lời", mà hàng trăm lời, và có giá trị lâu dài.

4.- Có một học đường thuận lợi

"Vì lợi ích trăm năm trồng người", lợi ích trăm năm ở đây bắt đầu từ lợi ích ở tuổi học đường và nở rộ ở tuổi vào đời.

Tuổi học đường là tuổi thuận lợi nhất để rèn luyện nhân cách. Ở tuổi này, con người có trí nhớ tốt, ngây thơ trong trắng, chưa vướng bụi đời, nên tiếp thu điều tốt nhanh chóng (và cũng tiếp thu cái xấu nhanh chóng). Hơn nữa học sinh được kế thừa tâm lý "Tôn sư trọng đạo" nên việc giáo dục càng thuận lợi. Nội dung "giáo dục công dân" cần bám sát quy luật hình thành tính cách và tính cách cơ bản: Nhân - lễ - tín - hòa - nghĩa. Đây là tính cách cơ bản của muôn đời. Nội dung cụ thể của nó vận động trong từng giai đoạn lịch sử.

Tư tưởng đạo đức Hồ Chí Minh là sự kết tinh những tinh hoa của văn hóa dân tộc, tinh hoa văn hóa Đông Tây, nhưng không nằm ngoài 5 nội dung đó, trong đó hàm chứa những tinh hoa tư tưởng đạo đức Khổng Tử, Nguyễn Trãi, chủ nghĩa Mac Lê Nin.

"Nhân" bao trùm cả "dũng", để cứu người, cứu dân tộc giành độc lập tự do và thoát đói nghèo, chống áp bức bóc lột.

"Lễ" để tôn trọng pháp luật, các nguyên tắc đạo đức, chấp hành nhiệm vụ, đường lối, chính sách,

"Tín" là thực hiện Liêm, giữ lời hứa trước nhân dân, không tham nhũng, lường gạt.

"Hòa" là "Đoàn kết, đoàn kết, đại đoàn kết".

"Nghĩa" là uống nước nhớ nguồn, biết ơn cha mẹ tổ tiên và anh hùng liệt sĩ có công với nước,v.v...

Trong việc giáo dục tính cách, hành động mẫu mực cua người thầy có vai trò rất lớn. "Hậu học văn", văn do người thầy truyền đạt từ sách vở, "Tiên học lễ" lễ từ sách giáo dục công dân, nhưng sức mạnh đem lại hiệu quả thực tế lại là hành động "lễ" của người thầy và sau này khi vào đời là hành động "lễ" từ thủ trưởng cộng đồng. Còn ở gia đình là hành động "lễ" từ ông bà cha mẹ.

Lễ ở đây bao hàm Nhân - Lễ - Tín - Nghĩa - Hòa. Ngạn ngữ Triều Tiên cũng có câu: "Tấm gương là ông thày tốt nhất".

Bạn đọc có thể cho rằng, bài viết này "Dẫu lìa ngó ý, còn vương tơ lòng" với Nho giáo phong kiến.

Một nền văn hóa nảy sinh, bao giờ cũng kế thừa tinh hoa của nền văn hoá trước đó. Xét đến cùng, bất cứ một nền văn hóa cũ xưa vào, cũng là sự sáng tạo của con người, của các bậc minh triết, trong đó chứa đựng những hạt nhân tinh túy, phù hợp với sự vận động của hiện thực trong từng giai đoạn lịch sử và trong đó có những nội dung còn phù hợp và có giá trị tích cực đối với nền văn hóa mới.

Chúng ta không thể "sổ toẹt" hoàn toàn đạo đức Nho giáo, khi có những ông vua anh minh, như Lê Thánh Tông, Minh Mệnh, đã biết sử dụng tinh hoa của đạo đức Nho giáo, để làm cho đất nước cường thịnh; Điều đó chứng minh rằng đạo đức Nho giáo mang tính chân lý tương đối trong giai đoạn lịch sử nhất định, và không phải là thứ "Đạo đức lộn đầu xuống đất".

Mặt khác, đạo đức Nho giáo có hai dòng. Dòng gốc từ Khổng Tử, Mạnh Tử, Trang Tử, Tử Tư, được thể hiện trong "Tứ thư". Đại học - Trung Dung - Luận Ngữ - Mạnh Tử, là dòng của kẻ sĩ, mang tính nhân văn, mà đến nay vẫn còn nhiều giá trị thực tiễn trong giáo dục nhân cách. Dòng thứ hai là dòng gốc được biến hóa để bảo vệ quyền lực của bộ máy thống trị, mà điển hình là Đổng Trọng Thư. Dòng này đưa ra những tư tưởng đạo đức cực đoan, làm cái vòng kim cô để áp bức quần chúng. Phân biệt như vậy để không phủ định sạch trơn và biết chọn lọc những hạt nhân hợp lý từ dòng gốc để vận dụng vào nền văn hóa mới, xây dựng đạo đức mới. Phải nói rằng, quá nửa những lời dạy trong Tứ Thư là phù hợp với đạo đức mới.

Trong Luận ngữ, Khổng Tử dạy:

- Điều gì mình không muốn thì đừng làm cho người (Kỳ sở bất dục vật thi ư nhân). Danh ngôn Phương Tây cũng có câu rằng: Đừng bắt người khác chịu cái điều mà ngay chính bạn cũng không chịu nổi (P.Syrus).

- Quân tử nghiêm trang mà không tranh với ai, hợp quần với mọi người mà không bè đảng.

- Phú quý thì ai cũng muốn, nhưng không do "Đạo" mà được thì không nhận.

- Kiến đắc tư nghĩa, mối lợi có được phải từ việc nghĩa, và khi có lợi phải nghĩ đến điều nghĩa.

Những lời dạy về đức - lợi này tương đồng với ý kiến của C. Mac: "Lời ích là cơ sở của đạo đức". Nhìn việc con người kiếm lợi để hiểu đạo đức của người đó.

Trong sách "Mạnh Tử", Mạnh Tử nói:

- Dân là gốc, xã tắc thứ hai, vua là nhẹ (Dân vi bản, xã tắc vi nhị, quân vi khinh).

- Về điều Hiếu, Mạnh Tử nhấn mạnh hai lần:

Nội dung số một của điều hiếu là: Không làm việc ác, không làm việc xấu, để Tổ tiên, cha mẹ phải tủi hổ. Ông không dạy phải chăm lo tu bổ mồ và thờ cúng. Thời kỳ lịch sử của các ông, cách nay khoảng 2500 năm, hoạt động mê tín rất sôi động, nhưng các vị hiền triết không quan sát thấy thế giới bên kia chăm lo đến hạnh phúc trần gian.

- "Vị năng sự nhận, an năng sự quỷ" (chưa thờ được người, thờ thế nào được quỷ thần).

- "Vị tri sinh, an tri tử" (chưa biết được việc sống biết thế nào được việc chết!).

Đó là hai câu trả lời của Khổng Tử khi học trò hỏi về việc thờ cúng và sự tồn tại của vong hồn sau khi chết.

Khổng Tử còn dạy: "Mục tiêu của người làm chính trị" là làm cho dân giàu và làm cho dân biết lễ, nghĩa". Phương pháp làm chính trị là "Phải được lòng dân, khiến kẻ ở gần thấy vui và người ở xa, vì mộ danh mà kéo về với mình".

Người được lòng dân là "người hiền".Thế nào là "Hiền"? Đó không phải là người ba phải.

Tử Cống hỏi Thầy: "Người mà cả làng đều ưa có phải là người hiền chăng?" Người mà cả làng ghét hết thảy là người thế nào? Khổng Tử trả lời: "Cả hai điều chưa phải là người hiền. Người hiền là người kẻ thiện trong làng ưa, kẻ bất thiện trong làng ghét".

Trên đây là trích một vài ý trong sách "Tứ thư" để minh họa rằng, tinh hoa tư tưởng đạo đức của người xưa không hề tương phản, mà còn tương giao tương thành với đạo đức mới. Dưới ánh sáng của chủ nghĩa Mác-Lê nin, Hồ Chí Minh, đã chắt lọc tinh hoa của quá khứ để xây dựng nội dung đạo đức con người mới. Đó là sự tích hợp văn hóa Đông-Tây.

Lênin, trong "Dự thảo nghị quyết về văn hóa vô sản" (Ngày 8 tháng 10 năm 1920) đã viết: "Chủ nghĩa Mác, sở dĩ có một ý nghĩa lịch sử to lớn về mặt hệ tư tưởng của giai cấp vô sản, là vì chủ nghĩa Mác không những không vứt bỏ những thành quả hết sức to lớn của quá khứ, mà trái lại, còn tiếp thu lấy và thẩm định lại tất cả những gì là quý báu, trong nền tư tưởng và văn hóa của loài người từ hơn 2000 năm trước" (Lênin: Về cách mạng Xã hội chủ nghĩa và xây dựng Chủ nghĩa xã hội - NxbST, Hà Nội 1967, tr. 75).

Tiếp thu tinh hoa Nho giáo, chắc rằng, chúng ta không làm trái lời dạy của các bậc minh triết.

Như phần trên đã chứng minh, tính cách là sản phẩm của ý thức, vì vậy, chứa đựng quy luật của tự nhiên. Người xưa qua quan sát hiện thực lâu dài đã cảm nhận được 5 tính cách cơ bản có đặc điểm của quy luật Ngũ Hành. Điều đó vừa có giá trị khoa học vừa có giá trị thực tiễn lâu dài, tồn tại đồng hành với nhân loại. Nội hàm gốc của năm tính cách không thay đổi, nhưng phương pháp diễn đạt thì thay đổi theo thời đại. Các nội hàm phụ có sự điều chỉnh và bổ sung trong từng giai đoạn lịch sử. Khái niệm mô tả hiện thực, hiện thực vận động thì khái niệm cũng vận động một cách tương ứng. Ví dụ:

Ngày xưa nói:

Nhiễu điều phủ lấy giá gương
Người trong một nước thì thương nhau cùng

Ngày nay nói:

Đoàn kết - Đoàn kết - Đại đoàn kết
Thành công - Thành công - Đại thành công

Hai cách nói đều kêu gọi đoàn kết, đều phù hợp với đức tính "hòa ái", thuộc hành Thủy, nhưng cách diễn đạt hợp với từng giai đoạn lịch sử. Đó là sự sáng tạo trong việc vận dụng khái niệm. Hai cách nói này cũng phù hợp với quy luật tương thành AD, quy luật chủ yếu của phát triển.

III.3.8. Quy luật ADNH và vận động xã hội

1.- Vận động xã hội tuân theo quy luật ADNH

Trong "Phép biện chứng của tự nhiên", Ph.Enghen nói: "Toàn bộ giới tự nhiên mà ta biết, đang tạo nên một hệ thống nào đó, một mối liên hệ tổng hợp nào đó của các vật thể, vật thể ở đây ta hiểu là toàn bộ hiện thực vật chất"(GS-TS khoa học tâm lý học. P.A. Ruđich trích dẫn trong sách "Tâm lý học". Nxb TDTT 1980, tr.19).

Xã hội là hình thức vận động cao nhất của vật chất. Là một bộ phận đặc thù của tự nhiên, vì con người có nguồn gốc từ tự nhiên, là tự nhiên đạt tới ý thức về mình (Ăngghen). Khi con người sống thành cộng đồng xã hội thì ý thức hình thành và phát triển. Sự vận động XH là bước nhảy vọt của vận động ý thức. "Một hệ thống nào đó, một mối liên hệ tổng hợp nào đó" do tự nhiên tạo ra, mà Enghen nói tới ở trên, trong phạm vi hệ MT - TĐ - Mt, chính là sự vận động năng lượng ADNH, tác động vào hiện thực vật chất, trong đó có sự vận động xã hội.

Mỗi hình thức vận động cấp cao hơn có những đặc điểm chất lượng và những quy luật riêng của mình, nhưng chúng không thể tách rời các đặc điểm về lượng chất và các quy luật của hình thức vận động thấp hơn. Quy luật vận động XH không thể tách rời quy luật vận động của ý thức con người, không thể tách rời tư tưởng, nguyện vọng, tình cảm của con người.

Hình thức vận động cấp cao ở vai trò "Dương", tức là chi phối chủ yếu các hình thức vận động cấp thấp, ở vai trò "Âm"; nhưng không thể chi phối hoàn toàn. Ngược lại Âm cũng chi phối Dương và nuôi dưỡng Dương. Khi cấu trúc sinh lý con người bị bệnh thì không thể tư duy tốt. Cho nên, mỗi hình thức vận động cấp cao là một thể thống nhất phức tạp, trong đó tồn tại các hình thức vận động cấp thấp. Sự vận động XH hàm chứa sự vận động của từng con người.

Một XH được cấu trúc chặt chẽ, là một hệ thống lớn, con người là hệ thống con nằm trong đó. Theo nguyên lý phản ánh, hệ thống con và hệ thống lớn liên hệ và tương tác với nhau, ắt phải mang một phần thông tin về nhau. Mỗi tế bào con người đều mang thông tin về cả con người, vì đều có AND trong mỗi tế bào. Giữa con người và XH cũng gần tương tự.

Mặt khác, vận động XH là sản phẩm sáng tạo của tư duy con người, ắt phải mang thông tin về những quy luật tâm lý chung của con người.

Cũng cần nhấn mạnh rằng, năng lượng ADNH thường xuyên tác động vào quá trình tư duy của con người (qua Luân xa 7, huyệt Bách hội ở đỉnh đầu), thông qua sự vận động lý hóa, sinh học trong đầu não; vì sự vận động cấp thấp nuôi dưỡng và tham gia vào quá trình vận động cấp cao.

Phần trên đã chứng minh rằng, hoạt động của cấu trúc tinh thần cũng tuân theo quy luật ADNH. Do đó, từ căn cứ hiện thực, triết học và khoa học, đủ niềm tin để nói rằng, sự vận động xã hội, vô cùng phong phú và đa dạng, nhưng đều tiềm ẩn quy luật ADNH. Mặt khác, tiếp cận một cách khái quát từ phạm trù "chất-trường", hoạt động của xã hội loài người là hoạt động của "chất", ắt phải mang thông tin về trường năng lượng đã góp phần khai sinh, nuôi dưỡng con người suốt bốn tỷ năm qua và hiện nay vẫn cần mẫn thực hiện chức năng vinh quang của người mẹ đối với loài người, cho tới lúc sức cùng lực kiệt.

"Cây đời mãi mãi tươi xanh "nhưng đều có chân lý giản dị ở trong. Xã hội vận hành theo nhiều quy luật muôn sắc, muôn màu, nhưng đều là những đứa con nằm trong vòng tay của người mẹ ADNH; Giống như thế giới vật chất; hoạt động rất sôi động, nhưng đều tuân theo quy luật: "Đấu tranh và thống nhất giữa các mặt đối lập Âm dương".

2. Thử phác thảo một vài hệ thống vận động xã hội theo quy luật ADNH

a. Tổ chức cấp trung ương của một xã hội có cấu trúc hoàn chỉnh.

- Nhân dân là người nuôi dưỡng tất cả, là nguồn cung cấp cán bộ và con người cho mọi tổ chức nên đóng vai trò hành Thổ (To). Đặc điểm của hành To là "Tín". Để hệ thống vận hành ổn định và có hiệu quả các tổ chức phải có niềm tin với nhân dân; phải giữ niềm tin bằng chữ "Liêm". Đồng thời nhân dân cũng sẵn sàng giữ chữ tín với mọi tổ chức, bằng cách hăng hái thực hiện mọi chủ trương, kế hoạch của tổ chức và giữ gìn kỷ cương phép nước.

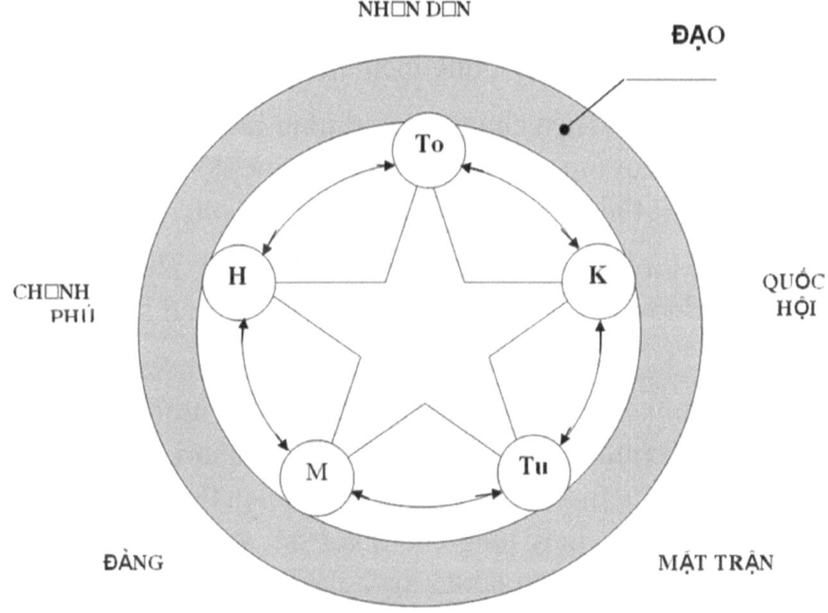

Hình I. 21: Cấu trúc ngũ hành của tổ chức xã hội cấp trung ương

- Quốc hội (ở địa phương là HĐND) là cơ quan đại diện cho quyền lực cao nhất của nhân dân, do nhân dân trực tiếp bầu ra và giám sát. Quốc hội quyết định mọi việc lớn của đất nước và Hiến pháp, pháp luật mang đặc tính "cứng" (kỷ cương) và "thu liễm" (Quy mọi hành động của nhân dân vào một mối) nên tương ứng với hành Kim.

- Mặt trận, được tổ chức và hoạt động theo pháp luật quy định, là một cơ quan thuyết phục mềm dẻo, đảm bảo "nhân hòa", giữ gìn và củng cố đại đoàn kết toàn dân, hỗ trợ cho các tổ chức khác hoạt động thuận lợi. Đặc điểm hoạt động của Mặt trận tương ứng với hành thủy (Tu).

- Đảng, là đội tiên phong của giai cấp công nhân và của cả dân tộc, là thành viên của MT đồng thời là hạt nhân lãnh đạo, định ra đường lối sáng suốt, đảm bảo cho đất nước không ngừng phát triển đi lên. "Đảng là đạo đức, là văn minh" đặc trưng bằng "nhân và dũng", đồng thời luôn luôn vươn lên phía trước; thích ứng với hành Mộc (năng lượng biến thiên tăng).

- Chính phủ: Biến chủ trương, đường lối, phép nước thành hiện thực, lo mọi thứ cho nhân dân nên hoạt động cân bằng và sôi động, nhiệt tình cao, đặc trưng cho hành Hỏa.

- Đạo: Là ý thức hệ, Hiến pháp, đường lối, pháp luật, đạo đức,... dẫn đường, điều chỉnh sự vận động của toàn hệ.

Sơ đồ chưa mô tả hết các quy luật hoạt động của hệ thống ADNH. Người xưa đưa ra sơ đồ tương sinh, tương khắc như trong hình vẽ ở mục III 3.2. Cách lý giải của người xưa chưa bao quát hết các trạng thái vận động NH trong hiện thực; trong nhiều trường hợp đã gây lúng túng cho quá trình vận dụng thực tiễn, như trong Y học phương đông. Sách này cố gắng trình bày đầy đủ hơn trong mục III 3.3: "Các trạng thái vận hành của quy luật ADNH", phù hợp với sự vận động của hiện thực.

Cần nhắc lại rằng, khái niệm tương sinh được hiểu là "tương giao tương thành" hay nói ngắn gọn là "tương thành", có nghĩa là hai hành quan hệ hợp tác với nhau, ủng hộ lẫn nhau, nương tựa vào nhau, tương cầu tương ứng với nhau, làm cho hai bên phát triển, đều mạnh lên. Khái niệm "tương thành" ở đây tương ứng với khái niệm "thống nhất" trong quy luật cơ bản của triết học duy vật hiện đại. Hai hành là "một cặp AD liên hệ", trong đó hành nào có vai trò lớn hơn trong tương tác sẽ giữ vai trò Dương. Nếu chỉ dùng mũi tên một chiều sẽ không phản ánh đúng quy luật tương thành, ở đây sử dụng mũi tên hai chiều, phù hợp hơn.

Là một cặp AD, nên hai hành có tương phản (tương khắc), tương ứng với khái niệm "đấu tranh" trong quy luật cơ bản của triết học duy vật hiện đại. Trong một hệ thống làm việc ổn định và có hiệu quả, thường tương phản chủ yếu là "tương phản cân bằng". Đối với tự nhiên, tương phản cân bằng được thực hiện bằng hệ thống tự động điều chỉnh, làm cho hệ thống khắc phục được đối kháng vừa phát sinh và đi đến hoạt động cân bằng hơn. Hỗ trợ cho quá trình tương thành. Đối với tổ chức XH, tương phản cân bằng thường được giải quyết bằng tranh luận, phê bình, tự phê bình, để dẫn đến thống nhất tư tưởng và hành động. Ngoài ra, có hệ thống thanh tra, kiểm tra, để phát hiện đối kháng nội bộ; hệ thống an ninh để phát hiện đối kháng ngoai lai, ...

Khái niệm tương phản đối kháng, là tương phản có thể dẫn đến hai trường hợp: Trở về tương phản cân bằng hoặc hủy diệt nhau, làm cho sự vật chuyển hóa sang sự vật mới với đặc điểm AD mới.

Với các cặp Kim - Mộc; Thủy - Hỏa, Thổ - Thủy, Hỏa - Kim, Mộc - Thổ. người xưa chỉ nhấn mạnh tương khắc, biểu diễn bằng mũi tên một chiều. Điều đó chưa đầy đủ đối với quy luật vận động của Ngũ Hành. Các cặp NH nói trên là một cặp AD liên hệ. Khi hệ thống hoạt động ổn định, trạng thái tương thành giữa chúng là chủ yếu, tương phản là cân bằng. Nếu xuất hiện tương phản đối kháng là hệ thống có bệnh. Cách nhấn mạnh một chiều mặt tương khắc giữa các hành nói trên làm cho thầy thuốc lúng túng trong điều trị, khi vận dụng học thuyết vào Y học Phương Đông. Vì chức năng mỗi hành khác nhau nên nội dung và phương thức tương thành, tương phản có khác nhau.

Từ sơ đồ hệ thống NH của tổ chức xã hội, cần lưu ý những vấn đề lý luận và thực tiễn.

+ Mỗi hành là một cặp AD, có tương thành và tương phản. Cần tránh tương phản đối kháng, để hành vận động ổn định. Có như vậy mới làm được nhiệm vụ tương thành, tương phản cân bằng với các hành khác, làm cho toàn hệ hoạt động cân bằng và có hiệu quả.

+ Toàn hệ có 15 cặp AD, trong đó có một cặp AD giữ vai trò chủ yếu trong vận động và phát triển của toàn hệ. Cặp AD chủ yếu ở đây là Đảng (hành Mộc). Do đó Đảng càng phải có tính ổn định cao. Trong Đảng không có tương phản đối kháng, chỉ có tương phản cân bằng. Có nhiều ý kiến khác nhau về đường lối, chính sách là chuyện thường tình, nhưng cần thảo luận để thống nhất tư tưởng và hành động, đồng thời chấp hành nghiêm chỉnh nguyên tắc tập trung dân chủ. Có như vậy mới vận hành cân bằng và ổn định.

Từ quy luật vận hành của cấu trúc hệ thống, thấy rằng đa đảng là có hại. Một hệ thống càng nhiều yếu tố tương phản thì càng dễ dẫn đến tương phản đối kháng và làm mất ổn định hệ thống. Đa đảng thường phân tán tài năng. Nếu một số đảng có tài năng gần ngang nhau, nhưng lợi ích mâu thuẫn nhau, thường dễ phát sinh đối kháng, có hại cho sự phát triển đất nước. Nếu tài năng tập trung vào một Đảng, thường là Đảng đó có uy tín trong nhân dân và được bầu vào cơ quan lãnh đạo cao nhất của đất nước. Lúc đó hoạt động lãnh đạo, thực chất là hoạt động của một Đảng. Cho nên, đất nước không cần đa đảng mà cần tài năng và sự trung thành với lợi ích của đa số nhân dân. Trong sách "Thế giới phẳng" (Nxb Trẻ 2007), tác giả Thomas L. Friedman, đã dẫn chứng một cách sinh động, rằng nước Mêhicô đa đảng, có lợi thế rất lớn về phát triển kinh tế vì ở cạnh Mỹ (cùng biên giới), cùng nhóm hợp tác Bắc Mỹ nhưng đã để Trung Quốc độc Đảng vượt lên rất xa, vì bộ máy lãnh đạo đa đảng lủng củng, kém năng động. Trung Quốc cũng đã vượt lên, phát triển nhanh hơn nhiều nước đa đảng khác. Nước Nga hiện tại là một thực tế hấp dẫn. Tổng thống Putin, trong nhiều năm đứng ngoài đảng phái và làm tổng thống hai nhiệm kỳ với những thành công lớn. Để chuẩn bị bầu cử nhiệm kỳ mới vào năm 2008, ông đã gia nhập Đảng Thống nhất, nơi có Phó thủ tướng Metvêđép, là người ông muốn giới thiệu làm ứng cử viên tổng thống mới, thay thế vị trí của mình.

Nước Nga đã đặt niềm tin vào lời giới thiệu của ông; Metvêđép đã trúng cử tổng thống Nga với tỷ lệ phiếu bầu cao áp đảo so với 3 ứng cử viên khác. Thực chất nhân dân Nga đã bầu cho ý tưởng Putin, không phải bầu cho người của đảng Thống nhất. Nhân dân Nga không cần đa đảng mà cần tài đức Putin. Với CNXH, đa đảng là trái tự nhiên. Vì mục tiêu xoá bỏ bóc lột không tương đồng với môi trường đa đảng. Chỉ có Đảng Cộng sản chân chính mới có mục tiêu xoá bỏ bóc lột. Nếu đa đảng nhằm mục đích đại đoàn kết dân tộc, đa đảng đó phải chịu sự lãnh đạo của ĐCS chân chính. Như trên đã phân tích, hệ thống Ngũ hành XHCN không cho phép tương phản lợi ích, dễ phá vỡ sự cân bằng của hệ. Một ĐCS chân chính và duy nhất, lãnh đạo xây dựng CNXH, mang tính chân lý. Song, muốn chân lý tồn tại và vận động cần có điều kiện tương ứng phù hợp. Hồ Chí Minh đã dạy:" Đảng là Đạo đức, là Văn minh". Thiếu điều kiện đó, chân lý không còn là chân lý nữa và CNXH sẽ bị biến dạng. Chủ nghĩa Tư bản tương phản lợi ích với người lao động. Do đó cần có đa đảng để bảo vệ lợi ích cho người lao động. Tuy nhiên, trong thực tế, tại nhiều nước Tư bản phát triển, đảng đại diện cho quyền lợi của người lao động bị chính quyền tư sản dùng mọi thủ đoạn làm cho suy yếu, thậm chí còn bị đặt ra ngoài vòng pháp luật. Dân chủ đa đảng như vậy, chỉ là thứ dân chủ bong bóng, dùng để trang trí và lừa bịp. Người ta áp đặt cho nhân loại thứ đa đảng đó nhằm những âm mưu sâu xa. Khi cần, dễ dàng đảo lộn nhà nước của quốc gia nào đó, bằng cái gọi là "cách mạng màu".

+ Để hệ thống hoạt động cân bằng, lực lượng 5 hành không nên chênh lệch nhau nhiều. Hành mộc (Đảng) vượt trội hơn một ít, hành thủy cũng cần bố trí lực lượng đủ khả năng tương thành, tương phản (tương phản cân bằng). Chủ tịch mặt trận nên là ủy viên Bộ chính trị, phó chủ tịch Quốc hội, hoặc người có tài đức và uy tín tương đương.

+ Tiến trình lịch sử nhân loại đã và đang vận động theo quy

luật: "Quá trình tương thành ngày càng phát triển, tương phản đối kháng ngày càng giảm dần". Con đường dẫn tới sự thống nhất về ý thức hệ ngày càng rõ ràng và rộng mở. Một ý thức hệ phù hợp với quy luật vận động khách quan của thế giới hiện thực sẽ được thống nhất nhận thức. Vì vậy tư tưởng đa nguyên, đa đảng là không phù hợp với tiến trình lịch sử nhân loại. Vấn đề này sẽ được chứng minh ở chương "Con tàu âm dương đang đưa loài người đến một tương lai xán lạn".

b. Hệ thống chức năng:

- Kinh tế là biểu hiện tập trung của chính trị, đóng vai trò chủ yếu của hệ, hoạt động sôi động, nên thuộc hành hỏa.

- Muốn phát triển kinh tế bền vững, cần bảo vệ tài nguyên và môi trường. Vì vậy, tài nguyên và môi trường mang chức năng nuôi dưỡng, thuộc hành thổ.

- Chính trị bảo đảm "thu liễm" nhân tâm, thống nhất tư tưởng và hành động mang tính chất "dĩ bất biến", nên thuộc hành kim (các hành khác "ứng vạn biến").

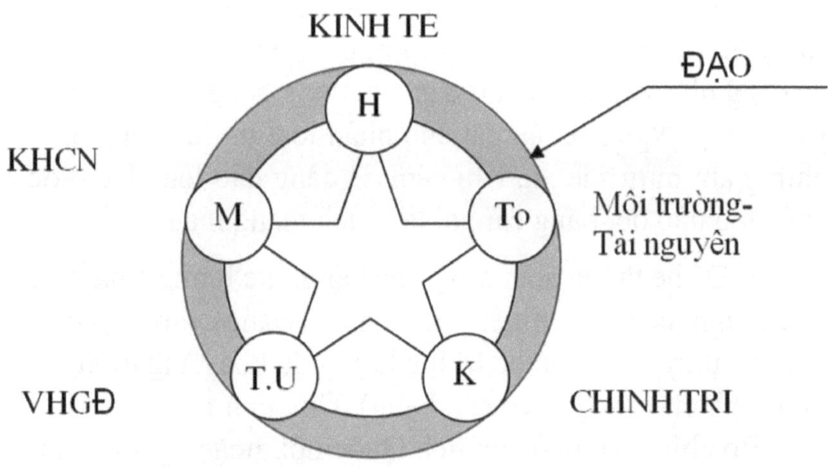

Hình I.22 - Cấu trúc NH - Chức năng

- Văn hóa Giáo dục (VHGĐ) bảo đảm tri thức và "nhân hòa", "Văn hoá soi đường quốc dân đi" (Lời Hồ Chí Minh), tương ứng hành Thủy.

- Khoa học công nghệ (KHCN) đảm bảo cho nền kinh tế (và các ngành khác) phát triển đi lên, tương ứng thành Mộc.

* Sơ đồ không dùng mũi tên, vì vai trò âm, dương của các hành trong từng giai đoạn cụ thể có sự chuyển hóa. Tuy nhiên, các hành cần có lực lượng tương đối hài hòa, hệ thống hoạt động mới có hiệu quả tốt.

Xác định chính xác sơ đồ ngũ hành của các hệ thống chức năng, cho ta biết các khu vực liên quan cần phải cân đối và hỗ trợ lẫn nhau như thế nào, để hệ thống vận động cân bằng và hiệu quả.

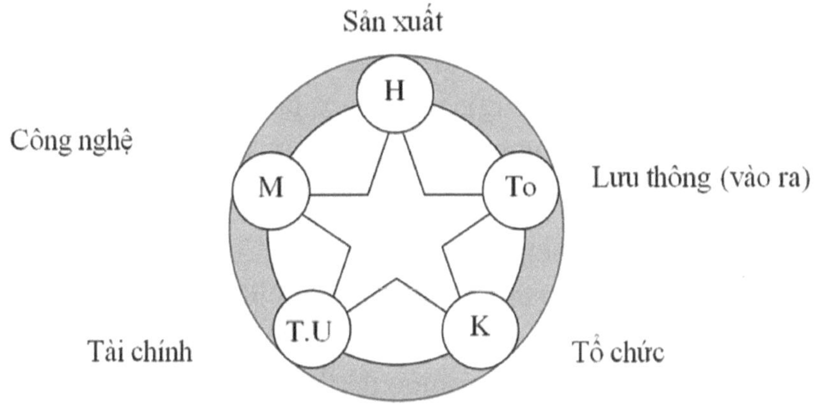

Hình I.23: Cấu trúc NH tổ chức sản xuất xí nghiệp

c. Hệ thống tổ chức sản xuất xí nghiệp

- Sản xuất sôi động thuộc hành hỏa.

- Lưu thông cung cấp vật liệu đầu vào, tiêu thụ sản phẩm, đóng vai trò nuôi dưỡng hệ thống, thuộc hành thổ.

- Tổ chức thực hiện chính sách chế độ, tương ứng hành kim

- Tài chính đảm bảo sự hài hòa giữa các khâu, tương ứng hành thủy

- Công nghệ làm cho sản xuất phát triển, an toàn cho lao động, thuộc hành Mộc.

Trong một cấu trúc thường có một hệ thống NH lớn, chi phối xu thế phát triển của sự vật, và nhiều hệ thống NH nhỏ thực hiện các chức năng khác nhau, liên quan chặt chẽ với nhau.

Việc xác định các hệ thống NH có giá trị ứng dụng thực tiễn. Ví dụ, trong cơ cấu NH chức năng, hoạt động kinh tế thuộc hành hỏa, cần phải hoạt động năng nổ, sôi động mới đảm bảo được kế hoạch và thời gian giao hàng theo hợp đồng; mới tận dụng được thời cơ phát sinh, v.v...Nếu mất cân bằng, phải dùng văn hóa kinh doanh (thuộc thủy) để điều chỉnh một cách mềm dẻo (tương phản cân bằng); trong hợp tác kinh tế quốc tế, nếu chệch hướng, phải dùng chính trị(hành kim) để điều tiết với tinh thần "ứng vạn biến", nhưng "Dĩ bất biến" (tương phản cân bằng).

Hệ thống NH rất phù hợp với sự vận động của hiện thực xã hội; là một cách tiếp cận quy luật vận động xã hội, nên nghiên cứu ứng dụng. Một cấu trúc xã hội nếu đủ 5 thành phần, có lực lượng cân bằng và hài hòa ở mức độ thích hợp, mới hoạt động ổn định, có hiệu quả cao. Một xí nghiệp hợp tác với nước ngoài, nếu chỉ có 3 thành phần: Giám đốc - Hội đồng quản trị - Người lao động là khập khễnh. Cần có thêm công đoàn, bộ phận giám sát pháp luật, hệ thống hoạt động mới an toàn và hiệu quả.

Thêm nữa, muốn hệ hoạt động ổn định lâu dài, các "hành" phải "tương thành" và "tương phản cân bằng"; nếu xuất hiện tương phản đối kháng, hệ sẽ mất ổn định và có thể chuyển hóa sang hệ mới, với các đặc điểm NH mới. Trong cấu trúc xã hội, nếu có áp bức, bóc lột, tham nhũng, quan liêu là có tương phản đối kháng, dù sớm, dù muộn, xã hội ắt phải chuyển hóa. Tiến trình lịch sử của xã hội loài người đã chứng minh điều đó. Xã hội nô lệ chỉ có hai hành chủ nô và nô lệ, tương phản đối kháng xảy ra mãnh liệt và chuyển hóa sang xã hội phong kiến. Xã hội phong kiến, các nguyên lý đạo đức và pháp luật dần dần hình thành, các bậc hiền triết đưa ra những nội dung nhân văn hợp lòng dân và kiềm chế sự tàn bạo của giai cấp thống trị, điều đó tương đương với sự vận động của một hành, coi như là hành thứ 3. Vẫn còn khập khễnh, chưa đủ 5 hành nên tương phản đối kháng vẫn còn dữ dội. Bước sang chủ nghĩa tư bản, nghị viện hình thành, tư tưởng dân chủ và nhân văn phát triển, pháp luật được tăng cường, quyền hành độc đoán của vua cũng không còn. Vì vậy chế độ này coi như có 4 hành. Tuy nhiên, nghị viện và pháp luật lại bảo vệ chủ yếu quyền lợi của tập đoàn thống trị, nên tác dụng tương phản cân bằng của các hành bị hạn chế. Hệ thống mất cân bằng nghiêm trọng, tương phản đối kháng vẫn mãnh liệt và dẫn đến sự chuyển hóa sang một xã hội tiến bộ hơn. Xã hội XHCN được cấu trúc đủ 5 thành phần, tương ứng với 5 hành. Để hệ thống hoạt động có hiệu quả và bền vững lâu dài, 5 hành không nên chênh lệch lớn, nguyên tắc hoạt động tương thành là chủ yếu và không để xuất hiện tương phản đối kháng. Mục tiêu chủ yếu của hệ thống phải là nhân dân, tất cả đều tương thành với nhân dân. Ví dụ Quốc hội xây dựng pháp luật, phải thể hiện lợi ích và bảo vệ lợi ích chân chính của nhân dân, giám sát việc thi hành có hiệu quả.

Tiến trình lịch sử nhân loại, phản ánh tiến trình phát triển của trí tuệ con người, sự hoàn thiện của đại não. Đại não phản ánh hiện thực, nhưng hiện thực xã hội lại là sáng tạo của đại não. Khi con người càng thông minh, càng phản ánh hiện thực chính xác, thì hiện thực xã hội càng tốt đẹp.

III.3.9. Vài nét về lịch sử ra đời của học thuyết ADNH

Sách này không đi sâu vào lịch sử ra đời của học thuyết, hơn nữa, vấn đề này còn nhiều tồn tại đang tranh luận, chưa đi tới thống nhất trong các nhà nghiên cứu, vì những thông tin của các sách người xưa để lại có nhiều sự khác biệt và chưa đủ căn cứ khoa học và thực tế để chứng minh.

Tư tưởng "Thiên nhân tương ứng" đã được đề cập nhiều ở các chương mục trên, nên không trình bày thành một chương độc lập. Những có lẽ, tư tưởng này ra đời sớm nhất trong tư duy loài người, khi các phương pháp bói toán cổ sơ xuất hiện. Người nguyên thủy, thông qua kinh nghiệm sống, đã nhận thức được rằng con người và tự nhiên có mối liên hệ chặt chẽ với nhau. Vì vậy, người ta đã nhờ tự nhiên mách bảo những điều lành dữ, thông qua các công cụ bói toán, như mai rùa, xương thú, v.v...

Tư tưởng thiên nhân tương ứng là tiền đề tri thức cho quan niệm Âm Dương ra đời. Tư tưởng âm dương là một bước nhảy vọt về sự phát triển của trí tuệ con người, khi trình độ tư duy trừu tượng và khả năng tổng hợp, khái quát, đạt tới trình độ cao.

Theo khảo cổ học Trung Quốc, giáp cốt văn (Văn tự ghi trên xương thú) tìm thấy từ đời Thương Ân (1766 - 1122 - TCN), đã ghi ký hiệu quẻ dịch AD. Như vậy tư tưởng AD có thể ra đời từ thời kỳ nhà Hạ (2205 - 1766 TCN) cách nay khoảng 4000 năm.

Học thuyết AD được vận dụng sâu sắc trong tác phẩm Kinh Dịch, do Văn Vương và Chu Công Đán sáng tạo, khi Văn Vương bị vua Trụ nhà Ân giam vào ngục Dữu Lý (1124 - 1122 TCN), cách nay hơn 3000 năm.

Chưa biết được danh tính bậc minh triết nào sáng tạo ra quẻ dịch bằng nét liền, nét đứt, tổ hợp thành 8 quẻ đơn và 64 quẻ kép. Văn Vương đã vận dụng các quy luật AD kết hợp với kinh nghiệm dự đoán phong phú, tích lũy mấy trăm năm, để viết lời dự đoán ẩn dụ cho các quẻ. Con ông, Chu Công Đán viết lời dự đoán cho các hào, theo quy luật cân bằng AD. Căn cứ vào kinh nghiệm thực tiễn của các nhà dự đoán thời các ông và kinh nghiệm của chính bản thân, Văn Vương, Chu Công đã đưa vào lời dự đoán các triết lý nhân đạo "Trung - Chính", làm cho Kinh Dịch trở thành triết học hành động và điều đó phù hợp với quy luật cuộc sống, là một bước tiến của Dự đoán học.

Văn Vương không trình bày riêng học thuyết AD mà chỉ vận dụng vào lời chiêm quẻ dịch.

Theo sách "Đại cương triết học sử Trung Quốc" của nhà triết học Trung Quốc Phùng Hữu Lan; học thuyết AD được trình bày trong sách "Quốc ngữ", ra đời khoảng thế kỷ IV hoặc III TrCN. Việc giải thích Kinh Dịch bằng học thuyết AD, theo Phùng Hữu Lan, chưa có trong thời kỳ nhà Chu và ngay cả thời kỳ đầu nhà Hán. "Hệ từ" để lý giải Kinh Dịch ra đời khoảng giữa thời kỳ nhà Hán, do các nhà Dịch học chọn lọc trong các học thuyết Khổng - Lão. Như vậy Phùng Hữu Lan, và ở Việt Nam, có nhà nghiên cứu Nguyễn Hiến Lê cho rằng, Hệ từ, Thập Dực để thuyết minh Kinh Dịch không phải là của Khổng Tử, là có căn cứ lịch sử. Nguyễn Hiến Lê cho rằng, ngay cả văn phong của Hệ từ không phải là văn phong của Khổng Tử. Từ đây cho thấy rằng, việc mở rộng và làm phong phú, sâu sắc hơn triết lý Trung - Chính của Văn Vương trong Kinh Dịch, là của các nhà Dịch học từ đời Hán về sau, dựa vào tư tưởng "Đức trị", "Trung Dung" của Khổng Tử và họ mượn danh Khổng Tử làm tác giả.

Tại sao các nhà dịch học đời Hán lại mượn Kinh Dịch để chở Đạo Tam giáo - Nho - Phật - Lão. Lời giải thích sau đây có căn cứ lịch sử nhất định.

Tần Thủy Hoàng cho đốt sách, giết nhà nho và thực hành cai trị theo tư tưởng "pháp trị" rất tàn bạo, trái ngược với tư tưởng "Đức trị" của Nho giáo. Vì vậy nhà Tần chỉ tồn tại 15 năm (221

- 206 TCN) sau khi thống nhất và bị nhà Hán tiêu diệt. Nhà Hán thấy rằng, không thể chỉ dùng "Pháp trị" mà phải dung hòa với "Đức trị", nên chủ trương khôi phục các tư tưởng đạo đức trong Nho - Phật - Lão. Kinh Dịch không bị Tần Thủy Hoàng đốt, cho là sách thánh. Quan thái bốc của nhà Tần có tới 300 người để dự đoán lành dữ, trước khi khởi sự công việc. Để nhanh chóng khôi phục tư tưởng đức trị, do sách đã bị đốt hết, các nhà Nho đã mượn Kinh Dịch, một bộ sách còn lưu truyền rộng rãi và có uy tín trong dân gian, chắt lọc các hạt nhân hợp lý trong tư tưởng Nho - Phật - Lão để ghép vào Kinh Dịch. Kinh Dịch trở thành chiếc thuyền rồng đẹp đẽ chở đạo Tam giáo, mang tư tưởng nhân văn sâu sắc, vẫn còn phù hợp với thời đại ngày nay và mai sau.

Còn học thuyết Ngũ Hành ra đời từ khi nào? Theo Phùng Hữu Lan trong "Đại cương triết học sử Trung Quốc" (Tr 141) thì trong thiên "Hồng Phạm" bản "Cửu trù" đã giải thích về Ngũ Hành. Theo các nhà nghiên cứu Trung Quốc, "Hồng Phạm" ra đời khoảng thế kỷ (IV - III TCN). Cũng sách trên cho rằng Trâu Diễn, sống vào TK III TCN, người nước Tề, sáng tạo ra học thuyết NH. Trâu Diễn nói: "Khi trời đất phân thì mọi vật biến hóa theo NH", lịch sử cũng chuyển biến theo quy luật NH. Sự kế tục các triều đại cũng theo Ngũ Hành và xác định nhà Chu thuộc hành hỏa.

Khổng Tử (551 - 479 TCN), Lão Tử sống cùng thời với Khổng Tử, Mạnh Tử (372 - 289 TCN), Trang Tử ($\approx$ 370 - 289 TrCN). Các triết nhân này không hề nói đến Ngũ Hành, mà chỉ nói đến Âm Dương.

Sách "Nội Kinh - Tố Vấn", do Nho Y Trương Tử Siêu dịch từ bản của Trương ẩn Am và Mã Nguyên Đài, xuất bản ở Sài Gòn năm 1954. Nội kinh trình bày những vấn đề y học bằng hình thức hỏi đáp của Hoàng Đế và 6 vị bề tôi là Kỳ Bá, Quý Du Khu, Bá Cao, Thiếu Sư, Thiếu Du, Lôi Công, mà thực chất là trình bày lý luận y học dựa trên học thuyết âm dương ngũ hành và kinh nghiệm thực tiễn. Trong chương đầu tiên: "Thượng cổ thiên chân luận", Kinh văn đã sử dụng các khái niệm trong học thuyết Lão - Trang như "Hư vô", "đạo", "chân nhân", "đức toàn" và đưa ra phép dưỡng sinh, tương đồng với phép dưỡng sinh của Trang Tử (trang 15 và 16, Sdd). Dịch giả Trương Tử Siêu cũng dùng học thuyết Trang Tử để chú giải. Như vậy Nội kinh chỉ có thể ra đời sau học thuyết Trang Tử, vào khoảng cuối thế kỷ thứ II, đầu thế kỷ thứ III TCN khoảng giữa Chiến quốc và Tần Hán. Học thuyết Ngũ Hành phải ra đời trước Nội kinh hàng trăm năm. Vì để viết Nội kinh cần có thời gian nghiên cứu ứng dụng Ngũ Hành và tổng kết kinh nghiệm thực tiễn. Khổng Tử không nói đến Ngũ Hành, vì sinh thời của ông và trước đó chưa có học thuyết này. Trong Luận ngữ có câu: "Tứ thời hành yên, vạn vật dục yên", chữ "Tứ thời" ở đây chưa mang ý nghĩa NH, mà chỉ là 4 mùa. Nếu thời Khổng Tử đã có tư tưởng NH, chắc rằng Mạnh Tử và Trang Tử sống sau ông gần 200 năm sẽ nhắc đến và vận dụng vào tư tưởng của mình.

Nói rằng, Trâu Diễn sáng tạo ra học thuyết NH cũng có căn cứ lịch sử. Có thể ông sống vào thời kỳ cuối đời Mạnh Tử và Trang Tử (nửa cuối TK III TCN), nên học thuyết NH chưa được Mạnh và Trang nghiên cứu; Vì vậy Mạnh và Trang không nói lời nào về NH.

Sau khi có Nội Kinh, Y học đã phát triển rực rỡ, đem lại uy tín lớn cho học thuyết ADNH. Do đó, nhà chính trị nổi tiếng thời Tiền Hán, Đổng Trọng Thư (179 - 104 TCN) đã ứng dụng học thuyết này vào chính trị luận của ông và được tập đoàn thống trị nhà Hán thực hành. Ở Đổng Trọng Thư, hai dòng tư tưởng Âm dương và Ngũ hành đã quyện lẫn vào nhau và được nhà sử học nổi tiếng cùng thời với Đổng là Tư Mã Thiên ghi vào "Sử ký".

Trong "Đại cương triết học sử Trung Quốc", Phùng Hữu Lan nói: "Hai tư tưởng AD và NH hợp nhất thấy trong "Sử ký"" của Tư Mã Thiên, ở mục Âm Dương gia (Sđd, tr. 141).

Có thể mô tả thời kỳ ra đời của học thuyết NH trên trục thời gian như sau (Thời gian là năm trước công nguyên TCN)

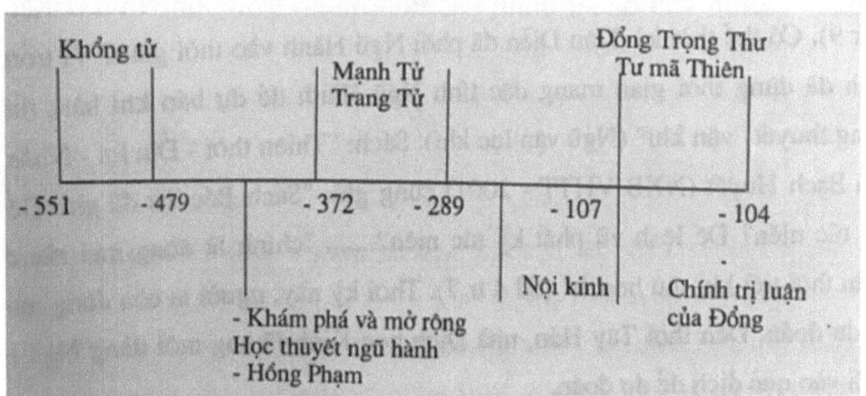

Bảng 1.4: Mô tả thời kỳ ra đời của học thuyết Ngũ hành.

Thực ra, các tư tưởng ADNH, thiên nhân tương ứng đã hòa hợp trong nội kinh và Đổng lấy đó làm căn cứ để xây dựng tư tưởng chính trị của mình; còn việc vận dụng học thuyết NH vào chính trị, thì Trâu Diễn đã làm trước Đổng việc đó.

Sách: "Trung Quốc thông sử giản biên" của Phạm Văn Lan lại nói rằng: "Mạnh Tử không tin NH, bác bỏ thuật chiêm bốc"; ý rằng, thuyết NH đã có mặt thời Mạnh Tử và đã được Mạnh Tử nghiên cứu. Nhưng trong phần "Mạnh Tử" của sách "Tứ thư" và ngay cả "Trang Tử", cũng không thấy lời nào nhắc đến Ngũ Hành. Một học thuyết chỉ có uy tín rộng rãi khi đã được ứng dụng vào thực tiễn có hiệu quả cao. Nội kinh ra đời sau sinh thời Mạnh - Trang là có cơ sở đủ tin và học thuyết ngũ hành chỉ có uy tín sau Nội kinh. Nếu NH ra đời thời Mạnh - Trang mà chưa được Mạnh - Trang tin cậy là hợp lẽ, vì chưa được thử thách trong thực tiễn. Còn cho rằng, học thuyết NH ra đời từ Khổng Tử về trước thì đáng hoài nghi.

Các nhà nghiên cứu phân vân một câu trong sách "Bốc từ thông soạn", được ghi trong giáp cốt văn, phát hiện từ thời kỳ

Thương Ân: "Quý Mão, hôm nay mưa từ đâu đến?" và cho rằng học thuyết NH có từ thời kỳ này. Như phần III 3.5 đã phân tích, tên can chi dùng để ghi thời gian, được người xưa sử dụng trước khi NH ra đời. Cụm từ Quý Mão để gọi thời gian chưa mang ý nghĩa NH. Theo Thiên văn học, ở Á Đông, cách nay trên 4500 năm, người ta đã quan sát thiên văn để định ra âm lịch mà tên năm Âm lịch, có chu kỳ 60 năm (lịch can chi) đã được dùng cho tới ngày nay. (Theo sách thiên văn học - Nxb ĐHSP 2005 - tr. 9). Có thể thời kỳ Trâu Diễn đã phối Ngũ Hành vào thời gian? Vì trong Nội kinh đã dùng thời gian mang đặc tính Ngũ Hành để dự báo khí hậu, thời tiết trong thuyết "vận khí" (Ngũ vận lục khí). Sách: "Thiên thời - Địa lợi - Nhân hòa" của Bạch Huyết (Nxb VHTT - 2001) cũng ghi: "Sách Bốc Từ đã ghi: "Đế lệnh Vũ túc niên? Đế lệnh vũ phất kỳ túc niên?........ "chính là dùng mai rùa để dự đoán thời tiết khi thu hoạch" (Sđd, tr. 7). Thời kỳ này, người ta còn dùng mai rùa để dự đoán. Đến thời Tây Hán, nhà Dịch học Kinh Phòng mới dùng Ngũ Hành phối vào quẻ dịch để dự đoán thời tiết, khí hậu.

Nội kinh là tác phẩm Y học của tập thể các bậc minh y; Học thuyết NH lần đầu tiên được ứng dụng ở đây. Hoàng đế là một ông vua huyền thoại, lịch sử Trung Quốc, có nhiều cách giải thích khác nhau về vị vua này. Theo chú giải của học giả Nguyễn Hiến Lê trong sách: "Kinh Dịch - đạo của người quân tử" thì có tới bốn vị Hoàng đế, nhưng đều là những ông vua cổ đại, sống cách nay hơn 4000 năm (Sđd - tr.13). Còn theo chú giải của dịch giả Nội Kinh, căn cứ vào Sử Ký, thì Hoàng Đế họ Công Tôn, tên Hiên Viên, nối nghiệp vua Thần Nông, đóng đô ở gò Hiên Viên, vượng về Thổ đức, nên gọi là Hoàng Đế. Vị Hoàng đế này có lẽ trùng hợp với các vị Hoàng đế nói trên.

Các sách xưa thường mượn tên các bậc vĩ nhân làm tác giả. Nội Kinh không nằm ngoài hiện tượng đó; Giống như sách Hệ từ chú giải Kinh Dịch, mượn danh Khổng Tử làm tác giả.

Học thuyết ADNH cũng như Kinh Dịch, là sáng tạo của con người, trên cơ sở quan sát sự vận động hiện thực và kinh nghiệm thực tiễn. Một số sách gán ghép sáng tạo này cho Hà Đồ - Lạc Thư, từ trên trời rơi xuống, theo kiểu "Râu ông nọ cắm cằm bà kia", như vậy là phủ định bản chất khoa học của học thuyết. Hiện tượng Hà Đồ - Lạc Thư sẽ còn bàn ở chương sau: "Lại bàn về Kinh Dịch".

Chương II

LẠI BÀN VỀ KINH DỊCH

(Những nhận thức mới)

I. MỞ ĐẦU:

Một sáng tạo văn hóa cách nay hơn ba ngàn năm vẫn dạt dào sức thanh xuân trong tư duy nhân loại. Các học giả nghiên cứu Kinh Dịch không ngớt lời ca ngợi và thống nhất rằng, kỳ thư đó vẫn giành một khoảng trời rộng lớn cho hậu thế khám phá về mặt khoa học và ứng dụng thực tiễn.

Song, nhiều bạn đọc và ngay cả các nhà nghiên cứu cũng cho rằng Kinh Dịch rất khó hiểu. Người ta mua sách về, đọc mấy chục trang rồi gác lên giá sách làm vật kỷ niệm.

Tại sao Kinh Dịch lại khó hiểu? Cũng như nhiều sáng tạo khoa học khác, nguyên nhân phổ biến là tư duy sáng tạo vượt quá khả năng lĩnh hội của người đọc. Song, đối với Kinh Dịch không chỉ có nguyên nhân thông thường đó, mà còn có những nguyên nhân khác.

479

Chúng ta không biết được tác giả đích thực và bản luận văn khoa học về học thuyết Âm Dương và quẻ dịch. Văn Vương và Chu Công Đán, trên cơ sở nhận thức sâu sắc về quy luật âm dương (AD) và kinh nghiệm dự đoán phong phú, đã viết lời Kinh cho quẻ Dịch, làm dễ dàng cho hậu thế trong việc phổ cập ứng dụng quẻ Dịch vào việc dự đoán lành dữ. Tuy nhiên, hai ông cũng không có lời giải thích nào về sự ra đời của nguyên lý AD và quẻ dịch. Mọi lời lý giải đều là của đời sau. Cho nên không tránh khỏi khiên cưỡng, mâu thuẫn. Có mặt nào đó chưa đúng với thực tiễn sáng tạo và giá trị đích thực của Kinh Dịch. Đó là chưa nói đến việc thần bí hóa Kinh Dịch. Đây là nguyên nhân thứ hai của việc khó hiểu.

Bộ "Chu dịch đại toàn" do Hồ Quảng và Kim Âu Tư, vâng mệnh Thành tổ nhà Minh biên soạn, Ngô Tất Tố đã chọn dịch, cho là đầy đủ và phong phú hơn cả. Tuy nhiên trong bộ đó, các bậc Tiên Nho cũng tranh luận sôi nổi với nhiều ý kiến trái ngược nhau, đặc biệt ở chủ đề nguyên lý hình thành các quẻ dịch. Trang 61, mục "Dịch thuyết cương lĩnh" có đoạn nói: "Gần đây, tôi xem Kinh Dịch thấy rằng Thánh nhân không phải vất vả bao nhiêu, chỉ vì đời sau một mực tự ý thêm bớt, muốn làm một học thuyết gượng thông với nghĩa của nó, vì vậy ý nghĩa của sách thánh nhân càng thấy không rõ".

"Vả lại, chú giải Kinh Dịch chỉ thêm chữ hư để đón ý tứ của mình là được. Ngày nay người ta chú giải Kinh Dịch lại thêm những chữ thực, là mượn nó nói ý mình rồi" (*Những chữ thuộc về danh từ, tính từ, sách Tàu gọi là chữ thực, còn các loại khác gọi là hư từ -chú giải của Ngô Tất Tố*).

Trang 107, giải nghĩa quẻ Khôn, Chu Hy viết : "Từ Vương Bật về sau, giải nghĩa sai cả".

Vì vậy, "Dịch thuyết cương lĩnh" khuyên hậu học không nên lệ thuộc vào các ý kiến chú giải mà cần suy ngẫm để nắm được bản chất đích thực của Dịch. Trang 60 có đoạn viết "Kinh Dịch của Khổng Tử không phải là Kinh Dịch của Văn Vương, Kinh Dịch của Văn Vương không phải là Kinh Dịch của Phục Hy, Dịch truyện của Y Xuyên, tự nhiên là Kinh Dịch của họ Trình, cho nên kẻ học phải theo thứ tự của Kinh Dịch đời xưa, trước hết hãy đọc bản văn *(Kinh Dịch bản nghĩa của Chu Hy-TG)* thì dễ thấy rõ bản chỉ của nó".

Tuy vậy, "Dịch thuyết cương lĩnh" cũng công nhận rằng: "Trong Kinh Dịch nhiều chỗ không sao hiểu được" (tr 61).

Cái khó hiểu của Kinh Dịch ở nhiều chỗ, một mặt do nội dung ẩn dụ sâu sắc, thấm đượm nguyên lý cân bằng AD mà chúng ta chưa quen, mặt khác do đặc điểm ngôn ngữ địa phương của Văn Vương, người dịch không thể dịch sát. Người đọc ở địa phương khác không hiểu hết ý ẩn dụ đó. Còn một mặt sâu xa hơn là các bậc Tiên Nho không nghĩ rằng, Văn Vương, Chu Công còn dựa vào kinh nghiệm dự đoán phong phú của thời đại mình để viết lời kinh. Vấn đề này sẽ được bàn ở phần sau.

Phùng Hữu Lan, nhà nghiên cứu triết học sử Trung Quốc, trong sách "Đại cương triết học sử Trung Quốc" cho rằng, lời giải thích Kinh Dịch không có ở thời kỳ nhà Chu và ngay cả đầu đời Hán (Sđd, tr. 149). Ý kiến này tương đồng với ý kiến của học giả Nguyễn Hiến Lê, trong tác phẩm "Kinh Dịch, Đạo của người quân tử" cũng tồn nghi rằng: Thập Dực không phải của Khổng Tử mà của các Tiên Nho đời Hán về sau. Mượn tên Khổng Tử làm tác giả để nâng cao uy tín ứng dụng của Kinh Dịch. Trong sách Tứ thư, phần Luận ngữ của Khổng Tử, phần Mạnh Tử, không thấy nói đến việc Khổng Tử viết thập dực giải nghĩa Kinh Dịch.

Như vậy, sau 1000 năm, từ khi Văn Vương, Chu Công viết lời Kinh cho các quẻ Dịch, các vị Tiên Nho mới rầm rộ chú giải Kinh Dịch, làm thành tác phẩm Kinh Dịch như ngày nay. Sự kiện văn hóa này được ý kiến sau đây lý giải có thể phù hợp với hiện thực: Tần Thủy Hoàng đã phát động cuộc "đại cách mạng văn hóa", đốt sách giết nhà nho; cho về cõi vĩnh hằng những cái miệng phê phán sự tàn bạo trong phương thức pháp trị, xóa bỏ chính sách đức trị của Nho giáo trong triều đại Tần. Vì vậy mà triều Tần đã chết yếu. Triều Hán thay thế nhà Tần, thấy rằng cần phải dung hòa phương thức pháp trị và đức trị, cần phải khôi phục có chọn lọc các tư tưởng Khổng Lão trong chính sách trị quốc an dân. Các sách "Đức trị" đã bị nhà Tần đốt hết, chỉ còn lại Kinh Dịch của Văn Vương, mà các quan thái bốc nhà Tần cho là sách Thánh, cần giữ lại để dự đoán các cuộc chinh phạt của Tần Thùy Hoàng. Để nhanh chóng đưa tư tưởng đức trị vào quần chúng, chỉ có cách hiệu quả nhất là mượn uy danh của Kinh Dịch, chọn lọc những hạt nhân hợp lý trong tư tưởng Nho - Phật - Lão có lợi cho tư tưởng chính trị của triều đại; đầu tiên dùng để lý giải quẻ dịch, sau đó đèo vào các quẻ dịch. Kinh Dịch Văn Vương (còn gọi là Chu Dịch) trở thành chiếc thuyền rồng chở đạo Tam Giáo Nho - Phật - Lão.

Sau khi quy luật Ngũ Hành được khám phá, là biểu hiện cụ thể của học thuyết AD trong hệ MTr - TĐ - MT, người ta ghép Ngũ hành vào quẻ dịch để mở rộng khả năng ứng dụng. Hàng loạt các khoa học cụ thể, xuất phát từ học thuyết ADNH, ra đời: Y học, các ngành Dự đoán học như: "Cân bằng ngũ hành", Tử vi đẩu số, Bát Tự Hà Lạc, Độn giáp, tướng học, Phong thủy học, Vận khí học, v.v..., đã ra đời. Uy tín Kinh Dịch lại càng được nâng cao. Các bậc Tiên Nho đua nhau nghiên cứu và chú giải Kinh Dịch. Đến đời Vua Càn Long nhà Thanh, trong khi sưu tầm sách trong dân gian, chép lại để lập bốn kho sách quốc gia, gọi là Tứ khố toàn thư, đã tập hợp được 158 bộ, 1761 quyển có tên tác giả, phụ lục có 8 bộ 12 quyển không tên tác giả, viết về Kinh Dịch. Cho đến nay, kể cả thời hiện đại, từ Đông sang Tây, có lẽ các sách nghiên cứu và chú giải Kinh Dịch có hơn 2000 quyển, và còn được tiếp tục nghiên cứu rộng rãi hơn ở cấp độ toàn cầu.

Điều này nói lên sức sống mãnh liệt và giá trị hiện đại, tính chân lý không thể bác bỏ của tư tưởng Kinh Dịch.

Kinh Dịch làm cho người đọc khó hiểu còn ở chỗ, người ta đã hào phóng tung ra nhiều mỹ từ hảo hạng và nhiều khái niệm khoa học đắt giá, nhưng mơ hồ, thoát ly giá trị hiện thực của Kinh Dịch, để ca ngợi Kinh Dịch một cách huyễn hoặc. Người ta đã tung Kinh Dịch lên bầu trời đêm và bắn pháo hoa chung quanh nó. Người xem chỉ thấy cái đẹp của pháo hoa trong chốc lát mà không biết Kinh Dịch là gì.

Thái độ đúng đắn đối với Kinh Dịch là dẫn dắt Kinh Dịch vào thực tiễn, giúp cho Kinh Dịch góp phần làm nên nền văn minh nhân loại.

Chương này góp thêm một vài ý kiến thảo luận về những vấn đề đang gây tranh cãi trong Dịch học, theo định hướng suy nghĩ sau đây:

- Kinh Dịch là thành quả khám phá và sáng tạo của con người. Vì vậy, thực tiễn khám phá sáng tạo Kinh Dịch, ắt đi theo quy luật nhận thức hiện thực của tư duy, tuân theo biện chứng khách quan và lô gic hình thức. Không thể chấp nhận sự phán đoán mơ hồ, thiếu căn cứ hiện thực. Kinh Dịch do thánh làm ra. Khái niệm Thánh nhân được nói nhiều trong Kinh Dịch. Theo quan niệm của Mạnh Tử ghi trong sách Tứ Thư, Chương Cáo Tử - tiết 7 thì: "Thánh nhân chẳng qua là những người trước đã tỉnh ngộ và bày tỏ ý nghĩa", hiểu nôm na là: Thánh nhân là người tìm ra chân lý.

- Mọi chân lý, lý luận, học thuyết khoa học ra đời và phát triển đều dựa trên hai căn cứ: Kế thừa có chọn lọc các tri thức khoa học mà nhân loại đã tích lũy trong quá khứ, khái quát hóa những kinh nghiệm thực tiễn trong lĩnh vực mà khoa học muốn khám phá, phản ánh. Sự ra đời của Kinh Dịch không nằm ngoài các căn cứ đó.

- Mọi chân lý khoa học, dù được khám phá trong quá khứ, nhưng vẫn còn giá trị khoa học và giá trị ứng dụng thực tiễn đến ngày nay, thì nó vẫn là một thành tố của khoa học hiện đại; Nó đã mang trong mình những chân lý của khoa học hiện đại. Vì vậy, có thể dùng tri thức khoa học hiện đại để làm sáng tỏ thực tiễn sáng tạo và giá trị hiện thực của chân lý đó. Bởi vì mọi chân lý khoa học đều mô tả quy luật vận động khách quan của thế giới hiện thực .

- Việc lý giải Kinh Dịch là của người đời sau. Trình độ lý giải đúng đắn đến mức độ nào, tùy thuộc vào giới hạn tri thức của thời đại và của bản thân người chú giải. Chúng ta cũng là người đời sau. Kinh Dịch cũng giành cho chúng ta quyền được dùng tri thức của thời đại chúng ta để lý giải, mà không câu nệ vào những lý giải của thế hệ trước, đương nhiên chúng ta kế thừa những tinh túy trong tư duy của các bậc tiền bối. Chúng ta trân trọng sự cống hiến của họ đối với Dịch học.

- Các chân lý khoa học mô tả cùng một phạm trù hiện thực, dù được khám phá ở thời đại nào, phương thức diễn đạt dù có khác nhau, chiều sâu mô tả có thể ở tầm vĩ mô, trung mô hay vi mô, thì đều có sự tương đồng về bản chất. Học thuyết AD và học thuyết Duy vật BC là một ví dụ. Do đó, không nên xem xét một cách cô lập các chân lý của quá khứ, mà không liên hệ, so sánh, đối chiếu với các chân lý hiện đại. Những sai lầm của việc mô tả hiện thực trong các chân lý quá khứ, có thể được phát hiện bằng các tri thức khoa học hiện đại và ngược lại tính chân xác của chân lý quá khứ sẽ được khẳng định, làm sâu sắc hơn, mở rộng hơn được khả năng ứng dụng thực tiễn và hai chân lý có thể bổ sung cho nhau, tăng cường sức mạnh của nhau trong lý giải hiện thực và ứng dụng thực tiễn.

Không phải lý giải dài dòng, rắc rối bằng các khái niệm bay bổng là làm tăng giá trị của Kinh Dịch. Học thuyết Địa tâm của

Ptôlêmê được Giáo hội bảo hộ 1400 năm, với bao nhiêu sách vở lý giải phiền phức, đến nỗi, các giám mục cũng phải la lên rằng, tại sao thượng đế lại sáng tạo ra một hệ phức tạp đến như vậy. Côpécníc chỉ viết nhẹ nhàng trong 10 trang giấy, rằng TĐ quay quanh MT, thì công lao bao người lý giải, công lao học hành tốn kém trong 1400 năm, bỗng phút chốc trở thành mây khói. Đó là chưa kể những nhà khoa học bị thiêu cháy, bị tù tội, vì chống lại cái học thuyết phi hiện thực đó. Chúng ta lại nhớ đến câu: "Voi không dạo chơi trên lối mòn thỏ chạy" trong "Chứng đạo ca" của Phật học.

VI. Lênin từng nói: "Quá trình nhận thức của con người về các sự vật, hiện tượng, quá trình, v.v..., là đào sâu vô hạn từ hiện tượng tới bản chất, từ cái bản chất ít sâu tới các bản chất sâu hơn, từ cái bản chất có thể gọi là hạng một, đến cái bản chất hạng hai, v.v..., và đi sâu vô hạn". *(Toàn tập - tập 29 - Bút ký triết học - Sđd, tr. 109).*

Tri thức khoa học hiện đại, trong nhiều trường hợp là sự đào sâu các tri thức của quá khứ, làm sáng tỏ hơn các tri thức quá khứ và phát triển các tri thức đó lên một tầm cao mới. Các tri thức của vũ trụ học, vật lý học, hóa học, sinh học, triết học Duy vật biện chứng, đã làm sáng tỏ bản chất khoa học của học thuyết Âm Dương, học thuyết Ngũ hành; những học thuyết mà người xưa khám phá chỉ bằng quan sát hiện thực có sẵn và tư duy linh cảm, tư duy tâm linh. Những khám phá đó là hiệu ứng nhân quả trung gian của vận động hiện thực, trong quá khứ trước đó. Khoa học hiện đại có thể đào sâu vào hiệu ứng nhân quả trung gian trước đó nữa, tuy rằng không bao giờ đi tới được nguyên nhân ban đầu của vận động hiện thực. Quy luật vận động chất và trường của vụ nổ lớn BB, của hệ MT - TĐ - Mt (Mặt trời - Trái đất - Mặt trăng), mà khoa học trung đại và hiện đại khám phá, đã làm sâu sắc hơn trong nhận thức con người về học thuyết âm dương và học thuyết ngũ hành. Lô gic tư duy ắt dẫn đến nhận thức rằng, các tri thức quá khứ không được nuôi dưỡng bằng tri thức khoa học hiện đại, thì các tri thức quá khứ đó đã mô tả sai lầm quy luật vận động của hiện thực và phải được loại bỏ. Lý luận Phong thủy cổ điển dựa vào ma phương Lạc Thư là một ví dụ như thế.

Thực tiễn mới, nhận thức mới, khám phá mới, luôn luôn là nguồn bổ sung, hiệu chỉnh, thẩm định lại chân lý quá khứ. Vì vậy trong quá trình nghiên cứu di sản trí tuệ nhân loại, luôn luôn đạt nó song song với trí tuệ hiện đại, để so sánh đối chiếu. Những hiện tượng văn hóa được coi là thần bí, trong rất nhiều trường hợp, thực ra đã được khoa học hiện đại làm sáng tỏ từ lâu rồi, song chúng ta đã vô tình với điều đó, như hiên tượng về giấc mơ, linh hồn, ngũ hành, dự đoán mệnh vận, v.v... Hiện tượng vật thể bay lạ (UFO), ngoài việc quan sát nhiều hiện tượng thiên nhiên, còn là sự đánh lừa của con người. Những thí nghiệm quân sự bí mật như máy bay tàng hình, tàu vũ trụ tàng hình, đã được người ta tung hỏa mù như những UFO. Khoa học vũ trụ đã tìm kiếm bạn bè của TĐ suốt gần 40 năm nay, mà chưa được tín hiệu nào, dù là tín hiệu vô tuyến, có thể đi xa hàng tỷ năm ánh sáng. Thế mà có nhiều bài báo cứ mô tả có người ngoài hành tinh thăm TĐ, làm những chuyện bậy bạ. Sự quan sát nhầm hiện tượng giả học thuật ngày nay còn xảy ra, huống chi trong quá khứ. Việc thẩm định các chân lý quá khứ không thể bỏ qua hiện tượng đó.

Cơ sở triết học của Kinh Dịch là học thuyết Âm dương đã được trình bày ở chương I. Việc trình bày riêng học thuyết và mô hình ứng dụng của nó là Kinh Dịch, nhằm tránh sự nhầm lẫn. Vì giữa triết học và khoa học ứng dụng có những khoảng cách phân biệt. Triết học như người tướng chỉ huy tối cao, còn khoa học cụ thể như các binh chủng hợp thành. Triết học không có khoa học ứng dụng, thì triết học sẽ trở thành vô bổ với đòi hỏi của thực tiễn. Trái lại khoa học ứng dụng không có sự dẫn đường của triết học, sẽ không tiến lên tầm cao được. Các ngành vũ trụ học, vật lý học, trong nhiều trường hợp đã phải "xin ý kiến" chỉ bảo của triết học. Người xưa thường bàn chung học thuyết AD với Kinh Dịch, nên đã có những lẫn lộn đáng tiếc, như quy luật "phản phục tuần hoàn", được suy diễn từ sự vận động của ký hiệu quẻ dịch mà không phải suy lý từ triết học, nên không phù hợp với quy luật vận động của hiện thực. Có vô số khoa học ứng dụng xuất phát từ một học thuyết làm tiền đề, để giải quyết những nhiệm vụ cụ thể khác nhau của thực tiễn. Do đó khoa học cụ thể không thể phản ánh hết nội dung của học thuyết, và nó còn có các quy luật riêng mà triết học, với tư cách là những phạm trù phổ quát nhất, không thể đề cập tới; khoa học cụ thể và triết học có mối quan hệ giữa cái chung và cái riêng, cái chung hiện diện thông qua vận động của cái riêng và cái riêng tuân theo quy luật vận động của cái chung.

Chương này thảo luận một số vấn đề về Kinh Dịch, với tư cách là một khoa học cụ thể, ứng dụng học thuyết AD vào dự đoán học. Quá trình thảo luận với tinh thần tiếp thu tinh hoa trí tuệ người xưa; chỉ nêu ra những vấn đề mà chú giải mâu thuẫn với tri thức khoa học hiện đại.

Để đọc chương này, đề nghị độc giả sử dụng Kinh Dịch, bản dịch của nhà văn Ngô Tất Tố, làm tài liệu đối chiếu, tham khảo.

II. THỰC TIỄN SÁNG TẠO QUẺ DỊCH:

Về nguồn gốc ra đời của học thuyết Âm Dương, tư tưởng triết học của Kinh Dịch. Có nhiều nhà nghiên cứu cho rằng xuất xứ từ nền văn minh lúa nước của dân tộc Việt Thường, thời cổ đại, cư trú ở phía nam lưu vực sông Dương tử vùng Hồ Động Đình và Phiên Dương (thuộc tỉnh Hồ Nam Trung Quốc ngày nay). Sau này, đất nước của dân tộc Việt thường bị nạn xâm lăng liên tục, đã phải chạy về phía nam ở khu vực huyện Can Lộc, Đức Thọ và một phần huyện Hương Sơn ngày nay *(Theo Bùi Văn Nguyên, Kinh Dịch Phục Hy - Nxb KHXH, Hà Nội 1997, trang 98 - 99).* Nhà nghiên cứu lịch pháp Bùi Huy Hồng đã nghiên cứu kỹ hoa văn trên trống đồng Ngọc Lũ và Hoàng Hạ, phát hiện ra rằng, hoa văn là biểu tượng để ghi lịch thời gian và có cả hình tượng của quẻ dịch (đơn quái). Như vậy lịch thời gian của người Việt cổ xuất hiện sớm hơn lịch Trung Quốc và lịch Khơ me. Cổ sử Trung Quốc cũng đã viết, vào thời vua Nghiêu (năm 2357 trCN) có sứ giả Việt thường đến kinh đô ở Bình Dương (Tỉnh Sơn Tây Trung Quốc ngày nay) để dâng một con Thần Quy (Rùa thần) to, vuông hơn ba thước, trên lưng cho khắc chữ Khoa đẩu, ghi việc từ khi trời đất mới mở về sau. Vua sai người chép lại, gọi là Quy Lịch (lịch rùa) *(Theo Lê Chí Thiệp : Kinh Dịch nguyên thủy - Nxb Văn học - 1998 - tr 34).* Cổ sử viết rằng người Việt thường có họ Phục Hy. Từ Việt thường có nghĩa: Thường là quần, Việt là xắn lên cao, quần vén lên cao để trồng lúa nước.

Nền văn minh nông nghiệp, gắn liền với khí hậu thời tiết. Việc phát minh học thuyết AD và quẻ dịch, trước tiên người ta sử dụng để dự báo thời tiết, sau đó mở rộng ra các nội dung khác. Cho nên, giáp cốt văn tìm thấy ở đời Thương, người ta mới đọc được chữ: "Hôm nay ngày Tân Mão, trời mưa hay nắng?". Các quẻ về dự báo thời tiết thường được ghi chép nhiều hơn, vì dễ dự đoán hơn, do thời tiết diễn ra hàng ngày, tổng kết kinh nghiệm dự đoán nhanh chóng hơn.

Việc ghi chép một vài nét về nguồn gốc ra đời của quẻ dịch, được các nhà nghiên cứu sưu tầm, là để thỏa mãn phần nào về nhu cầu khoa học, không nhằm tranh chấp thành quả sáng tạo. Nhà nghiên cứu văn minh Trung Hoa là Marcel Granet đã viết: "Rất có thể nền văn minh Trung Hoa là sự hòa nhập của hai nền văn minh chính yếu: Văn minh lúa kê ở vùng cao và văn minh lúa nước ở đồng bằng" (Theo Bùi Văn Nguyễn - Chú thích 1). Nên văn minh lúa nước gắn liền với Dân tộc Việt Thường.

II.1- Sự ra đời phù hiệu âm dương và tám quẻ dịch đơn.

* Người xưa có sự chú giải khác nhau, nhưng đều lấy tên Phục Hy làm tác giả. Văn hóa cổ đại Trung Hoa thường có hiện tượng mượn tên các vị Hoàng Đế huyền thoại, tên các bậc hiền triết nổi tiếng, tên các danh nhân, làm tên tác giả các tác phẩm văn hóa. Tên các danh nhân Phục Hy, Hoàng Đế, Thần Nông, Văn Vương, Khổng Tử, Khổng Minh, thường là "tác giả danh dự" của rất nhiều bộ sách. Các tác phẩm của Trần Đoàn, nhà dịch học nổi tiếng, thường dấu tên tác giả của mình. Nguyên nhân, có thể là để nâng cao giá trị ứng dụng, dễ phổ cập trong quần chúng, một lẽ khác là các tác giả này thấm nhuần tư tưởng vô vi của Lão - Trang, giúp đời vô tư, không để lại danh tiếng. Vì vậy, khó tìm ra tác giả thực của tác phẩm. Chúng ta đành chấp nhận các " Tác giả danh dự" để dễ dàng trong việc trình bày các chú giải. Phục Hy là một ông vua huyền thoại, các nhà nghiên cứu đều phải hài lòng với tên Phục Hy, được coi là tác giả các sáng tạo Dịch học trước Văn Vương, Chu Công.

Sự ra đời của phù hiệu AD, cách lý giải sau đây là hợp lý. Phục Hy khám phá ra quy luật AD. Để có thể ứng dụng vào cuộc sống, ông bèn phù hiệu hóa hai mặt AD. Lúc đầu lấy tượng hình AD đực cái: Gạch ngang liền"___" tượng trưng cho dương, hình chữ "bát" ^ tượng trưng cho âm. Phương pháp ký hiệu này phù hợp với quy tắc sáng tạo chữ viết của người Trung Hoa: Dùng hình thức tượng hình. Sử dụng một thời gian, thấy còn rườm rà, người ra ký hiệu âm bằng 2 nét đứt duỗi thẳng " __ __ " thay cho hình chữ bát "^". Sau khi có phù hiệu, Phục Hy bèn chồng ba vạch lên nhau, tượng trưng cho Trời-Đất-Người, phù hợp với học thuyết "Thiên-Nhân tương ứng", làm thành 8 quẻ Dịch đơn, thường gọi là đơn quái. Tám quẻ thường gọi là bát quái:

Vì 8 quẻ không thể dự đoán được nhiều việc, Phục Hy bèn chồng chúng lên nhau từng đôi một, tạo thành 64 quẻ kép, có 6 vạch, gọi là trùng quái.

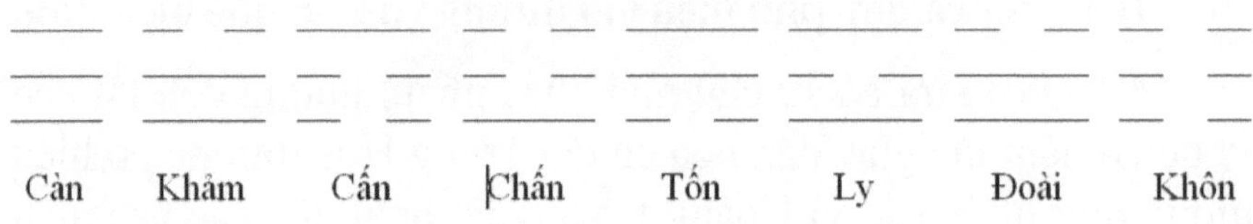

Hình II-1: Tám quẻ Dịch đơn.

Việc khám phá ra quy luật AD và sáng tạo ra 64 quẻ dịch, là thành quả của chỉ một người, không thể của nhiều người; vì nó liên quan đến mục đích sáng tạo và lôgic tư duy tâm linh, nó không có sự hỗ trợ của thí nghiệm khoa học. Sáng tạo Dịch tương tự như sáng tạo toán học.

Nói rằng sáng tạo Dịch là của Phục Hy, tức cách nay trên 5000 năm. Song khảo cổ học Trung Quốc mới chỉ tìm thấy hình ảnh quẻ Dịch từ thời kỳ Thương- Ân (1766 - 1122 TCN). Cách đây gần 4000 năm. Thời kỳ nhà Hạ (2205- 1766 TCN) và trước nữa, chưa tìm thấy hình ảnh quẻ Dịch,

Một số chú giải của Tiên Nho cho rằng, trước Chu Dịch đã có hai bộ Dịch: Liên sơn Dịch của nhà Hạ, Quy tàng Dịch của Thương Ân. Song, hai bộ dịch này chỉ là truyền thuyết mà không thấy bóng dáng của chúng. Mặt khác, sách Chu Dịch đại toàn nói rằng, Liên Sơn và Quy tàng không có chữ Dịch. Nếu hai bộ sách đó là có thực mà bị thất truyền, chứng tỏ hai bộ sách đó không có uy tín dự đoán và ứng dụng thực tiễn. Nếu có uy tín dự đoán thì nó cũng sẽ được truyền miệng về nội dung của bộ sách cho các thế hệ sau.

*** Để hình thành 8 quẻ dịch đơn, các bậc Tiên Nho lý giải theo nhiều cách khác nhau và mâu thuẫn nhau.**

- Cách thứ nhất: Kinh Dịch (Chu Dịch đại toàn, bản dịch của Ngô Tất Tố) trang 27 ghi: "Thiên Hệ từ nói rằng: " Dịch có thái cực, sinh ra hai nghi, hai nghi sinh ra bốn tượng, bốn tượng sinh ra tám quẻ, và cho rằng Khổng Tử phát minh ra nguyên lý này. Vì Hệ từ là chương đầu của Thập dực (Kinh Dịch - tr. 31).

Người xưa đưa thêm khái niệm Thái Cực để bổ sung vào học thuyết AD, cho rằng hình thể tồn tại đầu tiên của vũ trụ là Thái Cực, là trạng thái AD còn lẫn lộn. Sau đó mới tách ra hai Nghi AD. AD lúc này mới phân biệt. Có mấy điểm đáng bàn .

+ Người xưa chưa phân biệt hiện thực khái quát ở cấp độ triết học và hiện thực cụ thể, là các sự vật hiện tượng, quá trình cụ thể".

Âm Dương là phạm trù triết học, là quy luật vận dộng chung nhất của vạn vật, nó không chỉ một vật cụ thể nào. Bản thân thái cực (nếu có) thì cũng vận động theo quy luật AD. Thái cực là khái niệm do người xưa tưởng tượng ra để lý giải việc hình thành quẻ dịch. Với vũ trụ học hiện đại, từ học thuyết BB, người ta có thể đối chiếu khái niệm Thái Cực với trạng thái hỗn mang lượng tử, sau BB cỡ phần triệu giây. Song « Hỗn mang lượng tử» là khái niệm của khoa học cụ thể, của Vũ trụ học; hỗn mang lượng tử cũng vận động theo quy luật AD đã được chứng minh ở chương trước. Lão - Trang còn đưa ra khái niệm vô cực, vô cực sinh thái cực rồi mới sinh AD. Khái niệm vô cực có thể đối chiếu với điểm kỳ dị của học thuyết BB. Đó cũng là sự vật cụ thể, vận động theo quy luật AD, là một khái niệm của Vũ trụ học. Ngay việc ký hiệu 64 quẻ dịch, nó không chỉ một vật cụ thể nào. Các nhà Dự đoán học, có thể gán cho mỗi quẻ rất nhiều sự vật, hiện tượng khác nhau, tùy thuộc vào từng khoa học dự đoán. Điều đó càng chứng minh rằng, AD là phạm trù hiện thực phổ quát nhất, nó là thuộc tính vận động của vạn vật, của mọi hiện tượng, quá trình của thế giới hiện thực, nó có sẵn trong tất cả, không có gì sinh ra AD. Sách «Linh Khu - Âm Dương hệ nhật nguyệt» từng viết: «Âm Dương chỉ có tên mà không có hình».

Các suy diễn tiếp theo, như "tứ tượng sinh hai nghi", là suy diễn từ ký hiệu, không phải là hiện thực. Người xưa gán cho tứ tượng là 4 mùa, 4 phương, đó là những cụ thể trong muôn vàn cái cụ thể. Y học Phương Đông cổ truyền, dùng 4 tên của tứ tượng để đặt cho 4 kinh trong con người: Thái Dương Kinh, Thiếu Dương Kinh, Thái Âm Kinh, Thiếu Âm Kinh, còn 8 kinh khác lại phải dùng tên khác như Quyết Âm Kinh, Dương Minh Kinh, Tam Tiêu Kinh, v.v... Con người là sản phẩm cấp cao nhất của vũ trụ, trong đó vận động AD phức tạp nhất, tinh vi nhất, tứ tượng của người xưa chỉ đặt được 4 cái tên tượng trưng cho 4 tạng. Chứng tỏ rằng cách suy diễn trên là phi hiện thực. Như chương một đã trình bày, các khái niệm vô cực, thái cực, là những trạng thái cụ thể của vạn vật, của AD, không phải là "thâm ý" của tác giả học thuyết AD, mà chỉ là suy lý chủ quan của người đời sau, nên cần phải loại bỏ các khái niệm đó ra khỏi các khái niệm cơ bản của học thuyết AD, và sự duy diễn từ thái cực sinh 8 quẻ là không hợp logic biện chứng và logic hình thức. Không thể chấp nhận.

Theo học giả Nguyễn Hiến Lê, quan niệm Thái cực thời Văn Vương chưa có. Chu Dịch của Văn Vương - Chu Công không nói đến Thái cực. Đến đời Chiến Quốc hay Hán mới xuất hiện. Vấn đề này đã lý giải ở chương hai.

Mặt khác, cách suy diễn từ ký hiệu âm dương sinh tứ tượng, rồi sinh bát quái là lẫn lộn giữa hiện thực và ký hiệu, lẫn lộn giữa học thuyết và mô hình ứng dụng. Phần sau sẽ chứng minh rằng, quẻ là hình thức ký hiệu để ứng dụng học thuyết AD vào Dự đoán học, quẻ không mô tả hiện thực vì không phản ánh đầy đủ và chính xác quy luật vận động của hiện thực, tức quy luật vận động AD, quẻ chỉ mô tả nội dung cần dự đoán. Tuy nhiên, là mô hình của khoa học dự đoán, tứ tượng có thể gợi mở cho ta cấu trúc ở tầng sâu nhất của vũ trụ; thí dụ, vũ trụ có thể được cấu trúc bằng 4 hạt cơ bản, mà khoa học có thể với tới bằng cách "cô đặc" 12 hạt như hiện nay; có 4 trường năng lượng mà hiện nay đã tìm thấy ba. Về mặt lý thuyết, có thể vũ trụ chỉ có một hạt cơ bản và một trường năng lượng. Đó là cặp AD cơ bản của vũ trụ, và đi sâu hơn nữa, cặp AD này cũng được cấu trúc bằng vô cùng tận các cặp AD thành phần. Để có một thuật toán mô tả được điều đó, chúng ta có thể hy vọng.

- Cách thứ hai: Quẻ hình thành từ tư tưởng Thiên Nhân tương ứng, biểu hiện bằng thuyết Tam Tài: Trời - Người - Đất là một.

Nhận thức về sự liên hệ mật thiết giữa con người và thiên nhiên, là biểu hiện sớm nhất về vũ trụ quan của nhân loại. Vì thiên nhiên nuôi sống con người. Những hiện tượng thiên nhiên chi phối mạnh mẽ đời sống con người, nhưng con người chưa đủ trình độ lý giải, người ta gọi các hiện tượng đó là thần linh. Và người ta cho rằng thần linh quan hệ gần gũi, hỗ trợ hoặc trừng phạt con người. Do đó người ta đã dùng hình thức bói để hỏi ý kiến thần linh. Các phương pháp bói xuất hiện trước quẻ dịch từ rất lâu. Sách "Thiên thời - Địa lợi - Nhân hòa" của Bạch Huyết (Nxb VHTT - 2001) đã giới thiệu 12 loại chiêm bói như, bói mai rùa, vỏ sò, chân gà, bói chim, bói tiền,....

Tư tưởng về thiên nhân tương ứng là một gợi ý cho khám phá quy luật AD. Âm dương cai quản hết mọi thứ của Trời-Đất-Người. Con người là vũ trụ nhỏ. Từ đó quẻ dịch dự đoán phải thể hiện được mối liên hệ mật thiết Trời - Người - Đất, mọi việc sinh ra đều là hiệu ứng nhân quả của hoạt động Trời - Đất - Người. Do đó, quẻ dịch phải có 3 vạch đại diện cho Tam tài: Trời - Đất - Người.

Sau khi sáng tạo ra phù hiệu âm dương, tác giả học thuyết bèn sáng tạo luôn quẻ dịch ba vạch, rồi chồng lên nhau để dự đoán được nhiều việc. Sách Kinh Dịch và Mai Hoa Dịch đều nêu tư tưởng quẻ dịch ba vạch là hàm ý tam tài. Kinh Dịch có đoạn viết: "Tám cái ba vạch, thế là ba tài tạm đủ" (Kinh Dịch, tr. 28). Phân giải nghĩa quẻ Càn, Trình Di nói: "Đời Thượng cổ, Thánh nhân vạch ra tám quẻ, đạo của ba tài đủ rồi, nhân đó lại trùng điệp lên cho hết các sự biến đổi của gầm trời" (Kinh dịch, tr. 28). Phần giải nghĩa quẻ càn, Trình Di nói: "Đời thượng cổ, thánh nhân vạch ra tám quẻ, đạo của ba tài đủ rồi, nhân đó lại trùng điệp lên cho hết các sự biến đổi của gầm trời" (Kinh Dịch, tr. 66). Sách Mai Hoa Dịch, chương "Bàn về lý của vật" nói: "Từ khi phân chia ra Tam Tài, và định ra bát quái, vạn vật không ở ngoài Ngũ Hành, quần sinh đều cùng nằm trong nhị khí" (Mai Hoa Dịch, bản dịch của Ông Văn Tùng, tr. 739).

Chương hai, Hệ từ thượng có đoạn viết: "Sáu hào động là cái lý cùng cực của Tam Tài". Chương chín, nói về việc gieo quẻ bằng cỏ thi, có đoạn: "Lấy một cái cài vào khe ngón út tay trái để tượng trưng tam tài" (Theo sách Kinh Dịch, đạo của người quân tử, dịch giả Nguyễn Hiến Lê, tr. 446 và 461).

Âm Dương là quy luật chung của toàn vũ trụ, được ký hiệu bằng hai vạch. Con người nằm trong hệ Tam Tài, để giải quyết việc của con người phải ký hiệu ba vạch, tượng trưng cho hệ âm dương tam tài. Tam tài là một chỉnh thể, có hàm chứa con người, vận động theo quy luật âm dương, quẻ ba vạch thể hiện được điều đó trong dự đoán học. Hệ từ hạ, chương 10 nói: «Dịch gồm cả đạo trời, đạo người, đạo đất, thế là đủ Tam Tài, nhân 2 lên thành 6 hào» (Sđd. tr. 37).

Hình thành 8 quẻ đơn, theo cách thứ hai, là phù hợp với lôgic tư duy của nhà sáng tạo, đồng thời phù hợp với hiện thực. Trong Kinh Dịch, Tiên Nho cũng phản bác việc giải thích việc hình thành 64 quẻ Dịch một cách phức tạp, rườm rà: "Nếu bàn về việc vạch quẻ của Phục Hy thì 64 quẻ đủ trong một lúc, dẫu đến kiền khôn cũng không thể sinh ra các quẻ" (Kinh Dịch - tr. 46).

Các bậc tiền bối băn khoăn rằng, một khám phá huyền diệu như thế, lại được giải thích thật là đơn giản, liệu có làm giảm giá trị của trí tuệ thánh nhân không".

Xưa nay, những phát minh vĩ đại thường được trình bày một cách giản dị, dễ hiểu. Cái vĩ đại nằm trong nội dung khám phá, khi con người đã hiểu được thì cảm thấy rất bình thường. Bài toán lớp một 3 + 2 = 5 là thành quả tích lũy tri thức của nhân loại suốt ba triệu năm, từ khi con người xuất hiện. Công thức: E = m.c^2 thật là đơn giản, nhưng làm nên những chuyện động trời, là thành quả sáng tạo của một trí tuệ thiên tài. Việc phát minh ký hiệu số không "0", được coi là sự kiện thần kỳ của toán học. Tại học đường, một bài toán khó, học sinh giải mấy ngày không xong, phải nhờ thầy làm hộ. Thầy giải xong trong chốc lát, học sinh thở phào: Tại sao cách giải đơn giản thế mà mình nghĩ mãi không ra. Cái huyền diệu của quẻ dịch nằm trong tư tưởng AD, Thiên nhân tương ứng, biểu hiện thống nhất trong đó. Ba quy luật này luôn luôn gắn bó chặt chẽ với nhau trong các khoa học ứng dụng, như Y học. Dự đoán học, Phong thủy học. Nói học thuyết ADNH thì thiên nhiên tương ứng đã bao hàm trong đó. Tại sao khi phát minh ra quy luật Ngũ Hành, khoa học ứng dụng được mở rộng? Vì quy luật ngũ hành là quy luật AD trực tiếp vận hành trên TĐ, là quy luật sáng tạo nên thế giới hữu sinh và con người. Do đó, quy luật NH mang thông tin trực tiếp, cụ thể, đa dạng về con người. Việc ứng dụng quy luật Ngũ hành để phán đoán, suy lý, diễn đạt, dễ dàng hơn nhiều so với việc ứng dụng đơn thuần học thuyết AD. Vì quy luật AD là quy luật phổ quát nhất của toàn vũ trụ. Có thuyết nói rằng, AD sinh Ngũ Hành, Ngũ Hành sinh bát quái, bát quái sinh vạn vật, đều là cách lý giải nhầm lẫn giữa phổ quát và cụ thể, giữa ký hiệu và hiện thực.

- Cách thứ 3: Dựa vào Hà Đồ để vạch quẻ. Xưa nay Dịch học chia làm hai phái, một phái bác bỏ, một phái tin nó và dùng nó để lý giải hiện thực. Song, có một điều chắc chắn rằng, từ Hà Đồ để sáng tạo ra bát quái là không phù hợp với thực tiễn phát minh quẻ dịch. Phần này sẽ bàn thêm ở mục: Hà Lạc, truyền thuyết và hiện thực.

II.2- Ý nghĩa và cách đặt tên 8 quẻ đơn.

Tam tài đều là AD, đều biến hóa vận động, nên hình thành 8 quẻ đơn, vì không tổ hợp nhiều hơn được nữa. Khi quy luật ngũ hành được khám phá, 8 quẻ đơn và 64 quẻ kép được Ngũ Hành hóa, phối vào các hành để dự đoán. Vì quy luật Ngũ hành là quy luật vận động trực tiếp của tam tài trên TĐ và của loài người.

Tám quẻ đặc trưng cho 8 hình thái thông tin và mối liên hệ thông tin của tam tài "Trời - Người - Đất". Cổ nhân đã đặt cho 8 quẻ, 8 cái tên tượng trưng, song, 8 tên đó cũng nằm trong 8 hình thức thông tin của quẻ. Ví dụ: Quẻ Càn và nhóm quẻ kép thuộc cung càn, tượng trưng cho các thông tin dự đoán.

1. Ngũ hành: Thuộc kim

2. Thiên thời: Trời, băng, mưa đá, hạt mưa đá

3. Đất: Phương Tây Bắc, Kinh đô, đại quận, đất có cảnh đẹp ở vùng cao

4. Nhân vật: Vua, cha, người già, đại nhân, danh nhân, quan, công chức.

5. Nhân cách: Cao thượng, bất khuất, vũ dũng, động hơn tĩnh.

6. Thân thể: Đầu - Xương - Phổi

7. Thứ tự thời gian: Mùa thu, giao thời tháng 9 và tháng 10. Năm, tháng, ngày, giờ thuộc kim và tuất, hợi.

8. Động vật: Ngựa, thiên nga, sư tử, voi

9. Tĩnh vật: Vàng ngọc, châu báu, vật tròn, quả cây, vật rắn, mũ, kính.

10. Nhà cửa: Lâu đài, ở hướng Tây Bắc

11. Gia trạch: Gieo quẻ vào mùa thu được quẻ này thì nhà hưng thịnh, mùa hạ có hỏa, mùa đông có lạnh lẽo, mùa xuân may mắn.

12. Hôn nhân: Kết thân nhà quan quý, nhà có thanh danh, mùa thu được quẻ càn dễ thành, mùa đông bất lợi.

13. Ẩm thực: Thịt ngựa, thức ăn có nhiều xương, gan, phổi, thịt khô, hoa quả, đầu loài vật, vật tròn, vật cay.

14. Sinh đẻ: Dễ đẻ, thu sinh quý tử, đầu hạ có tổn hại, ngồi nên hướng về phía Tây Bắc.

15. Cầu danh: Có danh, dễ dàng nhận chức trong triều đình, quan hành chính, tư pháp, sĩ quan quân đội, đại sứ, đi nhận chức ở phương Tây Bắc.

16. Cầu mưu: Thành đạt, lợi quan chức, gieo quẻ mùa hạ gặp quẻ này thì không thành, mùa đông kém.

17. Giao dịch: Dễ thành công, mùa hạ bất lợi, hợp với hàng hóa quý như vàng bạc.

18. Cầu lợi: Được của chốn công, có của cải, thời gian như vàng ngọc, mùa thu xem có lợi lớn, mùa hạ có hại, mùa đông kém.

19. Xuất hành: Có lợi, chuyển vào kinh sư có lợi, lợi hướng Tây Bác, mùa hạ bất lợi.

20. Yết kiến: Lợi gặp đại nhân, người đức hạnh, có thể gặp.

21. Bệnh tật, bệnh đầu mặt, phổi, gân cốt, thượng tiêu, mùa hạ không tốt.

22. Phương hướng: Tây bắc

23. Ngũ sắc: Sắc đỏ tươi (?)

(Theo Mai Hoa Dịch - bạn đọc có thể tham khảo, có 8 quẻ)

Trên đây là những thông tin mang tính gợi ý quy luật, khi dự đoán cho thông tin khác, có thể suy luận từ đây, để ghép thông tin dự đoán vào các quẻ thích hợp.

Việc đặt tên cho phù hợp với thông tin của thực tế, không chỉ dựa vào quy luật AD mà còn dựa vào kinh nghiệm thực tiễn của dự đoán. Có lẽ tiền nhân phải tổng kết kinh nghiệm dự đoán rất nhiều mới xác định được các thông tin dự đoán cho các quẻ. Quá trình khẳng định thông tin thông qua việc điều chỉnh nhiều lần.

Triết học mang tính trừu tượng và tính phổ quát, là quy luật chung nhất của thế giới; các sự vật, hiện tượng, quá trình cụ thể của hiện thực còn có quy luật vận động riêng, đặc trưng. Để giải quyết những vấn đề cụ thể cần phải căn cứ vào các quy luật riêng. Vì vậy các khoa học cụ thể mới ra đời để đáp ứng nhu cầu thực tiễn. Không chỉ dùng triết học để chế tạo cái xe máy, cái vi tính, mà còn phải sử dụng hàng loạt các khoa học cụ thể chuyên ngành và các tri thức khoa học cơ bản. Các nhà toán học cho rằng, Dịch là một tập mờ, một bài toán đa tiêu chuẩn rất khó giải, không có phương trình toán học nào mô tả được Dịch. Dịch, đó là bài toán của logic biện chứng. Tiên đề của Dịch là nguyên lý ADNH, khoa học cụ thể của quẻ dịch, của Dự đoán học, là kinh nghiệm thực tiễn. Vì vậy, các loại hình dự đoán có hàng ngàn công thức kinh nghiệm. Không chỉ 6 vạch thẳng của quẻ càn, dựa vào quy luật AD, mà suy ra lời chiêm: "nguyên hanh lợi trinh", hoặc đọc ra hàng ngàn thông tin đủ các sự vật, sự việc, hiện tượng, như ví dụ ở trên.

Quẻ càn 6 vạch dương, về quy luật AD cho ta thông tin gì? Đó là quẻ thuần dương. Quy luật AD chỉ ra rằng: Trong một cặp AD vận động cân bằng, dương chi phối chủ yếu xu hướng vận động của sự vật, nên có tính cương hơn nhu, tính chỉ huy lãnh đạo, tính đi lên, đi đôi với tính quyết đoán, tính gương mẫu, động hơn tĩnh (đây là nói về đối tượng con người). Kết hợp kinh nghiêm dự đoán, Văn Vương ẩn dụ bằng lời Dịch: "nguyên hanh lợi trinh". Nguyên là đứng đầu, là toàn vẹn; hanh là trôi chảy thông suốt; lợi trinh, là việc làm chân chính thì có lợi. Nếu dự đoán việc của người, khi gặp quẻ này, việc sẽ thành công, suôn sẻ, trọn vẹn, nhưng trong quá trình hành động phải "trinh" (chân chính); không trinh sẽ không thành công. Khi đoán cầu danh thì đây là người ưa đứng đầu một tổ chức (nguyên), thành đạt theo ý muốn (hanh) và có lợi ích chung và riêng, nếu có nhân cách tốt (trinh).

Khi ghép ngũ hành vào quẻ càn, thông tin sẽ cụ thể và phong phú hơn, chỉ ra được những điều kiện bất lợi.

Nhìn chung, quẻ càn và quẻ khôn dễ suy đoán từ quy luật AD, vì nó thuần dương và thuần âm, các quẻ khác khó suy đoán hơn nhiều.

Một nguyên nhân khác cho thấy rằng, không thể dựa một mình vào nguyên lý AD để dự đoán.

Quẻ dịch chỉ là ký hiệu, một mô hình ứng dụng cụ thể, để giải quyết một lĩnh vực cụ thể của hiện thực. Quẻ không mô tả trọn vẹn một phạm trù vận động của hiện thực mà chỉ mô tả khía cạnh dự đoán hạn hẹp. Vì quẻ không phản ánh đầy đủ và chính xác mọi quy luật AD.

Ví du: Quẻ càn, đơn quái và trùng quái (quẻ kép), chỉ toàn vạch dương. Quy luật vận động AD là không có cô âm, cô dương, mà AD luôn luôn tồn tại và song song vận động. Mọi sự vật, hiện tượng, quá trình, mà học thuyết AD gọi là vạn vật, đều là những cặp AD. Trong mọi cặp AD đều là tổng thể của những cặp AD thành phần, cấu trúc nhỏ trong cấu trúc lớn, hệ thống con trong hệ thống mẹ. Trong các sự vật cụ thể, nơi nào cũng nhìn thấy hạt nhân mang điện tích dương và điện tử mang điện tích âm, cho đến các hạt cơ bản nhất cũng có cấu trúc AD. Đây không phải là quy luật "Phi bài trung" của logic hình thức mà là logic biện chứng của tự nhiên.

Quẻ càn thuần dương không mô tả một hiện thực toàn vẹn; ngay cả hào của các quẻ; vạch dương, vạch âm là cô dương, cô âm; cũng không mô tả được hiện thực. Do đó quẻ, hào, chỉ phản ánh một phần quy luật AD, tàng chứa một phần mối liên hệ thông tin của Tam Tài, chỉ có thể dùng trong Dự đoán học, mà không thể mô tả trọn vẹn một quá trình vận động nào đó của thế giới khách quan. Mặt khác, ký hiệu quẻ mang tính phổ quát cao, do đó một quẻ có thể mang rất nhiều loại thông tin khác nhau, như ví dụ nêu trên. "Chân lý giản dị, còn cây đời mãi mãi tươi xanh ". Để luận giải việc của cây đời, không quên sử dụng cả chân lý và vẻ xanh tươi của nó. Bài toán lôgic của tự nhiên không thể không dựa vào kinh nghiệm thực tiễn".

Kinh Dịch đã thể hiện nguyên lý dự đoán "kết hợp giữa lý luận và thực tiễn". Các bậc Tiên Nho nói: "Thánh nhân làm Dịch từ ngửa xem, cúi xét, quan sát hiện thực. "Ngửa xem, cúi xét, nghiệm gần nghiệm xa" không chỉ để phát hiện AD, sáng tạo quẻ dịch mà còn viết lời kinh cho quẻ và hào dịch. Hệ tự hạ, chương ba, tiết ba nói: "Hào là phỏng theo các biến động trong thiên hạ"; Chương sáu tiết hai nói: "Khi xét về lời đoán mỗi quẻ, thì Dịch là mối suy tư (của Thánh nhân) trong đời loạn chăng? (tức của Văn Vương trong thời Trụ).

Nếu chỉ suy từ nguyên lý AD thì không thể nào hiểu hết lời Kinh và "có chỗ không sao hiểu nổi". Nhưng nhận thức rằng, lời kinh còn là sự tổng kết kinh nghiệm phong phú của dự đoán thực tiễn, thì việc hiểu trở nên dễ dàng. Các bậc tiền bối thường chỉ dựa vào nguyên lý AD để lý giải lời kinh, nên nhiều chỗ khiên cưỡng, gán ghép ý chủ quan, trong trường hợp bế tắc thì nói là: "Đó là chỗ vi diệu" của dịch, nhưng không chỉ ra "vi diệu" chỗ nào.

Tám quẻ đơn chồng lên nhau thành tám quẻ kép đồng tên, là tám nhóm thông tin, 8 hình thái liên hệ thông tin của Tam Tài trong dự đoán học. Tiền nhân chọn 8 tên đặc trưng cho từng nhóm; Thiệu Ung quan niệm đó là 8 loại "thời" của người cần dự đoán. Nếu dự đoán cho ai đó mà gieo được quẻ càn (không có hào động), thời điểm dự đoán của người đó cho phép vươn lên, hành động mạnh mẽ, hợp lẽ phải thì thắng lợi to lớn. nếu dự đoán được quẻ khảm là gặp thời điểm gian nan hung hiểm, nếu hành động sẽ thất bại và chịu tổn thất. Nếu gieo được quẻ cấn, được biểu tượng bằng núi, hàm ý là "dừng". Thời của cấn cũng không nên hành động vội, khó thành công, nêu tạm dừng một thời gian, chờ cơ hội đến mới hành động; về quan vận khó được cất nhắc, về tài vận không thắng tiến, về hôn nhân khó thành.

Tám quẻ mang tính đối xứng AD từng đôi một, mang thông tin gần như ngược nhau, nhưng không ngược nhau hoàn toàn, gồm các cặp Càn-Khôn. Thủy - Hỏa, Cấn - Chấn, Tốn - Đoài. Ký hiệu ngược nhau, nhưng thông tin hiện thực không ngược nhau hoàn toàn, càng chứng minh rằng quẻ không mô tả đầy đủ hiện thực khách quan. 64 trùng quái, cũng có hiện tượng tương tự.

Một đặc điểm khác của quẻ Dịch rất đáng chú ý là: Cùng một quẻ dịch, nhưng phương pháp gieo quẻ khác nhau, thời gian gieo quẻ khác nhau, sẽ mang thông tin khác nhau và kết quả dự đoán khác nhau.

Sách "Chu Dịch dự đoán - Các ví dụ có giải", tác giả Thiệu Vĩ Hoa, Nxb VHTT-1998, có nhiều ví dụ minh họa đặc điểm này. Bốn nội dung dự đoán khác nhau, đều được mô tả bằng quẻ Hằng, hào một động, biến sang quẻ Đại tráng (trang 232 - 234 - 275 - 294); Kết quả tốt xấu khác nhau. Trong "Bát Tự Hà Lạc" của Hi Di, một hào của quẻ dự đoán cho 3 hạng người. Nếu dùng lời Kinh của Văn Vương, Chu Công, các trường hợp này chung một lời chiêm, kết quả dự đoán tốt xấu ở mức độ sẽ gần như nhau. Như vậy, lời kinh của Văn Vương Chu Công chỉ thích ứng với việc gieo quẻ bằng phương pháp cỏ thi (chiêm thi), các phương pháp gieo quẻ khác, kết quả dự đoán có thể trùng, có thể không trùng với lời kinh của Văn Vương, tỷ lệ này bao nhiêu chưa được nghiên cứu. Hiệu tượng này chứng minh mấy điểm sau đây:

- Phương pháp gieo quẻ là phương pháp đo lường thông tin, tương ứng với cách giải thông tin phù hợp với kết quả đo lường đó.

- Phương pháp dự đoán theo Ngũ Hành dễ dàng hơn, cụ thể hơn, tỉ mỉ hơn. Quy luật AD như những tiên đề toán học tầm khái quát cao, ngắn gọn; Ngũ hành như những định lý, suy lý từ các tiền đề đó, nhưng cụ thể hơn, đa dạng hơn, mô tả tỷ mỉ nhiều chủng loại thông tin riêng biệt, nên thuận lợi trong việc ứng dụng. Điều này cũng chứng minh rằng, quy luật Ngũ Hành chi phối trực tiếp quy luật vận động của con người.

- Một quẻ mô tả nhiều quá trình hiện thực rời rạc theo nhu cầu dự đoán mà không mô tả một quá trình hiện thực toàn vẹn. Phân biệt như vậy để hiểu cách bố cục Kinh Dịch, đang gây nhiều tranh luận, sẽ được bàn ở phần tiếp theo.

II.3- Sự hình thành 64 quẻ dịch kép.

Quẻ dịch kép còn gọi là trùng quái, gọi ngắn gọn là quẻ kép.

Có nhiều cách lý giải về sự hình thành 64 quẻ kép. Tiên Nho muốn phức tạp hóa quá trình ra đời 64 quẻ kép để nâng cao giá trị Kinh Dịch chăng? Ở đây không nhắc lại những lý giải rườm rà đó. Chỉ biết rằng, cuối cùng 64 quẻ kép là từ 8 quẻ đơn chồng lần lượt lên nhau. Có nhiều bậc Tiên Nho cũng đồng ý như vậy (Kinh Dịch, trang 46).

Khi ứng dụng học thuyết Ngũ Hành vào Dự đoán học, các nhà Dịch học bèn phân loại 64 quẻ kép vào các Ngũ Hành theo nguyên tắc riêng, xuất phát từ sự phân loại các quẻ đơn. Việc phân loại này là một khám phá khoa học về Dự đoán học, đương nhiên phải căn cứ vào nguyên lý ADNH và kinh nghiệm thực tiễn trong dự đoán. Bạn đọc có thể tham khảo các sách về Chu Dịch dự đoán học. Sau đây là một ví dụ. Quẻ Càn thuộc hành kim, quẻ kép Càn cũng thuộc hành kim, 8 quẻ khác được sắp xếp vào họ Càn như sau:

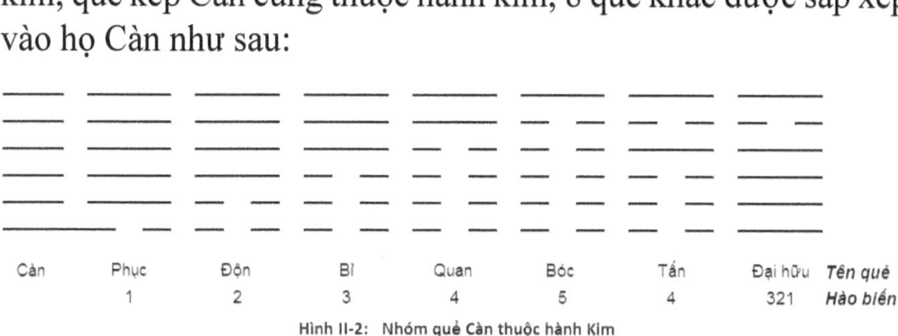

Hình II-2: Nhóm quẻ Càn thuộc hành Kim

Các quẻ này nằm trong số 64 quẻ, mang quy luật thông tin của quẻ càn và ngũ hành kim, nên còn gọi là càn kim. Sau phát minh này, tiền nhân đảo ngược quan niệm: AD sinh bát quái, bát quái sinh Ngũ hành thành quan niệm AD sinh NH, ngũ hành sinh bát quái. Quan niệm sau phản ánh đúng hơn quy luật vận động của tự nhiên trên TĐ. Sự vận động AD của hệ MT - TĐ - Mt sinh ra quy luật NH, mọi sự vận động thông tin khác đều do thông tin NH chi phối.

Tại sao chỉ cấu tạo 64 quẻ mà không nhiều hơn để mở rộng khả năng dự đoán. Nhà dịch học Trung Quốc Tiêu Diên Thọ đã chồng 64 quẻ thành 64 x 64 = 4096 quẻ và viết lời dự đoán. Nhưng phát minh đã không đi vào thực tiễn vì quá phức tạp, không đủ độ tin cậy. Hiện thực sử dụng 64 quẻ đã hơn 3000 năm chứng tỏ rằng 64 quẻ là vừa đủ cai quát mọi thứ dưới gầm trời (lời Kinh Dịch).

Quay lại với quan niệm: AD sinh tứ tượng, tứ tượng sinh bát quái, với lý giải tứ tượng là 4 mùa, 4 phương. Như chương hai đã chứng minh: bốn mùa do quy luật NH sinh ra, bốn phương là không gian, địa lý của TĐ. Trong đó, phương Bắc Nam tương đối ổn định. Còn phương Đông Tây quay tròn theo quỹ đạo TĐ quanh MT do hiện tượng tự quay của TĐ. Hai yếu tố này tham gia vào quá trình hình thành thông tin và tương tác thông tin trên TĐ. Song, nguồn năng lượng cấu trúc thông tin chủ yếu là vận động năng lượng theo quy luật Ngũ Hành. Các thông tin được sinh ra là hiệu ứng nhân quả tầng tầng, lớp lớp của quy luật ADNH. Các mối liên hệ thông tin khi gieo quẻ do quy luật năng lượng NH đang vận động hàng ngày tương tác với các thông tin NH thứ cấp từ các hiệu ứng nhân quả nói trên. Việc gieo quẻ sẽ bàn một mục riêng.

Về lời từ 64 quẻ, các nhà chú giải xưa nay đều thống nhất rằng, "Phục Hy" lập 64 quẻ chưa có lời mà chỉ có tượng quẻ, đến Văn Vương - Chu Công mới ghi lời vào cho hậu thế dễ "dự đoán". Âm Dương từ quy luật vô hình, phải dùng tượng (ký hiệu) để dễ hình dung và phán đoán. Tiền nhân cũng nhắc nhở hậu học rằng, quẻ của Phục Hy chưa nói hết lẽ của tự nhiên, lời Văn Vương chưa hết lẽ của "Phục Hy", lời Thập dực chưa hết lẽ của Văn Vương, vì vậy học Dịch, cần đào sâu để hiểu những cái ngoài Dịch. Việc ứng dụng dự đoán cũng phải như vậy.

Sau khi có 64 quẻ; tiền nhân tiếp tục tìm kiếm phương pháp thu thập thông tin để lập quẻ; Hình thúc lập quẻ bằng cỏ thi đã ra đời và thường gọi là phương pháp chiêm thi. Đây là một sáng tạo nữa để đưa quẻ dịch vào cuộc sống. Quẻ dịch khi chưa có lời kinh dự đoán rất khó khăn, phương pháp chiêm thi lại phức tạp. Chỉ có những trí tuệ mẫn tiệp, tổng kết kinh nghiệm nhanh, am hiểu sâu sắc quy luật AD, mới có thể dự đoán. Việc dạy và học cũng không dễ dàng, vì nghề in chưa hình thành, người ta phải khắc chữ trên xương thú và thẻ tre, khó có thể phổ cập tri thức rộng rãi. Do đó nhiều phương pháp dự đoán khác song song tồn tại; đặc biệt là phương pháp dùng mai rùa, rất có tín nhiệm. ứng dụng dễ dàng nhất là dự báo thời tiết, đó cũng là điều đầu tiên của mục đích sáng tạo Dịch. Thời tiết gắn liền với mùa màng, chịu ảnh hưởng lớn của quy luật AD, các phương pháp dự đoán khác khó có thể cung cấp thông tin chính xác vì không phản ánh quy luật AD rõ ràng như quẻ dịch; Mặt khác hiện thực thời tiết diễn ra liên tục, tổng kết kinh nghiệm rất nhanh chóng. Thiệu

Khang Tiết trong sách Mai Hoa đã ghi chép được nhiều kinh nghiệm. Ví dụ: Quẻ Ly phần nhiều dự báo trời tạnh, quẻ khảm trời mưa, quẻ khôn u ám, quẻ càn trong trẻo sáng sủa; quẻ chấn nhiều trong quẻ chủ, hỗ, biến thì sấm sét ầm vang; quẻ tốn nhiều thì gió lớn, quẻ Cấn nhiều thì trời đang mưa sẽ tạnh, quẻ Đoài nhiều là không mưa, trời sáng sủa; quẻ Đoài nhiều mà không có quẻ Khảm thì hạn hán nghiêm trọng. Quẻ Thái và quẻ Nhu thì trời âm u; quẻ Kiển, quẻ Mông mưa lớn; quẻ Thăng, quẻ Quan là hạn. Khi ghép được Ngũ Hành vào quẻ, việc dự báo sẽ nhiều vẻ hơn, thuận lợi và chính xác tỉ mỉ hơn. Điều này còn chứng minh rằng, khí hậu thời tiết vận hành theo quy luật ADNH.

III- KINH DỊCH CỦA VĂN VƯƠNG - CHU CÔNG

III .1- Vài nét về tác giả Kinh Dịch

Văn Vương, Chu Công Đán có công lớn với Dịch học. Đó là hai vị Tiên hiền được sử sách, Khổng Tử, Mạnh Tử, ca ngợi hết lời và ngưỡng mộ tận đáy lòng. Trước khi nghiên cứu Kinh Dịch cũng nên biết một vài nét về lịch sử tác giả, theo các sách người xưa ghi lại.

Văn Vương tên là Cơ Xương. Ông là Hậu duệ của Hậu Tắc, vị quan trụ cột trong triều đình Đại Vũ nhà Hạ. Danh vị của Hậu Tắc truyền đời đến Văn Vương. Ông là chư hầu của nhà Ân, được Trụ Vương phong hàm Tây Bá, cai quản vùng đất phía Tây, thuộc địa phận tỉnh Sơn Tây ngày nay. Khi Cơ Phát, con trai ông diệt Trụ, thành lập nhà Chu, mới truy phong ông là Văn Vương.

Văn Vương tài đức vẹn toàn. Ông rất thành công trong sự nghiệp trị quốc an dân. Trong 9 chư hầu của nhà Ân, đã có 6 chư hầu mến phục ông; nhân dân yêu mến ông. Sách Đại học trong bộ Tứ thư đánh giá ông như sau: "Văn Vương đủ 5 đức: Nhân,

Kính, Hiếu, Từ, Tín. Làm vua thì có đức nhân, làm tôi thì có đức kính, làm con thì có đức hiếu (với cha là Vương Quý), làm cha thì có đức từ, làm bạn thì có đức tín (với các bạn chư hầu)". Sách Luận ngữ chép " Ông Công Tôn Triều, đại phu nước vệ hỏi Tử Cống rằng: "Thầy là ông Trọng Ni (Khổng Tử) học với ai mà giỏi vậy?". Tử Cống đáp rằng: "Ở đâu lại chẳng có đạo thống của vua Văn vua Võ? Thầy tôi há chẳng học ở đó sao?". Sách Mạnh Tử, tập hạ, tiết 13 chứng minh rằng, ông Bá Di và Lã Vọng (Khương Tử Nha) lánh nạn vua Trụ, nghe nói Văn Vương chăm phụng dưỡng người già cả, nên hai ông theo về. Còn tiết 20 thì cho rằng: "Mạnh tử nói: "Vua Vũ nhà hạ chán ghét rượu ngon, mà ưa nghe lời phải". Vua Thành Thang nhà Thương, trong việc cai trị thường giữ mực trung bình, tức là tránh hai mối cực đoan, thái quá và bất cập, ngoài lựa dùng những trang tài đức, chẳng kể gốc tích và gia thế của họ. Văn Vương nhà Chu coi dân như kẻ bị thương, thường săn sóc họ chu đáo, ngài rất hâm mộ lẽ phải. Vua Võ Vương, con Văn Vương, chẳng khinh dễ người gần và chỗ gần, cũng chẳng bỏ quên người xa và chỗ xa. Ông Chu Công, em vua Văn Vương, thi hành theo những việc của bốn vị Thánh (Vũ - Thang - Văn - Võ)".

Mạnh Tử tổng kết rằng, khoảng 500 năm lại có một bậc Thánh Vương xuất hiện; Đại Vũ Nhà Hạ (2205 TCN), Thành Thang nhà Thương Ân (1766 TCN), Văn Vương thời còn giữ chức Tây Bá (khoảng 1150 TCN); Khổng Tử (551 TCN). Ở Việt Nam, Nguyễn Trãi sinh 1380 đến Hồ Chí Minh 1890, cũng gần 500 năm, Trạng Trình đã dựa vào quy luật xuất hiện người tài để dự đoán thời cuộc chăng?

Hãy quay lại với Văn Vương. Tập thơ Tùng Mai phong thổ của Nguyễn Tiến Bảng (người làng Quỳnh Đôi, Quỳnh Lửu, Nghệ An). Sáng tác năm 1921, có câu:

"Hoa đào đua nở, là bàng bóng che".

Được chú thích là: Lá bàng bóng che, tích ông Thiện công Thích, đi truyền bá đức độ của Chu Văn Vương ở các nước phương nam, thường nghỉ dưới gốc cây bàng bên đường, nhân dân nhớ công đức ông nên không nỡ chặt cây bàng ấy. Đây là một chứng tích lịch sử; Việt Nam thời kỳ này thuộc Tây Bá của Văn Vương, hoặc thuộc một nước chư hầu khác của nhà Ân (khoảng 1150 TCN)? Thời kỳ này, trước thời đại vua Hùng (thời đại Hùng Vương đồng hành với thời đại nhà Chu)? Tháng Gióng chống giặc Ân thời kỳ nào? Tuy nhiên chứng tích cũng nói lên rằng Văn Vương đang mở cuộc vận động cách mạng để chống Trụ Vương tàn bạo.

Trụ Vương, con vua Đế Ất. Đế Ất là vua hiền, gả em gái cho thường dân, trang phục cô dâu giản dị, không đẹp bằng trang phục dân, được Văn Vương ca ngợi trong quẻ dịch quy muội (hào 5). Trụ, lúc đầu là người thông minh, vũ dũng, nhưng vì mê Đát Kỷ, sa vào tửu sắc, làm nhiều việc bất chính, đàn áp trung thần. Văn Vương đã từng dâng vật quý thỉnh cầu bỏ hình phạt ống đồng nung đỏ rất tàn bạo. Do bọn gian thần là Sùng Hầu Hỗ gièm pha, cho rằng Tây Bá đang tập hợp thế lực làm phản. Trụ bắt giam ông vào Ngục Dữu Lý hai năm (1144 - 1142 TCN), có sách nói bảy năm. Nghe đồn Cơ Xương là thánh nhân, Trụ lo sợ và nghĩ ra độc kế: Giết con Cơ Xương là Ấp Bá Khảo, lấy thịt nấu canh đem vào nhà tù cho Cơ Xương ăn. Cơ Xương không biết, liền ăn và tạ ân. Quần thần báo lại, Trụ vỗ tay cười lớn: "Ai bảo Cơ Xương là Thánh? Hắn ăn thịt con mà không biết". Từ đó, Trụ an tâm. Các đại thần Tây Bá tích cực tiến báu vật để cứu chủ. Tán Nghi Sinh lĩnh nhiệm vụ mang cống phẩm kỳ lạ và cả mỹ nữ ra mắt Trụ Vương. Trụ hài lòng nói:"Chỉ vì Sùng Hầu lo quá xa mà ta bắt giam, nay thấy chủ các ngươi vô tội, bèn tha Cơ Xương và phục chức Tây Bá, đồng thời giao cho ông dẹp loạn để thử thách. Nhờ Khương Tử Nha giúp sức, cuộc dẹp loạn thành công. Năm (-1135) ông qua đời. Cơ Phát kế truyền giữ ngôi Tây Bá 4 năm.

Trong thời gian đó, ông tập hợp lực lượng chuẩn bị diệt Trụ. Tại sao Văn Vương không diệt Trụ mà phải sang đời con? Văn Vương là nhà đoán Dịch tài năng, chắc rằng thông tin quẻ Dịch cho ông biết thời cơ chưa đến. Thực tế đã được sách Mạnh Tử, chương Lương Huệ Vương (tập sau), tiết 10 ghi chép: "Vì thấy đa số trong dân chúng chưa nghịch hẳn với Vua Trụ, nên chưa nỡ dẹp bỏ vua ấy".

Nhà Thương có 28 đời vua, có nhiều vua hiền, sử dụng chính sách tỉnh điền hợp lòng dân; Vua cha của Trụ là Đế Ất, cũng là vua hiền. Trụ bị Đát Kỷ mê hoặc. Thời gian đầu mới gây tội ác ở triều đình; người dân trong nước chưa bị ảnh hưởng lớn, thông tin chưa đến dân các nước chư hầu. Khi các trung thần bị giết và bỏ đi gần hết, bọn gian thần làm loạn triều chính, tội ác thấm khắp dân gian. Lúc này nhân dân không còn nuối tiếc nhà Ân được nữa. Võ Vương, Chu Công, Khương Tử Nha, là những nhà đoán Dịch thông tuệ, kết hợp với quan sát thực tế, biết thời cơ đã đến.

Năm 1122 (tr. CN), Tây Bá Cơ Phát mở hội thề với chư hầu ở bến Mạnh Tân, giao cho Lã Vọng cầm quân diệt Trụ. Trương Hán Siêu, một nhà thơ lớn của Việt nam, trong bài Bạch Đằng Giang phú, đã so sánh hội thề Mạnh Tân với hội nghị Diên Hồng của nhà Trần ở Bình Than, thống nhất ý chí toàn dân tộc chống giặc Nguyên Mông và giao cho Trần Hưng Đạo tổng chi huy quân đội kháng chiến. Thừa lúc quân chủ lực triều đình đi đàn áp các cuộc nổi dậy, Tây Bá mở cuộc tấn công thần tốc vào kinh đô Triều ca; trước thế trẻ che, quân Trụ Vương nhanh chóng đầu hàng, Trụ Vương phải tự sát trên ngọn lửa thiêu Lộc Đài, chấm dứt cuộc đời tàn bạo và cũng khép lại chương sử của triều đại Thương Ân, hiện diện hơn 600 năm (1766 - 1387 - 1122).

Cơ Phát diệt Trụ, sáng lập nhà Chu tồn tại 900 năm (1122 - 221 TCN), rực rỡ nhất trong "ba nhà" (tam đại Hạ - Thương - Chu). Và có công lớn trong việc sáng tạo nền văn minh Trung

Quốc, mà sản phẩm sáng tạo chói lọi đầu tiên là Kinh Dịch, tiếp đến là kế tục được chính sách "tỉnh điền", hợp lòng dân, của nhà Ân, và duy trì nó hơn 700 năm về sau. Có thể chính sách Tỉnh điền do Văn Vương sáng tạo, phù hợp nguyên lý trung chính trong Kinh Dịch, phù hợp nguyên lý cân bằng AD, khi ông làm Tây bá, chư hầu nhà Ân.

Công lao tổ chức nhà Chu phải kể đến Cơ Đán (Chu Công Đán) em ruột Võ Vương Cơ phát. Võ Vương nắm giữ triều chính được 8 năm thì qua đời (- 1115). Con là Chu Thành vương nối ngôi còn bé nhỏ. Chu Công cùng Khương Tử Nha hết lòng phò chúa, dẹp loạn cướp ngôi, củng cố đất nước vững mạnh, được lịch sử Trung Quốc đánh giá là một chính trị gia đại tài. Các nhà Nho tôn vinh nhà Chu có ba "thánh vương": Văn Vương - Võ Vương - Chu Công, còn Khổng Tử suốt đời ước ao lập được sự nghiệp như Chu Công.

Có học giả cho rằng, nhà Chu chỉ thịnh trị được 400 năm, có người còn đánh giá là chỉ cường thịnh hơn 100 năm. Có lẽ phải xem xét lại tiêu chí đánh giá thịnh suy, có phù hợp với quy luật vận động lịch sử ở thời điểm đó hay không. Thông thường, chu trình tồn vong của một triều đại phong kiến trải qua các giai đoạn hình thành - phát triển đi lên - ổn định - suy rồi chuyển hóa. Trừ trường hợp cá biệt, hầu hết giai đoạn suy chỉ diễn ra khoảng một phần tư (1/4) thời gian của chu trình. Giai đoạn suy là giai đoạn mất lòng dân nghiêm trọng, giai đoạn phát triển đối kháng. Nguyên nhân chủ yếu làm mất lòng dân nằm trong chinh sách kinh tế và được lòng dân cũng nằm ở nguyên nhân đó. Chính sách kinh tế bất công sẽ dẫn đến chính trị tàn bạo. Hai cái đó thức đẩy nhau làm suy yếu nhà nước phong kiến. Như vậy "nhân hòa" là thước đo thịnh suy của một chế độ.

Nhà Chu duy trì chính sách "Tỉnh điền" hợp lòng dân, cùng với văn đức là tư tưởng Trung Chính trong Kinh Dịch, làm nên yếu tố "nhân hòa". Kéo dài gần 700 năm. Lịch sử nhà Chu trong gần 700 năm đó, không nói đến các cuộc khởi nghĩa của nông dân, tuy rằng yếu tố pháp quyền bị xem nhẹ. Hai trăm năm cuối nhà Chu, thời kỳ Chiến quốc, chính sách tỉnh điền bị bỏ dần, tỷ lệ thu thuế hoa lợi tăng lên tới 50%, lợi ích giữa nông dân và quan lại mất cân bằng nghiêm trọng, quyền lực "Thiên tử" của nhà Chu đối với chư hầu thực thế không còn. Chiến tranh xảy ra liên miên, nhân dân điêu đứng. Các yếu tố đối kháng trong quần chúng tăng dần, làm cơ sở xã hội cho phái "pháp gia" ra đời, chủ trương trị dân nghiêm khắc bằng pháp luật; xóa bỏ tư tưởng "đức trị" của Khổng Tử, có nguồn gốc từ tư tưởng "trung chính" của Kinh Dịch. Như vậy, nhà Chu bước vào giai đoạn suy chỉ 200 năm, vào thời kỳ Chiến quốc (- 403 - 221); khi mà chính sách "tỉnh điền " bị xóa bỏ, kéo theo sự bốc lột nặng nề, tư tưởng trung chính bị coi thường, dẫn đến sự cai trị tàn bạo, như Tần Thủy Hoàng là một điển hình.

Cuốn sách nghiên cứu về nhà pháp gia đại thành "Hàn Phi Tử" của Nguyễn Hiến Lê - Giản Chi (Nxb VHTT - 1995) cho ta những dẫn chứng sinh động:

- "Một nét đặc biệt nữa là thời Xuân Thu (- 770 - 403)". Các vua chúa còn trọng nhân nghĩa; qua thời Chiến Quốc (- 403 - 221) họ chỉ dùng thuật" (sđd - tr 21).

- "Thời Mạnh Tử (372 - 289) còn có một số vua chư hầu thích nghe thuyết nhân chính, như Tề Tuyên Vương, Lương Huệ Vương, Đằng Văn Công và cố gắng thực hiện, nhưng kết quả kém so với thời xuân Thu" (Sđd - tr 21).

Cốt lõi của "nhân chính" là công bằng về lợi ích. Bỏ chế độ tỉnh điền, lợi ích mất công bằng, thì nhân chính chỉ còn là vật trang sức bề ngoài mà thôi.

- "Thời Xuân Thu, chiến tranh còn theo luật" "quân tử".. Vì vậy mà chết ít người lắm. Chẳng hạn, một lần Tống và Sở giao tranh ở Trác Cốc. Quân Sở đương qua sông. Quân Tống muốn thừa dịp tấn công ngay. Tống Tương Công không cho, bảo để địch qua sông đã. Khi quân Sở qua sông hết rồi, quân Tống lại xin tấn công, Tương Công lại bảo: "Khoan, để chúng dàn trận xong đã". Sở dàn trận xong, đánh bại Tống. Tương Công bị thương còn bảo: "Bậc quân tử không đánh quân địch khi họ ở trong bước khốn cùng". (sđd - tr. 24 - 25 - 26).

Đối với người thời nay, câu chuyện trên thật buồn cười. Song đó là sự thật phổ biến thời Xuân Thu. Nó nói lên một điều sâu sắc hơn là: Tư tưởng trung chính trong Kinh Dịch, được Khổng Tử cụ thể hóa bằng mô hình «Quân tử», đã có chiều sâu và tồn tại lâu dài trong tâm lý con người (kể cả quan lại) tới 700 năm. Một sự giáo dục mà đạt được chiều sâu lâu dài như thế thật đáng để cho người thời nay suy ngẫm. Đi tìm nguyên nhân của nguyên nhân, không gì khác ngoài nguồn gốc lợi ích. Chế độ tỉnh điền vận hành được quy luật sở hữu cá nhân chân chính, không mang yếu tố bóc lột, đã đem lại giá trị nhân văn cao cả cho con người.

- "Nhưng qua thời Chiến Quốc đã khác hẳn. Càng về cuối chiến quốc, chiến tranh càng tàn khốc, kinh tởm nhất là vị tướng Tần Bạch Khởi, chôn sống bốn chục vạn quân Triệu đã đầu hàng (năm 260 tr.CN)".

- "Họ tiếc thời cũ, muốn trở lại thời Xuân Thu, vì thời đó bình ổn hơn, tôn trọng nhiều giá trị tinh thần, nhân, nghĩa hơn." (Sđ d - tr. 29).

- "Vua Văn Vương ở đất Phong, đất Cảo (vùng Thiểm Tây), đất vuông trăm dặm, thi hành nhân nghĩa, vỗ về rợ Tây Nhung, mà thống nhất được thiên hạ. Vua Yển Vương nước Từ, ở phía đông sông Hán (nguồn của sông Dương Tử, cũng ở Thiểm Tây), thi hành nhân nghĩa mà ba mươi sáu nước chư hầu cắt đất triều phục" (sđd - tr. 394 - Trong chương Ngũ Đố của Hàn Phi Tử).

Con người thời nay đã bị cải biến một phần do các chế độ

"phi tỉnh điền", chỉ có "Đức trị" không đủ mà cần có "thần linh pháp quyền" (Lời Hồ Chí Minh). Con người sống cân bằng giữa đức trị và pháp trị.

III.2- Hình thành lời kinh:

- Hầu hết các học giả đều cho rằng, lời kinh quẻ Dịch được Cơ Xương Tây Bá viết trong thời gian bị giam ở ngục Dữu Lý. Song từ lịch sử hình thành quẻ Dịch, lịch sử cuộc đời và sự nghiệp của Ông, có thể thấy rằng Tây Bá đã chuẩn bị viết lời kinh từ trước khi vào ngục. Tù ngục đã tạo thời gian và sự yên tĩnh, thuận lợi cho việc tư duy tâm linh, đồng thời tạo quyết tâm hoàn thiện việc dự đoán để chuẩn bị cho cuộc cách mạng diệt Trụ, khi thời cơ cho phép. Ông cũng giao cho Cơ Đán viết lời hào Dịch, vì biết rằng, Cơ Đán sẽ phải giúp anh mình là Cơ Phát, tiến hành cách mạng và sáng lập triều đại mới. Việc thành thạo trong dự đoán là cần thiết cho các quyết sách cách mạng.

Sự nghiệp trị quốc an dân của Văn Vương (Cơ Xương) gặt hái được nhiều vinh quang, nhân dân yêu mến, chư hầu khâm phục; một mặt ông có tâm hồn nhân hậu, nét tính cách của tổ tiên ông truyền lại. (Lịch sử ghi rằng, khi Thái Vương, ông nội của Văn Vương, di chuyển từ đất Mân sang đất Kỳ để chống giặc, nhân dân đã đi theo ngập đường, giống như trường hợp Lưu Bị rút khỏi Phàn Thành, được mô tả trong truyện Tam Quốc). Mặt khác, ông am hiểu sâu sắc quy luật Âm Dương, trở thành nhà dự đoán Dịch tài năng. Có thể kinh nghiệm dự đoán, cũng được truyền từ tổ tiên của ông. Chắc rằng, triều đình của ông có tổ chức nhóm quan thái bốc, chuyên coi việc dự đoán, do Cơ Đán điều khiển. Các việc lớn của đất nước, ông đều tham khảo qua quẻ dịch. Kinh nghiệm thực tiễn khi sử dụng quẻ dịch và sự thấm nhuần quy luật trung hòa AD, đã chỉ bảo cho ông hành động trung chính mới thắng lợi. Vì thế ông trở thành người tài đức vẹn toàn.

Để chuẩn bị cho ông viết lời kinh, các quan thái bốc đã tổng hợp kinh nghiệm quá khứ, kinh nghiệm của các nhà đoán Dịch trong dân gian, kinh nghiệm của triều đình. Phối hợp nguyên lý AD và kinh nghiệm thực tiễn, Văn Vương đã viết lời kinh chiêm đoán theo thể ẩn dụ, để cai quát nhiều việc, vì viết rõ một việc thì chỉ được một việc. Việc dưới gầm trời thì vô vàn, một quẻ chứa đựng vô vàn thông tin, vì vậy mà phải «ẩn dụ». Từ đó: «việc vua cũng có chỗ dùng, việc dân cũng có thể dùng» (Lời Kinh Dịch).

- Quẻ dịch là phương pháp hình thức hóa, mô hình hóa nguyên lý AD để có thể ứng dụng quy luật AD vào công việc dự đoán.

Nguyên lý AD có nhiều mô hình ứng dụng. Mỗi mô hình là một khoa học cụ thể như y học, tướng học, khí công học, võ thuật, phong thủy học, độn giáp, Dự đoán học Kinh Dịch chỉ là một loại mô hình. Vì trong dự đoán học có nhiều loại mô hình. Để dự đoán sự việc cụ thể, người ta dùng quẻ dịch, quẻ Ngũ hành. Để dự đoán mệnh vận con người, người ta dùng mô hình cân bằng ADNH, quẻ Hà Lạc, Tử vi đẩu số,...Có thể gọi đây là các loại "Toán Dịch dự đoán", một loại toán đặc biệt. Muốn giải Toán Dịch, phải sử dụng cả hai phương pháp. Lôgic hình thức và lôgic biện chứng, gắn liền với kinh nghiệm thực tiễn. Vì không thể xây dựng một phương trình toán học, chặt chẽ về lô gic toán để giải nó, như đại số, vi phân,...

- Quy luật AD mô tả toàn diện đời sống của thế giới khách quan (tự nhiên xã hội và tư duy); các khoa học cụ thể chỉ mô tả được một khía cạnh, một bộ phận của đời sống đó. Song khoa học cụ thể cũng có những nguyên lý riêng cho mình. Đối với toán dịch, nguyên lý AD đóng vai trò như một tiên đề toán học, đối với 64 quẻ dịch còn có những định lý được suy lý từ các tiên đề đó. Khi giải bài toán dịch phải sử dụng cả tiên đề, định lý và kinh nghiệm thực tiễn. Tiên đề AD mang tính phổ quát triết học, được rút ra từ quan sát hiện thực. Các quẻ dịch, hình thức hóa trực tiếp tới tiên đề AD, vì vậy các "định lý" của nó cũng được rút ra từ sự phối hợp tiên đề AD và kinh nghiệm thực tiễn của quá trình dự đoán lâu dài, mang tính chất của toán xác suất thống kê, mà không chặt chẽ như các định lý hình học hay đại số. Sau đây là một số nguyên lý của quẻ dịch có vai trò như các định lý toán Dịch, từ ngữ diễn đạt mang tính ẩn dụ.

1. Thứ tự các hào (ngôi của hào)

Được quy định từ dưới lên: 1 - 2 - 3 - 4 - 5 - 6

Khi gieo quẻ, hào đầu tiên là hào 1. Ví dụ ở quẻ Càn

―――――――	6	Hào thượng quẻ thượng: Không trung, không chính
―――――――	5	Hào trung quẻ thượng: vừa trung, vừa chính
―――――――	4	Hào sơ quẻ thượng: không trung, không chính
―――――――	3	Hào thượng quẻ hạ: Chính, không trung
―――――――	2	Hào trung quẻ hạ: Trung, không chính
―――――――	1	Hào sơ quẻ hạ (nội) chính, không trung

Hình II-3: Thứ tự các hào trong quẻ Dịch.

Hào 1: Thường mô tả sự việc khi chuẩn bị

Hào 2: Thường mô tả sự việc bắt đầu tiến hành và hay gặp thuận lợi

Hào 3: Thường mô tả sự việc tiếp tục phát triển, hay gặp khó khăn phải thận trọng cân nhắc tiến lui. Quẻ dưới có hào 1, 2, 3 gọi là quẻ nội.

Hào 4: Mô tả sự việc tiếp tục phát triển và thường gặp khó khăn như hào 3 nhưng thường tốt hơn hào 3.

Hào 5: Sự việc đến giai đoạn phát triển cao nhất, thường là gặp thuận lợi.

Hào 6: Sự việc kết thúc, không nên tiếp tục, thường gặp khó khăn nếu tiếp tục công việc.

Sau đây là bảng thống kê tốt xấu của các quẻ và các hào của nhà dịch học Trung Quốc Ngô Súc Tuyền (xem bảng).

Bảng thống kê theo lời kinh của Văn Vương, Chu Công, có giá trị tham khảo dự đoán. Chú ý rằng việc đánh giá tốt xấu có tính tương đối, vì một hào được đánh giá là xấu, có thể gảm tác hại hoặc vô hại, khi hành động hợp đạo trung chính. Một hào được đánh giá là tốt, nếu hành động không trung chính và không hợp thời, có thể trở thành xấu.

Ví dụ sau đây rất điển hình, đã được mô tả trong Kinh Dịch, quẻ khôn

Bảng 2.1: Thống kê cát, hung (tốt, xấu) của 64 quẻ Dịch

	Đại cát	Có lợi	Cát	Bình thường	Tiểu hung	Hung	Đại hung
LỜI QUẺ	8	21	21	6	5	3	
Hào 1	2	4	18	22	9	6	3
Hào 2	1	4	26	18	8	7	
Hào 3		1	12	19	18	11	3
Hào 4	3	3	18	19	10	10	1
Hào 5	5	9	22	12	8	6	2
Hào 6	2	5	15	16	14	11	1
Tổng số của hào	13	26	111	106	67	51	10
Tỷ lệ:	4%						2,3%
Tổng hợp:	150 = 36,3%			106 = 30%		128 = 33,3%	

Hào	1	2	3	4	5	6	Cộng	Tỷ lệ
Tốt	24	31	13	24	36	22	150	36%
Bình	22	18	19	19	12	16	106	30%
Xấu	18	15	32	21	16	26	128	33%

Truyện Xuân Thu chép: Nam Khoái sắp làm phản, bói được hào 5 quẻ Khôn, có lời Kinh: "Quần vàng rất tốt", cho là có thể cướp ngôi vua thành công. Tử phục Huệ Bá nói rằng: "Việc trung tín thì được, nếu không như thể ắt là thất bại". Vàng là màu Trung Chính, quần là đồ trang sức phía dưới. Không trung chính không đúng với màu của nó, dưới không cung kính, không đúng với sự trang sức của nó; việc làm không thiện, không đúng khuôn phép của nó. Sau Khoái quả nhiên thất bại. Có thể lý giải cách khác: quẻ khôn có lời kinh "tiên mê hậu đắc", chỉ làm người phục tùng mà không làm được người khởi xướng, lại có nét thuận như ngựa cái; và lời khuyên ở hào dụng lục: Vĩnh Trinh Cát, luôn luôn trinh rất tốt; vua mặc hoàng bào, quần và áo đều vàng; quần ở dưới áo, ý nói chỉ ở cấp dưới vua thì rất tốt, quần vàng sát người vua, ý nói Nam Khoái là đại thần được vua sủng ái, dưới một người mà trên vạn người. Nếu cứ ở vị trí ấy thì tốt biết bao, nhưng lại muốn mặc cả áo vàng! Hành động Nam Khoái nghịch với ý tứ của quẻ và hào nên gieo gió đã gặt bão lớn.

Đây cũng là một ví dụ thực tiễn về việc giải toán Dịch: Kết hợp giữa lô gic hiện thực và lô gic toán Dịch.

Từ bảng thống kê cho ta nhận xét sau:

* Không có hào nào tốt hoặc xấu hoàn toàn

* Hào 5 và hào 2 (giữa hai quẻ nội và ngoại)

Nhiều tốt, hào 3 và 6 (trên cùng các quẻ)

Nhiều xấu, xấu nhiều hơn tốt.

* Thống kê này chỉ phù hợp với phương pháp gieo quẻ bằng cỏ thi, gieo quẻ bằng các phương pháp khác thì tỷ lệ tốt xấu sẽ thay đổi. Tuy nhiên vẫn có thể tham khảo bảng này, sẽ được lý giải ở phần sau.

* Tỷ lệ hào tốt và bình thường chiến 66% = 2/3, xấu chiếm 1/3 phù hợp với thực tế cuộc sống. Cùng với thời gian, theo quy

luật phát triển tương thành, tỷ lệ hào tốt sẽ tăng lên. (Sự thăng tiến của trí thức, khả năng làm chủ mệnh vận ngày càng tốt hơn).

Hàng ngàn năm sau, căn cứ vào thực tiễn cuộc sống, lời chiêm có thể phải thay đổi. Tuy nhiên, khi bóc lột được xóa bỏ, đời sống con người toàn Hành tinh được nâng cao, đầy đủ về vật chất, đẹp đẽ về tinh thần, việc dự đoán về con người trở thành vô ích. Lúc này chỉ dự đoán cho nghiên cứu khoa học.

2. Ngôi dương, ngôi âm

Các hào lẻ 1, 3, 5 gọi là ngôi dương; các hào chẵn 2, 4, 6 gọi là ngôi âm. Hào dương ở ngôi dương, hào âm ở ngôi âm, gọi là chính ngôi (chính vị), thường tốt hơn trường hợp hào dương ở ngôi âm, hào âm ở ngôi dương. Tuy nhiên còn phụ thuộc vào từng quẻ, như hào hai quẻ càn, hào năm quẻ khôn, không chính ngôi nhưng vẫn tốt, vì nó được thêm tiêu chí hào trung và thời của quẻ.

3- Đồng ngôi:

Quẻ kép được chồng từ hai quẻ đơn, quẻ trên gọi là quẻ thượng, quẻ ngoại, quẻ dưới gọi là quẻ hạ, quẻ nội. Mỗi quẻ có 3 hào thượng, trung, hạ, hai hào cùng vị trí thượng, trung, hạ gọi là đồng ngôi: 1,4 - 2,5 - 3,6, một ngôi dương, một ngôi âm. Các hào đồng ngôi thường tương ứng tương thành với nhau, tuy nhiên còn phụ thuộc từng quẻ.

4. Hào dương cương, hào âm nhu

Theo nguyên lý âm dương, hào dương (__) thường cứng, quyết đoán, mang tính chỉ huy trưởng, hào âm (_ _) thường mềm, nhu thuận, tuân theo hào dương. Có trường hợp nhu vượt cương, hào âm ở trên hào dương, thường là không tốt.

5. Hào trung:

Là Hào giữa hai quẻ nội và ngoại: đó là hào 2 và 5, là hai

hào tốt nhất trong quẻ, hào 5 tốt hơn hào 2. Thông tin thực tiễn của hào trung tương đồng với nguyên lý trung hòa AD. Trung hòa là cân bằng. Âm dương cân bằng mới sinh ra vạn vật (trạng thái dừng tạm thời của vận động AD không ngừng); con người ứng xử với thiên nhiên và đồng loại theo nguyên lý trung hòa, cũng đem lại lợi ích tốt cho mình và cho xã hội. Sách Trung Dung đã viết như sau:

"Trung là cái gốc lớn của thiên hạ, hòa là cái đạt được đạo của thiên hạ. Đạt được Trung Hòa thì trời đất yên định, muôn vật sinh trưởng"..Chương XIV giải thích thêm cách ứng xử theo nguyên lý trung hòa: "Ở bên trên, người quân tử không đè nén kẻ dưới. ở bên dưới người quân tử không nịnh bợ kẻ trên. Chỉ lo giữ mình cho đứng đắn mà không hề lụy ai, thì không có sự oán hận. Trên không oán trời, dưới không trách người, cho nên quân tử cư xử bình dị để thuận theo mệnh; còn tiểu nhân thì làm liều để cầu may. Sự tinh túy của nguyên lý Trung hòa đã gây xúc cảm thi ca của các bậc Lão Nho.

Tĩnh lặng đất trời cùng hội ngộ

Tâm không trăng gió, trải muôn phương

Âm Dương tĩnh lặng ở trạng thái dừng tạm thời, cân bằng, đất trời (AD) cùng hội ngộ tương thành với nhau, mà vạn vật yên bình sinh trưởng (diễn ý của một câu trong Trung Dung: Cực trung hòa, thiên địa vị yên, vạn vật dục yên). Tâm con người đạt trạng thái trung hòa, không chao đảo, dao động, có thể hòa mình vào vạn vật.

Chương I nói về học thuyết AD, đã mô tả cụ thể nguyên lý Trung Hòa.

Hào ở vị trí vừa trung vừa chính (chính vị) thường là hào tốt. Hào 2 và 5 thường gặp vừa trung vừa chính nên có tỷ lệ tốt hơn cả. Khái niệm trung chính ở đây để chỉ ngôi của hào, khác với khái niệm trung chính là đạo đức, cần thực hiện khi xử lý thông tin ở tất cả các quẻ và các hào. Gieo quẻ được hào trung chính nhưng ứng xử không trung chính sẽ gặp hung, như ví dụ về Nam Khoái ở trên.

Quan niệm trung chính tương đồng với quy luật AD tương thành, là quan niệm cơ bản của Kinh Dịch. Trương Kỳ Quân, nhà Dịch học Trung Quốc nói: " Dịch là gì? chỉ là trung chính mà thôi. Đạo lý trong thiên hạ chỉ là khiến cho việc không trung trở về chỗ trung, việc không chính trở về chỗ chính". Ở đây, thấy rằng, tiền nhân đã có cách nhìn biện chứng về sự thống nhất giữa quy luật tự nhiên, quy luật tâm lý và quy luật xã hội.

6- Thời của quẻ và hào

- Cuộc đời con người biến đổi theo thời gian, lúc tốt lúc kém và tuân theo quy luật mệnh vận, được mô tả trong các khoa học dự đoán mệnh vận, tạm xem như một phương trình toán dịch. Ở mỗi thời điểm, phương trình cho một giá trị tương ứng hoặc tốt hoặc xấu. Đó là "thời" của con người (không đồng nhất với thời của xã hội). Khi gieo quẻ để xử lý một việc, quẻ sẽ phản ánh giá trị của thời. Nếu thời điểm gieo quẻ đang ở thời tốt về nội dung gieo quẻ, ắt sẽ gieo được quẻ tốt, hào động tốt và ngược lại.

Ví dụ, trong mệnh vận của anh, quan vận đang tốt, năm tháng gieo quẻ đang có tín hiệu lên chức, nếu anh gieo quẻ về việc thăng tiến, anh sẽ nhận được quẻ tốt, hào tốt, nói cho anh biết, anh sẽ được thăng chức. Cùng thời điểm đó, tín hiệu hôn nhân không thuận, được thể hiện trong thông tin mệnh vận; nếu anh gieo quẻ hỏi việc hôn nhân, anh sẽ được quẻ và hào nói việc hôn nhân chưa thuận. Như vậy trong cùng một ngày, anh gieo nhiều quẻ, hỏi nhiều việc, thì anh sẽ được các quẻ với thời của quẻ và hào khác nhau, và anh phải ứng xử đúng thời của nó.

Cụ thể, ngày hôm đó buổi sáng anh hỏi việc quan, nếu gieo được quẻ càn hào 5 động, thì anh ắt gặp tin mừng; nếu anh gặp hào 4 động, lời kinh chỉ cho anh khả năng thăng chức chưa đến. Song thời của quẻ càn cho anh niềm hy vọng sẽ được thăng chức trong thời gian tới, nếu anh hành động trung chính theo thời của hào 4, tùy cơ mà tiến hoặc lui, giữ đúng tư cách, như lời quẻ khuyên: Lợi trinh. Nếu anh có hành động kèn cựa địa vị , bất mãn, sao nhãng công vụ, thì anh đã hành động không đúng thời của quẻ và hào, khả năng thăng tiến của anh sẽ trở nên xa vời. Quan chức là công việc xã hội, anh có thể tham khảo "thời" của xã hội, để ứng xử hợp lý; tuy nhiên thời xã hội đã thể hiện trong quẻ. Vì quẻ là kết quả tổng hợp của quy luật mệnh vận, quy luật xã hội và quy luật tự nhiên tương tác mà làm nên.

Buổi chiều hôm đó, anh gieo quẻ hỏi việc hôn nhân, được quẻ khôn, hào một động. Hào 1 âm, không trung chính, tất có trắc trở phải đề phòng. Là Hào đầu, nói lên rằng, dù anh có quan hệ với cô ta khá lâu, song cô ta vẫn còn thử thách, chưa quyết. Hào "dụng lục" (sử dụng 6 hào âm) khuyên rằng "vĩnh trinh cát". Tất cả 6 hào, nếu chính đính sẽ thuận lợi, đưa lại niềm tin hôn nhân sẽ thành công. Hào 1 âm và quẻ khôn nói lên rằng, anh nên thuận, mềm dẻo; đừng đòi hỏi trước việc "ăn cơm trước kẻng', vì "tiên mê hậu đắc", hơn nữa anh sẽ vi phạm lời khuyên "Vĩnh trinh". Nếu cô ta yêu cầu việc đó trước, anh phải đề phòng thời của hào 1, có thể cô ta lấy anh làm lá chắn cho sự đã rồi và cũng vi phạm vĩnh trinh. Tốt nhất là việc đó "hậu đắc", sau hôn nhân sẽ tốt. Hào 1 động, quẻ khôn biến thành quẻ phục; Hào 1 quẻ phục dương, không trung nhưng được chính và dương quay lại, nên có niềm tin thành công nếu "vĩnh trinh".

Cổ nhân giải đáp chữ "thời" nặng về triết lý nhân sinh, chưa làm rõ chữ "thời"về mặt dự đoán học.

Thời của quẻ là giá trị cụ thể về thời trong mệnh vận con người ở thời điểm gieo quẻ. Thời của con người lại có nhiều nội dung: quan vận, tài vận (kiếm tiền), hôn nhân, thi cử, v.v...

Trong cùng thời điểm các nội dung đó có thể tốt xấu khác nhau. Nếu biết quy luật mệnh vận của mình, thì có thể không cần gieo quẻ vẫn biết được thông tin. Trung, chính, thời, là triết lý hành động cơ bản của Dịch. Đó là nguyên lý ứng xử tình huống, bảo đảm thắng lợi, hoặc hạn chế tác hại của rủi ro và có thể tránh được rủi ro. Đây không chỉ là kinh nghiệm thực tiễn của Văn Vương, của cuộc đời ông, của thời đại ông (được tổng kết qua trào lưu dự đoán trong dân gian), mà còn thể hiện tính thống nhất giữa quy luật âm dương và quy luật cuộc sống. Vì vậy, có thể nói Kinh Dịch là triết lý, triết học của hành động. Sẽ được bàn thêm ở phần: Kinh Dịch và triết học. Từ đây thấy rằng, trung, chính, thời mang quyền uy của "định lý" toán dịch.

7- Hào chủ của quẻ

Trong 6 hào, chỉ có một hào đối lập, thì hào đối lập đó thường quyết định thời của quẻ, được xem như làm chủ quẻ. Có 12 quẻ như vậy. Ví dụ: Quẻ Trạch thiên quải, một hào âm ở ngôi 6 còn 5 hào dương nói về việc đấu tranh chống tiểu nhân. Vì chỉ có một "tiểu nhân" mà 5 " quân tử", ắt tiểu nhân phải thất bại. Hào chủ có thể tốt, có thể xấu, tùy vị trí của nó. Nói chung "định lý" này không quan trọng.

8- Động và biến

Gieo quẻ có hào động, thì quẻ sẽ biến thành quẻ khác, hào âm biến thành dương, hào dương biến thành âm. Khi dự đoán có hào động, sự việc sẽ do hào động quyết định qua lời kinh của hào, đồng thời cần tham khảo lời toàn quẻ chủ và quẻ biến, lời hào biến. Như vậy sự việc cần dự đoán chỉ liên quan tới 2 quẻ chủ và biến. Trong *phương pháp thể dụng* còn sử dụng thêm quẻ hỗ. Quẻ hỗ được cấu tạo bằng cách dùng hào 3, 4,5 quẻ chủ làm quẻ thượng, hào 2,3,4 quẻ chủ làm quẻ hạ.

Ngoài ra, còn có cách đánh giá các hào như: hào dương là quân tử, hào âm là đàn bà, là tiểu nhân, quần chúng ở hào 1, quan chức nhỏ lớn lần lượt là các hào ở trên, hào 5 là vua. Cách định giá này không đúng với tư duy văn hóa hiện đại và không đúng với nguyên lý dự đoán. Khi dự đoán vua cũng có thể được hào 1, dân cũng thể được hào 5, hào dương cũng có thể là tiểu nhân, hào âm cũng có thể là quân tử (như hào 5 âm, quẻ khôn). Cách định giá này không mang giá trị "định lý" toán dịch. Ngoài ra, còn phối nam nữ vào các quẻ đơn, có giá trị trong việc dự đoán hôn nhân.

- Khi gieo quẻ bằng phương pháp cỏ thi, trong đó đã chứa đựng thông tin về quy luật Ngũ hành. Điều này giải thích tại sao, khi gieo quẻ bằng 3 đồng tiền, hoặc các phương pháp khác để lập quẻ dịch ngũ hành, lại có thể tham khảo lời kinh Văn Vương. Quy luật AD bao trùm vũ trụ, quy luật NH là pháp chế địa phương của hệ MT - TĐ - Mt. Vạn vật vận động ở địa phương phải tuân theo pháp chế trung ương AD, vừa phải tuân theo pháp chế địa phương. Song pháp chế địa phương cụ thể hơn, tỷ mỉ hơn, phong phú hơn, vì vậy giải quyết sự việc dễ dàng hơn. Quẻ dịch ngũ hành là mô hình ứng dụng nguyên lý ADNH thiên nhân tương ứng, gắn liền với thế giới hữu sinh và con người. Do đó sau khi khám phá quy luật ngũ hành, nhiều khoa học cụ thể ứng dụng đã được phát minh, phong phú nhất là Dự đoán học, cần thiết nhất là Y học. Phối ngũ hành vào quẻ dịch để dự đoán là một khám phá đầy tài năng. Gieo quẻ là một phương pháp đo lường thông tin về các mối liên hệ phổ biến giữa con người và cộng đồng, giữa con người và thiên nhiên. Các mối liên hệ phổ biến có sự điều khiển, chi phối của quy luật ADNH. Vì vậy khi gieo quẻ bằng phương pháp cỏ thi cũng chịu sự chi phối tổng hợp của quy luật ADNH. Do đó quẻ dịch AD cũng mang thông tin ngũ hành và lời kinh của Văn Vương - Chu Công, cũng hàm chứa thông tin NH; từ đó mà có sự trùng hợp nhất định về thông tin giữa quẻ AD và quẻ ADNH.

Thiệu Ung dặn dò rằng, khi lập quẻ xong, thì có thể tham

khảo lời Kinh (của Văn Vương, Chu Công). Nếu có mâu thuẫn thì dùng nguyên lý sinh khắc của NH để giải. Ông không giải thích tại sao như vậy, nhưng lời khuyên đó hoàn toàn chính xác. Kinh nghiệm thực tiễn đã cho ông biết cách ứng xử đó. Lời kinh không thể hàm chứa hết mọi việc. Có thể một số quẻ, một số hào, kinh nghiệm thực tiễn chưa nhiều; mặt khác sự suy lý lại chỉ xuất phát từ nguyên lý AD có tính phổ quát cao, không thể cụ thể, tỷ mỉ, nên sẽ bỏ trống một số sự việc không được cai quát trong lời kinh. Một số lời kinh chỉ có lời khuyên đạo lý mà không chiêm cụ thể, đã chứng minh điều đó.

Chân lý AD là giản dị, cuộc sống là cây đời xanh tươi vô cùng phong phú. Chân lý AD như cha mẹ, có thể sinh ra hàng vạn con cháu, tầng tầng, lớp lớp hậu duệ. Dự đoán việc con cháu, không thể chỉ căn cứ vào thông tin cha mẹ mà con phải quan sát cuộc đời thực của con cháu. Khoa học hiện đại, sau khi phát minh đều phải thông qua thực nghiệm nhiều lần và ứng dụng thực tiễn để kiểm chứng. Lời kinh quẻ Dịch lại càng phải như vậy. Dịch thuyết cương lĩnh đã chỉ rõ điều đó.

"Việc mà không có thực chứng thì cái lý suông dễ sai!" (Kinh Dịch - tr. 56) . Nhiều lời Kinh lấy ngay thực tế để ẩn dụ. Hào 5 quẻ thái nói: "Để Ất quy muội, dĩ chỉ, nguyên cát". Nghĩa là: "Như vua Đế Ất nhà Ân. Cho em gái về nhà chồng, có phúc, rất tốt". Vua Đế Ất, cha Trụ Vương, gả em gái làm vợ người hiền trong giới bình dân, khi làm lễ thành hôn, cô dâu ăn mặc rất giản dị. Hoặc lời quẻ Bí nói: "Bí, hanh, tiểu lợi, hữu di vãng". Trang sức văn vẻ thì hanh thông, làm việc gì mà chỉ nhờ ở trang sức thì lợi bé nhỏ mà thôi (lời dịch của Nguyễn Hiến Lê).

Có rất nhiều lời Kinh dạng thực tế như vậy. Song, có những quẻ lời giảng của Thập Dực, tốt xấu mâu thuẫn nhau và mâu thuẫn với lời kinh. Quẻ Thiên Phong Cấu, lời kinh của Văn Vương nói: "Con gái mạnh, chớ lấy làm vợ"; Thập Dực có đoạn nói: "Nghĩa của quẻ cấu lớn vậy thay!" (Kinh Dịch, tr. 560) (nghĩa ở đây là Âm Dương tương thành, vạn vật hóa sinh). Người dự đoán tin ở Văn Vương hay tin ở Thập Dực?

Văn Vương viết lời kinh dựa nhiều vào kinh nghiệm thực tiễn; còn Thập Dực thì dựa vào lý Âm Dương. Ở quẻ cấu, 5 hào dương ở trên, một hào âm ở dưới, Thập Dực cho rằng Âm bắt đầu gặp Dương. Vì quẻ càn thuần dương, bây giờ có một hào âm xuất hiện là có sự gặp gỡ AD, nên rất quý. Dịch thuyết Kinh Dịch đã dặn dò: "Cái lý suông dễ sai". Quẻ dịch không bao quát hết các quy luật AD (sẽ được phân giải ở phần tiếp theo), vì vậy không mô tả trọn vẹn một phạm trù hiện thực. Lời kinh là một phạm trù hiện thực của dự đoán học, ắt phải dựa nhiều vào hiện thực. Trong thực tế dự đoán về hôn nhân, khi gặp quẻ cấu, hôn nhân đều bất trắc; chứng minh lời kinh của Văn Vương là phù hợp với hiện thực. Cái lý AD của Thập Dực nêu trên, dựa trên sự suy lý từ ký hiệu, nên không thể đúng.

Cổ nhân lý giải lời kinh thường chỉ bám vào nguyên lý AD, vì vậy nhiều chỗ mơ hồ, khiên cưỡng, áp đặt, có chỗ sai cả nguyên lý AD, cốt gượng thông với lời kinh. Do đó mà đời sau khó hiểu. Họ không hiểu rằng, trong lời Kinh hàm chứa kinh nghiệm thực tiễn, kinh nghiệm này lại do quy luật ngũ hành chi phối là chủ yếu, không thể dùng riêng học thuyết AD mà lý giải được.

Triết học xuyên suốt mọi khoa học cụ thể, nhưng để giải quyết việc cụ thể thì không thể chỉ dùng triết học mà phải dùng khoa học cụ thể. Không thể dùng triết học mà làm được cái nhà, mà phải dùng tri thức của nhiều khoa học cụ thể. Học thuyết Ngũ hành là một khoa học cụ thể, là học thuyết AD cụ thể của hệ MT - TĐ - Mt, nhưng cũng mang tính phổ quát cao, nên cũng cần có kinh nghiệm thực tiễn. Các định lý toán dịch là logic hình thức, kinh nghiệm thực tiễn là logic biện chứng. Khoa học dự đoán dùng học thuyết Ngũ hành có hành ngàn công thức kinh nghiệm.

Từ đó có thể xem, mỗi lời kinh là một công thức kinh nghiệm: 64 quẻ, 384 hào, kể cả lời chiêm dụng lục, dụng cửu, tất cả vó 450 công thức kinh nghiệm được ẩn dụ hóa. Quan niệm được như vậy thấy rằng Kinh Dịch không phải là cao xa khó hiểu. Tuy vậy, do đặc điểm ngôn ngữ địa phương, nhiều lời ẩn dụ gây khó hiểu cho người đọc; cách lý giải của nhiều Tiên Nho mâu thuẫn nhau, nên dựa vào các "định lý" thì có thể hiểu rõ hơn; Dù lời kinh như thế nào, thì hào 3 hào 6 thường là xấu, hào 2 hào 5 thường là tốt.

- Theo bảng thống kê tốt xấu của quẻ và hào, tốt và bình thường có tỷ lệ khá cao, 70%. Điều này phản ánh thực trạng xã hội của Tây Bá và một phần lãnh thổ nhà Ân trước khi Trụ Vương bị thoái hóa chăng? Kinh nghiệm thực tiễn để Văn Vương, Chu Công tổng hợp thành lời kinh là thực tiễn ở khu vực Tây Bá, do Văn Vương làm chủ, và có thể lấy thiện kinh nghiệm dự đoán của các nhà dự đoán ở chư hầu khác của nhà Ân. Tỷ lệ 70% phản ánh thực trạng xã hội tương đối bình ổn; tỷ lệ tốt (nếu tính cả lời quẻ) tới 40%, cao hơn tỷ lệ xấu 30%, bình thường 30%. Phải chăng đó là kết quả của chính sách kinh tế tỉnh điền và chính trị "trung chính" của triều đình họ Cơ Xương.

Quy luật ADNH luôn luôn tồn tại trong vũ trụ, hậu duệ tầng tầng lớp lớp, do quy luật đó sinh ra, vận động và phát triển vô cùng phong phú, biến hóa theo thời gian. Quy luật ADNH có từ khi sự sống chưa ra đời. Sau gần 4 tỷ năm, từ khi có tế bào sống đầu tiên, cho đến nay, đã có cả một thế giới hữu sinh tràn ngập trái đất và gần 7 tỷ con người. Các quẻ dịch được ký hiệu bằng 2 loại gạch AD bất biến với thời gian, nó là lôgic hình thức của toán Dịch; còn lời kinh là cuộc sống, là cây đời mãi mãi tươi xanh, nó vận động với thời gian cùng với quy luật phát triển tương thành và quy luật phát triển của chủ nghĩa nhân đạo; Tỷ lệ hào tốt, quẻ tốt, sang thế kỷ 22 có lẽ sẽ tăng lên. Thực tiễn dự đoán, đã chứng minh sự biến đổi tốt xấu của hào theo thời gian gieo quẻ. Quẻ hằng hào một động biến thành quẻ đại tráng, trong bốn lần gieo quẻ với bốn thời điểm khác nhau thì kết quả khác nhau, nhưng với lời kinh của Văn Vương chỉ có một kết quả: "Tuấn hằng, trinh hung, vô du lợi" (Cứ giữ mãi sự thân mật thì xấu, không làm gì được thuận lợi) , có nghĩa là kém. Sự bất đồng "chính kiến" giữa cách giải theo NH và lời kinh Văn Vương, một phần cũng từ nguyên nhân này.

Dù dự đoán bằng phương pháp nào thì "định lý" Trung - Chính - Thời của Kinh Dịch vẫn mang giá trị vĩnh hằng và phổ biến. Cho nên, các phương thức dự đoán như Tử vi, Hà Lạc,..., vẫn luôn nhấn tới điều đó.

III.3- Sắp xếp Thượng, Hạ Kinh

Bố cục Thượng Hạ kinh xưa nay bình luận không ngớt. Nhưng cho đến nay, đã hơn 2000 năm thảo luận, vẫn chưa đạt được sự thống nhất trong giới Dịch học; Phải chăng khi bàn luận, chưa bám chắc vào mục đích của sáng tạo Dịch, mối quan hệ biện chứng giữa quẻ dịch và học thuyết âm dương. Mối quan hệ giữa học thuyết triết học và mô hình ứng dụng, tính phổ quát và tính đặc thù, cái riêng và cái chung. Những vấn đề chưa thống nhất của thuật toán Dịch: Tiên thiên, Hậu thiên bát quái và Hà đồ, Lạc thư, cũng có lý do tương tự. Phần viết này xin nêu một vài suy nghĩ.

1- Việc đặt tên 64 quẻ kép:

Ai đặt tên quẻ kép? "Phục Hy" hay Văn Vương?

Về nguyên lý và thực tiễn dự đoán, mỗi quẻ kép đều có thể dự đoán thông tin nhiều chiều, không lệ thuộc vào cái tên của nó. Quẻ Sư (nói về quân sự) có thể gặp khi dự đoán hôn nhân, quẻ Quy muội (nói về hôn nhân) có thể gặp khi dự đoán về quân sự. Cùng một tên Thắng, có nhiều người khác nhau mang tên đó và cùng một người có thể mang nhiều tên. "Danh Tương Như, thực bất Tương Như" là như vậy. Cái tên là để gọi. Tuy nhiên, ở đây còn có một ý khác nữa khi đặt tên. Có thể "Phục Hy" đã đặt tên khác và Văn Vương đã hiệu chỉnh lại tên cho phù hợp với tư tưởng của mình. Văn Vương phân loại 64 việc hệ trọng trong cuộc đời ở thời đại ông, để đặt tên cho 64 quẻ dịch, thích hợp với việc đưa tư tưởng triết lý nhân sinh vào quẻ. Cái việc ở thời hiện đại rất phổ biến như: học tập, thi cử, xin việc làm, kinh doanh, ở thời Văn Vương chưa phải là việc lớn, nên không có quẻ nào mang tên đó, hoặc không có quẻ bàn về việc đó. Việc đặt tên không có quy luật nào. Các quẻ thuần thì dùng luôn tên quẻ đơn để đặt. Một số quẻ dùng hình ảnh hình học của quẻ để đặt tên như: quẻ Di giống cái miệng há ra, đặt tên Di là nuôi; quẻ Tỉnh là giếng, có hình tượng giống cái giếng; quẻ Đỉnh giống cái đỉnh.

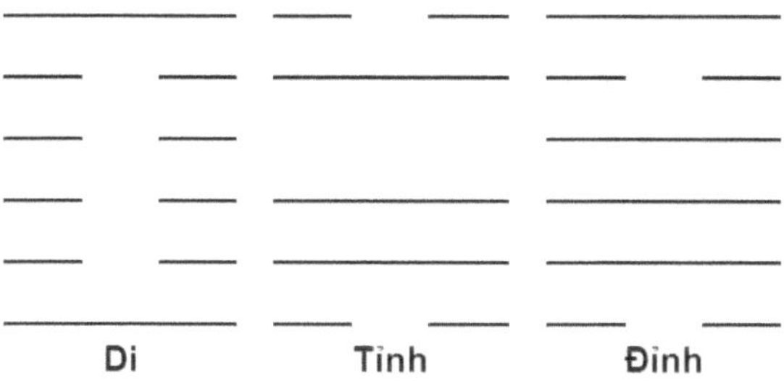

Di   Tỉnh   Đỉnh

Hình II.4: Các quẻ Dịch có hình ảnh tượng trưng như tên quẻ.

Nếu cổ nhân ký hiệu AD cách khác thì không có hình tượng như vậy. Nhìn chung, cũng như lời Kinh, tên quẻ đều mang đặc điểm ẩn dụ. Một số quẻ có tên tương đối rõ như: Sư nói việc quân sự , tụng nói việc kiện tụng; có thể trong thực tiễn dự đoán, các việc quân sự và kiện tụng thường gặp các quẻ đó nhiều hơn.

2- Quy luật sắp xếp nho nhỏ.

Các quẻ thường được sắp xếp theo thứ tự cặp đôi trong tùng đôi, quẻ nọ là đảo dịch (phản dịch) hoặc biến dịch của quẻ kia. Cặp càn khôn: quẻ càn biến hết thành quẻ khôn; cặp Thủy Hỏa Ký Tế và Hỏa Thủy vị tế cũng vậy.

Có nhiều cặp đảo dịch: Quẻ nọ quay 180 ^{0} thì có quẻ kia: Các cặp Truân Mông - Nhu Tụng - Sư Tỉ - Thái Bỉ, v.v... Các cặp như vậy thường có những ý ngược nhau: Quẻ Càn thì kiên cường, làm cấp trưởng, quẻ khôn thì nhu thuận, làm cấp phó (tiên mê hậu đắc), quẻ sư thì xuất quân đánh nhau, quẻ tỉ nhóm họp bạn bè, quẻ thái: Yên ổn hạnh phúc, quẻ Bỉ; gian nan.

Có thể khi viết lời kinh, Văn Vương đã viết theo từng cặp để dễ kiểm tra và ẩn dụ. Vật cực tất phản, vật vân động đến cùng ắt quay lại, đó là quy luật "phản phục tuần hoàn", suy ra từ ký hiệu, không phải là quy luật AD. Do đó từ thực tiễn, lời kinh các cặp quẻ này không phải khi nào cũng tốt xấu ngược nhau, mà chỉ một số ý mà thôi. Quẻ Càn và Khôn tốt gần như nhau, đều nguyên hanh lợi trinh, chỉ khác một số ý. Quẻ hỏa Địa Tấn và Địa hỏa Minh Di (đảo dịch) khác nhau hơn nhiều: Lời quẻ Tấn: " Tiến lên, bậc hầu có tài trị nước, được thưởng ngựa nhiều lần, ban ngày được tiếp tới ba lần"; Lời quẻ Minh Di: "ánh sáng bị tổn hại, chịu gian nan giữ điều chính thì lợi'!

Quẻ thái và quẻ bĩ cũng khác nhau khá rõ. Quẻ thái "Cái nhỏ đi, cái lớn lại, tốt, hành thông". Quẻ bỉ: " Cái lớn đi cái nhỏ lại, không lợi cho đạo chính".

Cách sắp xếp thứ tự các cặp trong thượng hạ kinh, có thể do Văn Vương, có thể do người đời sau. Nếu Văn Vương sắp xếp thì không phải ngụ ý theo một trình tự vận động của một phạm trù hiện thực nào đó.

3- Quy luật lớn: triết lý nhân sinh và triết học hành động của 64 việc đời.

Quẻ dịch được sáng tạo là để đoán việc của người, không để đoán việc "vĩ đại của trời", đoán khí hậu thời tiết cũng là việc của người; thượng hạ kinh đều là việc của người. Nhưng người là một tiểu vũ trụ (một vũ trụ nhỏ), mang trong mình quy luật vũ trụ, nên mới mượn quy luật ADNH của vũ trụ để đoán việc của người.

Việc dự đoán sẽ không chuẩn xác và khi xử lý thông tin kém hiệu quả, nếu bỏ qua một phần quy luật vũ trụ vận động trong tâm lý con người, gắn liền với năng lực trí tuệ xử lý thông tin của con người. Đó là tâm lý nhân văn, tâm lý nhân đạo. Tư tưởng nhân đạo không chỉ là ý muốn chủ quan của những người có tâm hồn từ bi, mà trước hết đó là một trong những quy luật AD của vũ trụ, phản ánh vào đại não con người, và con người phản ánh vào cuộc đời của mình, trước tiên ở những trí tuệ siêu việt.

Văn Vương đưa triết học hành động vào dự đoán, chứng tỏ ông là một người am hiểu sâu sắc quy luật Âm Dương và sự vận hành của nó trong hiện thực cuộc sống. Ông xứng đáng đứng trong hàng ngũ những bậc hiền triết, có công lớn với nhân loại. Có lẽ, tư tưởng nhân đạo thành văn đầu tiên của xã hội loài người, là Kinh Dịch của Văn Vương, Chu Công. Tư tưởng nhân đạo đó được chính sách kinh tế «Tỉnh điền» nuôi dưỡng suốt 700 năm thịnh trị của nhà Chu, và còn sức sống bền chặt cho đến ngày nay và mai sau.

Từ kinh nghiệm thực tiễn phong phú, Văn Vương chọn những quẻ thích hợp để lý giải việc đời, và khéo léo đưa tư tưởng triết lý nhân sinh vào đó.

Quẻ Địa thủy sư nói về hoạt động quân sự mà triết lý nhân đạo và nghệ thuật dùng quân thật sáng tỏ, mang giá trị vĩnh hằng; thời hiện đại cũng không hơn thế. Các quẻ khôn, càn, cách, tụng, là những quẻ rất điển hình. Có học giả cho rằng, chỉ mấy cái vạch liền đứt mà suy lý được như vậy quả là kỳ tài. Song Văn Vương không chỉ dựa vào các "định lý" toán dịch, mà kinh nghiệm thực tiễn là lực lượng hỗ trợ đầy sức mạnh, không có kinh nghiệm thực tiễn phong phú và sâu sắc thì không thể suy lý như vậy.

Mỗi quẻ, mỗi việc đời, có một triết lý cụ thể, song Trung - Chính - Thời là tư tưởng xuyên suốt 64 quẻ.

Dự đoán việc đời là nhu cầu thường xuyên của quần chúng.

Văn Vương, Chu Công đã dựa vào đó để ươm mầm nhân đạo. Các ông biết rằng quẻ dịch sẽ đồng hành cùng con người, là bạn tri kỷ của thời gian, là một mảnh đất màu mỡ, ươm hạt giống nhân văn vào đó, sẽ phát triển thành rừng cây xanh tốt. Cây đời mãi mãi xanh tươi là như vậy. Chủ nghĩa nhân đạo là động lực của cách mạng, động lực của tiến bộ, động lực của phát triển xã hội. Chính sách kinh tế "tỉnh điền", không mang yếu tố bóc lột, là cốt lõi của chủ nghĩa nhân đạo. Văn Vương Chu Công có lẽ là những vĩ nhân đầu tiên, cách đây hơn 3000 năm, đã gióng lên hồi trống ra quân của chủ nghĩa nhân văn của loài người. Các nhà Dịch học đời sau, đã dựa vào đó để lý giải sâu sắc hơn. Khổng Tử, nhà văn hóa lớn của Trung Quốc, đã dựa vào Kinh Dịch để xây dựng thuyết đức trị và đề cao nhân nghĩa. Ông trở thành "vạn đại sư biểu", một nhà giáo tiêu biểu của muôn đời. Ông kính yêu Văn Vương tận đáy lòng. Trong sách " Phan Bội Châu" toàn tập, Phan Bội châu, chí sĩ cách mạng, tiến sĩ Hán học từng nói: "Trong các triết học Đông Phương, vừa tinh vi vừa thiết thực, vừa thấu lý vừa thiết dụng, chẳng gì bằng Kinh Dịch. Lòng ưu thời mẫn thế, gốc ở một tấm lòng từ bi (từ là thương cho hạnh phúc, bi là thương cứu khổ) thì Dịch chẳng khác gì Phật. Tùy thời thế đủ trăm đường biến hóa, thì Dịch có lẽ hay hơn Lão".

Bằng tấm gương thực tiễn lớn, bằng thành công xuất sắc trong cách mạng diệt Trụ, Văn Vương - Chu Công trở thành linh hồn nuôi dưỡng chính sách tỉnh điền và triết lý Kinh Dịch suốt 700 năm thịnh trị. Tiếc rằng thời kỳ đó khoa học công nghệ chưa phát triển rầm rộ như ngày nay. Chúng ta chưa nghiên cứu và chưa đánh giá hết sức mạnh nhân hòa của quy luật sở hữu cá nhân chân chính trong tỉnh điền. Nó đã được vận hành một phần trong chính sách khoán hộ nông nghiệp, khoán sản phẩm công nghiệp. Nếu chúng ta vận hành được đầy đủ tư tưởng "tỉnh điền", thì có lẽ Liên Xô không sụp đổ.

Không nên quan niệm rằng, người viết đã ca ngợi những

ông vua phong kiến. Không thể so sánh các ông với các bậc vĩ nhân thời hiện đại, như Mác - Ăng ghen - Lê nin - Hồ Chí Minh. Các ông là con người của lịch sử. Các ông xứng đáng được ca ngợi, bởi tấm lòng nhân ái và có đóng góp to lớn cho sự phát triển lịch sử và sự tiến bộ của nhân loại.

4- Quẻ dịch không mô tả hiện thực toàn vẹn.

Khoa học có mấy nhiệm vụ chủ yếu

- Mô tả hiện thực tổng quát (triết học) và mô tả hiện thực trong những phạm trù cụ thể của các khoa học cụ thể.

- Khám phá các quy luật vận động của thế giới khách quan (tự nhiên - xã hội - tư duy) ở cấp độ phổ quát (triết học) và trong từng lĩnh vực cụ thể (khoa học cụ thể).

Hai nhiệm vụ này thường hòa lẫn với nhau, ngoại trừ văn học nghệ thuật, hội họa, điêu khắc, âm nhạc,...,thường mô tả hình tượng bằng phương thức hư cấu nghệ thuật.

- Tìm cách định tính (chất) và định lượng chính xác các quá trình hiện thực, thường có trong khoa học tự nhiên và toán học, các lý thuyết về mô hình hiện thực.

- Trên cơ sở đó, dự báo xu thế phát triển của hiện thực, biết trước tương lai để định hướng hành động, hoặc dự báo sự vật, sự việc còn bị ẩn dấu trong không gian và thời gian. Đây là khoa học dự báo, hình thành hai ngành; dự báo tổng quát thuộc về tương lai học, dự báo sự việc cụ thể thuộc về dự đoán học (Cổ nhân thường gọi là bói).

Một phạm trù hiện thực toàn vẹn là một chu trình vận động của sự vật, hiện tượng, quá trình, từ lúc được coi là khởi đầu cho đến lúc kết thúc, rồi chuyển hóa. Ví dụ như mô tả cuộc đời con người từ lúc sinh ra tới lúc qua đời; mô tả một cuộc chiến tranh từ lúc khởi đầu cho đến lúc kết thúc. Quá trình vận động một phạm trù hiện thực như vậy chịu tác động của rất nhiều quy luật, quy luật tổng quát và quy luật cụ thể, sự đan xen của ngẫu nhiên và tất nhiên rất đa dạng và phức tạp.

Quẻ dịch nằm trong khoa học dự báo, là thuật toán của dự đoán học theo nguyên lý Âm dương. Quẻ dịch thường để dự đoán việc cụ thể và có thể dự báo tương lai xa nếu khám phá sâu hơn. Quẻ dịch không mô tả một phạm trù hiện thực toàn vẹn.

Tại sao quẻ Dịch không mô tả hiện thực toàn vẹn? Học thuyết AD mô tả những quy luật chung nhất của hiện thực khách quan, mang tính toàn vẹn ở cấp độ triết học. Quẻ dịch, hình thức hóa khái niệm AD, không mô tả đầy đủ quy luật AD, nên không mô tả được hiện thực toàn vẹn. Hãy chú ý mấy điểm.

+ Vạch, dương (__) là hình ảnh thuần dương, quẻ càn là hình ảnh thuần hương; vạch âm (_ _) là hình ảnh thuần âm, quẻ khôn là hình ảnh thuần âm. Sự vật, hiện tượng, quá trình luôn luôn vận động theo quy luật tương thành, tương phản của AD, không bao giờ có cô âm , cô dương. Từ những hạt siêu nhỏ như điện tử đến thiên hà hùng vĩ, từ con vi rút đến con người, rồi xã hội, đều như vậy. Không có quẻ dịch nào phản ánh được quy luật AD cùng thịnh hay AD cùng suy, là những quy luật phổ biến trong hiện thực. Quy luật âm thịnh dương suy hoặc dương thịnh âm suy; Âm cực sinh dương dương cực sinh âm là suy diễn từ ký hiệu. Hiện thực không xảy ra như vậy. Hiện tượng âm thịnh dương suy chỉ xảy ra trong trạng thái cân băng AD, một sự dao động nhỏ, sẽ được điều chỉnh bằng tự động điều chỉnh, tương phản cân bằng. Khi tương phản cân bằng mất hiệu lực, tương phản đối kháng xuất hiện, cặp AD đối kháng sẽ hình thành hai cặp AD mới, một cặp đồng thịnh, một cặp đồng suy và dẫn đến chuyển hóa, như đã mô tả ở chương nói về ADNH.

Không có hiện thực về âm cực sinh dương và ngược lại. Âm, dương không vận động một mình đến trạng thái cực thịnh, mà luôn luôn hình thành, trạng thái AD cùng vận động.

Chu trình vận động của mặt trời, trái đất, con người, và một chế độ xã hội cũng vậy: Khởi đầu: A, D đồng thịnh, song song với việc loại trừ dần các yếu tố đối kháng và hình thành đồng bộ tương phản cân bằng (tự động điều chỉnh), tiến tới giai đoạn AD cân bằng, quan hệ tương thành là chủ yếu vận hành song song với tương phản cân bằng, yếu tố đối kháng không đáng kể và chỉ xảy ra cục bộ, đến giai đoạn AD cùng suy, tương phản đối kháng phát triển, tương phản cân bằng mất hiệu lực dần, dẫn tới chuyển hóa thành cặp AD mới, được hình thành trong lòng cặp AD cũ theo quy luật AD cùng thịnh.

Các quẻ Dịch không mô tả được như vậy

Khi dự đoán, nhiều nhất chỉ sử dụng tới 3 quẻ dịch, quẻ chủ, quẻ hỗ, quẻ biến, thường chỉ dùng 2 quẻ chủ, biến và hào động. Các thông tin quẻ dịch là các công thức kinh nghiệm, có được, còn phải nhờ sự chi viện hào phóng của kinh nghiệm thực tiễn dự đoán. Các thông tin đó là thông tin dự đoán, một khía cạnh hạn hẹp của hiện thực dự đoán, mà không phải để mô tả đầy đủ một chu trình hiện thực.

Có ba nhóm chu trình cổ nhân thường quan tâm lý giải: Nhóm chu trình vũ trụ, nhóm chu trình xã hội, nhóm chu trình của từng con người.

Không có quẻ Dịch nào, có thể mô tả chu trình một đời người đi lần lượt từ hào 1 đến hào 6, nếu có thể rất cá biệt.

Thí dụ quẻ càn: Có thể mô tả các chặng đời của một số quan chức (không phải là tất cả). Hào 1 chỉ trạng thái chuẩn bị vào đời là phổ biến với mọi người. Hào 2 thường là những người có khả năng làm quan chức mới gặp, hào 5 cũng vậy. Có người từ hào 1 có thể chuyển sang trạng thái hào 3 và hào 4 rồi hào 6. Có người từ hào 2 có thể chuyển sang hào 5. Trạng thái hào 6 phổ biến cho mọi người.

Để có thể sử dụng quẻ Dịch mô tả cuộc đời con người, Trần Đoàn, nhà Dịch học nổi tiếng sống cuối thời Ngũ Đại, đầu Tống, đã ghép số vào thông tin ngũ hành tứ trụ (năm, tháng, ngày, giờ sinh) rồi chuyển sang quẻ Dịch, được hai quẻ tiên thiên và hậu thiên của đời người, rồi theo một nguyên tắc thuật toán, diễn giải hai quẻ đó thành các quẻ mô tả đời người từng năm, tháng, ngày giờ. Nếu chỉ tính quẻ năm và tháng, một người sống được 80 tuổi sẽ có 80 x 12 tháng = 960 quẻ mô tả tháng. Thông tin mỗi quẻ, dùng lời Kinh Văn Vương để suy luận cho 3 đối tượng: quan chức, công chức (sĩ), người bình thường ngoài hai loại trên. Nếu tính cả quẻ năm thì người sống 80 tuổi sẽ có 1040 quẻ mô tả.

Từ đây có thể suy ra rằng, việc Tiên Nho tìm mô hình vận động vũ trụ trong đồ hình phương vị quẻ tiên thiên và hậu thiên bát quái, cũng như Hoàng cực kinh thế của Thiệu Ung, là một nhầm lẫn. Đó chỉ là công việc của người trèo cây bắt cá mà thôi. Đồ hình phương vị bát quái tiên thiên và hậu thiên chỉ là một thuật toán của dự đoán học, không phải để mô tả vũ trụ, sẽ được bàn thêm ở mục "Tiên thiên và hậu thiên".

Để có mô hình vận động của vũ trụ hoặc xã hội, cần xây dựng một thuật toán, đại loại như Trần Đoàn đã làm đối với con người.

5- Bố cục Kinh Dịch.

Kinh Dịch ngày nay được xếp thành hai phần lớn, thượng kinh 30 quẻ. Tự quái truyện của Thập Dực cho rằng, nói về đạo trời bắt đầu từ quẻ Càn, tượng trưng cho trời (?). Hạ kinh 34 quẻ, Tự quái truyện cũng cho rằng nói về đạo người. Thứ tự các quẻ sắp xếp theo quy luật nho nhỏ, các cặp quẻ liền nhau là biến dịch hoặc đảo dịch của nhau, có lời kinh tốt xấu có phần ngược nhau. Thứ tự chuyển tiếp các cặp không theo quy luật nào.

Có thể Văn Vương đã sắp xếp các quẻ như vậy, nhưng không chia thượng hạ kinh. Vì ông không có mục đích mô tả một chu trình hiện thực. Các quẻ có giá trị ứng dụng độc lập.

Khi gieo quẻ hỏi việc thì chỉ được 2 quẻ, quẻ chủ và quẻ biến. Sự việc chỉ nằm trong hai quẻ đó mà không liên quan tới 62 quẻ khác. Văn Vương chỉ viết lời chiêm tốt xấu mà không quy định quẻ càn là trời, quẻ khôn là đất, 64 quẻ đều nói việc của người, vì người xem bói để hỏi việc của mình, không hỏi việc của trời.

Người đời sau muốn Kinh Dịch trở thành một tác phẩm triết học, có bố cục chặt chẽ, có đầu, có đuôi, có chương có lớp, nên mới chia ra hai phần và có thể sắp xếp lại thứ tự các cặp dịch, để các quẻ gượng thông với nhau theo thứ tự có trước có sau, có mở đầu có kết thúc, có vũ trụ có con người, để làm dễ dàng hơn trong việc đưa Tam giáo Nho - Phật - Lão vào quẻ dịch. Nhưng mục tiêu đó đã không thành công, như bắt voi chui ống nứa vậy.

Tự quái truyện giải thích sự liên thông giữa các quẻ vô cùng gượng gạo, chắp vá, khập khễnh, như râu ông nọ cắm cằm bà kia. Mai Hoa Dịch của Thiệu Khang Tiết cũng phê phán cách sắp xếp này: "Xưa nay chú giải Dịch sai lạc thêm thắt khá nhiều. Khiêm ở trên Dự thì Lý không nên ở dưới Tiểu súc." (Sđd, tr. 848).

Theo nhiều nhà nghiên cứu, Thập dực do nhiều môn sinh xa của Khổng Tử viết vào đời Hán về sau. Vào thời Tần không dám viết những điều như vậy. Chỉ sau khi triều Hán chủ trương khôi phục thuyết đức trị để dung hòa với pháp trị, thì thập dực mới có thể ra đời. Khổng An Quốc, hậu duệ Khổng Tử, nhắc lại huyền thoại Hà Đồ, cũng nhằm nâng cao uy tín Kinh Dịch, để gắn Tam giáo vào đó.

Thập dực và Tiên nho lý giải Kinh Dịch chỉ thống nhất với Văn Vương ở tư tưởng nhân đạo. Các lý giải về sự liên tục của các quẻ và nguyên lý AD của lời kinh phần nhiều chưa đúng với tư duy Văn Vương Chu Công. Văn Vương không mô tả chu trình hiện thực bằng quẻ dịch, mà chỉ dự đoán sự việc cụ thể. Mọi găng sức tìm tòi một chu trình nào đó, tuần tự vận hành theo thứ tự các quẻ Kinh Dịch, chỉ là việc của người tìm kim đáy biển. Hoàng Tuấn, trong sách "Kinh Dịch và hệ nhị phân" (Nxb VHTT - 2002), ghi lại việc mô tả chu trình một đời người, được lưu giữ trong gia phả dòng họ Nguyễn Cảnh ở Nghệ An; tiếc rằng, sự tìm tòi công phu lại chưa đúng thâm ý của tiền nhân (Sđd, tr. 194).

Văn Vương không quy định quẻ càn là trời (vũ trụ), quẻ khôn là đất. Trời có AD, đất có AD, mọi sự vật, hiện tượng, quá trình đều có AD vận hành theo các quy luật AD, không bao giờ có cô âm cô dương trong hiện thực. Hai quẻ Càn không thuần dương, thuần âm, không thể là trời đất, mà chỉ là cấu tử của toán Dịch, mang các thông tin dự đoán của toán dịch. Trong Mai Hoa Dịch, Thiệu Ung đã tổng kết qua kinh nghiệm thực tiễn đoán Dịch:

+ Quẻ Càn mang thông tin (thuộc hành kim)

__Thiên thời:__ Trời, băng, mưa đá, hạt mưa đá (chữ trời ở đây hơi mơ hồ, có lẽ để chỉ khái quát không gian phía trên trái đất).

__Nhân vật:__ Vua, cha, đại, nhân.

__Động vật:__ ngựa, thiên nga, sư tử, voi và nhiều thông tin cụ thể nữa.

(Sđd, tr. 153)

+ Quẻ khôn mang thông tin: (thuộc hành thổ)

__Thiên thời:__ mây che, trời mù

__Nhân vật:__ Mẹ già, mẹ kế, nông dân, người to bụng

__Động vật:__ trâu, ngựa cái, v.v...

Mỗi quẻ như vậy mang hàng trăm thông tin dự đoán khác nhau và đủ các loại hình thông tin: thời tiết, địa lý, nhân vật, tính cách, thân thể, động vật, thời gian, gia cảnh, hôn nhân, ăn uống, bệnh tật, sinh đẻ, cầu danh, cầu tài, giao dịch, cầu mưu, xuất hành; 64 quẻ đều mang các loại hình thông tin đó. Đó là thông tin tam tài: Trời - Đất - Người của toán Dịch, mà không phải là thông tin mô tả quy luật vận động của chúng.

Lịch sử phát triển Dịch học đã trải qua các chặng đường:

- Sự khám phá quy luật AD và sáng tạo quẻ dịch, phương pháp gieo quẻ bằng cỏ thi, để đưa quẻ Dịch vào dự đoán thời tiết và mở rộng dự đoán việc của người.

Trong "Đại cương triết học sử Trung Quốc", Phùng Hữu Lan nói rằng, quan niệm AD được trình bày trong sách "Quốc ngữ", viết vào khoảng thế kỷ IV hay III trước công nguyên (Sđd, tr. 147). Có thể sách đó đã bóc tách từ Kinh Dịch để trình bày riêng cho rõ ràng hơn. Theo di vật khảo cổ Trung Quốc thế kỷ XX, tìm thấy hàng vạn hiện vật giáp cốt văn, nhưng trên những giáp cốt đó, kể cả đồ đồng đời Thương, tuyệt nhiên không thấy hình bát quái. Người đời Thương chỉ biết bói yếm rùa (gọi là bốc). Cuối đời Ân mới tìm cách bói bằng quẻ Dịch và cỏ thi. Như vậy, quan niệm AD, sáng tạo quẻ dịch và phương pháp gieo quẻ cỏ thi xuất hiện vào thời Ân (- 1387 - 1122). Văn Vương sống thời kỳ cuối Ân; nội dung lời Kinh chứng tỏ ông đã am hiểu sâu sắc quy luật AD và có nhiều kinh nghiệm dự đoán.

- Văn Vương - Chu Công viết lời Kinh nhằm mục đích:

+ Làm dễ dàng cho việc dự đoán, tạo thuận lợi để phổ cập trong nhân dân, giúp dân cầu lành, trách dữ.

+ Đưa vào quy luật Trung - Chính - Thời để tăng hiệu quả ứng xử thông tin sau dự đoán, hoàn thiện khoa học dự đoán Dịch. Đây cũng là công tác "văn hóa tư tưởng", góp phần giáo dục tư tưởng nhân đạo, tăng cường yếu tố nhân hòa, tăng cường sức mạnh đất nước. Đó là tư tưởng chính trị của Văn Vương.

+ Cũng để chuẩn bị cho cuộc cách mạng diệt Trụ và xây dựng nhà Chu sau này.

- Đến đời Hán, nhà Dịch học Kinh Phòng đã phát minh việc phối ngũ hành vào quẻ Dịch và quy luật Ngũ hành cho 64 quẻ. Đây là khám phá lớn của Dịch học dự đoán, cắm một mốc son trong lịch sử phát triển khoa học Dự đoán theo nguyên lý ADNH. Việc phối ngũ hành vào quẻ dịch đã mở rộng nhiều lần thông tin dự đoán, dự kiến được thời gian ứng nghiệm của thông tin, làm cơ sở cho nhiều ngành dự đoán phát triển, như dự đoán mệnh vận cả đời người và các khoa học khác. Tác phẩm Mai Hoa Dịch của Thiệu Ung, cũng được coi là Kỳ Thư, dựa trên cơ sở của khám phá này.

Tiền nhân phê phán rằng, phát minh này không chú ý triết lý nhân sinh để giáo dục con người. Tuy nhiên, có thể Kinh Phòng nghĩ rằng vẫn sử dụng 64 quẻ Dịch, thì vẫn dùng triết lý của Văn Vương là đầy đủ và cũng thích hợp không cần phải dài dòng thêm.

Cũng đầu đời Hán về sau, các bậc Tiên Nho viết thêm Thập Dực và các truyện để lý giải rõ hơn lời kinh của Văn Vương, về việc vận dụng nguyên lý AD và làm sâu sắc hơn triết lý Trung - Chính - Thời, bằng các hạt nhân hợp lý trong tư tưởng Tam giáo Nho - Phật - Lão, làm thành Kinh Dịch như ngày nay. Tiên Nho cũng gắng sức lý giải để Kinh Dịch trở thành một chu trình vận động hiện thực theo thứ tự các quẻ Dịch, nhưng không thành công.

IV- HÀ ĐỒ-LẠC THƯ, HUYỀN THOẠI VÀ HIỆN THỰC.
Phải chăng Hi Di hình ảnh hóa Hà Lạc!

IV.1- Hà đồ:

Truyền thuyết nói rằng: "Hà Đồ là khi Phục Hy làm vua, có con Long mã hiện ở Sông Hà, bèn bắt chước cái vạch của nó mà vạch ra tám quẻ". Truyền thuyết này được Khổng An Quốc, hậu duệ 12 đời của Khổng Tử, làm quan đại thần của triều Hán Vũ Đế (140 - 86 TCN) nhắc lại.

Việc thần thánh hóa các nhân vật lịch sử tài đức, có công lao xuất sắc với con người; việc xây dựng huyền thoại để nâng cao uy tín các sáng tạo văn hóa có giá trị, là việc thường thấy ở thời kỳ lịch sử phong kiến trở về trước. Hà đồ là một huyền thoại được xây dựng để nâng cao uy tín ứng dụng trong quần chúng, ở thời điểm mà tri thức khoa học của con người còn thấp, thần thánh phi tự nhiên còn ẩn náu trong tư duy con người.

Huyền thoại Hà đồ xuất hiện từ lúc nào, ai có sáng kiến đó?

Sách Luận ngữ, Chương Tử Hãn, tiết 8, viết: "Khổng Tử than rằng "Chim Phụng chẳng đến, bức đồ tám quẻ chẳng hiện ra nơi mặt sông. Ôi thôi! Đạo ta chẳng thi hành được nữa rồi!

Phụng là thứ chim linh. Thời vua Thuấn người ta có dâng lên ngài một con. Kế đền đời vua Văn Vương, chim Phụng bay lại ca ở núi Kỳ. Còn Đồ là bức họa hình tám quẻ. Hồi đời vua Phục Hy (2852 - 2737 TCN), có con long mã chở bức đồ ấy trên lưng, hiện ra trên sông Hoàng Hà. Chim phụng và bức đồ hiện ra là điều lành cho biết có Thánh vương ra đời. Đức Khổng chẳng thấy chim Phụng, cũng chẳng thấy bức đồ hiện ra, ngài biết chẳng có Thánh vương ra đời, để đạo của ngài có thể thi hành đắc lực. Vì vậy, Ngài thất vọng."

Toàn đoạn trên cũng trích từ sách Luận Ngũ (Tứ thư, tr. 137). Đoạn văn này có mấy ý đáng bàn.

- Huyền thoại Hà Đồ, chim phụng nói về việc Thánh Vương ra đời. Theo như ý Khổng Tử, như vậy, Hà đồ, chim Phụng xuất hiện nhiều lần.

- Huyền thoại này có trước sinh thời Khổng Tử (551 - 479, tr.CN).

- Hà Đồ vạch rõ tám quẻ, mà không phải mấy cái chấm đen, chấm trắng như Đồ hình của Chu Hy vẽ. Có thể Khổng Tử chỉ nghe huyền thoại Hà Đồ vô hình mà không nhìn thấy hình ảnh huyền thoại Hà Đồ cụ thể, nên ông suy luận như vậy. Nếu Khổng Tử đã không nhìn thấy hình ảnh Hà Đồ, thì chẳng ai có thể nhìn thấy.(Mấy cái chấm trên Hà Đồ, Lạc thư là do Trần Đoàn vẽ ra, để ông "huyền thoại" hóa Bát tự Hà Lạc của ông, sẽ được chứng minh sau). Khổng An Quốc nhắc lại Hà Đồ, cũng chỉ nhắc vô hình (sau 400 năm, bặt tin huyền thoại vì không có thánh nhân xuất hiện, chỉ có ác nhân xuất hiện là Tần Thủy Hoàng). Kinh Dịch nói rằng, An Quốc đã vẽ ra và truyền lại đời sau, thì lại là huyền thoại thứ 2; Khổng Tử không nhìn thấy Hà Đồ, thì cháu 12 đời của ông nhìn thấy và vẽ lại, thật là đáng ngờ!.

Huyền thoại chỉ được xây dựng trên cơ sở những hình tượng, những sáng tạo văn hóa đã có niềm tin trong dân gian, hoặc để xây dựng uy tín cho những sáng tạo mang mục đích nhân văn, ngoại trừ truyền thuyết mê tín dị đoan.

Hà Đồ có thể được xây dựng, sau khi quẻ Dịch đã có uy tín dự đoán. Điều đó chỉ có thể xảy ra sau khi Văn Vương viết lời kinh. Có thể triều đại nhà Chu, đã xây dựng huyền thoại, để nhanh chóng phổ cập Kinh Dịch. Khảo cổ chưa tìm thấy giáp cốt văn nào đời Ân về sau vẽ hình Hà Lạc. Huyền thoại truyền miệng song hành với việc phổ biến Kinh Dịch, không có hình ảnh cụ thể.

Hệ từ là cuốn sách chủ yếu của Thập Dực viết vào đời Hán, có thể từ thời Khổng An Quốc. Sau khi diệt Tần, triều đại nhà Hán thấy rằng không thể cai trị tàn bạo như Tần, chủ trương khôi phục một phần đức trị, phối hợp dung hòa với pháp trị của nhà Tần. Đổng Trọng Thư (180 - 105 TCN), chính trị gia chủ chốt thời Tây Hán - Hán Vũ Đế, đã vận dụng học thuyết ADNH thiên nhân tương ứng vào tư tưởng chính trị. Khổng An Quốc là đại thần cùng triều. Có thể Đổng và Khổng đã cùng thống nhất sử dụng Kinh Dịch để truyền bá tư tưởng đức trị. An Quốc nhắc lại huyền thoại Hà Đồ nhằm mục đích đó.

Hệ từ, ngay từ chương đầu không nói gì tới Hà Đồ. Tiết 1, tiết mở đầu nói ngay rằng: " Vì thấy trời cao đất thấp mà thánh nhân vạch ra quẻ càn, quẻ khôn". Đến chương XI, tiết 8 mới nói một cách mơ hồ mà không lý giải gì: "Hà xuất đồ, Lạc xuất thư, thánh nhân tác chi" (Sông Hoàng Hà hiện ra bức đồ, sông Lạc hiện ra hình chữ, thánh nhân học theo). Nhưng đầu chương II, phần Hạ, tiết 1, lại viết: "Họ Phục Hi cai trị thiên hạ, ngửng lên thì xem các hình tượng trên trời, cúi xuống thì xem các phép tắc dưới đất, gần thì lấy ở thân mình, xa thì lấy ở vật, rồi làm ra bát quái để thông suốt cái đức thần minh và điều hòa cái tính vạn vật". Như vậy Hà Lạc không giúp ích gì cho tư duy của Hệ từ , mà tư duy chủ yếu của Hệ từ là: bát quái được vạch ra từ việc Phục Hi quan sát hiện thực. Như vậy, cho đến hệ từ, Hà lạc vẫn chỉ là huyền thoại vô hình do An Quốc nhắc lại.

Trong Kinh Dịch đại toàn (bản dịch của Ngô Tất Tố), được tổng hợp từ thời Minh Thành Tổ (1418 - 1428), lấy "Chu dịch bản nghĩa" của Chu Hy làm cơ sở. Chu Hy (1130 - 1200) là nhà Lý học nổi tiếng thời Tống, sống ở triều đại Tống Hiếu Tông (1127 - 1201), ngay sau triều đại Tống Huy Tông (1110 - 1127). Hà Đồ-Lạc Thư đến triều đại Tống Huy Tông mới được in ra hình hài như ta thấy trong Kinh Dịch. Chu Hy là người đầu tiên lý giải đồ hình đó, nên sách Chu Dịch đại toàn mới gọi là "Đồ thuyết của Chu Hy. Như thế, khi An Quốc nhắc lại huyền thoại đến lúc có hình ảnh, cách nhau ngót 1200 năm, càng chứng tỏ rằng huyền thoại của An Quốc là vô hình và Hệ từ cũng nhắc lại vô hình, nên mơ màng và không lý giải được.

Lý giải Hà Đồ, Lạc Thư trong Kinh Dịch là của Chu Hy. Sau khi huyền thoại đã được hình ảnh hóa và được in. Lời lý giải quanh co như "con kiến mà leo cành đào, leo phải cành cộc...". Chu Hy là người có trí tuệ bậc thầy, song, ông khó xử với Hà Đồ Lạc Thư, vì nó không có thực, vì cho rằng Hệ từ thập dực là của Khổng Tử, nên ông phải cố mà lý giải, để đền đáp công lao của "vạn đại sư biểu". Trong Kinh Dịch nhắc lại nhiều lần rằng, quẻ dịch từ Âm Dương mà ra và có hẳn một đô hình lý giải: Thái cực sinh lưỡng nghi, lưỡng nghi sinh tứ tượng, tứ tượng sinh bát quái. Sau khi có Hà Lạc hình ảnh, Âu Dương Tu, Văn hào Bắc Tống đã phát hiện ra mâu thuẫn và cho Hà Lạc không đủ tin. Đến đầu đời Thanh, các nhà Dịch học Hoàng Tôn Hi, Hồ Tôn Viêm, Mao Kỳ Linh đều phản bác Hà Lạc sinh bát quái và Hồ Vị cho ra cuốn "Dịch đồ minh biện" đã chứng minh Hà Lạc không liên quan gì đến Dịch và phân tích sự lầm lẫn cua Tiên Nho (Theo Nguyễn Hiến Lê, Kinh Dịch - đạo của người quân tử - Sđd, tr. 69).

IV.2- Lạc thư.

Truyền thuyết nói rằng: Thời vua Thuấn bị lụt đến chín năm liền. Vua Vũ đào sông, khơi ngòi chữa được nạn ấy. Để thưởng công to lớn ấy, trời sai rùa thần xuống sông Lạc, một nhánh của sông Hoàng Hà, trên lưng có các nét vẽ từ 1 tới 9; Vua Vũ căn cứ vào đó mà làm ra quy pháp trị quốc có 9 chương gọi là "cửu trù hồng phạm". Vua Vũ được vua Thuấn truyền ngôi cho.

Khổng Tử không nhắc tới Lạc Thư. Đến Mạnh Tử, trong sách của mình (một trong tứ thư) nhiều lần ca ngợi vua Đại Vũ có công trị thủy cứu dân, nhưng không một lời nào nói đến việc vua Đại Vũ nhìn thấy Lạc thư mà làm ra Hồng Phạm. Mạnh Tử có uy tín lớn trong các bậc hiền triết, được tôn vinh là A thánh, chỉ đứng sau Khổng Tử là Thánh, ngoài ra không còn Á thánh nào khác.

Nếu có Lạc thư huyền diệu như vậy, thì chắc rằng Mạnh Tử phải biết và có lời bàn. Các học trò xuất sắc của ông cũng không có ai bàn tới. Điều đó chứng tỏ rằng, huyền thoại Lạc Thư chưa xuất hiện từ sinh thời Mạnh Tử trở về trước. Lão Tử, Trang Tử cũng không bàn đến.

Theo Phùng Hữu Lan, nhà nghiên cứu triết học sử Trung Quốc, Thiên Hồng Phạm, in trong sách Kinh Thư, khoa học hiện đại đặt vào thế kỷ thứ IV hay III TCN. Chín quy phạm trong Hồng Phạm có nội dung chủ yếu như sau: Mọi người đều phải thực hiện:

1. Thuận theo Ngũ hành Kim - Thủy - Mộc - Hỏa - Thổ

2. Ngũ sự chính đính: Dung mạo, lời nói, tai nghe, ý nghĩ mắt thấy.

3. Bát chính: Tám việc phải lo: Lương thực, của cải, tế tự, công chính, giáo dục, hình luật, ngoại giao, quân bị.

4. Ngũ kỷ: 5 lịch thời gian: năm, tháng, ngày, tinh tú, lịch số.

5. Hoàng cực: Nói về quân vương thiết lập được pháp luật thì dân được hưởng phúc. Dân không những phải tuân theo mà còn phải dốc lòng bảo vệ mới được.

6. Tam đức: Ngay thẳng, cương nghị, nhu hòa.

7. Kê nghi: Là bói, để tìm ra sự biến hóa.

8. Thứ trưng: Nói về việc vận dụng thời tiết khí hậu.

9. Ngũ phúc lục cực, 5 phúc, 6 họa: Sống lâu, giàu có, an khang, ham đức tốt, chết được trọn đời. Sáu điều xấu. Chết non, tật bệnh, lo buồn, nghèo nàn, ác độc, ốm yếu. Con người cần phấn đấu 5 phúc và tránh 6 họa.

Chín "trù" này được ghép vào chín ô, hình ảnh của tỉnh điền, được xem như trời ban xuống cho con người.

Ngũ kỷ	Ngũ Phúc Lục cực	Ngũ sự	4	9	2
Bát chính	Hoàng cực	Kê nghi	3	5	7
Thứ trưng	Ngũ hành	Tam đức	8	1	6

- Ma phương sơ cấp

**Hình II-5: Sự tương ứng của "Chín trù", "Tỉnh điền",
"Ma phương sơ cấp" theo cách lý giải của tiền nhân.**

Phải chăng, tiền nhân muốn xây dựng huyền thoại Lạc Thư để cứu vãn chế độ tỉnh điền hợp lòng dân, đã tồn tại hàng ngàn năm nay; sang thời Chiến quốc đang bị phá bỏ. Tư tưởng tỉnh điền chỉ thu thuế hoa lợi 11%, tỷ lệ này là hợp lý, không mang yếu tố bóc lột. Vì vậy mà hai triều đại Thương Chu tồn tại lâu dài và được ca ngợi. Bỏ tỉnh điền, thu thuế tới 50%, nhân dân khốn cùng điêu đứng. Mạnh Tử ra sức bảo vệ chính sách tỉnh điền, song ông và Lạc Thư cũng bất lực.

Huyền thoại nói rằng, vua Đại Vũ Nhà Hạ được Lạc Thư mà đề ra tỉnh điền. Tuy nhiên, như Mạnh tử mô tả thì nhà Hạ chưa có tỉnh điền. Chỉ sau thời Ân mới có và nhà Chu đã duy trì được 700 năm. Người ta muốn đưa thông tin ngược dòng lịch sử, để chứng minh tính chính xác của nó, là Lạc Thư từ Rùa thần ban xuống, tương tự như huyền thoại Phục Hy sáng tạo ra quẻ Dịch từ trước thời Nghiêu Thuấn và do Hà đồ chỉ bảo vậy.

Mục đích thứ hai của huyền thoại là nâng cao uy tín pháp chế của triều đại, vì vậy mới ghép vào 9 ô của tỉnh điền.

Cũng như huyền thoại Hà Đồ, Lạc Thư muốn được nhân dân tin tưởng, phải dựa vào một uy tín nào đó. Uy tín đó không ngoài tỉnh điền. Có thể huyền thoại Lạc Thư đã ra đời cùng với Hồng Phạm, khi mà học thuyết Ngũ hành đã có uy tín lớn, được áp dụng vào chính trị; thời điểm như vậy chỉ có được sau khi tác phẩm Y học Nội kinh ra đời, vào giữa thế kỷ II và III TCN.

Theo "Đại cương triết học sử Trung Quốc" của Phùng Hữu Lan, thì thiên "Nguyệt lệnh" của các nhà triết học Âm Dương đã đưa ra các quy định mà vua phải theo hàng tháng theo quy luật ngũ ngành (vì vậy mới gọi là Nguyệt lệnh).

"Tháng giêng mùa xuân, gió xuân thổi tan hơi lạnh, sinh vật nằm im, bắt đầu vùng dậy.Đó là mùa khí trời tràn xuống, khí đất dâng lên. Trời đất hòa hợp nhau, cây cối đâm chồi nẩy lộc. Vì vậy, cách cư xử của người phải hợp với đạo trời trong tháng đó. Cho nên vua sai Công Khanh, đại phu ban bố đạo đức, điều hòa mệnh lệnh để làm điều vui, thi ân cho dân. Cấm chặt cây, không dấy binh khởi sự trước. Nếu vua làm trái, tai biến sẽ xẩy ra" (Lễ ký - thiên 4 - Sđd, tr. 144).

Người ta đã tận dụng triệt để con số 9, có nguồn gốc từ 9 ô tỉnh điền để làm tăng sức mạnh triều đại như: Cửu trùng, lâu đài vua ở có 9 bậc, cửu tích (9 đồ dùng vua ban), cửu phẩm (9 hàm các quan), v.v...và v.v....Nhiều học giả cho rằng, Lạc thư có nguồn gốc từ ma phương, con số 9 là của ma phương. Điều đó không phù hợp lôgic hiện thực. Nhân dân không hiểu ma phương. Dùng ma phương huyền thoại sẽ không vào lòng dân, chỉ có tỉnh điền mới gắn với lòng dân.

Việc lợi dụng huyền thoại Hà Đô - Lạc Thư có mục đích tương đồng với việc lợi dụng các tôn giáo để củng cố địa vị thống trị.

Khác với Hà đồ, huyền thoại vô hình, huyền thoại Lạc thư có hình ảnh của tỉnh điền 9 ô, người ta có thể ghép 9 nội dung bất kỳ vào đó, như 9 trù ở trên, cửu trù Hồng Phạm, không ăn nhập gì với các số của ma phương. Chín quy định pháp luật cũng như nhiều "chín" khác không có giá trị tương ứng với ma phương. Do đó, dùng ma phương để lý giải huyền thoại Lạc thư là hoàn toàn trái với hiện thực ra đời của huyền thoại.

Mạnh tử bàn về tỉnh điền rất nhiều, nếu huyền thoại Lạc

thư đang lưu hành ở thời đại ông, chắc rằng ông sẽ có lời bàn. Từ các thực tế nêu trên, có thể giả định rằng, huyền thoại Lạc thư là đứa con sinh đôi của cửu trù Hồng Phạm, ra đời vào khoảng thế kỷ hai và ba trước công nguyên (TCN).

IV.3- Phải chăng, Hi Di Trần Đoàn đã hình ảnh hóa Hà Đồ - Lạc Thư.

Trần Đoàn là nhà Dịch học nổi tiếng, sống vào cuối thời Ngũ đại (907 - 960) đầu Tống (960 - 1279). Ông là tác giả các sách đoán mệnh vận, như Tử vi đầu số (có sách nói rằng, tác giả Tử vi là Tôn Tư Mạo), Bát tự Hà Lạc, nhiều bộ sách Y học và Dịch học. Là người theo trường phái Vô vi của Lão - Trang, sách ông viết không đề tên tác giả. Chỉ có học trò của ông mới cho biết đó là các sách của ông.

Kinh Dịch của Văn Vương, chỉ dự đoán các việc cụ thể. Trần Đoàn đã sáng tạo Bát tự Hà Lạc, dùng quẻ Dịch và lời Kinh của Văn Vương, Chu Công để mô tả, dự báo thông tin của cả cuộc đời con người. Đây là sáng tạo đầy tinh thần nhân văn, đáp ứng nguyện vọng của mọi người. Sáng tạo của ông là sự kết hợp giữa học thuyết AD và học thuyết NH. Ông số hóa can chi của tứ trụ (năm. tháng, ngày, giờ sinh viết bằng can chi) con người, và dùng thuật toán chuyển thành quẻ dịch, được hai quẻ gọi là quẻ tiên thiên, mô tả giai đoạn đầu đời, quẻ hậu thiên, suy ra từ quẻ tiền thiên, mô tả giai đoạn kế tiếp cho đến khi kết thúc cuộc đời. Ông lại dùng thuật toán để diễn giải hai quẻ đó ra thành các quẻ mô tả thông tin năm, tháng, ngày, giờ. Theo kinh nghiệm dự đoán của các nhà thì thông tin quẻ giờ ít chính xác. Một người sống đến 80 tuổi có 1040 quẻ mô tả năm và tháng.

Một ví dụ về cách số hóa và chuyển quẻ của ông: Ông Hồ Văn A sinh 20h ngày 2 tháng 4 năm 1971 chuyển sang hệ can chi, có tứ trụ như sau:

Năm Tân Hợi, tháng Tân Mão, ngày Đinh Ty, giờ Canh Tuất.

Tân Hợi	Tân Mão	Đinh ty	Canh tuất
4 16	4 38	7 27	3 5 10

STT	Nội dung	1	2	3	4	5	6	7	8	9	10
1	Quẻ đơn	Khảm	Khôn	Chấn	Tốn		Càn	Đoài	Cấn	Ly	
2	Can	Mậu	ất Quý	Canh	Tân		Giáp Nhâm	Đinh	Bính	Kỷ	
3	Chi	Hợi Tý	Tỵ Ngọ	Dần Mão	Thân Dậu	Thìn Tuất Sửu Mùi	Hợi Tý	Tỵ Ngọ	Dần Mão	Thân Dậu	Thìn Tuất Sửu Mùi
4	Ngũ hành của chi	Thủy	Hỏa	Mộc	Kim	Thổ	Thủy	Hỏa	Mộc	Kim	Thổ

Bảng 2.2: Cách số hóa và chuyển quẻ của Trần Đoàn trong sách Dự đoán

Bát tự Hà Lạc

Trần Đoàn đã ghép số vào Can chi tứ trụ theo bảng; Can dùng một số, chi dùng hai số. Các số lẻ được coi là số dương, các số chẵn được coi là số âm. Lấy tổng số dương trừ đi 25, hiệu số xác định quẻ thượng; tổng số âm trừ đi 30, hiệu số xác định quẻ hạ. Trong tứ trụ này:

+ Tổng số Dương là: 3 + 5 + 7 + 3 + 1 = 26; 26 - 25 = 1

Xem bảng ta được quẻ khảm là quẻ thượng.

+ Tổng số âm là: 4 + 6 + 4 + 8 + 2 + 10 = 34; 34 - 30 = 4.

Xem bảng ta được quẻ tốn là quẻ hạ.

Chồng hai quẻ thượng hạ, ta được quẻ tiên nhiên, mô tả giai đoạn đầu của đời người. Ở đây là quẻ Thủy Phong Tỉnh.

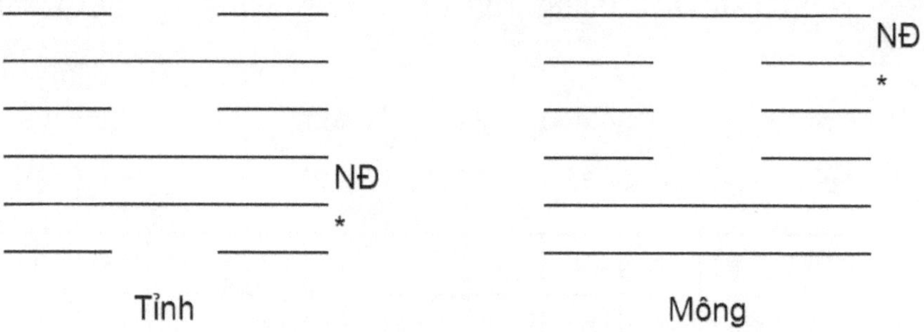

Hình II-6: Cấu tạo quẻ Tiên thiên và Hậu thiên.

Dùng thuật toán xác định hào chủ quẻ tỉnh, gọi là hào nguyên đường. Ví dụ ở đây, hào NĐ là hào 2. Quẻ hậu thiên xác định quãng kế tiếp cuộc đời, được thành lập bằng cách đảo vị trí thượng hạ quẻ tiên thiên, hào NĐ biến từ dương sang âm và ngược lại. Ví dụ ở đây quẻ hậu thiên là quẻ Sơn Thủy Mông. Từ hai quẻ tiên thiên và hậu thiên, dùng thuật toán, triển khai thành các quẻ năm, tháng, ngày, giờ.

Trên đây là ví dụ để minh họa. Để tìm hiểu cặn kẽ và có thể dự đoán, mời bạn đọc nghiên cứu các sách nói về Bát tự Hà lạc.

Để có thuật toán như trên, có lẽ Hi Di đã phải thử nghiệm hàng ngàn trường hợp và hơn nữa. Khoa học hiện đại, muốn khám phá quy luật vận động của đối tượng, nhà nghiên cứu phải làm thực nghiệm hàng ngàn, hàng vạn lần. Ở đây cũng vậy, để có các con số thích hợp ghép vào can chi, không có Hà Lạc nào suy nghĩ sẵn cho Hi Di. Một tri thức khoa học mới ra đời bao giờ cũng tuân theo quy luật sáng tạo của tư duy. Đó là sự tổng hợp những tri thức đã có và khái quát kinh nghiệm thực tiễn. Sáng tạo của Hi Di là sự tổng hợp nguyên lý ADNH và khái quát kết quả thực nghiệm một cách kiên trì, hàng ngàn, hàng vạn lần.

Với tri thức chung của thời đại còn nhiều hạn chế, để nhanh chóng đưa sáng tạo vào cuộc sống và lý giải nguyên lý sáng tạo, không còn cách nào khác, là vận dụng kinh nghiệm truyền thống; nhờ sức mạnh "vĩ đại" của thần linh hỗ trợ việc đó. Ông bèn dùng huyền thoại vô hình Hà Đồ và 9 ô Tỉnh điền Lạc thư, để ghép các số can chi vào đó.

Có một điều lạ, là trong sách Chu dịch đại toàn, đồ hình Hà đồ và Lạc thư lại ghi là " Đồ thuyết của Chu Hy". Có lẽ trong Chu Dịch bản nghĩa, Chu Hy đã vẽ lại hình ảnh Hà đồ, Lạc thư theo sáng tạo của Trần Đoàn và hiệu chỉnh lại hình ảnh để tiện giải thích. Tuy nhiên, vì Hà đồ và Lạc thư chỉ là huyền thoại, không phải là cơ sở khoa học của học thuyết AD, nên cách lý giải của Chu Hy chỉ là sự tưởng tượng. Vì vậy không ai hiểu được cách lý giải đó.

ĐỒ THUYẾT CỦA CHU HY

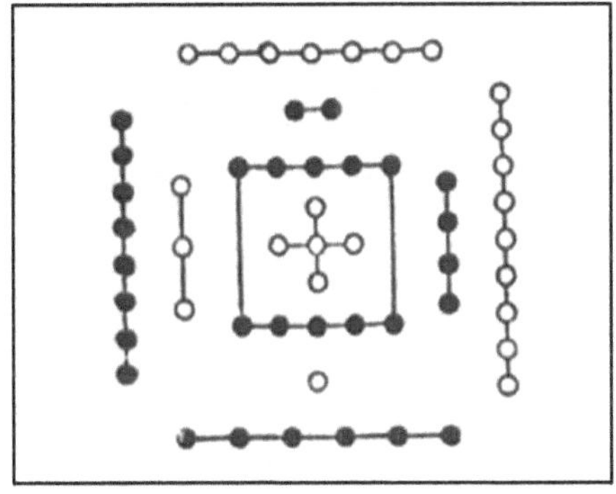

HÀ ĐỒ

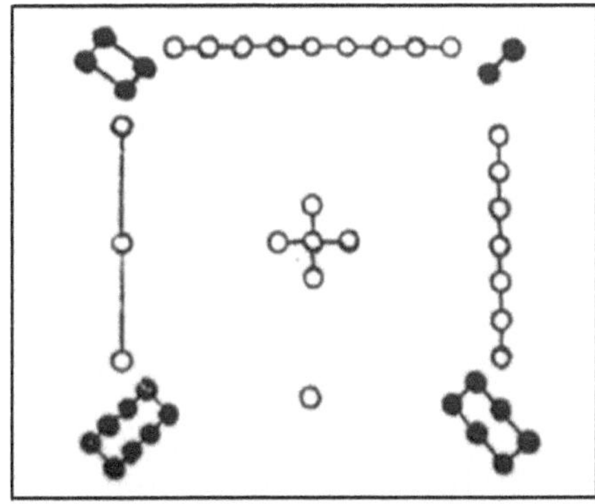

LẠC THƯ

Hà đồ trình bày nguyên lý tương sinh ngũ hành theo chiều thuận.

Lạc Thư trình bày nguyên lý tương khắc theo chiều nghịch, nhưng không cùng phương vị với Hà Đồ và Hậu thiên bát quái.

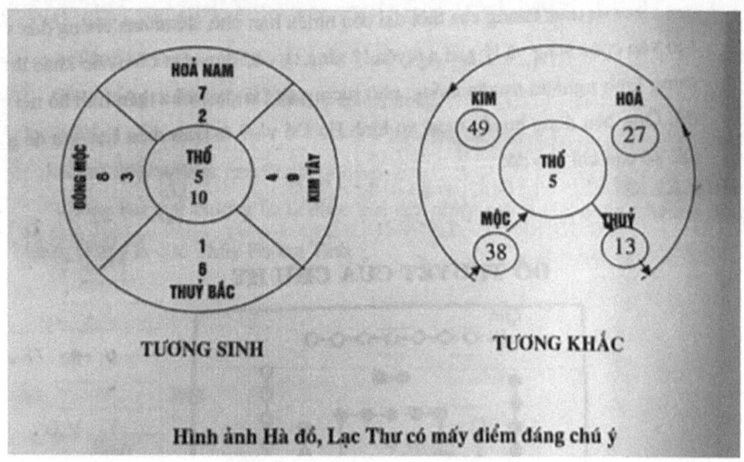

Hình II-8: Cách biểu diễn khác của Hà đồ - Lạc thư.

** Hình ảnh Hà đồ, Lạc Thư có mấy điểm đáng chú ý:

1. Số chấm trên Hà đồ khớp với số và ngũ hành của chi trong tứ trụ, do HiDi phối vào. Mỗi chi phối tới 2 con số cách nhau 5.

2. Số chấm trên Lạc Thư phối hợp vào Can tứ trụ không trùng hợp về ngũ hành của chi. Mậu thuộc thổ lại phối vào số 1 thuộc Thuỷ bên Hà đồ. Kỷ thuộc Thổ lại phối với 9 thuộc Kim bên Hà đồ. Bính thuộc hoả lại phối với 8 thuộc Mộc bên Hà đồ. Đinh thuộc hoả phối đúng. Canh kim phối với 3 thuộc Mộc trên Hà đồ.

3. Số phối vào quẻ cũng không giống "Chu dịch quái số", được coi là số quẻ trong đồ hình tiên thiên: Càn 1, Đoài 2, Ly 3, Chấn 4, Tốn 5, Khảm 6, Cấn 7, Khôn 8.

4. Về phương hướng ngũ hành, Hà đồ và Lạc Thư khác nhau.

5. Số phối vào quẻ và can, chi khác với thuật toán dự đoán khác. Trong thuật toán dự đoán sự việc bằng phương pháp quẻ Ngũ hành, để lập quẻ theo thời gian, các chi năm và chi giờ được phối số như sau:

Tý	Sửu	Dần	Mão	Thìn	Tị	Ngọ	Mùi	Thân	Dậu	Tuất	Hợi
1	2	3	4	5	6	7	8	9	10	11	12

Để dự toán mệnh vận đời người bằng phương pháp ngũ hành, khi lập quẻ các can được phối số như sau:

Giáp	Ất	Bính	Đinh	Mậu	Kỷ	Canh	Tân	Nhâm	Quý
1	2	3	4	5	6	7	8	9	10

Khi lập quẻ, để tính thời gian ứng nghiệm và hào động, Thiệu Ung (Khang Tiết) đều dùng số của quẻ như "Chu dịch quái số", in ở đầu sách "Mai Hoa Dịch số ".

Càn	Đoài	Ly	Chấn	Tốn	Khảm	Cấn	Khôn
1	2	3	4	5	6	7	8

6 - Cùng một con số, quẻ, can, chi có chỗ tương sinh, có chỗ tương khắc khác nhau (xem bảng).

Cùng số 1, quẻ Khảm là Thuỷ, can Mậu là Thổ, chi Hợi, Tý là Thuỷ.

Cùng số 2, quẻ Khôn là Thổ, can Ất, Quý là Mộc-Thuỷ, chi Tỵ, Ngọ là Hoả.

7- Lạc Thư có hình ảnh của ma phương sơ cấp.

④ Tốn - Tân	⑨ Ly - Kỷ	② Khôn - Ất Quý
⑤ Chấn - Canh	⑤	⑦ Đoài - Đinh
⑧ Cấn - Bính	⑥ Khảm - Mậu	① Càn - Giáp Nhâm

Hình II-9: Cách lý giải của Tiền nhân về sự tương ứng giữa Lạc thư và ma phương sơ cấp

- Ma phương: Trùng hợp với phương đồ Hậu thiên bát quái nhưng khác số.

- Ngũ hành không đi theo quy luật tương sinh hay tương khắc. Ngũ hành của quẻ và can không tương đồng, có chỗ tương sinh có chỗ tương khắc ở trong cùng một ô.

- Ô giữa (5) không phối quẻ và can. Trong "Bát tự Hà lạc" khi hiệu mô đun bằng 5, quẻ được chọn phụ thuộc năm sinh thuộc Tam nguyên nào: Hạ nguyên, trung nguyên hay thượng nguyên, nam hay nữ. Chu kỳ Tam nguyên 180 năm tương ứng chu kỳ Vũ trụ 177,7 năm, là chu kỳ ngày tiết khí. Sau 180 năm, ngày tiết khí trùng lặp trở lại (ngày tiết khí là ngày của 24 tiết trong 1 năm).

Từ đây rút ra mấy nhận xét thực tiễn.

- Học thuyết ADNH mô tả quy luật vân động của hiện thực toàn vẹn, ở cấp độ phổ quát nhất.

- Các khoa học cụ thể vận dụng học thuyết đó để giải quyết những vấn đề cụ thể. Một phạm trù cụ thể hạn hẹp hơn, phải đưa ra những thuật toán hoặc lý thuyết, mô tả quy luật vận động của hiện thực cụ thể đó. Y học, vật lý, hoá học, sinh học, dự đoán học, v.v..., đều có lý thuyết và thuật toán cụ thể.

- Các con số phối vào quẻ và Ngũ hành, nhằm xây dựng thuật toán cụ thể cho bộ môn dự đoán. Mỗi bộ môn dự đoán khác nhau, cách phối con số khác nhau. Từ đây thấy rằng, các con số không sinh ra hiện thực vũ trụ, con số là khám phá của loài người để mô tả hiện thực, ở từng phạm vi nhất định. Tiền nhân thường mê tín con số, coi con số sinh ra vũ trụ, nên lý giải quanh co, huyễn hoặc, sẽ được bàn thêm ở mục Kinh Dịch và Toán học.

- Theo truyền thuyết, Lạc Thư xuất hiện sau Hà đồ 2000 năm. Sinh thời Trần Đoàn cách Lạc Thư 3000 năm. Các sáng tạo tối cổ như vậy lại trùng hợp với sáng tạo của Hi Di. Điều đó xẩy ra bình thường, khi Hà đồ, Lạc Thư được chứng minh chặt chẽ về mặt khoa học và thuật toán. Ở đây không như vậy, cùng một ngũ hành nhưng đại diện bằng những con số khác nhau, mâu thuẫn nhau như đã phân tích. Phương hướng quẻ Dịch trong Lạc thư trùng với phương vị hậu thiên bát quái, nhưng số thì không trùng. Phần sau sẽ chứng minh, Hậu thiên và Tiền thiên bát quái không mô tả quy luật vận động của Vũ trụ, mà chỉ là đồ hình thuật toán của bộ môn dự đoán, gieo quẻ theo thông tin phương vị.

- Hà Lạc mô tả Ngũ hành chỉ có thể có sau khi học thuyết ADNH ra đời.

- Ma phương không có gì ghê gớm, đó chỉ là cách trình bày một trong những quy luật của con số. Người Arập đã biết lập ra ma phương đó từ thế kỷ IX (Trần Đoàn sống ở thế kỷ X, sau đó). Các nghiên cứu còn cho biết người Do Thái cổ đã lập ra ma phương tới bậc 7 (49 con số) từ xa xưa hơn nữa. Ma phương có thể được ứng dụng vào một khoa học cụ thể nào đó. Song ở đây chẳng nói lên điều gì. Tổng các con số cộng ngang, dọc, chéo đều 15, đó là quy luật con số của ma phương sơ cấp bậc 3. Con số 15 này không nói được quy luật nào của ADNH trong khi số 5 ở giữa, không mang tên đối tượng nào. Lạc Thư mô tả quy luật tương khắc ngũ hành, nhưng mâu thuẫn về số với Hà đồ. Việc

Lạc Thư mang hình dạng ma phương có thể là sự trùng hợp ngẫu nhiên. Có thể Trần Đoàn biết Ma phương qua giao lưu văn hoá với người Arập từ con đường tơ lụa, mà tìm cách trình bày Lạc thư giống ma phương, để tăng thêm "Uy lực thần linh". Cách lý giải tiếp cận hiện thực nhiều hơn là, sơ đồ 9 ô trùng hợp với sơ đồ Tỉnh điền, đã được mô tả trong Hồng Phạm, đã được đề cập ở phần trên.

Có thể Hậu thiên bát quái xuất phát từ Lạc thư, nhưng con số của các quẻ thì Thiệu Ung không dùng mà dùng con số khác.

Những mâu thuẫn phức tạp, nhiều mặt của Hà đồ - Lạc thư, chứng minh Hà Lạc không mô tả quy luật vận động mang tính thống nhất cao của ADNH mà chỉ là cách biểu diễn đồ hình một thuật toán của khoa học cụ thể. Hà Lạc hoàn toàn trùng khớp với thuật toán Bát tự Hà Lạc của Hi Di. Toàn bộ những thông tin trong mục Hà Lạc này, có thể cho ta đặt ra một giả định: Hi Di là người đã hình ảnh hoá huyền thoại Hà Lạc, trùng khớp với thuật toán Hà Lạc của ông.

- Về mặt thời gian, Hà Lạc ra mắt công khai cũng trùng hợp với giả định đó. Thời điểm sinh và qua đời của HiDi không biết được cụ thể, mà lịch sử chỉ dự đoán vào khoảng cuối Ngũ Đại, đầu đời Tống (giữa thế kỷ X và thế kỷ XI). Hà đồ Lạc Thư được in vào triều Tống Huy Tông (1100 - 1126). Đây là thời gian mà Bát tự Hà Lạc có thể được in để phổ cập. Còn Thiệu Ung thì đã biết trước đó, vì Hi Di truyền cho Mục Tu, Mục Tu truyền cho Lý Chi Tài và Lý Chi Tài truyền cho Thiện Ung (1011 - 1077 , như lời Thiệu Bá Ôn, con trai Thiện Ung ghi trong "Dịch số biện nghi" (Theo Mai Hoa Dịch số tr. 877) .

Trình Di (1033 - 1107), sống cùng thời với Thiệu Ung, là bậc Nho học nổi danh. Sách của ông được làm giáo trình Hán học. Đời sau thường có câu "Cửa Khổng, sân Trình", xếp Trình Di ngay sau Khổng Tử về mặt Nho học. Chu Hy tôn Trình Di làm thầy. Trình Di đã chú giải Kinh Dịch. Chu dịch đại toàn thường ghi truyện của Trình Di trước, sau mới ghi truyện của Chu Hy để bổ sung thêm. Chu Hy (1130 - 1200), sống sau Trình Di một thế kỷ.

Truyện của Trình Di chú giải Kinh Dịch không nhắc một lời nào về Hà Lạc. Trong lời truyện về quẻ Kiền ông nói: "Thánh nhân bắt đầu vạch ra 8 quẻ, đạo của ba tài đủ rồi, nhân đó lại trùng điệp lên cho hết sự biến đổi của gầm trời" (Kinh Dịch, tr.66). Trong phần lý giải dài dài của Chu Hy về Hà Lạc, không có lời bàn nào của Trình Di, tuy rằng Chu dịch đại toàn lấy Dịch truyện của Trình Di và Chu Dịch bản nghĩa của Chu Hy làm phần chính. Điều này chứng tỏ rằng, sinh thời Trình Di chưa nhìn thấy hình ảnh Hà Lạc, vì chỉ nghe huyền thoại vô hình của Hà đồ và 9 ô tỉnh điền Lạc thư, nên ông không thể bình luận. Sau khi ông mất (1107) sang triều Tống Huy Tông (bắt đầu 1100), Bát tự Hà Lạc của Hi Di mới được Khắc in và Chu Hy mới có cơ sở để bình luận.

- Trong Lạc thư, để trống con số 5 không ghép quẻ, là do trong quá trình lập quẻ đời người, hiệu số tổng số dương hoặc âm với 25 và 30 là 5, thì quẻ được quyết định còn phụ thuộc thời gian sinh. Cùng một số 5 nhưng quẻ khác nhau. Điều đó càng chứng minh rằng, hình ảnh Lạc thư gắn chặt với sáng tạo Bát tự Hà Lạc.

- Cũng giống như sáng tạo "Tử vi đẩu số", Hi Di mượn uy linh của các ngôi sao để đặt tên cho các cấu tử lá số, song việc điều hành các ngôi sao lại là quyền uy của ông. Bát tự Hà Lạc cũng nằm trong phong cách nghệ thuật ấy. Ông nương nhờ thần linh huyền thoại, song thần linh ấy lại phải tuân theo trí tuệ của ông.

Từ hiện thực muôn màu như trên, tuy thông tin còn chưa đầy đủ, vì Hi Di không tự nói điều đó (Hi Di sống theo nguyên tắc Vô Vi: Giúp đời không để lại danh, nên các sáng tác của ông đều vô danh). Song từ lôgíc thực tiễn sáng tạo, chúng ta có thể giả định rằng, Hi Di Trần Đoàn đã sáng tạo ra hình ảnh Hà Đồ và Lạc Thư.

Xưa nay có nhiều cách lý giải Hà Lạc, lập ra hai trường phái tương phản nhau, có thể không nên tốn thì giờ vàng bạc vì việc đó nữa.

- Sách Mai hoa dịch nói rằng : "Thiện Ung vô cùng kính trọng phẩm hạnh của Trần Đoàn". Trong một bài thơ, Thiện Ung nói : Chưa thấy hình ảnh Hi Di, chỉ nghe danh Hi Di, tấm lòng Hi Di cũng chưa biết. Đến khi thấy được chân tướng Hi Di rồi, lại thấy được thực chất Hi Di, mới biết nay và xưa, con người này sống mãi cùng thiên hạ.

Chân tướng Hi Di thật đáng quý, bút mực Hi Di thật đáng truyền lại về sau, tấm lòng Hi Di không thể nói ra hết được" (Sđd. tr.767).

"Ung thờ lý Chi Tài làm thầy, nhận được đồ 64 quẻ bát quái, Hà Đồ và Lạc Thư" (Sđd, tr. 760) Từ Hi Di truyền lại.

V- Tiên thiên, Hậu thiên bát quái, đồ hình thuật toán của dự đoán học, ra đời như thế nào ?

Sách "Chu Dịch với dự đoán học", tác giả Thiệu Vĩ Hoa, nhà Dịch học đương đại nổi tiếng của Trung Quốc, nói rằng, Hà đồ, Lạc đồ, Tiêu thiên bát quái, Hậu thiên bát quái, chỉ được bàn luận nhiều từ đời Tống về sau. Trước đó, không thấy ai nói đến (Sđd. tr.16 - 21). Có thể sau khi Bát tự, Hà lạc của Trần Đoàn và Mai Hoa dịch của Thiệu Khang Tiết được khắc in, các nhà Dịch học mới có cơ sở để bình luận.

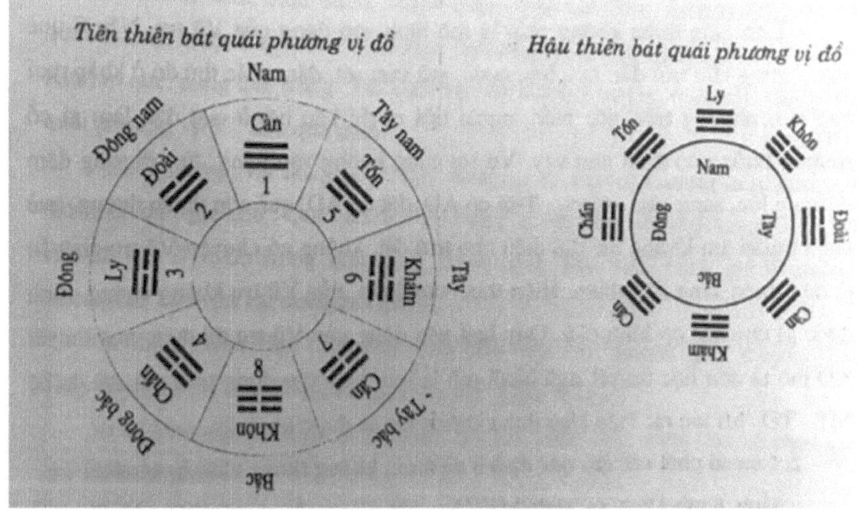

Trên đây là hai đồ hình trình bày trong Chu dịch dự đoán.

1- *Về Tiên thiên và Hậu thiên.*

Hình II-10: Cách trình bày Tiên-Hậu thiên thành đồ hình thuật toán Dự đoán học

Cũng như Hà Lạc, Tiên Thiên và Hậu thiên có nhiều cách lý giải khác nhau. Sau đây là một số đặc điểm của hai đồ hình.

- Cho rằng tiên thiên là của Phục Hy, mô tả vũ trụ ở thời kỳ mới hình thành. Hậu thiên của Văn Vương, thay đổi thứ tự bát quái cho phù hợp với Vũ trụ đã biến đổi về sau. Có mấy điều đáng chú ý về thuyết này.

- Kinh Dịch Văn Vương không nói gì tới Hà Lạc, Tiên Hậu Thiên, chứng tỏ hai đồ hình này do người đời sau làm ra. Trong lời kinh quẻ khôn, có đoạn nói : "Phía Tây Nam được bạn, phía Đông Bắc mất bạn". Có người giải, đây là ý của Hậu thiên bát quái. Tây Nam là vị trí quẻ khôn, nên thuận, phù hợp nết thuận của quẻ khôn, nên được bạn. Đông Bắc thuộc Dương nên cương, không hợp đạo quẻ khôn, nên mất bạn. Tuy nhiên trong lời kinh đã có tượng ngựa cái "tiên mê hậu đắc" để chỉ nết thuận một cách phổ quát, dù phương nào, dù ở đâu, bất cứ thời gian nào đều phải giữ nết thuận, không chỉ ở hướng Tây Nam hay Đông Bắc. Nếu ở hướng Tây Nam mà không thuận như ngựa cái, vẫn gặp hung. Do đó, hướng Tây Nam, Đông Bắc là lời khuyên cụ thể, không phải là ẩn dụ. Có thể những người trong mệnh thuận về hướng Tây Nam, đi về hướng này thường có lợi, đi về Đông Bắc gặp xấu. Đó là kinh nghiệm thực tiễn, nên Văn Vương đưa vào lời kinh. Nội dung lời kinh trong 64 quẻ, không có hình ảnh của Tiên Hậu thiên.

- Tiên Hậu thiên không phải là mô hình vận động của Vũ trụ. Nếu 8 quẻ tượng trưng cho trời, đất, núi, lửa, nước, gió, sấm sét, đầm, các thứ đó ở khắp mọi nơi, mọi phương trời, góc biển, ngoài trời ra thì hầu hết ở mặt đất, làm gì có phương hướng cố định như vậy. Vũ trụ cũng không vận động từ trời sang đầm rồi sang lửa, sang sấm sét, v.v... Trời có AD, đất có AD, quẻ càn thuần dương, quẻ khôn thuần âm, không thể đại diện cho trời đất. Không có chuyện Vũ trụ chuyển từ tiên thiên sang hậu thiên. Hiện thực vận động của Vũ trụ không chứng minh được gì cho hai đồ hình này. Quy luật vận động của Vũ trụ đã được học thuyết AD mô tả. Còn học thuyết ngũ hành mô tả quy luật vận động trên trái đất, do hệ MT - TĐ- Mt sáng tạo. Tiên Hậu thiên không mô tả được như vậy.

2. Con số phối vào các quẻ dịch ở đồ hình, không thống nhất ở các sách.

- Sách Kinh Dịch và sách Mai Hoa của Thiện Ung, số ghép vào các quẻ Tiên Thiên giống nhau. Đồ hình hậu thiên không có số (Mai Hoa dịch trang 101 và 103). Tuy nhiên trong sách Mai Hoa, ở chương "Bàn về Tiên Thiên - Hậu thiên" lại có đoạn viết: "Phương pháp khởi quái của Hậu thiên và Tiên thiên không giống nhau, phân biệt ở chỗ, những số sử dụng không giống nhau. Ngày nay mọi người phần nhiều dùng : Khảm 1, Khôn 2,

Chấn 3, Tốn 4, Càn 6, Đoài 7, Cấn 8, Ly 9, Số 5 để khởi quái"
(?) (Mai Hoa, tr. 193). Số này giống số của Bát Tự Hà Lạc và
được biểu diễn trên Lạc Thư. Thiệu Vĩ Hoa cũng ghi số này trên
đồ hình của Tiên Thiên.

Trong dự đoán , Thiệu Khang tiết chỉ dùng một loại số ở
mục đầu tiên của sách Mai Hoa : Mục "Chu Dịch quái số" (Sđd,
tr. 25), quy định : Càn 1, Đoài 2, Ly 3, Chấn 4, Tốn 5, Khảm 6,
Cấn 7, Khôn 8, giống như số của đồ hình Tiên Thiên trong Kinh
Dịch. Thiệu Khang Tiết không bao giờ dùng số của Lạc Thư,
chứng tỏ số của Lạc thư không nghiệm đúng thực tiễn dự đoán
theo Mai hoa, chỉ nghiệm cho Bát tự Hà Lạc.

Khi lập quẻ theo thời gian và lập quẻ theo phương vị, Thiệu
Khang Tiết đều dùng "Chu dịch quái số". Về phương vị ông
dùng đồ hình Hậu thiên, không bao giờ dùng đồ hình Tiên thiên.
Như vậy cũng chứng minh rằng đồ hình Tiên thiên không ng-
hiệm đúng thực tiễn dự đoán.

Có thể đồ hình Hậu thiên, Thiện Ung có từ Lạc Thư, nó cặp
đôi với "Bát quái vạn vật thuộc loại". Trong chương "phương vị
của bát quái", Thiệu Ung nói: Khi lập quẻ, dùng quẻ trong "Bát
quái vạn vật thuộc loại, làm quẻ trên, trong "bát quái phương vị
đồ" làm quẻ dưới.

"Bát quái vạn vật thuộc loại" quy định các sự vật hiện
tượng tương ứng với thông tin các quẻ như : Quẻ càn là Vua, ông
già, vật tròn, phương hướng Tây Bắc vv.. đã nêu ở ví dụ trong
mục II.2. Trong sách Mai Hoa Dịch ghi ở chương "Đoán các loại
vạn vật trong bát quái".

Có thuyết nói, Hậu thiên bát quái phù hợp với "thuyết quái
truyện" của Thập Dực. Có thể thuyết quái ra đời vào đời Tống
chăng?!

Vị trí Phương vi đồ ghép vào Lạc Thư thì trùng hợp, song

con số phối vào quẻ thì khác hẳn.

Thiệu Ung không dùng số của Lạc thư mà dùng "Chu Dịch quái số", ghi ở đầu sách Mai Hoa, không có đồ hình bát quái. Có thể ông đã sáng tạo ra đồ hình Tiên thiên để có lý do ghép chu dịch quái số vào, tương ứng với đồ hình hậu thiên, tham khảo ở Lạc Thư, nhưng không dùng số của nó.

3- *Nguồn gốc Chu Dịch quái số.*

Đồ hình Tiên thiên, có hình ảnh của con cá AD do Trang Tử vẽ, các con số đi hình chữ S; các cặp quẻ biến dịch qua trục càn khôn: tốn - đoài, khảm - ly, cấn - chấn, càn - khôn. Hình vẽ con cá AD chỉ là biểu tượng của học thuyết AD, không có giá trị ứng dụng thực tiễn, Thiệu Ung chỉ dùng số mà không dùng phương vị của quẻ. Tuy nhiên, có mấy đặc điểm đáng chú ý:

- Thứ tự các con số đi theo chữ S có giá trị liên tục 12345678.

- Nếu ghép giá trị số nhị phân vào quẻ thì tương đồng với ký hiệu AD của quẻ. Bắt đầu từ hào trên cùng, nhân với 2^0, tiếp xuống dưới 2^1, 2^2. Hào dương nhân với 1, hào âm nhân với 0 ta được tổng số. lấy 8 trừ đi tổng số ta được "Chu dịch quái số" (Có thể gọi là "tương đồng ngược").

Dùng toán học để kiểm chứng sáng tạo của tiền nhân, thấy có sự tương đồng kỳ diệu. Như vậy "chu dịch quái số" đã diễn tả được quy luật cấu trúc quẻ dịch, một phần của quy luật AD, phù hợp với thực tiễn dự đoán. Từ đây có thể hiểu được lý do, tại sao Thiệu Ung không dùng số của Lạc Thư.

Ai đã tìm ra Chu dịch quái số? Trong sách Mai Hoa, Thiệu Khang Tiết nói rằng, ông suốt ngày ngắm nhìn chăm chăm các quẻ Dịch để tìm ra số của nó nhưng không tìm được. Bỗng một hôm thần linh đã mách bảo ông. Câu chuyện cũng giống như một số trường hợp khám phá khoa học hiện đại. Thiệu Ung đã thử nghiệm hàng ngàn lần mới tìm ra các con số cho quẻ, nó rất quan trọng trong quá trình lập quẻ dự đoán, vì vậy ông mới đặt nó ở vị trí đầu sách Mai hoa. Khi sáng tạo thêm Phương vị đồ Hậu thiên, ông mới thiết kế đồ hình Tiên thiên để ghi số vào. Khi sử dụng để dự đoán, ông chỉ dùng phương vị đồ Hậu thiên và các con số này, không cần phương vị đồ Tiên thiên. Một số đặc điểm nữa của hai đồ hình là:

Càn	$1 \times 2^0 + 1 \times 2^1 + 1 \times 2^2 = 1 + 2 + 4 = 7$	$8 - 7 = 1$
Đoài	$0 \times 2^0 + 1 \times 2^1 + 1 \times 2^2 = 0 + 2 + 4 = 6$	$8 - 6 = 2$
Ly	$1 \times 2^0 + 0 \times 2^1 + 1 \times 2^2 = 1 + 0 + 4 = 5$	$8 - 5 = 3$
Chấn	$0 \times 2^2 + 0 \times 2^1 + 1 \times 2^2 = 1 + 0 + 4 = 5$	$8 - 4 = 4$
Tốn	$1 \times 2^0 + 1 \times 2^1 + 0 \times 2^2 = 1 + 2 + 0 = 3$	$8 - 3 = 5$
Khảm	$0 \times 2^0 + 1 \times 2^1 + 0 \times 2^2 = 1 + 2 + 0 = 3$	$8 - 2 = 6$
Cấn	$1 \times 2^0 + 0 \times 2^1 + 0 \times 2^2 = 1 + 0 + 0 = 1$	$8 - 1 = 7$
Khôn	$0 \times 2^0 + 0 \times 2^1 + 0 \times 2^2 = 0 + 0 + 0 = 0$	$8 - 0 = 8$

Hình II-11: Sự tương ứng giữa 8 quẻ và số của quẻ theo hệ nhị phân và hệ thập phân.

Với đồ hình Tiên thiên, cộng hai số các cặp quẻ đối diện qua tâm, đều bằng 9, và là các cặp phản biến của nhau.

Với đồ hình Hậu thiên, tổng hai số các cặp quẻ đối diện là 10, nếu phối số từ Lạc Thư vào, và là các cặp quẻ có ngũ hành tương khắc nhau. Hai quẻ cấn và khôn đều thuộc thổ, song cấn thuộc thổ của thủy, khôn thuộc thổ của hỏa cũng có điểm tương khắc.

Như vậy, hai đồ hình đều có tính quy luật của một thuật toán.

4- Đồ hình Hậu thiên có hình ảnh của quy luật Ngũ hành tương sinh và chu kỳ bốn mùa.

- Quẻ khảm đại diện cho hành Thủy và mùa đông, các tháng hợi, tý. Quẻ cấn thuộc hành thổ, nhưng thổ ướt, sát hành thủy, tương ứng với tháng sửu. Cấn là dừng, cây cối đang đâm chồi dưới đất, chưa vươn lên mạnh mẽ. Trong 12 tháng, có 4 tháng thổ là sửu, thìn, mùi, tuất. Bốn tháng là cuối 4 mùa, mang đặc tính thổ của 4 mùa. Vì trái đất là hành thổ, mang cả 4 mùa. Vì 4 tháng thổ mà chỉ có 2 quẻ thuộc thổ nên quẻ cấn mang bản chất thổ của thủy và đặt gần quẻ khảm, tương ứng tháng sửu, quẻ khôn mang bản chất thổ của hỏa và đặt gần quẻ ly. Việc sắp đặt này được rút ra từ thực tiễn dự đoán và được thực tiễn kiểm chứng, đồng thời cũng phù hợp với quy luật phổ quát ADNH.

Từ quẻ khảm cấn đi thuận đến hai quẻ thuộc mộc: Chấn và tốn, thuộc mùa xuân thuộc các tháng Dần, Mão, Thìn. Cây cối đâm chồi nẩy lộc mạnh mẽ, sấm bắt đầu vang động, tượng trưng bằng quẻ chấn. Quẻ tốn hàm chứa cả tháng thìn. Tháng thìn có tiết thanh minh, trời trong sáng, cây cối đã xanh tươi và tiếp tục sinh trưởng. Tuy là tháng thổ nhưng yếu tố mộc vẫn rõ rệt hơn. Tiếp đến quẻ Ly là Hỏa nằm ở vị trí tháng tị, ngọ...Hai tháng này, năng lượng mặt trời ở Bắc bán cầu mạnh nhất, năng lượng hấp dẫn tương hỗ giữa MT và TĐ, Mt và TĐ cũng mạnh nhất. Quẻ 12 tháng, đặt quẻ càn vào giai đoạn này không tương ứng. Quẻ càn thuần thương, khí hậu không có thuần dương thuần âm, chỉ có mức độ chênh lệch AD khác nhau từng tháng. Ngũ hành quy định quẻ Càn thuộc kim mà không thuộc hỏa, ứng dụng vào dự đoán học lại nghiệm đúng.

Sau quẻ Ly là quẻ khôn. Quẻ khôn mang đặc tính thổ rõ rệt nhất. Trái đất được cung cấp năng lượng mạnh trong thời gian khá dài từ mùa xuân đến mùa hạ. Tháng mùi ở vị trí quẻ khốn, bức xạ năng lượng mạnh nhất trong các tháng và tương đối ổn định trong toàn tháng. Năng lượng tháng mùi còn hỗ trợ cho các tháng Kim mùa thu, khi năng lượng mặt trời chiếu về TĐ giảm dần; do đó đầu mùa thu (tháng 8 dương lịch) còn nóng gần ngang mùa hè. Sau quẻ khôn, quẻ Đoài thuộc kim, ở vị trí tháng thân và dậu; tiếp đến quẻ Càn ở vị trí tháng Tuất. Sách Mai Hoa, chương phân loại vạn vật thuộc các quẻ, quy định thời gian quẻ càn giao thời tháng 9 và 10, tương ứng với tháng tuất hợi. Sách Mai Hoa Dịch quy định thông tin thời gian các quẻ như sau:

- Quẻ Càn: Thu, giao thời giữa tháng 9 và 10, năm tháng ngày giờ Tuất Hợi.

- Quẻ Đoài: Thu, tháng 8, giờ ngày tháng năm Thân, Dậu.

- Quẻ ly: Cuối tháng 5, giờ ngày tháng năm Ngọ

- Quẻ Chấn: Xuân, tháng 3, giờ ngày tháng năm Mão

- Quẻ Tốn: Giao thời giữa xuân và hạ, tháng 4, giờ ngày tháng năm Tỵ.

- Quẻ khảm: Đông, tháng 11, giờ ngày tháng năm tý

- Quẻ cấn: Khoảng giữa Đông xuân, ngày tháng năm: Sửu Dần

- Quẻ khôn: Tháng thìn Tuất Sửu mùi

Quẻ Hậu thiên không mô tả vũ trụ. Trời (tượng trưng bằng quẻ càn) không chỉ ở phía Tây Bắc, mà ở khắp mọi nơi. Đất (quẻ khôn), không chỉ ở phía tây nam.

Số của đồ hình tiên thiên, phù hợp một phần quy luật AD, phương vị hậu thiên, phù hợp một phần quy luật Ngũ Hành. Phối hợp hai yếu tố này để dự đoán việc của người, vốn do quy luật

ADNH sinh ra và vận đồng theo quy luật ADNH, thể hiện được tính thống nhất giữa con người và tự nhiên, thống nhất với tư tưởng triết học của hai dòng triết học AD và quy luật biện chứng.

Đồ hình Lạc thư, mô tả thuật toán dự đoán mệnh vận con người (Cả cuộc đời), mô hình hậu thiên là đồ hình thuật toán, để dự đoán việc hàng ngày, cụ thể của con người. Hậu thiên và Lạc thư có sự tương đồng, chứng minh việc cụ thể và mệnh vận con người liên quan chặt chẽ với nhau, cũng chứng minh rằng tính thống nhất của khoa học dự đoán, một ngành khoa học cụ thể, nằm trong tính thống nhất của khoa học phổ quát: Triết học ADNH cái chung được biểu hiện trong cái riêng.

Từ những phân tích trên đây cho thấy: Hậu thiên bát quái do Thiệu Ung mô phỏng từ Lạc Thư của Hi Di, bỏ số quẻ, không sử dụng, Chu Dịch quái số do Thiệu Ung khám phá và ông xây dựng đồ hình Tiên thiên để ghép quái số vào, nhằm mục đích thống nhất cách trình bày, đảm bảo tính đối xứng giữa hai bộ phận thông tin trong dự đoán, đồng thời có thể "thánh hóa" một cách đồng bộ, gắn việc sáng tạo cho hai ông Thánh: Phục Hy và Văn Vương, để dễ bề thuyết phục nhân tâm và phổ cập trong dân gian.

Những giả định trên đây phù hợp với ý kiến khảo sát của các nhà dịch học đương đại: Hà Lạc, Tiên Hậu Thiên chỉ được bình luận sôi nổi từ thời Tống về sau.

5. Ví dụ minh họa trích từ Mai Hoa Dịch:

1. Thanh niên có sắc mặt vui mừng:

Giờ Ngọ, ngày Nhâm thân, có một thanh niên đi từ phương Ly (nam) tới, vẻ mặt hớn hở. Khi hỏi, chàng ta trả lời, không có việc gì. Liền xem một quẻ. Thanh niên thuộc quẻ Cấn, làm quẻ trên; Ly làm quẻ dưới, được quẻ sơn hỏa bôn. Số của quẻ Cấn là 7, ly 3, giờ Ngọ có số bằng 7. Tổng số 7 + 3 + 7 = 17. Tìm hào động: 17: 6 = 2 dư 5; hào 5 động biến thành quẻ Phong Hỏa Gia

Nhân. Lời Kinh hào 5 quẻ Bôn nói: " võ sĩ ẩn cư trong vườn, chứng thư rõ ràng, tốt".

—— ——	—— ——	——————
— —	— —	— —
— —	— —	— —
— —	——————	——————
——————	—— ——	—— ——
——————	—— ——	—— ——

| Bôn | Quẻ hỗ: giải | Biến: Gia nhân |

**Hình II-12: Cấu tạo ba quẻ liên quan chủ yếu
trong một nội dung dự đoán.**

Lời hào Kinh Dịch đã tốt, quẻ hỗ, quẻ biến đều phù trợ, tràn đầy sinh khí, nên đoán rằng: Thanh niên này, trong vòng 17 ngày, nhất định có tin mừng lấy vợ (quẻ biến gia nhân có nghĩa là gia đình). Sự thực đúng như vậy.

Ở đây, Khang Tiết đã dùng "Bát quái thuộc loại vạn vật" và phương vị Hậu thiên để lập quẻ. Dùng số Tiên thiên xác định hào động, tham khảo lời kinh của Kinh Dịch.

Có điều tồn nghi là: Trong Chu Dịch đại toàn (bản dịch của Ngô Tất Tố), quẻ này gọi là quẻ bí (trang sức), ở đây gọi là quẻ Bôn (võ sĩ thời cổ), lời kinh hơi khác nhau. Phải chăng có 2 bộ kinh dịch khác nhau, hoặc kinh dịch đã có sự sửa chữa lời kinh của Văn Vương?

2. Xem hoa mai để đoán:

Giờ thân, ngày 17 tháng 12 năm thìn, khi Thiện Khang Tiết tiên sinh đang thưởng thức hoa mai, tình cờ thấy hai con chim sẻ tranh nhau trên cành cây, ngã lộn nhào xuống đất. Thiệu tiên sinh nói: "Chắc có chuyện lạ". Bèn gieo một quẻ.

Năm thìn số 5, tháng 12 số 12, ngày 17 số 17

$5 + 12 + 17 = 34$; $34 : 8$ dư 2, tương ứng quẻ Đoài là quẻ thượng. Giờ thân số 9: 34 + 9 = 43; 43 : 8 dư 3 là quẻ Ly, thuộc quẻ hạ. Trùng quái được quẻ Cách.

43: 6 dư 1; hào 1 động, quẻ Cách biến sang quẻ Hàm.

<table>
<tr><td>——— ———</td><td>——— ———</td><td>——— ———</td></tr>
<tr><td>—————</td><td>—————</td><td>—————</td></tr>
<tr><td>—————</td><td>—————</td><td>—————</td></tr>
<tr><td>—————</td><td>—————</td><td>——— ———</td></tr>
<tr><td>—————</td><td>——— ———</td><td>——— ———</td></tr>
<tr><td>—————</td><td>——— ———</td><td>—————</td></tr>
<tr><td>Cách</td><td>Hỗ: Cấu</td><td>Biến: Hàm</td></tr>
</table>

Tiên sinh đoán rằng: "Tối mai sẽ có cô gái đến hái hoa. Người coi vườn truy đuổi. Cô bé hoảng sợ ngã xuống đất, bị thương ở đùi". Tại sao như vậy.

Đoài là thiếu nữ, thuộc hành kim. Hỏa động khắc kim, tức là làm thương tổn cô gái. Ở quẻ hỗ: quẻ càn kim khắc phong mộc, phong là đùi, nên cô gái bị thương ở đùi; ở quẻ biến: quẻ Cấn thổ sinh Đoài kim, nên cô gái chỉ bị đau nhẹ.

Trong ví dụ này, Thiệu Ung hoàn toàn dùng quái số để lập quẻ.

Lời kinh hào 1 quẻ Cách phù hợp với kết quả dự đoán: "Bó chặt bằng da con bò vàng": ý nói không nên hành động, ở yên tĩnh và giữ đạo trung chính thì tránh được rủi ro (màu vàng tượng trưng cho đạo trung). Nếu cô gái trước khi hái hoa mà gieo quẻ thì được lời chiêm như vậy, cô sẽ không đi. Ở đây, sự việc chưa biết, nhờ gieo quẻ mà biết được.

VI. Gieo quẻ đo lường thông tin dự đoán, không bí ẩn.

VI.1- Gieo quẻ và khoa học

Phương pháp gieo quẻ được sáng tạo, sau khi có lý thuyết dự đoán, nhằm đưa lý thuyết vào thực tiễn cuộc sống.

Cơ sở triết học của việc gieo quẻ, là mối liên hệ phổ biến, quy luật phán ánh thông tin của thế giới khách quan, trong đó có con người. Người xưa gọi là thiên nhân tương ứng, vạn vật đồng nhất thể, con người là một tiểu vũ trụ, vũ trụ là một, v.v...

Vũ trụ được cấu trúc bằng chất và trường năng lượng. Chất được đặc trưng bằng khối lượng và hình dáng hình học. Trường năng lượng, thường gọi tắt là "trường", được truyền tải bằng các "hạt mang". Khoa học Vũ trụ hiện nay coi hạt mang không có khối lượng tĩnh, nên không có hình dáng hình học, mà truyền trong không gian theo phương thức "sóng-hạt", ví dụ như hạt phôtôn ánh sáng chẳng hạn (vấn đề hạt phôtôn không có khối lượng và năng lượng tĩnh là trái với triết học duy vật biện chứng và triết học âm dương, còn phải nghiên cứu tiếp). Qúa trình gieo quẻ là quá trình tương tác thông tin giữa người hỏi việc, người gieo quẻ, và các sự vật hiện tượng liên quan tới việc đó, được thực hiện bằng trường năng lượng, phản ánh qua thao tác gieo quẻ và kết quả thành lập quẻ.

Tất cả mọi vận động đều tuân theo quy luật. Kết quả vận động là hiệu ứng nhân quả của quá trình tương tác thông tin theo quy luật.

Quy luật điều khiển hoạt động gieo quẻ là quy luật năng lượng ADNH. Quy luật đó vận hành liên tục trong không gian và thời gian, trong bất cứ sự vật, hiện tượng, quá trình nào, thuộc thế giới hữu sinh và khí hậu thời tiết trên trái đất. Quy luật đó giữ mối liên hệ thông tin phổ biến và phát triển giữa các đối tượng hiện thực.

Mọi sự vật đều được cấu trúc bằng chất và trường năng lượng. Ở cấp độ cấu trúc siêu vi mô, chất là các hạt cơ bản cùng các trường năng lượng, làm nên các cấu trúc vật chất, trong đó có thế giới hữu sinh và con người.

Khó có thể mô tả cụ thể quá trình gieo quẻ, vì quá trình đó tương tác ở cấp siêu vi mô. Dù là cỏ thi, đồng tiền hay con người đều thống nhất ở cấu trúc siêu vi mô, gồm các hạt cơ bản và các trường năng lượng.

Dù không mô tả được, nhưng phương thức gieo quẻ đúng hay sai, đều được kiểm chứng qua thực tiễn dự đoán.

Mọi khám phá khoa học của con người, chỉ khám phá được các hiệu ứng nhân quả của vận động vật chất ở khâu trung gian nào đó. Không thể vươn tới khâu nhân quả ban đầu. Giống như việc không thể có khám phá khoa học cụ thể để trả lời câu hỏi : "Vũ trụ từ đâu mà có ?" Do đó, câu hỏi «tại sao?» luôn luôn tồn tại.

Việc khám phá ra phương pháp gieo quẻ chỉ là việc phát hiện hiệu ứng nhân quả trung gian của các tương tác chất - trường, theo quy luật ADNH. Việc phát hiện đòi hỏi thực nghiệm hàng ngàn lần, hàng vạn lần. Phát minh gieo quẻ không nằm ngoài phương thức sáng tạo.

Sáng tạo mới = tri thức hiện có + kinh nghiệm thực tiễn.

Lý giải như vậy để thấy rằng việc gieo quẻ không có gì huyền bí, phi tự nhiên, mà là thao thác của khoa học dự đoán. Sau đây là ví dụ về cách lý giải ở cấp độ vĩ mô trung gian:

Người con ở Hà Nội, gieo quẻ hỏi tình hình sức khoẻ của mẹ ở thành phố Vinh. Người dự đoán căn cứ vào quẻ sẽ nói rõ cho người con biết. Ở trường hợp này, việc hình thành quẻ có thể từ hai nguồn thông tin. Thông tin tư duy của người mẹ, được truyền qua các trường, luôn luôn vào giác quan 7 (GQ7), đi vào bộ nhớ ẩn thức của người con. Khi gieo quẻ, trong điều kiện tĩnh lặng, tập trung tư tưởng cao độ, bộ nhớ ẩn thức được tín hiệu kích thích, liền phối hợp với hiện thực (trong mối quan hệ phối hợp thông tin trường ADNH), điều khiển quá trình gieo quẻ bằng dòng điện và trường năng lượng. Trường năng lượng ở đây có sự tham gia của hai trường: điện từ và hấp dẫn, theo quy luật ADNH. Vì quy luật ADNH là quy luật của cả hai trường tổng hợp lại. Sức khoẻ của người mẹ vận động theo quy luật ADNH, nên sóng tư duy người mẹ là thông tin mang quy luật ADNH. Kết quả được quẻ dịch ADNH, phù hợp với tình hình sức khoẻ người mẹ. Đây là nguồn thông tin được nạp liên tục vào bộ nhớ người con, khi mẹ và con có tần số tư duy đồng thuận cao.

Nguồn thông tin thứ hai: Khi người con tập trung gieo quẻ, sóng tư duy sẽ phát mạnh hơn, kích thích tư duy của người mẹ cùng phát sóng mạnh hơn. Bộ não người con nhận được thông tin qua GQ7 và điều khiển quá trình gieo quẻ. Bởi vì, như Y học hiện đại dã chứng minh, mọi hoạt động cơ bắp đều chịu sự phối hợp điều khiển của trường năng lượng điện từ đại não và trường hấp dẫn.

Con người và vật gieo quẻ liên hệ mật thiết với nhau, kết quả gieo quẻ phản ánh thông tin về con người, cũng là thông tin về quy luật ADNH, đang vận hành trong con người.

Hiện tượng gieo quẻ tương đồng với hiện tượng Mai Hoa Chiêm, như ví dụ ở trên. Hai con chim sẻ chọi nhau rơi xuống đất đó là thông tin của quẻ. Thiệu Kháng Tiết dùng năm tháng ngày giờ đó để lập quẻ. Trong ví dụ này có mấy điểm đáng bàn:

+ Ở đây thể hiện quy luật thống nhất giữa thời gian và vật chất vận động. Hình thái vận động của hai con chim mang quy luật ADNH biểu hiện trong thông tin thời gian. Thông tin đó lại báo hiệu một hiệu ứng nhân quả là ngày mai cô gái đến hái hoa (vào ban đêm) và những sự việc xảy ra. Ở thời điểm cô gái hái hoa và bị đuổi, nếu gieo quẻ lại có thể biết biết được những thông tin thú vị tiếp theo. Ở những báo hiệu đặc biệt thì mới có những thông tin đặc biệt kế tiếp.

+ Ở đây cũng biểu hiện quy luật về mối liên hệ phổ biến và chặt chẽ giữa mọi sự vật và hiện tượng, biểu hiện quy luật phản ánh thông tin. Một hiện tượng nào đó sẽ báo hiệu thông tin của một hiệu ứng nhân quả tiếp theo. Hiệu ứng nhân quả đó và nói chung mọi hiệu ứng nhân quả, đều có mối liên hệ phổ biến mang quy luật ADNH, và liên quan mật thiết với thông tin thời gian.

+ Qua thực tiễn dự đoán, chứng minh quy luật ADNH có mặt thường xuyên và khắp mọi nơi trên trái đất. Mọi sự hoạt động của thế giới hữu sinh và khí hậu thời tiết không nằm ngoài quy luật ADNH. Lôgíc hiện thực dẫn tới lôgíc tư duy rằng : xã hội cũng hoạt động theo quy luật ADNH. Đó là điều cần nghiên cứu để ứng dụng thực tiễn. Lô gic hiện thực cũng chứng minh cho một giả định của Ăng ghen rằng, tự nhiên hình như đã sáng tạo ra một hệ thống, liên kết chặt chẽ mọi sự vật, hiện tượng và quá trình. Phải chăng, trên trái đất, đó là hệ thống ADNH.

Việc phát minh phương thức gieo quẻ theo thời gian là thành tựu trí tuệ siêu việt.

Thiệu Khang Tiết, còn phát minh ra các phương thức gieo quẻ bằng âm thanh, chữ viết, lời nói và các sự vật hiện tượng cảm nhận bất ngờ chung quanh con người, để đoán việc về con người hay hay sự vật. Vạn vật đồng nhất thể là như vậy.

Hiện tượng gieo quẻ hoàn toàn phù hợp với nguyên lý phản ánh, nguyên lý về mối liên hệ phổ biến của thế giới hiện thực, trong triết học DVBC.

Vũ trụ cấu trúc bằng chất và trường. *Mối liên hệ phổ biến, không những là mối liên hệ từ chất , mà còn là mối liên hệ phổ biến từ trường năng lượng.* Các mối liên hệ và sự phản ánh của các đối tượng hiện thực, không chỉ biểu hiện bằng chất mà còn biểu hiện bằng trường năng lượng. Thường, chúng ta chỉ quen các mối liên hệ từ chất, vì chất có không gian hình học và khối lượng, dễ quan sát bằng thị giác. Sóng âm thanh truyền qua «chất không khí» tác động vào màng nhĩ của tai. Các liên hệ bằng trường thường truyền tải âm thầm qua sóng điện từ và các giác quan thu sóng ở đại não, khó cảm nhận được. Hiện tượng ngoại cảm, thôi miên, cảm xạ, là hiện thực sinh động về việc thực hiện quy luật phản ánh và các mối quan hệ phổ biến giữa các đối tượng hiện thực, bằng trường năng lượng. Vì trường năng lượng như «ma», mắt nhìn không thấy, tai lắng không nghe, sờ mó không cảm giác được. Các quy luật phản ánh, các quy luật liên hệ bằng trường, chưa được khoa học để tâm nghiên cứu, khám phá. Do đó, còn nhiều ẩn dấu khoa học. Khi bộc lộ ra các hiện tượng chưa quen tiếp xúc phổ biến, được coi là lắt léo, huyền bí, kỳ ảo, ma, linh hồn.

Trong việc gieo quẻ và dự đoán sự việc bằng nguyên lý ADNH, tư duy linh cảm khoa học của người xưa, thật là sâu sắc. Tuy chưa có cơ sở của khoa học cụ thể để lý giải, tư duy người xưa cũng không ẩn dấu suy nghĩ siêu nhiên, mà chỉ xuất phát từ tư tưởng khoa học: Vạn vật đồng nhất thể, để khám phá về Dự đoán học. Vấn đề sẽ còn bàn tiếp ở chương Hoạt động Âm Dương của đại não.

Qua dự đoán học ADNH, sự tương đồng giữa học thuyết AD và học thuyết Duy vật biện chứng lại càng được hiện thực và thực tiễn làm sáng tỏ. Học thuyết ADNH mang giá trị của khoa học hiện đại.

VI-2. Hào Dụng cửu và Dụng lục của quẻ Càn và quẻ khôn.

Hai hào này chưa được nhận thức thống nhất. Sau đây là một vài ý kiến nhỏ của người viết.

- Hai hào đó không phải là hào thứ 7, vì khi gieo quẻ chỉ gieo 6 hào, đó là lời chiêm chung của toàn quẻ, được Văn Vương rút ra từ kinh nghiệm thực tiễn và thông tin AD trong hai quẻ.

- Hào Dụng cửu nói : "Kiền quần long vô thủ, cát": Thấy bầy rồng không đầu, tốt.

Quẻ Càn, thuần Dương, thể hiện tính cương kiện, quyết đoán, chi phối chủ yếu sự vận động của sự vật hiện tượng, mang tính chỉ huy tối cao, không chịu sự "sai vặt" hàng ngày của cấp trên trực tiếp. Các hào Dương của quẻ cũng mang đặc tính tương tự, vì đều nằm trong quẻ Càn. Người gieo được quẻ Càn hoặc các hào của quẻ, tự mình phải quyết định xử lý thông tin, các ý kiến khác chỉ là tham khảo, thế mới có hiệu quả tốt. Ở cấp chỉ huy, gieo được quẻ và các hào, bất kỳ hào nào, chỉ thích hợp ở cương vị chỉ huy độc lập, tự quyết định hành động theo kế hoạch, pháp luật, đường lối cấp trên và thực tế của đơn vị mình, không thích hợp ở vị trí trợ lý, cấp phó trực tiếp, bị "sai khiến" hàng ngày. Cứ so sánh với lời hào, quẻ khôn sẽ rõ. Quẻ khôn có nết thuận của ngựa cái, tiên mê hậu đắc, luôn luôn là người chấp hành mà không tự đề xuất, không đứng đầu.

Ví dụ : Gieo được hào 5 quẻ Càn với lời Kinh: "Phi long tại thiên, lợi kiến đại nhân": Rồng bay trên trời, lợi thấy đại nhân.

Quan chức hỏi việc thăng tiến, được hào này chắc chắn sẽ được thăng cấp. Các cấp được thăng phải là cấp trưởng ở một đơn vị độc lập như cấp huyện, tỉnh, đầu các bộ,... thì tốt, thích hợp, nếu là cấp phó giúp việc trực tiếp thì không thể tốt. Người gieo được hào này thường là người có tài đức, có tính quyết đoán cao, xử lý tình huống sáng suốt. Nếu đặt ở vị trí cấp phó trực tiếp sẽ phải thực hành những quyết định kém chính xác so với tư duy của mình, gây ức chế, dần dần có thể mất đoàn kết. Không ở cấp trưởng là không phù hợp với lời Kinh, tương tự như ví dụ về Nam Khoái. Hào 5 quẻ Khôn là "quân vàng rất tốt", làm cấp dưới trực tiếp rất tốt, nhưng lại muốn làm vua, nên thất bại.

Nếu gieo được hào 6 quẻ Càn : "Kháng long hữu hối": Rồng lên cao quá có hối hận. Đã đến lúc mình phải tự quyết định xin nghỉ hưu, không chờ cấp trên cho nghỉ mới nghỉ, hoặc còn muốn lên cao sẽ gặp không tốt. Trong nhiều trường hợp, những người vốn tài đức, khi đến tuổi nghỉ, cấp trên vẫn muốn sử dụng vì nhiều kinh nghiệm thực tế. Nếu gieo được hào này thì cũng nên xin nghỉ. Vị trí của mình có nhiều cán bộ trẻ nhìn ngó, mình nghỉ là thời cơ thăng tiến của họ, mình vẫn giữ ghế thì họ sẽ phản ứng ngầm, dẫn tới khó hoàn thành công việc tốt đẹp. Cái tiếng tài đức của mình bị suy giảm, vì đã hành động không đứng chữ "Thời" của mình.

Trong lịch sử, có nhiều hiền tài kiệt xuất, vẫn giữ vị trí của quẻ Khôn như Khổng Minh, Trương Lương, Phạm Lãi, Nguyễn Trãi. Tài Đức của họ nổi trội hơn Vua của họ. Tại sao, họ không tự đứng ra tổ chức lực lượng và đứng đầu các cuộc nổi dậy để sau này làm vua, mà phải chịu nhún nhường, để rồi trong nhiều trường hợp, đã mang tai hoạ thảm khốc hoặc phải trốn tránh. Các bậc hiền tài là những người dự đoán cao cường. Họ biết rằng, họ chỉ ở vị trí quẻ Khôn, hào 5 như Nam Khoái, họ trung thành với hào 5 quẻ Khôn mà không hành động như Nam khoái. Khi hào 5 hết thời, họ không lên hào 6 mà giữ đức Vĩnh Trinh của quẻ khôn, xin đi ở ẩn, xa lánh bụi đời và làm những việc thiện. Trong nhiều trường hợp, họ cũng bị tai bay vạ gió như Nguyễn Ức Trai.

Chữ "Thời", hiệu ứng nhân quả của quy luật AD, có giá trị thực tiễn thật là sâu sắc, không thể không thường xuyên suy ngẫm.

Lão Trang từng nêu nguyên lý ứng xử của "Thời "

"Vui đến là thời, vui đi là thuận, an thời xử thuận, buồn vui không vào đặng cõi lòng". Cách ứng xử tinh tế này đã gieo cảm hứng vào thi ca.

Vui, buồn, gió thoảng mây bay
Tâm không xao xuyến, tháng ngày ung dung.

- Hào dụng lục quẻ khôn : "Lợi vĩnh trinh"; Dùng các hào âm, luôn luôn chính đính thì có lợi.

Sáu hào quẻ khôn, có hào rất tốt như hào 2, hào 5, có hào đại xấu như hào 6. Với các hào xấu, vĩnh trinh vẫn tránh được tai hoạ hoặc giảm được tai hoạ, tức là có lợi hơn. Được hào cực tốt như hào 5 mà không vĩnh trinh vẫn tai hoạ khôn lường. Trinh ở đây theo tinh thần trinh của quẻ khôn, luôn luôn thuận tòng và đừng lạm quyền, trung-chính-thời vẫn là nội dung cơ bản của chữ Trinh.

Ví dụ: Gieo được hào 6 động, lời kinh nói : "Như rồng đánh nhau ở đồng nội, đổ máu đen vàng". Nếu không gieo quẻ biết trước thì xảy ra xung đột lớn. Vì gieo quẻ mà biết được lời kinh xấu, thì có thể hành động ứng xử vĩnh trinh, giữ thái độ trung chính thì có thể tránh được xung đột. Từ cách hoà giải, lắng nghe lẫn nhau, như hiện tượng chính trị thế giới đầu thế kỷ XXI này, vẫn có xu hướng thiên về cách giải quyết bàn tròn. Nơi nào ở vị trí quẻ khôn mà lại chủ động gây xung đột, như Grudia gây chiến với Nga, cuối năm 2008, Grudia đã phải chịu thất bại sau 2 ngày ngựa cái đánh nhau với rồng.

Dụng cửu và Dụng lục, chúng ta hiểu là dùng cho cả quẻ và 6 hào, vì quẻ Càn cùng có tượng con rồng và lời kinh có chữ "nguyên": đầu cả, tổng chỉ huy còn lời quẻ khôn cũng có chữ trinh, khi dự đoán theo 6 hào vẫn sử dụng cả lời kinh của quẻ, chữ thời bao gồm cả thời của quẻ và thời của hào.

VII- Kinh Dịch với toán học và các khoa học:

Toán học và các khoa học cụ thể, được con người phát minh, làm công cụ nhận thức và cải tạo thế giới. Một bộ môn toán học và mỗi ngành khoa học cụ thể, mô tả hiện thực trong những đối tượng nhất định, giới hạn mà không phải mô tả toàn thể. Triết học Âm Dương và Duy vật biện chứng, mô tả hiện thực ở tầm phổ quát nhất, bao trùm mọi cái cụ thể. Ta hình dung thế giới hiện thực là một cặp AD tổng thể, được cấu trúc bằng vô số những cặp AD thành phần ở tầm trung mô, vi mô, siêu vi mô. Các cặp AD thành phần có những quy luật vận động đặc thù để phân biệt, song đều chịu sự "quản lý" của cặp AD tổng thể, tương tự như quan hệ giữa Trung ương và địa phương. Các cặp AD thành phần đều là hiệu ứng nhân quả tầng tầng lớp lớp của vận động AD tổng thể. Vì vậy mang "gen" của cặp AD tổng thể. Mã ADN có mặt trong toàn thể thế giới hữu sinh, là một minh hoạ sinh động. Chất và trường có mặt trong mọi vật thể Vũ trụ, là một minh họa phổ quát.

Quẻ dịch, phù hiệu trực tiếp từ triết học AD, ắt có mặt ở nhiều ngành khoa học, nếu khoa học chú ý tìm kiếm và cũng có nhiều tương đồng với các ngành toán học.

Các khoa học cụ thể và toán học, mô tả quy luật vận động của các cặp AD thành phần, ở nhiều cấp độ trung mô, vi mô, siêu vi mô, có những quy luật riêng, đặc trưng, song vẫn hàm chứa quy luật của cặp AD tổng thể. Rất khó bóc tách quy luật AD ở một số khoa học cụ thể và toán học. Song nếu khoa học và toán học ứng dụng được vào thực tiễn cuộc sống, thì quy luật AD đã hiện diện ở đó.

Trong phần viết này, tham gia thảo luận một số ý kiến về mối quan hệ giữa quẻ Dịch và toán học, vẫn đang được bình luận trong Dịch học xưa và nay.

VII.1- Quẻ dịch và toán học:

- Xưa và nay, một số nhà nghiên cứu quẻ dịch, cho rằng, những con số sinh ra AD, sinh ra quy luật vận động của Vũ trụ. Trong Kinh Dịch, phần biện luận về Hà đô, Lạc thư quanh co, mâu thuẫn, lúng túng giữa các con số biểu hiện trên mấy cái chấm đen, chấm trắng. Đó là trí tuệ con người cách nay ngàn năm. Đáng tiếc là, các học giả ngày nay vẫn còn sử dụng các công thức mơ màng về con số để tiếp tục nghiên cứu bình luận, xem đó là chân lý khách quan mà người xưa đã khám phá, ngày nay phải gắng sức để nhận thức được cái tinh tuý đó ? !

Một học giả, người nước ngoài (không tiện nêu tên) đã viết một cuốn sách dày, chứng minh rằng: "Quy luật của con số chi phối quy luật phát sinh phát triển của Vũ trụ, cũng chi phối sự phát sinh phát triển của con người...". Và học giả viện dẫn câu nói của Ph.Ăng ghen trong "Phép biện chứng của tự nhiên", cho rằng Ăngghen cũng tư tưởng như vậy: "Giống như con số, vũ trụ phục tùng những quy luật nhất định, do đó tính quy luật của Vũ trụ được mô tả".

Rõ ràng hai cách hiểu này không đồng nhất mà ngược nhau. Ăng ghen cho rằng, Vũ trụ cũng phục tùng những quy luật nhất định, giống như con số phục tùng các quy luật của nó. Vì phục tùng quy luật, nên có thể mô tả quy luật đó. Những đối tượng vận động không quy luật rất khó mô tả. Khi con người phát minh được toán học, tìm ra được các quy luật của con số, một số quy luật của con số có thể mô tả quy luật vận động của Vũ trụ, ví dụ như các phương trình toán lý, phương trình thiên văn toán, v.v...

Vũ trụ không rõ có từ lúc nào. Loài người chỉ hình thành sau nửa chu kỳ Bigbang và cũng không biết bao nhiêu thế hệ loài người đã sinh ra và lại quay về Bigbang mới. Vũ trụ vẫn vận động theo quy luật của nó, dù con người có được sinh ra hay không. Con người không thể sinh ra Vũ trụ, thì toán học do con người sáng tạo ra, lại có thể sinh ra Vũ trụ?

Sách Kinh Dịch có đoạn nêu rõ: "Từ đời hồng mông, khoảng giữa trời đất, khí Âm Dương dẫu đều có tượng, nhưng chưa từng có số. Khi Hà đồ hiện ra mới có số 55, số lẻ, số chẵn, số sinh, số thành là để mở mang trí riêng của thánh nhân, không thể đem ví với khí tượng mênh mang"(Sđd, tr.26). Phần "Dịch thuyết cương lĩnh" cũng phản bác : "Bảo nghĩa Kinh Dịch khởi từ số là sai... Lý là vật vô hình, nên nhờ tượng để tỏ lý" (Tr.51).

Sách Mai Hoa Dịch đã mô tả việc Thiệu Ung khám phá ra số các quẻ Dịch (Chu Dịch quái số). Hàng ngày ông nhìn chăm chăm vào quẻ Dịch để tìm ra số, những vẫn chưa tìm được, mà phải nhờ thần linh mách bảo. Đây là cách mô tả ẩn dụ. Ông nhìn chăm chăm vào các thực nghiệm của mình để tìm ra quy luật con số : Càn 1, Đoài 2, ... Nhưng ông cũng dặn rằng : "Nếu chỉ luận số mà không luận "Lý" (AD) thì lập tức sẽ rơi vào tình trạng thiên kiến, mà số không thể đạt được mục đích linh nghiệm (Sđd, tr. 190). Trang 336, sách Mai Hoa lại nói : "Số Chu dịch không vượt được lý Chu Dịch". Kinh Dịch cũng nhắc nhở : Có lý (AD) mới có tượng (Quẻ dịch), có tượng mới có số (số trong Hà lạc và Chu Dịch quái số). Như vậy, một bộ phận trí tuệ của người xưa đã hiểu đúng đắn mối quan hệ giữa toán học và hiện thực. Toán học là công cụ do con người sáng tạo ra (để mở mang trí riêng của thánh nhân), để mô tả hiện thực, để nhận thức hiện thực và ứng dụng làm đẹp cuộc sống. Toán học không sinh ra hiện thực.

Cũng trong cuốn sách của học giả nói trên có đoạn viết : "Tóm lại, lý thuyết AD rút ra tính "cơ - ngẫu"(chẵn - lẻ) của các con số". Như vậy con số sinh ra Âm Dương ? Con số sinh ra Vũ trụ ?

Nêu vấn đề để thảo luận như vậy để thấy rằng, các công thức của người xưa về con số sinh ra vạn vật như : Thiên nhất sinh Thuỷ (số 1 sinh Thuỷ), số 2 sinh Hoả, số 3 sinh Mộc, số sinh số thành, số trời lẻ 1, 3, 5, 7, 9. Số đất chẵn 2, 4, 6, 8; Số 9 là dương cực, số 6 là âm cực... (Vì vậy mới có từ cửu, lục để để gọi các hào Dương, Âm của quẻ; ngờ rằng, các từ này do người đời sau thêm vào mà không phải hàm ý của Văn Vương. Kinh Dịch cũng bị "Tam sao thất bản" chăng?. Trong Kinh Dịch, phần đầu Chu Dịch thượng kinh, Chu Hy nói : "Đời trung gian, sách này bị chư nho làm loạn (Tr.65). Hiện tượng thay đổi tên quẻ Bí và Bôn như nêu ở phần trên, là một ví dụ. Phải chăng, Kinh Dịch đã bị sửa đổi thêm bớt ít nhiều, không còn nguyên bản nữa ?) đều là cách hiểu ngược về mối quan hệ giữa toán học và hiện thực. Tất cả các đồ hình và các con số liên quan đến quẻ Dịch như Hà Lạc, Tiên Hậu Thiên, v.v... đều là thuật toán của Dự đoán học, một khoa học cụ thể vận dụng học thuyết AD, mô tả một phần hiện thực Vũ trụ của Dự đoán học, mà không phải là toàn vẹn; mô tả một cặp AD thành phần mà không thể mô tả tất cả.

Toán học không phải là thuần tuý tư duy, mà được khám phá từ đòi hỏi của thực tiễn, để giải quyết những vấn đề do con người đặt ra. Các bộ môn toán học là các khoa học cụ thể . Mỗi bộ môn toán học, cũng như các khoa học cụ thể khác, chỉ mô tả được một phần hiện thực. Những hiện thực mà số học không mô tả được, thì đại số được khám phá để mô tả. Hình học phẳng của Ơclít không mô tả được không gian cong, thì hình học phi Ơclít đã ra đời, nhận lấy trách nhiệm đó.

Toán học là những trừu tượng mang tính trừu tượng rất cao. Nó không suy lý trên cơ sở hiện thực trực tiếp mà suy lý từ các hệ thống tiên đề, định lý, công thức, được ghi bằng các ký hiệu, sơ đồ, mô hình cấu trúc... Vì vậy các quy luật toán học, có những quy luật phù hợp với hiện thực và những quy luật chỉ là lôgíc riêng của toán học mà không phù hợp với hiện thực. Số tự nhiên có rất nhiều quy luật, song không phải quy luật nào cũng phản ánh hiện thực. Khi giải các bài toán thực tiễn bằng các phương trình nhiều nghiệm, thì có các nghiệm dương là phù hợp, các nghiệm âm thuộc quy luật nội bộ của môn toán đó, phải bỏ đi vì không có hiện thực nào phù hợp. Vũ trụ đang hy vọng tìm thấy quy luật vận động của Vũ trụ, phù hợp với nghiệm âm của phương trình Anhxtanh $e = \sqrt{c^2 p^2 + m^2 c^4}$ có thể đó chỉ là quy luật của toán học, không phản ánh hiện thực, là thứ lôgíc phi hiện thực của toán học.

Hiện thực là lôgíc biện chứng, toán học mang đặc điểm của lôgíc hình thức ký hiệu, nên không thể phản ánh trọn vẹn một phạm trù hiện thực. Ngay trong dự đoán học, khi sử dụng quy tắc các con số, Thiệu Ung dặn dò phải dùng cả "lý" (lôgíc biện chứng ADNH) mới có thể dự đoán phù hợp với thực tế. Ngay trong ngôn ngữ cũng vậy, ngữ pháp là lôgíc hình thức của các từ, tuy nhiên các từ sắp xếp đúng ngữ pháp, cũng có thể vô nghĩa, vì không phù hợp với hiện thực. Ví dụ câu: "Con voi ăn đá", hoàn toàn đúng ngữ pháp, nhưng không đúng thực tế. Trong Văn học nghệ thuật, có những trường phái "nghệ thuật vị nghệ thuật", đã sáng tác những bài thơ, những "Văn học phi lý", các câu đều đúng ngữ pháp, nhưng chẳng có ý nghĩa gì, không ai hiểu nổi. Khi ghép số nhị phân 01 vào quẻ khôn thì quẻ khôn có giá trị bằng không (0). Như vậy là toán học phủ định hiện thực ? Vì khi dự đoán, bao giờ quẻ khôn và các hào của nó cũng cho những giá trị dự đoán, có những giá trị rất tốt như hào 5. Không thể đánh giá được giá trị hiện thực của các quẻ Dịch lại phù hợp với con số từ 0 đến 63. Quẻ càn có giá trị 63, còn quẻ khôn có giá trị bằng không, là không thể hình dung được.

Toán học có vai trò "ngôn ngữ của các khoa học". Một ngành toán học có thể ứng dụng vào nhiều ngành khoa học cụ thể khác nhau, thường dùng để mô tả sự vận động về lượng của các đối tượng, mà khoa học cụ thể nghiên cứu (lượng gắn liền với chất, nhưng ở đây không xem xét vấn đề đó). Có những bộ môn toán học chỉ phù hợp với khoa học này mà không phù hợp với khoa học khác. Số học nhị phân không thể mô tả sự vận động về lượng của các quẻ dịch. Song có thể sử dụng để kiểm chứng một vài suy lý của quẻ Dịch, trong các thuật toán dự đoán, như chu dịch quái số chẳng hạn.

Có những hiện thực sờ sờ trước mắt, nhưng toán học đã chịu đầu hàng, không thể mô tả được chính xác, phải dùng lý thuyết toán gần đúng như xác xuất thống kê, vẽ sơ đồ, đồ thị để mô tả. Đường tròn và đường kính của nó là rõ ràng, nhưng số pi ($\prod$) không bao giờ mô tả được chính xác, không chính xác được vị trí cụ thể trên trục số. "Nghịch lý nói dối" tưởng như đơn giản, nhưng toán học đã bó tay. Anh A hỏi anh B : "Anh cứ mở miệng ra là nói dối". Có phải không ? Nếu B trả lời "không" và "đúng như vậy" đều bất ổn, đều vi phạm lôgíc hình thức. Đây là thứ lôgíc hình thức phi hiện thực, một thứ ngôn ngữ "nghệ thuật vị nghệ thuật", một thứ "Văn học phi lý". Khi nghiên cứu Kinh Dịch cần cảnh giác với cái bẫy "Lôgíc phi hiện thực" này. "Nghịch lý nói dối "không có trong thực tiễn, không có ai là người như vậy. Đây chỉ là cách ghép từ theo lôgíc hình thức của ngôn ngữ, tương tự như câu : "Con Voi ăn đá" vậy. Khoa học và toán học thường có những khám phá trùng hợp, hoặc về nội dung, hoặc về hình thức. Vì quy luật vũ trụ thống nhất trong không gian và thời gian, nên sự trùng hợp trong tư duy con người là chuyện bình thường. Cũng ở tại nước Anh, lại gần như cùng thời điểm, hai nhà khoa học nghiên cứu độc lập, không hề biết nhau là Đác Uyn (1809 - 1882) và A.R. Oanlaxơ (1823 - 1913) đã cùng đưa ra thuyết tiến hoá trùng hợp nhau. Học thuyết Âm Dương và học thuyết Duy vật biện chứng ra đời cách nhau gần 4000 năm, mà có sự tương đồng kỳ diệu. Thực tiễn khoa học có nhiều hiện tượng như vậy. Đó là những khám phá trùng hợp về nội dung.

Trong toán học thường xuyên xảy ra sự khám phá trùng hợp hoặc đồng dạng về mặt hình thức lôgíc. Các bộ môn Toán học phát minh sau thường sử dụng ký hiệu và quy luật của các bộ môn toán học đi trước, là việc bình thường. Song, có trường hợp đồng dạng về hình thức mà không đồng dạng về nội dung. Tuy nhiên sự khác nhau về nội dung không phải tuyệt đối. Cấu trúc Vũ trụ có nhiều cặp AD, các cặp AD thành phần thường có mối liên hệ hoặc nhiều hoặc ít, đặc biệt các cặp AD liền nhau trong không gian và thời gian, gần nhau về quy luật vận hành riêng, thường có mối liên hệ chặt chẽ. Toán học có thể mô tả quy luật hoạt động của nhiều cặp AD, nên có mối liên hệ nhiều hoặc ít.

Sáng tạo quẻ dịch, sáng tạo số học nhị phân của Leibniz (1646 - 1716), sáng tạo điện tín ("tạch tè") của S.Morse (1835), nguyên lý hoạt động của máy tính điện tử hiện đại, là những đồng dạng về ký hiệu lôgíc. Những quy luật sáng tạo đó có khác biệt, nhưng cũng ít nhiều tương đồng. Những sáng tạo điện tín của Morse, số hoá trong máy tính điện tử, là sự mô phỏng số học nhị phân của Leibniz. Sáng tạo của Leibniz lại hoàn toàn độc lập với sáng tạo quẻ dịch và chúng có quy luật khác nhau, cả trong nội dung sáng tạo và thực tiễn sáng tạo, mặc dù cũng có nội dung tương hợp.

Quẻ dịch là hình thức hoá trực tiếp nguyên lý AD và nguyên lý tam tài, thiên địa nhân tương ứng. Có thể xem quẻ dịch là hình thức mô hình hoá quy luật AD, có phảng phất mùi hương toán học - Kinh Dịch nói, Âm Dương vô hình, cái lý vô hình nên phải mượn tượng, mượn số để tỏ rõ. Quẻ dịch là cái tượng, cái tương tự một mặt nào đó với học thuyết về mặt cấu trúc, thuộc tính và quy luật hoạt động. Quẻ dịch không có khả năng mô tả toàn bộ quy luật Âm Dương. Đó là thứ "lôgíc ký hiệu" không thể thay thế lôgíc hiện thực. Lời Kinh của Văn Vương là cuộc sống, là lôgíc hiện thực, vì vậy ông phải kết hợp kinh nghiệm thực tiễn với "lôgíc ký hiệu" mới có được lời kinh.

Số học nhị phân thuộc bộ môn toán học, nó có thể chuyển đổi sang hệ thống thập phân, thất phân... Quy luật của nhị phân là quy luật của các con số, nó có đầy đủ quy luật của số tự nhiên, song phải viết dài dài hơn số tự nhiên. Nhị phân không phải là phương thức hình thức hoá nguyên lý AD và tam tài. Do đó, nó không thể thay thế quẻ Dịch để diễn đạt nội dung Dịch học. Không thể suy từ số 111111 hoặc 000000 hoặc số 63 và số 0 ra lời kinh của quẻ Càn: Nguyên, Hanh, Lợi Trinh, hoặc lời kinh quẻ khôn. Hào dương, hào âm có giá trị của nó, giá trị đó lại khác nhau ở từng vị trí của nó trong quẻ và khác nhau ở các quẻ khác nhau, không thể dùng số 1, 0 hoặc các số từ 0 đến 63 để định giá các hào và quẻ.

Giá sử có thể thay gạch dương ((__)) bằng số 1, gạch âm (_ _) bằng số không; quẻ Dịch sẽ diễn đạt bằng hình tượng của số 1 và số 0. Song, số 1 và số 0 này không mang quy luật của số học nhị phân, mà chỉ thuần tuý là ký hiệu âm dương mà thôi. Giá trị của nó mang giá trị của quẻ và hào, như ký hiệu gạch liền, gạch đứt. Những quẻ Dịch đầu tiên, người xưa chưa ký hiệu gạch liền gạch đứt thắng mà ký hiệu cách khác. Có thể ký hiệu bằng bất cứ cách nào nghĩa là 2 ký hiệu AD khác nhau là được. Nhà khoa học Z.D Sung đã ký hiệu Dương bằng chữ A, Âm bằng chữ B, ghép vào tám quẻ đơn mà suy ra, tổng của tám quẻ đơn bằng tổng lập phương của A và B $(A+B)^3$. Tuy nhiên ký hiệu bằng gạch liền, gạch đứt là gọn gàng hơn cả.

Cũng cần phân tích **sự nhầm lẫn trong phát hiện của Z.D Sung**. Ông thay ký hiệu gạch liền bằng chữ A, gạch đứt bằng chữ B và tính toán như sau:

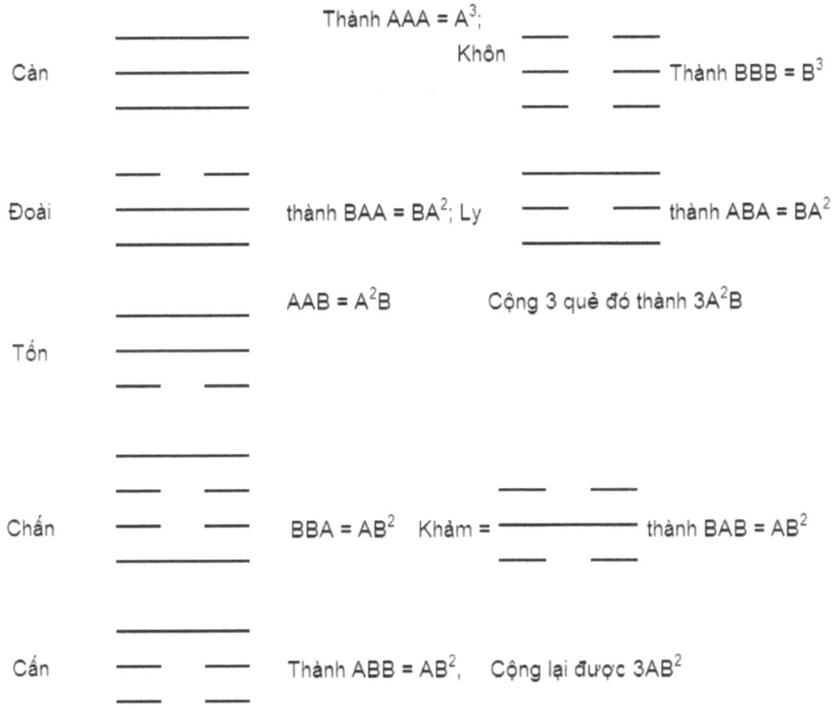

Hình II-13: Sự nhầm lẫn trong phát hiện của Z.D.Sung.

Cộng cả 8 quẻ, ta có : $A^3 + 3A^2B + 3AB^2 + B^3 = (A + B)^3$

Nguyễn Hiến Lê khen : "Kể ra cũng tài!"

Tuy nhiên A^3 cũng như số 63 không phải là giá trị quẻ Càn, cùng là gạch "＿" như ở mỗi vị trí khác nhau có giá trị khác nhau, không thể đều là A rồi nhân với nhau thành A^3.

Suy diễn của Z.D Sung có thể mở rộng thành một thuật toán ứng dụng nào đó, như Chu dịch quái số : Càn 1, Đoài 2... mà không mô tả được nội dung của quẻ dịch. Các suy diễn này có được là từ sự tương ứng của ký hiệu, không phải từ sự trùng hợp của nội dung quẻ Dịch.

- Toán học được sáng tạo để mô tả từng phần, quy luật vận động của hiện thực. Do đó toán nhị phân có thể mô tả và kiểm chứng một vài thuộc tính của sáng tạo Dịch. Ví dụ như kiểm chứng quy luật Chu Dịch quái số đã nêu ở trên. Ngoài ra có thể kiểm chứng các sáng tạo khác như việc sắp xếp các quẻ dịch theo Ngũ Hành, của nhà Dịch học Kinh Phòng, đời Tây Hán. Khi phối các số vào quẻ, tổng các quẻ từng đợt biến, đều 252; tổng các cặp quẻ biến dịch, đều 504. Toán học đã làm rõ tính quy luật của vận động Dịch, và sự chính xác trong sáng tạo của Kinh Phòng.

Hình vẽ phương đồ và viên đồ là kết quả trình bày hình thức sắp xếp việc trùng quái, phù hợp với thứ tự các con số quẻ đơn và quẻ kép, suy ra từ việc phối số nhị phân. Song cho đến nay, vẫn chưa tìm kiếm được khả năng ứng dụng của hai hình vẽ này. Có một số nhà Dịch học xưa nay cho rằng, đó là biểu hiện nhận thức về trời tròn đất vuông, việc phát hiện chỉ dừng lại ở đó.

Sự độc đáo của hai nét gạch và 64 quẻ dịch, cùng với kinh dịch, khêu gợi trí tò mò và sự tưởng tượng phong phú của con người. Có thể tìm thấy nhiều sự đồng dạng của con số và quẻ dịch hoặc ký hiệu dạng A, B, và cách trình bày quẻ Dịch, như phát hiện của ZD.Sung, hay viên đồ, phương đồ, ma phương. Ở đây vẻ đẹp và mùi hương toán học trong các mô hình lý thuyết, thường chứng tỏ lôgíc sáng tạo của một mô hình, toán học có thể mô tả một phần hiện thực của mô hình mà không phải tất cả. Mô hình lý thuyết AD là 64 quẻ dịch, số học nhị phân và phát hiện của Z, D Sung đã chứng tỏ logic hình thức của sáng tạo Dịch, mà không thể mô tả lôgíc biện chứng của Dịch.

Bảng 2.3: Trình bày trùng quái 64 quẻ Dịch

Chu dịch quái số	Số nhị phân	Quẻ đơn	7 CÀN	6 ĐOÀI	5 LY	4 CHẤN	3 PHONG	2 KHẢM	1 CẤN	0 KHÔN
1	7	CÀN	CÀN 63	QUẢI 62	ĐẠI HỮU 61	ĐẠI TRÁNG 60	TIỂU SÚC 59	NHU 58	ĐẠI SÚC 57	THÁI 56
2	6	ĐOÀI	LÝ 55	ĐOÀI 54	KHUÊ 53	Q. MUỘI 52	TR.PHU 51	TIẾT 50	TỐN 49	LÂM 48
3	5	LY	Đ.NHÂN 47	CÁCH 46	LY 45	PHONG 44	GI NHÂN 43	KÝ TẾ 42	BÍ 41	M.DI 40
4	4	CHẤN	VÔ VỌNG 39	TUỶ 38	PH.HẠP 37	CHẤN 36	ÍCH 35	ĐỘN 34	DI 33	PHỤC 32
5	3	PHONG	CẤU 31	ĐẠI QUÁ 30	ĐỈNH 29	HẰNG 28	TẤN 27	TỈNH 26	CỔ 25	THĂNG 24
6	2	KHẢM	TỤNG 23	KHỐN 22	VỊ TẾ 21	GIẢI 20	HOÁN 19	KHẢM 18	MÔNG 17	SƯ 16
7	1	CẤN	ĐỘN 15	HÀM 14	LỮ 13	T.QUÁ 12	TIỆM 11	KIỂN 10	CẤN 9	KHIÊM 8
8	0	KHÔN	BĨ 7	TUY 6	TẤN 5	DỰ 4	QUAN 3	TỈ 2	BÁC 1	KHÔN 0

Hình II-14: Hình phương vị 64 quẻ Dịch sắp xếp theo trình tự Tiên thiên.

Bảng 2-4: 64 quẻ Dịch sắp xếp theo trật tự Tiên thiên.

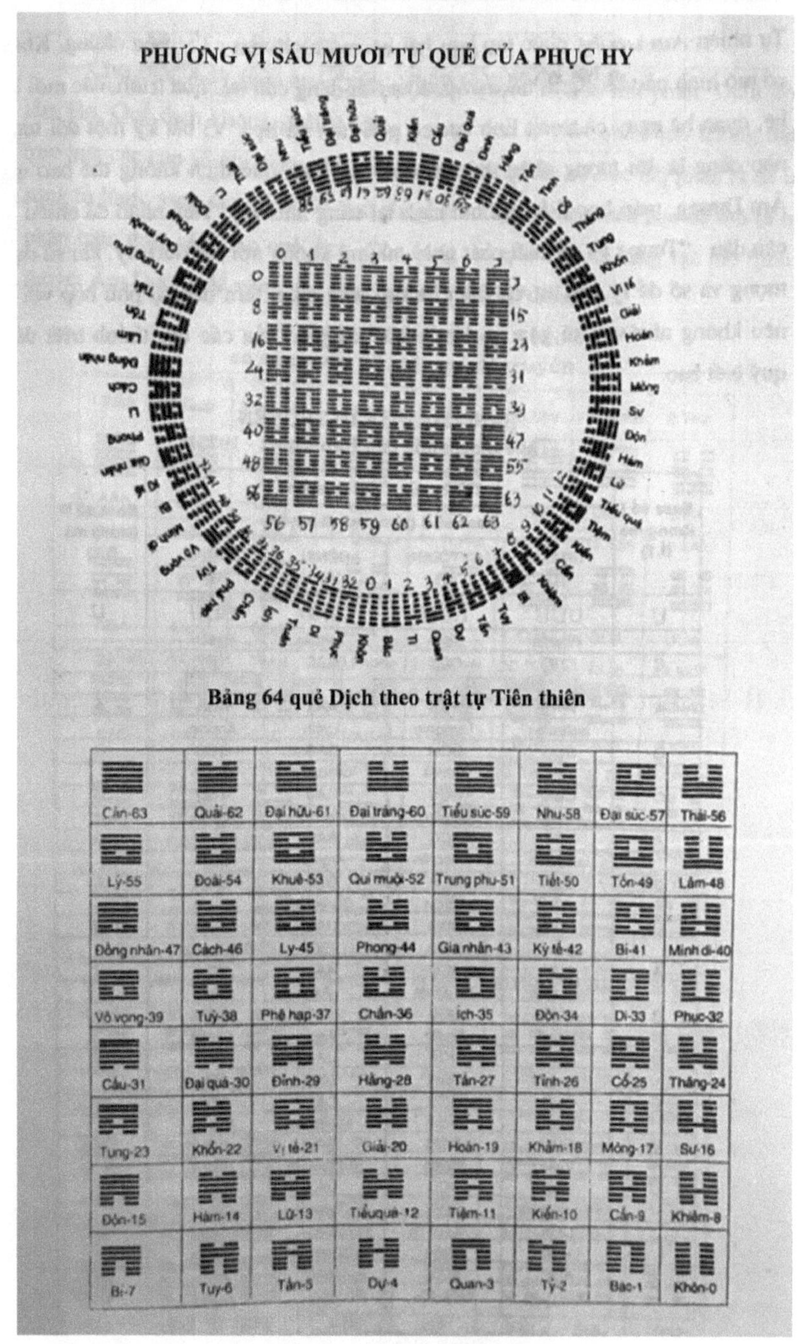

Càn-63	Quải-62	Đại hữu-61	Đại tràng-60	Tiểu súc-59	Nhu-58	Đại súc-57	Thái-56
Lý-55	Đoài-54	Khuể-53	Qui muội-52	Trung phu-51	Tiết-50	Tốn-49	Lâm-48
Đồng nhân-47	Cách-46	Ly-45	Phong-44	Gia nhân-43	Ký tế-42	Bí-41	Minh di-40
Vô vọng-39	Tuỳ-38	Phệ hạp-37	Chấn-36	Ích-35	Đồn-34	Di-33	Phục-32
Cấu-31	Đại quá-30	Đỉnh-29	Hằng-28	Tán-27	Tỉnh-26	Cổ-25	Thăng-24
Tung-23	Khốn-22	Vị tế-21	Giải-20	Hoàn-19	Khảm-18	Mông-17	Sư-16
Độn-15	Hàm-14	Lữ-13	Tiểu quá-12	Tiệm-11	Kiển-10	Cấn-9	Khiêm-8
Bí-7	Tuy-6	Tấn-5	Dự-4	Quan-3	Tỷ-2	Bác-1	Khôn-0

Tự nhiên Âm Dương phức tạp hơn bất kỳ mô hình nào biểu diễn chúng. Không có mô hình nào bao quát được toàn bộ sự đa dạng của các quá trình, các mối liên hệ, quan hệ ngay cả trong lĩnh vực có giới hạn rất hẹp. Vì bất kỳ một đối tượng nào cũng là đối tượng nhận thức vô tận. Mô hình quẻ dịch không thể bao quát Âm Dương, toán học diễn đạt mô hình lại càng như vậy. Tiền nhân đã nhiều lần căn dặn : "Tượng và số xuất phát từ lý, nhưng không nói hết được lý, khi sử dụng tượng và số để lý giải sự vật hiện tượng, phải quan tâm đến sự phù hợp với lý, nếu không như vậy sẽ gặp sai lầm". Lời chỉ giáo của các bậc thánh triết đáng quý biết bao.

- Cho rằng, sáng tạo quẻ Dịch là sáng tạo ra số học nhị phân. Điều đó là lầm lẫn. Quẻ dịch không phải là khoa học về con số ; 64 quẻ Dịch không mang quy luật các con số nhị phân, mà một vài vận dụng của số học nhị phân là để làm sáng tỏ lôgíc sáng tạo Dịch. Số học nhị phân đóng vai trò toán học để mô tả một phần hiện thực sáng tạo quẻ dịch. Còn sáng tạo quẻ dịch là sáng tạo mô hình lý thuyết Âm Dương để vận dụng quy luật AD vào dự đoán học.

Bảng 2-5: Mật mã di truyền - Theo Biochemie của Rappoport-1970

BẢNG MẬT MÃ DI TRUYỀN
(Theo Biochemie của Rappoport - 1970)

Base số I (trong mã D.T)	Trật tự của 4 Base cơ bản Base số II (trong mã di truyền)				Bese số III (trong mã D.T)
	URAXIN (U)	CYTÔDIN (C)	AĐÊNIN (A)	GUANIN (G)	
U	UUU Phenin	UCU Serin	UAU Tyrosin	UGU Cystin	U
C	CUC Leuxin	CCC Prolin	CAC Histidin	CGC Arginin	C
A	AUA Isoleuxin	ACA Thréonin	AAA Lysin	AGA Arginin	A
G	GUG Valin	GCG Alanin	GAG Glutamin	GGG Glyxin	G
C	CUU Leuxin	CCU Prolin	CAU Histidin	CGU Arginin	U
A	AUC Isoleuxin	ACC Thréonin	AAC Arginin	AGC Sérin	C
G	GUA Valin	GCA Alanin	GAA Glutamin	GGA Glyxin	A
U	UUG Leuxin	UCG Sérin	UAG (00)	UGG Tryptophan	G
A	AUU Isoleuxin	ACU Thréonin	AAU Asn	AGU Sérin	U
G	GUC Valin	GCC Alanin	GAC Asp.	GGC Glyxin	C
U	UUA Leuxin	UCA Sérin	UAA (00)	UGA (00)	A
C	CUG Leuxin	CCG Prolin	CAG Glutamin	CGG Arginin	G
G	GUU Valin	GCU Alanin	GAU Asparalgin	GGU Glyxin	U
U	UUC Phénylalanin	UCC Sérin	UAC Tyrosin	UGC Cystin	C
C	CUA Leuxin	CCA Prolin	CAA Glutamin	CGA Arginin	A
A	AUG Méthionin	ACG Thréonin	AAG Lysin	AGG Arginin	G

Chú : - Các nhóm chữ cái trong ô là những chữ đầu tên các Base cơ bản tạo thành mật mã tổng hợp riêng của mỗi axít amin, tên các axít amin phía dưới cùng ô.

587

588

Bảng 2-6: Sự tương ứng hình thức giữa 64 quẻ Dịch và mật mã Di truyền

**64 quẻ theo tổ hợp 3 tượng
so sánh với 64 mật mã di truyền**

1.Kiền	2.Quải	3.Đại hữu	4.Đại tráng	5.Tiểu Súc	6.Nhu	7.Đại súc	8.Thái
AAA	CAA	GAA	UAA	ACA	CCA	GCA	UCA
9.Lý	10.Đoài	11.Khuê	12.Q.Muội	13.Tr.Phu	14.Tiết	15.Tổn	16.Lâm
AGA	CGA	GGA	UGA	AUA	CUA	GUA	UUA
17.Đg.Nhân	18.Cách	19.Ly	20.Phong	21.Gia nh.	22.Ký tế	23.Bi	24.M.Di
AAC	CAC	GAC	UAC	ACC	CCC	GCC	UCC
25.Vô vọng	26.Tuỳ	27.Phệ hạp	28.Chấn	29.Ích	30.Truân	31.Di	32.Phục
AGC	CGC	GGC	UGC	AUC	CUC	GUC	UUC
33.Cấu	34.Đại quá	35.Đỉnh	36.Hằng	37.Tốn	38.Tỉnh	39.Cổ	40.Thăng
AAG	CAG	GAG	UAG	ACG	CCG	GCG	UCG
41.Tung	42.Khổn	43.Vị tế	44.Giải	45.Hoán	46.Khảm	47.Mông	48.Sư
AGG	CGG	GGG	UGG	AUG	CUG	GUG	UUG
49.Độn	50.Hàm	51.Lữ	52.Tiểu quá	53.Tiệm	54.Kiển	55.Cấn	56.Khiêm
AAU	CAU	GAU	UAU	ACU	CCU	GCU	UCU
57.Bỉ	58.Tuỵ	59.Tấn	60.Dự	61.Quan	62.Tỷ	63.Bác	64.Khôn
AGU	CGU	GGU	UGU	AUU	CUU	GUU	UUU

Vì vậy, cho rằng người cổ đại Trung Quốc đã sáng tạo ra số nhị phân trước Leibniz là không chính xác và tư duy Âm Dương là từ tư duy nhị phân 01 lại càng lẫn lộn. Một số nhà nghiên cứu hào phóng những mỹ từ đắt giá để ca ngợi vẻ đẹp toán học của quẻ Dịch, coi quẻ Dịch như một sáng tạo toán học hoàn hảo, không có bộ môn toán học nào so sánh nổi !? Thái độ hợp lý và khoa học là đưa các suy lý đó vào ứng dụng thực tiễn. Thực tiễn sẽ kiểm chứng sự đúng đắn của những suy lý như vậy.

- Mọi đồ hình liên quan đến quẻ Dịch và các con số của quẻ Dịch là các thuật toán của Dự đoán học, không phải là mô hình vận động của Vũ trụ.

8 Tr.Quái Bát thuần Chủ thể	CÁC QUẺ BIẾN								Tổng giá trị các nhóm đối xứng
	Biến 1 (Hào 1)	Biến 2 (Hào 2)	Biến 3 (Hào 3)	Biến 4 (Hào 4)	Biến 5 (Hào 5)	Biến 6 (Hào 4	Biến 7 (Hào 3,2,1) Q Quy Hồn	Biến 8 Hào 5) Phục Vì	
1-Thuần Càn — Dương Kim	Cấu-31	Độn-15	Bĩ-7	Quan-3	Bác-1	Tấn-5	Đại hữu-61	Càn-63	186
2-Thuần Khôn — Âm Thổ	Phục-32	Lâm-48	Thái-56	Đ.Tráng-60	Quải-62	Nhu-58	Tỷ-2	Khôn-0	318 — 504
3-Thuần Ly — Hoả	Lữ-13	Đỉnh-29	Vị Tế-21	Mông-17	Hoan-19	Tụng-23	Đ.Nhân-47	Ly-45	214
4-Tập Khảm — Thuỷ	Tiết-50	Truân-34	Ký Tế-42	Cách-46	Phong-44	Minh Di-	40 Sư-16	Khảm-18	290 — 504
5-Thuần Chấn — Dương Mộc	Dự-4	Giải-20	Hằng-28	Thăng-24	Tỉnh-26	Đ.Quá-30	Tuỳ-38	Chấn-36	206
6-Thuần Tốn — Âm Mộc	T.Súc-59	G.Nhân-43	Ích-35	V.Vọng-39	P.Hạp-37	Di-33	Cổ-25	Tốn-27	298 — 504
7-Thuần Đoài — Âm Kim	Khốn-22	Tuỵ-6	Hàm-14	Kiển-10	Khiêm-8	T.Quá-12	Q.Muội-52	Đoài-54	178
8-Thuần Cấn — Dương Thổ	Bĩ-41	Đ.Súc-57	Tốn-49	Khuê-53	Lý-55 T	r Phu-51	Tiệm-11	Cấn-9	326 — 504
Tổng giá trị các quẻ Biến	252	252	252	252	252	252	252	252	2016

Bảng 2-7: Trùng quái theo Ngũ hành.

VII-2. Quẻ Dịch và các khoa học cụ thể:

- Quẻ Dịch giữ hình ảnh của mình trong mọi khoa học cụ thể, lúc ẩn, lúc hiện, vì nó là mô hình trực tiếp của quy luật vận động chung nhất của Vũ trụ. Song, vì nó là mô hình không mô tả hết quy luật Âm Dương, nên cũng không thể mô tả đầy đủ các quy luật vận động của khoa học cụ thể. Nó chỉ tương đồng với một thuộc tính nào đó của các khoa học cụ thể và có thể dùng nó để nghiên cứu một vài quy luật hoặc làm sáng tỏ một vài quy luật của khoa học cụ thể.

- Nhà khoa học di truyền người Đức là Martin Schoenber-er đã lấy hình ảnh tứ tượng so sánh với 4 Base trong cấu trúc ADN và thấy rằng 64 quẻ dịch là hình ảnh của 64 tổ hợp "mã di truyền" trong thế giới hữu sinh.

Tên tứ tượng	Thái Dương	Thái Âm	Thiếu dương	Thiếu âm
Ký hiệu	⚌	⚏	⚍	⚎
Tên 4 Base	Ađênin	Uraxin	Guamin	Cutôsin
Ký hiệu	A	U	G	C

Quẻ càn	Quẻ khôn	Quẻ hàm	Quẻ khảm
AAA	UUU	CAU	CUG
Lysin	Phênin	Histidin	Leuxin

Bảng 2-8: Sự tương ứng ký hiệu giữa 64 quẻ và 64 mã di truyền.

Cần chú ý rằng, đây chỉ là sự tương ứng về hình thức, là "lôgíc ký hiệu", chưa phải là sự tương đồng về nội dung. Đối với quẻ Dịch, 6 hào đều có 6 giá trị riêng, không thể ghép hai hào thành các chữ A - U - G - C Hào 5 và hào 6 quẻ càn có giá trị khác hẳn nhau không thể ghép chung thành A. Về mặt Dịch học, A có nghĩa gì không xác định được; AAA về mặt dịch học hoặc quy luật âm dương không lý giải được. Có thể tìm thấy sự phù hợp về biện chứng âm dương của quẻ càn và biện chứng âm dương của Lysin (AAA) không ? Chắc rằng còn tốn nhiều công sức của các nhà khoa học hậu thế.

- Tuy nhiên ở đây ta nhìn thấy tính thống nhất về hình thức cấu trúc con người và tổ hợp quẻ âm dương.

Từ đây cũng cho thấy, 64 mã di truyền là thành quả vận động âm dương (chất và trường) của Vũ trụ. Điều đó mở ra hướng dự đoán khoa học về cấu trúc, về các hình thức tương tác, về quy luật vận động của thế giới, căn cứ vào các gợi ý của tổ hợp ký hiệu âm dương. Các con số như 4 (tứ tượng), 8 (8 quẻ đơn), 64 (64 quẻ kép) ẩn chứa số lượng các yếu tố cơ bản, các mật mã hoặc là sự phân loại trong con người và thế giới khách quan, còn con số 2 thì đã rõ, con người và mọi vật thể vũ trụ là sự vận động của các cặp AD; chất và trường trong con người, chúng ta mới chỉ nghiên cứu nhiều về chất mà ít chú ý nghiên cứu về trường. Vì vậy nhiều bí ẩn của con người chưa được khám phá. Tư duy mê tín xuất phát từ đây.

Giả dự chúng ta có thể dự đoán, vũ trụ có một cặp AD cơ bản, có thể là điểm kỳ dị, trong đó có một loại chất (hạt) cơ bản và một loại trường cơ bản (trường thống nhất). Khi cặp AD cơ bản mất mất cân bằng, vụ nổ lớn (BB) xẩy ra, tạo ra 4 loại hạt cơ bản thứ cấp, có thể là 4 họ quark : Ud - CS - tb - t'b' - Họ quark t'b' đang nằm trong dự đoán và 4 trường năng lượng thứ cấp. Sau nhiều tỷ năm, hình thành 8 loại thiên thể: Sao nóng, sao nguội (hành tinh), hố đen, quark, punxa, sao biên quang, vật chất đen, các đám mây bụi và vật chất giữa các sao nhiều nhất là Hydro và Hêli (Hydro chiếm 2% khối lượng thiên hà). Sao khổng lồ (kềnh đỏ) là kết quả tiến hoá của sao nóng, cuối cùng biến thành sao trắt trắng. Sao trắt trắng có thể ở vị trí thứ 8 thay cho các đám mây bụi là một hình thái vật chất chưa đủ tư cách là thiên thể. Còn bảng tuần hoàn Menđelêép, chúng ta có thể cấm tạo thêm chu kỳ 8, gồm các hợp chất cơ bản, mà lớp điện tử liên kết được xem là lớp thứ 8. Tám chu kỳ là 8 hình thái vận động năng lượng trong nguyên tố hoá học, phối hợp với 8 nhóm, tạo thành 64 nhóm "nguyên tố" mang 64 tính chất cơ bản.

Khái niệm "cơ bản" ở đây mang tính tương đối vì vật chất là vô cùng vô tận về cấu trúc: Vô cùng bé và vô cùng lớn, con người không thể tìm thấy cái "cơ bản" thực sự của nó.

Thêm nữa: Khái niệm "cặp" Âm Dương là khái niệm ẩn dụ của khái niệm vật chất tương đồng với khái niệm "hai mặt đối lập", trong quy luật vận động của thế giới. Vì là quy luật vận động cơ bản của một hình thái vật chất nên trong nhiều trường hợp khi nói "cặp AD", chúng ta có thể hiểu là vật chất.

VIII. Kinh Dịch và Triết học:

Như các phần trên đã trình bày, cơ sở triết học của Kinh Dịch là học thuyết Âm Dương, ở phần này phân tích một vài đặc điểm ứng dụng học thuyết AD trong triết lý nhân sinh của Kinh Dịch và các bậc Tiên Nho chủ giải Kinh Dịch.

Học thuyết AD mô tả các quy luật vận động chung nhất, phổ quát nhất của thế giới khách quan, được ứng dụng vào nhiều ngành khoa học cụ thể, như y học, khí hậu học, nhân tướng học, phong thuỷ học, khí công, võ thuật, các loại hình dự đoán, trong đó Kinh Dịch chỉ là một loại hình của dự đoán học. Song Kinh

Dịch lại là khoa học mở đầu, đi tiên phong trong việc ứng dụng quy luật Âm Dương, có tác dụng gợi mở cho những khám phá về sau, nó có những sáng tạo độc đáo, nên hậu thế không ngớt lời ca ngợi. Tuy nhiên, tư duy ứng dụng quẻ dịch cũng có những nhầm lẫn, dã từng gây tác hại cho sự phát triển xã hội cần được phân tích để loại bỏ.

VIII-1. Kinh Dịch - triết lý hành động mang tư tưởng nhân đạo, phù hợp với quy luật cân bằng Âm Dương và phương thức kinh tế Tỉnh điền.

Về vấn đề nhân đạo, nhiều nhà Dịch học đã từng chứng minh. Học giả Nguyễn Hiến Lê đã từng viết tác phẩm : "Kinh Dịch - Đạo của người quân tử" nhằm làm rõ tư tưởng nhân văn của Kinh Dịch - Bài viết này muốn thảo luận thêm một vài khía cạnh.

- Tư tưởng nhân đạo không chỉ là ý muốn chủ quan của các bậc hiền triết, giàu lòng thương người. Nếu chỉ như vậy thì nguyện vọng dù tốt đẹp đến đâu cũng khó thực hiện. Các học giả Tư sản từng thuyết phục thế giới rằng, chủ nghĩa nhân đạo trong tư tưởng của chủ nghĩa cộng sản tốt đẹp thật, nhưng chỉ là hão huyền không tưởng, vì con người vốn bản chất tư hữu tham lam khó gột rửa được. Nghĩa rằng, những lý tưởng tốt đẹp không phù hợp với quy luật vận động của cuộc sống, cũng chỉ là ước mơ viển vông, nói như vậy là đúng !

Song, nhân loại có đủ niềm tin khoa học và hiện thực rằng, sự phát triển của chủ nghĩa nhân đạo là hợp quy luật vận động của thế giới khách quan. Tác giả Kinh Dịch là Văn Vương - Chu Công đã am hiểu sâu sắc quy luật đó. Hai ông đã thể hiện trong triết lý Kinh Dịch và hoạt động thực tiễn của mình bằng chính sách, điển hình là chính sách "Tỉnh điền" như đã từng đề cập ở các phần trên.

Sự vận động AD có một quy luật đặc biệt quan trọng "quy luật phát triển tương thành AD". Điểm nhấn ở đây là "phát triển". Người xưa chỉ phát hiện quy luật "AD tương giao tương thành" và "AD giao hoà mới sinh vạn vật", các bậc Tiên Nho thường gọi đó là "Đức Sinh" của Âm Dương.

Âm Dương *phát triển* tương thành mới dẫn đến giao hoà. Đó là quy luật hình thành các vật thể vũ trụ với cái tên gọi riêng của từng sự vật. Quy luật đã được đề cập ở các phần trước. Dùng hệ thống khái niệm của học thuyết Duy vật biện chứng, "quy luật phát triển tương thành AD" gần tương ứng với "Quy luật phát triển tính thống nhất giữa hai mặt đối lập", song có mặt sâu sắc hơn và rộng lớn hơn.

Con người và xã hội loài người được sinh ra từ quy luật phát triển tương thành AD và tiếp tục vận động theo quy luật này cho đến đỉnh cao là thế giới đại đồng, trong đó quan hệ giữa người và người hoàn toàn tương thành, thương yêu và bình đẳng, không có áp bức bóc lột, tương phản là cân bằng không có tương phản đối kháng.

Sự phát triển của chủ nghĩa nhân đạo là sự phát triển tương thành trong tâm lý nhân loại. Quy luật vận động tâm lý phù hợp với quy luật vận động của vũ trụ. Do đó "quy luật phát triển tương thành" trong tâm lý con người, dẫn đến quy luật phát triển tương thành" trong vận động xã hội, mang tính tất yếu tự nhiên.

Sự vật được sinh ra từ trạng thái AD giao hoà, tức AD cân bằng, tức AD "tạm dừng" trong đó quan hệ tương thành, tính thống nhất AD là chủ yếu, hầu như không có tương phản đối kháng mà chỉ có tương phản cân bằng, tự động điều chỉnh.

Ở trạng thái "dừng tạm thời", đấu tranh giữa hai mặt đối lập AD không để huỷ diệt mà để tăng cường tính thống nhất. Vì vậy, ở trạng thái này, Lênin dùng cụm từ "đấu tranh" để trong ngoặc nháy.

Tính thống nhất, tương thành AD càng cao thì thời gian "dừng tạm thời" càng lớn. Một xã hội có tính thống nhất và tương thành giữa con người cùng phát triển thì xã hội đó, càng thịnh vượng và hạnh phúc vì đảm bảo được yếu tố nhân hoà ngày càng bền vững và lâu dài.

- Bằng hoạt động thực tiễn và kinh nghiệm dự đoán, Văn Cương - Chu Công (gọi tắt là Văn - Chu) đã nhận thức sâu sắc "quy luật phát triển tương thành AD" và đưa ra tư tưởng "trung chính" trong quá trình xử lý tình huống dự đoán. Như vậy, triết lý trung chính không phải đơn thuần là tư tưởng chủ quan của một tấm lòng nhân ái, tuy rằng yếu tố "Tâm" rất quan trọng trong quá trình khám phá và nhận thức những chân lý như vậy. Hành động trung chính là quy luật đảm bảo xử lý thông tin dự đoán có hiệu quả. "Trung Chính" không chỉ là lời khuyên mà là lời chiêm.

Tư tưởng trung chính nhấn mạnh quan hệ tương thành giữa con người, trong quá trình xử lý tình huống. Điều đó phù hợp với quy luật phát phát triển tương thành AD.

Khảo sát lời kinh của Văn - Chu trong 64 quẻ cho ta một con số thống kê:

+ 50 quẻ hàm ý "trung chính thì có lợi" (lợi trinh) = 78%

+ 157 hào (trong tổng số 384 hào) = 41%

+ 61 hào : Hàm ý bất chính thì có hại = 16%

+ Trung chính vẫn hung (tính hung) gồm hào 4 quẻ Tuỳ, Hào 1 quẻ Hằng ; Hào 6 quẻ Tốn (gọi tắt là Tốn 6) ; Trung phu 6; Truân 5 ; Sư 5 ; Đại tráng 3 ; Vị tế 3.

Một số hào trung chính vẫn có điều hối tiếc (trinh lận trinh lệ); Tốn 6; Cách 3 ; Tổng cộng 10 hào chiếm tỷ lệ 2,5%.

+ Một số quẻ và hào không dùng chữ lợi trinh, song cách diễn đạt đều hàm ý lợi trinh.

+ Không có quẻ nào, hào nào không trinh mà cát hoặc lợi.

+ Trung chính còn phải phù hợp với "Thời", một số hào "trinh hung" là vì trung chính không đúng thời vận của mình hoặc của xã hội. Hào 3 quẻ đại tráng ghi ý "trinh lệ", "giữ điều chính cũng nguy". Vì hào 3 dương cũng lại ở vị dương. Cuối nội quái là thời điểm cẩn trọng, tuỳ cơ tiến lui. Nếu hành động cứng nhắc, dù chính đáng vẫn thất bại. Hào 5 quẻ sử nói rằng, để tướng trẻ thiếu kinh nghiệm chỉ huy trận đánh, dù trận đánh là chính nghĩa vẫn thất bại. Hào Sư 5 nói về phương pháp dùng tướng.

+ Thời trung: Tư tưởng và phương thức hành động xử lý tính huống biểu hiện vô cùng đa dạng và phong phú, tùy thuộc từng tình huống cụ thể, lại phải phù hợp thời điểm về thế và lực của người xử lý thông tin. Do đó, người xưa dạy "tuỳ thời mà thực hiện Trung", "Trung" là "Dĩ bất biến", "thời" là "ứng vạn biến". Việc đánh giá nhân cách con người không dựa chủ yếu vào mục tiêu và kết quả hành động mà chủ yếu dựa vào phương thức trung chính của hành động. Người xưa thường nói : "Không lấy thành bại luận anh hùng" là như vậy. Ai đó nói rằng "Lấy mục đích để lý giải phương tiện", đó là tư duy của kẻ gian hùng. Ăng ghen đã từng nói : "Một nhân cách được đặc trưng không chỉ ở chỗ nó làm cái gì mà còn ở chỗ nó làm cái đó như thế nào".

+ Kinh Dịch không có lời chiêm nào khuyên ta sửa sang mồ mả để kiếm lợi mà chỉ khuyên hành động trung chính mới có lợi. Chỉ có một hào khuyên hành động chân thành như thờ cúng tổ tiên, như "Vua đi vào nhà Thái Miếu" (nhà thờ Thái Vương là ông của Văn Vương). Dù có tu bổ mồ mả ông cha mà hành động không trung chính vẫn bất lợi. Phải chăng Văn - Chu đã nhận thức được rằng, con người là chủ thể của bản thân mình, không chịu ảnh hưởng của bất cứ sức mạnh phi tự nhiên nào. (Sức mạnh này không có thực mà do tưởng tượng).

597

+ Lời Kinh của quẻ Càn và nhiều quẻ khác. Nguyên Hạnh Lợi Trinh, các bậc tiên nho chú giải đã tách cụm từ Lợi Trinh thành hai từ để ghép tứ đức cho quẻ Càn. Theo thiển ý, làm như vậy không đúng với bản ý của Văn - Chu, vì tư tưởng "Lợi Trinh" là tư tưởng nhất quán của Kinh Dịch, khi xử lý tình huống theo quẻ Càn, được coi là quẻ tốt nhất trong Kinh Dịch cũng đòi hỏi phải trinh mới thắng lợi.

- Phải chăng tư tưởng đạo đức trung chính là ý thức xã hội phản ánh tồn tại xã hội thời Văn - Chu . Phương thức sản xuất "Tỉnh điền" không mang yếu tố bóc lột, hợp lòng dân, được các hiền triết ca ngợi và huyền thoại hoá, từ thời kỳ cuối Ân sang Chu, là cơ sở hiện thực của tư tưởng "lợi trinh", học thuyết AD là cơ sở lý luận cho tư tưởng đó. Vì mọi học thuyết đạo đức xét đến cùng là sản phẩm tình hình kinh tế hiện tại.

Khi phương thức tỉnh điền bị bị xoá bỏ dần dần, bọn quan lại thu của dân tới 50% hoa lợi, yếu tố bóc lột xuất hiện ngày càng trầm trọng, công bằng lợi ích bị xoá bỏ, kèm theo sự xoá bỏ đạo đức trung chính. Hiện tượng đó xảy ra ở thời kỳ chiến quốc. Đó là cơ sở kinh tế để xuất hiện chế độ tàn bạo Tần Thuỷ Hoàng.

- "Nếu như lợi ích, hiểu một cách đúng đắn, là nguyên tắc của toàn bộ đạo đức, thì điều quan trọng là phải ra sức làm cho lợi ích riêng của con người phù hợp với lợi ích của nhân loại" (Sách giáo khoa Giáo dục công dân lớp 10, NXB GD - 2004 trích dẫn tuyển tập C.Mác và Ph.Ăng ghen).

Như vậy cơ sở thực tiễn của tư tưởng đạo đức theo chủ nghĩa nhân đạo là công bằng về lợi ích (không có yếu tố bóc lột). Do đó muốn xây dựng xã hội thực sự tốt đẹp, điều căn bản phải xoá bỏ bóc lột. Vận hành được "Quy luật sở hữu cá nhân chân chính" trong chủ nghĩa xã hội như con đại bàng tung cánh trên bầu trời tự do, đem lại những giá trị nhân văn cao cả cho con người và xã hội. Vấn đề này đã được đề cập ở chương trước.

- Phương pháp kinh tế tỉnh điền là một tiền lệ lịch sử đáng được nghiên cứu và ứng dụng trng toàn bộ nền kinh tế hiện đại XHCN.

- Thấy cần thiết nhắc lại nội dung chủ yếu của lý tưởng nhân đạo ghi trong sách giáo khoa Giáo dục công dân lớp 10 (NXBGD - 2004).

1. Phát triển xã hội phải nhằm mục tiêu phát triển và giải phóng con người. Xây dựng hoàn cảnh sống mang tính người, đặt giá trị con người vào vị trí đầu tiên trong các bảng giá trị xã hội.

2. Lấy tiêu chuẩn hạnh phúc, tự do cho tất cả mọi người là tiêu chuẩn cao nhất của chế độ xã hội.

3. Lấy dân chủ và công bằng xã hội là nguyên tắc chỉ đạo quan hệ giữa người và người.

4. Mỗi người đều có quyền hưởng hạnh phúc tự do, làm chủ xã hội, phát triển và biểu hiện các năng lực sáng tạo của mình.

5. Ngăn ngừa cái ác, khuyến khích cái thiện trong con người, bài trừ bạo lực, phát triển tình thương trong đời sống cộng đồng.

Phương thức cơ bản và có hiệu lực nhất để thực hiện các nội dung này là thực hiện công bằng lợi ích (không có yếu tố bóc lột, chiếm đoạt trong phân phối lợi ích cho từng con người) ; "Quy luật sở hữu cá nhân chân chính" được vận hành đầy đủ trong toàn bộ nền kinh tế XHCN, sẽ là chiếc đũa thần cho một phương thức như vậy.

VIII-2. Kinh Dịch : Tư tưởng làm chủ mệnh vận.

Con người là một vật thể Vũ trụ, luôn luôn vận động, lĩnh vực vận động chủ yếu của con người là lao động sáng tạo. Để lao động sáng tạo con người không thể làm việc một mình mà luôn luôn liên hệ mật thiết với tự nhiên và xã hội. Các mối liên hệ có thể đem lại những may rủi mà con người không biết hết được do tác động từ hệ thống lớn. Song có những may rủi và hiệu quả sáng tạo lại tuân theo những quy luật của Vũ trụ mà dự đoán học có thể chỉ ra. Kinh Dịch cho ta những tiên đoán lành dữ cho những tình huống cụ thể. Hi Di trần Đoàn đã triển khai Kinh Dịch để dự đoán từng bước đi theo năm tháng (cả ngày giờ nữa) của con người bằng thuật toán Bất tự Hà Lạc. Theo năm tháng cuộc đời , có lúc chúng ta gặp thời, có lúc không gặp thời. Lúc gặp thời (thường là hào 2 và 5 ở các quẻ). Kinh Dịch khuyên ta hãy mạnh dạn hành động sẽ gặt hái niềm vui, khi không gặp thời (thường là hào 3, 4, 6) Kinh Dịch khuyên ta hành động như thế nào để có lợi trong các tình huống cụ thể của các quẻ. Như vậy Kinh Dịch đã giúp con người phương thức làm chủ mệnh vận của mình.

Việc xử lý tình huống mệnh vận dù gặp thời hay không gặp thời, Kinh Dịch luôn luôn khuyên ta hành động trung chính. Khi gặp thời, nếu hành động không trung chính cũng sẽ thất bại. Khi không gặp thời nếu hành động trung chính (giữ chính đạo) sẽ không gặp rủi ro hoặc giảm thiểu tác hại của rủi ro.

Như vậy tư tưởng làm chủ vận mệnh của Kinh Dịch là luôn luôn hành động phù hợp với nguyên lý đạo đức chân chính của con người. Điều đó phù hợp với quy luật vũ trụ: Quy luật phát triển tương thành trong vận động Âm Dương.

Quy luật tương thành, hợp tác, thân thiện giữa những con người, rộng hơn là giữa những quốc gia đang có những bước đi rõ ràng trong thế giới hiện đại. Đỉnh cao của sự phát triển tương thành là một thế giới văn minh, không còn áp bức bóc lột và xung đột. Quy luật phát triển tương thành sẽ loại bỏ dần những cái đầu đối kháng trên con đường tự nhiên và vinh quang của mình.

VIII-3. Những nhầm lẫn trong ứng dụng quẻ dịch.

Trong quá trình nghiên cứu chú giải và ứng dụng Kinh Dịch, người xưa chưa phân biệt rõ ràng mối quan hệ giữa Dịch lý là học thuyết AD và quẻ dịch là mô hình ứng dụng vào dự đoán học. Bất cứ mô hình nào cũng không thể mô tả trọng vẹn học thuyết, đó là các lôgíc hình thức phi hiện thực của mô hình. Hiện tượng lôgíc hình thức phi hiện thực xảy ra nhiều trong toán học, ví dụ các nghiệm âm của phương trình đại số xuất hiện khi giải các bài toán thực tế hoặc các nghiệm không nguyên nguyên cũng vậy. Các nghiệm này đúng với lôgíc toán nhưng không phù hợp thực tế. Các mô hình trong khoa học tự nhiên và khoa học xã hội đều có hiện tượng tự.

Người xưa đã suy lý từ ký hiệu quẻ dịch đưa ra một số quy luật vận động AD không phù hợp với hiện thực và thực tiễn, đã từng gây lúng túng cho các khoa học cụ thể ứng dụng học thuyết ADNH như trong y học phương Đông chẳng hạn.

Sau đây là một số quy luật nhầm lẫn.

- Âm cực sinh Dương, Dương cực sinh Âm

Quy luật này được suy lý từ việc vận động của quẻ Càn thuần Dương, tức là dương cực, sẽ làm xuất hiện một hào âm, quẻ càn vận động sang quẻ Thiên Phong cấn và cứ như vậy đến quẻ Khôn là âm cực sẽ làm xuất hiện một hào Dương, quẻ Khôn vận độn sang quẻ Địa Lôi Phục hiện thực vận động của thế giới khách quan không có trường hợp nào như vậy. Hai mặt AD luôn luôn cùng tồn tại trong mọi sự vật hiện tượng, cùng vận động theo quy luật tương thành và tương phản. Trong mỗi cặp AD bao giờ cũng được cấu trúc bằng nhiều cặp AD thành phần. Không bao giờ tồn tại thuần âm hoặc thuần Dương, âm vận động một mình hoặc dương vận động một mình. Quy luật này là lôgíc hình thức phi hiện thực của ký hiệu Dịch không phải là biện chứng AD của tự nhiên và xã hội. Hiện tượng ngày đêm sáng tối là hiện tượng ảnh hưởng lẫn nhau của các cặp AD liên hệ Mặt trời và Trái đất, không phải là hiện tượng Âm cực sinh Dương... của các cặp AD cấu trúc. Hiện tượng ngày đêm là hiện tượng tuần tự do Trái đất tự quay, chúng không tương tác với nhau không sinh ra nhau.

- Âm thịnh Dương suy và Dương thịnh âm suy cần phân biệt ba trường hợp.

+ Trong cặp AD cấu trúc đang vận động cân bằng, AD luôn luôn tương thành để cùng tồn tại và cùng thịnh. Việc mất cân bằng gây thịnh suy chỉ thoảng qua và được tương phản cân bằng điều chỉnh. Nếu có một bên suy, bên kia sẽ suy theo, vì giảm hiệu quả tương thành dẫn tới hai bên cùng suy.

Mặt trời hoạt động đã 5 tỷ năm, năng lượng nhiệt hạch luôn cân bằng với năng lượng hấp dẫn. Khi khối lượng Hydro giảm đến giới hạn, năng lượng nhiệt hạch giảm đồng thời năng lượng hấp dẫn cũng giảm, Âm Dương cùng suy, Mặt trời chuyển hoá.

Trong một tổ chức xã hội, lãnh đạo và quần chúng tương thành đoàn kết, tổ chức phát triển vững mạnh. Khi một bên suy, lãnh đạo bị suy thoái chẳng hạn, quần chúng không được chăm lo sẽ suy theo, dẫn đến sự yếu kém của tổ chức.

+ Trong cặp AD cấu trúc, tính thống nhất tương thành không cao, hàm chứa tương phản đối kháng, mức độ cân bằng thấp. Thí dụ trong các chế độ bóc lột, trong quá trình vận động, tương phản đối kháng phát triển, mầm Dương bên Âm sẽ lớn lên tương thành với bên Âm, hình thành cặp AD mới. Quá trình vận động sẽ dẫn đến hiện tượng Âm cũ Thịnh, Dương cũ suy hoặc ngược lại. Hiện tượng này đã được mô tả ở chương trước.

+ Trong các cặp AD liên hệ đối kháng nhau. Thí dụ hai quốc gia đánh nhau, bên nào mạnh sẽ đóng vai trò Dương, trong tiến trình xung đột, một bên thịnh và một bên suy, bên thịnh sẽ giành chiến thắng.

Người xưa đưa ra quy luật Âm thịnh, Dương suy, Dương Thịnh, Âm suy xuất phát từ sự suy lý từ, ký hiệu dịch mà không xuất phát từ hiện thực. Quẻ dịch có 6 hào, nhiều hào Dương thì Dương thịnh và ngược lại. Tuy nhiên lại có quy luật : Trong quẻ 6 hào chỉ có 1 hào dương hoặc một hào âm thì hào Dương hoặc hào âm đó lại làm chủ cả quẻ, chi phối chủ yếu sự tốt xấu của quẻ. Ở đây sự mâu thuẫn giữa cách suy luận từ ký hiệu Dịch và thực tiễn dự đoán đã xảy ra.

Quy luật Âm thịnh Dương suy... còn được suy đoán từ hiện tượng 4 mùa và hiện tượng ngày đêm. Đây là hiệu ứng nhân quả từ sự vận động của các cặp AD liên hệ, không phải của một cặp AD cấu trúc. Mặt khác cách ghép các quẻ vào các tháng mâu thuẫn với thông tin dự đoán. Sau đây là bảng so sánh (bảng 2-9).

Tại sao lại có sự sai khác lớn như vậy ? Theo học thuyết ADNH, thời gian mang thuộc tính ADNH. Do đó khi dự đoán thời gian, các nhà Dịch học sử dụng quẻ Dịch để phối ngũ hành. 64 quẻ được chia làm 5 nhóm thuộc 5 hành. Mỗi nhóm có các quẻ chủ là 8 quẻ thuần. Tiền nhân sắp xếp các các quẻ vào các nhóm theo một quy luật nhất định và đã được thực tiễn dự đoán kiểm chứng là chính xác. Thông tin thời gian của mỗi nhóm quẻ là như nhau. Các quẻ trên đây thuộc hai nhóm : Nhóm Càn thuộc hành Kim, mang thông tin chủ yếu về mùa Thu - nhóm Khôn thuộc Thổ, mang thông tin thời gian chủ yếu thuộc các tháng Thổ. Người xưa đã kết hợp giữa lý luận và thực tiễn dự đoán để đưa ra các thông tin như vậy.

TT	Quẻ	Ký hiệu	Thời gian tháng suy lý từ ký hiện dịch	Thông tin dự đoán từ Mai Hoa Dịch
1	Càn		4	Mùa thu, giao thời giữa tháng 9 và tháng 10, năm tháng ngày giờ Tuất, Hợi.
2	Cấu		5	Giống quẻ Càn
3	Độn		6	Giống quẻ Càn
4	Bỉ		7	Giống quẻ Càn
5	Quan		8	Giống quẻ Càn
6	Bác		9	Giống quẻ Càn
7	Khôn		10	Tháng Thìn, Tuất, Sửu, Mùi
8	Phục		11	Giống quẻ Khôn
9	Lâm		12	Giống quẻ Khôn
10	Thái		1	Giống quẻ Khôn
11	Đai Tráng		2	Giống quẻ Khôn
12	Quải		3	Giống quẻ Khôn

Bảng 2-9: Quẻ tương ứng với các tháng theo Mai Hoa Dịch.

Nhóm quẻ Chấn thuộc Mộc, mang thông tin thời gian thuộc mùa xuân, tháng Mão, gồm các quẻ trong nhóm : Chấn - Dự - Giải - Hằng - Thăng - Tỉnh - Đại quá - Tuỳ: Nhóm quẻ Khản thuộc Thuỷ, mang thông tin thời gian mùa Đông, tháng 11, năm, tháng, ngày, giờ Tý. Nhóm quẻ Ly thuộc Hoả mang thông tin mùa Hạ, năm tháng ngày giờ Ngọ.

Việc sắp xếp các quẻ suy lý từ ký hiệu Dịch dã sai khác nhiều với hiện thực dự đoán. Điều đó càng chứng minh rằng, quẻ Dịch không dùng để mô tả trọn vẹn các phạm trù hiện thực mà chỉ để dự đoán theo các thuật toán dự đoán học và kinh nghiệm thực tiễn.

- Luật phản phục tuần hoàn:

Đây là vấn đề có nhiều tranh luận, cũng tế nhị và phức tạp. Đúng hay sai ? Phần này thảo luận một số khía cạnh của vấn đề.

+ Quan niệm của người xưa về quy luật phản phục tuần hoàn.

Quy luật này đã được Văn Vương mô tả trong Kinh Dịch. Quẻ Thái, hào 3 nói : "Không có gì bằng mãi mà không nghiêng, đi mãi mà không trở lại". Quẻ phục nói : "Đạo trời tráo đi trở lại". Có lẽ từ quan niệm này Văn - Chu đã sắp xếp các quẻ trong Kinh Dịch từng đôi một phản Dịch với nhau với lời Kinh tốt xấu có phần ngược nhau. Song không phải đôi nào cũng như vậy. Có nhiều đôi phản dịch tốt gần như nhau, như quẻ Càn và quẻ Khôn, quẻ Tuỳ và quẻ Thăng...

Người xưa nói "vật cực tắc phản", sự vật vận động đến mức tột đỉnh (cực tốt chẳng hạn) rồi quay lại ban đầu. Hiện tượng ngày đêm, bốn mùa luân chuyển là hình tượng thực tế để người xưa tư duy về quy luật này. Các bậc Tiên Nho đã dùng quẻ 12 tháng biến dịch từ quẻ Càn và quẻ Khôn, tượng trưng cho trời đất để mô tả, song không đúng với hiện thực. Các nhà nghiên cứu xưa nay bình luận rằng, phản phục là phản tiến bộ, sự vật đi rồi quay lại như cũ (như 12 quẻ tháng) không đổi mới. Nếu đúng như vậy thì Vũ trụ không tiến hoá và con người không được sinh ra. Có điểm nào phi hiện thực trong tư duy này ?

+ Những khám phá khoa học:

Luật phản phục tuần hoàn tương tự như tính, chu kỳ của Vũ trụ. Chúng ta mới chỉ biết được chu kỳ lớn nhất của Vũ trụ hiện nay là chu kỳ "Vụ nổ lớn - Vụ co lớn" do các nhà Vũ trụ học khám phá,(tuy chưa hoàn thiện về lý thuyết), kéo dài khoảng ba bốn chục tỷ năm. Các chu kỳ trong hệ Mặt trời, các chu kỳ trong con người, phản ánh các chu kỳ của Vũ trụ, phải chăng đều là "phản phục tuần hoàn" !?

Quy luật vận động theo chu kỳ là quy luật phổ biến của Vũ trụ. Từ các hạt cơ bản siêu nhỏ, như điện tử, xoay quanh hạt nhân đến các thiên thể siêu lớn như Thiên Hà đều vận động theo chu kỳ. Song các chu kỳ này không khép kín. Vật thể không quay về vị trí ban đầu khi kết thúc chu kỳ. Một vật thể không vận động độc lập. Chúng có mối liên hệ phổ biến và ràng buộc lẫn nhau, bởi nhiều hệ thống con. Do đó chu kỳ của mỗi vật thể không thể khép kín. Ngay cả điện tử quay quanh hạt nhân, quỹ đạo cũng không khép kín.

Trái đất tự quay hình thành chu kỳ ngày đêm nhưng ngày hôm nay khác ngày hôm qua, có thể dài hơn khi tiến về mùa hạ và ngắn dần khi từ ngày hạ chí (22-6) trở về mùa đông. Vì ngoài việc tự quay 24 giờ, Trái đất còn chuyển theo quỹ đạo quanh Mặt trời, sau một ngày đêm, nó đã rời vị trí cũ 2.580.000 km. Đó là chưa kể Trái đất còn cùng Mặt trời Mặt trời quay quanh tâm thiên hà với tốc độ 230km một giây. Như thế, quỹ đạo Trái đất quanh Mặt trời không phải hình Elíp khép kín, mà hình lò xo, có khoảng hở rất lớn.

Thí dụ, năm Kỷ Sửu (2009), ngày lập Xuân 4/2/2009 có tên can chi là Canh Thìn, tháng Bình Dần, ngày lập Xuân năm sau, năm Canh Dần (2010), ngày 4/2/2010 có tên can chi là Ất dậu, tháng Mậu Dần. Cùng là ngày lập Xuân của 2 năm kề nhau nhưng tên Ngũ Hành can chi năm, tháng, ngày khác nhau ắt thời tiết của hai ngày sẽ không như nhau. Sau 80 năm ngày 4 - 2 tên can chi ngày sẽ lặp lại như cũ, nhưng tên can chi của năm và tháng sẽ khác nhau. Mặt khác cũng là ngày lập Xuân, vị trí tương đối giữa Mặt trời - Trái đất - Mặt trăng của mỗi năm sẽ không như nhau, đó là một trong những nguyên nhân làm cho thời tiết và chế độ thuỷ triều khác nhau.

Trong Vật lý học, định luật "đảo ngược bắt buộc": Một vật thể sau một tiến trình vận động, sẽ quay về những thông tin ban đầu đã sinh ra chúng. Tuy nhiên S.Hawkinh cũng giải thích thêm rằng : "... sẽ có biến đổi ít nhiều". Con người sau một tiến trình sống, quay về thế giới vô sinh nhưng không lặp lại quá trình tiến hoá, không trở về Coaxecva, tế bào sống đầu tiên, rồi mới phân huỷ thành các nguyên tố C H N O P...

+ Một chu kỳ khác mang tính phổ biến và trọng đại, đó là chu kỳ theo quy luật: Thành - Thịnh - Suy - Huỷ của các vật thể Vũ trụ. Thịnh là giai đoạn vận động cân bằng của hai mặt đối lập AD. Quy luật này sinh ra vạn vật, sinh ra Vũ trụ với các thiên thể và sinh ra con người. Chu kỳ này vận động ở nhiều quy mô lớn nhỏ, ở vũ trụ vĩ mô đến vũ trụ vi mô. Giai đoạn vũ trụ hình thành sau vụ nổ lớn (BB) là giai đoạn thành - thịnh. Nhờ quy luật phát triển tương thành AD, các thiên thể và các thiên hà được sinh ra; Sau giai đoạn vận động cân bằng đến giai đoạn Vụ co lớn (BigCruncl), Vũ trụ Suy - Huỷ. Có lẽ thời kỳ này các thiên thể dần dần bị phá vỡ, tạo lại các hạt cơ bản và các trường năng lượng, sau đó co lại thành điểm kỳ dị (trở lại thông tin ban đầu) để chuẩn bị cho BB mới, phải chăng có thể giả thuyết, tương tự như thế giới hữu sinh, một hạt thóc có thể sinh nhiều hạt thóc, một điểm kỳ dị có thể sinh nhiều điểm kỳ dị vì vũ trụ vô tân về không gian ? Trong quá trình tương tác với vô số thiên hà được sinh ra từ nhiều BB trong Vũ trụ có thể hình thành nhiều điểm kỳ dị, vì chu kỳ phản phục tuần hoàn không khép kín.

+ Có lẽ quy luật phát triển của vận động vật chất chỉ xảy ra ở giai đoạn Thành - Thịnh (Trái đất và xã hội loài người đang ở trong giai đoạn Thành - Thịnh), giai đoạn suy huỷ là giai đoạn thụt lùi. Về tổng thể, có thể gọi giai đoạn thụt lùi là giai đoạn quá độ, chuẩn bị cho giai đoạn phát triển tiếp theo trong chu kỳ Thành - Thịnh - Suy - Huỷ tiếp theo của sự vật mới.

+ Chu kỳ Thành - Thịnh - Suy - Huỷ có nhiều quy mô khác nhau với những thời gian dài ngắn khác nhau. Chu kỳ của cặp AD tổng thể (hệ thống lớn) kéo dài hơn. Trong đó xảy ra nhiều chu kỳ của các cặp AD thành phần ngắn hơn, mang tính giai đoạn của cặp AD tổng thể. Chu kỳ các thiên thể ngắn hơn chu kỳ toàn Vũ trụ, chu kỳ tế bào ngắn hơn chu kỳ các tạng phủ và con người.

Điểm khởi đầu của chu kỳ Thành - Thịnh - Suy - Huỷ của xã hội loài người có thể ở các mốc sau đây

- Vượn cổ thành người tối cổ cách nay khoảng 4 triệu năm

- Tế bào sống đầu tiên xuất hiện cách nay gần 4 tỷ năm

- Hệ Mặt trời - Trái đất - Mặt trăng hình thành sáng tạo ra quy luật năng lượng Ngũ Hành, cách nay khoảng 6,6 tỷ năm.

- Vụ nổ lớn cách nay 13,7 tỷ năm. Đó là mốc son các giai đoạn phát triển để hình thành xã hội loài người.

Giai đoạn thành - thịnh của xã hội loài người có thể cắm các mốc sau đây:

+ Xã hội nguyên thuỷ : Có thể có các mốc xã hội loài người tối cổ (cách nay khoảng 4 triệu năm), xã hội của người tinh khôn (người hiện đại), cuối thời kỳ đồ đá cũ, cách nay khoảng 4 vạn năm cho tới thời kỳ đồ sắt, cách nay khỏng 3.000 năm.

+ Xã hội cổ đại là chế độ nô lệ xuất hiện đầu tiên ở Phương

Đông (nhà Hạ Trung Quốc thế kỷ XXI TCN)

+ Xã hội Phong kiên

+ Xã hội Tư bản

+ Xã hội XHCN

+ Cực thịnh là xã hội văn minh sau CNXH

Ở thời kỳ này, hệ Mặt trời - Trái đất - Mặt trăng và xã hội loài người ở trạng thái cân bằng tốt nhất. Có thể cho rằng, các chế độ bóc lột áp bức là sự phủ định lần 1, chế độ XHCN và cao hơn là sự phủ định lần 2. Giữa các kỳ phủ định lớn có những phủ định nhỏ mang tính giai đoạn phát triển. Chế độ phong kiến phủ định chế độ Nô lệ, chế độ Tư bản phủ định chế độ Phong kiến. Cứ mỗi lần phủ định như vậy, xã hội có bước phát triển tiến bộ, chuẩn bị cho lần phủ định lớn thứ hai: Xóa bỏ chế độ áp bức bóc lột. Mỗi chu kỳ Thành - Thịnh - Suy - Hủy là một lần phủ định của sự vật hiện tượng. Trong giai đoạn thành thịnh của cặp AD tổng thể, của hệ thống lớn, tại các chu kỳ của các cặp AD thành phần, sau giai đoạn huỷ thấy có bước phát triển tiến bộ hoặc giúp cho cặp AD tổng thể phát triển tiến bộ.

+ Trong giai đoạn thành thịnh, quy luật vận động chủ yếu của sự vật là quy luật phát triển tương thành, tăng cường tính thống nhất giữa hai mặt AD. Trong quá trình quy luật này vận động, tương phản đối kháng được loại trừ dần dần. Tương phản cân bằng luôn luôn đồng hành với quy luật, là một thành tố cấu thành quy luật. Nói đến quy luật phát triển tương thành, trong đó đã bao hàm tương phản cân bằng. Bởi vì tương phản cân bằng đảm bảo cho sự phát triển tương thành liên tục và ngày càng tiến về phía trước. Tương phản cân bằng có vai trò điều chỉnh liên tục như hệ tự động điều chỉnh trong mọi vật thể Vũ trụ và các thiết bị tự động do con người sáng tạo ra. Trong cơ thể con người cũng có vô số hệ thống tự động điều chỉnh đóng vai trò tương phản cân bằng. Trong các hệ thống tổ chức của xã hội XHCN, tự phê bình và phê bình làm nhiệm vụ tương phản cân bằng (ngoài ra còn có các cơ quan thanh tra, kiểm tra). Đường lối, chính sách, pháp luật, đạo đức, văn hoá nghệ thuật là những yếu tố có sức mạnh tương phản cân bằng rất lớn. Nếu nó phản ánh đúng quy luật phát triển tương thành. Các cuộc đấu tranh cách mạng là hoạt động của quy luật phát triển tương thành để loại trừ tương phản đối kháng - Âm Dương không tăng cường tương thành thì không thể phát triển tiến bộ liên tục. Hồ Chí Minh từng dạy :

Đoàn kết - Đoàn kết - Đại đoàn kết
Thành Công - Thành Công - Đại thành công

Đoàn kết ở đây là tương thành liên tục mới dẫn tới đại thành công. Đối với đất nước ta, sự phát triển tương thành giữa Đảng và nhân dân làm thành sức mạnh chủ yếu để phát triển và loại trừ các yếu tố đối kháng. Sức mạnh tương thành suy giảm làm suy giảm tốc độ phát triển, sức mạnh loại trừ đối kháng vì vậy mà yếu đi.

Trong các chế độ bóc lột, áp bức, sự phát triển tương thành chỉ ở giai đoạn đầu, sau đó tương phản đối kháng lấn lướt, xã hội không thể tiến lên được. Sự phát triển tương thành trong quần chúng bị áp bức đã loại trừ đối kháng, đưa xã hội tiếp tục tiến lên. ở đây, giai đoạn suy huỷ của xã hội cũ lại là khởi đầu cho giai đoạn thành thịnh của xã hội mới.

+ Giai đoạn suy huỷ :

- Đối với thế giới vô sinh, sau khi đạt trạng thái cân bằng tốt nhất (cực thịnh) thường có xu hướng giữ cân bằng lâu dài. Chỉ có tác động của ngoại lực (tương tác của các cặp AD liên hệ) mới phá vỡ trạng thái cân bằng này. Một cục vàng, Platin, viên kim cương có thể tồn tại đến Vụ có lớn, nếu không có tác động khách quan. Với thể giới hữu sinh, chu kỳ thành thịnh suy huỷ thường đã được Vũ trụ chương trình hoá. Quy luật hoạt động trong thời kỳ suy huỷ của thế giới hữu sinh là : Tương thành AD giảm dần, tương phản đối kháng phát triển, cho đến lúc đưa sự vật sang giai đoạn tồn tại ở cấp vận động thấp kém hơn.

Tuy nhiên, Vũ trụ đã ưu ái cho thế giới hữu sinh một chương trình duy trì nòi giống. Trước khi suy huỷ, sinh vật đã tái tạo "cái mới" thay thế mình ở thời kỳ thành thịnh và nuôi dưỡng cái mới phát triển tốt hơn trước khi suy huỷ.

Đến đây khái niệm "phản phục tuần hoàn" vận động sang khái niệm "phản phục tuần hoàn mở" hoặc "phản phục tuần hoán xoáy trôn ốc", phù hợp với sự vận động hiện thực của thế giới hữu sinh và xã hội loài người ở giai đoạn thành thịnh.

Giai đoạn suy huỷ của xã hội loài người bắt đầu khi Mặt trời bước vào thời kỳ suy huỷ. Vật chất của Mặt trời giảm dần, lực hấp dẫn tương hỗ giảm dần, Trái đất xa dần Mặt trời, tốc độ quay quanh Mặt trời cũng giảm đi, các mảng lục địa lại bắt đầu di chuyển, núi lửa, động đất, sóng thần ngày càng dữ dội. Cùng với nhiều biến cố khác, khí hậu Trái đất ngày càng biến động hung hãm, tới mức năng lực khoa học công nghệ của con người văn minh không còn đủ sức chống đỡ để tồn tại.

Nếu như không có đột biến bất thường, thiên thạch lớn rơi vào trái đất, quá trình suy huỷ của Mặt trời kéo dài hàng tỷ năm, quá trình suy huỷ của xã hội loài người có thể kéo dài hàng triệu năm. Con người tìm cách thích nghi và chống đỡ. Quy luật phát triển trong giai đoạn này là phát triển khoa học công nghệ để đối phó biến đổi khí hậu. Xã hội loài người sẽ không quay lại chế độ áp bức bóc lột. Sau hàng tỷ năm cường thịnh, tâm lý con người đã được cải biến rất nhiều, vô thức của quá khứ tiến hoá đã bị loại bỏ, không còn khả năng di truyền. Vô thức nhân ái đã trở nên bền vững.

Loài người sẽ thương yêu đoàn kết với nhau để chống đỡ biến động khí hậu đến giây phút cuối cùng. ở những thời điểm mà Vũ trụ gióng lên những hồi chuông bi ai này, số lượng con người cũng không còn đáng kể.

Như vậy, từ khi BigBang xảy ra, Vũ trụ tiến hoá đến cấp vận động cao nhất là xã hội loài người, mất gần 14 tỷ năm, cấp vận động cao nhất vận hành cân bằng vài ba tỷ năm là có thể hình dung được. Theo các nhà khoa học tính toán, Mặt trời còn vận động cân bằng 5 tỷ năm nữa. Như thế trạng thái cân bằng của Mặt trời kéo dài 10 tỷ năm. Còn Trái đất đang tiến tới giai đoạn cân bằng "bền" và vận động cân bằng cùng hệ Mặt trời, một vật vô sinh còn giữ cân bằng nhiều tỷ năm, thì còn người có trí tuệ lại không giữ được cân bằng nhiều tỷ năm hay sao, trong điều kiện khí hậu ngày càng ôn hoà cùng với trạng thái cân bằng của hệ Mặt trời - Trái đất - Mặt trăng. Giả thuyết như vậy là có cơ sở khoa học và hiện thực.

+ Gần 14 tỷ năm qua, Vũ trụ đã vận động và phát triển tới cấp vận động cao nhất. Điều đó có nghĩa, cái mới, cái tiến bộ phát triển tương đối liên tục. Trên con đường tiến bộ đó, quy luật phát triển tương thành đã từng bước loại bỏ các yếu tố phản tiến bộ, đối kháng. Với xã hội loài người, cái tiến bộ phát triển liên tục suốt chiều dài lịch sử là lực lượng sản xuất khoa học, công nghệ, văn minh nhân đạo. Có được như vậy nhờ sự phát triển tương thành giữa những con người, bởi vì mọi thành quả văn minh đều có sự hợp tác tập thể trực tiếp hoặc gián tiếp kế thừa. Cái phản tiến bộ bị loại bỏ là những quan hệ sản xuất lỗi thời, chế độ áp bức bóc lột phản tương thành. Như thế : Tương thành để phát triển cái tiến bộ, tương phản để loại trừ cái lạc hậu (tiến bộ và lạc hậu hiểu theo nghĩa rộng).

Quy luật phát triển tương thành xuyên suốt chiều dài lịch sử vận động và phát triển của Vũ trụ cho đến ngày nay. Nhận thức được như vậy, trong thế giới hiện đại, những bộ óc tiêu biểu của nhân loại hãy tuân thủ quy luật đó, thống nhất ý thức hệ hợp quy luật, loại trừ đối kháng, tránh gây những tổn thất vô lý cho nhân loại, chân thành hợp tác, đưa nhân loại tiếp tục phát triển tới tương lại hạnh phúc trọn vẹn. Quy luật vận động của Vũ trụ chắc chắn sẽ dẫn giắt nhân loại đến tương lai huy hoàng đó.

Như vậy, luật phải phục tuần hoàn của hệ Mặt trời không đúng như quan niệm người xưa. Hệ Mặt trời không quay lại đám tinh vân (bụi vật chất) đã sinh ra nó. Những thông tin ban đầu sinh ra hệ Mặt trời, sau tiến trình vận động để không quay lại y nguyên như hình thái cũ mà biến động ít nhiều, chỉ có chất và trường là nguyên như cũ.

- Hoàng cực kinh thế lại là lầm lẫn của Thiệu Ung.

Từ ký hiệu Âm Dương sinh tứ tượng, với tư duy phản phục tuần hoàn, ông tính toán chu kỳ vận động của vũ trụ, trải qua Thế - Vận - Hội - Nguyên, trong đó một Thế kéo dài 30 năm, một Vận 12 thế bằng 360 năm, một Hội có 30 Vận bằng 10.800 năm và một nguyên có 12 hội, 129600 năm.

Vũ trụ học hiện đại không tìm thấy chu kỳ vũ trụ nào như vậy. Thiệu Ung còn tính ra, vũ trụ mới hình thành cách nay 75.600 năm (7 hội), còn vũ trụ học thì tính ra 13,7 tỷ năm.

Ông cho rằng trời mở ra ở hội Tý ứng với quẻ phục Hội Tý quản 10.800 năm, một hào quẻ Phục quản 1800 năm.

Chỉ 4000 năm trở lại đây, tự nhiên và xã hội đã gây ra biết bao biến động dữ dội, phức tạp và phong phú. Thế mà một chữ Tý mô tả 10.800 năm, một hào của quẻ phục mô tả 1800 năm, thật khó hình dung mặt khác, tên 12 chi (tý, sửu, dần...) là những khái niệm của quy luật Ngũ Hành, vận hành Trái đất, không thể mô tả vũ trụ bao la. Trong dự đoán học, Thiệu Ung luôn luôn khuyên rằng lý và thực phải gắn liền với nhau, thế mà Hoàng Cực kinh thế, ông đã phủ định cả lý và thực. Nhiều học giả hậu thế đã mất nhiều công sức để lý giải học thuyết của ông. Thiển nghĩ, không nên tốn thì giờ vô ích.

IX. Giá trị hiện đại của Kinh Dịch:

Hơn mọi lời ca ngợi bay bổng, kêu như chuông như khánh, hãy tìm cách dẫn dắt Kinh Dịch vào thực tiễn hiện đại, góp phần giải quyết những vấn đề bức xúc của thời đại, thúc đẩy sự phát triển của nền văn minh nhân loại.

Có học giả cho rằng, bây giờ người ta không dùng cỏ thi để gieo quẻ nên Kinh Dịch chỉ còn giá trị triết lý, mà triết lý Kinh Dịch thì đã nói trong nhiều sách khác. Như vậy ngày nay Kinh Dịch chỉ còn giá trị là bộ sách dùng để tìm hiểu văn minh quá khứ !?

Không phải như vậy : Kinh Dịch còn nhiều giá trị hiện đại cả về phương diện dự đoán học.

- Những yếu tố hàm chứa trong Kinh Dịch

+ Nguyên lý AD, các quy luật AD. Là căn cứ văn bản chủ yếu để tổng hợp thành học thuyết Âm Dương.

+ Lôgíc ký hiệu quẻ dịch (tương tự như định lý trong các bộ môn Toán)

+ Kinh nghiệm thực tiễn của dự đoán

+ Quy luật Ngũ Hành hàm chứa trong lời kinh và phương pháp gieo quẻ.

(Quẻ dịch là kết quả hàm chứa quy luật ADNH, thiên nhân tương ứng)

- Những nội dung ứng dụng có thể :

+ Dự báo trong các khoa học cụ thể, đặc biệt trong khoa học về thế giới hữu sinh.

+ Giá trị triết lý nhân sinh nhân đạo trong giáo dục

+ Là tài liệu tham khảo có giá trị cho các phương pháp dự đoán khác nhau với phương thức gieo quẻ khác nhau.

+ Kinh Dịch vẫn mang nội dung chủ yếu trong phương pháp dự đoán mệnh vận con người trong Bát Tự Hà Lạc.

+ Dịch lý (học thuyết AD) phối hợp với học thuyết Ngũ Hành có nhiều ứng dụng trong khoa học tự nhiên và xã hội nếu được chú ý nghiên cứu. Phối hợp với học thuyết Duy vật biện chứng, Dịch lý sẽ có những ứng dụng quan trọng trong tiến trình lịch sử nhân loại.

Không sai lầm về lý luận và thực tiễn, chúng ta có thể xem học thuyết Ngũ Hành, học thuyết Duy vật biện chứng là Dịch lý.

+ Có học giả Phương Tây nói rằng, trí tuệ Kinh Dịch hiểu không thấu, dùng không cạn, còn tiềm ẩn nhiều khám phá khoa học và ứng dụng thực tiễn.

+ Khi nghiên cứu phương pháp lập quẻ bằng cỏ thi,các nhà khoa học hiện đại đã dùng toán học để tính xác suất xuất hiện các hào như sau:

- Hào dương động có xác suất : 3/16

- Hào âm động có xác suất : 1/16

- Hào dương có xác suất : 5/16

- Hào âm có xác suất : 7/16

Phương pháp lập quẻ bằng cỏ thi để dự đoán còn gọi là phương pháp chiêm thi đã được thực tiễn kiểm chứng. Văn Vương - Chu Công đã dựa vào quy luật AD và kinh nghiệm thực tiễn để viết lời kinh. Đây là sáng tạo kỳ công của tiền nhân. Từ kết quả xác suất có thể nhận xét : Hào dương động gấp 3 lần hào âm động, phản ánh quy luật dương thường động, âm thường tĩnh, tổng số xác suất gặp hào dương và hào âm như nhau và đều bằng 8 có liên hệ biện chứng với 8 quẻ đơn chăng ?

Khi gieo quẻ bằng ba đồng tiền thì xác suất bắt gặp như sau:

- Hào dương động (còn gọi là Lão Dương) xác suất 1/8

- Hào âm động (còn gọi là Lão Âm) xác suất 1/8

- Hào Dương (còn gọi là thiếu Dương) xác suất 3/8

- Hào Âm (còn gọi là hào thiếu Âm) xác suất 3/8

Lập quẻ bằng ba đồng tiền được sử dụng khi dự đoán bằng phương pháp "quẻ Ngũ hành". Tiền nhân phối ngũ hành vào quẻ dịch và dùng quy luật ADNH để dự đoán. Thông tin dự đoán bằng phương pháp này phong phú hơn, tỉ mỉ và cụ thể hơn vì quy luật ADNH là quy luật cụ thể trực tiếp chi phối thế giới hữu sinh và loài người, có thể vì vậy mà xác suất như nhau chăng ? Sự tương tác phức tạp tầng tầng lớp lớp của quy luật ADNH gây khó khăn cho việc lý giải hiện tượng ở tầm vimô, song có thể tin vào quy luật gốc và sự kiểm chứng của thực tiễn.

Nhà nghiên cứu Dịch học Phương Tây, ông Schôenholtz căn cứ vào kết quả xác xuất đề nghị thay phương pháp chiêm thi bằng cách dùng 16 viên bi màu như sau:

- 7 viên màu xanh là thiếu Âm

- 5 viên màu vàng là thiếu Dương

- 3 viên màu đỏ làm Thái Dương (Lão Dương)

- 1 viên màu lục làm Thái Âm (Lão Âm)

Bỏ 16 viên bi trong hộp. Khi gieo quẻ tập trung tư tưởng vào việc mình dự đoán, xóc hộp để trộn bi và lấy ra 1 viên, 6 lần trộn được 6 viên, được 6 lần tương ứng với các màu. Ta lập được quẻ và dùng lời kinh trong Kinh Dịch để dự đoán. Phương pháp này theo mô tả, đơn giản rất nhiều so với phương pháp sử dụng cỏ thi, song cần được thực tiễn kiến chứng.

Phần trên nói về kết quả xác suất. Đây là xác xuất toán học, lôgíc toán học, khi thí nghiệm bằng việc gieo quẻ liên tục trong thời gian ngắn. Trong thực tiễn dự đoán, việc gặp quẻ nào, hào nào phụ thuộc nội dung dự đoán, mặt khác thời gian dự đoán không liên tục, phụ thuộc vào người dự đoán. Vì vậy xác suất thực tiễn có thể không trùng hợp với xác suất toán học. Lôgíc hiện thực và lôgíc toán học không phải bao giờ cũng trùng hợp, tương tự trường hợp nghiệm âm của phương trình đại số không phù hợp với yêu cầu của bài toán thực tiễn.

Vì quy luật ADNH trực tiếp điều hành việc gieo quẻ, vì thế với bất cứ phương pháp gieo quẻ nào để lập thành quẻ dịch đều có thể phối ngũ hành vào các hào để dự đoán. Nguyên lý này không trái căn cứ lý luận và sẽ được thực tiễn kiểm chứng.Quy luật ADNH thực hiện mối liên hệ phổ biến bằng trường năng lượng đối với thế giới hữu sinh.Việc gieo quẻ là việc chuyển hóa từ mối liên hệ bằng trường sang mối liên hệ bằng chất để dễ dàng trong việc dự đoán.Song,hai mối liên hệ này có liên quan chặt chẽ với nhau như một cặpAD cấu trúc,vì vậy mới dùng được quy luật ADNH để dự đoán.Từ trước tới nay ,chúng ta chỉ quen với mối liên hệ phổ biến bằng chất,tức là mối liên hệ phổ biến giữa các sự vật,hiện tượng có khối lượng,tác động vào thính giác và thị giác mà chưa quen với mối liên hệ phổ biến bằng các trường năng lượng,trường điện từ ,trường hấp dẫn.Các trường năng lượng thường tác động vào các giác quan thu sóng của cơ thể con người,như các cửa hút năng lượng(luân xa),giác quan thu sóng tư duy.Các trường năng lượng này phối hợp với hệ thống trường của cơ thể, điều khiển các hoạt động cơ bắp khi ta hoạt động. Khi tay ta gieo quẻ chịu sự điều khiển của hệ thống trường năng lượng này.Kết quả gieo quẻ là hiệu ứng nhân quả của sự tương tác giữa hai mối liên hệ phổ biến bằng chất và bằng trường.

Vì vậy, quẻ mới mang thông tin về chất và trường đối với người gieo quẻ. Kết quả gieo quẻ phản ánh lôgic biện chứng của quy luật ADNH, vì vậy không hoàn toàn trùng hợp với lôgic toán học. Học thuyết ADNH, Kinh Dịch, Dự đoán học theo phương pháp ADNH, đều được khám phá từ tư duy linh cảm, được sự dẫn dắt của các mối liên hệ bằng các trường năng lượng. Hiện tượng khoa học còn nhiều ẩn dấu này cần được sự quan tâm nghiên cứu của khoa học hiện đại, chắc chắn sẽ mang lại những thành quả đầy hương sắc cho nền văn minh nhân loại.

Từ Kinh Dịch, nguồn tài liệu chủ yếu mà người xưa truyền lại, Tiên Nho nhiều thế hệ đã chắt lọc, tổng hợp thành học thuyết Âm Dương. Từ học thuyết âm dương kết hợp với tri thức khoa học hiện đại, chúng ta đã phát hiện thêm *Quy luật phát triển tương thành âm dương, Quy luật tương phản cân bằng âm dương,* là những quy luật phổ quát đang dẫn dắt xu hướng phát triển của thế giới hiện đại. Không thể nhận thức sâu sắc khuynh hướng vận động và phát triển của xã hội hiện đại nếu không nhận thức sâu sắc hai quy luật đó.

CHƯƠNG III

HOẠT ĐỘNG ÂM DƯƠNG CỦA ĐẠI NÃO VÀ NHỮNG QUY LUẬT TÂM LÝ, Ý THỨC CƠ BẢN

I. Hoạt động âm dương của đại não.

Mở đầu

Quy luật vận động tâm lý, ý thức, gắn liền với quy luật vận động xã hội. Muốn khám phá quy luật vận động xã hội, tiếp cận gần hơn chân lý của hiện thực, không thể xem nhẹ việc nghiên cứu quy luật tâm lý, ý thức. Bởi vì, một quy luật được sinh ra, là thành quả tương tác của nhiều quy luật khác nhau đang vận động trong thực tại; trong đó, các quy luật cơ bản có vai trò dẫn hướng. Quy luật vận động xã hội, vận động bằng con người. Vì vậy, quy luật tâm lý, ý thức là một trong những thành tố dẫn hướng mang nhiều ý nghĩa.

Khoa học Tâm lý học đã dày công tìm kiếm các hình thái vận động tâm lý. Có thể tiếp cận vấn đề ở một hướng khác, thông qua hoạt động sôi nổi của hiện tượng ngoại cảm trong thời gian gần đây. Đó cũng là bộ phận "trực quan sinh động" của phản ánh tâm lý, nhận thức, về thế giới hiện thực. Vận hành sinh lý đại não là "hạ tầng cơ sở" của hoạt động tâm lý. Ngoài các quy luật vận động mà Sinh lý học cổ truyền và Sinh lý học hiện đại đã mô tả, việc nhận thức quy luật vận động của đại não ở tầm phổ quát triết học, có ý nghĩa không nhỏ trong việc nghiên cứu quy luật tâm lý tinh thần. ở đây muốn đề cập quy luật hoạt động Âm Dương của đại não, gắn liền với tri thức khoa học hiện đại và những mối liên hệ của thế giới hiện thực, phản ánh vào đại não, được thực hiện bằng trường năng lượng, thông qua thực tiễn ngoại cảm.

Chuyên đề *"An ninh thế giới"* gần đây có đăng nhiều bài: "Bí ẩn tìm mộ bằng ngoại cảm" của nhà báo Phạm Ngọc Dương. ANTG số 638 ngày 21/3/2007, đoạn kết, nhà báo có ghi: "Chuyên đề ANTG mong nhận thêm được những lý giải của các nhà khoa học về hiện tượng tìm mộ bằng ngoại cảm (NC) để dư luận có được những cái nhìn khách quan, nhiều chiều, nhằm khám phá lĩnh vực đầy bí ẩn này".

Thực ra, chúng tôi được tiếp xúc với vấn đề tìm mộ bằng NC từ nhiều năm nay. Đặc biệt, sau khi được nghe các bài nói chuyện của nhà NC Phan Thị Bích Hằng và các nhà khoa học của Bộ môn Cận tâm lý, ghi trên các băng đĩa VCD năm 2006, thì dư luận về vấn đề này trở nên phổ biến trong nhân dân.

Về bản chất khoa học của hiện tượng tìm mộ bằng NC, trong chúng tôi tranh luận rất nhiều. Có người còn nói, trước đây thường cho rằng, giữa "Duy tâm" và "Duy vật" chưa ai thắng ai, nhưng bây giờ hình như "Duy tâm" vượt trội hơn (!?), và hầu như đa số đã tin vào hiện tượng linh hồn (LH) có thực trong không gian, như một hiện tượng siêu tự nhiên. Đặc biệt, sau lời khẳng định của một giáo sư khoa học có uy tín và cao tuổi, phát biểu trong hội nghị tổng kết của bộ môn Cận tâm lý, năm 2006. Số không tin rất ít, rất hiếm.

Từ "hiện tượng nhận thức" này, tôi cho rằng vấn đề bản chất khoa học của hiện tượng LH và NC cũng cần được lưu tâm lý giải; tuy lời giải cuối cùng là rất khó khăn, đặc biệt ở cấp độ vi mô và siêu vi mô; còn ở cấp độ vĩ mô, chúng tôi cho rằng chưa vượt quá tầm với của triết học hiện đại.

Những ai đã từng tiếp xúc với triết học, đều hiểu rằng, từ lâu chủ nghĩa Duy tâm không còn chỗ đứng trong hiện thực và hoạt động khoa học; vì đó là sự tưởng tượng tách rời thế giới khách quan. Hiện thực và thực tiễn hoạt động của con người, không chứng minh được gì cho "chân lý" Duy tâm. Ngày nay, chủ nghĩa Duy tâm đã "đổi giọng", khoác lên mình đủ thứ áo ngụy trang, làm méo mó nhận thức của nhân loại, nhằm duy trì và bảo vệ những lợi ích không lành mạnh và bất công, trong một thế giới đang chuyển động theo chiều hướng tiến bộ.

Viết đến đây, tôi lại nhớ đến lời của nhà Bác học thiên tài Anhxtanh: "Cảm xúc hấp dẫn nhất của con người là cảm xúc về sự bí ẩn. Chính cảm xúc này đã làm cho sáng tạo chân chính nẩy nở. Những ai không có cảm xúc đó, không còn biết ngạc nhiên mà chỉ biết ngẩn người ra vì sợ hãi, thì cuộc sống sẽ giảm nhiều ý nghĩa. Chúng ta chưa giải thích được sự bí ẩn do khả năng ít ỏi đáng buồn của chúng ta. Chúng ta chỉ mới hiểu biết một phần nhỏ bé những quy luật cao siêu, lộng lẫy của tự nhiên".

Và tôi cũng nhớ đến lời dạy của nhà Bác học Menđêlêep: "Đừng cố tình làm ngơ như không biết trước hiện tượng "thần giao cách cảm", mà cần phải xét vấn đề một cách chính xác, ng- hĩa là xem trong đó:

- Cái gì thuộc lĩnh vực tự nhiên ai cũng biết.

- Cái gì thuộc ảo giác và trí tưởng tượng.

- Cái gì thuộc lừa dối đáng xấu hổ.

- Cuối cùng là cái gì đó thuộc hiện tượng xưa nay chưa được sáng tỏ, xẩy ra theo những quy luật tự nhiên mà ta chưa từng biết đến chăng? Nếu ta hiểu vấn đề như thế thì những biểu hiện của năng lượng tâm thần mất ngay dấu ấn thần bí và sẽ không còn cái gọi là mê tín dị đoan nữa".

Giữa các hiện tượng có thật về năng lượng tinh thần và mê tín dị đoan có một ranh giới dứt khoát, mà một nhà khoa học chân chính nào cũng phải sáng suốt thận trọng, để phân biệt được cái giả, cái thật."

Như vậy, nếu hiện tượng LH không được lưu tâm lý giải, thì e rằng, những trào lưu tư tưởng xa lạ với cuộc sống, sẽ ngày càng phát triển và bị lạm dụng vào những mục đích không minh bạch, gây ra những tác hại khôn lường cho thế hệ mai sau.

Tôi viết bài này không hề bị ràng buộc một cách khô cứng của ý thức hệ. Bởi vì, một ý thức hệ khoa học bao giờ cũng cho phép đi liền với nó những hoài nghi khoa học. Bởi vì, một ý thức hệ như thế bao giờ cũng phát triển, cũng đòi hỏi bổ sung những chân lý mới, những tri thức mới, cho phù hợp với sự vận động không ngừng của khoa học và hiện thực sinh động, và loại bỏ những tri thức không còn đúng đắn.

Với trí thức và tài liệu tham khảo có nhiều hạn chế, tôi xin góp một vài ý kiến thảo luận, với tư cách là "ý kiến bạn đọc" về vấn đề LH và NC.

I.1- Hiện tượng linh hồn thách thức những chân lý khoa học hiện có.

Thái độ khoa học bao giờ cũng đòi hỏi sự chấp nhận "hiện

tượng có thực", tuy chưa lý giải được bản chất của nó bằng vốn tri thức hiện nay. Trong mục này, chúng tôi đề cập về hiện tượng LH mà các nhà NC mô tả. Nếu LH là có thực, mà không phải là ảo giác, thì hiện tượng linh hồn thuộc phạm trù vật chất của chủ nghĩa duy vật, không còn là duy tâm như vẫn thường quan niệm. Chúng tôi xin được thảo luận về điều đó.

1- Mọi vật đều có linh hồn?

Theo mô tả của các nhà ngoại cảm, LH mặc quần áo như người bình thường, có người thắt ca vát, có người hút thuốc lá, bộ đội gõ bát đũa, v.v...Các cảnh quan chung quanh LH, như cây cầu, phong cảnh, nhà ở,..., các nhà NC đều nhìn thấy.

Như vậy, các đồ vật, quần áo và cảnh quan đều có LH. Nếu không như vậy, thì "người trần mắt thịt" đi theo nhà NC, đều nhìn thấy đồ vật, cảnh quan và quần áo LH mặc.

Khi khâm liệm người đã khuất, người ta còn dùng vải liệm và hiếm khi liệm theo thuốc lá. Nhà NC không nhìn thấy vải liệm; còn thuốc lá, khói thuốc lá, thì LH lấy ở đâu, và nó cũng có LH. LH cũng cần tiền để mua đồ tiêu dùng.

Từ hiện tượng này, thấy rằng, ngoài con người có LH, mọi thứ liên quan đến đời sống con người khi còn sống, đều có LH?

2- Linh hồn không biến đổi?

Trẻ em vẫn là trẻ em; LH 700 năm sau vẫn y nguyên "như ngày nào"; thanh thiếu niên không già đi, người già thì "đứng tuổi".

Vật chất được cấu trúc bằng "chất" và "trường", luôn luôn vận động và tương tác với nhau, theo quan hệ nhân quả. Đặc điểm của chất là có khối lượng, kích thước, do đó có "không gian", người bình thường có thể nhìn thấy bằng mắt hoặc thông qua thiết bị khoa học.

Đặc điểm của "trường" là mang năng lượng, vận động thông qua "hạt mang" không có khối lượng, như trường điện từ có hạt mang là photon. Mắt thường không nhìn thấy trường mà phải thông qua các thiết bị khoa học. Trường không có khối lượng, nên không thể có "hình dáng".

Trường sinh học cũng là một dạng vật chất, luôn luôn vận động và biến đổi và có thể bị các trường khác trong vũ trụ "hòa tan", vì dải tần số trong vũ trụ liên tục và rộng vô cùng. Vấn đề này chúng tôi sẽ còn thảo luận tiếp ở các mục sau.

Nếu là vật chất (tồn tại khách quan) thì có một quy luật là không ngừng vận động và biến đổi. Học thuyết Âm Dương của người xưa, một triết thuyết tương đồng với triết học Duy vật biện chứng ở những quy luật cơ bản, cũng khẳng định: Đức lớn của Âm Dương là biến đổi không ngừng. ở đây LH không biến đổi?

Nếu LH là tinh thần?

Tinh thần, ý thức không phải là vật chất, nhưng là sản phẩm tương tác của vật chất có tổ chức cao là đại não và thế giới hiện thực. Tinh thần không thể vận động, nếu đại não không vận động. Không có hoạt động sinh lý của đại não thì không bao giờ sản sinh ra tinh thần. Sinh lý học hiện đại và ngay cả sinh lý học cổ truyền, sử dụng học thuyết Âm dương ngũ hành làm cơ sở phương pháp luận, cũng đã chứng minh điều này từ mấy ngàn năm nay, thông qua quan niệm "Tâm tàng thần". Vì tinh thần không phải là vật chất có khối lượng, nên không thể nhìn thấy.

Như vậy LH không phải là vật chất cũng không phải là tinh thần theo tri thức khoa học hiện tại.

3. Linh hồn tư duy, đối thoại, xử lý thông tin:

Những thao tác này, là thao tác hoạt động tinh thần, gắn

liền với hoạt động của đại não, vật chất có tổ chức cao. LH hoạt động như một người đang sống? Đây cũng là một thách thức!

4. Linh hồn nhìn, nghe, đối thoại với nhà ngoại cảm bằng những nguyên lý khoa học trái ngược nhau?

Nhà NC vốn là một người bình thường; hoạt động nhìn, nghe theo những quy luật lý hóa, sinh học như những người bình thường khác. Việc nhìn, thông qua trường điện từ, dải tần ánh sáng, tác động vào cấu trúc mắt. Việc nghe, thống qua sóng âm thanh, dẫn truyền trong không khí, tác động áp suất vào màng nhĩ, rồi chuyển thành dòng điện cùng tần số âm thanh, truyền vào đại não.

LH phải thu ánh sáng mặt trời, và phát ra ánh sáng đặc trưng, hoặc bản thân LH phải là một nguồn phát sáng, để các nhà NC nhìn thấy. LH phải có năng lượng và bộ máy phát âm để tác động vào không khí, các sóng âm thanh dẫn truyền đến các nhà NC. Có như vậy, LH và nhà NC, mới hoạt động theo các nguyên lý khoa học như nhau.

Ở đây không như vậy. Cùng một lúc, nhà NC hoạt động theo những nguyên lý khoa học trái ngược nhau. Nếu hoạt động cùng một nguyên lý khoa học, thì người bình thường cũng nhìn thấy linh hồn, và nghe được LH nói.

Đây là một thách thức.

5. Nhà ngoại cảm giơ tay "nắm" linh hồn:

Nhà NC Phan Thị Bích H. giải thích rằng, nhiều khi phải giơ tay nắm lấy LH, kẻo LH nhanh chóng tan biến đi. Lời nói của LH nghe thoang thoáng như tiếng gió, tiếng côn trùng. Nhà NC phải cố gắng chắt lọc để hiểu được ý của LH, nhìn thấy LH mờ mờ, mồm mấp máy.

Lê nin đã từng nói: "Cái gì thuộc về bản chất, thường bền vững và tồn tại lâu, cái gì thuộc về hiện tượng thường nhanh chóng mất đi" (V.I. Lênin - Toàn tập - tập 29 - Nxb Tiến bộ, Matxcơva - 1981 - tr. 137).

Chúng tôi hoàn toàn đồng ý với ý kiến của một giáo sư lão thành: Cái gì là có thực, là tồn tại khách quan, đều thuộc phạm trù của khoa học, phạm trù của chủ nghĩa duy vật. Hình ảnh LH mà các nhà NC mô tả, mới chỉ là hiện tượng, là cảm giác trực quan, để chúng ta đi sâu tìm hiểu bản chất của nó.

Và chúng tôi bổ sung thêm: Cái có thực về bản chất, mới là "tồn tại khách quan", cái có thực về hiện tượng, nhiều khi là ảo giác và nhầm lẫn.

6- Nguyên tắc vật lý cơ bản cũng bị thách thức?

Học thuyết Lượng tử có nguyên lý: "Sự đảo ngược bắt buộc", mà một nhà Vũ trụ học lừng danh, TS. Stephen W.Hawking, đặt nó ở vị trí "nguyên tắc vật lý cơ bản". Nguyên lý phát hiện rằng, mỗi kết thúc của một tiến trình phải trở lại với những thông tin ban đầu, đã tạo ra tiến trình đó, tuy có biến đổi ít nhiều. Một tiến trình của sự vật, hiện tượng trải qua 5 giai đoạn: Sinh - thành - thịnh - suy - hủy. LH không tham gia tiến trình sáng tạo ra con người. Nếu có sự "Đầu thai" nào đó thì chắc rằng đứa trẻ mới sinh ra đã có trí khôn ngang với người lớn; hơn nữa số LH không đủ để làm tăng dân số, từ khoảng chục triệu người từ thuở xa xưa, đến nay đã gần 7 tỷ người. Như vậy, số người được LH đầu thai ít hơn rất nhiều, so với số người được sinh ra? Số người không có LH rất nhiều? Hay là LH cũng có khả năng sinh nở, rồi đi đầu thai cho đủ số lượng phát triển dân số?

Thông tin ban đầu sinh ra con người chỉ là gần 60 nguyên tố hóa học, trường điện từ, trường hấp dẫn, trường tương tác mạnh (đã có trong các hạt nhân nguyên tố hóa học), trường tương tác yếu, đã thống nhất với trường điện từ, thăng giáng lượng tử chưa được làm rõ, vật chất đen chưa được làm rõ. Nhưng LH không thể là trường tương tác yếu và thăng giáng lượng tử, vì loại vật chất này không thể tư duy, không thể giống vật chất có tổ chức cao, là sản phẩm tiến hóa mà vũ trụ đã dày công sáng tạo đằng đẵng gần 4 tỷ năm trời. Phải chăng LH là vật chất đen? Một vật thể vũ trụ là thành quả tương tác của rất nhiều quy luật khác nhau trên những tiền đề hiện thực. Các vật thể không thể ôm hết mọi thứ có trong vũ trụ, vì thế mà vũ trụ muôn hình muôn vẻ. Con người đã chế tạo rô bốt đánh cờ, thắng cả vô địch cờ thế giới Casparốp. Tư duy của rô bốt là tư duy lôgic, giống như tư duy của đại não. Chế tạo rô bốt căn cứ vào các khoa học hiện có, và những vật liệu hiện có, không có bóng dáng của bí ẩn vũ trụ và "vật chất đen". Khoa học còn chế tạo bộ não thông minh vận hành cấp sinh học; các tay chân điện tử điều khiển bằng đại não hỗ trợ người tàn tật. Tất cả đều xuất phát từ các khám phá khoa học hiện có và "vật chất sáng". Điều đó nói lên rằng, con người tư duy và hoạt động sáng tạo bằng "vật chất sáng" và từ các nguyên lý khoa học đã phát minh. Điều khó khăn là khoa học chưa mô tả được nhiều quá trình sống ở cấp độ siêu vi mô, cấp độ hạt cơ bản. Mỗi đối tượng hiện thực, đều là những đối tượng nhận thức bất tận. Chúng ta sống cho đến Bigbang mới, cũng không thể trả lời mọi câu hỏi. Song, có thể phân biệt được cái thực và cái ảo, nếu tư duy ở cấp độ phổ quát triết học. Con người không có cấu trúc bằng "vật chất đen", không sáng tạo và hoạt động tinh thần bằng vật chất đen, không thể có LH là vật chất đen. Mặt khác, vật chất đen không phát xạ photon và không thể nhìn thấy. ở đây, nhà NC nhìn thấy LH, nên LH càng không phải là vật chất đen. LH không tham gia thông tin ban đầu tạo ra tiến trình sống. Cho nên, khi kết thúc sự sống cũng không có LH để trả về cho vũ trụ. Nếu có LH trong không gian thì nguyên tắc vật lý cơ bản đã bị thách thức?

Còn một quan niệm khác về LH, cũng cần nói qua vài lời. Phải chăng có hiện tượng LH đi đầu thai kiếp khác? Cách nay hàng vạn năm, dân số trái đất, giả sử khoảng một triệu. Một triệu đó đi đầu thai, sinh ra một triệu khác. Và cứ như vậy, dân số trái đất hiện nay vẫn chỉ là một triệu, mang theo LH luân hồi, thay thế nhau từ nhiều kiếp trước. Hiện nay hành tinh xanh đã đông đúc tới 7 tỷ người, và còn đông hơn nữa. Như vậy, có gần 7 tỷ người không có LH? Có thể LH cũng yêu đương, cũng sinh nở, để đáp ứng nhu cầu đầu thai ngày càng tăng lên? Hoặc giả, Thượng đế mang LH từ nền văn minh ngoài trái đất, gieo vào trái đất để đầu thai ? Bởi vì con người ngày càng thông minh hơn, thành quả sáng tạo ngày càng huyền diệu hơn. Phải chăng, LH của quá khứ cũng được học tập, nghiên cứu, để trở thành các LH bác học, đầu thai vào các con người bác học? Còn vô số những câu hỏi "tại sao?" đầy mâu thuẫn, có lẽ đến thế hệ con người của Bigbang mới, cũng không thể giải thích. Song, có cách lý giải hợp lẽ là, hiện tượng LH là ảo giác trong đại não con người. Mọi hiện tượng sinh ra từ LH, là sự tưởng tượng nằm ngoài giới hạn của trí tuệ.

Người viết những điều này không hề nghi ngờ những hiện tượng mà các nhà NC đã mô tả, vì đó là cảm nhận trực quan có thực của họ. Họ không giải thích được tài năng "trời cho" của mình. Người viết chỉ căn cứ vào thực tiễn quý báu của các nhà NC, để có đôi điều suy nghĩ.

Thảo luận khoa học thường thẳng thắn và dân chủ; nhưng chúng tôi luôn luôn trân trọng những cống hiến của các nhà NC đối với đất nước và khoa học, mà không hề có ý xúc phạm hay bác bỏ.

II- Cái có thực về hiện tượng và cái có thực về bản chất.

Thông qua thực tiễn cuộc sống, người xưa đã từng tổng

kết: "Những điều mắt ta thấy, tai ta nghe, nhưng ta chưa tin là có thực".

Vấn đề "thực-giả" ở đây, không phải là sự lừa dối, mà thuộc mối quan hệ giữa hiện tượng và bản chất, tất nhiên và ngẫu nhiên, đại não phản ánh hiện thực khách quan chính xác đến mức độ nào.

Thế kỷ thứ II, nhà khoa học Hy Lạp Ptôlêmê, nhìn thấy mặt trời quay quanh trái đất, đã cho ra đời thuyết "Địa tâm", lấy trái đất làm trung tâm. Mặt trời, Mặt trăng và các hành tinh đều quay quanh trái đất. Thuyết Địa tâm lập tức được giáo hội công nhận và bảo vệ, vì nó trùng hợp với "ý Chúa". Chúa trời đã mất 6 ngày để tạo ra nó, cách nay khoảng 6000 năm!?

Sức mạnh của thuyết Địa tâm kéo dài gần 1400 năm, trở thành hòn đá tảng khổng lồ, chặn bước tiến của Thiên văn học. Năm 1543, nhà khoa học Ba Lan Côpecníc, đã dũng cảm vượt qua hàng rào quyền lực của Giáo hội, để cho ra đời thuyết Nhật Tâm: mặt trời là trung tâm vũ trụ, còn Trái đất và các hành tinh khác như Sao Thủy, Kim, Hỏa, Mộc... đều quay quanh Mặt trời.

Bầu trời Thiên văn học đã được ánh bình minh chiếu sáng. Nhưng thuyết Nhật tâm còn phải đau lòng chứng kiến sự hy sinh của những nhà khoa học chân chính, bảo vệ nó.

Năm 1600, tại quảng trường Hoa, thành phố La Mã, mọi người phẫn uất trước ngọn lửa bạo tàn thiêu sống nhà triết học Brunô, chỉ vì ông ủng hộ thuyết Nhật tâm. Trước khi lên giàn thiêu, Ông còn nói: "Nếu ngọn lửa thiêu tôi làm mở những con mắt còn nhắm, thì tôi vui vẻ làm ngọn lửa đó".

Mười năm sau đó, năm 1610, Galilê đã chế tạo kính viễn vọng đầu tiên của thế giới. Bằng kính thiên văn này, Galilê và các đồng nghiệp của ông đã nhìn thấy những điều xảy ra trên bầu trời, không khác gì việc mô tả của Côpecníc. Thuyết Nhật tâm đã được thực tiễn kiểm chứng. Giàn hỏa thiêu đã chuẩn bị sẵn cho ông. Để chờ cơ hội thuận lợi hơn, ông đã lui về "phòng ngự". Ngày 22/6/1633 trước tòa án, ông rút lui chính kiến của mình. "Dù sao Trái Đất vẫn quay". Đó là câu lẩm bẩm của ông trên đường áp giải ông vào ngục, để giam ông 8 năm trời.

Vụ án "oan sai" Galilê, mãi tới tháng 10 năm 1980, tức 370 năm sau mới được trả lại công bằng. Giáo hoàng La mã đã tuyên bố xóa án cho ông.

Ở đây, nhà khoa học Ptôlêmê không hề có ý định làm cuộc cách mạng vũ trụ, đảo ngược địa vị thống trị và bị trị của các thiên thể, mà vũ trụ đã sắp đặt. Ông chỉ quan sát nhầm và bị trực quan đánh lừa như bao nhiêu người khác. Nhưng rồi, sự lầm lẫn cũng bị phát hiện, bởi những mâu thuẫn phát sinh trong quá trình vận động của hệ thiên thể, với lý thuyết mô tả nó.

Cái cầu vồng bảy màu xinh đẹp, một nét đẹp hùng vĩ của thiên nhiên ban tặng cho Trái đất; Từ khi con người biết chiêm ngưỡng, không ai nghĩ rằng nó không có thực trên bầu trời, nó là ảo ảnh, là sự đánh lừa của tạo hóa. Bộ môn quang hình học ra đời, đã giải thích hiện tượng cầu vồng. Hình ảnh kỳ lạ và xinh đẹp đó được cấu thành bởi 3 yếu tố: ánh sáng mặt trời, các hạt mưa và con mắt. ánh sáng mặt trời khúc xạ nhiều lần qua lăng kính trong là hạt mưa. Chỉ có các tia ló có góc cực tiểu với tia sáng mặt trời là đến được mặt đất. Góc cực tiểu này thay đổi theo màu sắc, ví dụ màu đỏ là 42^0. Các tia này làm thành một hình nón, vành nón là cái cầu vồng, chóp nón hội tụ ở mắt. Trong phạm vi bài viết, không có điều kiện lý giải tỷ mỉ, vì phải mất nhiều trang giấy. Chỉ biết rằng mỗi người có một cầu vồng riêng cho mình, không ai giống ai, to nhỏ khác nhau và con người phải đứng ngoảnh lưng về phía mặt trời mới nhìn thấy cầu vồng. Như thế, không có con mắt thì không có cầu vồng, cầu vồng là một hiện tượng ảo. Sự nhầm lẫn ảo thành thực trước kia, là vì khoa học chưa có năng lực lý giải.

Các tài liệu khoa học cũng cho biết: tháng 4 - 1951, trên bầu trời thành phố Magdeburg, đang bị bao vây, thì xuất hiện 3 mặt trời, kẻ địch hoảng sợ rút chạy; thành phố được giải phóng một cách bất ngờ.

Hồi 9h30 ngày 19/12/1986 ở phương Đông Nam của Tây An - Trung Quốc cũng xuất hiện 5 mặt trời, đúng như dự đoán của nhà Dịch học nổi tiếng Thiệu Vĩ Hoa - Sự kiện được ghi trong sách "Dự đoán theo chu dịch" (Nxb VH HN - 1995, trang 328). Nhiều mặt trời thường xuất hiện ở bầu trời Nam, Bắc cực, do hiện tượng khúc xạ áng sáng trên tinh thể băng lục lăng.

Bản chất thực của hiện tượng thường ẩn dấu đằng sau cái vẻ bề ngoài, mà nhiều khi lại mâu thuẫn trực tiếp với nó.

Sự lầm lẫn ảo thực thường xảy ra trong hoạt động khoa học và cảm giác của con người. Các Mác từng nói, nếu hiện tượng luôn luôn phù hợp với bản chất thì khoa học hóa ra thừa. Nhiệm vụ của khoa học là từ trong muôn màu của hiện tượng, đôi khi là cả sự "lắt léo, lường gạt", tìm ra bản chất nội tại của nó.

Hiện tượng LH không nằm ngoài sự "lắt léo" của các hiện tượng, được phản ánh vào đại não con người. Nếu có sự nhầm lẫn giữa hiện tượng và bản chất thì đó cũng là chuyện "thường ngày" của hoạt động khoa học và nhận thức của loài người. Chúng ta hãy dùng một hiện thực khác, có khả năng đối chứng và so sánh để vén lên bức màn "ngụy trang khéo léo và tài năng" của linh hồn.

III- Phải chăng, linh hồn và giấc mơ là anh em sinh đôi.

Giấc mơ vẫn còn là miền đất lạ đối với khoa học. Tuy nhiên, có thể thấy rằng, giữa GM và LH có những nét tương đồng. Có thể phân loại GM thành mấy trạng thái:

1. Giấc mơ sáng tạo khoa học:

Chuyên san Thế giới mới, ngày 10/7/2006, có trích đăng câu chuyện khoa học nước ngoài, kể rằng: Nhà hóa học vĩ đại Menđêlêep (1834 - 1907), trong một giấc mơ, thấy hiện rõ trước mắt toàn bộ bảng tuần hoàn do GM sáng tạo, hoàn toàn trùng hợp với những suy nghĩ của ông. Mừng qúa, ông reo lên và bật ngồi dậy chép lại.

Công thức hóa học Benzen, được nhà khoa học Đức Kelule khám phá, cũng được sự chỉ bảo của GM.

Nhạc sĩ Tratini, mơ thấy một con quỷ đang chơi một giai điệu tuyệt mỹ, ăn ý với bản nhạc còn dang dở, mà ông đang buốt đầu suy nghĩ. Giai điệu của con quỷ đã giúp ông hoàn thành được bản nhạc nổi tiếng. Nhà văn Pháp Voltaire, mơ thấy bản mới tập thơ La Henriade của mình. (Theo Almanach - Các nền văn minh thế giới, Nxb VHTT - 2007 - tr. 462).

Không ít câu chuyện ghi nhận "công lao" của các GM. Sách "Bách khoa cuộc sống" (Nxb Lao động xã hội, 2006 - tr. 145), kể rằng: "Cha đẻ của tư tưởng khoa học hiện đại Đềcáctơ, vào một buổi tối, ông mơ giấc mơ liên tiếp. Theo gợi ý của GM, ông đưa ra những khái niệm cơ bản của phương pháp luận toán học và vật lý học. Trường đại học Cambridge, đã điều tra nhiều nhà khoa học khác nhau về lao động sáng tạo của họ. Kết quả có tới 70% các nhà khoa học nói rằng, GM đã gợi ý những ý tưởng của họ. Trường đại học Geneva cũng điều tra như vậy với 60 nhà toán học. Kết quả có tới 51 người trả lời rằng, họ giải đáp được khá nhiều vấn đề nóng trong GM".

Nhiều nhà thơ đã sáng tác những câu thơ tài hoa trong GM, mà hàng tháng trời không nghĩ ra được, để điền tiếp vào bài thơ còn dang dở:

"Biết đâu sợi tóc trong đêm bạc
Lại trùng với phút nụ thành hoa"

Nguyễn Đức Mậu

2. Giấc mơ ngẫu hứng:

Đó là những giấc mơ mà ban ngày chúng ta không suy nghĩ gì về nó. Vì thế mà khi tỉnh dậy, ta thường không nhớ gì nhiều về GM đó, ngoại trừ những GM gây ấn tượng mạnh, những GM đẹp hoặc những GM quái dị.

GM ngẫu hứng giống như những đoạn phim ngắn được hư cấu dàn dựng. Trong GM, nhiều khi chúng ta được ngắm những thành phố đẹp, những phong cảnh thiên nhiên kỳ thú; được đối thoại vui vẻ với những người quen, người lạ, người đang sống và người đã khuất.

Điều kỳ thú là, những diễn viên trong phim mơ có thể đưa ra những lời đối thoại đầy trí tuệ và hợp lôgic. Những tình huống diễn ra trong phim, khiến người trong cuộc phải "đau đầu" để xử lý và việc xử lý nhiều khi cũng bất ngờ và rất thông minh.

Những giấc mơ này cũng có thể gọi là GM sáng tạo; vì đại não phải tư duy để đối thoại, để xử lý thông tin; nhưng không nằm trong mục đích suy nghĩ của chúng ta, nên khi tỉnh giấc thường là quên gần hết. Ngoài ra, còn có các giấc mơ quái dị, tản mạn, lộn xộn, xảy ra khi sức khỏe bất an.

3. Giấc mơ linh tính:

GM linh tính báo hiệu điều gì đó, rồi chúng ta bắt gặp điều đó có thực đã xảy ra. Thường trong đời ai cũng có thể gặp GM loại này. Sau đây là một trong nhiều giấc mơ như thế:

Tờ báo Scandal (Mỹ) năm 1994, đăng câu chuyện GM kỳ lạ của một người mẹ: "Năm 1865, chú bé Maks 5 tuổi, bị chết vì bệnh tả, và người mẹ đã phải đau lòng vĩnh biệt đứa con thân yêu của mình. Đêm hôm đó, người mẹ nghe tiếng con trai trở mình và thở dài trong quan tài. Bà giục chồng đi cứu con, nhưng ông cho rằng vì quá thương con mà bà nằm mơ như vậy. Đêm hôm sau, GM lại lặp lại, lần này bà cùng người nhà ra mộ con. Vào nửa đêm, nắp quan tài được mở ra. Người mẹ thấy con vẫn nằm im lìm, nhưng linh cảm mách bảo rằng, con bà vẫn còn sống. Bà vội bế con lên rồi hô hấp nhân tạo. Sau khoảng một giờ, điều kỳ diệu đã đến. Cậu bé tỉnh lại trong nước mắt vui sướng của người mẹ và niềm vui của người thân. Về sau Mark đã sống tới 80 tuổi (1860 - 1940) tại thành phố Lincol, bang Iowa (Mỹ)".

4. Giấc mơ sinh lý:

Khi có trục trặc trong hoạt động của cấu trúc sinh lý, đại não hư cấu thành GM sinh lý. Phổ biến nhất là GM "bóng đè". Khi đang ngủ để tay lên ngực, thì lập tức "ma quỷ" xuất hiện, đè nặng lên người ta. Đây là phản xạ bảo vệ của cơ thể. Khu vực đám rối thần kinh ngực có luân xa số 8, thu sóng vũ trụ, điều hòa hoạt động của tim. Đè tay lên ngực sẽ ảnh hưởng đến trạng thái phối hợp bình thường của các yếu tố này, ảnh hưởng đếm tim, vì vậy đại não phản ứng gây ra GM sinh lý để xử lý. Vì có cảm giác "ma" mà ai cũng biết chắc chắn rằng không phải là "ma", nên mới gọi là "bóng đè". Như vậy, đại não cũng có khả năng sinh ra "ma"!

5. Giấc mơ giữa ban ngày và âm thanh lạ trong đầu.

Người bị bệnh tâm thần phân liệt, thường nhìn hoặc nghe thấy những hình ảnh, âm thanh, mà cùng lúc đó người xung quanh không nghe thấy gì.

Tạp chí thế giới mới số 396 ngày 24/7/2000, có đăng bài "Những âm thanh lạ trong đầu", nêu một số nghiên cứu của Thế giới về hiện tượng này.

Câu chuyện khó tin xảy ra vào tháng 2/2000 với 3 công dân Nga. Vào khoảng 3^h sáng, một người bỗng nghe tiếng đàn ông ra lệnh: "Chuẩn bị diệt xe tăng Đức tại Koursk", xen kẽ Quốc ca Liên Xô. Hai người còn lại cũng nghe tương tự. Tại Mỹ, những người mắc bệnh ảo thính cũng không ít. Phần lớn họ gặp bất hạnh trong cuộc sống, hoặc bộ máy thính giác không bình thường.

Các nhà khoa học giải thích rằng, con người là một máy thu phát sóng, nên chuyện nghe được âm thanh lạ là bình thường. Nhưng một câu hỏi đặt ra: Ai là tác giả những lời thì thầm ấy? Tại sao nhiều câu nói lại ăn khớp với hoàn cảnh nhân chứng.

Cũng như bao nhiêu trường hợp bí ẩn khác, âm thanh lạ đang là cuộc tranh luận sôi nổi của làng khoa học. GS Alain De Vivone, nhà thần kinh học và tâm lý học người Pháp cho rằng: "Con người có những khả năng đặc biệt, chẳng có lý do gì để phản bác âm thanh lạ". Chúng tôi thường được nghe một số cụ già cao tuổi nói rằng, thỉnh thoảng các cụ được nghe hát, ngâm thơ, đọc chuyện ồn ào, mà hỏi người chung quanh, thì họ bảo không nghe thấy gì.

Gần đây nhất, tôi được một người bạn, cùng làm việc nghiên cứu khoa học, kể rằng: Tháng 1, năm 2007, anh về thăm mẹ già đã 94 tuổi. Anh nghe cụ than phiền: "Tại sao người ta cứ hát, cứ ngâm thơ ồn ào, khó chịu lắm, anh không nghe thấy à?". Anh và mọi người xung quanh im lặng nghe ngóng, nhưng không nghe thấy gì. Anh hỏi cụ: "Thế mẹ nghe hát bài gì? Ngâm thơ gì?". Cụ trả lời: "Hát nhiều bài hát hồi chống Mỹ, ngâm Kiều, Chinh Phụ Ngâm, Lục Vân Tiên, nhưng xen nhiều tiếng ồn, nghe không hay". Thường ngày mẹ anh rất thuộc Kiều, Chinh Phụ Ngâm và các chuyện thơ dân gian. Vì hồi trẻ mẹ anh thường ru con bằng những câu chuyện thơ đó. Khi đi học, anh rất chóng thuộc các trích đoạn về Kiều, Lục Vân Tiên là nhờ lời ru của mẹ. Các em gái anh còn nói rằng, thỉnh thoảng cụ còn thấy người thân đã khuất, như cha anh, các em anh mất từ hồi nhỏ, thậm chí thấy cả bạn bè, người thân quen còn đang sống đến chơi, mà người khác không nhìn thấy.

Cụ thường mong anh về vì anh là con trưởng. Một lần cụ bỗng nói: Mẹ thấy anh N. về ngoài cổng, mà sao không thấy vào nhà? Chú em tôi nhìn ra thì không thấy ai. Anh nói tiếp rằng, não của cụ đã có sự bất thường, có thể là báo hiệu điều ly biệt.

Tháng 3 năm 2007, bạn tôi được tin cụ mệt và vội về. Mười ngày sau, cụ đã ra đi một cách nhẹ nhàng. Trong những ngày lâm bệnh, trí tuệ cụ còn có những lúc minh mẫn. Cụ đọc Kiều cho các cụ bà đến thăm nghe. Cụ đọc một câu thơ làm mọi người ngạc nhiên:

"Bác Hồ đi Mạc Tư Khoa
Mua máy độc lập ở Nga mang về.

Nhiều người yêu thơ, không rõ xuất xứ của câu thơ này.

Trước khi qua đời một ngày, cụ chào mọi người đến thăm: "Chào mọi người ở lại, tôi về quê."

Lễ an táng giản dị và ân tình, đã tiễn đưa cụ về quê hương vĩnh cửu của mình. Đó là nghĩa trang dòng họ Nguyễn, xã Quỳnh Đôi, huyện Quỳnh Lưu, Nghệ An.

Chúng tôi kể chuyện này vì nó ẩn giấu nhiều điều "lạ" về bộ não của con người mà khoa học thường lưu tâm.

6. Về mặt khoa học, giấc mơ nói lên điều gì.

Không cần đến bộ máy thị giác và thính giác, vì chúng đang "ngủ" ngon lành, chúng ta vẫn nhìn thấy phong cảnh, con người như khi còn thức hoặc như trên màn ảnh. Cái gì làm nên điều đó? Phải chăng trong não ta có một máy thu hình đã chuyển từ "kênh thức" sang "kênh ngủ". Các sóng tín hiệu đến máy thu có cùng "cấu trúc khoa học" như khi đang thức, và cái gì làm nên điều đó?

Cái gì đã dàn dựng nên "Phim GM", giống như việc làm của các nhà viết kịch bản, đạo diễn, diễn viên? Trong đó có những phong cảnh lạ mà ban ngày ta chưa hề gặp. Có những lời hỏi đáp và đối thoại thông minh, hợp lôgic của "bộ phim", của hoàn cảnh diễn ra trong phim; ai nghĩ ra những điều đó? Ai nghĩ ra những lời đối thoại riêng cho từng nhân vật? Trong GM ta gặp người thân quen còn sống và đã mất; vẫn giống như ngày nào, vẫn trang phục quần áo như bình thường; người đã khuất núi, vẫn trang phục như khi còn sống. Lời đối thoại của họ cũng như khi còn sống, tế nhị, hợp lẽ, hợp hoàn cảnh, trả lời đúng câu hỏi của các nhân vật và không bao giờ kể chuyện cõi vĩnh hằng.

Muốn đối thoại, trả lời câu hỏi, xử lý tình huống, các nhân vật trong GM phải tư duy và tư duy độc lập với nhau.

Đại não tổ chức làm việc trong khi ngủ như thế nào để có những "phát minh" khoa học, để có những câu thơ tài hoa?

Để làm được điều này, đại não phải làm việc giống như khi ta thức và huy động một lực lượng hùng hậu các nơron, với nhiều chức năng khác nhau, cùng làm việc.

Sinh lý học hiện đại cho rằng, các nơron canh gác làm ra GM. Chúng tôi cho rằng số lượng nơron canh gác quá ít, không đủ điều kiện để dàn dựng và sáng tạo ra những GM như thế.

Phân tích đến đây, thấy rằng, có sự tương đồng kỳ lạ giữa hiện tượng GM và hiện tượng linh hồn (LH). Chỉ có điều khác là trong GM, chúng ta đối thoại với "Nhân vật' khi ngủ, còn trong hiện tượng LH, nhà NC đối thoại với "Nhân vật" khi thức và có mục đích trước.

Đến đây, chúng tôi, suy nghĩ rằng, hiện tượng LH nằm trong hai giả thuyết:

*** Linh hồn là hiện tượng ảo giống như GM.**

*** Linh hồn nằm trong phạm trù các khoa học mới lạ mà**

loài người chưa khám phá được, có quy luật trái ngược với các quy luật khoa học hiện nay, mâu thuẫn với các quy luật khoa học hiện nay?

Chúng tôi không tin ở giả thuyết thứ hai. Bởi vì con người được tiến hóa từ những tế bào cách nay 3,8 tỷ năm. Trải qua thời gian dài như vậy, tổ tiên loài người phải không ngừng thích nghi với những quy luật vận hành của vũ trụ mà khoa học hiện nay đã khám phá một phần. Hoạt động sống của con người đều tuân thủ theo các quy luật này. Không những sinh lý học hiện đại mà sinh lý học cổ truyền, đều chứng minh như vậy.

Giữa con người và động vật có vú, hoặc các động vật gần gũi như vượn, khỉ; hoạt động của bộ máy sinh lý cơ bản không khác nhau; mật mã di truyền như nhau. Bộ phận khác nhau rõ ràng nhất chỉ là đại não. Về mặt ngoại cảm, các câu chuyện khoa học trên báo chí, cũng mô tả khả năng ngoại cảm của một số cá thể loài vật như chó, mèo, ngựa,...

Như vậy, nếu con người có LH tồn tại thực trong không gian, thì loài vật, ít ra là loài vật gần gũi với người như vượn, linh trưởng cũng có linh hồn. Hơn nữa như mục I.1 đã phân tích, nhà NC mô tả hiện tượng LH giống như ta thấy trong giấc mơ. Khi còn sống không ai sử dụng đồ hàng mã, áo giấy, xe máy giấy nên nhà NC không thể "nhìn" thấy các thứ đó. Hình ảnh LH mà nhà NC nhìn thấy không phải khi họ đã chết hẳn và đã an táng, mà khi họ còn sống.

Hiện tượng LH cũng như GM, là hoạt động kỳ lạ của đại não. Ngày nay, nhiều học giả sử dụng các khái niệm như "Trường sinh học", "Tần số" để lý giải hiện tượng LH. Đó là các khái niệm của vật lý học điện từ, đã được giảng dạy trong nhà trường, không phải các khái niệm khoa học bí ẩn xa lạ. Tuy nhiên, việc sử dụng các khái niệm này chưa trọn vẹn một nguyên lý khoa học, sẽ được thảo luận ở phần sau.

Trên cơ sở những khám phá khoa học đã có, chúng ta thử dò tìm những ẩn dấu bí mật trong kho báu này của vũ trụ, và từ đó tìm cách gặp gỡ LH.

IV- Hoạt động điện từ của đại não

Cho đến nay, khoa học mới khám phá được 4 trường năng lượng và dự đoán có trường năng lượng thứ 5.

+ Tương tác mạnh, bán kính tác dụng 10^{-15}m (bằng kích thước hạt nhân), là tương tác giữa các hađrôn, giữa các hạt quac, ..., tạo nên lực hạt nhân, không tham gia vào hoạt động sống hàng ngày của con người. Chỉ có điện tử các nguyên tố là tham gia quá trình này. Tương tác mạnh lớn hơn tương tác điện từ khoảng 100 lần.

+ Tương tác yếu, là tương tác giữa các hạt trong phân rã bêta, có bán kính tác dụng cỡ 10^{-18}m. Trường này không có mặt trong hoạt động sinh lý của con người và hiện nay đã thống nhất với trường điện từ.

+ Chỉ có tương tác điện từ và tương tác hấp dẫn, có bán kính tác dụng lớn vô cùng, là gắn liền với đời sống con người. Thiếu một trong hai thì con người không tồn tại. Sự cân bằng giữa năng lượng điện từ và năng lượng hấp dẫn làm cho con người ổn định hình dáng xinh đẹp của mình và làm cho bộ máy sinh lý hoạt động bình thường. Tương tác hấp dẫn là tương tác giữa các hạt vật chất có khối lượng. Tương tác điện từ là tương tác giữa các hạt mang điện. Tương tác điện từ lớn hơn tương tác hấp dẫn khoảng 10^{37} lần. Trường điện từ không ngừng tương tác với chất trong cơ thể. Trong mục này chúng ta đi sâu vào hoạt động điện từ của đại não.

1. Đại não chỉ huy cơ thể bằng dòng điện:

Sinh lý học hiện đại đã chứng minh, đại não chỉ huy cơ thể bằng dòng điện và xung điện. Ví dụ: Để ra lệnh cho các cơ bắp như tay chân hoạt động, đại não đã dùng xung điện truyền qua các sợi dây thần kinh, qua "Khớp nối" (Xi náp) đến các sợi cơ. Việc chỉ huy có sự phối hợp với hóa chất trung gian, nhưng chỉ huy bằng dòng điện là cơ bản. Dòng điện được dẫn truyền qua các Ion Na +, Cl -, Cu +, K+, các điện tử tự do. Để tiết kiệm năng lượng các tín hiệu lớn thường dẫn truyền bằng xung qua các sợi thần kinh lớn có chất myêlin. Điện tâm đồ, điện não đồ, chứng minh một phần hoạt động điện từ của đại não và các bộ phận cơ thể. Dòng điện sản sinh ra trường điện từ bức xạ vào không gian.

Có rất nhiều thông báo khoa học về hoạt động điện từ của não. Thí nghiệm độc đáo được đưa lên VTTH gần đây là: Các nhà khoa học cho dòng điện đi qua khu vực não thích hợp của 2 người tình nguyện làm thực nghiệm. Hai người này bỗng nhiên vẽ được các bức tranh mà trước đó họ không hề học về hội họa.

Sách "Giải phẫu sinh lý người", Nxb ĐHSP. 2007, đã mô tả thực nghiệm kích thích điện làm tái hiện hình ảnh trong quá khứ mà hàng ngày người ta không nghĩ tới. Bác sĩ Penfield đã chứng minh điều này trên các bệnh nhân. Ông đã sử dụng cac điện cực cấy vào bệnh nhân. Kết quả, bệnh nhân đầu tiên đã nhớ ra được các hình ảnh từ thời thơ ấu. Nữ bệnh nhân thứ 2 lại thấy mình đang nằm trong nhà hộ sinh, và toàn bộ hình ảnh về sự việc đã xảy ra khi bà sinh nở rất rõ nét. Bệnh nhân thứ 3 lại thấy mình đang đi dạo chơi bên bờ sông cùng bố mẹ và các em. Họ cười nói vui vẻ. Anh chỉ cần nhắm mắt lại là mọi hình ảnh của tuổi ấu thơ lại hiện lên rộn ràng, tuy anh đang nằm trong bệnh viện.

Penfield đã thay phương pháp kích thích điện bằng phương pháp thôi miên. Kết quả cũng tương tự như kích thích điện. (Sđd - tr. 517). Có thể nói rằng, đây là các hiện tượng phản ánh bản chất khoa học của GM, có nguồn gốc từ hoạt động điện từ của đại não (Sđd-tr517).

Như vậy, phương pháp dùng sóng điện từ và sóng tư duy (thôi miên) có tác dụng như nhau! Khi thôi miên, người làm thôi miên suy nghĩ nói ra những câu quán tưởng "thần chú". Sóng tư duy của người thôi miên sẽ phát xạ tương ứng với suy nghĩ. Đồng thời, sóng âm thanh sẽ biến thành dòng điện có tần số tương ứng với sóng tư duy. Tân số sóng tư duy của người thôi miên và dòng điện trong não người bị thôi miên là trùng nhau. Trong điều kiện tĩnh lặng và tập trung tư tưởng, sóng tư duy phát ra có cường độ mạnh, tác động có hiệu quả đến người bị thôi miên, làm cho phần "hiện thức" (khu vực nhận thức thực tại), tức não dương, trong đại não bị tách ra, không còn nhận biết được thực tại. Người bị thôi miên bây giờ sống bằng khu vực "ẩn thức", tức phần não âm, không còn khả năng tự chủ, và chỉ làm theo sự sai khiến của người thôi miên, điều khiển bằng sóng tư duy, đi vào giác quan thu sóng tư duy thuộc phần não âm (xin xem sơ đồ xử lý thông tin của đại não).

Điều này chứng minh rằng, mọi hoạt động của con người, từ hoạt động sinh lý đến hoạt động sáng tạo, đều gắn liền với hoạt động điện từ.

2- Liên lạc với trường điện từ của vũ trụ.

Con người là đứa con của vũ trụ, là vũ trụ nhỏ, nên vũ trụ không ngừng nuôi dưỡng con người bằng "chất" và "trường" của mình. Trường hấp dẫn và trường điện từ không ngừng liên lạc với con người. Y học và các nhà khí công từ xưa đến nay, đã chứng minh, trên cơ thể người có 16 luân xa, tức là các cửa hút năng lượng vũ trụ. Các luân xa này thu các sóng điện từ vũ trụ với tần số thích hợp, được chọn lọc qua quá trình tiến hóa, để điều hòa hoạt động các bộ phận của cơ thể. ở đỉnh đầu, tại vị trí huyệt Bách hội, có luân xa số 7 thu sóng vũ trụ mạnh nhất. Là sóng điện từ, theo nguyên lý vật lý, các sóng này sẽ phối hợp và tương tác với trường điện từ nội bộ của cơ thể, tham gia vào quá trình sinh lý và cả quá trình tư duy, làm nên "Sự thông minh" của từng con người. ở những cấp độ khác nhau.

Giác quan là các bộ phận tiếp nhận thông tin từ môi trường. Do đó, ta có thể gọi các luân xa là các giác quan (GQ) và đặt cho nó cái tên là GQ 6.

Thực ra trường điện từ qua các luân xa là sóng phi nhiệt, tần số rất thấp, để phù hợp với tần số của trường điện từ cơ thể; nó mang rất ít năng lượng. Vai trò của nó là điều khiển, điều hòa quá trình sử dụng năng lượng và sinh năng lượng của cơ thể. Do đó, có khi nó làm cho cơ thể nóng lên, nhưng cũng nhiều khi không như vậy.

3. Trường tư duy và hiện tượng ngoại cảm:

Việc tồn tại sóng tư duy được tiên đoán từ đầu thế kỷ 20, đến nay đã được khẳng định. Thông báo khoa học đưa lên VTTH, mô tả thí nghiệm của các nhà nghiên cứu, dùng suy nghĩ để điều khiển con rô bốt chạy trên con đường có nhiều chướng ngại vật và thử nghiệm đã thành công. Rô bốt gặp chướng ngại vật thì lùi lại và chọn con đường khác theo ý nghĩ của nhà khoa học, không phải rô bốt hành trình tự động làm việc đó.

Như vậy con người đã phát sóng tư duy, rô bốt là máy thu sóng tư duy và xử lý thông tin của sóng đó.

Sóng tư duy là nguồn gốc của hiện tượng tượng NC và linh tính. Khi người mẹ sắp mất, các con thường có trạng thái bồn chồn, lo lắng và có khi nhìn thấy hình ảnh của người mẹ giữa ban ngày. Các nhà khoa học đã thông tin rằng, khi sắp qua đời, sóng tư duy có thể tăng gấp hàng nghìn lần bình thường (như trạng thái bùng lên của ngọn đèn dầu hỏa sắp tắt). Với cường độ như vậy, các con, người thân có tần số đồng thuận, sẽ cảm nhận được tín hiệu tư duy của người mẹ sắp qua đời, tuy ở xa hàng ngàn cây số.

Để làm nên những tài năng của con người, 200 tỷ tế bào não đã tổ chức cách làm việc, theo hệ thống thông tin bằng các dòng điện siêu nhỏ. Trường điện từ do các dòng điện này sinh ra, phát sóng vào không gian, không bao giờ ngừng. Các nhà nghiên cứu xác định rằng, sóng tư duy phát theo dạng xung để ít tổn hao năng lượng. Cơ quan hàng không vũ trụ Mỹ Nasa, đã có lần thử nghiệm sự giao lưu của các nhà NC ở mặt đất với các phi công vũ trụ đang bay trong không gian. Kết quả, họ đã giao lưu được với nhau qua sóng tư duy. Tiến sỹ Edgar Mitchell, nhà du hành bay trên con tàu Apollo 14, lên mặt trăng, đã thực nghiệm nội dung khoa học này (Theo Almanach những nền văn minh thế giới, tr. 520).

Những hiện tượng trên đây chứng minh rằng, cơ thể người có bộ phận thu sóng tư duy và bộ phận phát sóng tư duy. Theo dự kiến của nhiều nhà khoa học, các bộ phận này ở vùng đầu.

Các nhà NC nước ta, thường nhìn vào khu vực huyệt ấn đường (giữa hai đuôi lông mày phía trên mũi), lấy thông tin từ người thân liệt sĩ, để vẽ sơ đồ khu mô liệt sĩ. Có thể đó là khu vực phát sóng tư duy; cũng có thể đôi mắt còn có chức năng phát sóng tư duy. Vì người ta có thể biết được xúc động tình cảm và sự thay đổi suy nghĩ qua ánh mắt (mục quang).

Theo tiến sỹ Nguyễn Đình Phư, trong sách "Nhân điện, những phát hiện và ứng dụng" (Nxb VHTT - HN - 1994), thì huyệt ngạch trung, nằm giữa huyệt thần đình và huyệt ấn đường, liên quan đến vỏ não và tuyến tùng, là con mắt thứ 3 (thần nhãn), chủ trị bệnh thần kinh, mất trí nhớ, huyết áp. Huyệt Ngạch trung cũng là luân xa 6. Phải chăng huyện Ngạch trung phát sóng tư duy?!

Khu vực thu sóng tư duy (tiếp nhận thông tin từ ngoài vào não), chúng tôi tạm gọi là GQ7, hiện tại chưa có cơ sở khoa học để dự kiến vị trí của giác quan này.

"Sóng tư duy" ở đây là khái niệm chung để chỉ sóng điện từ liên quan đến suy nghĩ của con người.

Mỗi người đều phát sóng tư duy liên tục, không ngừng nghỉ, 24h/24h/. Vì để duy trì trí nhớ, các nơ ron phải liên tục duy trì chế độ thông tin bằng các dòng điện siêu nhỏ; khi ngủ, một bộ phận không nhỏ của đại não vẫn làm việc để tiếp tục quá trình sáng tạo từ ban ngày và dàn dựng các giấc mơ.

Có thể đại não thay nhau làm việc và nghỉ ngơi như tim (tim có 4 ngăn, mỗi thời điểm chỉ làm việc 1 ngăn).

Như vậy, sóng tư duy của con người tràn ngập không gian quanh trái đất. Phổ tần số sóng tư duy của gần 7 tỷ người đang sống, có lẽ rất gần nhau; đó là chưa kể sóng tàn dư, của người đã mất. Những sóng tư duy đồng thuận (tần số bằng nhau, hoặc rất sát nhau, hoặc là bội số của nhau); chỉ có ở những người thân cùng huyết thống, và rất hiếm đối với người ngoài huyết thống. Cho nên, các nhà NC đã thành công tới 70% khi tìm mộ có người thân đi theo. Khi không có người thân đi theo thì tỷ lệ thành công chỉ hơn 10%. Các thông tin trong 10% này có lẽ nhận được từ đồng đội LS hoặc là từ ai đó, có tần số đồng thuận với tần số tư duy của LS, đã tàng giữ thông tin về LS và phát sóng lại khi được các nhà NC kích thích.

Đối với nhà NC tài năng, phổ tần số tư duy của họ rất rộng, cho nên có thể cộng hưởng với sóng tư duy của nhiều người và biết được thông tin của nhiều người.

Thông thường, khả năng NC tự nhiên rất hiếm gặp. Chỉ có những người tập "thiền", bị tai nạn đặc biệt đã chết lâm sàng rồi sống lại, lúc này mới xuất hiện khả năng NC. Nhưng không phải ai ngồi thiền, bị tai nạn, cũng đều thành nhà NC, mà chỉ có rất ít trong số đó. Hiện tượng này chứng tỏ rằng, khả năng NC đã có sẵn trong bộ não của họ, nhưng bị " khóa chặt trong kho"; việc rèn luyện khí công hoặc tai nạn, đã mở khóa và tiềm năng đã bung ra.

Trong quá trình tiến hóa, thiên nhiên luôn luôn loại bỏ cái không cần thiết và lưu giữ những thuộc tính cần cho sự sống con người. It khi có đồ vô dụng cất kín trong "Kho", rồi phải tốn năng lượng nuôi sống nó. Có thể trong quá khứ mấy triệu năm về trước, con người (và cả động vật), cần có khả năng NC nhạy bén, để tự bảo vệ, để phát hiện nhanh chóng kẻ săn mồi thường xuyên rình rập. Xã hội loài người ngày càng văn minh, sáng tạo ra nhiều phương thức bảo vệ, nên khả năng NC nhạy bén bị thoái hóa dần và lùi vào "hậu trường", để giảm lượng thông tin không cần thiết đi vào não, giành thời gian và năng lượng để xử lý các loại thông tin có ích hơn. Đó là thuộc tính "chọn lọc thông tin" của đại não.

Trường tư duy và thuộc tính phản ánh của đại não, là hiện tượng khoa học quan trọng, để đi sâu vào tìm hiểu bản chất của LH mà chúng ta sẽ thảo luận ở các phần sau.

4. Trường sinh học của con người.

Bộ máy sinh lý và bộ máy tư duy của con người là một thể thống nhất không thể phân chia, luôn luôn làm việc bằng dòng điện, do đó luôn luôn bức xạ vào không gian sóng điện từ tương ứng.

Sóng sinh lý có nhiều tần số khác nhau, được bức xạ từ nhiều bộ phận khác nhau của cơ thể, thường ở phổ hồng ngoại, nên người ta có thể chụp ảnh được bằng thiết bị hồng ngoại. Nhiệt độ ngoài da ổn định ở 37^0C, là nguồn bức xạ hồng ngoại mạnh nhất của cơ thể. Sóng sinh lý cho biết tình trạng sức khỏe con người. Sóng sinh lý và sóng tư duy gọi chung là sóng sinh học hoặc trường sinh học (TSH).

Như vậy, sóng SH của gần 7 tỷ người cũng tràn ngập không gian Trái đất.

Sóng tư duy mang nội dung tư duy, nhưng có tần số riêng cho từng người, nên ta mới linh tính được. Có thể tần số riêng là "tần số mang" như trong kỹ thuật truyền hình.

Sóng sinh lý có thể bị hòa lẫn trong sóng của nhiều người, hoặc các loại sóng trong thiên nhiên, sóng của động thực vật, hoặc các sóng từ các thiết bị do con người sáng tạo ra.

Khi con người chết đi, nguồn năng lượng phát sóng không còn, nên chỉ còn bức xạ tàn dư ở thời điểm "thoát dương", bùng lên như ngọn đèn dầu sắp tắt.

Bức xạ tàn dư này cũng nhanh chóng bị hòa tan trong TSH của nhân loại.

Chỉ có bức xạ tàn dư của "Vụ nổ lớn" (Bigbang), khai sinh ra vũ trụ, cách nay 13.7 tỷ năm, là vẫn còn (dải sóng khoảng 1cm, nhiệt độ 3K). Vì là "Vụ nổ lớn" cường độ rất mạnh, nên không bị hòa lẫn vào các sóng sinh ra sau vụ nổ.

Sóng tư duy tàn dư mang nội dung tư duy của người ở thời điểm đang hấp hối, cũng có số phận tương tự như sóng tàn dư sinh lý.

TSH không có thuộc tính không gian, tức là không có hình dáng cụ thể. Chỉ có vật chất có khối lượng mới có hình dáng cụ thể. Đó là nói theo những nguyên tắc vật lý hiện có.

Nếu LH là một dạng TSH thì quần áo LH mặc, thuốc lá LH hút, cũng có TSH. Đó là một điều khó hình dung theo các quy luật khoa học hiện đại.

Chúng ta tiếp tục dò tìm con đường hầm bí mật của đại não.

V- Sản phẩm sáng tạo của con người phản ánh thông tin về con người:

Nguyên lý phản ánh nói rằng, mọi vật thể có liên quan đến nhau đều mang một phần thông tin về nhau. Con người do vũ trụ sáng tạo, với một thời gian kiên trì gần 3,8 tỷ năm, mang rất nhiều thông tin về vũ trụ. Một số lượng lớn những khám phá khoa học, từ triết học, vật lý, hóa học, sinh học, thiên văn học,v.v.., đều ẩn chứa trong hoạt động sinh lý và tâm lý con người. Vì vậy, người xưa quan niệm con người là một "vũ trụ nhỏ" là chính xác về mặt khoa học.

Đến lượt, con người sáng tạo ra các sản phẩm vật chất và tinh thần; các sản phẩm này liên quan chặt chẽ đến con người, thì kết quả có tính lôgic là, các sản phẩm này sẽ mang thông tin về cấu trúc sinh lý, cấu trúc tinh thần và phương thức hoạt động của con người, trước tiên là của đại não, bộ máy trung ương của con người.

Nói một cách khác, sản phẩm của con người là "phỏng sinh học" ngay chính bản thân mình, mà mình cũng vô tình về điều đó.

Sản phẩm có nội dung phản ánh rõ rệt, thường là sản phẩm có hàm lượng trí tuệ cao, từ những con người có năng lực phản ánh tương đối chính xác về hiện thực. Từ đây chúng ta có thể rút ra một nhận xét thực tiễn:

Có thể từ sản phẩm sáng tạo của con người để tìm hiểu cấu trúc và phương thức hoạt động của đại não.

Hiện thực sáng tạo phong phú và sinh động, cho ta vô số ví dụ về sự "bắt chước", "nhái lại", hay nói theo ngôn ngữ khoa học là mô phỏng bản thân con người. Sau đây là một số ví dụ điển hình.

- Các khám phá khoa học mà hoạt động sinh lý và tâm lý

của con người lại là một thực tiễn để kiểm chứng, để chứng minh chân lý của khám phá đó, thì đương nhiên, những khám phá như vậy đã phản ánh thông tin về con người.

Tình hình ở đây giống như nguyên lý cơ học. Lực và phản lực bằng nhau trong tương tác lực giữa hai vật: Con người khám phá ra chân lý khoa học, rồi chân lý khoa học lại khám phá trở lại con người.

Các hệ thống tự động điều chỉnh, thực hiện phổ biến trong công nghệ, tương tác như các hệ thống điều chỉnh trong con người. Các hoạt động của rô bốt, máy tính, cơ cấu thu phát truyền hình, truyền thanh, v.v., và ngay cả hoạt động của bộ máy nhà nước, xã hội, là những ví dụ như thế.

Nguyên lý quan trọng nhất của triết học hiện đại là nguyên lý "đấu tranh" và thống nhất giữa các mặt đối lập, trong sự vận động của sự vật, hiện tượng, quá trình, cũng lại là quy luật phổ biến và quan trọng nhất, trong hoạt động tâm sinh lý của con người. Sinh lý học hiện đại, và điều kỳ lạ hơn là sinh lý học cổ truyền, dựa trên học thuyết "Âm dương ngũ hành Thiên nhân hợp nhất", ra đời cách nay hơn 3000 năm, đã chứng minh rõ ràng điều đó.

Quy luật tuần hoàn là quy luật phổ biến của Vũ trụ, mở đầu một chu kỳ bằng "Vụ nổ lớn" (Bigbang) và kết thúc bằng "Vụ co lớn " (Big Crunch), để trở về thông tin ban đầu đã sinh ra vũ trụ, là "Điểm kỳ dị". Về những thăng giáng lượng tử, quy luật "đảo ngược bắt buộc" trong học thuyết lượng tử, nói về sự tuần hoàn của thông tin trong một tiến trình; thì trong con người, những quy luật tuần hoàn cũng rất phổ biến. Sinh lý học hiện đại ngày càng kê dài thêm những phát hiện về nó.

Tuy còn kém xa vũ trụ về sự sáng tạo ra con người và đại não, nhưng có thể nói rằng, lao động sáng tạo của con người là sự mô phỏng có sáng tạo, ngay chính bản thân mình.

Như vậy, từ nguyên lý phản ánh, có thể sử dụng sản phẩm sáng tạo của con người làm đối chứng so sánh, để tìm hiểu thâm sâu hiện tượng giấc mơ và linh hồn. Dùng kết quả để tìm hiểu ngược lại nguyên nhân, trong mối quan hệ nhân quả, là điều có thể.

Con người không thể tham vọng lý giải đến cùng, mọi điều kỳ lạ trong vũ trụ và trong chính con người, một vũ trụ nhỏ. Chúng ta chỉ có thể trèo từng bậc thang của chân lý tương đối trong vô vàn bậc thang cao vời vợi, để đến chân lý tuyệt đối. Mãi mãi không thể trả lời được câu hỏi: cái gì sinh ra vật chất, cái gì sinh ra vũ trụ lớn (gồm vũ trụ kích thước khổng lồ và vũ trụ kích thước siêu nhỏ như các hạt sơ cấp, hạt quark chẳng hạn); và thời gian cũng là vô cùng để chúng ta biết hết về con người. Vì tất cả đều là đối tượng nhận thức vô cùng.

Con người xách hàng lý, hành quân về cội nguồn là "Điểm kỳ dị", để chuẩn bị khai sinh một vũ trụ mới, một thế hệ con người mới, thì hàng triệu câu hỏi về vũ trụ, về con người, cũng hành quân theo về đó và tan biến đi trong một vụ nổ lớn kế tiếp. Thực tế thì nó tan sớm hơn rất nhiều, trên chặng đường hành quân của nó, trước khi xảy ra vụ nổ lớn, do sự thoái hóa của mặt trời sớm hơn Vụ co lớn.

Chấp nhận sự "khấp khễnh", hãy làm một vài so sánh đối chứng giữa sáng tạo và sự vận hành tâm sinh lý của con người.

Trước tiên nói về bộ máy nhìn.

Bộ máy thị giác của con người nhận tín hiệu từ sóng điện từ, dải tần ánh sáng nhìn thấy, từ 0,4 µm đến 0,75µm (rõ nhất là bước sóng: 0,55 micro met). ánh sáng qua đồng tử, có vai trò như một thấu kính hội tụ biến đổi, hội tụ hình ảnh về võng mạc. Trên võng mạc có 4 lớp tế bào khác nhau; trong đó có khoảng 7 triệu tế bào nón, được chia ra 3 chức năng, mẫn cảm với 3 màu: lục - đỏ - tím. Hệ thống tế bào phân tích hình ảnh thành 3 màu, truyền đến tế bào đa cực, hợp thành bó thần kinh thị giác, truyền tín hiệu đến "Thể gối ngoài" và "thể chẩm". Các nơron từ thể gối ngoài và thể chẩm, tạo thành bó Gratiôlet đến vỏ não thùy chẩm và tạo ra cảm giác nhìn. Như vậy phần vỏ não thùy chẩm có vai trò như một màn hình nổi.

Ở đây, bộ máy thị giác đã phân tích tín hiệu trường điện từ của hình ảnh thành các tín hiệu màu sắc, độ đậm nhạt, nông sâu, và biến thành các xung điện tương ứng, để truyền vào "màn hình đại não".

Hệ thống thu phát truyền hình của con người sáng tạo ra, là sự mô phỏng về nguyên lý hệ thống thị giác của bản thân mình. Không phải là sự mô phỏng giản đơn, bắt chước mô hình mẫu có sẵn, mà là kết quả của thuộc tính phản ánh thông tin giữa các sự vật có liên quan. Hệ thống thu phát truyền hình là sự phản ánh thông tin bộ máy thị giác của con người sáng tạo ra nó.

Bây giờ chúng ta hãy khám phá ngược. Từ hệ thống truyền hình tìm hiểu những điều chưa biết về hệ thống thị giác:

- Các chương trình truyền hình (TH) được chuẩn bị trước, hiệu chỉnh và cất giữ vào kho, coi như kho "trí nhớ". Con người phát lại chương trình đó vào không gian bằng sóng điện từ, do con người tạo ra. Máy thu hình nhận được hình ảnh thông qua sóng này.

Bộ não lưu giữ rất nhiều hình ảnh vào kho nhớ của mình. Chúng ta nhận ra được người thân quen và những hình ảnh phong cảnh quen thuộc, nhờ bộ não rút trong kho nhớ của mình, phát lại vào màn hình não để so sánh đối chiếu. Đại não có thể dùng trường điện từ hoặc dòng điện siêu nhỏ để phát lại. Đây là sự so sánh đối chiếu "âm thầm" mà ta không cảm nhận được. Hiện tượng này có thể so sánh với thiết bị kiểm tra vân tay và hình ảnh của ngành công an.

Dù đại não phát lại hình ảnh bằng trường điện từ hay dòng điện, thì theo nguyên lý vật lý, nó cũng phát vào không gian trường điện từ tương ứng. Trường này gọi chung là trường tư duy hoặc sóng tư duy.

Đại não có đôi mắt để thu sóng điện từ hình ảnh thế giới xung quanh, đồng thời có GQ7, mà khoa học thường gọi là con mắt thứ 3, để thu sóng điện từ của tư duy con người. Cũng như các GQ khác, GQ7 có tính chọn lọc thông tin, thường chỉ thu sóng tư duy có tần số đồng thuận từ người cùng huyết thống, hoặc một số ít người ngoài huyết thống. GQ7 có thể thu hình ảnh từ sóng tư duy của người khác. Cơ sở hiện thực của GQ7 là hiện tượng linh tính và ngoại cảm. Hình ảnh thu qua GQ7, được đại não lưu giữ trong bộ nhớ tàng thức, và phát lại màn hình khi được kích thích.

Như vậy, đại não có 3 loại sóng đi vào: sóng vũ trụ hình ảnh qua đôi mắt; sóng vũ trụ tham gia vào quá trình sinh lý và tư duy, qua luân xa GQ6, sóng tư duy của con người qua GQ7. Sóng tư duy có nhiều nội dung: Sóng suy nghĩ, sóng hình ảnh, có thể vào chung GQ7, hay tách riêng từng GQ; có nghĩa là, có GQ 8,... Khoa học chưa xác định được vị trí các giác quan bí mật này, nhưng sự tồn tại thực tế của nó, là điều có thể hình dung được. Sóng tư duy hình ảnh thu phát theo nguyên lý cơ bản của hệ thống thu phát hình.

Về bộ máy nghe:

Sinh lý học hiện đại chứng minh rằng, tín hiệu âm thanh, sau khi truyền qua bộ máy "Tai", tới cửa sổ tròn, rung động cơ học được biến thành dòng điện có tần số giống hệt tần số âm thanh, truyền đến thể gối trong, đến thùy thái dương vỏ não. Cũng như hình ảnh, tín hiệu âm thanh được truyền lên 2 phần võ não khác nhau (đã qua cơ quan phân tích) nên nghe được âm thanh nổi, còn hình ảnh cũng thấy "nổi" như truyền hình 3 chiều.

Thiết bị truyền thanh của con người chế tạo ra, về nguyên lý, không khác gì bộ máy nghe của chính mình.

Nhiều người có thể nghe được tiếng nói lạ trong đầu, hoặc nghe được lời đối thoại trong giấc mơ, là do não truyền trực tiếp "dòng điện âm thanh" lên bộ phận cảm nhận nghe, mà không cần "qua bộ máy tai".

Chúng ta hãy tiếp tục chui sâu vào đường hầm bí mật của đại não.

VI.- Hoạt động âm dương của não bộ:

Một trong những nguyên lý cơ bản của triết học Duy vật biện chứng nói rằng, mọi sự vật hiện tượng đều vận động trong sự "đấu tranh" và thống nhất của các mặt "đối lập".

Học thuyết Âm Dương ra đời cách nay 4000 năm, có sự tương đồng kỳ lạ với triết học Duy vật biện chứng, cho rằng, Âm dương (AD) sinh ra vạn vật, mọi vạn vật đều chứa AD mâu thuẫn nhau, và sự cân bằng AD làm cho sự vật tồn tại. Nhưng đức lớn của AD là vận động và biến đổi, nên sự cân bằng không thể là vĩnh viễn.

Như vậy, mọi sự vật và hiện tượng, đều vận động trong sự mâu thuẫn, tương thành, tương phản, của các mặt AD.

Sinh lý học cổ truyền Phương Đông đã ứng dụng thành công học thuyết AD cùng với học thuyết Ngũ Hành Thiên nhân hợp nhất, vào sự nghiệp bảo vệ sức khỏe và điều trị bệnh tật cho con người, từ 3000 năm nay, đã chứng minh tính chân lý và sức mạnh của học thuyết ADNH trong thực tiễn.

Sinh lý học cổ truyền đưa khái niệm ADNH vào các tạng, phủ, hệ kinh lạc (tương đồng với hệ thần kinh) như Thận âm - Thận dương, Phế âm - Phế dương, Tâm âm - Tâm dương, Can âm - Can dương, 6 Kinh âm - 6 kinh dương, để phối hợp và thống nhất giữa các tạng. Thông qua kinh nghiệm thực tiễn, học thuyết Ngũ hành quy định "Tâm thuộc hành hỏa", Thận thuộc hành thủy, Can thuộc hành mộc, phế thuộc hành Kim, Tỳ thuộc thổ. Các tạng này phải có sự hoạt động cân bằng giữa tương sinh và tương khắc (thống nhất trong mâu thuẫn) mới giúp cho cơ thể khỏe mạnh.

Sự mất cân bằng AD trong nội bộ một tạng, làm cho cơ thể sinh bệnh. Thầy thuốc phải dùng phương dược, để lập lại sự cân bằng mới, làm cho bệnh khỏi.

Ví dụ: Thận âm hư, đồng thời là thủy hư, làm cho thận dương và âm hỏa vượng lên, hỏa bốc gây đau đầu, mất ngủ. Thầy thuốc cho phương dược bổ thận âm, giáng hỏa, giao thông tâm thận, để lập lại sự cân bằng. Hải Thượng Lãn Ông thường dùng phương Lục vị địa hoàng, gia mạch môn, ngũ vị, ngưu tất.

Tuy nhiên, sinh lý học cổ truyền đã lúng túng trong việc đánh giá vai trò của não bộ; đã xếp chung não bộ và một số bộ phận như tủy, cơ, mạch, đởm, tử cung, thành phủ Kỳ hằng, và quy định cho nó những chức năng không rõ ràng; không sử dụng khái niệm não âm - não dương trong quá trình biện chứng luận trị. Trong khi đó y học cổ truyền Tây Tạng lại rất coi trọng não bộ, cho não bộ là bộ phận chỉ huy tất cả hoạt động của con người. Quan niệm đó phù hợp với y học hiện đại. Lý thời Trân, trong "Bản thảo cương mục - tân di", cũng đề xuất "Não là phủ của nguyên thần". Đến thời Thanh, có nhiều người quan niệm thần tàng trong não, như các thầy thuốc nổi tiếng đương thời Uông Thanh Ngang, Vương Thanh Nhậm.

Chúng ta không trách cứ người xưa, vì thời đó khoa học cụ thể chưa phát triển, khoa học thực nghiệm hầu như không có, chỉ dựa vào tư duy tâm linh để khám phá hiện thực. Tâm (tim) là một tạng quan trọng mà người xưa thường chú ý. Trực quan cho thấy, tim còn đập thì người còn sống, tim ngừng đập thì người chết, còn đại não vẫn cứ im lìm, không "nói năng" gì; cho nên não không quan trọng bằng tim. Mọi xúc động tình cảm đều làm trái tim rung động, đập nhanh lên, thổn thức. Vì vậy thầy thuốc mới đưa ra nguyên lý "Tâm tàng thần", cho rằng tim là cha đẻ của hoạt động tinh thần. Từ đây, sinh ra các khái niệm: Tâm hồn, tâm linh, tâm lý, tâm thành, tâm tình, tâm tính, tâm tư, tâm khảm, tâm huyết, tâm thần, lương tâm; hãy sống bằng chữ "tâm", yên tâm, cam tâm. Dù quan niệm "Tâm tàng thần", hay "Não tàng thần", thì chúng ta cũng bắt gặp một tư tưởng, trùng với tư tưởng triết học hiện đại: Sự vận động của vật chất (tâm, não) là nguồn gốc vật chất của tinh thần. Tâm, não, là cái có trước, rồi mới có "Thần". Đương nhiên, vận động xã hội, là nguồn gốc căn bản của tinh thần. Tư tưởng về nguồn gốc xã hội của tinh thần, người xưa chưa nghiên cứu. Dù sao, quan niệm được như vậy, là một tiến bộ so với quan niệm siêu nhiên, phổ biến trong thực tại đương thời, cách nay hơn 2000 năm.

Khái niệm tâm linh, theo từ điển Hán Việt, là sự sáng suốt của trái tim. "Tư duy tâm linh" là dùng sự sáng suốt của trái tim, thông qua quan sát hiện thực và tri thức đã có để phát hiện chân lý. Theo nhà YOGA học Vivekananda thì: "Bản chất của Tâm linh là nó phát hiện được đúng, cái mà nó suy nghĩ mãnh liệt nhất" (Almanach những nền văn minh thế giới, Nxb VHTT 2007, tr. 448). Đây là cụm từ ẩn dụ để nói về tư duy trừu tượng, không qua thực nghiệm. Khái niệm tâm linh còn được mở rộng trong các lĩnh vực văn hóa tín ngưỡng.

Ngày nay, trong văn học, người ta thường ẩn dụ trái tim đại diện cho tình cảm, còn não bộ đại diện cho lý trí.

Từ quy luật vận động phổ biến của vật thể vũ trụ, để rộng đường suy nghĩ, chúng ta đưa ra khái niệm não âm - não dương, để chỉ hai mặt đối lập, hoạt động trong sự cân bằng thống nhất AD của não bộ.

Sinh lý học cổ truyền và sinh lý học hiện đại đã chứng minh rõ ràng cho giả thuyết này.

Y học cổ truyền đưa nguyên lý AD vào các tạng, phủ, kinh lạc. Khi các bộ phận này bị bệnh âm hư hay dương hư, đều làm cho não bị bệnh theo hai trạng thái âm dương khác nhau.

Âm hư thường làm đầu đau, mất ngủ, chóng mặt hoa mắt, ù tai. Dương hư làm đầu lười suy nghĩ, ngủ li bì, nhưng không sâu, nên hay ngủ gật khi làm việc, mắt mờ nếu dương hư lâu ngày.

Cơ thể là một khối thống nhất, các bộ phận liên quan chặt chẽ với nhau, tương tác với nhau, để hoạt động cân bằng và nhịp nhàng. Não bộ chỉ huy thống nhất các hoạt động âm dương của cơ thể. Các tạng phủ, kinh lạc, có hai mặt AD, thì kết quả tất yếu, là não bộ cũng phải có 2 mặt AD.

Sinh lý học hiện đại chứng minh cụ thể và phong phú hơn sự hoạt động AD của não bộ và toàn bộ cơ thể.

Trong cơ chế điều nhiệt, để luôn luôn giữ nhiệt độ cơ thể 37^0 C; ở da có 2 loại tế bào khác nhau, để cảm nhận nóng và lạnh. Thụ cảm lạnh là là tiểu thể Krause. Thụ cảm nóng là tiểu thể Ruffmi.

Các xung nóng lạnh theo hai hệ dây thần kinh về tủy, rồi theo bó tủy đến sàn buồng não 3, vùng dưới đồi.

* Xung nóng đến phần trước vùng dưới đồi

* Xung lạnh đến phần sau vùng dưới đồi

Chống nóng, dùng hình thức vật lý, là điều khiển việc tăng cường bốc hơi nước ở tuyến nước trong phổi, và bốc hơi qua da. Chống lạnh, dùng hình thức hóa học; phần sau cùng dưới đồi của não, điều khiển tuyến yên, tuyến giáp, tuyến thượng thận, sinh ra các chất hóa học như Thyrôxin, Adrênalin, kích thích gan thiêu đốt đường, sinh nhiệt, chuyển nhiệt qua máu, đưa đến da để làm ấm da, chống lạnh.

Như vậy, dưới tác động của thời tiết ở 2 dạng âm (Lạnh)

dương (nóng), thì não bộ đã dùng hai tổ chức mang đặc điểm AD để cân bằng, điều tiết.

- Sơ đồ cấu trúc 2 bộ máy thị giác và thính giác, với 2 mắt và 2 tai, cũng mang đặc điểm AD phối hợp, bảo đảm việc thụ cảm hình ảnh và âm thanh được chính xác.

Hệ thần kinh thực vật, giao cảm (GC) và phó giao cảm, cũng hoạt động trái ngược nhau, mang đặc điểm AD. Hệ GC làm tăng nhịp tim, hệ phó GC làm giảm; Hệ GC làm giãn mạch phổi, hệ phó GC làm co mạch phổi; Hệ GC làm tăng tiết nước bọt quánh, hệ phó GC làm tăng tiết nước bọt loãng, v.v...

Co tay, duỗi tay (co duỗi cơ), não dùng 2 đường thần kinh khác nhau để điều khiển.

Nhìn chung, những hoạt động sinh lý trái ngược nhau, não bộ đều tổ chức những hệ thống điều khiển khác nhau.

Như vậy, khoa học và kiểm chứng của thực tiễn, đã khẳng định rằng, não bộ hoạt động trong sự thống nhất giữa hai mặt đối lập AD. Khái niệm não âm - não dương hợp với lôgic vận hành của đại não.

Theo nguyên lý AD, hai mặt AD của não bộ có sự tương tác, tương hỗ với nhau để hoàn thành nhiệm vụ chung. Song sự hoạt động của 2 mặt AD không hoàn toàn như nhau, mà có những đặc điểm riêng. Dương thường động, âm thường tĩnh. Động tĩnh là phạm trù của học thuyết AD. Có thể trong hoạt động tư duy, phần não dương hoạt động nhiều về ban ngày, còn não âm hoạt động nhiều về ban đêm, khi ta ngủ. Trong không gian tĩnh lặng, não âm tiếp tục hoàn thành những ý tưởng sáng tạo. Có như vậy, nhà bác học Menđêlêep mới nhìn thấy bảng tuần hoàn trong giấc mơ; những nhà thơ mới được giấc mơ gỡ bí, ban cho những câu thơ tài hoa, hợp ý, hợp tứ.

Trước đây giả thuyết não có khoảng 15 tỷ tế bào, Bách

khoa toàn thư Anh Quốc, năm 2002, đã dự kiến não có khoảng 200 tỷ tế bào. Công nghệ hiện đại đã cấy trên 1 cm^2 chất bán dẫn hàng tỷ linh kiện, thì não có khoảng 200 tỷ nơron là điều dễ hình dung. Không thể mô tả rành rẽ cấu trúc AD của não cũng như của tạng phủ. Chúng ta chỉ nhận biết được thông qua hoạt động của chúng. Nhưng để đảm bảo sự cân bằng AD, 200 tỷ tế bào phải phân chia nhiệm vụ AD tương đương, và lực lượng tương đương. Có như vậy mới có những sáng tạo trong mơ, những thước phim sinh động trong giấc mơ, mà phải huy động hàng mấy chục tỷ tế bào, với nhiều chức năng khác nhau, mới làm nên được.

Có thể suy nghĩ rằng, não âm và não dương, thay nhau một bộ phận để làm việc và nghỉ ngơi. Thành quả tư duy của não dương ban ngày được chuyển tiếp cho não âm tiếp tục tư duy, kết quả tư duy của não âm ban đêm lại chuyển tiếp cho não dương một cách âm thầm. Chỉ có những trường hợp đặc biệt thì não âm mới thể hiện thành giấc mơ về kết quả của tư duy sáng tạo. Nếu Menđêlêep không thấy bảng tuần hoàn trong GM, thì sáng hôm sau, trên bàn làm việc, ông sẽ nghĩ ra điều đó, do não âm chuyển tiếp.

Do quan hệ tương tác, phương thức làm việc của não âm, não dương, có những mặt tương đối giống nhau, và phối hợp chặt chẽ với nhau; vì không có cô âm, cô dương, âm dương không thể hoạt động độc lập một mình, vì vậy não âm não dương, có cơ chế phối hợp thích hợp về ban ngày và ban đêm.

Ban ngày, các nhà điện ảnh (làm việc chủ yếu bằng não dương) viết kịch bản, sáng tạo lời đối thoại giữa các nhân vật sao cho hợp lý, chọn diễn viên, dựng cảnh, quay phim. Ban đêm, khi không có việc hợp tác với não dương, hoặc bị kích thích, não âm cũng phải viết kịch bản, sáng tạo lời đối thoại, lục trong bộ nhớ các nhân vật và dàn dựng thành phim, truyền tín hiệu về màn ảnh đại não để chúng ta được thưởng thức trong giấc mơ.

Vì không có mục đích làm phim từ ban ngày, nên phim trong giấc mơ là phim ngẫu hứng, nhưng cũng có nhiều đoạn phim rất lý thú, hợp lôgic, xử lý tình huống thông minh. Vì là phim ngẫu hứng, nên không đưa vào bộ nhớ, và khi tỉnh dậy, người mơ đã quên ngay.

Từ các hiện thực trên đây, có thể quan niệm rằng, não âm tư duy tương tự như não dương.

Về mặt tiếp nhận thông tin, não dương thường tiếp nhận thông tin "động", não âm thường tiếp nhận thông tin "tĩnh". "Động tĩnh" ở đây chỉ là sự phân biệt tương đối, để chỉ sự khác nhau ở những mức độ nào đó. Trong hiện thực không có cái gì là tĩnh tuyệt đối.

Về hoạt động sinh lý, não dương có thể tiếp nhận nhiều hơn các thông tin "động" về ban ngày, như ánh sáng hình ảnh, sóng âm thanh, các tình huống trong lao động. Não âm tiếp nhận các thông tin "tĩnh" hơn, đó là các sóng tư duy qua GQ7, sóng vũ trụ qua GQ6. Các thông tin này rất "tĩnh", âm thầm đi vào bộ nhớ, hoặc bộ máy tư duy của não âm, mà ta không cảm nhận được. Não âm còn tiếp nhận thông tin tư duy của não dương trong nội bộ đại não, để tiếp tục tư duy.

Có thể những sáng tạo thông minh là do sự phối hợp hoạt động của não âm và sóng vũ trụ qua GQ6, đặc điểm phối hợp này được hình thành ở thời điểm mang thai, sinh trưởng, tạo ra những cấp độ thông minh khác nhau ở mỗi con người (vì vậy người ta mới lấy thời điểm sinh để dự đoán mệnh vận và trí thông minh).

Có thể so sánh hoạt động AD của đại não với hoạt động của một tổ chức xã hội, như là sự phản ánh thông tin hoạt động của não bộ.

Hai mặt AD của một tổ chức xã hội là một bộ phận lãnh

đạo (D) và bộ phận bị lãnh đạo (Â). Bộ phận lãnh đạo thường tiếp nhận các thông tin "động" từ cấp trên, từ xã hội, tư duy xử lý một phần, rồi chuyển tiếp cho bộ phận bị lãnh đạo xử lý. Bộ phận bị lãnh đạo thực hiện tiếp việc xử lý thông tin, để cho ra kết quả của mình. Kết quả này chuyển qua bộ phận lãnh đạo (D); bộ phận lãnh đạo hoàn thành việc xử lý, để cho ra sản phẩm cuối cùng. Bộ phận bị lãnh đạo thường hoạt động "tĩnh" hơn. Quá trình xử lý thông tin của bộ phận bị lãnh đạo, về nguyên tắc và phương thức cơ bản giống bộ phận lãnh đạo vì cùng chung một "Đạo". Bộ phận bị lãnh đạo, ngoài việc tiếp nhận thông tin từ bộ phận lãnh đạo còn tiếp nhận các thông tin tĩnh qua "sóng tư duy" như hệ thống pháp luật, chính sách chế độ, nguyên tắc đạo đức,..., nội dung học tập riêng cho mỗi người, giáo dục gia đình, thông tin của các tổ chức bạn bè, v.v...Các thông tin ngoài luồng này có tác động vào quá trình xử lý thông tin của bị lãnh đạo, làm nên trí tuệ chung của tổ chức.

Sự sáng tạo hình ảnh về phong cảnh và con người của não âm trong giấc mơ, chúng ta có thể hình dung được qua sáng tạo của máy vi tính và rô bốt thông minh, những "phỏng sinh học" từ đại não. Máy vi tính, thành quả trí tuệ của con người, có thể sáng tạo ra hình ảnh, phong cảnh và con người; rô bốt có thể trả lời một số câu hỏi - Não bộ thông minh hơn vạn lần, có thể dễ dàng sáng tạo ra những thứ đó trong giấc mơ.

Có thể hình dung rằng, một con vi rút chưa có cấu trúc tế bào, cấu tạo đơn giản hơn rất nhiều một tế bào bình thường của con người, mà còn làm điên đảo các nhà khoa học, đã từng sáng tạo ra bao điều kỳ diệu. Các nơron đại não có cấu trúc tinh vi và phức tạp hơn gấp triệu con vi rút, thì việc làm nên những điều kỳ lạ và kỳ diệu, là chuyện bình thường.

Từ những suy nghĩ trên đây, chúng tôi đề nghị một dạng mô hình cấu trúc xử lý thông tin của đại não.

VII- Mô hình hoạt động của đại não:

Đại não có thể chia ra 3 cấu trúc thành phần:

Cấu trúc sinh lý, cấu trúc tinh thần, cấu trúc sáng tạo. Cấu trúc tinh thần, tư duy xử lý thông tin; cấu trúc sáng tạo, đưa ra quyết định và điều khiển cấu trúc sinh lý (như: tay, chân,), thực hiện quyết định đó, tạo ra sản phẩm sáng tạo.

Phương pháp chia ra cấu trúc thành phần để tiện nghiên cứu. Về giải phẫu học không thể phân biệt rành rẽ 3 cấu trúc này; chúng có cấu trúc lôgic, liên quan chặt chẽ với nhau, là điều kiện tồn tại và hoạt động của nhau. Trong mô hình, chủ yếu mô tả cấu trúc tinh thần, vì nó liên quan đến chủ đề đang tìm hiểu.

Mô hình này có những đặc điểm sau:

- Thể hiện mối liên hệ đồng nhất và quy định lẫn nhau của 2 mặt đối lập âm - dương.

- Thể hiện đặc điểm vận hành khác nhau, nhưng phối hợp thống nhất để xử lý thông tin của 2 mặt âm dương (âm dương tương thành).

- Thể hiện quy luật cân bằng và đối xứng giữa 2 mặt âm dương.

- Thể hiện nguyên lý tự động điều chỉnh của một vật thể, bằng các mối liên hệ ngược (hệ thống tương phản cân bằng AD).

- Thể hiện một chu trình của nhận thức từ trực quan sinh động, đến tư duy trừu tượng, đến thực tiễn.

Xin giải thích ngắn gọn các cấu tử của mô hình:

H1: Thông tin đầu vào của cấu trúc H, phần dương của cấu trúc tinh thần.

Vật chất được cấu trúc bằng chất và trường, cho nên mọi thông tin đều có thể quy về thông tin của chất và trường. Cái gì có khối lượng, hình dáng thuộc về chất; cái gì không có khối lượng, hình dáng thuộc về trường như sóng điện từ, trường hấp dẫn. Sự phân biệt chất - trường cũng chỉ là tương đối. Trong thực tế, chúng có liên quan chặt chẽ với nhau, trong mối quan hệ nhân quả. Trong một vật thể như con người, vừa có chất vừa có trường. "Chất-Trường", đó là cặp AD cơ bản của vũ trụ.

Mệnh vận là một trong những quy luật vận động của con người. Nếu biết trước, thì đó là một thông tin cần xử lý, với ý thức làm chủ mệnh vận.

A1: Thông tin đầu vào phần âm của cấu trúc tinh thần (A). Thông tin này dưới dạng trường. Thông tin "Tự nhiên" là sóng vũ trụ, qua luân xa GQ6; sóng qua não, đi vào luân xa 7 ở huyệt Bách hội, trên đỉnh đầu. Thông tin xã hội là trường tư duy, chủ yếu của người cùng huyết thống và một số ít ngoài huyết thống, có tần số sóng tư duy gần nhau. Thông tin này qua GQ7. Thông tin phối hợp AD từ H sang A, trong nội bộ não, qua GQ7, có thể bằng dòng điện giao liên, hoặc bằng trường điện từ.

H3 - A3: Nhận thức trực quan của H và A.

H3: Chúng ta cảm nhận được, còn A3 thì âm thầm, chúng ta không cảm nhận được. Hiện thực hoạt động sinh lý, tinh thần của con người chúng ta cảm nhận được quá ít. Hoạt động của các tế bào, tạng phủ, não bộ, hàng ngày chúng ta không cảm nhận được gì; chỉ khi bị đau thì mới biết là có bệnh ở chỗ đó. Vì vậy, hoạt động của não âm, chúng ta không cảm nhận được là dễ hiểu.

H6 - A6: Thành quả tư duy đều được nhập vào bộ nhớ ở 3 "kho": Tiềm thức, tàng thức và vô thức. Các khái niệm tâm lý học có nghĩa rộng, nghĩa hẹp; và thường khi sử dụng, chưa thống nhất ở các sách.

Ở đây chúng tôi sử dụng theo nội dung sau:

MÔ HÌNH XỬ LÝ THÔNG TIN CỦA ĐẠI NÃO
Thông tin (chất-trường) TỰ NHIÊN XÃ HỘI HỌC TẬP MỆNH VẬN - H1 -
5 GIÁC QUAN - H2 -
K1
TRỰC QUAN SINH ĐỘNG - H3 -
TƯ DUY TRỪU TƯỢNG - H4 -
Ý THỨC VỀ BẢN CHẤT THẾ GIỚI - H5 -
BỘ NHỚ DỮ LIỆU HIỆN THỨC - H6 -
TIỀM THỨC - H6 -
TÀNG THỨC - H6 -
VÔ THỨC - H6 -
HIỆN THỨC - H7 -
CẤU TRÚC SÁNG TẠO DƯƠNG - H8 -
SẢN PHẨM SÁNG TẠO DƯƠNG - H9 -
H ⊕ A ⊖ CẤU TRÚC TINH THẦN
CẤU TRÚC SINH LÝ ⊕ ⊖
K2
Thông tin (trường) XÃ HỘI TỰ NHIÊN - A1 -
GQ 7 GQ6 - A2 -
TRỰC QUAN SINH ĐỘNG - A3 -
TƯ DUY TRỪU TƯỢNG - A4 -
Ý THỨC VỀ BẢN CHẤT THẾ GIỚI - A5 -
BỘ NHỚ DỮ LIỆU ẨN THỨC - A6 -
TIỀM THỨC - A6 -
TÀNG THỨC - A6 -
VÔ THỨC - A6 -
ẨN THỨC - A7 -
CẤU TRÚC SÁNG TẠO ÂM - A8 -
SẢN PHẨM SÁNG TẠO ÂM - A9 -

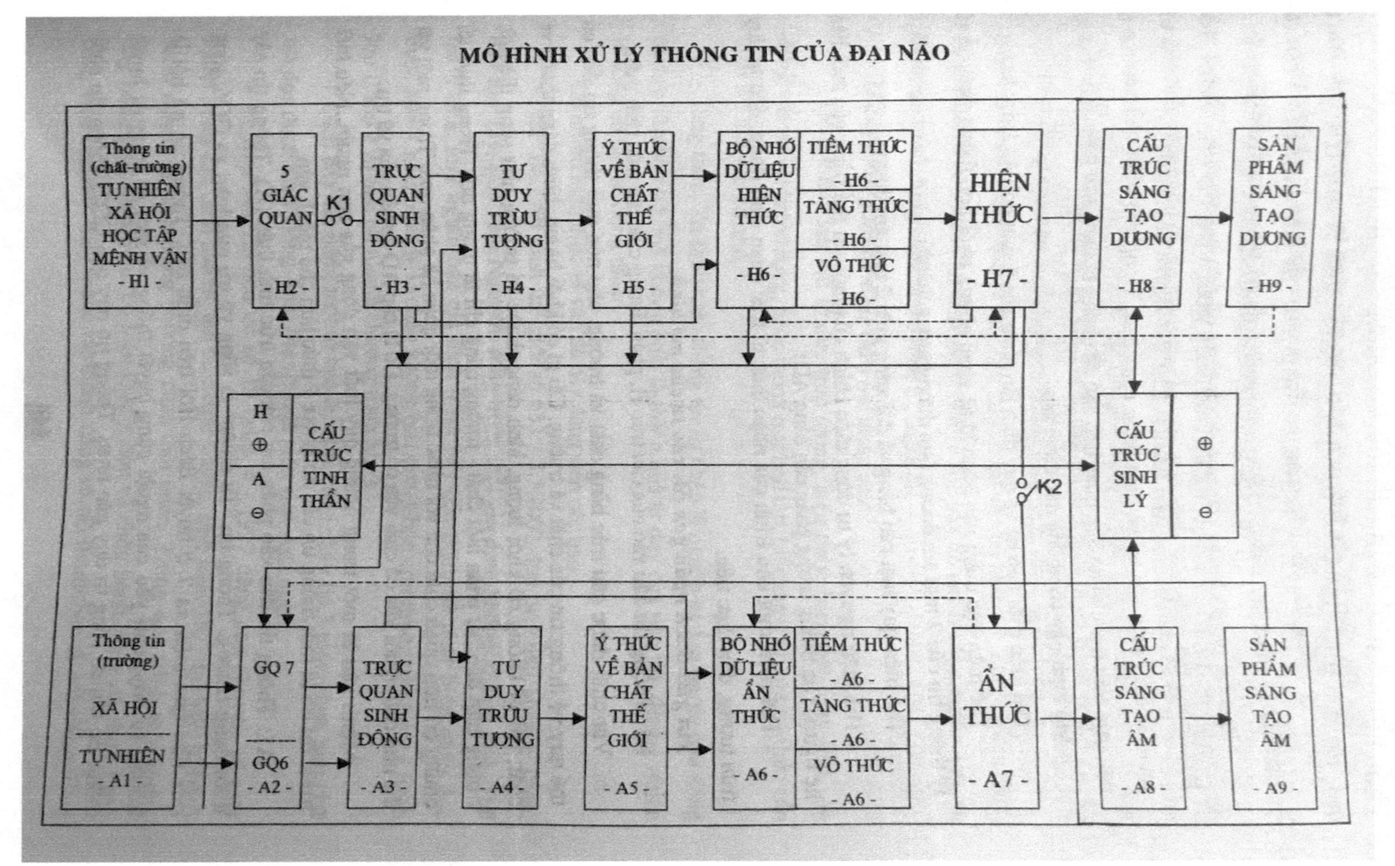

662

- Tiềm thức: Sau khi tư duy trừu tượng, hiểu được bản chất, quy luật vận động của sự vật, hiện tượng; hoặc thông qua học tập, hiểu được những tri thức cần thiết, rồi lưu vào bộ nhớ.

- Tàng thức: Tri thức hoặc thông tin du nhập, là nguồn tư duy ngoài, qua sóng tư duy vào bộ nhớ, mà không phải là thành quả tư duy của não bộ, đương nhiên là sóng có tần số đồng thuận. Tâm lý học hiện đại chưa nghiên cứu loại thông tin này,

Có nhiều hiện thực về vấn đề này đăng trên các báo:

+ Báo An ninh thế giới, số 633 - 3-3-2007, đưa tin, cháu Hoàng Thân, dân tộc Tày, quê Thái Nguyên; sống trong một gia đình không ai biết chữ. Thế mà 3 tuổi, một người bạn gia đình ở Hà Nội đến thăm, đã phát hiện cháu đọc được báo. Chỉ có chữ @ là cháu không biết đọc. Cháu còn thuộc cả chương trình lớp 1, lớp 2 và học rất nhanh chương trình lớp 3.

+ Cách đây vài năm, một tờ báo đưa tin, cũng cháu bé 3 tuổi, chưa biết chữ mà đọc được sách Tiếng Anh. Mẹ cháu là giáo viên Anh ngữ.

+ Chuyên san Tài hoa trẻ, số 19 tháng 4 - 1997, đăng câu chuyện về một người nông dân bình thường, tên là Edgar Cayce, sinh năm 1877 tại Mỹ, bị bệnh hiểm nghèo và chữa bằng phương pháp thôi miên. Trong quá trình thôi miên, ông bỗng phát hiện mình có kiến thức y học và chữa bệnh. Ông đã thực hành công việc của một thày thuốc rất thành công và trở thành bác sĩ nổi tiếng. Ông qua đời năm 1945, để lại một kho tài liệu y học vô giá, lưu trữ tại bảo tàng y học Virginia Beach.

Các trường hợp này có thể giải thích:

+ Cháu Hoàng Thân đã "âm thầm học tập" qua sóng tư duy của một bạn nhỏ nào đó, có tần số tư duy đồng thuận. Tri thức được sóng tư duy đưa vào bộ nhớ tàng thức. Khi tiếp xúc với báo, bộ nhớ đã chỉ dẫn cho cháu đọc bình thường như các bạn khác. Vì ở tiểu học, chưa tiếp xúc với chữ @ còn mới mẻ, nên cháu không đọc được.

+ Cháu bé 3 tuổi đọc được sách Tiếng Anh, cũng có nguồn gốc tương tự. Cháu học qua sóng tư duy của người mẹ.

+ Còn bác sĩ Cayce thì học qua sóng tư duy của một bác sỹ tài năng, là người thân hoặc một bác sỹ nào đó, có sóng tư duy đồng thuận, từ các thế hệ trước đó.

Đương nhiên, đây là một bộ não tài năng đặc biệt mới có thể tiếp thu cách học tập như vậy.

- Vô thức: Là tri thức chưa qua tư duy trừu tượng, mới chỉ cảm nhận trực quan, hiện tượng bề ngoài, chưa rõ bản chất và lưu vào bộ nhớ. Vô thức thường nhiều hơn ở trẻ nhỏ và độ tuổi trước Đại học. Vô thức còn là hiện tượng tâm lý, điều khiển những hành vi thuộc về bản năng, thói quen, tập quán, mà bản thân chưa ý thức được. Vô thức còn là sự lắng động của hiện thức, ở những tầng hiện thức trước; tức là hiện thức được lặp đi lặp lạ, trong quá trình điều khiển hành vi sáng tạo, đã trở thành thói quen. Vô thức còn là sự kế thừa tâm lý của các thế hệ cha mẹ, tổ tiên và tâm lý vận động cấp thấp, biểu hiện ở tình yêu cha mẹ, quá trình học nói (người lớn chỉ dạy cho trẻ khoảng 10% ngôn ngữ, trẻ tự học và cấu tạo câu nói khoảng 90%), tính giữ của, tính tham ăn, v.v..., thường gọi là bản năng bẩm sinh. Vô thức là trực quan ẩn, có vai trò không nhỏ, tham gia vào quá trình tư duy trừu tượng về sau.

H7: Hiện thức, là tri thức dùng để xử lý thông tin khi làm việc, bao gồm các thông tin trong bộ nhớ và những thông tin mới nhận được, thông qua tư duy để xử lý, và đưa sang cấu trúc sáng tạo, để quyết định. Hiện thức là thông tin ta cảm nhận được hàng ngày khi ta thức.

A7: ẩn thức, là sản phẩm tư duy của não âm, bình thường ta

không cảm nhận được; chỉ khi "công tắc liên thông "K2" đóng, thì ta có thể cảm nhận được. Trường hợp này xảy ra với các nhà ngoại cảm, giấc mơ và một vài trường hợp linh tính.

H9: Sản phẩm sáng tạo dương: Là thành quả lao động hằng ngày.

A9: Sản phẩm sáng tạo âm: Là thành quả tư duy của não âm, để phối hợp với não dương. Ta có thể cảm nhận được, thông qua giấc mơ sáng tạo khoa học. Trong đa số trường hợp, không biểu hiện thành giấc mơ. Có nhiều nhà khoa học cho rằng, phát minh của họ dường như có "ai " mách bảo. Nhạc sĩ thiên tài Môza cũng nói rằng, các bản nhạc nổi tiếng do ông sáng tác, có một phần do "thần linh" chỉ dẫn. Thần linh ở đây không ai khác, là não âm. Các linh cảm khoa học đều có nguồn gốc từ não âm, là thành quả tổng hợp của não âm từ các tri thức đã biết, các quan sát hiện thực và tư duy tâm linh về các quan sát đó, trong phạm vi cần nghiên cứu.

K1: Là công tắc tượng trưng; khi ta ngủ say, giấc mơ xuất hiện thì công tác này mở ra; các tín hiện hình ảnh, âm thanh đi qua con đường từ não âm vào máy thu hình của não bộ, hoặc khi nhà ngoại cảm gọi linh hồn thì K1 cũng mở, lúc này K2 đóng.

K2: Là công tắc tượng trưng cho khả năng ngoại cảm.

Với người bình thường, K2 đóng bất chợt khi có giấc mơ và linh tính hoặc mộng du. Với nhà NC, đại não của họ có khả năng điều khiển K2 đóng bất cứ lúc nào khi có nhu cầu hoạt động ngoại cảm. Khi thôi miên, thao tác đặc biệt của nhà thôi miên có thể làm cho K1 mở ra, để cắt nguồn thông tin hiện thức của người bị thôi miên. Người bị thôi miên mất tự chủ; chỉ còn hành động theo sự điều khiển của người thôi miên. Hành động của người bị thôi miên là sản phẩm sáng tạo âm, là thành quả sáng tạo từ dữ liệu điều khiển của người thôi miên, và dữ liệu được lưu trữ trong đại não. Lý giải về thôi miên trên đây, mới chỉ là giả thuyết. Song, có một phần căn cứ hiện thực và khoa học.

Khi K2 đóng, thông tin qua sóng tư duy, bình thường ta không cảm nhận được, sẽ được truyền sang hiện thức để ta cảm nhận. Vì vậy nhà NC có thể nhìn thấy linh hồn và đối thoại với linh hồn, như ta đối thoại với các nhân vật trong giấc mơ vậy.

Cụ già 94 tuổi có thể nghe hát và nhìn thấy người thân (còn sống và đã khuất), khi mọi người xung quanh không cảm nhận được điều đó; hiện tượng đó giống như giấc mơ giữa ban ngày của người bị bệnh tâm thần phân liệt. Đại não của cụ chuyển sang trạng thái hoạt động bất thường, tự động đóng K2; các thông tin từ bộ nhớ tự động phát lại, không có sự điều khiển của hiện thức (hiện tượng được mô tả ở chương Giấc mơ).

Với thái độ thận trọng, chúng tôi nêu một vài suy nghĩ, về khả năng ứng dụng mô hình xử lý thông tin của Đại não:

1. Làm cơ sở để tiếp tục nghiên cứu hiện tượng giấc mơ, mộng du, tự ám thị, thôi miên, cảm xạ,...

Về khả năng giải mã GM, từ kinh nghiệm thực tiễn, có thể đưa ra một số tổng kết, để người mơ tự lý giải GM của mình. Chúng tôi cho rằng, không thể giải mã mọi GM. Vì GM liên quan đến lao động sáng tạo của cá nhân, liên quan đến mối quan hệ xã hội, đặc điểm tâm sinh lý và tình trạng sức khỏe; não âm dàn dựng GM tương ứng với những hiện trạng đó của người mơ, nên không thể giải mã chung cho nhiều người. Không phải mọi GM đều có ý nghĩa thực tiễn. Do đó người mơ tự lý giải theo kinh nghiệm của bản thân và một số kinh nghiệm mà khoa học cung cấp là thích hợp.

2. Làm cơ sở để lý giải một cách khoa học, hiện tượng phân tâm học; mối quan hệ của bản năng (hệ quả của quá trình tiến hóa) và giáo dục và sự tương tác giữa chúng. Từ đó, đề ra những nguyên lý giáo dục có hiệu quả.

3. Nghiên cứu chữa bệnh tâm thần, bệnh nghiện ma túy,..., bằng sóng điện từ, có dạng sóng như sóng tư duy. Con người được cấu trúc bằng chất và trường, tất yếu, hình thái bệnh tật cũng mang nội dung cả chất và trường. Y học xưa nay chữa bệnh bằng chất (thuốc), là chủ yếu. Việc chữa bệnh bằng trường mới thực hiện riêng lẻ, chưa thành nhận thức hệ thống, chưa tập trung nghiên cứu tương xứng với việc chữa bệnh bằng chất. Nếu tập trung nghiên cứu, chắc rằng sẽ có những khám phá bất ngờ, mang lại nhiều hy vọng cho người bệnh và nâng lên tầm cao của Y học hiện đại. Một môn Khoa học Y học mới sẽ ra đời, môn Yhọc trường năng lượng.

4. Làm mô hình để nghiên cứu hiện tượng ngoại cảm và linh hồn.

5. Làm cơ sở để nghiên cứu bản chất khoa học của Thiền học, YOGA và những tiềm năng con người.

6. Làm cơ sở để lý giải khoa học các hiện tượng về tâm lý học.

7. Làm mô hình để nghiên cứu quá trình sáng tạo, đề ra phương pháp luận sáng tạo.

8. Nghiên cứu việc học tập qua sóng tư duy, như trường hợp cháu bé Hoàng Thân.

9. Thực nghiệm khoa học về việc chế tạo máy thu, phát sóng tư duy, có thể làm thay công việc của nhà ngoại cảm (tham khảo phát minh của nước ngoài về việc điều khiển rô bốt bằng suy nghĩ, hoặc đọc suy nghĩ của con người bằng máy). Từ đây có thể phát hiện các giác quan thu phát sóng của đại não. Biết đâu lại có thể đọc được những âm mưu gây tai họa cho nhân loại. Tương lai có thể gắn máy đọc suy nghĩ vào điện thoại di động. Như vậy, con người sẽ suy nghĩ thiện nhiều hơn, chủ nghĩa nhân đạo sẽ phát triển nhanh hơn. Sự phát triển khoa học công nghệ thúc đẩy sự phát triển chủ nghĩa nhân đạo là như vậy.

10. Phản bác có cơ sở khoa học các hiện tượng mê tín dị đoan - làm rõ ý nghĩa khoa học và tinh hoa văn hóa truyền thống, khác với mê tín dị đoan, trong việc "ngồi đồng" ở các đền thờ danh nhân đất nước.

11. Nghiên cứu quá trình hình thành nhân cách, như là sản phẩm sáng tạo của cấu trúc tinh thần.

Có thể giả thuyết cách lý giải một vài hiện tượng như sau:

- Phân tâm: Con người chịu sự điều khiển của cả não dương và não âm, có thể điều khiển riêng biệt, có thể phối hợp, gây ra những hiện tượng lạ trong tinh thần và hành vi con người, trong trường hợp chịu kích thích bất thường hoặc bị thôi miên.

- Mộng du: Con người bị điều khiển bằng não âm, giác quan nhìn bằng sóng hồng ngoại được kích thích, một số tiềm năng lạ được khai mở. Rất hiếm người có khả năng mộng du kỳ lạ này.

- Thôi miên: Nhà thôi miên gây hiện tượng "ngủ giả" bằng "sóng điện từ của câu thần chú". Con người hành động bằng não âm theo sự điều khiển của nhà thôi miên. Hiện tượng tự ám thị có bản chất tương tự.

- Gọi hồn, nhập hồn, là hiện tượng tổng hợp của ngoại cảm, thôi miên, tự ám thị; trong nhiều trường hợp, cộng thêm sự giả dối của người hành nghề.

- Nghệ sỹ ảo thuật nổi tiếng Đavis đi qua tường, cho đoàn tàu biến mất, là kỹ thuật thôi miên lan tỏa bằng trường tư duy cực mạnh của nhà ảo thuật. Nhà ảo thuật có thể thôi miên một số khán giả ở gần, hiệu ứng thôi miên này có thể lan tỏa sang các khán giả chung quanh như một phản ứng dây chuyền và tất cả đều vỗ tay khen ngợi tài đánh lừa của nhà ảo thuật.

- Sóng vũ trụ qua các cửa hút của cơ thể, có thể chữa được bệnh suy nhược thần kinh và nhiều bệnh khác. Vì vậy, có thể dùng máy phát sóng tư duy tác động vào các cửa hút để hiệu chỉnh lại sự bất thường trong sóng tư duy của người bị bệnh tâm thần. Y học (Đông y và Tây y) chỉ mới đi sâu chữa bệnh bằng "chất" (thuốc), mà chưa chú ý nghiên cứu sâu việc chữa bệnh bằng "trường" (năng lượng sóng). Con người được cấu trúc bằng "chất " và "trường". Vì vậy có thể phối hợp chất và trường trong quá trình điều trị; như vậy là tăng thêm sức mạnh mới cho Y học.

- Mọi hoạt động kỳ lạ của con người đều là sự hoạt động kỳ lạ của chất và trường trong đại não, sự tương tác của chất và trường với đại não khác, sự tương tác với chất và trường của vũ trụ, vận động theo quy luật ADNH. Nói là "kỳ lạ" bởi vì các hiện tượng khác với thói quen nhận thức thông thường. Khi khoa học đi những bước mới trong tư duy mỗi người, thì sự "kỳ lạ" lại trở về bình thường.

Thảo luận dân chủ thường mạnh dạn nêu ý kiến riêng của mình. Chúng tôi không cho rằng, bạn đọc sẽ có nhận xét là khoa trương, thiếu khiêm nhường trong nghiên cứu khoa học. Chúng tôi mong nhận được sự chỉ giáo ân cần của các nhà khoa học đối với bài viết.

VIII.- Thứ lý giải hiện tượng ngoại cảm và linh hồn:

Ngoại cảm là khả năng nhận biết hiện thực, qua thông tin của "trường", nằm ngoài giới hạn chọn lọc của bộ máy thị giác và thính giác.

Bộ máy thị giác nhận biết hiện thực qua trường điện từ, nằm trong dải tần số ánh sáng nhìn thấy, còn nhà ngoại cảm thì có thể nhận biết qua dải tần nằm ngoài dải tần ánh sáng, như sóng tư duy, hoặc các bức xạ thiên nhiên khác.

Giác quan thu sóng NC, gọi là GQ7, chưa xác định được vị trí của giác quan này, một số nhà khoa học gọi là con mắt thứ ba. Có thể có nhiều giác quan thu sóng NC khác nhau.

1. Khả năng thấu thị:

Khả năng thấu thị: Là khả năng nhận biết các vật, bị các vật khác che khuất.

Có một số trường hợp thấu thị.

- Nhìn thấy các vật dưới lòng đất như hài cốt, mạch nước ngầm, kim loại (nhà NC Bích Hằng đã nhìn thấy vàng chôn dưới đất). Theo vật lý thiên văn, các hành tinh đều bức xạ sóng điện từ, trong đó có trái đất. Nhà thấu nhị có thể cảm nhận được sóng điện từ hoặc tia đất (cũng là sóng điện từ) biến đổi khi bức xạ qua chướng ngại vật như máy chụp X-Quang vậy.

- Nhìn thấy các vật qua chướng ngại trên mặt đất, như nhìn qua tường, qua hòm gỗ,...

Cuối thế kỷ 20, ở Trung Quốc, có nhà nghiên cứu NC nổi danh Trương Bảo Thắng. Ông có thể nhìn thấy vật để trong hòm sắt, mà các nhà khoa học chuẩn bị để đánh giá tài NC của ông. Ông cũng có thể phát hiện hòm chứa ma túy, trong số rất nhiều hòm đựng hàng, cùng nhãn mác, do bọn buôn ma túy cất dấu.

Hòm sắt chắn sóng điện từ, nên không có sóng bức xạ qua vật để trong hòm. Ông đã nhìn thấy qua sóng tư duy của người chuẩn bị vật đó, đang đứng cạnh ông để quan sát. Đối với hòm chứa ma túy, ông cũng nhìn thấy qua sóng tư duy của kẻ buôn lậu ma túy.

Bác sỹ Trịnh Tường Linh, Trung Quốc, nhìn thấy nội tạng. Vào giữa thế kỷ XX, các nhà thông tin y học cũng đăng trường hợp nữ y sỹ Liên Xô, cô Diouna, sinh ở Cuban, nhìn thấy nội tạng bệnh nhân và dùng trường sinh học của bàn tay để chữa bệnh có hiệu quả. Bà đã được Viện Hàn Lâm ngoại giao Liên hợp quốc tặng huy chương vàng và huy chương "Tiến sỹ y học" năm 1989 tại Aten.

Như vậy, các bác sỹ này đã nhìn thấy bằng sóng hồng ngoại do nội tạng phát ra, lọc qua sóng hồng ngoại của da. Nội tạng thường có nhiệt đô cao hơn da (gần 39^0C so với 37^0C) phát sóng với tần số cao hơn da.

2. Nhìn xa vạn dặm:

Có hai trường hợp:

- Do hiện tượng vật lý đánh lừa: Người ta có thể nhìn thấy thành phố quen thuộc khi đứng cách xa hàng ngàn cây số, đã bị các chướng ngại vật và quả đất tròn che khuất. Thành phố được hiện tượng khúc xạ ánh sáng nâng lên cao, trong môi trường không khí chứa nhiều hơi nước, hoặc hóa chất, và ta đã nhìn thấy nó. Cũng có thể nhìn qua sóng tư duy đồng thuận của ai đó.

Thẩm Quát, đời Tống, trong sách "Mộng Khê bút đàm", mô tả cảnh bồng lai trên trời: Chiều ngày 02/8/1934, bầu trời Trường Giang, gần Nam Thông Giang Tô, không khí oi bức, mây đen dày kịt; bỗng nhiên trong mây đen xuất hiện một tòa lâu đài, cây cối, nhà cửa rất rõ; kéo dài hơn 20 cây số. Nửa giờ sau tòa thành di chuyển về phía Đông. Tiếp đó lại thấy sừng sững 3 ngọn núi ở trên sông. Năm 1957, trên vùng biển Quảng Đông, người ta lại nhìn thấy tòa thành trong 6 giờ liền.

- Nhìn qua sóng tư duy của người khác:

Đây là hiện tượng thường thấy ở các nhà NC tìm mộ liệt sĩ, hoặc người thất lạc. Nhà NC ở Hà Nội có thể nhìn thấy địa hình xung quang mộ liệt sỹ ở miền Nam, và điều khiển việc tìm chính xác vị trí mộ. ở đây, nhà NC đã nhìn thấy qua "sóng tư duy hình ảnh" của người thân liệt sỹ. Người thân liệt sĩ, hoặc có người khác đi cùng, đã truyền hình ảnh qua sóng tư duy, như một máy phát hình. Do giải tần đồng thuận của nhà ngoại cảm khá rộng, nên có thể thu được hình ảnh này,

Trường hợp nhà NC Nguyễn Thị Nguyện, tìm thấy người thất lạc đã 60 năm, em của ông Vũ Đức Thật ở Hà Tây, đăng trên chuyên san An Ninh thế giới số 633 ngày 3/3/2007, là một trường hợp tương tự. Nhà ngoại cảm đã cảm nhận được sóng tư duy đồng thuận với sóng tư duy của ông Vũ Đức Thật. Theo hướng thành phố Thái Nguyên, bà đã dò tìm theo hướng đó, và phát hiện ra điểm phát sóng và khẳng định đó là nhà ông Vũ Văn Thà, em ông Thật. Qua sóng tư duy của ông Thà, bà đã nhìn thấy địa hình, phong cảnh, cách bố trí nhà ở của ông Thà, và biết gia đình ông có 11 người, trong đó có 9 con cháu. Theo hướng nhà ông Thà, qua sóng tư duy của người địa phương và người đi đường từ Hà Nội dẫn đến nhà ông Thà, với các đặc điểm cầu cống, đồi núi, phong cảnh trên đường đi. Bà đã mô tả tất cả vào băng ghi âm, để ông Thật tìm đến nhà em. Trên đường đi tìm theo chỉ dẫn trong băng, bà luôn luôn theo dõi ông Thật, theo sóng tư duy của ông, và hướng dẫn ông tìm đúng đường đi. Tuy có vài trắc trở, nhưng cuối cùng ông đã tìm được em, với ngôi nhà như bà Nguyện mô tả và 9 con cháu. Niềm vui đến với anh em ông Thà và nhà ngoại cảm, thật là khó tả.

Việc tìm trẻ em thất lạc theo hiệu ứng ngoại cảm, cũng có bản chất khoa học tương tự. Tuy nhiên, người ta có thể gieo quẻ dịch để dự đoán. Sách "Dự đoán theo Chu dịch" của Thiệu Vĩ Hoa, đã cho nhiều ví dụ cụ thể. Nhà dự đoán không có khả năng ngoại cảm (vì công tắc K2 không đóng). Sự giao lưu giữa trường tư duy của nhà dự đoán và đứa trẻ đã cho kết quả trên quẻ. Dựa vào lý luận dự đoán theo học thuyết "Âm Dương Ngũ hành", để dự đoán đường đi của trẻ theo hướng nào. Người nhà theo hướng đó để tìm, nhiều trường hợp đã tìm thấy trẻ theo hướng dẫn của nhà dự đoán.

3.- Ngồi ở nhà vẽ sơ đồ địa hình mộ liệt sỹ ở nơi xa ngàn dặm.

Các nhà NC thường nhìn vào khu vực huyệt ấn đường của người thân liệt sỹ, rồi vẽ ra sơ đồ địa hình nơi chôn cất liệt sỹ ở thời điểm liệt sỹ hy sinh (sơ đồ trong quá khứ, hiện tại đã thay đổi nhiều). Rõ ràng là, không có linh hồn liệt sỹ chỉ dẫn, vì không "gọi hồn" như nhà NC Bích Hằng.

Sóng tư duy của liệt sỹ ở thời điểm gần hy sinh, ghi nhận khu vực địa hình nơi chiến đấu, đã bức xạ vào không gian, với cường độ mạnh hơn bình thường (theo các nhà nghiên cứu, sóng tư duy của người sắp qua đời mạnh hơn 1000 lần bình thường) đã đi qua GQ7, ghi vào bộ nhớ tàng thức ẩn thức (A6 trong mô hình đại não) của người thân, hoặc của đồng đội, hoặc ai đó có tần số tư duy đồng thuận. Những người này có thể có linh tính, nhưng không rõ ràng, vì công tắc K2 không đóng. Bộ nhớ này luôn luôn phát sóng, vì không phải là kho lưu trữ thông tin bằng vật liệu vô cơ (giấy, phim nhựa, đĩa VDC), mà là kho lưu trữ "sống". Các nơ ron làm nhiệm vụ "nhớ" phải luôn luôn "sống" và thông tin với nhau bằng dòng điện, hoặc bằng trường điện từ, để lưu giữ chính xác tư liệu nhập vào kho. Được nhà NC kích thích và yêu cầu (bằng sóng tư duy đồng thuận của nhà NC), não âm đã lựa chọn trong kho nhớ những tư liệu cần thiết, để cung cấp cho nhà NC, bằng sóng tư duy, với cường độ mạnh hơn. Vì lưu trữ thông tin ở thời điểm liệt sỹ hy sinh, nên thông tin địa hình là thông tin ở thời điểm đó, không phải ở thời điểm hiện tại.

Đi tìm mộ liệt sĩ mà không có người thân đi theo, là vô cùng vất vả và hiệu quả chỉ đạt hơn 10%, vì thiếu nguồn thông tin từ sóng tư duy của người thân liệt sỹ, lúc này nhà NC phải dò tìm sóng tư duy của đồng đội liệt sỹ, hoặc của ai đó có tần số đồng thuận, bức xạ vào không gian, nhưng với cường độ yếu, do không được kích thích.

Có những trường hợp, do chất lượng lưu trữ không tốt, có thể vì tần số có mức độ đồng thuận thấp, hoặc vì não "ngọc thể bất an", hoặc "tâm không thành" nên phát sóng không mạnh, nên sơ đồ phát ra không rõ, làm cho nhà NC phải "nội suy" khó nhọc. Hình ảnh linh hồn cũng có hiện tượng và bản chất khoa học tương tự.

Việc lưu trữ và lựa chọn thông tin của não âm giống như não dương, khi cần thiết thông tin nào, não rút ra từ bộ nhớ một cách chính xác trong hàng vạn thông tin lưu trữ. Kho lưu trữ hiện đại hoặc thư viện hiện đại, sản phẩm của con người, là sự "phỏng sinh học" bộ nhớ của đại não, từ thuộc tính phản ánh thông tin. Do đó, sự gần giống nhau về nguyên lý tổ chức lưu trữ, giữa kho lưu trữ hiện đại và bộ nhớ đại não, không có gì là lạ.

Có trường hợp, nhà NC đến địa hình đã vẽ, chỉ nhìn thấy "vong" mà không thấy hài cốt, vì hài cốt đã được đem đi mai táng chỗ khác. "Vong" liệt sỹ và hình ảnh địa hình lúc liệt sỹ sắp hy sinh (chết hẳn), là hình ảnh đồng bộ, cùng theo sóng tư duy liệt sĩ về lưu trữ trong tàng thức người thân. Còn khi hài cốt liệt sỹ được di chuyển đến nơi khác, thì liệt sỹ đã chết hẳn, không còn khả năng phát sóng tư duy nữa. Lúc này nhà NC, với khả năng cộng hưởng với dải tần rộng, có thể lần tìm theo sóng tư duy của những người mang hài cốt liệt sỹ đi mai táng, để có thể xác định được vị trí mộ liệt sỹ.

Bộ nhớ luôn luôn phát sóng, nên có thể di chuyển qua nhiều thế hệ con cháu, hoặc di truyền qua người ngoài huyết thống có cùng tần số tư duy. Cho nên trong con cháu có thể có người lưu giữ thông tin về tổ tiên từ nhiều thế kỷ trước. Nhà NC có thể đối thoại với "linh hồn" xa xăm như vậy trong sóng tư duy tàng thức của con cháu họ đang sống hiện nay. Trường hợp lưu giữ lâu dài như vậy là rất hiếm, do thuộc tính chọn lọc thông tin của não bộ, do chất lượng lưu trữ và di truyền qua nhiều thế hệ; nhưng theo nguyên lý khoa học, điều đó vẫn có khả năng xảy ra. Việc tìm mộ của tổ tiên xa xôi vẫn có thể dựa vào những thông tin như thế.

4. Nhà ngoại cảm nhìn thấy linh hồn ở đâu?

Từ nguyên lý phản ánh thông tin, hiện thực về trường tư duy, hiện thực về giấc mơ mà ai cũng biết; cùng với mô hình hoạt động âm dương của não bộ; thử lý giải bài toán "hóc búa" này.

Việc lý giải theo trình tự thao tác của nhà NC

Nhà NC nhìn vào hình ảnh liệt sỹ và "đọc lời xin gặp". Do tập trung tư tưởng cao độ, công tắc K2 đóng liên thông giữa não âm và não dương, giữa hiện thức và ẩn thức, công tắc K1 có thể mở ra, hoặc có thể vẫn đóng.

Người thân liệt sỹ cũng tập trung cao độ, não âm lựa chọn trong bộ nhớ tàng thức hình ảnh liệt sỹ và phát sóng với cường độ mạnh hơn. Sóng này đi vào GQ7 của nhà NC và hiện hình trên màn hình trong não bộ nhà NC. Nhà NC nhìn thấy hình ảnh liệt sỹ như nhìn thấy các nhân vật trong giấc mơ. Hình ảnh liệt sỹ cũng có thể tìm thấy trong sóng tư duy của các đồng đội liệt sỹ và người thân của họ, hoặc của ai đó có sóng tư duy đồng thuận, vẫn đang phát ra trong không trung. Hình ảnh trong giấc mơ có người thân quen còn sống và đã mất, có cả người xa lạ, với trang phục bình thường. Không ai tin rằng họ là linh hồn trong đại não của ta. Hiện tượng "ma đè" (bóng đè) cũng như vậy.

Nhà NC có thể nhìn thấy vong giả, do não bộ người thân liệt sỹ lựa chọn không chính xác, hoặc có thể nhìn thấy trong không trung vô vàn loại sóng tư duy; có thể nhìn thấy cả đồng đội liệt sỹ.

Trường hợp nhà NC Nguyễn Thị Nguyện nhìn thấy ông Thà, em ông Thật, và mô tả hình dáng của ông, tuy chưa thật chính xác, là nhờ sóng tư duy của người nhà ông Thà. Ở đây không hề có hiện tượng linh hồn, vì ông Thà còn sống, và chị Nguyện ngồi ở Hà Nội, nhìn thấy ông Thà ở Thái Nguyên, chẳng có LH nào dẫn dắt.

Khả năng nhìn xuyên không thời gian, là khả năng nhìn qua sóng tư duy hoặc các sóng dải tần khác, ngoài khả năng của mắt.

Vũ trụ cấu trúc bằng chất và trường, vì vậy, truyền thông tin bằng cả chất và trường. Con người cảm nhận thông tin hoặc từ chất hoặc từ "trường". Hiện thực đã chứng minh điều đó. Nếu ta tư duy theo hướng khác, có thể đi vào ngõ cụt, không tìm thấy chân lý khách quan.

Nếu linh hồn là một vật thể vũ trụ, tồn tại trong không gian, thì linh hồn phải là một nguồn bức xạ thông tin bằng chất hoặc bằng trường, tác động vào các GQ nhà NC. Nếu là bằng chất, linh hồn phải có khối lượng, ban ngày thì phản xạ ánh sáng mặt trời thành màu sắc đặc trưng, tác động vào thị giác nhà NC, ban đêm có thể dùng xúc giác để sờ mó nhận biết (nếu không dùng ánh sáng tự tạo). Nếu là bằng trường, linh hồn phải là nguồn phát sóng điện từ, tức là nguồn sinh ra dòng điện. Dòng điện lại gắn liền với các điện tích tức là vật chất có khối lượng. Điều này chỉ có thể xảy ra từ não bộ con người. Không thể có một nguồn nào khác với con người, lại có thể sản sinh ra hình ảnh linh hồn, ngoại trừ các máy vi tính hiện đại, cũng do con người làm ra. Trong trường hợp chúng ta đang bàn, thì không phải là sản phẩm của máy tính.

Nếu bản thân linh hồn là một trường thì phải có nguồn phát trường đó, và trường thì không thể có hình dáng cụ thể giống con người, mặc quần áo, hút thuốc lá, gõ bát đũa, nhảy múa, trêu ghẹo phụ nữ..như nhà NC Bích Hằng mô tả.

Những hình ảnh như vậy không thể có ngoài không gian, mà chỉ có trên màn hình đại não, mà nguyên lý làm việc giống như một máy thu hình. Còn máy phát hình là một bộ não khác, bộ não người thân của người đã khuất. Hiện tượng nhà NC nhìn thấy linh hồn, có thể so sánh với việc nhìn các cây cối, đồ vật. Khi ta nhìn thấy cây có lá màu xanh, vì cây đã hấp thụ ánh sáng mặt trời và phát ra tần số màu sắc đặc trưng, ở đây là màu xanh lá cây, phát ra tần số trong dải ánh sáng nhìn thấy. Mắt cảm giác tần số này, qua bộ máy thị giác, đưa vào màn hình đại não, và ta nhìn được cái cây có lá màu xanh. ở đây cái cây phát sóng, còn LH thì do người thân linh hồn phát sóng, với dải tần số mà người bình thường không cảm giác được, chỉ nhà NC mới nhìn thấy được.

Máy vi tính hiện đại, có thể làm ra hình ảnh con người và những hình ảnh kỳ lạ khác. Hơn nữa, máy tính là sự phản ánh thông tin về tài năng của đại não; đại não cấu trúc tinh vi hơn rất nhiều, thì việc làm ra hình ảnh con người trong giấc mơ, hoặc tái hiện linh hồn qua sóng tư duy, là điều dễ hiểu (mặc dù chưa mô tả được quá trình vi mô trong đại não).

Nhà ngoại cảm Bích Hằng phải dơ tay nắm LH, vì sợ LH chóng tan biến đi, nghe LH nói líu ríu như chim, như tiếng côn trùng, phải khó khăn để chắt lọc những thông tin cần thiết, là do chất lượng lưu trữ và phát sóng tư duy của người thân liệt sỹ không tốt, vì tình trạng sức khỏe hoặc già yếu, hoặc "chất lượng" đại não.

Cách đây mấy năm, báo chí khoa học đưa tin về việc thế giới nghiên cứu chế tạo thiết bị đọc được suy nghĩ con người, hiện nay điều đó đã thành sự thực. Năm 2006, VTTH đưa hình ảnh các nhà khoa học dùng ý nghĩ điều khiển rô bốt bằng sóng tư duy. Ngày 20/3/2007, VTTH lại đưa hình ảnh hoạt động của máy đọc ý nghĩ con người, do các nhà khoa học Đức sáng chế. Nếu chúng ta dùng các sáng chế này để nghiên cứu sóng tư duy con người, thì một tương lai không xa, vấn đề linh hồn sẽ sáng tỏ ở tầm vĩ mô, bằng việc mô tả quá trình xuất hiện LH trong não bộ.

Gần đây, tháng 4/2007, chúng tôi được đọc bài viết: "Thánh vật ở sông Tô Lịch" của kỹ sư Nguyễn Hùng Cường, người chỉ huy công trường cải tạo Sông Tô Lịch đoạn An Phú - phường Nghĩa Đô - quận Cầu Giấy - Hà Nội, đăng nhiều kỳ trên báo "bảo vệ Pháp luật" và gây dư luận rộng rãi ở Hà Nội.

Sự việc được mô tả kỳ bí, quả thật là đáng sợ đối với những người bình thường. Có những "Pháp sư cao tay" đến mức có thể nhìn thấy một đoàn "âm binh" giữa ban ngày, đang đuổi theo bạn ông Cường (ông Tuấn), để đòi một cái bát cơm mà ông Cường vớt được dưới bùn lầy, ở đoạn sông Tô Lịch, rồi tặng bạn làm kỷ vật. Có lẽ các nhà NC đã từng tìm được 10.000 hài cốt liệt sỹ, cũng phải ngạc nhiên và thán phục "tài nghệ" của pháp sư này.

"Linh hồn vô hình", cầm một cái bát cơm vô tri vô giác và hữu hình, bằng cách nào ? Phải chăng, cái bát cũng có linh hồn (?) mà lại cầm ở dưới bùn lầy.

Bài viết đó được đăng báo, chúng tôi không nhắc lại, chỉ xin có đôi điều cảm nghĩ: Đây vẫn là vấn đề hiện tượng và bản chất của sự việc.

Vị trí này xưa kia là tụ điểm của 3 dòng sông, kiến tạo địa chất không bình thường, gây ra sự hoạt động bất thường của trường điện từ trái đất, làm rối loạn sự hoạt động thần kinh của một số công nhân và những người làm việc tại đó. Stress trở nên nghiêm trọng hơn, khi có tai hoạ xảy ra với một vài người và sự ám ảnh của "Thánh vật".

Vùng Cante nước Pháp, cũng có hiện tượng tương tự. ở đây có bức xạ điện từ cực mạnh, đến nỗi súc vật đến đây gặm cỏ như bò, ngựa, đều chảy máu mũi, còn bò sữa thì cho toàn sữa đông. Sự hoạt động của các thiết bị vô tuyến và vệ tinh đều bị vô hiệu hoá. Nhân dân địa phương có một thời gọi là vùng ma quỷ.

Ở đoạn sông Tô lịch này, dồn tụ nhiều hài cốt, gây ra tia đất rất mạnh (chất độc hại và bức xạ điện từ do nó gây ra). Những yếu tố này làm cho các "pháp sư", khi tập trung tư tưởng để "hoá giải", cũng có thể cảm nhận được sự bất thường trong đại não của mình, rồi phán đoán những điều "không mấy tốt lành", Công trường tiếp tục đào vét một thời gian, tia đất sẽ giảm và tác hại cũng giảm, nên công việc trôi chảy hơn.

Việc người thân của ông Cường và của một vài công nhân bị tai nạn, có thể một phần do trùng hợp ngẫu nhiên, mặt khác do sóng tư duy bất thường khi sợ hãi quá mức tác động, nhất là nỗi ám ảnh của "Thánh vật". Sự đồng thuận tần số sóng tư duy của bản thân và người thân đã gây ra hiện tượng đó. Sóng tư duy có sức mạnh gây ngoại cảm, linh tính, và khi tập trung cao độ, có thể bẻ cong một cái cán thìa, hoặc làm cốc sữa hoà trong nước lắng xuống thành 2 phần sữa và nước (ví dụ thường được khoa học sử dụng). Tia laze là sự cộng hưởng ánh sáng, cũng là sóng điện từ. Sóng tư duy cũng là sóng điện từ, nên vẫn có khả năng cộng hưởng để tập trung năng lượng, gây biến đổi đối tượng tác động. Người ta thường nói "hạn cả nhà" là nguyên nhân này. Những trường hợp bình thường, "hạn cả nhà" có thể dự đoán được bằng khoa học dự đoán mệnh vận.

Trường hợp Histeri, một trạng thái tâm thần, mang bản chất khoa học tương tự. Báo chí đã thông tin một số trường hợp: Trong một lớp học, một nữ sinh bị Histeri, sau một thời gian ngắn nhiều học sinh nữ khác cũng sinh triệu chứng Histeri. Đây là trường hợp tương tác trường sinh học giữa các học sinh nữ (trường sinh học bao gồm trường tư duy và trường sinh lý, có dải tần rộng, nên sự cộng hưởng dễ xảy ra giữa các học sinh gái).

Kinh Dịch là mô hình ứng dụng học thuyết Âm Dương, học thuyết AD là khoa học, đã được thực tiễn kiểm chứng hơn 3000 năm nay, qua việc ứng dụng trong Y học cổ truyền phương Đông, khí công học, dự đoán học. Các quẻ dịch tuy "đơn giản", nhưng có sức mạnh ứng dụng to lớn. Thế mà người ta cứ gán cho nó những sức mạnh thần bí, đem hình tám quẻ dịch để yểm tà ma, đem "bát quái trận" ứng dụng trong chiến thuật quân sự cổ đại để yểm cái vô hình. Thật là việc làm kỳ dị, xa lạ với bản chất khoa học của học thuyết AD và Kinh Dịch, và chẳng đem lại lợi ích thực tế nào, ngoài việc làm méo mó nhận thức con người, gây thiệt hại cho người mê tín.

Các khu mộ cổ nổi tiếng như khu mộ vua chúa Ai Cập (Kim Tự Tháp), khu mộ Tần Thuỷ Hoàng, khu mộ Triều Minh, đã được khai quật. Người ta lấy ra bao nhiêu hiện vật, kể cả xác ướp còn nguyên vẹn, đem về bảo tàng nghiên cứu và trưng bầy cho khách du lịch chiêm ngưỡng tài năng kỳ diệu của tổ tiên. Chắc rằng, các khu mộ này cũng "yểm" rất kỳ công, nhưng không có thông tin nào về việc "ma ám" những người đã khai quật. Chỉ có một thông tin về vi khuẩn lạ đã gây nhiễm bệnh cho một số nhà khoa học nghiên cứu Kim Tự Tháp. Bọn buôn thần, bán thánh, lập ra bao nhiêu chùa chiền giả để thu lợi bất chính, như đã xảy ra ở khu vực chùa Hương, mà không có Thánh nào "vật". Chỉ có Công an "vật" mới làm yên được bọn chúng.

Gần đây, chúng tôi được tiếp xúc với tài liệu mang tiêu đề "nói chuyện với người âm", với những tiêu đề phụ kèm theo trên trang bìa và lới nói đầu "rất đáng tin cậy", như "Tủ sách nghiên cứu khoa học tâm linh", ghi chép "lại thực nghiệm khoa học của Liên hiệp khoa học công nghệ và tin học ứng dụng ((UIA) vào tháng 10/2009 tại 93B đường Trung Kính, xã Trung Hoà, ĐT 784513". Người ghi chép là Đại tá Minh Chánh, địa chỉ nhà A8-8C, phòng 5, khu tập thể Nam Đồng, Đống Đa, Hà Nội - ĐT: 04. 5370007.

Tài liệu được mọi người tự nguyện phát hành rộng rãi, bằng cách truyền tay nhau đọc và phô tô lại, trở thành thông tin phổ biến trong dư luận. Tài liệu gốc được truyền bá từ tháng 10/2004.

Chúng tôi cũng "tò mò" đọc hết xem tài liệu nói gì. Thì ra dưới những lời khuyến cáo tu dưỡng đạo đức, uống nước nhớ nguồn, làm điều thiện, bài viết mô tả những ngộ nhận về linh hồn, mang sắc thái mê tín dị đoan. Tác dụng của bài viết như những "viên đạn bọc đường" vậy. Chúng tôi không tin đó là phát ngôn của UIA, có thể là "hàng giả" mà bạn đọc cần cảnh giới.

Một động cơ khác của bài viết có thể đặt ra là, dùng hiện tượng LH giáo dục hướng thiện cho con người. Chúng tôi nghĩ rằng, không thể dùng phương pháp phi khoa học để thực hiện một mục đích khoa học, là giáo dục con người ngày càng tốt hơn, hiểu để hơn, trong sáng hơn. Trong nhiều trường hợp còn mang lại tác hại khôn lường, nếu bị lợi dụng vào những mục đích lường gạt. Vì vậy, mục đích khoa học phải thực hiện bằng phương pháp khoa học, là tìm ra những quy luật giáo dục khách quan, phù hợp với cấu trúc và cơ chế vận hành của đại não, trong quá trình nhận thức hiện thực.

Chủ nghĩa Mác-Lênin không chủ trương dùng phương pháp tôn giáo để giáo dục quần chúng, nhằm nhanh chóng đạt mục đích giác ngộ về lý tưởng giải phóng con người, mà chỉ sử dụng phương pháp khoa học, là thuyết phục bằng các quy luật vận động khách quan của hiện thực dẫn tới lý tưởng đó, tuy biết rằng lâu dài, khó khăn và nhiều trở ngại.

Tôn giáo có mặt tích cực, nhưng mặt tiêu cực đã bị lợi dụng, như phát động chiến tranh, làm rối loạn xã hội, xô lệch nhận thức đúng đắn của nhân loại.

Mặt tích cực, là giáo lý nhân văn, hướng thiện, phát huy tác dụng ở những nơi mà bộ phận lãnh đạo đất nước, đề ra được những chủ trương sáng suốt, phù hợp với quy luật vận động văn hoá của con người, đồng thời kiên quyết hạn chế sự lợi dụng tiêu cực vì mục đích vụ lợi.

Việc thờ cóng tổ tiên và những người anh hùng là nét đẹp

độc đáo của truyền thống văn hoá phương Đông. Nhiều người không tin có thần linh, nhưng họ vẫn thờ cóng để thể hiện tấm lòng uống nước nhớ nguồn và giáo dục con cháu. Tuy nhiên, tác dụng thờ cóng sẽ bị hạn chế nếu ông bà, cha mẹ đang sống không mẫu mực, dòng họ không biết cách phát huy những giá trị truyền thống quý báu của mình. Không ít quan chức siêng năng đến đền chùa và mua sắm đồ tế khí cóng tổ tiên rất sang trọng, nhưng họ lại thường hành động đi ngược quá trình tiến hoá, con cái của họ bị hư hỏng.

Một số bài báo hiện nay thường dùng các khái niệm "tần số", "trường sinh học" để lý giải hiện tượng LH. Đây là các khái niệm của khoa học hiện có, không phải là của khoa học còn đang ẩn dấu, chưa được khám phá. Tuy nhiên cách sử dụng chưa đồng bộ, chưa hoàn chỉnh một nguyên lý khoa học. Có bài báo cho rằng, Linh hồn là TSH tồn tại vĩnh cửu. Nhưng theo nguyên lý vật lý điện từ, thì muốn có sóng điện từ tồn tại lâu dài phải có máy phát sóng điện từ. Bức xạ điện từ tàn dư của con người chỉ bùng lên như ngọn đèn dầu sắp tắt, gây ra hiện tượng "linh tính" rồi nhanh chóng suy giảm tần số và hoà tan trong biển cả bức xạ mênh mông của vũ trụ. Vì rằng năng lượng TSH của con người rất nhỏ bé, nó giống như trường hợp máy phát hình ở Hà Nội, ngừng phát sóng thì các máy thu hình không còn nhận được hình ảnh, vì bức xạ tàn dư đã nhanh chóng biến mất. Còn cho rằng, TSH tồn tại vĩnh cửu, thì cho đến hiện nay, cả về mặt triết học và vật lý, chưa tìm thấy một nguyên lý nào chứng minh cho một hiện tượng vật lý tồn tại vĩnh cửu, mà nó luôn vận động và biến đổi. Cũng chưa chứng minh được rằng, giao động điện từ lại có khả năng tư duy, và tồn tại hình dáng giống con người trong không gian, trừ hệ thống vô tuyến truyền hình do con người sáng tạo. Nhiều cách lý giải khiên cưỡng chúng tôi không đề cập đến.

Mặt khác, Trái đất không mang theo TSH tàn dư. Khi quay quanh Mặt trời với tốc độ trung bình 106.000 km/h, cùng với

Mặt trời quay quanh tâm thiên hà 1.600.000 km/h và di chuyển cùng thiên hà với tốc độ khủng khiếp 18 triệu km/ h (5.000km/s, đây là số liệu trước năm 2004, theo sách "Con người và môi trường sống", TG Vũ Văn Bằng - Nxb VHTH 2004, tr,214, hiện nay tốc độ này lớn hơn vì Thiên hà ngày càng vun vút lao đi theo tiếng gọi của ái tình mãnh liệt ở nơi xa xăm nào đó, với gia tốc ngày càng lớn). Trái đất đã bỏ rơi TSH, bơ vơ trong không gian bao la của vũ trụ, vì không đủ sức hấp dẫn, để mang theo các photon của TSH. Hiện tượng giống như trái đất đành bỏ lại ánh sáng mặt trời, mà không mang theo chiếu sáng cho mình vào ban đêm, tuy tốc độ tự quay nhỏ hơn rất nhiều so với các tốc độ nêu trên, "chỉ" 1666 km/h ở xích đạo. Mặt trời lớn gấp hàng triệu lần trái đất, mà chỉ bẻ cong một chút đường đi của photon. Chỉ có "hố đen", với cường độ hấp dẫn cực lớn, mới đủ sức hấp dẫn ánh sáng về phía mình.

Như vậy, khi con người chết đi, để lại một chút bức xạ tàn dư, thì cũng bị Trái đất và kể cả thiên hà nữa bỏ rơi không thương tiếc. Người đang sống không còn hi vọng gặp lại.

Nhưng may thay, vũ trụ vốn là một ông Tiên nhân từ, luôn quan tâm đến tình cảm của con người, nên đã tạo dựng một kho chứa thông tin mỗi người, trong đại não người thân. Khi nhớ đến, người thân có thể nhờ nhà ngoại cảm "gọi" để gặp mặt. Có thể chế tạo máy thu phát sóng tư duy và cho hiện lên màn hình, hình ảnh người đã khuất, để bất cứ ai cũng có thể nhìn thấy.

Về bức xạ tàn dư của vũ trụ, "bức xạ 3K", phát sinh vào "thời đại dứt liên kết", sau vụ nổ lớn (Bigbang) 500 nghìn năm, lúc đầu có nhiệt độ 4000^0K, nay chỉ còn $2,735^0K$, còn tồn tại là do năng lượng "vụ nổ lớn", cường độ lớn nhất ở giải sóng milimét (sóng vô tuyến cực ngắn). Người viết cho rằng, có thể, đây là bức xạ tàn dư của một vụ nổ lớn khác, xa hơn vụ nổ lớn sinh ra Thiên Hà của chúng ta (viết tắt là THCCT). Vì tốc độ bức xạ 300.000km/s, không thể song hành với THCCT, với tốc độ giãn nở hiện nay, hơn 5.000 km/s, trước đó còn chậm hơn. Vun vút lao đi với tốc độ ngày càng lớn, THCCT không còn sử dụng năng lượng vụ nổ, mà bị lực hấp dẫn của những tập đoàn thiên hà khác, do các vụ nổ khác sinh ra. Khi các thiên hà này "gặp gỡ nhau", mật độ vật chất sẽ lớn, đủ co lại, tạo thành "điểm kỳ dị" mới, chuẩn bị cho một Bigbang mới. Như vậy "Vụ co lớn" không phải do vật chất của một vụ lớn ban đầu, mà do vật chất của nhiều vụ nổ lớn khác nhau trong vũ trụ, tập hợp lại. TSH tàn dư của con người sẽ "chia tay nhau" đi về các "điểm kỳ dị" khác nhau của vũ trụ. Đó là nói hài hước cho vui; thực ra TSH tàn dư sẽ tan nhanh như hạt muối trong biển cả mênh mông của vũ trụ, ngay sau khi con người khuất núi.

5. Nói chuyện với Linh hồn:

So sánh là một phương pháp tư duy khoa học. Để lý giải một vấn đề còn mới mẻ, chưa mô tả được ở tầm vi mô, người ta đem so sánh nó với một hiện tượng có thực, có quy luật vận động gần tương tự như hiện tượng đang nghiên cứu.

Hiện tượng các nhà ngoại cảm nói chuyện với linh hồn, và hiện tượng chúng ta nói chuyện với các nhân vật trong giấc mơ, giống nhau một cách kỳ lạ về bản chất khoa học. Chỉ có một vài điểm khác là những nhân vật trong mơ do não âm sáng tạo một cách ngẫu hứng, còn những linh hồn nói chuyện với nhà ngoại cảm thì giống như người còn sống, cuộc đối thoại có mục đích thực tế rõ ràng.

Đây là "uẩn khúc" lắt léo, rất dễ nhầm lẫn giữa hiện tượng và bản chất.

- Linh hồn trả lời chính xác câu hỏi của nhà ngoại cảm, có tư duy xử lý tình huống, lời đối thoại cũng đầy trí tuệ như khi còn sống.

- Những nhân vật trong giấc mơ cũng không kém; không những nhân vật đối thoại với chúng ta (người mơ) mà còn đối thoại với nhau, cũng xử lý tình huống rất thông minh, có khi làm ta đến ngạc nhiên. Lời đối thoại hỏi đáp rất lôgíc, rất hợp hoàn cảnh, hợp tình huống xảy ra. Họ còn làm thơ và sáng tạo khoa học. Sáng tạo khoa học như trong giấc mơ của Mendeleep, và nhiều nhà khoa học khác, thì linh hồn của người bình thường không có được.

So sánh như vậy là không đến nỗi quá khập khiễng. Chỉ có thể lý giải:

Não lưu giữ rất nhiều thông tin người thân trong bộ nhớ tàng thức của ẩn thức và hiện thức. Khi sắp mất, sóng tư duy của người hấp hối, đi vào não âm đến bộ nhớ ẩn thức của người thân đang sống, để lưu giữ. Khi nhà ngoại cảm hỏi, thông tin câu hỏi truyền qua hai tuyến, tuyến thính giác và sóng tư duy đồng điệu với câu hỏi của nhà NC, truyền qua GQ7 của người thân (hoặc ai đó có tần số tư duy đồng thuận với người đã mất, cũng lưu giữ thông tin này và phát sóng trong không gian, cũng được nhà ngoại cảm kích thích và làm việc).

Nhận được câu hỏi, não âm người thân "linh hồn" tư duy và trả lời qua sóng tư duy, chuyển tín hiệu đến bộ phận cảm nhận âm thanh của nhà NC, tương tự như hệ thống thu, phát thanh vậy. Như vậy, lời đối thoại của "linh hồn" là lời đối thoại của não âm người thân "linh hồn". Não âm người thân "linh hồn" đã sử dụng các thông tin về người thân sắp mất của mình, kết hợp với thông tin khi còn sống, và các thông tin khác có liên quan trong bộ nhớ ẩn thức, tư duy để đưa ra câu trả lời hợp lý, hợp thực tế, hợp hoàn cảnh và phát qua sóng tư duy một cách "âm thầm", chỉ có nhà ngoại cảm mới cảm nhận được.

Nhà ngoại cảm đọc được suy nghĩ của não âm như máy đọc suy nghĩ con người mà nước Đức vừa chế tạo. Nhà NC tác động vào não âm người khác, có bản chất khoa học như các nhà nghiên cứu dùng tư duy của mình để điều khiển rôbốt, và rôbốt là máy thu sóng tư duy của nhà nghiên cứu. Có thể quá trình tương tác gần giống như hiện tượng thôi miên.

6.- Nhập hồn và tự biến mình thành người khác:

- Có những nhà ngoại cảm gọi linh hồn nhập vào mình và trở thành người phát ngôn của linh hồn, trả lời các câu hỏi nhà NC khác, biến mình thành một nhà ngoại cảm trung gian.

Nhà ngoại cảm trung gian này giống như một máy thu hình đa hệ có nhiều kênh, phổ tần số rộng và độ chọn lọc cao, độ nhậy tốt nên có thể thu sóng tư duy của nhiều người. Khi thu được "sóng tư duy của linh hồn", nhà NC tự cắt phần hiện thức, tạm quên bản thân mình, lúc này não âm và phần ẩn thức điều khiển ngôn ngữ của nhà NC trung gian, giống như rôbốt thông minh, hành động theo sóng tư duy của nhà khoa học, hoặc gần giống một người ở trạng thái bị thôi miên, bị người khác điều khiển.

Không chỉ nhà ngoại cảm, một vài người bình thường cũng bỗng nhiên "ma nhập" và nói những điều của "ma". Những loại ma nhập vào họ rất ít, thậm chí chỉ một, vì họ không phải máy thu đa hệ và chỉ cộng hưởng với một tần số. Những người này vì lý do nào đó, bị kích thích bất thường, công tắc K2 đột nhiên đóng, phần hiện thức bị mở, não âm điều khiển hành động của họ theo sóng tư duy nào đó (cũng bị kích thích phát ra cường độ mạnh hơn, hoặc theo sóng tư duy của người thân đã quá cố, tàng thức trong bộ não của họ).

- Có trường hợp tự biến thành người thân đã quá cố, con nói những điều như cha nói, mà người cha đã qua đời từ lâu rồi. Trong trường hợp này, não âm của người con, lưu giữ thông tin của người cha. Trong trạng thái bị kích thích đặc biệt, phần hiện thức của người con tạm ngừng làm việc, phần ẩn thức (não âm) lưu giữ thông tin về người cha, điều khiển não phát ra thông tin của mình. Đây có thể gọi là trường hợp "nội cảm", rất hiếm gặp, gần với trường hợp tự ám thị hoặc tự thôi miên.

7.- Nhà ngoại cảm gặp vong dọc đường:

Sóng tư duy tràn ngập không gian. Trong hoàn cảnh nào đó, có thể ai đó phát sóng khá mạnh và đồng thuận với sóng nhà NC, nên nhà NC có thể bắt gặp dọc đường. Đặc biệt trong thời gian các nhà NC tập trung tìm mộ liệt sỹ, người thân các liệt sỹ thường tư duy nhiều, cường độ phát sóng mạnh hơn, nên "sóng liệt sỹ" đã gặp các nhà NC trên đường đi tìm mộ. Cũng có thể là trường hợp tự ám thị của nhà NC. Trong quá trình tìm mộ, thông tin liệt sỹ lưu giữ trong bộ nhớ ẩn thức của nhà NC khá nhiều. Với trạng thái tâm lý bất thường nào đó, vì mệt mỏi và căng thẳng, nhà NC đã bị "tự thôi miên", ảo giác thấy LH nói chuyện với mình, như giấc mơ giữa ban ngày vậy.

8.- Linh hồn chỉ mộ đồng đội mà không chỉ được mộ của mình:

Liệt sỹ đã chết hẳn thì không còn phát sóng tư duy để truyền thông tin được nữa. Lúc này đồng đội còn sống đã chứng kiến sự chôn cất hoặc đồng đội tham gia chôn cất liệt sỹ. Tình cảm tiếc thương mãnh liệt, đã phát sóng tư duy với cường độ lớn, lưu giữ trong người thân các đồng đội, hình ảnh chôn cất các liệt sỹ. Tuy rằng, các đồng đội sau này cũng bị hi sinh, nhưng họ đã "biết được" nơi an nghỉ của đồng đội đã hy sinh trước. Sóng tư duy người thân liệt sỹ hy sinh sau đó, đã chỉ cho nhà NC biết được nơi chôn cất của bạn mình.

Nói chung bài toán LH vô cùng đa dạng và phong phú.

Cũng như việc giải các bài toán ở học đường, trong phạm vi các tiên đề và định lý, có bài toán chỉ giải trong 10 phút, nhưng có bài toán phải mất nhiều thời gian, hàng tháng hoặc cả năm mới giải được.

Não âm người thân của người đã khuất chỉ có thể tư duy những việc bình thường về người đã khuất. Những tri thức đặc thù liên quan đến tài năng người đã khuất, não âm người thân không thể tư duy. Chúng ta thử làm trắc nghiệm thẩm định "trí tuệ linh hồn" như sau:

Nhà NC có thể mời một vị Tướng đã qua đời, thông qua một người thân không hoạt động trong linh vực quân sự. Đề nghị vị tướng giảng giải về đường lối quân sự, binh pháp Tôn Tử, hoặc mô tả ngắn gọn một chiến dịch lớn, mà vị tướng chỉ huy chẳng hạn. Chắc rằng LH vị tướng sẽ lúng túng, vì không phải vị tướng tư duy, mà não âm người thân vị tướng tư duy.

Trắc nghiệm tương tự có thể thực hiện với LH nhạc sỹ, hoạ sỹ... Trường hợp học tập qua sóng tư duy đồng thuận, như cháu Hoàng Thân hay người nông dân Cayce (đã mô tả ở phần trên) là chuyện rất hiếm gặp.

9. Hiện tượng xuất hồn:

Báo chí Phương Tây ghi lại câu chuyện kỳ lạ, chưa từng xảy ra ở các bệnh viện. Người ta gây mê một bệnh nhân để tiến hành phẫu thuật. Phẫu thuật xong, bệnh nhân tỉnh dậy, mô tả lại quá trình phẫu thuật một cách tỉ mỉ, rất ít chi tiết bị bỏ sót, làm mọi người sững sờ, ngạc nhiên, không hiểu ra sao. Ở Việt Nam chưa được nghe hiện tượng này. Có thể lý giải nhẹ nhàng như sau: Trong ca mổ có một bác sỹ, có tần số tư duy đồng thuận với tần số tư duy của bệnh nhân. Các thông tin trong quá trình phẫu thuật, do đại não bác sỹ phát ra bằng sóng tư duy, "âm thầm" đi qua GQ7 của bệnh nhân và vào bộ nhớ của bệnh nhân. Khi bệnh nhân hồi tỉnh, bộ nhớ đã giúp bệnh nhân mô tả lại. Hiện tượng này vô cùng hiếm. Có người giải thích rằng, khi bị gây mê, hồn của bệnh nhân đã thoát lên trần nhà để quan sát phẫu thuật. Khi hết mê, hồn nhập trở lại cơ thể, và kể lại những điều "mắt thấy tai nghe". Đây chỉ là cách nói gây cười của những người giầu năng khiếu hài hước.

10.- Sức mạnh của sóng tư duy và sức mạnh tinh thần:

Có hai trường hợp về sức mạnh tinh thần.

- Triết học hiện đại thường nêu nguyên lý: Tinh thần không phải là vật chất, nhưng khi tinh thần đó "thấm sâu" vào con người thì có thể biến thành lực lượng vật chất. ý thức độc lập dân tộc và tinh thần "không có gì quý hơn độc lập tự do" đã biến thành động lực sáng tạo: "lấy đại nghĩa thắng hung tàn, lấy chí nhân thay cường bạo", lấy yếu thắng mạnh, lấy ít thắng nhiều, để dân tộc Việt Nam chiến thắng bao nhiêu kẻ thù có sức mạnh vạt chất hơn gấp nhiều lần. Mặt khác, con người hành động dưới sự điều khiển của ý thức, khi ý thức thấm sâu những mục đích cao cả sẽ biến thành lực lượng vật chất mạnh mẽ thông qua hoạt động thực tiễn của con người.

Đây là trường hợp thứ nhất về việc chuyển hoá từ sức mạnh tinh thần sang sức mạnh vật chất.

- Trường hợp thứ 2: Trong phạm trù hoạt động tư duy, hoạt động sinh lý của đại não đồng thời đưa ra hai sản phẩm đồng điệu, đồng hành: Sản phẩm tinh thần và đi cùng với nó là sóng tư duy, biến điệu theo nội dung tinh thần. Vì thế nên mới đọc được suy nghĩ con người qua sóng tư duy.

Các nhà khí công tài năng có thể tập trung suy nghĩ, đồng thời tập trung năng lượng của sóng tư duy để bẻ cong một cái cán thìa chẳng hạn. Sóng tư duy có năng lượng điện từ đủ lớn, làm mất cân bằng năng lượng điện từ trong cấu trúc kim loại cái cán thìa, năng lượng mất cân bằng đã bẻ cong cái cán thìa, đưa lại sự cân bằng mới. Sóng tư duy là sóng điện từ, nên có thể tự cộng hưởng để tập trung năng lượng như trường hợp ánh sáng laze. Các nhà khí công có thể "xuất chưởng", tức là xuất sóng điện từ năng lượng lớn, qua lòng bàn tay, để chữa bệnh cho người khác. ở đây không phải tinh thần mang năng lượng, mà người bạn đồng hành của tinh thần là sóng tư duy, mang năng lượng. Điều này chứng minh rằng, vật chất và tinh thần luôn luôn gắn bó chặt chẽ với nhau, không thể tách rời. Tinh thần có cơ sở vật chất là đại não, đồng thời có vật chất mang nó là trường điện từ. Đây cũng là vấn đề khoa học đang thờ ơ.

Sóng tư duy truyền theo dạng xung, ít tổn hao năng lượng trên đường đi nên có thể truyền rất xa, tới các con tàu vũ trụ (Mỹ đã thí nghiệm) và gây hiện tượng linh tính, ngoại cảm, cách xa nhiều ngàn cây số. Trong trường hợp này, sóng năng lượng điện từ đã trở thành "vật mang" của tinh thần. Như vậy, tinh thần là hiệu ứng nhân quả của hai đối tượng vật chất: "đại não" và "hiện thực khách quan", và được truyền dẫn bằng đối tượng vật chất thứ ba, đó là năng lượng điện từ. Lênin từng nói, vật chất và tinh thần chỉ đối lập tuyệt đối trong trường hợp xác định: "cái nào có trước, cái nào có sau", các trường hợp còn lại, sự đối lập chỉ là tương đối. Hiện thực về tinh thần mô tả trên đây, càng chứng minh rõ ràng chân lý của Lênin. Rõ ràng, không có vật chất thì không có tinh thần. Rõ ràng, vật chất có trước, tinh thần có sau. Rõ ràng, sự đối lập "vật chất-tinh thần" chỉ tuyệt đối trong phạm trù triết học "Duy vật-Duy tâm", các trường hợp khác, là tương đối. Cho rằng tâm lý, tinh thần, là hiện thực phi cảm giác , cũng chỉ là tương đối. Khi ta ngồi đối diện với ai đó, thông qua ánh mắt của họ, có thể cảm nhận được thiện cảm của họ đối với ta. ánh mắt đã truyền nội dung tinh thần qua sóng tư duy, để đi vào não đối tượng. Như vậy, trong mối quan hệ vật chất-tinh thần, ta lại bắt gặp sự gắn bó AD giữa chất và trường.

11.- Các Đại sư Phật học nói gì.

- Vấn đề nhìn thấy linh hồn thường được mô tả trong trạng thái "cận kề cái chết". Người cận kề cái chết thường thấy mình gặp được người thân đã quá cố trước mình như ông bà, cha mẹ... Tổ chức khoa học thế giới gọi là hiện tượng NDE, và liệt nó vào một trong 9 hiện tượng bí ẩn của con người.

Sinh lý học hiện đại cho rằng, do não thiếu ôxy nên sinh ra ảo ảnh.

Sách "Người Tây Tạng nghĩ về cái chết" của đại sư phật học Tây Tạng viết (nguyên tác là Bardo Thodol, do Nguyễn Châu và Nguyễn Minh Tiến biên dịch - Nxb VHTT - 2005), quan niệm về NDE như sau:

- Tình trạng cận kề cái chết gần giống với tình trạng của một giấc chiêm bao, và các giấc mộng ấy là do tâm trạng của người nằm mộng sản sinh ra.

Họ quan sát các hình tượng, mà không biết rằng, đó là ảo ảnh hoàn toàn giả dối và hư huyễn *(Sđd - trang 50, 51.)*

"Những gì đã trông thấy ở giai đoạn chưa chết hẳn, là hoàn toàn do nội dung tâm trạng riêng của người sắp chết mà hiện ra. Không có cảnh tượng thiên thần hay ác quỷ, ngoài những hình tượng ảo giác thuộc nghiệp thức.

Đây là sản phẩm vô thường sinh ra nơi đức tin, sự khao khát được hiện hữu và ý chí muốn tồn tại.

Sự phân tích vấn đề cận kề cái chết, như một vấn đề đơn giản thuộc tâm lý, rất khoa học là ở điều này" *(Sđd. tr. 52)*.Tất cả chỉ là ảo mộng, căn cứ vào sự biểu hiện của tâm thức trong cuộc sống"*(Sđd. tr. 53)*.

- Về hoạt động âm dương của đại não, Phật học có quan niệm tương đồng. Sách "Chân thiền" của đại sư Taisen Deshimaru, Ngô Thành Nhân và Trần Đình Cáo biên dịch (Nxb TH - TP HCM - 2005) viết :

"Ngộ chân lý tuyệt đối có nơi khu trú là vùng trung ương của não, gọi là trung não. Nhờ toạ thiền, các hoạt động vỏ não êm lắng xuống mà trung não mới có thể vận hành" *(Sđd.tr. 52)..*"Thiền đưa cái nhìn của chúng ta tự giác hướng vào trong, để xoa dịu vỏ não (tức tâm tư), và khơi dậy trí huệ vô hạn" *(Sđd. tr. 53).*

Như vậy, khi ngồi thiền, trong không gian và trạng thái tĩnh, một phần não nghỉ ngơi và phần não còn lại hoạt động, để khơi dậy trí tuệ vô hạn.

IX.- Hiện tượng linh hồn, những phù hợp và không phù hợp với biên chứng duy vật âm dương và khoa học hiện đại:

Linh hồn vận động lắt léo kì dị. Việc khó thống nhất nhận thức về hiện tượng LH, là điều bình thường của cuộc sống và hoạt động khoa học. Mọi biểu hiện của thế giới khách quan đều nằm trong phạm trù triết học và một số khoa học cụ thể nào đó, đã được khám phá, hoặc chưa được khám phá. Từ những thành quả nghiên cứu và quan sát, có thể phân loại những nhận thức và quan sát về hiện tượng LH, phù hợp và không phù hợp với triết học và khoa học hiện có, để định hướng cho việc nghiên cứu tiếp theo được dễ dàng hơn.

1.- Những phù hợp.

Việc nghiên cứu hiện tượng LH, nằm trong phạm trù khoa học nghiên cứu tiềm năng con người. Đó là khoa học cụ thể nhưng cũng mang đậm ý nghĩa triết học. Một khoa học cụ thể, dù tự nhiên hay xã hội, khi gặp bế tắc thường tìm đến sự chi viện của triết học, đều đối chiếu với những quy luật vận động phổ quát nhất của thế giới hiện thực. Vì mọi sự vật hiện tượng, quá trình được gọi là tồn tại khách quan, đều không nằm ngoài phạm trù của các quy luật phổ quát đó.

Hiện tượng LH đã được ứng dụng để tìm mộ, đã được con người cảm giác thông qua đại não các nhà ngoại cảm (NC). Nhà NC là thiết bị khoa học sống, thiết bị đặc biệt, để mọi người cảm nhận sự tồn tại của LH, mà các giác quan của người bình thường không thể nhìn thấy, nghe thấy, giống như thông qua VTTH, máy thu thanh, ta biết được sự tồn tại của sóng điện tử. Đó là hai dấu hiệu ghi nhận sự tồn tại khách quan của hiện tượng LH, nó phù hợp với định nghĩa vật chất của triết học duy vật, song nó chưa phù hợp với thuộc tính của vật chất và các quy luật vận động của vật chất trong triết học duy vật biện chứng và triết học âm dương. Dùng cụm từ "biện chứng duy vật âm dương (BCDV AD) hàm ý việc sử dụng phối hợp hệ thống tri thức, khái niệm của hai dòng triết học để lý giải hiện thực".

Chưa có sự nhận thức thống nhất hiện tượng LH nằm trong phạm trù khoa học cụ thể nào.

2.- Những điều không phù hợp:

Sự không phù hợp xuất phát từ các yếu tố.

- Bị thiên nhiên đánh lừa và quan sát nhầm, như học thuyết địa tâm, mặt trời quay quanh TĐ.

- Quan sát nhầm do thiếu thiết bị khoa học. Khi có thiết bị khoa học, nhiều nhận thức do quan sát nhầm, đã được hiệu chỉnh lại. Đó là hiện thực phổ biến trong hoạt động khoa học. Nhờ phát minh kính hiển vi ta mới biết có nhiều bệnh tật do sinh vật không nhìn thấy được bằng mắt thường gây ra (virus, vi khuẩn). Trong một thời gian dài ở phương Tây, người ta cho rằng, bệnh tật là do con người tự sinh ra, còn ở phương Đông thì cho rằng, thời tiết khí hậu. Không biết được có loại sinh vật nhỏ xíu, mà tác oai tác quái đến như vậy.

- Do thiếu tri thức khoa học, nên nhận thức sai bản chất của hiện tượng. Nhờ phát minh bộ môn "quang hình học" mà người ta biết cầu vồng xinh đẹp, nối nhịp cho Ngưu Lang, Chức Nữ gặp nhau, chỉ là ảo ảnh.

- Do dựa vào một luận thuyết nào đó, chưa được thực tiễn phổ biến kiểm chứng (ví dụ triết học duy tâm khách quan và chủ quan, hoặc một luận thuyết khoa học cụ thể chưa được hiện thực chấp nhận, hoặc chưa được chứng minh sáng tỏ, hợp quy luật).

* Về mặt triết học, theo mô tả của các nhà NC và quan niệm phổ biến, là LH tồn tại trong không gian, độc lập với thể xác con người, thoát ra khỏi con người khi đã chết, và có những thuộc tính, trái với thuộc tính của phạm trù vật chất trong BCD-VAD như :

+ LH không biến đổi (đã nêu ở các mục trên)

+ Khi tồn tại cùng với thể xác, LH và thể xác là một cặp đối lập AD, âm dương không vận động một mình, luôn luôn tồn tại bên nhau, không có cô âm, cô dương. Khi LH thoát ra khỏi thể xác thì nó cũng là một cặp AD. Vũ trụ được cấu trúc bằng "chất" và "trường", là một cặp AD cơ bản tồn tại trong bất cứ sự vật hiện tượng nào, luôn luôn vận động song song và là điều kiện tồn tại của nhau. Cặp AD linh hồn, đâu là chất, đâu là trường. Nếu LH là trường thì không có hình dáng và không vận động một mình. Nếu có chất thì người thường cũng nhìn thấy, vì có hình thể to bằng người thường, mặc quần áo như khi còn sống và tư duy đối thoại.

Phải chăng thế giới này tồn tại hai hình thái vận động song song. Một hình thái tuân theo các quy luật BCDVAD hiện có, và một hình thái tuân theo các quy luật triết học trái ngược. Thật là một thách thức lớn đối với triết học và khoa học, nếu LH tồn tại thực tế trong không gian.

*** *Về khoa học cụ thể:***

Nhiều nhà khoa học thiên về ý tưởng, cho rằng LH tồn tại dưới dạng trường:

+ Khoa học đã khám phá được ba trường năng lượng. Trường tương tác mạnh, thường hoạt động trong các hạt nhân nguyên tố hoá học, gây phản ứng trong lò phản ứng hạt nhân, bom nguyên tử, các sao nóng như mặt trời, bom khinh khí; Trường hấp dẫn, trường điện từ, hai trường này gắn bó với thực tiễn của chúng ta nhiều hơn (trường tương tác yếu đã được thống nhất với trường điện từ). Dự kiến có một trường thứ tư là trường "vong" (ghost), nhưng chưa được thực tiễn kiểm chứng. Trường "Đại thống nhất" là ý tưởng của nhà bác học thiên tài Anhxtanh. Sinh thời ông đã lao tâm khổ tứ để tìm một thuật toán mô tả tổng hợp các trường năng lượng, nhưng chưa thành công.

Dù trường nào thì cũng luôn luôn gắn liền với chất. Hiện thực, thực tiễn phổ biến, các công thức của khoa học vật lý, luôn luôn kiểm chứng và chứng minh như vậy, và điều đó phù hợp với BCDVAD, như đã nêu ở trên. Không có các điện tích vận động thì không có trường điện từ. Không có các hạt nhân thì không có trường tương tác mạnh. Các trường được các hạt mang không khối lượng truyền dẫn, như hạt ánh sáng (phôtôn) chẳng hạn, và thường vận động theo dạng sóng, vì không có khối lượng nên không có hình dáng hình học (vấn đề các hạt mang không có khối lượng và năng lượng tĩnh trái với nguyên lý triết học, cần được quan sát lại).

+ Nhà ngoại cảm thấy LH như khi còn sống: ăn mặc bình thường, trò chuyện với nhau, múa nhảy, ca hát, hút thuốc, v.v... Các LH đã thoát khỏi thể xác, khi thể xác chưa chết, để làm việc, để giao lưu với nhau, thoát ra lúc nào ? khi ta ngủ chăng ? LH cũng chọc ghẹo phụ nữ, cũng cần tiền mua bán, y như đời sống trần thế vậy. Mọi vật đều có LH: Quần áo, bát đĩa, thuốc lá, nhà cửa, cây cối. Có điều chưa thấy LH nào mô tả xã hội của họ, có nhiều tổng thống chết, ai làm tổng thống của họ, ai làm vua của họ. Linh hồn hoạt động như nhà NC mô tả không phải là hoạt động của các trường năng lượng. Các phần trên đã nêu nhiều dẫn chứng, không nhắc lại ở đây.

Còn nhiều thông tin về LH, như các côn trùng, súc vật, người xa lạ, bông hoa mang thông tin về LH, sẽ dược thảo luận trong phần tiếp theo.

Như vậy: Hiện tượng LH được nhà NC mô tả, có hình dáng và tư duy như người sống, tồn tại ngoài thể xác, hoàn toàn phủ định triết học BCDVAD và khoa học vật lý. Phải chăng LH đã khám phá ra triết học và khoa học riêng của họ ? Chúng ta thử làm trắc nghiệm với LH của các nhà bác học và hỏi họ xem sao.

3.- Định hướng tư duy để lý giải hiện tượng LH:

Không thể hình dung được rằng "điểm kì dị", "vụ nổ lớn" lại sản sinh ra hai dạng tồn tại có quy luật vận động trái ngược nhau. Cũng như nhiều nghiên cứu khoa học khác đã từng gặp phải, chúng ta đã phạm các sai lầm như đã nêu trên, nên nhận thức chưa đúng bản chất của hiện tượng LH.

Chúng ta coi phạm trù LH là bộ môn khoa học cần nghiên cứu. Thông thường để xây dựng một bộ môn khoa học, người ta đưa ra hệ thống tiên đề. Ở đây có thể có các tiên đề sau:

a. Hiện tượng LH hoàn toàn phù hợp với triết học DVBC và triết học ADNH (âm dương ngũ hành)

b. Hiện tượng LH là hiệu ứng nhân quả trong hoạt động của đại não người đang sống.

c. Hiện tượng LH phù hợp với khoa học vật lý điện tử

Ứng dụng 3 tiêu đề này, phần trên đã đưa ra quan niệm đại não hoạt động theo phạm trù đối lập AD, đề nghị mô hình xử lý thông tin của đại não, và thử lý giải một số hiện tượng ngoại cảm theo các tiên đề này.

Các hiện tượng lắt léo như súc vật, côn trùng, người xa lạ, mang thông tin nằm trong nguyên lý về mối liên hệ phổ biến giữa các sự vật hiện tượng. Chúng ta thường quen với các mối liên hệ bằng chất, vì nhìn thấy, nghe thấy. Mối liên hệ phổ biến bằng trường, không cảm nhận được bằng bộ máy nghe nhìn của người bình thường, nên khó mô tả. Hơn nữa, mối liên hệ bằng trường thường tinh vi, phức tạp, trừu tượng, khó nhận thức. Chỉ có thông qua các thiết bị khoa học hoặc những bộ não đặc biệt, có khả năng ngoại cảm, chúng ta mới nhận thức được một phần. Nếu phát minh được máy thu sóng tư duy, thì hiện tượng LH sẽ trở nên rõ ràng. Cũng như các bộ môn khoa học khác, nếu chỉ đơn thuần tư duy tâm linh thì vô cùng khó khăn. Nhờ có các thiết bị khảo sát vũ trụ, mà thuyết tương đối của Anhxtanh mới được chấp nhận, thuyết "vụ nổ lớn" mới được kiểm chứng và đồng tình. Còn trường vong (ghots), chúng ta còn phải chờ 10 năm nữa các thiết bị vũ trụ mới đưa được thông tin về trái đất để kiểm chứng. Máy thu sóng tư duy có lẽ không đến nỗi phức tạp như thiết bị vũ trụ, vì quốc tế người ra đã thử nghiệm thành công.

Có thể so sánh các hiện tượng lắt léo kì dị với thành quả khoa học của người xưa, được mô tả trong Kinh Dịch và dự đoán học phương Đông.

* Thiệu Khang Tiết, nhà Dịch học tài danh thời Tống, ông tổ 26 đời của nhà Dịch học đương đại Thiệu Vĩ Hoa, đã cảm nhận sâu sắc quy luật Thiên Nhân tương ứng, là quy luật về mối liên hệ phổ biến và quy luật phản ánh giữa con người và thế giới chung quanh. Ông đã sử dụng các hiện tượng tự nhiên chung

quanh con người, lập quẻ để dự đoán về thông tin của con người, đạt độ chính xác rất kỳ lạ. Sách "Mai Hoa dịch" đã được ông mô tả các nội dung dự đoán đó. Ông nhìn thấy hai con chim sẻ chọi nhau trên cành mai và cùng rơi xuống đất. Ông dùng thời gian đó để lập quẻ. Dùng học thuyết ADNH, ông dự đoán rằng: Tối mai sẽ có một cô gái trẻ đến bẻ trộm cành mai, bị người coi vườn đuổi ngã xuống rãnh nước và sây sát nhẹ ở chân. Thực tế đúng như vậy. Có mấy ý đáng bàn: Con chim sẻ chọi nhau đã mang thông tin dự định bẻ mai của cô gái (thông tin tương lai: Đêm mai chứ không phải ngay lại lúc chim sẻ chọi nhau). Con chim mang thông tin của con người, thông tin có nhiều nội dung (cô gái trẻ, trộm cành mai, người coi vườn phát hiện được, cô gái ngã, bị thương nhẹ). Học thuyết ADNH lại có thể đọc được thông tin đó. Thời gian ADNH mang thông tin đó cho nên dùng để lập quẻ. Nhà Dịch học linh cảm được hiện tượng chim sẻ báo hiệu sự kiện nào đó, nên mới tiến hành dự đoán. Tất cả sự việc như trên được chương trình hoá chặt chẽ theo không gian và thời gian, và được điều hành một cách bí mật. Các nhà Dịch học đã gieo quẻ, lập quẻ bằng cỏ thi, bằng đồng tiền, bằng âm thanh, bằng hiện tượng chim bay, bằng thời gian, để thu nhận thông tin và dự đoán sự việc. Các sách Chu dịch dự đoán học, đã ghi lại hàng ngàn nội dung dự đoán. Việc gieo quẻ dự đoán như là một hiện tượng thần bí. Song chẳng có linh hồn nào chỉ bảo việc đó. Việc tìm một đứa trẻ thất lạc, nếu có linh hồn thì tại sao không dẫn ngay người nhà đến chỗ đứa trẻ mà phải cậy nhờ nhà dự đoán tài năng. Việc vận dụng quy luật ADNH để đọc quẻ, phá tan mọi bức màn thần bí về Dự đoán học.

Gieo quẻ nằm trong phạm trù khoa học nào ? Là một phương thức thu nhận thông tin do con người sáng tạo ra, thông qua linh cảm khoa học và trải nghiệm thực tiễn. Ai mang thông tin đó? Rõ ràng "trường điện từ" đã mang các thông tin đó. Con người và tự nhiên, ngoài mối liên hệ bằng chất dễ nhận biết, còn mối liên hệ bằng trường rất chặt chẽ, khó nhận biết. Các nhà Dịch học đã dùng quy luật ADNH để đọc thông tin do trường mang lại. Chứng minh trường đưa thông tin con người mang quy luật ADNH. Con người muốn hành động phải tư duy. Do đó trường mang những thông tin này, do đại não con người phát ra.

Loài vật (kể cả động vật và thực vật) có cùng mã thông tin AND với con người, đều được sinh ra từ hệ thống năng lượng, vận động theo quy luật ADNH. Vì vậy có thể tương tác và mang thông tin của con người. Hai con chim sẻ mang thông tin về tư duy của cô gái, thông tin đó đã gây ra hành động chọi nhau, vì thông tin về trường luôn luôn có thuộc tính "điều khiển" chất, chất vận động theo quy luật của trường năng lượng. Hiệu ứng nhân quả là sóng não của con chim sẻ đã tác động vào đại não nhà dịch học là phải lập quẻ để dự đoán. Thông tin tư duy của nhà dự đoán đã tác động vào người coi vườn, làm cho người coi vườn cảnh giác hơn.

Chỉ có các thiết bị khoa học, sáng tạo ở cấp độ vi mô, siêu vi mô, mới có thể mô tả các mối liên hệ thông tin tinh vi phức tạp này.

Hiện thực trên đây chứng minh một điều rằng, quy luật ADNH điều hành và kiểm soát chặt chẽ mọi hành động của thế giới hữu sinh.

Trong sách : "C.Mác và Ph.Ăngghen toàn tập, tr. 20, Nxb Chính trị quốc gia-Sự thật-Hà Nội, 1994, Chống Duy rinh, Biện chứng của tự nhiên, trang 35". Ăng ghen đã viết:

"Khi chúng ta tư duy để xem xét giới tự nhiên, lịch sử loài người, hay hoạt động tinh thần của bản thân chúng ra, thì trước nhất, chúng ta thấy một bức tranh về sự chằng chịt vô tận của những mối liên hệ và những sự tác động qua lại, trong đó không có gì là đứng nguyên, không thay đổi, mà tất cả đều vân động, biến đổi, phát sinh và mất đi".

Giống như việc, chúng ta chưa mô tả được con đường tư duy trong đại não và sự vận động của trường tư duy, chúng ta cũng chưa mô tả được con đường thông tin của dự đoán học, con đường thông tin của loài vật và con người, con đường của người xa lạ và hiện tượng LH. Đó thuộc về khoa học ở cấp độ vi mô, siêu vi mô, về mối liên hệ thông tin giữa chất và trường trong đại não con người và sự tương tác với môi trường. Song có điều chắc chắn rằng, đó là hiệu ứng nhân quả của sự tác động qua lại, của mối liên hệ chằng chịt vô tận, nhưng đúng quy luật ADNH giữa đại não con người (nhà NC và người bình thường) và thế giới hữu sinh. Nhà ngoại cảm được khai mở tài năng giải mã thông tin, nên đọc được nhiều thông tin hơn người bình thường.

Đại não là sản phẩm cao cấp nhất của vũ trụ, trong đó tổng hợp một khối lượng khổng lồ các hiệu ứng nhân quả của quy luật vũ trụ, gần 4 tỷ năm . ở cấp độ phổ quát vĩ mô, não hoạt động trong phạm trù đối lập AD và quy luật ADNH.

Não có đội quân siêu tinh nhuệ và hùng hậu: 200 tỷ nơron. Một tế bào thực vật phải nhìn bằng kính hiểm vi, đã mang đủ thông tin để phát triển thành một cái cây hoàn chỉnh. Tế bào trứng và tinh trùng không nhìn thấy bằng mắt thường, đã mang thông tin cấu trúc và điều hành để sáng tạo ra cả con người hoàn hảo, với 80.000 tỷ tế bào. Có thể tốn hàng tỷ trang giấy chưa chắc đã mô tả đầy đủ quy trình sáng tạo đó. Điều đó cho thấy rằng 200 tế bào não chứa đựng một dung lượng khổng lồ về thông tin, tài năng và sự bí ẩn như thế nào. Khoa học mới chỉ xác định được 20% chức năng, còn 80% nơron não vẫn ẩn dấu những hoạt động của mình.

Não hoạt động bằng hai mặt đối lập AD theo quy luật tương thành không đối kháng. Nếu có đối kháng (stress) không giải toả nhanh, não sẽ mang bệnh tâm thần, vì não mất cân bằng AD. Tuy nhiên, có một thuộc tính khác của hai mặt đối lập là, ngoài việc hợp tác hoạt động, mỗi bên AD có thể sáng tạo độc lập mà bên kia không biết. Cấp trên cấp dưới cùng phối hợp thực hiện nhiệm vụ, nhưng trong qúa trình thực hiện, mỗi bên có phương thức riêng của mình mà không phải bao giờ cũng thông tin cho nhau biết. Đội quân 80.000 tỷ tế bào của cơ thể, được biên chế vào nhiều quân binh chủng tạng phủ, ngày đêm hoạt động sôi nổi; mỗi giây, mỗi tế bào tiêu thụ tới một triệu phân tử năng lượng ATP, đồng thời cũng sản xuất ra một triệu ATP mới cho chu trình tiếp theo, để tái tạo các chất cần thiết cho sự sống và tư duy. Chúng ta không nhận biết được gì về sự hoạt động sôi động đó. Nếu nhận biết được thì loài người không tồn tại vì phải thu nhận và xử lý lượng thông tin quá lớn. Sự hoạt động của đại não cũng vậy. Một bài toán các nơron đã giải ra sao, chúng ta chỉ biết ở những kết quả viết được ra giấy. Não âm hoạt động thế nào, não dương cũng chỉ biết được, khi được thông tin qua hiện thức, qua giấc mơ và chúng ta cảm nhận được. Vì vậy khi não âm xử lý thông tin bằng trường và phát ra thông tin bằng trường, nhà ngoại cảm có thể đọc được, còn người phát thông tin thì không đọc được. Nhiều nhà ngoại cảm, thầy bói giỏi, đọc được suy nghĩ người khác, là đọc qua sóng tư duy.

Bộ nhớ đại não có thể lưu giữ một khối lượng thông tin khổng lồ, được tổ chức còn khoa học hơn các máy tính điện tử hiện đại nhất. Khi chúng ta giải quyết một vấn đề thực tiễn hay giải một bài toán, cần đến những thông tin và trí thức cách nay 40 - 60 năm, bộ nhớ có thể cung cấp ngay, với độ chính xác không thể chê. Một Nơron có thể lưu trữ thông tin bằng cả thư viện. Bộ nhớ có thể lưu trữ thông tin mà con người tiếp nhận từ 5 giác quan (tai, mắt,...) và nhiều giác quan; GQ6 - GQ7 tiếp nhận thông tin di truyền qúa khứ bố mẹ, ông bà, tổ tiên những thông tin kế thừa từ thế giới động vật, gọi là những thông tin bẩm sinh, vô thức. Có thể có hai bộ nhớ: Bộ nhớ hiện thức giành cho não dương, bộ nhớ ẩn thức giành cho não âm. Tuy nhiên hai bộ nhớ có mối liên hệ với nhau và hỗ trợ nhau, vì cùng nằm trong cấu trúc AD của não.

Trong phạm trù đối lập của một cấu trúc, A và D có thể có mối liên hệ độc lập với thế giới bên ngoài cấu trúc (các cặp AD liên hệ). Phân tử nước là dung môi hoà tan nhiều chất, vì có hai cực âm và dương. Cực âm có thể lôi kéo các ion dương (Na^+ của muối chẳng hạn), cực dương ôxy có thể lôi kéo ion âm (Cl^-) nhưng cấu trúc AD của nước vẫn bền vững. Thuộc tính hoạt động "độc lập tương đối" này trong tổ chức loài người (có thể hai người trở lên) là thuộc tính phổ biến. Đối với đại não, não âm có thể độc lập xử lý thông tin (do trường truyền dẫn) và đưa ra các quyết định độc lập với não dương. Tuy nhiên, các quyết định chủ yếu hai bên đều phải phối hợp. Thuộc tính này lý giải tại sao, não âm có thể phát lại thông tin trước và sau khi người thân đã mất (LH cập nhật thông tin quá khứ và tương lai).

Người nhà có thể trả lời các câu hỏi của người đi vắng. Một đứa con đi học xa, ở Pari chẳng hạn, đứa con thường xuyên trao đổi những thông tin về việc học của mình, về thành phố Pari hoa lệ. Các thông tin này lưu vào bộ nhớ hiện thức của não dương. Có ai hỏi, bố mẹ được khai mở thông tin, tư duy và trả lời bằng ngôn ngữ âm thanh. Các thông tin đi qua mắt và tai, đều được não điều chế thành thông tin trường điện từ. Như vậy, bộ nhớ hiện thức và ẩn thức đều lưu giữ thông tin dưới dạng trường. Đây là dạng trường đặc biệt của tế bào sống, chúng ta chưa có khả năng mô tả. Não âm thu nhận thông tin từ dạng trường, qua các giác quan thu sóng, mà khoa học chưa xác định được chính xác, nếu chưa có thiết bị thu sóng tư duy.

Não dương và não âm thu nhận và lưu giữ thông tin người thân liên tục (thông tin về sự kiện, hình ảnh, ngôn ngữ, tư duy,...), sắp xếp riêng trong bộ nhớ cho từng người thân, để khi cần xử lý thông tin liên quan đến ai thì "lôi" ra cho nhanh. Những thông tin liên quan đến người thân đã mất (như thông tin về vợ chồng, con, cháu,...), trước và sau khi qua đời đều được lưu giữ trong một bộ phim có cả hình ảnh và ngôn ngữ. Não âm của người thân đang sống, đang lưu giữ thông tin người đã mất, căn cứ vào các thông tin đó để trả lời nhà ngoại cảm (bằng sóng), tương tự như não dương của cha mẹ trả lời các thông tin của "đứa con đi học xa" (đã ví dụ ở trên). Não âm như một máy phát hình, não nhà ngoại cảm là một máy thu hình, "ma" nhập vào nhà ngoại cảm là từ nguyên lý này. Nhà NC có tài hơn người bình thường, là có thể phiên dịch lại tín hiệu để người bình thường nghe được, tuy "linh hồn" nói líu ríu như chim, như côn trùng, song nhà NC dịch lại một cách suôn sẻ.

Người thân có thể bị "ma nhập", khi não âm chuyển thông tin của người đã khuất qua hiện thức. Do kích thích đặc biệt nào đó, họ trở thành nhà ngoại cảm trong chốc lát.

Các phương thức tìm mộ của các nhà NC, tuy có khác nhau chút ít, tùy "năng khiếu" từng người. Song, có một nguyên lý chung là phải nhận thông tin qua người thân, chủ yếu là thông tin bằng trường. Nhà NC Bích Hằng nhìn ảnh liệt sỹ là để người thân liệt sỹ "rút" thông tin từ bộ nhớ cho chính xác, tránh tình trạng "rút vong giả".

Như vậy, sự vận động của "hiện tượng LH" là hiệu ứng nhân quả của các tương tác phức tạp về nhiều chủ thể: Nhà NC, người thân liệt sỹ, đồng đội liệt sỹ còn sống và đã chết, người thân của đồng đội LS, người chôn cất liệt sỹ, những nhà NC đột xuất, những người có sóng tư duy đồng thuận với những người nói trên, súc vật, côn trùng, hoa cỏ,... Mối liên hệ chằng chịt này được thực hiện bằng trường điện từ. Khi chưa có thiết bị khoa học để đo lường, việc nhận thức sự thống nhất giữa bản chất và hiện tượng thực sự khó khăn.

Khó khăn nhận thức càng tăng lên, khi 3 tiền đề định hướng

có tính trừu tượng cao. Chúng ta chưa biết được nhiều về tiềm năng đại não và là đối tượng nhận thức vô cùng. Không thể thực nghiệm theo ý muốn trên não người đang sống. Nhận thức về quy luật ADNH và ngay cả triết học DVBC, vẫn còn nhiều xa lạ, trường điện từ không có khả năng cảm giác trực tiếp bằng mắt và tai, mà phải qua thiết bị khoa học. Những khó khăn đó làm cho việc nhận thức hiện tượng LH khác nhau là chuyện bình thường của cuộc sống.

Tuy nhiên, lý giải hiện tượng LH theo ba tiền đề định hướng, đã giảm bớt rất nhiều sự mâu thuẫn của hiện tượng LH, mà chúng ta mới chỉ nhận thức cảm tính. So với triết học và khoa học hiện có, bản chất thực của "hiện tượng LH" đã được bộc lộ, tuy còn phải tiếp tục nghiên cứu. Bởi vì chúng ta có nhiều hiện thực và thực tiễn để so sánh, đối chiếu:

- Hiện thực về giấc mơ (hình ảnh các nhân vật, không gian chung quanh và những lời đối thoại độc lập, thông minh).

- Hoạt động nghe và nhìn của con người, tương tự hệ thống truyền hình truyền thanh.

-Hoạt động âm dương của đại não, đã được sinh lý học cổ truyền và sinh lý học hiện đại chứng minh.

- Hoạt động điện từ của não.

- Sự phát sóng tư duy, linh tính của não.

- Các hiện tượng ảo giác của bệnh tâm thần phân liệt.

- Nhà ngoại cảm đọc được suy nghĩ của người khác.

- Thế giới đã chế tạo được máy thu sóng tư duy.

- Sự lưu trữ thông tin khổng lồ của tế bào và sự vận hành sáng tạo vô cùng tinh vi, đa dạng phức tạp và phong phú của chúng. Tài năng đó cũng được phản ánh qua các sản phẩm sáng tạo của con người (từ nguyên lý phản ánh). Tài năng đó cũng sáng tạo ra hiện tượng LH, làm đau đầu các nhà khoa học.

- Thành quả dự đoán học, theo học thuyết ADNH, phản ánh các mối liên hệ bằng trường giữa con người với con người, giữa con người với thế giới hữu sinh (động vật, thực vật).

- Triết học DVBC mô tả những quy luật phổ quát nhất của thế giới hiện thực, đã được hiện thực và thực tiễn sáng tạo của loài người, kiểm chứng khắt khe. Không có sự tồn tại nào mà con người cảm giác được (trực tiếp hay gián tiếp) nằm ngoài vòng cương toả của các quy luật triết học đó. Triết học Âm dương ngũ hành, tương đồng với triết học Duy vật, đồng thời là quy luật khoa học cụ thể, trực tiếp điều hành con người và thế giới hữu sinh, giúp chúng ta dễ dàng hơn trong việc nhận biết bản chất của hiện thực.

Một số hiện tượng kỳ dị, lắt léo, mà chúng ta cho là "ma thật", là do chúng ta chưa tìm mọi cách lý giải, theo các tiên đề triết học và khoa học. ở học đường, có những bài toán hình học khó, phải vẽ thêm hình phụ, phải chứng minh thêm định lý phụ, mới giải được. Nhưng toàn bộ tri thức để giải không nằm ngoài các tiên đề Ơclít. Vũ trụ cũng có những kì dị ngoài sức tưởng tượng của chúng ta, như "điểm kì dị" kích thước siêu nhỏ 10^{-33}cm, lại có thể làm ra "vụ nổ lớn", sáng tạo ra hàng trăm tỷ mặt trời. Không gian bị bẻ cong, thời gian bị bẻ cong, nhưng các hiện tượng lạ lùng đó đều phù hợp với quy luật biện chứng duy vật.

Như thể, khi con người từ biệt thế giới này, nhưng không phải từ biệt tất cả. Các nguyên tố hoá học trả về cho đất, năng lượng (trường) trả về cho trời. Giai đoạn thoát dương, các phần tử năng lượng ATP phân giải mạnh, làm cho người nóng lên, trường nhiệt (trường điện từ) bức xạ vào không gian, cộng với bức xạ từ não, gồm bức xạ nhiệt và bức xạ tư duy, làm thành bức xạ tàn dư và tàn lụi dần trong không gian mênh mông. Khi hết ATP người lạnh, chân tay duỗi thẳng. Cái còn lại dương gian là toàn bộ hình ảnh và ngôn ngữ được lưu giữ trong trí nhớ người thân trong suốt cuộc đời. Đại não đã tổ chức kho lưu trữ bộ phim cuộc đời của người đã khuất và bổ sung vào đó những đoạn phim, có liên hệ mật thiết với người đi xa, xảy ra sau khi mất. Một tế bào có thể mang một lượng thông tin khổng lồ, viết ra hàng triệu trang giấy, thì việc lưu trữ thông tin toàn bộ cuộc đời người đã khuất, không có gì khó đối với đại não. Não còn lưu giữ các thông tin di truyền từ qúa khứ tổ tiên, và tiếp tục chọn lọc để truyền lại con cháu đời sau . Có như vậy nhà ngoại cảm mới đọc được thông tin nhiều đời qua sóng não. Điều này giải thích tại sao, nhà NC có thể đọc được quá khứ người chết, còn "LH" cập nhật được thông tin sau khi chết. Những bộ phận này mờ dần cùng với tuổi già hoặc não bị bệnh, bị rối loạn, nên nhà NC khó nhận được hình ảnh và ngôn ngữ chính xác. Người ngồi thiền có thể nhìn thấy cuộc đời ở giai đoạn niên thiếu cùng với các bạn nhỏ chơi trò "chi chi chành chành", vì trong không gian tĩnh nặng, não đã phát lại bộ phim cuộc đời của nhà tu hành vào màn hình đại não. Đó là một giấc mơ đặc biệt.

Các nhà dự đoán học phương Đông, đã dùng quy luật ADNH để dự đoán các việc của con người xảy ra từ quá khứ đến tương lai, lại có thể dự đoán cả quỹ đạo đời người, với độ chính xác tới 80%, đã được thực tiễn kiểm chứng hàng ngàn năm nay. Thông tin đạt độ chính xác cao ở các nhà dự đoán tài năng và có tài ngoại cảm. Khó đạt độ chính xác 100%; vì chân lý phần nhiều là tương đối, còn một khoảng trống của hiện thực chưa thể mô tả hết, còn phải chờ thời gian chỉ bảo. Song, qua kết quả dự đoán, cho ta suy nghĩ rằng, hình như toàn bộ hoạt động của con người, của xã hội, của cả thế giới hữu sinh nữa, đã được chương trình hoá một cách chặt chẽ, do quy luật ADNH xây dựng và dẫn dắt thực hiện. Đại não đã được gắn những máy vi tính nơron siêu đẳng, với các phần mềm, mà đầu vào là các mối liên hệ phổ biến bằng chất và trường, đi vào não qua hệ thống giác quan âm và dương (5GQ, GQ6, GQ7,...). Đầu ra là hành động sáng tạo của con người, tất cả đều phù hợp với quy luật ADNH. Những bộ não đặc biệt có thể đọc được chương trình trên máy siêu vi tính này, biết được các sự kiện của quá khứ, hiện tại và tương lai của con người. Tương lai xã hội loài người có thể dự đoán được bằng học thuyết ADNH, tương tự như dự đoán quỹ đạo đời người vậy. Vì vậy, việc nghiên cứu học thuyết ADNH sẽ có ý nghĩa lớn lao về lý luận và thực tiễn. Sự tương tác của trường năng lượng ADNH đối với tư duy con người, cũng là điều có thể hình dung được. Quy luật phát triển tương thành dẫn dắt tư tưởng con người, cũng là hiện thực.

Tài năng đặc biệt của con người và thế giới sinh vật rất đa dạng, và đều là những bài toán "hóc búa" của khoa học. Tài năng nào bắt đầu va chạm với thực tiễn của con người nhiều hơn thì được chú ý nhiều hơn, trở nên "nổi trội". Các tài năng đó đều là hiệu ứng nhân quả đặc biệt hơn, mang tính cá biệt hơn, của sự vận động các quy luật vũ trụ. Các tài năng đặc biệt sẽ lần lượt được nghiên cứu, khi thực tiễn con người có nhu cầu. Tài bơi lặn của cá heo được nghiên cứu khi người ta chế tạo tầu ngầm hoặc máy bay, để học tập cách giảm lực cản của nước hoặc của không khí. Nếu chúng ta không bị xâm lược, không có nhu cầu tìm mộ liệt sỹ, thì tài ngoại cảm chỉ là hiện tượng đặc dị bình thường ở các vùng quê và chỉ là đề tài cho các câu chuyện thư giãn tinh thần. Không thể xây dựng tiêu chí để đánh giá rằng, sự đặc biệt trong tài năng của nhà bác học Anhxtanh, lại đặc biệt hơn tài năng của người con gái có mắt thứ ba. Tất cả đều là thành quả vận động của quy luật ADNH. Dự đoán học có thể đánh giá được mức độ tài năng của con người, đạt độ chính xác tới 70%. Đó là việc làm cần thiết để đào tạo nhân tài từ tuổi thiếu niên. Các tài năng đặc biệt có những thông tin đặc biệt trong cấu trúc ngũ hành của tứ trụ (năm, tháng, ngày, giờ sinh). Điều này càng chứng minh rằng, quy luật ADNH chi phối trí tuệ con người, dẫn dắt con người. Từ đó, quan niệm rằng, tư duy chính trị nhân loại vận động theo quy luật phát triển tương thành, trở nên dễ hiểu.

Đó là hiệu ứng nhân quả của các mối liên hệ phổ biến và thường xuyên của năng lượng ADNH hàng ngày chăm sóc con người, và là thành quả của quy luật phản ánh của đại não, sản phẩm cấp cao nhất của vũ trụ, và vũ trụ.

Trên đây là những lý giải "thử nghiệm", căn cứ vào ba tiên đề và hiện thực phổ biến. Tuy nhiên, không thể lý giải đến cùng; cũng như các khoa học khác, vẫn còn một khoảng trời rộng lớn cho những khám phá tiếp theo. Con người là sản phẩm trung gian của các quy luật vũ trụ, nên chỉ có thể quan sát được các hiệu ứng nhân quả trung gian, và phát hiện các quy luật trung gian, gọi là các chân lý tương đối. Chân lý tương đối không mô tả trọn vẹn quy luật vận động của đối tượng hiện thực nghiên cứu, vẫn còn những vấn đề chưa lý giải được, còn chờ những khám phá mới. Con người đã ứng dụng quy luật hấp dẫn trước khi phát hiện ra quy luật đó. Nhưng khi phát hiện ra quy luật đó, thì vẫn còn những câu hỏi chưa trả lời được. Năng lượng hấp dẫn sinh ra từ các vật có khối lượng, nhưng chúng sinh ra như thế nào, chưa mô tả được. Trường điện từ được sinh ra do sự dao động của các điện tích. Sự dao động sinh ra trường điện từ ? Tại sao và bằng cách nào ? C.Mác từng trả lời câu hỏi của con gái : "Thái độ của cha đối với chân lý ?" - "Hoài nghi tất cả". Quan điểm đó đúng với hiện thực. Nếu có ai đó hoài nghi học thuyết Mác, nếu được sống lại, Mác cũng không hề tự ái. Ông càng vui vẻ hơn, nếu sự hoài nghi đó, lại là tiền đề ra đời những chân lý mới, tiếp cận gần hơn với hiện thực.

Chân lý tương đối chưa mô tả hết quy luật vận động của đối tượng hiện thực, nhưng vẫn ứng dụng có hiệu quả vào một bộ phận thực tiễn trùng hợp với chân lý đó. Chân lý về linh hồn chưa mô tả hết mọi hiện thực về hiện tượng LH, nhưng đã ứng dụng có hiệu quả trong việc tìm mộ. Nếu lý giải đúng bản chất của LH, thì đó là tiền đề cho các khoa học kế thừa ra đời.

Linh hồn là kỳ lạ, do các tế bào não nhỏ xíu sáng tạo ra. Lạ vì chưa quen. Khi quen và biết rồi thì không còn lạ nữa. Trong vũ trụ chúng ta đang sống, còn có hiện tượng kỳ lạ nhiều lần hơn thế. Một "điểm kỳ dị" quá nhỏ xíu, kích thước 10^{-33}cm, nhỏ hơn tế bào não tới 10^{+30} lần (một ngàn tỷ - tỷ - tỷ lần), nhỏ hơn kích thước hạt cơ bản, mà chúng ta có thể quan sát, 10^{+17} lần (10 vạn tỷ lần), thế mà chứa cả khối lượng toàn vũ trụ. Hơn thế nữa, nó còn hàm chứa một dung lượng thông tin và hệ thống quy trình sáng tạo vũ trụ, trong đó có con người và xã hội loài người. Thật là một sự "kỳ lạ khổng lồ", một sự "kỳ lạ khủng khiếp" ! Trong "điểm kỳ dị" đó, có lẽ chứa đựng các hạt siêu cơ bản, kích thước nhỏ hơn 10^{-100}, hoặc nhỏ hơn nữa. Có như vậy mới ghi chép được một lượng thông tin vô cùng khổng lồ như thế.

Khoa học đã kiểm chứng chân không, và thấy rằng, chân không tồn tại sự vận động của vật chất, người ta gọi là sự thăng giáng lượng tử, sự dao động của chân không. Chân không là phạm vi không gian, người ta đã lấy hết mọi thứ có trong đó, như không khí, các hạt cơ bản mà chúng ra quan sát được. Các hạt siêu cơ bản chúng ta chưa biết, thì không thể lấy được. Thuộc tính các hạt này là không phát ra hạt ánh sáng (phôtôn), vì nó có thể nhỏ hơn phôtôn nhiều lần, nên đến nay khoa học chỉ nhìn được trong tưởng tượng. Phải chăng, đây là "chất đen", là "trường vong"?! Phải chăng "trường" còn là sự vận động của các hạt có kích thước "siêu cơ bản", bé hơn nhiều lần kích thước của "điểm kỳ dị" ?! Chúng ta chỉ mới quan sát được phôtôn là hạt trường, mang năng lượng trường điện từ, và cho rằng, phôtôn không có khối lượng tĩnh; tức là khi năm trong hạt điện tử (e), thì không có khối lượng và năng lương; khi vận động mới có khối lượng, làm nên động lượng mang năng lượng. Có thể chung quanh điểm "kì dị" là khoảng không gian bao la, chứa đựng các hạt "siêu cơ bản", kích thước như các "hạt chân không", mà "điểm kỳ dị" chỉ là một "kíp nổ", gây ra "vụ nổ lớn " (BB) do mất cân bằng âm dương, để liên kết các hạt siêu cơ bản thành các hạt cơ bản, thành vũ trụ, dẫn đến loài người, theo quy luật phát triển tương thành ?! Các hạt siêu cơ bản còn lại một khối lượng rất lớn, bao quanh các vật thể, mà khoa học chưa quan sát được. Đó là môi trường truyền năng lượng, môi trường truyền thông tin và là "vật chất đen", là những yếu tố cấu thành khối lượng và năng lượng của mọi vật thể vũ trụ từ nhỏ xíu đến khổng lồ?! Vật chất đen như biển cả mênh mông trong suốt, còn vật chất sáng như các loài sinh vật biển bơi lội trong đó. Tuy nhiên, vật chất đen vận động theo quy luật biện chứng âm dương, tạo ra những "con đường quy luật" bắt vật chất sáng đi theo con đường đó, giống như các ô tô chỉ đi được trên con đường mà con người đã làm ra cho nó.

Bởi vì, theo quy luật phủ định phát triển, vật chất sáng phải là đứa con của vật chất đen, là sản phẩm của các hạt siêu cơ bản. Vũ trụ từ cái không nhìn thấy, đến cái có nhìn thấy, đi qua vô số những hiện tượng kỳ lạ, những đứa con của kỳ lạ khổng lồ, là điểm kỳ dị. Kỳ lạ khổng lồ đi theo con đường của biện chứng duy vật âm dương, lẽ nào những kỳ lạ nho nhỏ, những đứa con, lại trái tính, trái thói, đi theo chiều ngược lại? Từ căn cứ lý luận và hiện thực, chứng minh rằng, linh hồn đi theo ba tiên đề triết học và khoa học, là điều dễ hiểu.

Nhìn trên màn hình vô tuyến, chúng ta được chiêm ngưỡng những con cá xinh đẹp bơi lội tung tăng trong đại dương mênh mông. Hình thái sống, các mối quan hệ của chúng, vô cùng đa dạng, kì lạ và phong phú. Thủy sinh học không đủ sức mô tả cây đời tươi xanh của chúng ; chúng còn nhiều ẩn dấu và xa lạ đối với tri thức khoa học hiện tại.

Song, có điều chắc chắn rằng, chúng không thể sống thiếu nước. Đó là quy luật sống bao trùm nhất của chúng, là "triết học sống" của chúng. Hiện tượng Linh Hồn cũng vậy, dù lắt léo kì ảo đến đâu, cũng không thể sống ngoài ba tiên đề khoa học. Cũng như loài thủy sinh, đó là "triết học sống của linh hồn".

Bất cứ đối tượng hiện thực nào, đều là đối tượng nhận thức vô cùng. Từ hạt ánh sáng huyền ảo, con vi rút bé xíu, những ngôi sao khổng lồ chói sáng, đến thiên hà và vũ trụ vô hạn, đều che dấu những kỳ lạ sâu kín, ở tầm siêu vi mô. Khoa học nhân loại, mặc dù đi hết quãng đời của một "Big bang", cũng không thể mô tả hết những quy luật vận động của chúng. Những câu hỏi "tại sao?"đành phải đi về cội nguồn là "điểm kỳ dị", rồi tan biến đi trong một "vụ nổ lớn" kế tiếp, để chuẩn bị cho một thế hệ khoa học mới, lại lặp lại từ đầu những khám phá của thế hệ Bigbang trước, rồi vẫn để lại những câu hỏi " tại sao?"… y như cũ!

Mọi khoa học đều là chân lý tương đối, đều không mô tả hết các quy luật vận động của đối tượng hiện thực mà khoa học đó nghiên cứu; thường chỉ mô tả được những quy luật vận động trung gian của chúng. Vì loài người chỉ sống được ở một khoảng trung gian "không- thời gian", cùng với đối tượng hiện thực mà loài người nghiên cứu. Còn nhiều quy luật kỳ lạ, huyền ảo, đành bỏ ngỏ, chào thua. Song, không vì vậy mà phủ định bản chất tự nhiên của hiện thực. Các chân lý tương đối mô tả đúng đắn một phần các quy luật vận đông tự nhiên của đối tượng hiện thực, đã được thực tiễn và hiện thực kiểm chứng một cách khắt khe và công bằng. Điều đó chứng minh bản chất tự nhiên của đối tượng. Và như vậy, không thể phủ định chân lý, chỉ vì chân lý đó không thể lý giải mọi lắt léo , kỳ dị của đối tượng nghiên cứu. Không thể cho loài chim, loài cá là siêu nhiên, chỉ vì không mô tả hết những tài năng kỳ lạ của chúng, cũng không thể phủ định chân lý khoa học của các ngành sinh vật học, khi không lý giải được các tài năng huyền diệu đó.

Chân lý của học thuyết Duy vật Biện chứng, chân lý của Học thuyết AD, Khoa học Vật lý Điện tử,... đã mô tả đúng đắn quy luật vận động cơ bản của đối tượng linh hồn. Vì vậy, linh hồn là một hiện tượng của tự nhiên, nằm trong phạm trù vận động của các chân lý đó.

Chương này nhằm đưa ra quan niệm hoạt động âm dương của đại não, phù hợp với quy luật phổ quát của biện chứng duy vật âm dương, đã được thực tiễn và khoa học thực nghiệm kiểm chứng và thử nghiệm, để vận dụng thí điểm lý giải hiện tượng linh hồn, đồng thời làm rõ một số khái niệm của các chương trước. Mọi đối tượng hiện thực đều là những đối tượng nhận thức vô cùng; hiện tượng "linh hồn" mà các nhà ngoại cảm mô tả, cũng là những đối tượng nhận thức vô cùng. Không hy vọng khoa học có thể lý giải tất cả mọi sự huyền ảo,

lắt léo của hiện tượng LH, dù có đi sâu vào tầm siêu vi mô. Hiện tượng LH lại được sự dẫn dắt bằng các mối liên hệ từ các trường năng lượng. Một dạng liên hệ mà khoa học và nhân loại chưa quen biết nhiều, nên hoài nghi, khó hiểu, là chuyện bình thường. Song, triết học và khoa học hiện có, vẫn có khả năng lý giải hiện tượng LH ở cấp độ vĩ mô, và phân biệt ranh giới giữa "siêu nhiên"và tự nhiên trong hiện tượng "huyền bí" đó. Khi khoa học chế tạo được máy thu sóng tư duy, hiện tượng LH trở thành chuyện thư giãn thường ngày, và mất hết vẻ cao siêu, bí ẩn của nó.

Hiện tượng LH gợi mở những tìm tòi về đại não. Đó là hiện tượng "ẩn tâm lý"; ngành khoa học nghiên cứu tiềm năng con người, gọi là hiện tượng "cận tâm lý". Đối với đại não, thuộc tính chọn lọc thông tin đã loại trừ hoạt động "ẩn tâm lý" trong cuộc sống thường nhật. Vì LH không cần thiết cho đời sống thực tại. Nếu đại não chi phối năng lượng cho điều đó, sẽ bị quá tải.

Thông tin về người thân đã quá cố, được đại não lưu giữ trong kho "ẩn tâm lý", tương tự như các ổ lưu bí mật của máy tính; và được khóa, cũng bằng loại "khóa ẩn" đặc biệt; chỉ có thể mở được bằng sóng tư duy của nhà ngoại cảm, nhà thôi miên, nhà cảm xạ, và một sự tác động bất thường nào đó. Hiện tượng ẩn tâm lý cũng không cần cho hoạt động xã hội. Tuy nhiên, LH cũng gợi mở những khám phá về Thôi miên học, Cảm xạ học, khám phá Y học, về việc chữa bệnh bằng trường điện từ, v.v,... Về mặt triết học, cống hiến có ý nghĩa của LH, một trong những đối tượng hiện thực, là trong quá trình nghiên cứu về nó, đã làm sáng rõ hơn, mối liên hệ phổ biến bằng trường năng lượng, song song với mối liên hệ phổ biến bằng chất, trong thế giới hiện thực. Điều đó tiềm ẩn những khám phá mới mẻ về khoa học.

Cấp vận động xã hội phát triển trực tiếp từ cấp vận động tâm lý, làm thành với cấp vận động tâm lý như một cặp AD cấu trúc. Hoạt động của đại não gắn liền với hoạt động tâm lý. Vì vậy, việc nghiên cứu vận động của đại não ở cấp độ triết học, là điều cần thiết, để nghiên cứu các quy luật vận động tâm lý. Từ đó, giúp cho việc khám phá các quy luật vận động xã hội, tiếp cận gần hơn sự vận động tự nhiên của nó.

Bài viết này hoàn thành ngày 20 tháng 5 năm 2007.

Đã gửi Báo An ninh thế giới cuối tháng 5-2007, để tham gia thảo luận khoa học theo ý kiến của Nhà báo Phạm ngọc Dương.

Cùng ngày, cũng đã gửi Tạp chí Xây dựng Đảng.

Nay đưa vào bản thảo này như một tài liệu nghiên cứu khoa học.

Ii. Những quy luật tâm lý - ý thức cơ bản tác động vào quy luật vận động xã hội

II.1. Các quy luật phổ quát của thế giới hiện thực, nguồn gốc của quy luật vận động tâm lý - ý thức.

Tâm lý - ý thức là một cấp vận động nằm trong hàng ngũ các cấp vận động của thế giới hiện thực.

Cấp vận động của thế giới hiện thực bao gồm: Cấp vận động (cvđ) các hạt siêu cơ bản, cvđ các hạt cơ bản (còn gọi là các hạt sơ cấp), cvđ cơ học, cvđ vật lý, cvđ hóa học, cvđ sinh học, cvđ tâm lý-ý thức, cvđ xã hội. Thế giới các hạt siêu cơ bản có thể có nhiều cvđ, trong đó có cvđ là các hạt mang năng lượng mà ta đã biết một phần, như hạt ánh sáng phôtôn truyền dẫn năng lượng điện từ, hạt gravitôn truyền năng lượng hấp dẫn, hạt glu-on, mêzôn ảo, truyền năng lượng tương tác mạnh.

Cấp vận động cao, là thành quả phủ định phát triển từ cvđ thấp, có thuộc tính vận động lặp lại, vì cùng vận động theo các quy luật phổ quát với cvđ thấp, luôn luôn kế thừa những thành quả thích hợp từ cvđ thấp và cải biến chúng cho phù hợp với quy luật của cvđ cao, đồng thời loại bỏ các yếu tố đối kháng từ quy luật riêng của cvđ thấp. Do đó, cvđ cao phát triển cao hơn cvđ thấp. Sự vật ở cấp vận động cao có trạng thái thống nhất cao hơn, có hệ thống tương phản cân bằng tinh vi, phức tạp hơn, có những quy luật vận động riêng, đặc trưng, được nẩy mầm từ cvđ thấp, khác biệt với quy luật đặc trưng của cvđ thấp. "Quy luật phủ định phát triển" khái quát xu hướng tiến lên của sự vật. Song sự tiến lên không vận động theo đường thẳng, mà theo đường "xoáy ốc".

Nhận thức lùi về quá khứ, cvđ các hạt cơ bản phải là thành quả phủ định phát triển của các cvđ siêu cơ bản. Mặt khác, mọi vật thể vũ trụ đều là những cặp đối lập âm dương chất-trường. Do đó, các hạt siêu cơ bản đều có năng lượng toàn phần : $E^2 = m_0^2 c^4 + p^2 c^2$ (*trong đó : p là động lượng tương đối tính của hạt siêu cơ bản, m_0 là khối lượng nghỉ*). Đối với hạt siêu cơ bản, công thức này còn mang tính giả thuyết và định tính, vì thế giới các hạt siêu cơ bản chưa được khoa học nghiên cứu tỷ mỷ. Song, công thức muốn nói lên thuộc tính âm dương chất-trường của hạt siêu cơ bản, là thuộc tính cố hữu của mọi vật thể vũ trụ. Do đó, không thể có hạt siêu cơ bản có khối lượng tĩnh và năng lượng tĩnh bằng không. Vật chất không thể tự nhiên sinh ra rồi tự nhiên mất đi. Mọi chứng minh cho rằng phôtôn có khối lượng tĩnh và năng lượng tĩnh bằng "0" khi còn sống nhờ vào hạt điện tử, nên chăng cần được quan sát lại. Vì quan niệm đó trái với triết học duy vật biện chứng và triết học âm dương.

Không gian vũ trụ mênh mông vô tận, là ngôi nhà chung của "vật chất sáng", mà ta đã biết, và "vật chất tối". Vật chất tối đang làm khoa học đau đầu, song có thể là thế giới của các hạt siêu cơ bản, tồn tại với nhiều cvđ khác nhau, mang khối lượng và năng lượng tổng thể lớn vô cùng như không gian mênh mông vậy! Một "điểm kỳ dị", kích thước 10^{-35}m, nhỏ hơn kích thước hạt sơ cấp điện tử hàng tỷ tỷ lần, mà hàm chứa khối lượng và năng lượng của vũ trụ mà ta "nhìn thấy", thì hạt siêu cơ bản có kích thước cỡ 10^{-100}m hoặc 10^{-1000}m là điều có thể hình dung được.

Vận động *Tâm lý-ý thức* của con người là một "cấp vận động", kế tiếp cấp vận động sinh học. Cấp vận động xã hội kế tiếp cấp vận động tâm lý-ý thức.

Tâm lý-ý thức là sự phản ánh hiện thực khách quan vào bộ não con người, là thành quả tương tác giữa các quy luật hiện thực và quy luật sinh lý đại não. Như đã chứng minh ở phần Hoạt động âm dương của đại não, vật chất truyền dẫn tương tác là năng lượng điện từ. Là thành quả tương tác của các quy luật, vì vậy, vận động tâm lý-ý thức mang tính quy luật. Thành quả tâm lý-ý thức cá nhân được cấu trúc nơron đại não tổ chức lưu giữ trong các bộ nhớ. Các tổ chức nơron này phải sống và liên hệ thông tin liên tục bằng các sóng điện từ. Vận động sinh lý đại não và toàn cơ thể được vận động tâm lý-ý thức cải biến cho phù hợp với quy luật vận động tâm lý-ý thức. Từ đó, vận động tâm lý-ý thức là một cấp vận động cao hơn cấp vận động sinh học, là thành quả "phủ định phát triển" trực tiếp từ cấp vận động sinh học. Nếu phân loại cấp vận động xã hội ngay sau cấp vận động sinh học thì "hơi xa", khó nghiên cứu về nội dung kế thừa giữa các cấp vận động kế tiếp.

Trình độ tâm lý-ý thức cá nhân còn chịu ảnh hưởng rõ rệt của cấu trúc sinh lý mang quy luật âm dương ngũ hành đại não. Mỗi bộ não có cấu trúc sinh lý âm dương ngũ hành khác nhau. Bộ não cá thể là thành quả tương tác rất phức tạp, tầng tầng lớp lớp, của nhiều hình thái vận động ngũ hành, tác động không như nhau vào các cá thể. Đó là sự kế thừa từ cha mẹ, tổ tiên. Đó là ảnh hưởng của điều kiện tự nhiên, xã hội khác nhau, gây đột biến và biến dị khác nhau ở từng cá thể. Đó là nguyên nhân sinh ra hiện tượng năng khiếu và chỉ số thông minh IQ không như nhau với từng bộ não. Năng khiếu và chỉ số IQ, gọi chung là chỉ số IQ, phản ánh cấu trúc sinh lý ngũ hành của đại não. Trình độ tâm lý-ý thức cá nhân phụ thuộc vào chỉ số IQ của đại não. IQ càng cao, tâm lý-ý thức càng gần với quy luật vận động của hiện thực. Tuy nhiên, tiêu chí đánh giá IQ hiện nay còn nhiều tranh cãi, còn bỏ ngỏ nhiều nội dung như, ý thức hệ, nhân cách…Vì vậy, ở đây sử dụng IQ với ý nghĩa tương đối, để ẩn dụ khả năng phản ánh chính xác hiện thực đến mức độ nào.

Tâm lý-ý thức cá nhân điều khiển hoạt động thực tiễn của cá nhân trong quá trình tương tác với các cá nhân khác. Sự tương tác giữa các cá nhân sản sinh ra vận động xã hội. Do đó, phải có những phần trùng hợp tâm lý-ý thức của nhiều cá nhân để thống nhất hành động trong thực tiễn. Tâm lý-ý thức thống nhất gọi là tâm lý-ý thức xã hội. Sau đây chỉ đề cập tâm lý-ý thức xã hội, nói ngắn gọn là tâm lý-ý thức.

Tâm lý-ý thức thống nhất điều khiển hoạt động thực tiễn thống nhất, là nguồn gốc khai sinh ra quy luật vận động xã hội mang tính khách quan. Do đó, xã hội vận động theo quy luật khách quan là một dạng tồn tại của vật chất, không phụ thuộc tâm lý-ý thức chủ quan của cá nhân con người.

Việc xác định có cấp vận động tâm lý-ý thức đã sản sinh ra hai mối quan hệ cơ bản:

1)- Là cấp vận động cao hơn, vận động xã hội kế thừa các yếu tố thuận lợi ở cấp tâm lý-ý thức và cải biến vận động tâm lý-ý thức ngày càng phù hợp hơn với quy luật vận động xã hội. Điều này tuân theo nguyên lý "đời sống xã hội quyết định ý thức xã hội" (Mác) mà không phải là ngược lại.

2)-Là cấp vận động kế tiếp, vận động xã hội lập thành với vận động tâm lý-ý thức một cặp âm dương, mang các thuộc tính của phạm trù đối lập âm dương. Thuộc tính thống nhất biểu hiện sự phù hợp nhất định giữa quy luật tâm lý-ý thức và quy luật xã hội. Trong giai đoạn lịch sử Xã hội chủ nghĩa, *"quy luật sở hữu tập thể văn minh"* phù hợp với "quy luật tâm lý sở hữu cá nhân không bóc lột" của nhân dân lao động. Trong giai đoạn Cộng sản chủ nghĩa, *"quy luật sở hữu công cộng văn minh"* phù hợp hoàn toàn với tâm lý-ý thức "sở hữu công cộng". Giai đoạn lịch sử này, tâm lý sở hữu cá nhân đã tự tiêu vong. Thuộc tính đồng nhất biểu hiện ở chỗ, hai mặt đối lập âm dương đều vận động bằng con người, đều vận động bằng các quy luật phổ quát. Thuộc tính tương phản cân bằng có vai trò tăng cường sự thống nhất giữa hai mặt đối lập. Tương phản đối kháng biểu hiện ở sự không phù hợp giữa quy luật tâm lý-ý thức và quy luật vận động xã hội. Với các chế độ bóc lột, quy luật sở hữu cá nhân bóc lột đối kháng với tâm lý sở hữu cá nhân không bóc lột của người lao động.

Sự phát triển của lực lượng sản xuất phải kể đến vai trò và trình độ tâm lý-ý thức của người lao động. Sự không phù hợp giữa lực lượng sản xuất và quan hệ sản xuất được biểu hiện bằng mâu thuẫn giữa chủ và thợ. Đó chính là mâu thuẫn giữa hai dòng tâm lý-ý thức của kẻ bóc lột và người bị bóc lột. Ở đây, mâu thuẫn của đời sống vật chất sản sinh ra mâu thuẫn về đời sống tâm lý-ý thức. Song tâm lý-ý thức lại là ngòi nổ rồi biến thàng lực lượng vật chất trong những đảo lộn cách mạng. Trong cuộc cách mạng tư sản lật đổ chế độ phong kiến, giai cấp tư sản đã giương lên ngọn cờ của chủ nghĩa nhân đạo, đòi xóa bỏ áp bức bóc lột đối với quần chúng lao động. Điều đó phù hợp với nguyện vọng, tức tâm lý-ý thức của nhân dân lao động, nên họ đã đứng trong hàng ngũ của giai cấp tư sản, trở thành lực lượng cơ bản lật đổ chế độ phong kiến. Từ căn cứ triết học và kinh nghiệm lịch sử có thể rút ra kết luận thực tiễn:

Muốn thay đổi một chế độ, phải hình thành tâm lý-ý thức về chủ nghĩa nhân đạo trong quần chúng. Khi có thời cơ, phải giương cao ngọn cờ chủ nghĩa nhân đạo, để tập hợp lực lượng quần chúng thay đổi chế độ cũ, dù phương thức cách mạng là phương thức hòa bình. Cần nhấn mạnh rằng, ngọn cờ nhân đạo trong thế giới hiện đại là ngọn cờ nhân đạo Xã hội chủ nghĩa, mà nội dung chủ yếu là xóa bỏ bóc lột. Xóa bỏ bóc lột là giá trị nhân đạo, giá trị nhân quyền và dân chủ cao nhất trong thời đại ngày nay. Xóa bỏ bóc lột là điểm tựa vững chắc để thực hiện các nhiệm vụ nhân đạo khác như, khoa học công nghệ được kích thích phát triển mạnh mẽ, lực lượng sản xuất sẽ phát triển mạnh mẽ, tạo thuận lợi cho nhiệm vụ không ngừng nâng cao đời sống con người,...

Việc kế thừa thành quả tâm lý-ý thức sang vận động xã hội có ý nghĩa lớn trong việc tìm tòi phương thức thực tiễn, sao cho phù hợp quy luật. Tâm lý dân tộc trong quy luật "đấu tranh sinh tồn" phải được cải biến thành tâm lý dân tộc chân chính. Tâm lý sở hữu cá nhân phải được khẳng định là sở hữu cá nhân không bóc lột. Các hình thái tâm lý-ý thức trong các hình thái ý thức xã hội phải định hình theo tư tưởng của chủ nghĩa nhân đạo, theo quy luật phát triển cái đẹp.,...Nếu không chú ý kế thừa và cải biến, phương thức thực tiễn sẽ khập khễnh và có thể đi trái quy luật, như đã từng xẩy ra đối với cơ chế sở hữu xã hội chủ nghĩa ở thế kỷ XX.

Xã hội vận động bằng nhiều quy luật. Trong đó có những quy luật ở tầm phổ quát rộng, bao trùm toàn bộ thế giới hiện thực như, quy luật phát triển tương thành, quy luật cân bằng âm dương, quy luật tương phản cân bằng, các quy luật duy vật biện chứng,... và những quy luật chưa được khám phá. Do đó, vận động xã hội có trường hợp vượt trước trình độ tâm lý-ý thức của cùng giai đoạn lịch sử. Con người cần có thời gian để tư duy về những biến đổi vượt lên tầm hiểu biết của mình. Khi tư duy trừu tượng đạt trình độ cao, con người khám phá được quy luật vận động xã hội, trình độ tâm lý-ý thức có thể vượt lên trước, dẫn đường thực tiễn, đưa nhân loại tiến nhanh hơn trên con đường văn minh.

ở đây không phải ý thức sinh ra vật chất. Mọi sự vượt trước của ý thức đều được thừa hưởng những thành quả ý thức và thực tiễn xã hội ở giai đoạn trước đó. Như vậy, có trường hợp, giai đoạn lịch sử này thì vận động xã hội vượt trước; giai đoạn lịch sử kế tiếp thì vận động ý thức vượt trước; hai cấp vận động dường như là hiệu ứng nhân quả của nhau, thay đổi vị trí cho nhau. Song, quy luật tổng quát là cấp vận động xã hội là cấp vận động cao hơn cấp vận động tâm lý-ý thức; và tâm lý-ý thức là một cấp vận động mang tính tất yếu khách quan.

II.2- Hệ thống các quy luật phổ quát đang vận động và quyết định khuynh hướng phát triển của xã hội hiện đại, đồng thời là nguyên nhân cấu thành quy luật tâm lý-ý thức.

1- Đặc điểm vận động của các quy luật.

Sự vật vận động bằng hệ thống các quy luật, trong đó có các quy luật phổ quát triết học và các quy luật của khoa học cụ thể. Trong số rất nhiều quy luật vận động trong cùng một sự vật, có các quy luật "điều khiển" chung, nằm trong số các quy luật phổ quát. Trong đội ngũ các quy luật điều khiển chung, có quy luật điều khiển chung nhất, ảnh hưởng tới tiến trình phát triển của sự vật từ khi hình thành đến trạng thái cân bằng, phối hợp sự vận động của các quy luật và giữ cho sự vật vận hành cân bằng lâu dài; có quy luật ảnh hưởng trong từng giai đoạn phát triển nhất định, mang tính đặc trưng cho giai đoạn đó, cùng các quy luật phổ quát sáng tạo ra tiền đề hiện thực để hình thành quy luật đặc trưng cho giai đoạn phát triển tiếp sau.

Các quy luật còn tương tác với nhau để sản sinh ra những quy luật mới. Các quy luật phổ quát tương tác với quy luật đặc thù trong từng giai đoạn phát triển làm nẩy mầm quy luật đặc thù cho giai đoạn phát triển tiếp theo; ví dụ như, các quy luật phổ quát vận động trong xã hội tư bản tương tác với quy luật sở hữu bóc lột; thành quả tương tác làm đâm chồi nẩy lộc quy luật sở hữu cá nhân không bóc lột. Các quy luật vận động xã hội tương tác với quy luật sinh lý đại não, phản ánh quy luật âm dương ngũ hành, đã sản sinh ra quy luật vận động tâm lý-ý thức, mang đặc trưng riêng cho từng đại não.

Các quy luật mới được khai sinh tiếp tục tương tác với các quy luật đã khai sinh ra nó, để sản sinh những quy luật mới thứ cấp hơn.

Các quy luật vận động song song, mỗi quy luật có vai trò riêng, đặc trưng, nhưng có mối liên hệ chặt chẽ với nhau như những cặp âm dương thành phần trong một cấu trúc âm dương tổng thể, và có một quy luật điều khiển chung.

Thành quả hiện thực thực tiễn trong một thời điểm nào đó, là tổng hòa kết quả vận động của các quy luật trên những tiền đề hiện thực đã được sáng tạo liên tục trước đó.

Sự vật mới ra đời là thành quả tương tác tầng tầng lớp lớp của các quy luật. Quy luật phát triển tương thành đã dẫn dắt sự vật từ khi "mang thai", cùng các quy luật khác kiến tạo hệ thống tương phản cân bằng và loại trừ tương phản đối kháng, đưa sự vật tới trạng thái cân bằng. Đó là thời điểm (điểm nút) ra đời của sự vật mới, xứng đáng với tên gọi của nó. Sự vật mới vận động theo các quy luật:

- Các quy luật phổ quát đã tham gia sáng tạo sự vật.

- Các quy luật đặc trưng đã nảy mầm trong lòng sự vật cũ, tiếp tục vận động và góp phần sáng tạo những tiền đề hiện thực để hình thành những quy luật đặc trưng mới.

Từ cấu trúc và sự vận động của hệ thống quy luật đưa lại hiệu ứng nhân quả là, sự vật mới bao giờ cũng kế thừa những thành quả của sự vật cũ do các quy luật phổ quát sáng tạo nên. Đây là thuộc tính liên tục của vận động sự vật, đặc biệt đối với vận động xã hội, sự nhảy vọt chỉ là nhảy vọt quy luật đặc trưng. Chủ nghĩa xã hội ắt phải kế thừa những thành quả của quy luật phát triển khoa học, công nghệ, quy luật phát triển chủ nghĩa nhân đạo, được sáng tạo trong lòng chủ nghĩa tư bản và tiếp tục cải biến, phát triển. Đồng thời, sự vật mới phải tiếp tục loại bỏ tàn dư của quy luật đặc trưng của sự vật cũ, đảm bảo cho sự vật mới vận động cân bằng từ các quy luật phổ quát và quy luật đặc trưng của chính nó.

Xã hội loài người là một chỉnh thể, vận động theo các quy luật phổ quát nhất của hiện thực, đồng thời vận động theo các quy luật đặc trưng của xã hội loài người, và trong từng giai đoạn lịch sử còn vận động theo quy luật đặc thù của giai đoạn lịch sử đó.

2- Hệ thống các quy luật phổ quát vận động trong xã hội hiện đại:

Ở đây, khái niệm "quy luật" được mở rộng. Lênin từng nói, khái niệm, phạm trù, không phải chết cứng. Nó cũng vận động, phát triển và có thể tràn sang nhau, thâm nhập vào nhau; không như vậy, khái niệm, phạm trù, không phản ánh cuộc sống sinh động. Do đó, có thể quan niệm rằng, quy luật là thuộc tính phổ biến của sự vật. Điều kiện tồn tại và vận động của quy luật cũng được mở rộng. Ở đâu có con người, ở đó có quy luật phát triển khoa học công nghệ,...; tương tự như trường hợp, ở đâu có vật chất, ở đó có quy luật mâu thuẫn.

a- Các quy luật phổ quát có trước sự sống (quy luật phổ quát cấp cao).

+ Hệ thống nguyên lý, quy luật cơ bản của chủ nghĩa duy vật biện chứng.

+ Quy luật phát triển tương thành âm dương.
+ Quy luật tương phản cân bằng âm dương.
+ Quy luật cân bằng âm dương.
+ Các quy luật âm dương ngũ hành.
b- Các quy luật riêng có của xã hội loài người.
+ Quy luật vật chất quyết định ý thức.
+ Quy luật phát triển khoa học công nghệ.
+ Quy luật phát triển chủ nghĩa nhân đạo.
+ Quy luật vận động sở hữu, từ sở hữu bóc lột tiến hóa lên sở hữu không bóc lột.
+ Quy luật thượng tầng kiến trúc phải phù hợp với quy luật vận động sở hữu.
+ Quy luật phát triển cái đẹp.
+ Các quy luật tâm lý-ý thức cơ bản.

Quy luật riêng có của xã hội loài người là thành quả tương tác của các quy luật phổ quát cấp cao trên đối tượng vật chất là loài người, kể từ khi xã hội loài người xuất hiện.

Khi quan sát hình thái phức tạp của hiện tượng tranh dành lãnh thổ, biển đảo, tài nguyên của dận tộc khác, của chủ nghĩa dân tộc ích kỷ, một số học giả cho rằng, dường như quy luật đấu tranh sinh tồn của thế giới tiền loài người vẫn là quy luật của thế giới hiện đại? Hiện thực là, tàn dư của hiện tượng đấu tranh sinh tồn của thế giới loài vật vẫn còn biểu hiện ở mức độ khác nhau ở nơi này, nơi khác. Học thuyết Đacuyn xã hội, vận dụng quy luật đấu tranh sinh tồn của thế giới loài vật cho xã hội loài người, đã bị các nhà khoa học bác bỏ từ những thế kỷ trước, coi như một học thuyết phản tiến bộ. Xã hội loài người khác hẳn thế giới loài vật ở thuộc tính vận động trí tuệ, tâm lý, ý thức, theo khuynh hướng của chủ nghĩa nhân đạo, phát triển quan hệ nhân tình, bình đẳng giữa con người.

Theo quy luật phủ định phát triển, tâm lý đấu tranh sinh tồn của động vật được kế thừa sang xã hội loài người ở thời kỳ bình minh của lịch sử. Trong Hệ tư tưởng Đức, Mác đã viết: " Bước đầu đó (của ý thức-TG) cũng mang tính động vật như chính đời sống xã hội của giai đoạn ấy ; đó là một ý thức mang tính đàn bầy đơn thuần, và trong trường hợp này, con người khác với con cừu chỉ là ở chỗ trong con người, ý thức thay thế bản năng, hoặc bản năng của con người là bản năng đã được ý thức." (C.Mác-Ph.Ăngghen.Tuyển tập, tập I, Sđd, tr.290).

Trong quá trình phát triển của mình, hiện tượng đó được các quy luật vận động trong xã hội loài người cải biến. Sự tương tác giữa các quy luật loại bỏ dần quy luật đấu tranh sinh tồn. Tâm lý quyền lực tuyệt đối của động vật đứng đầu bầy đàn, được kế thừa dưới dạng độc đoán, chuyên quyền của chủ nô, vua quan. Hiện tượng này được dần dần cải biến sang quyền lực tập thể của Đảng, Quốc hội, quyền lực của nhân dân. Hiện tượng tranh giành không gian sinh tồn, được kế thừa dưới dạng những cuộc chiến tranh xâm lược, được cải biến thành ý thức tôn trọng nền độc lập của các dân tộc, biểu hiện ở Hiến chương LHQ và pháp luật quốc tế; cao hơn là ý thức về chủ nghĩa dân tộc chân chính. Hiện tượng tranh giành thức ăn được kế thừa dưới dạng sở hữu bóc lột, đang được cải biến thành dạng sở hữu không bóc lột. Như vậy, quy luật đấu tranh sinh tồn không đứng trong hàng ngũ những quy luật của xã hội loài người.

Thế giới vô sinh vận động mù quáng theo các quy luật phổ quát và quy luật riêng của chúng, chủ yếu là các quy luật đã được khoa học tự nhiên mô tả, theo từng cấp vận động.

Thế giới hữu sinh trên trái đất, ngoài việc vận động theo quy luật như thế giới vô sinh còn vận động theo quy luật âm dương ngũ hành, quy luật đặc thù của trái đất. Quy luật âm dương ngũ hành có công không nhỏ trong việc dẫn dắt thế giới hữu sinh phát triển thành xã hội loài người.

Khác với thế giới vô sinh và thế giới tiền loài người, xã hội loài người là cấp vận động cao nhất của hiện thực, được cấu trúc bằng các đối tượng vật chất, vừa vận động theo quy luật, vừa có khả năng vận động tự thân, tức là vận động theo tâm lý-ý thức chủ quan. Khi tâm lý-ý thức chủ quan nhận thức không phù hợp quy luật khách quan, thường đưa thực tiễn đến thất bại. Đặc biệt, đối với tư duy chính trị có tầm ảnh hưởng quốc gia hoặc quốc tế, nếu nhận thức trái quy luật, có thể đẩy nhân loại vào những cuộc chiến tranh phi nghĩa.

Xã hội cùng lúc chịu tác động của nhiều quy luật, mỗi quy luật là một lực, tất cả các quy luật đều tác động cùng chiều, tạo thành hợp lực, thúc đẩy xã hội tiến về phía trước. Nếu thiếu nhận thức một quy luật, có nghĩa là hành động thực tiễn trái quy luật đó, sẽ làm giảm sức mạnh của hợp lực. Nếu hành động trái với nhiều quy luật, có thể quay ngược sự tiến bộ xã hội.

Xã hội loài người tổ chức thành nhà nước. Nhà nước, bắt đầu từ nhà nước tư sản, đã điều khiển xã hội bằng "hệ thống thượng tầng ý thức", có thể sử dụng khái niệm "Đạo" để diễn đạt ngắn gọn hệ thống này. Đạo là hệ thống bao gồm ý thức hệ, Hiến pháp, Pháp luật, Đường lối của Đảng cầm quyền, chính sách,... Đạo là công cụ điều hành xã hội thực hiện các quy luật. Do đó, Đạo phải thể hiện đúng các quy luật. Đạo bỏ qua hoặc biểu hiện trái quy luật nào, Đạo sẽ giảm uy lực và hiệu quả điều hành, tương phản đối kháng có thời cơ phát triển, làm mất ổn định xã hội. Các quy luật phải thể hiện đầy đủ trong bốn nội dung chủ yếu của Đạo. Đó là ý thức hệ, Đường lối của Đảng cầm quyền, Hiến pháp, Pháp luật.

Các quy luật riêng của xã hội là thành quả tương tác của các quy luật phổ quát cấp cao (có trước loài người) trên tiền đề hiện thực là thế giới tiền loài người và loài người kể từ khi xuất hiện. Các quy luật riêng tác động trực tiếp, dễ nhận biết. Song, các quy luật chung có vai trò rất lớn, điều hành, phối hợp hoạt động các quy luật riêng, bảo đảm cho quy luật riêng phản ánh tính chất cơ bản của quy luật chung. Có thể so sánh với hoạt động của dàn nhạc giao hưởng, tuy còn nhiều khập khễnh; các quy luật như những nhạc cụ, trong đó quy luật cấp cao là những nhạc cụ chính; mỗi nhạc cụ có bản sắc của mình và giữ những nhiệm vụ khác nhau trong dàn nhạc, song đều tuân theo sự chỉ huy của nhạc trưởng. Bản nhạc giao hưởng được nhạc sĩ sáng tác phải phù hợp với bản sắc của các nhạc cụ. Bản nhạc có vai trò như Đạo của một nhà nước.

Xã hội loài người là thành quả tương tác của quy luật phổ quát cấp cao trên tiền đề hiện thực. Vì vậy, khuynh hướng phát triển của xã hội hiện đại phải phù hợp với thuộc tính vận động của quy luật phổ quát cấp cao. Mặt khác, tác động của quy luật cấp cao còn được biểu hiện qua quy luật riêng như những công cụ sản xuất. Giai đoạn lịch sử xã hội chủ nghĩa, vận động chính xác quy luật riêng là vận động đúng hướng quy luật cấp cao.

Từ sau Vụ nổ lớn, các sự vật hình thành có khuynh hướng phát triển đến trạng thái cân bằng âm dương. Xã hội loài người được sinh ra cũng nhờ khuynh hướng này. Đây là khuynh hướng vận động cơ bản của nhóm quy luật cấp cao. Cũng từ khuynh hướng này, các quy luật riêng của xã hội đã ra đời.

Xã hội loài người là một đối tượng vật chất, được các quy luật phổ quát cấp cao tương tác trên những tiền đề hiện thực vận động và biến đổi liên tục, mà khai sinh ra. Khi mới chào đời, đó là một cặp đối lập âm dương chưa cân bằng. Các quy luật cấp cao tiếp tục sản sinh ra những quy luật riêng, làm "công cụ" đặc hiệu, tiếp tục đưa cặp âm dương tiến tới trạng thái cân bằng.

Để đưa cặp âm dương tới trạng thái cân bằng, phải loại trừ tương phản đối kháng. Nguồn gốc đối kháng trong xã hội loài người là sự kế thừa tàn dư của quy luật đấu tranh sinh tồn của thế giới loài vật. Các tàn dư đấu tranh sinh tồn đã gây ra những thực tiễn đối kháng khác nhau trong xã hội, mà hậu quả của nó là gây đau thương cho con người và tổn thất cho sự phát triển nền văn minh nhân loại.

Quy luật phát triển tương thành giữ vai trò chủ yếu trong việc tập hợp lực lượng, phối hợp, điều hòa các quy luật để loại trừ đối kháng của quy luật đấu tranh sinh tồn.

Ở đây có vai trò đặc hiệu của quy luật phát triển trí tuệ, tâm lý, ý thức trong từng giai đoạn lịch sử. Tuy là sản phẩm của vật chất (xã hội, tự nhiên và cấu trúc sinh lý đại não), song, quy luật ý thức, sau khi được phát triển qua một giai đoạn lịch sử, lại đứng trong hàng ngũ các quy luật tác động vào xã hội và có vai trò dẫn dắt. Con người hành động theo sự điều khiển của ý thức. Trước khi làm việc gì, người ta đều suy nghĩ, và trí tuệ, ý thức, tâm lý chỉ dẫn cho người ta làm việc đó như thế nào. Công dân của một quốc gia hành động theo sự điều hành của cấp lãnh đạo. Lãnh đạo điều hành theo phương thức nào phải căn cứ vào Đạo, tức là hệ thống ý thức đã được xác lập từ trước; sự năng động, sáng tạo đều phải căn cứ vào đó. Hiện thực thực tiễn luôn luôn chứng minh như vậy. Do đó, sự phù hợp giữa quy luật phát triển tâm lý, ý thức và các quy luật khác có vai trò thúc đẩy sự tiến bộ lịch sử. Song, đó là thành quả lao động trí tuệ vô cùng gian khổ và lâu dài của nhiều thế hệ.

Khi muốn chuyển hóa một thực tại xã hội cho phù hợp với quy luật, không thể không giáo dục, tuyên truyền về quy luật, phương thức chuyển hóa, cho lực lượng sẽ làm cuộc thay đổi. Lênin từng nói, không có lý luận cách mạng thì không có phong trào cách mạng. Ngày nay, những tiền đề hiện thực để chuyển hóa sở hữu bóc lột sang sở hữu không bóc lột đã bộc lộ ngày càng rõ ràng ở nhiều quốc gia. Điều còn thiếu là hệ thống tâm lý-ý thức về điều đó chưa được xác lập mạnh mẽ, chưa định hướng được rõ ràng phương thức thực tiễn.

*** Mỗi quy luật vận động của thế giới hiện thực, đều là thành quả tương tác của nhiều quy luật khác nhau, đang vận động trong thực tại, tự nhiên, tư duy và xã hội.*

Quy luật vận động sinh học của con người, là sản phẩm liên kết của nhiều quy luật tự nhiên ở các cấp vận động từ thấp đến cao. Quy luật vận động các hạt siêu cơ bản, cơ bản, cơ, lý, hóa, sinh học, đều có mặt trong cơ thể con người. Trong đó, quy luật vận động sinh học cấp cao, giữ vai trò điều khiển mọi quy luật hoạt động khác trong cơ thể và chịu sự cải biến của quy luật tâm lý, ý thức.

Vận hành sinh lý của đại não thực hiện quy luật sinh học cấp cao nhất của con người; là cống hiến vĩ đại; là thành quả sáng tạo kiên trì suốt 13,7 tỷ năm của Vũ trụ. Song, quy luật vận hành có ý nghĩa nhất của đại não là các quy luật vận động tâm lý-ý thức có cấp vận động cao hơn cấp vận động sinh học.

Cấp vận động tâm lý-ý thức là thành quả giao hòa của cấp vận động sinh lý đại não và cấp vận động xã hội. Trong đó, để hình thành các quy luật tâm lý cơ bản, các quy luật phổ quát nhất của hiện thực đóng vai trò chủ yếu trong tương tác.

**** *Các quy luật phổ quát dẫn dắt quá trình hình thành và khuynh hướng phát triển quy luật tâm lý-ý thức.*

1- Các quy luật phổ quát được mô tả trong triết học Duy vật biện chứng.

2- Các quy luật phổ quát của triết học Âm dương ngũ hành. Trong đó, quy luật phát triển tương thành âm dương và quy luật cân bằng âm dương, giữ vai trò đặc biệt.

3- Quy luật vận động sinh lý của noron đại não chịu sự quy định của cấu trúc ADNH đại não và trường năng lượng ADNH. Trường năng lượng âm dương ngũ hành vẫn hàng ngày chăm sóc sức khỏe con người và đại não, đồng thời tham gia vào quá trình tư duy hình thành quy luật tâm lý.

4- Quy luật nhận thức, phản ánh, của đại não.

5-Thuộc tính kế thừa của quy luật phủ định phát triển.

6- Các quy luật vận động xã hội, vừa là nguyên nhân, vừa là kết quả của quy luật tâm lý-ý thức. Quy luật xã hội và quy luật tâm lý-ý thức còn là thành quả tương tác chung của các quy luật cơ bản khác.

7- Quy luật phát triển Cái Đẹp do khoa học Mỹ học khám phá.

II.3- Các quy luật tâm lý-ý thức cơ bản:

Con người là một "Tiểu vũ trụ", một Vũ trụ nhỏ, vận hành

theo các quy luật phổ quát của thế giới hiện thực, đồng thời vận hành theo hàng ngàn quy luật thứ cấp khác nhau, được hình thành qua sự tương tác tầng tầng lớp lớp của nhiều quy luật, trong suốt 13,7 tỷ năm , kể từ Vụ nổ lớn đến nay. Thành quả tinh vi nhất, sâu sắc nhất, và vinh quang nhất, của các tương tác, đã sản sinh ra các quy luật vận động tâm lý, ý thức của con người, là một trong những tiền đề sản sinh ra các quy luật vận động và phát triển xã hội.

Quy luật tâm lý vô cùng đa dạng và phong phú, phát triển từ thấp đến cao, có sự kế thừa tâm lý cấp thấp của sinh vật tiền loài người, tương tự như quá trình phát triển của bào thai vậy. Thông qua chọn lọc tự nhiên, những thành quả tâm lý cần thiết cho cuộc sống, được cấu trúc lôgic nơron lưu giữ lâu dài trong các bộ nhớ. Bộ nhớ đại não được tổ chức tinh vi và hoàn hảo như những bộ nhớ của máy tính điện tử hiện đại nhất và còn hơn thế. Khả năng mô tả tường minh quá trình hình thành và phát triển tâm lý trong đại não, là vô cùng khó khăn. Vì không thể thử nghiệm khi đại não còn sống. Mặt khác, tâm lý-ý thức là hiện thực phi cảm giác, khó nhận biết qua năm giác quan. Chỉ có thể nhận biết quy luật tâm lý-ý thức thông qua sự hiện diện thực tiễn của nó. Sự hiện diện này có thể dùng khái niệm "thực tiễn tâm lý-ý thức" để mô tả. Một vài khía cạnh tâm lý có thể nhận biết một cách mơ hồ, thông qua linh cảm, được truyền dẫn bằng trường năng lượng, qua các giác quan thu sóng tư duy, như các dạng tâm lý về tình cảm yêu ghét,...

Tâm lý-ý thức không chỉ mang tính đặc thù riêng cho từng cá thể con người, mà còn có những hình thái tâm lý, ý thức chung cho một nhóm người hoặc cả cả loài người. Đặc tính cá thể của tâm lý do đặc điểm cấu trúc âm dương ngũ hành của đại não chi phối, có đặc điểm tâm lý mang tính địa phương. Tâm lý chung nhân loại do sự tương tác của các quy luật phổ quát sản sinh ra.

Tâm lý, ý thức luôn gắn liền với thực tiễn lao động sáng tạo và quan hệ giữa con người với con người, giữa con người với tự nhiên. Môi trường tự nhiên và xã hội, là điều kiện để tâm lý, ý thức trình duyệt nội dung quy luật vận hành của mình.

Quy luật tâm lý, ý thức là thành quả sáng tạo trực tiếp từ quy luật sinh lý đại não và quy luật vận động của thực tại. Đến lượt mình, quy luật tâm lý-ý thức tác động trở lại quy luật xã hội. Vì đó là quy luật khách quan, đang vận động trong thực tại, ắt là một thành phần tương tác với các quy luật khác. Mặt khác, vận động tâm lý, ý thức và vận động xã hội đều thực hiện bằng con người. Con người hành động và tương tác với nhau trong thực tiễn thông qua sự điều khiển của tâm lý, ý thức chung và riêng, là nguồn gốc của vận động xã hội. Do đó, quy luật tâm lý-ý thức và quy luật xã hội là hiệu ứng nhân quả của nhau.

Tương tự như hệ thống quy luật của thế giới hiện thực, hệ thống quy luật tâm lý, ý thức cũng biểu hiện trăm hình, nghìn vẻ, bao hàm sự nhận thức về toàn bộ thế giới hiện thực. Tuy nhiên, trong hệ thống đó, có những quy luật tâm lý cơ bản, phổ quát, chung cho nhân loại, góp phần quyết định sáng tạo ra các quy luật vận động xã hội thứ cấp.

Những quy luật tâm lý cơ bản đã vận hành từ khi xuất hiện xã hội loài người đến nay:

1- Tâm lý không ngừng nâng cao đời sống vật chất của con người.

Được sản sinh trực tiếp từ quy luật chọn lọc tự nhiên, và kế thừa quy luật sinh tồn của thế giới hữu sinh.

2- Tâm lý không ngừng sáng tạo, đổi mới công cụ sản xuất.

Được sản sinh trực tiếp từ tâm lý 1, và từ đây sản sinh ra *"Quy luật phát triển khoa học-công nghệ"*, một trong những quy luật vận động cơ bản nhất của xã hội loài người, là thực tiễn của tâm lý 1 và 2.

Các quy luật đều là kết quả tương giao, tương thành của nhiều quy luật khác nhau. ở đây chỉ trình bày các quy luật, là tiền đề trực tiếp, sản sinh ra các quy luật mới, thứ cấp.

3- Tâm lý nhân hòa, bình đẳng, công bằng, giữa những con người.

Được sinh ra từ quy luật phát triển tương thành, quy luật cân bằng ADNH trong đại não con người, có sự tương tác từ thực tiễn tâm lý về tình yêu mẹ con.

Sự phát triển của tâm lý nhân hòa sản sinh ra *"Quy luật phát triển chủ nghĩa nhân đạo"*, một trong những quy luật phổ quát nhất của xã hội loài người.

Cũng như hình thái khoa học công nghệ, hình thái chủ nghĩa nhân đạo phát triển từ thấp đến cao, theo tiến trình lịch sử nhân loại, mà nội dung chủ yếu là quan hệ hòa ái, tương thành, bình đẳng, không áp bức, không bóc lột, giữa những con người, ngày càng tiến bộ. Qúa trình phát triển theo từng giai đoạn, có các hình thái tiệm tiến, nhảy vọt nhỏ, nhảy vọt lớn.

Gía trị nhân đạo cao nhất, giá trị nhân quyền và dân chủ cao nhất, trong thời kỳ Chủ nghĩa xã hội, là không còn bóc lột, áp bức, giữa con người. Người lao động có quyền lực thực tế trong việc phân phối dân chủ và công bằng, những thành quả, tương ứng với hiệu quả lao động chân chính của mình. Mặt khác, chủ nghĩa xã hội có nhiệm vụ đào tạo con người toàn diện, làm tiền đề cho giai đoạn lịch sử tiếp theo. Gía trị nhân đạo cao nhất ở xã hội văn minh, tiếp sau Chủ nghĩa xã hội, là con người được phát triển toàn diện và tự do. Đó là giá trị nhân đạo cao nhất của xã hội loài người. Chỉ có sự phát triển đời sống vật chất và tinh thần sau thời kỳ CNXH, mới đủ điều kiện để thực hiện nội dung nhân đạo cao nhất đó. Song song với quá trình phát triển Chủ nghĩa nhân đạo và khoa học công nghệ, đời sống vật chất và tinh thần của con người cũng không ngừng được nâng cao.

Đều là thành quả tương tác chung của nhiều quy luật phổ quát, đều vận động bằng con người, Quy luật phát triển Chủ nghĩa nhân đạo và Quy luật phát triển khoa học công nghệ, luôn luôn liên hệ mật thiết với nhau, thúc đẩy lẫn nhau cùng phát triển.

4- Tâm lý sở hữu cá nhân đối với tư liệu sản xuất.

Tư liệu sản xuất là cái cần thiết nhất để con người sống và tồn tại. Tư liệu sản xuất đầu tiên ra đời, giúp con người sản xuất ra tư liệu sinh hoạt, mà không hoàn toàn lệ thuộc vào thiên nhiên. Chính từ đây, con người đã tự giải phóng mình thoát khỏi thế giới loài vật, trở thành tự nhiên đạt tới ý thức về mình (ý Ăngghen), trở thành loài người. Do đó, tư liệu sản xuất gắn liền với con người từ ngày con người mới được khai sinh. Khi chế độ bóc lột ra đời, đa số người lao động đã bị tước đoạt tư liệu sản xuất. Song, tư liệu sản xuất vẫn hàng ngày gắn bó với cuộc sống làm thuê của họ, tuy quyền sở hữu là của kẻ khác. Vì vậy, tâm lý sở hữu cá nhân về tư liệu sản xuất, vẫn âm thầm tồn tại trong vô thức của họ. Khi người nô lệ chuyển sang nông nô, họ được sở hữu một phần tư liệu sản xuất. Con trâu là "đầu cơ nghiệp", hằn sâu trong tâm lý sở hữu cá nhân của họ. Chủ nghĩa Tư bản thay thế chủ nghĩa Phong kiến, người nông dân mất hết tư liệu sản xuất, trở thành công nhân làm thuê cho chủ Tư bản. Vì bị cướp hết tư liệu sản xuất mà người công nhân phải chịu sự bóc lột, áp bức tàn tệ. Tâm lý sở hữu cá nhân đồng hành với họ, càng được nhân lên với lòng căm thù kẻ chiếm đoạt.

Học thuyết Mác ra đời, đã tìm thấy con đường giải phóng nhân loại thoát khỏi gông xiềng áp bức, bóc lột. Mác thấy rằng, sau khi mới được giải phóng, quy luật tâm lý sở hữu cá nhân của người công nhân vẫn vận động. "Tước đoạt lại của kẻ đã tước đoạt", là ước mơ cháy bỏng của họ, là mục tiêu cách mạng trước mắt của họ. Do đó, trong bộ Tư bản, tập I, chương IV, khi phân tích xu hướng lịch sử của tích lũy tư bản, Mác viết: "Phương thức chiếm hữu tư bản chủ nghĩa do phương thức sản xuất tư bản chủ nghĩa đẻ ra, và do đó, cả chế độ tư hữu tư bản chủ nghĩa nữa, là sự phủ định đầu tiên đối với **chế độ sở hữu cá nhân**, dựa trên lao động của bản thân. Nhưng nền sản xuất tư bản chủ nghĩa lại đẻ ra sự phủ định bản thân nó, với tính tất yếu của một quá trình tự nhiên. Đó là sự phủ định cái phủ định. *Sự phủ định này không khôi phục chế độ tư hữu*, **mà khôi phục lại chế độ sở hữu cá nhân**, *trên cơ sở những thành tựu của chế độ tư bản chủ nghĩa*."(C.Mác-Ph.Ăngghen, tuyển tập, tập III, Nxb Sự thật, Hà nội, 1982, tr.594)

ở đoạn văn này, Mác dùng khái niệm "tư hữu" để chỉ sở hữu bóc lột của nhà Tư bản, cần phải xóa bỏ. Khái niệm "sở hữu cá nhân", để chỉ sở hữu tư liệu sản xuất của người lao động, dựa trên lao động bản thân và gia đình họ, không mang yếu tố bóc lột. Đó là sở hữu cá nhân chân chính (SHCNCC), đã bị giai cấp tư sản chiếm đoạt. Cách mạng vô sản cần phải khôi phục lại sở hữu cá nhân chân chính cho người lao động. Việc khôi phục SHCNCC "trên cơ sở những thành tựu của chế độ TBCN". Thành tựu TBCN đã đưa nền sản xuất nông nghiệp lạc hậu tiến lên nền sản xuất bằng máy móc. Cái máy không thể chia nhỏ cho từng người lao động. Vì vậy, Mác và Ăngghen chủ trương phải dùng hình thức liên hợp những người lao động để sử dụng, và tư liệu sản xuất cũng dùng hình thức liên hợp, để sở hữu. Hình thức khôi phục SHCNCC của người lao động như vậy, được Mác và Ăngghen trình bày rõ ràng trong tác phẩm "Hệ tư tưởng Đức", do các Ông viết chung vào năm 1846, và được nhắc lại trong Tư bản luận. Hình thức như vậy, gọi là hình thức "Đồng sở hữu"(ý

Ăngghen), trong đó, người lao động được quyền phân phối thành quả lao động, được quyền phân phối lợi nhuận, yếu tố bóc lột bị xóa bỏ. Vấn đề sẽ được trình bày tỷ mỉ hơn ở Chương VII.

Tác phẩm Hệ tư tưởng Đức viết năm 1846, đã không được nhà nước tư sản cho xuất bản. Mãi tới năm 1932, sau gần 90 năm, mới tìm thấy bản thảo và được Liên xô xuất bản lần đầu tiên. Như vậy, thực tiễn kinh tế Liên xô sau cách mạng Tháng Mười, không được tiếp cận sự hướng dẫn của Hệ tư tưởng Đức. Lênin đã trăn trở sáng tạo Chính sách Kinh tế mới (NEP). Sau bốn năm thực hiện, NEP đã cho những kết quả lạc quan. Đặc biệt trong lĩnh vực kinh tế tiểu nông, chiếm gần 83% dân số nước Nga, sản lượng lương thực tăng trưởng ngoạn mục, làm tiền đề để khôi phục công nghiệp sau chiến tranh.

Một chính sách mới ra đời và thử nghiệm lần đầu trong thực tiễn. Lẽ ra cần được tổng kết, đánh giá, phát hiện đúng, sai, để hiệu chỉnh chính xác hơn. Tiếc rằng, NEP đã không được hưởng hạnh phúc đó. Lênin qua đời đột ngột, không kịp tổng kết sự kiểm chứng của thực tiễn đối với NEP. Kết quả thử nghiệm của NEP, là lạc quan và đáng khích lệ, chứng minh một phần tính chân lý của hình thái vận động sở hữu, trong giai đoạn đầu của CNXH, được mô tả trong NEP. Song, hiện thực cũng nẩy sinh nhiều vấn đề, làm một số thành viên trong ban lãnh đạo Xô viết lo lắng; như hiện tượng chênh lệch giàu nghèo đã bắt đầu lộ rõ,...Họ cho rằng, dường như NEP tiềm ẩn các tiền đề khôi phục sự bóc lột TBCN. Kết quả tranh luận, cùng với những lý do khác, đã đi tới quyết định thay thế NEP bằng mô hình kinh tế sở hữu công cộng, điều hành tập trung, không phản ánh đúng quy luật vận động sở hữu trong giai đoạn cách mạng XHCN, quy luật sở hữu cá nhân chân chính, mà Mác và Ăngghen đã phát hiện, được mô tả lần đầu trong Hệ tư tưởng Đức, và được tiếp tục trình bày trong các tác phẩm chủ yếu của học thuyết Mác như, "Những nguyên lý của chủ nghĩa cộng sản", "Tuyên ngôn của Đảng Cộng sản", "Tư bản", "Phê phán cương lĩnh Gôtha".

Kết quả thực tiễn của NEP trong kinh tế tiểu nông, phù hợp với tư tưởng của Hệ tư tưởng Đức. Đối với bần nông, thành phần chiếm đa số trong nông dân, Lênin chỉ đánh thuế nông nghiệp 1,2% thu hoạch. Số thóc thặng dư, nông dân được toàn quyền sử dụng và bán ra thị trường. Như vậy, nông dân đã được xóa bỏ bóc lột. NEP cũng chưa chủ trương đưa kinh tế tiểu nông vào sản xuất lớn, khi công nghiệp chưa phát triển tương ứng. Điều đó cũng phù hợp với Hệ tư tưởng Đức. Kinh tế phú nông, chưa phân phối thóc thặng dư cho người lao động làm thuê, vẫn tồn tại bóc lột, NEP đánh thuế cao hơn để điều tiết. Duy, trong kinh tế công nghiệp, NEP chưa sử dụng hình thức Đồng sở hữu, công nhân chưa được phân phối lợi nhuận, hình thức bóc lột tư bản vẫn tồn tại, làm nổi trội hiện tượng chênh lệch giàu nghèo. Đó là điều mà ban lãnh đạo Xô viết băn khoăn, sau khi Lênin qua đời. Mô hình Đồng sở hữu, thực hiện quy luật sở hữu cá nhân chân chính, phù hợp với tâm lý sở hữu cá nhân, khi giai cấp công nghân mới giành được chính quyền, khác căn bản với mô hình Công ty cổ phần tư bản chủ nghĩa, sẽ được làm rõ ở chương VII.

Thực hiện nguyên lý Đồng sở hữu, thực tiễn của tâm lý sở hữu cá nhân, một trong những quy luật tâm lý cơ bản của con người vận động ở thời kỳ cách mạng xã hội chủ nghĩa, là đi đúng quy luật kinh tế xã hội chủ nghĩa. Sự phù hợp giữa quy luật tâm lý và quy luật xã hội như vậy, là điều kiện để hình thành và phát triển tâm lý sở hữu tập thể văn minh, tâm lý làm chủ tập thể đích thực, tiền đề tự nhiên cho sự hình thành tâm lý sở hữu công cộng văn minh, sẽ được thực tiễn hóa trong thời kỳ sau chủ nghĩa xã hội, được gọi là thời kỳ Cộng sản chủ nghĩa văn minh.

5- *Tâm lý Dân tộc.*

Tâm lý dân tộc được hình thành trong cuộc đấu tranh bảo vệ không gian sinh tồn và phát triển theo tiến trình lịch sử nhân loại, có sự kế thừa từ tâm lý cấp thấp của động vật sống bầy đàn.

Tâm lý dân tộc phát triển từ thấp đến cao, có sự dẫn dắt của quy luật phát triển tương thành, quy luật cân bằng AD, đồng hành và tương tác với quy luật phát triển chủ nghĩa nhân đạo.

Tâm lý dân tộc xuất hiện cùng lúc với sự xuất hiện xã hội loài người. Những trang mở đầu của tâm lý dân tộc không mấy sáng sủa, khi những cuộc chiến tranh đẫm máu xảy ra liên miên, để tranh giành không gian sinh tồn của nhau. Tâm lý dân tộc ích kỷ vận hành đồng điệu với các xã hội bóc lột, áp bức. Phương thức thực tiễn của tâm lý dân tộc ích kỷ, thoạt đầu là dùng chiến tranh xâm lược. Dưới sự đối kháng của tâm lý "Không có gì quý hơn độc lập tự do", ngày càng mãnh liệt, phương thức thực tiễn của tâm lý dân tộc ích kỷ có sự điều chỉnh thích ứng; từ "chiến tranh cứng" bằng vũ khí sát thương thể xác con người, chuyển dần sang "chiến tranh mềm"; cướp đoạt lợi ích của đồng loại, bằng sát thương tinh thần, văn hóa độc hại, diễn biến hòa bình, thủ đoạn kinh tế, chiến tranh tiền tệ,...Khi cần thiết và thuận lợi, vẫn sử dụng chiến tranh cứng để đạt mục tiêu ích kỷ.

Tâm lý dân tộc ích kỷ chỉ vận động mãnh liệt trong giai cấp thống trị, nhằm phát triển những lợi ích cá nhân của tập đoàn thống trị, bằng cách cướp giật lợi ích của dân tộc khác. Nhân dân lao động bị lôi kéo một cách thụ động, do bị cưỡng chế, do bị lừa bịp, và phải gánh chịu nhiều tổn thất về sinh mạng, của cải, để làm giàu cho giai cấp thống trị. Trong cuộc kháng chiến chính nghĩa, tâm lý dân tộc của nhân dân lao động, là tâm lý dân tộc chân chính: "Không có gì quý hơn độc lập tự do!". Tâm lý đó phát triển thành sức mạnh tổng hợp, chiến thắng kẻ thù.

Nhân loại ngày càng tiếp cận trang sử vinh quang của mình.

Quy luật phát triển tương thành, quy luật cân bằng AD, quy luật phát triển trí tuệ, quy luật phát triển chủ nghĩa nhân đạo, đang cải biến tâm lý dân tộc ích kỷ, làm cho nó mờ dần, và thay vào đó, là tâm lý dân tộc chân chính; không ngừng phát triển tâm lý bình đẳng, hòa bình, hữu nghị, và hợp tác giữa các dân tộc.

Chủ nghĩa nhân đạo đã có bước phát triển nhảy vọt, khi hệ thống lý luận chủ nghĩa xã hội khoa học ra đời. Tâm lý xã hội chủ nghĩa, từ những tiền đề hiện thực, đã được soi sáng bằng lý luận khoa học. *Từ đó, tâm lý dân tộc chân chính đã gắn liền với tâm lý xã hội chủ nghĩa. Vì vậy, thực tiễn XHCN phải gắn liền với chủ nghĩa dân tộc chân chính.*

Mọi tư tưởng dân tộc vị kỷ, tư tưởng sô vanh nước lớn, xuất phát phổ biến từ tâm lý sở hữu bóc lột; ngoài ra, còn xuất phát từ sự kế thừa tâm lý đấu tranh sinh tồn của động vật cấp thấp, kế thừa tâm lý dân tộc sô vanh của quá khứ lịch sử, và còn do chưa nhận thức được quy luật phát triển của thế giới hiện đại. Khuynh hướng phát triển chủ nghĩa nhân đạo, đang có những bước tiến mới trong thế giới ngày nay. Tâm lý dân tộc ích kỷ, kế thừa hình thái tâm lý cấp thấp, hoàn toàn xa lạ với tâm lý xã hội chủ nghĩa, đã đi ngược khuynh hướng tất yếu đó.

Từ chiều sâu của quy luật tâm lý, đa số nhân loại, đa số nhân dân lao động, đều muốn có cuộc sống chan hòa, bình đẳng, tương thành và nhân ái giữa những con người, không phân biệt dân tộc, màu da, tôn giáo,...Chỉ có tầng lớp thống trị, vì quyền lợi ích kỷ của mình, đã lừa bịp, nhuộm đen tư tưởng của họ, cưỡng bức họ vào những hành động phản nhân tính. Nhưng rồi, mọi hành động trái quy luật sẽ được quy luật điều chỉnh. Nếu nhận thức chậm chạp sự điều chỉnh đó, cứ khăng khăng hành động trái quy luật, làm tổn hại cho dân tộc mình và dân tộc khác, dù sớm dù muộn, sẽ bị quy luật trừng phạt. Tiến trình lịch sử đã và đang chứng minh điều đó.

6- *Tâm lý yêu thích cái đẹp, cái cao cả.*

Khoa học Mỹ học đã khám phá một trong những hình thái tâm lý cơ bản của con người là yêu thích cái đẹp, cái cao cả.

Chiêm ngưỡng cái đẹp, cái cao cả, con người như thấy hạnh phúc được chắp cánh bay lên, tâm hồn thanh thoát và rộng mở, mọi buồn phiền cứ lắng lặng chia xa, chỉ còn lại sự chan hòa và niềm vui với mọi người.

Không chỉ yêu thích và hưởng thụ cái đẹp, con người luôn luôn tìm cách đưa cái đẹp vào cuộc sống của mình. Mọi lĩnh vực sáng tạo của con người đều thấm đượm tâm lý về tình yêu cái đẹp. Quy luật phát triển chủ nghĩa nhân đạo, quy luật phát triển khoa học công nghệ, đồng hành với quy luật phát triển cái đẹp. Ba quy luật tương thành và tương tác với nhau, đã và đang sáng tạo biết bao kỳ tích văn minh của xã hội loài người.

Cái đẹp thường vận động trong ba lĩnh vực của đời sống hiện thực. Lĩnh vưc thứ nhất, đó là thiên nhiên thứ nhất, với cái đẹp mênh mang, hùng vĩ. Thiên nhiên thứ nhất tự sáng tạo ra cái đẹp cho mình và sáng tạo ra con người, với cuộc sống sinh học tinh vi nhất, đồng thời là vẻ đẹp sinh học hoàn hảo nhất của vũ trụ. Đến lượt mình, con người sáng tạo ra thiên nhiên thứ hai, lĩnh vực thứ hai của đời sống hiện thực, với những sản phẩm sáng tạo vô cùng phong phú, kết tinh hàm súc nhiều vẻ đẹp của thiên nhiên thứ nhất, nhờ sức mạnh và sự tinh tế của vẻ đẹp trí tuệ. Thiên nhiên thứ hai, với những cánh đồng lúa xanh non mênh mông, những kỳ quan kiến trúc, những tòa nhà chọc trời, những thành phố hoa lệ, những vườn hoa muôn sắc, muôn màu,..., đến con tàu vũ trụ,..., những sản phẩm xinh đẹp trong các siêu thị,..., đã tôn lên vẻ đẹp của thiên nhiên thứ nhất và làm huyền diệu hơn, cho vẻ đẹp của cuộc sống con người.

Thế giới hiện thực vận động và phát triển theo từng cấp độ. Mỗi cấp độ vận động đều biểu hiện vẻ đẹp đặc trưng của mình.

Cấp vận động càng cao, cái đẹp càng đa dạng, phong phú, diễm lệ, và mang đến cho con người sự thích thú, thỏa mãn nhiều hơn. Cái đẹp đơn điệu, ở cấp vận động lý hóa của viên kim cương, nếu không tính đến những đăc tính quý của nó, thì không thể so sánh với cái đẹp muôn màu của các loài hoa, ở cấp vận động sinh học; càng không thể so sánh với cái đẹp ở cấp vận động sinh học cao nhất, là vẻ đẹp hình thể của người con gái ở tuổi trăng tròn.

Cái gì gây nên cảm xúc thần tiên, về cái đẹp của khách thể thẩm mỹ trong tâm lý người? Tìm ra câu trả lời chính xác về mặt khoa học, thực không dễ dàng. Các nhà Mỹ học nhiều thế hệ của thế giới, đã dày công nghiên cứu hàng ngàn năm, đã thu hút mọi khoa học để tìm ra câu trả lời có tính đồng thuận cao trong ngành nghiên cứu Mỹ học của mình. Các nhà Mỹ học thống nhất rằng, yếu tố gây cảm xúc về cái đẹp ở các cấp vận động tiền tâm lý, tức cấp vận động cơ, lý, hóa, sinh học, trong đó có vẻ đẹp hình thể của con người, là cấu trúc cân bằng âm dương, đối xứng, cân đối, của đối tượng được chiêm ngưỡng (thường gọi là khách thể, người chiêm ngưỡng gọi là chủ thể). Ngành Hội họa đã tìm ra "tỷ lệ vàng" về kích thước hình học, về sự phối hợp màu sắc trong một bức họa, một công trình kiến trúc,..., đảm bảo cho sự cân bằng đó.

Cấp vận động tâm lý và cấp vận động xã hội, là thiên nhiên thứ ba, là thiên nhiên tự ý thức về mình, là lĩnh vực vận động thứ ba của Cái Đẹp do con người sáng tạo. Đó là cấp vận động cao nhất của thế giới hiện thực. Vì thế, cảm xúc về cái đẹp trong hai cấp vận động đó, là cảm xúc cao nhất, có ý nghĩa nhất, mang lại sự thỏa mãn nhiều nhất, đối với con người. Gía trị và hình thái cao nhất về cái đẹp, mà quy luật phát triển cái đẹp mang lại cho con người, nằm trong hai cấp vận động đó. Người ta có thể trầm trồ, ngạc nhiên và xúc cảm sâu xa, trước vẻ đẹp hình thể, sắc nước hương trời, của người con gái; một công trình sáng tạo nghệ thuật tuyệt mỹ của thiên nhiên, suốt 13,7 tỷ năm. Nhưng người ta sẽ kém phần thiện cảm, khi biết rằng, cô gái đó thiếu tấm lòng nhân ái. Không ai bầu vào Quốc hội chỉ vì cái đẹp thuần tự nhiên, mà thiếu cái đẹp về tâm lý và trí tuệ.

Mỹ học cho rằng, cái đẹp của tâm lý tinh thần con người được biểu hiện bằng tấm lòng nhân ái, bình đẳng, yêu thương đồng loại, hướng thiện, không vụ lợi, không bị hấp dẫn bởi lợi ích của người khác,... Và cao hơn nữa, là những hành động cao cả, những hành động anh hùng, trong cuộc đấu tranh chống lại cái ác. Cái đẹp tâm lý của con người có nguồn gốc từ sự cân bằng âm dương ngũ hành trong cấu trúc tâm lý đại não. Chỉ có một đại não cân bằng âm dương ngũ hành mới có hành động đẹp, gây nên cảm xúc hấp dẫn đối với chủ thể. Hành động cao cả và anh hùng, ngoài nguồn gốc cân bằng âm dương ngũ hành của cấu trúc tâm lý đại não, còn là sự cấu trúc cân bằng âm dương ngũ hành đặc biệt về sinh lý đại não. Ở đây, khái niệm cân bằng về cấu trúc tâm lý đại não, đã bao hàm thành quả tương tác của các quy luật vận động xã hội, trong đó có quy luật giáo dục, quy luật phản ánh ý thức hệ,...

Cái đẹp của xã hội, theo quan điểm Mỹ học tiến bộ, là mối quan hệ hài hòa, bình đẳng, không tồn tại bóc lột, áp bức, giữa con người; và hiệu ứng nhân quả của cái đẹp đó, là cuộc sống vật chất và tinh thần của con người không ngừng được nâng lên. Đó chính là đặc trưng cơ bản của chủ nghĩa xã hội. Đó là thành quả vận động của quy luật phát triển chủ nghĩa nhân đạo, quy luật phát triển khoa học công nghệ, các quy luật tâm lý, đến thời điểm chủ nghĩa xã hội. Thành quả tương tác của các quy luật đó đã sản sinh ra quy luật mới về vận động xã hội. Đó là những quy luật cơ bản, những nội hàm cơ bản, những đặc trưng cơ bản của chủ nghĩa xã hội.

Trong đó, mô hình Đồng sở hữu là hiện thực về cái đẹp xuân sắc của chủ nghĩa xã hội. Những nội hàm cơ bản nhất của chủ nghĩa xã hội đều vận động trong mô hình đó.

Đến lượt mình, quy luật Đồng sở hữu tương tác với các quy luật khác, sản sinh ra quy luật tâm lý mới: tâm lý sở hữu tập thể văn minh, tâm lý làm chủ tập thể đích thực về tư liệu sản xuất. Đây là tâm lý sở hữu cá nhân chân chính vận động trong điều kiện sở hữu tập thể văn minh. Tâm lý làm chủ tập thể không ngừng được củng cố và phát triển, là tiền đề hiện thực, để tâm lý sở hữu cá nhân chuyển hóa tự nhiên lên tâm lý sở hữu công cộng văn minh, mà thực tiễn của nó là hình thái sở hữu công cộng ở thời kỳ Chủ nghĩa Cộng sản của xã hội loài người. Thực tiễn về cái đẹp tinh túy nhất, diễm lệ nhất, đồng thời là giá trị nhân đạo cao nhất của xã hội loài người, là con người được phát triển tự do và toàn diện. Tâm lý "mình vì mọi người, mọi người vì mình" trở thành thực tiễn về cái đẹp đích thực của xã hội đó.

** Những thành quả tâm lý, ý thức, được đại não tổ chức lưu giữ bằng các hệ thống lôgic nơron trong các bộ nhớ. Những hệ thống này phải thường xuyên vận động sinh học để sống, liên hệ thông tin với nhau, và liên hệ thông tin với các hệ thống khác trong đại não. Hệ thống lôgic tâm lý này còn được di truyền qua nhiều thế hệ. Một trạng thái tâm lý, nếu được lặp lại nhiều lần trong cuộc sống, sẽ được lưu giữ bền vững, bằng hệ thống nơron có cấu trúc cân bằng âm dương bền chặt. Trạng thái tâm lý như vậy rất khó công phá, rất khó thay thế bằng một một trạng thái tâm lý khác. Điều đó giải thích tại sao tư tưởng, nhận thức của con người, trong nhiều hoàn cảnh, lại vận động chậm hơn sự vận động của thực tiễn. Điều đó cũng giải thích hiện tượng giáo điều, bảo thủ, cứng nhắc, giữ mãi cái ưu điểm đã trở thành khuyết điểm trong lý luận và thực tiễn,… ở những bộ não thiếu tính mềm mại, linh hoạt.

Một hiện tượng thú vị biểu hiện tính cố hữu của thói quen tâm lý có thể dẫn ra đây để tham khảo. Sau những vận động xã hội, ba nước Nga, Trung quốc, Việt nam, muốn thay đổi Quốc ca. Các cuộc thi sáng tác Quốc ca đã được tổ chức rầm rộ và nghiêm túc. Hàng ngàn bài Quốc ca đã tham gia dự thi. Sau một thời gian lựa chọn công phu, Ban giám khảo chọn ra một số bài đặc sắc, đáp ứng tốt nhất yêu cầu về lời ca, nhạc điệu của bài Quốc ca mới, xứng đáng thay thế bài Quốc ca cũ. Các bài chọn lọc được trình diễn cho nhân dân cả nước thưởng thức và bình chọn. Song, đa số nhân dân lại quyến luyến bài Quốc ca cũ, không muốn từ biệt nó. Quốc ca tượng trưng cho khát vọng, ý chí mãnh liệt và sự kế thừa sức mạnh tâm hồn của một dân tộc. Vì vậy, không gì đúng đắn hơn sự lựa chọn của toàn dân tộc. Quốc ca Nga giữ lại phần nhạc, Trung quốc và Việt nam giữ nguyên Quốc ca cũ. Nhiếp Nhĩ và Văn Cao được nhân dân tôn vinh là những nhạc sỹ Quốc ca bất hủ. Không phải Quốc ca mới không xứng đáng. Trải qua bao nhiêu năm biến động cách mạng bi hùng, Quốc ca cũ là những bản nhạc hùng tráng, luôn luôn vang lên trong trái tim mọi người, như những tiếng kèn xung trận áp đảo quân thù giành thắng lợi cho Tổ quốc.

Về mặt tâm lý, lời ca và giai điệu Quốc ca cũ đã được lặp đi lặp lại hàng ngàn lần trong đại não con người, trong bối cảnh của những cuộc chiến đấu anh hùng và lao động sáng tạo quên mình, vì vậy, đã được các cấu trúc lôgic nơron tổ chức lưu giữ bền vững trong đại não. Nếu không có một phương thức đạc biệt về ý thức, tâm lý, tình cảm, thì khó phá vỡ cấu trúc nơron bền vững đó. Vì vậy, khi nghe bài Quốc ca mới, tuy rất hay, nhưng vẫn không hấp dẫn trái tim con người bằng bài Quốc ca cũ.

Việc nghiên cứu lý luận cũng xẩy ra hiện tượng tâm lý gần tương tự. Những đại não đã hằn sâu những tri thức cũ, được lặp đi lặp lại trong nghiên cứu, tuyên truyền và giảng dạy, đại não đã tổ chức cho đội quân tế bào thần kinh lưu giữ bền chặt các tri thức đó. Nếu các nhà nghiên cứu không cảnh giác với khuyết tật cố hữu của đại não, để xẩy ra hiện tượng "lỳ", sẽ dẫn đến các trường hợp: hoặc mất dần khả năng phát triển các học thuyết giá trị; hoặc không còn khả năng chấp nhận những phát hiện mới về lý luận của đồng nghiệp; hoặc không thể nhận ra những nhận thức sai lầm của mình đối với chân lý, tuy đã được kết quả thực tiễn báo hiệu. Tiền lệ lịch sử của chủ nghĩa xã hội đã để lại những bài học phải trả giá cho những sai lầm như vậy. Đó là chưa đề cập đến những hiện tượng kém phần cao thượng, trái với nhân cách tự nhiên của một nhà làm khoa học. Như việc dìm bỏ những sáng tạo lý luận của lớp trẻ; cố tình tìm mọi cách phản bác những lập luận, mà bản thân mình biết là đúng đắn; có thái độ của một "thượng thư khoa học", coi thường những phát kiến của người bình thường, không ở vị trí "cao cả" như mình....Những sai lầm khách quan và chủ quan của bộ não không ít trường hợp đã kìm hãm sự tiến bộ xã hội.

Quy luật vận động phổ quát nhất của hiện thực không thay đổi. Chỉ có các quy luật mang tính tất yếu tạm thời là thay đổi, khi điều kiện sản sinh ra quy luật đó thay đổi. Quy luật vận động xã hội thay đổi sẽ làm cho quy luật tâm lý, ý thức thay đổi; và ngược lại quy luật tâm lý-ý thức là một lực tương tác, góp phần thay đổi quy luật vận động xã hội. Quy luật tâm lý sở hữu cá nhân chân chính làm chuyển hóa quy luật sở hữu bóc lột, thành quy luật sở hữu không bóc lột: Đồng sở hữu. Đến lượt mình, quy luật Đồng sở hữu, làm tiền đề thực tiễn để hình thành quy luật tâm lý mới, thay thế quy luật sở hữu cá nhân chân chính. Đó là tâm lý sở hữu tập thể văn minh, tâm lý làm chủ tập thể đích thực về tư liệu sản xuất.

Hình thái tâm lý mới được đại não lưu giữ bằng việc phá vỡ cấu trúc nơron của tâm lý cũ, và tổ chức cấu trúc mới cho phù hợp với trạng thái tâm lý mới. Hoặc di chuyển cấu trúc cũ vào kho vô thức. Phương thức thứ hai này là phổ biến. Cấu trúc tâm lý bền vững sẽ di truyền qua nhiều thế hệ. Khi điều kiện tương ứng lặp lại, tâm lý cũ bền vững có thể vùng dậy, thoát khỏi kho vô thức, và hoạt động sôi nổi trong thực tiễn. Việc loại trừ tham nhũng là vô cùng khó khăn, có nguyên nhân từ đây. Nếu tâm lý Cộng sản của các chiến sỹ Cộng sản chưa được củng cố bền chặt, hoặc đang bị mờ dần, do sự tác động của các tâm lý ngược chiều, sẽ thiếu sức mạnh miễn dịch; tâm lý vô thức cấp thấp, kế thừa từ thế giới tiền loài người, được củng cố bền chặt trong các xã hội bóc lột, sẽ sống chuồng vô thức và hoành hành trong cuộc sống của họ. Sự giáo dục kiên trì, thường xuyên, lấy mô hình Đồng sở hữu làm cơ sở thực tiễn, sẽ củng cố bền vững tâm lý Cộng sản. Cần nhấn mạnh rằng, thực tiễn Đồng sở hữu là quy luật vận động xã hội, là hạ tầng cơ sở, là đời sống hiện thực, để hình thành và phát triển ý thức tương ứng, ý thức Cộng sản, thuộc thượng tầng kiến trúc của chủ nghĩa Cộng sản. Những vấn đề về Mỹ học, xin xem chương V, "Học thuyết Âm Dương và Mỹ học".

Như vậy, con người vận động khoa học và thực tiễn bằng ba hệ thống quy luật.

1)- Quy luật tự nhiên.

2)- Quy luật xã hội.

3)- Quy luật tâm lý - ý thức.

Con người là thành quả sáng tạo tinh túy nhất của thiên nhiên, là "thiên nhiên đạt tới ý thức về mình", có đặc thù vận động tâm lý-ý thức. Do đó, con người là một đối tượng vật chất đặc biệt, không phải vận động mù quáng theo quy luật, mà còn tự thân vận động theo sự điều khiển của tâm lý-ý thức, là một chủ thể sáng tạo có khả năng cải tạo thế giới hiện thực. Khi tâm lý -ý thức nhận thức đúng quy luật khách quan, hoạt động thực tiễn thường mang lại thành công; ngược lại, thường là thất bại. Đối với tư duy chính trị có tầm ảnh hưởng Quốc gia, Quốc tế, nếu ý thức- tâm lý trái quy luật, dẫn dắt nhân loại đi lạc hướng, có thể gây nên những tổn thất đau đớn cho con người và nền văn minh nhân loại.

MỤC LỤC

QUYỂN 1
CHƯƠNG MỞ ĐẦU

QUYỂN 2

Liên lạc Tác giả
Nguyễn Tùng Uyên
minhnguyet071@gmail.com

Liên lạc Nhà xuất bản
Nhân Ảnh
han.le3359@gmail.com
(408) 722-5626